ആയുധങ്ങൾക്കൊരു യാത്രാമൊഴി

AF748683

INSIGHT PUBLICA®

INSIGHT PUBLICA®

Nadakkavu, Kozhikode, Kerala
www.insightpublica.com
e-mail: insightpublica@gmail.com
Aayudhangalkkoru Yathramozhi
Ernest Hemingway
(Malayalam Novel)
Translation: Sara Deepa Cherian
This Edition: August 2022

ISBN 978-93-85899-14-0
Printed and Published by
Insightinpublica Printers & Publishers Pvt. Ltd.

₹530

ആയുധങ്ങൾക്കൊരു യാത്രാമൊഴി

ഏണസ്റ്റ് ഹെമിങ്‌വേ

വിവർത്തനം: സാറാ ദീപ ചെറിയാൻ

INSIGHT PUBLICA®

അമേരിക്കയിലെ ഇല്ലിനോയി സംസ്ഥാനത്തിലെ ഓക് പാർക്ക് എന്ന കൊച്ചു പട്ടണത്തിൽ ജൂലൈ 21, 1899 ന് ജനനം. ഒന്നാം ലോകമഹായുദ്ധത്തിൽ സൈനികനാകുവാൻ ആഗ്രഹിച്ചുവെങ്കിലും കാഴ്ച മോശമായതിനാൽ റെഡ് ക്രോസിൽ ചേർന്ന് ആംബുലൻസ് ഡ്രൈവറായി അദ്ദേഹം ഇറ്റലിയിൽ യുദ്ധമുഖത്തെത്തി. ഓസ്ട്രിയൻ ആക്രമണങ്ങളിൽ മാരകമായ പരിക്കേറ്റു. മുന്നണിയിൽ സേവനം ചെയ്യുവാൻ കഴിയാതെ അമേരിക്കയിൽ തിരിച്ചെത്തിയ അദ്ദേഹത്തിന്റെ ശ്രദ്ധ പത്രപ്രവർത്തനരംഗത്തേക്ക് തിരിഞ്ഞു. 1936-37 കാലഘട്ടത്തിൽ സ്പെയിനിലെത്തി അവിടുത്തെ റിപ്പോർട്ടറായി പ്രവർത്തിച്ചു. രണ്ടാം ലോകമഹായുദ്ധകാലത്തും അദ്ദേഹം യുദ്ധകാര്യലേഖകനായി പ്രവർത്തിച്ചു. യുദ്ധത്തിൽ മുട്ടിനു പരിക്കേറ്റ അദ്ദേഹം ആശുപത്രിയിലാവുകയും തന്നെ ശുശ്രൂഷിച്ച നേഴ്സുമായി പ്രണയത്തിലാവുകയും ചെയ്തു. ഇത് ഫെയർവെൽ റ്റു ആംസ് എന്ന കൃതിക്കു കാരണമായി. പുലിസ്റ്റർ സമ്മാനവും, നോബൽ സമ്മാനവും നേടിയിട്ടുണ്ട്.

ജൂലൈ 2, 1961ന് അമേരിക്കയിലെ ഐഡഹോയിലെ കെച്ചം എന്ന സ്ഥലത്തുവച്ച് സ്വയം വെടിവെച്ചു മരിച്ചു.

പ്രശസ്ത കൃതികൾ : *ദ് ഓൾഡ് മാൻ ആന്റ് ദ് സീ, ദ് സൺ ഓൾസോ റൈസസ്, റ്റു ഹാവ് ഏൻഡ് ഹാവ് നോട്ട്, ദ് ഫിഫ്ത് കോളം.*

ഏണസ്റ്റ് ഹെമിങ്‌വേ

Tenente	ലെഫ്റ്റനന്റ് സാർ
Barsaglieri	റൈഫിൾ ഷൂട്ടേർസ്
Basthante bene	വളരെ നന്ന്
a rivderci	വീണ്ടും കാണാം
a rivederla	bye bye.
Mistral	റോൺവാലിയിൽ നിന്നുമുള്ള ശൈത്യക്കാറ്റ്.,
Minnen werfer	ബോംബിന്റെ പേര്.
handicap	ആനുകൂല്യം, ഇളവ്.
lugeing	ചക്രങ്ങളുള്ള മഞ്ഞുതെന്നുവണ്ടിയിലൂടെയുള്ള സവാരി.
tobogganing	ചക്രങ്ങളില്ലാതെ പലകപ്പുറത്ത് ഘടിപ്പിച്ച മഞ്ഞുതെന്നു വണ്ടി സവാരി
Skei	മഞ്ഞിൽക്കൂടി തെന്നി നീങ്ങൽ
Ca Va Bein ?	കുഴപ്പമൊന്നുമില്ലല്ലോ?
Ca Va	കുഴപ്പമൊന്നുമില്ല
Portafriti	മഞ്ചൽ വാഹകർ

1

ആ വേനലറുതിയിൽ, ഞങ്ങൾ നദിക്കപ്പുറം മലകളിലേക്ക് നീണ്ടു കിടക്കുന്ന, താഴ്‌വരകൾക്ക് അഭിമുഖമായ ഒരു വീട്ടിലാണ് താമസിച്ചിരുന്നത്. നദീതീരത്തിൽ വെയിലേറ്റ് കിടന്ന വരണ്ട, നരച്ച ഉരുളൻപാറകളും വെള്ളാരങ്കല്ലുകളും ഉണ്ടായിരുന്നു. അതിവേഗമൊഴുകിനീങ്ങുന്ന നീലവെള്ളം. ഞങ്ങളുടെ വീടിനരികിലുള്ള റോഡിലൂടെ മാർച്ച്ചെയ്ത് നീങ്ങിയിരുന്ന സൈനികർ ഉയർത്തിയ പൊടിപടലം ഇലകളിൽ തങ്ങിനിന്നിരുന്നു. മരങ്ങളുടെ കൊമ്പുകളിലും ശാഖകളിലുമെല്ലാം പൊടി നിറഞ്ഞുകിടന്നു. ആ വർഷം ഋതു മാറുന്നതിനുമുമ്പ്തന്നെ ഇലകൾ പൊഴിയാൻ തുടങ്ങി. പട്ടാളക്കാർ മാർച്ച് ചെയ്യുന്നതും പൊടിപടലങ്ങൾ ഇലകളെ മൂടുന്നതും കാറ്റിൽ ഇലകൾ കാലമെത്താതെ വീഴുന്നതും ഞങ്ങൾക്ക് കാണാമായിരുന്നു. പിന്നീട് പട്ടാളക്കാർ നീങ്ങിക്കഴിഞ്ഞതിനുശേഷം റോഡ് ആളൊഴിഞ്ഞും വിരസവുമായി കാണപ്പെട്ടു. കൊഴിഞ്ഞുവീണ ഇലകൾ മാത്രം ബാക്കിയായി.

സമതലങ്ങൾ വിളകളാൽ സമ്പന്നമായിരുന്നു. പഴത്തോട്ടങ്ങൾ നിരവധി. അതിനുമപ്പുറം ഇരുണ്ട, നഗ്നമായ മലനിരകൾ. മലകളിൽ അപ്പോഴും പോരാട്ടം നടക്കുന്നുണ്ടായിരുന്നു. പീരങ്കികളുടെ മിന്നൽവെളിച്ചങ്ങൾ രാത്രികളിൽ തെളിഞ്ഞുകാണാമായിരുന്നു. ഇരുട്ടിൽ അവ വേനൽക്കാലത്തെ കൊള്ളിമീനുകളെ ഓർമ്മിപ്പിച്ചു. കൊടുങ്കാറ്റുകളുടെ ലാഞ്ചനയേതുമില്ലാത്ത കുളിരുള്ള രാത്രികളായിരുന്നു അവ.

രാത്രികളിൽ സൈന്യം ജനലിനു കീഴിലൂടെ മാർച്ച് ചെയ്യുന്ന ശബ്ദം ഞങ്ങൾക്ക് കേൾക്കാമായിരുന്നു. മോട്ടോർ ട്രാക്ടറുകൾ തോക്കുകളും പീരങ്കികളും വഹിച്ചുകൊണ്ട് നീങ്ങി. രാത്രികളിലാണ് റോഡിൽ ഗതാഗതം വർദ്ധിച്ചിരുന്നത്. ജീനിക്കിരുവശത്തും വെടിമരുന്നു പേടകങ്ങൾ തൂക്കി കോവർകഴുതകൾ കടന്നുപോയിക്കൊണ്ടിരുന്നു. ഇരുണ്ട ട്രക്കുകളിൽ പട്ടാളക്കാരും. മെല്ലെ പൊയ്ക്കൊണ്ടിരുന്ന വെടിക്കോപ്പുകൾ നിറച്ച

ട്രക്കുകൾ കാൻവാസിട്ട് മൂടിയിരുന്നു. ചിലപ്പോൾ പകൽ നേരങ്ങളിലും പീരങ്കികൾ വഹിച്ചുകൊണ്ടുനീങ്ങുന്ന ട്രാക്ടറുകൾ റോഡിൽ പ്രത്യക്ഷപ്പെട്ടു. തോക്കുകളുടെ നീളൻ ബാരലുകൾ പച്ചമരക്കമ്പുകൾ കൊണ്ട് പൊതിഞ്ഞിരുന്നു. പച്ചമരശാഖകളും വള്ളികളും കൊണ്ട് ട്രാക്ടറുകളും പൊതിഞ്ഞു കാണപ്പെട്ടു.

വടക്ക്, താഴ്വരക്കപ്പുറത്തെ, ചെസ്റ്റ്നട്ട്വൃക്ഷക്കാടുകൾക്കും അപ്പുറം, പുഴയുടെ ഇക്കരെയിൽ മറ്റൊരു മലനിര കാണാമായിരുന്നു. ആ മല കീഴ്പെടുത്തുന്നതിനുള്ള പോരാട്ടം നടക്കുന്നുണ്ടായിരുന്നു. പക്ഷേ ഏറ്റുമുട്ടലുകൾ അത്രക്ക് വിജയകരമായിരുന്നില്ല. ഇലപൊഴിയും കാലത്ത് മഴപെയ്ത് ചെസ്റ്റ്നട്ട് മരങ്ങളുടെ ശാഖകൾ നഗ്നമാവുകയും തടികൾ നനഞ്ഞ് ഇരുളുകയും ചെയ്തു. മുന്തിരിത്തോട്ടങ്ങളും ശോഷിച്ച് നഗ്നശാഖികളായി. ശരത്കാലമെത്തിയതോടെ നാട്ടിൻപുറം മുഴുവനും നനഞ്ഞും ഇരുണ്ടും മൂതവുമായി മാറി. നദിക്ക് മുകളിൽ മൂടൽമഞ്ഞും, മലനിരകൾക്കുമുകളിൽ മേഘങ്ങളും തങ്ങിനിന്നു. പട്ടാളക്കാർ ചളിപിടിച്ച് മുഷിഞ്ഞും നനഞ്ഞും കാണപ്പെട്ടു. ട്രക്കുകൾ പാഞ്ഞുപോകുമ്പോൾ ചേറും ചെളിയും തെറിപ്പിച്ചുകൊണ്ടിരുന്നു. പട്ടാളക്കാരുടെ കോട്ടുകൾ ചേറുപുരണ്ടും തോക്കുകൾ നനഞ്ഞുമിരുന്നു. അവരുടെ കോട്ടിനടിയിൽ ബെൽറ്റിനു മുൻവശത്തായി 6.5 മില്ലിമീറ്റർ കാർട്ട്റിഡ്ജുകളുടെ ക്ലിപ്പുകളടങ്ങിയ ഈണ്ട പെട്ടികൾ തൂങ്ങിക്കിടന്നിരുന്നു. ചാരനിറത്തിലുള്ള ഈ പെട്ടികളുടെ ഭാരം കോട്ടിനടിയിൽനിന്നും പുറത്തേക്ക് തള്ളിനിന്നതിനാൽ, റോഡിലൂടെ മാർച്ച് ചെയ്തിരുന്ന പട്ടാളക്കാർ ആറാംമാസ ഗർഭിണികളെപ്പോലെ കാണപ്പെട്ടു.

ഇടയ്ക്ക് ചാരനിറത്തിലുള്ള ചെറിയ കാറുകൾ അതിവേഗത്തിൽ ഓടിപ്പോകുന്നത് കാണാമായിരുന്നു. അതിൽ ഓഫീസർമാരാണുണ്ടായിരുന്നത്. സാധാരണ മുൻസീറ്റിൽ ഡ്രൈവർക്കൊപ്പം ഒരോഫീസറും, പിൻസീറ്റിൽ വേറെ കുറെ ഓഫീസർമാരുമാണുണ്ടാവുക. ചരക്കുലോറികളേക്കാൾ ഈ കാറുകൾ പതിന്മടങ്ങ് ചെളിതെറിപ്പിച്ചിരുന്നു, പ്രത്യേകിച്ചും ജനറൽമാരുടെ ഇടയിൽ ഇരിക്കുന്ന ചെറിയ ഓഫീസർ സഞ്ചരിക്കുന്ന കാറുകൾ. ജനറൽമാരുടെ നടുവിൽ ഇരുന്നിരുന്ന ഓഫീസറുടെ മുഖം കാണാനാവുമായിരുന്നില്ല. തൊപ്പിയും മെലിഞ്ഞ മുതുകും മാത്രം കാണാം. സവിശേഷമായ വിധത്തിലാണ് കാറ് പോകുന്നതെങ്കിൽ അത് മിക്കവാറും രാജാവ് സഞ്ചരിക്കുന്ന കാറാകാനായിരുന്നു സാദ്ധ്യത. തിരുമനസ്സ് 'യുഡൈനി'ൽ ആണ് താവളമടിച്ചിരുന്നത്. സ്ഥിതിഗതികൾ നേരിട്ടറിയാൻ അദ്ദേഹം മിക്കദിവസങ്ങളിലും വന്നിരുന്നു. പക്ഷേ സ്ഥിതിഗതികൾ ഒന്നിനൊന്നു മോശമായിക്കൊണ്ടിരുന്നു.

ശൈത്യകാലത്തിന്റെ തുടക്കത്തിൽ ഇടവിടാത്ത മഴയോടുകൂടി പാളയത്തിൽ കോളറയും പൊട്ടിപ്പുറപ്പെട്ടു. പക്ഷേ അത് പെട്ടെന്ന് തന്നെ നിയന്ത്രണവിധേയമായി. സൈന്യത്തിൽ ഏഴായിരം പേരേ മരിച്ചുള്ളൂ.

2

പിറ്റേ വർഷം ധാരാളം വിജയങ്ങളുണ്ടായി. താഴ്വരക്കുമകലെയുള്ള മലയും, ചെസ്റ്റ്നട്ട് കാടുകൾ നിറഞ്ഞ കുന്നിൻപുറവും കീഴടക്കപ്പെട്ടു. തെക്കുഭാഗത്തെ പീഠഭൂമിയിലെ സമതലത്തിനപ്പുറത്തും പോരാട്ടം വിജയകരമായിരുന്നു. ആഗസ്റ്റ് മാസത്തോടെ ഞങ്ങൾ നദി മുറിച്ചുകടന്ന്. 'ഗോറിസി'യ എന്ന പട്ടണത്തിലെ ഒരു വീട്ടിൽ ചെന്നു പാർത്തു. ചുറ്റുമതിലും തണൽമരങ്ങളും ജലധാരയുമുള്ള ഉദ്യാനവും വശങ്ങളിൽ ചുവന്നു പൂത്ത വിസ്റ്റേറിയ വള്ളിപ്പടർപ്പുമുള്ള വീടായിരുന്നു അത്. മലകൾക്കപ്പുറം, ഇവിടെനിന്ന് ഒരു മൈലിലധികം ദൂരമില്ലാത്ത ഒരിടത്താണ് ഇപ്പോൾ ഏറ്റുമുട്ടൽ നടക്കുന്നത്. മനോഹരമായ ഒരു പട്ടണമായിരുന്നു ഗോറിസിയ. വീടും ഒന്നാന്തരം. ഞങ്ങൾ താമസിച്ചിരുന്നതിന്റെ പുറകിലൂടെയാണ് പുഴ ഒഴുകിയിരുന്നത്. വളരെ സുന്ദരമായാണ് പട്ടണം പിടിച്ചെടുക്കപ്പെട്ടതെന്ന് തോന്നി. പക്ഷേ അതിനപ്പുറത്തെ മലകൾ പിടിച്ചെടുക്കുക എളുപ്പമായിരുന്നില്ല. യുദ്ധാനന്തരം ആസ്ട്രിയക്കാർക്ക് ആ പട്ടണത്തിൽ തിരിച്ചുവന്ന് പാർക്കേണ്ടിയിരിക്കുന്നു എന്ന മട്ടിലാണ് അത് പിടിച്ചെടുക്കപ്പെട്ടത് എന്ന് എനിക്ക് തോന്നി. കാരണം അത് തകർത്ത് നശിപ്പിക്കണം എന്ന ഉദ്ദേശത്തോടെയല്ല അവിടെ ബോംബിട്ടിരിക്കുന്നത്. വളരെ ലഘുമായ ഒരു പട്ടാളരീതിയിലായിരുന്നു അത്. ജനങ്ങൾ അപ്പോഴും അവിടെ ജീവിച്ചുപോന്നു. തെരുവുകളിലങ്ങോളം ആശുപത്രികളും കഫേകളും വെടിക്കോപ്പുപുരകളുമുണ്ടായിരുന്നു കൂടാതെ രണ്ട് വേശ്യപ്പുരകളും; ഒന്ന് സാധാരണ സൈനികർക്കും മറ്റേത് ഓഫീസർമാർക്കും.

വേനൽക്കാലത്തിന്റെ അവസാനങ്ങളിൽ, രാത്രികൾ കുളിരുള്ളതായിമാറി. പട്ടണത്തിനപ്പുറത്തെ മലകളിൽ അപ്പോഴും പോരാട്ടം തുടർന്നു കൊണ്ടിരുന്നു. പട്ടണാതിർത്തിയിലെ ഇരുമ്പുകൊണ്ടുള്ള റെയിൽവേ പാലത്തിൽ ഷെല്ലാക്രമണത്തിന്റെ മുദ്രകൾ കാണാമായിരുന്നു. ഏറ്റുമുട്ടലിന്റെ വേദിയായിരുന്ന നദിക്കരയിലെ തുരങ്കം തകർന്നുതരിപ്പണമായിരുന്നു.

മരനിരകൾക്കിടയിലെ നീളൻ തെരുവീഥികൾ എത്തിച്ചേർന്നിരുന്നത് വൃക്ഷങ്ങൾ അതിരിടുന്ന നഗരമൈതാനത്തിലാണ്. പോരാത്തതിന് പട്ടണത്തിൽ വേണ്ടത്ര പെൺകുട്ടികളും. പിന്നെ മോട്ടോർ കാറിൽ അതിവേഗം സഞ്ചരിക്കുന്ന രാജാവും ചിലപ്പോൾ അദ്ദേഹത്തിന്റെ മുഖം ദൃഷ്ടിയിൽ പെട്ടിരുന്നു. മെലിഞ്ഞ നീളൻ കഴുത്തോടുകൂടിയ ശരീരം കോലാടിന്റേതുപോലുള്ള നരച്ച കുറ്റിത്താടി. പുറം കാഴ്ചയിൽ തകരാറി ല്ലെന്നു തോന്നിക്കുന്ന വീടുകളുടെ അകത്തളങ്ങളിലേക്ക് കടക്കുമ്പോൾ ഷെല്ലിംഗിൽ തകർന്ന് അപ്രത്യക്ഷമായ ഇടഭിത്തികൾ അമ്പരിപ്പിക്കും. വീടുകളുടെ ഉദ്യാനങ്ങളിലും തെരുവീഥികളിലുമൊക്കെ കുമ്മായക്കട്ടകളും കൽക്കൂമ്പാരങ്ങളും നിരവധി. 'കാർസോ'യിൽ കാര്യങ്ങളെല്ലാം വളരെ നല്ലരീതിയിലാണ് പൊയ്ക്കൊണ്ടിരുന്നത്. കഴിഞ്ഞ ഇലപൊഴിയും കാലത്തെ നാട്ടിൻപുറ ജീവിതത്തിൽനിന്നും വളരെ വ്യത്യസ്തമായിരുന്നു 'ഗോറിസിയ'യിലെ ജീവിതം. യുദ്ധത്തിന്റെ ഗതിയും മാറിയിരുന്നു.

പട്ടണത്തിനപ്പുറത്തെ മലയിലെ ഓക്കുമരക്കാടുകൾ നിശ്ശേഷം ഇല്ലാ തെയായിത്തീർന്നിരുന്നു. ഞങ്ങളിവിടെയെത്തിയ വേനൽക്കാലത്ത് പച്ചച്ച് കണ്ട കാട് ഇപ്പോൾ മരക്കുറ്റികളും വെട്ടിമാറ്റിയ തടികളും കുത്തി ക്കിളച്ച മണ്ണുമായി പ്രസാദമറ്റു കാണപ്പെട്ടു. ഇലപൊഴിയും കാലത്തിന്റെ അവസാനങ്ങളിൽ ഒരു ദിവസം ഒരിക്കൽ ഓക്കുവൃക്ഷക്കാടുകളായിരുന്ന ഇടത്തിൽ ഞാൻ വെറുതെ നടക്കാൻ പോയി. ഒരു മേഘം മലയുടെ നേരെ നീങ്ങിവരുന്നത് എന്റെ ദൃഷ്ടിയിൽ പെട്ടു. അത് വളരെ വേഗത്തി ലാണ് വന്നിരുന്നത് അതിന്റെ അടിയിൽപെട്ട് സൂര്യൻ മഞ്ഞച്ചുപോയി. ആകാശം മുഴുവനും മൂടപ്പെടുകയും മേഘം മലയിലേക്ക് താഴ്ന്നിറങ്ങുകയും താമസിയാതെ സർവ്വതും അതിനിടയിൽ പെടുകയും ചെയ്തു. അത് മഞ്ഞ്മേ ഘമായിരുന്നു. കാറ്റിൽ മഞ്ഞ് ചാഞ്ഞുചരിഞ്ഞു വീണുകൊണ്ടിരുന്നു. മഞ്ഞു മൂടിയ മണ്ണിൽനിന്നും മരക്കുറ്റികൾ മഞ്ഞുപുതഞ്ഞ് പുറത്തേക്കുന്തിനിന്നു. തോക്കുകളിലും പീരങ്കികളിലുമെല്ലാം മഞ്ഞ് വീണുകൊണ്ടിരുന്നു.

താവളത്തിലെ ട്രെഞ്ചുകൾക്കു പിന്നിലെ കക്കൂസുകളിലേക്കു പോകുന്ന പാതയിൽ മഞ്ഞുവീണു നിറഞ്ഞുകിടന്നു. അതിൽകൂടി വഴിച്ചാലുകൾ തെളി ഞ്ഞുകാണാമായിരുന്നു.

പിന്നീട് ഓഫീസർമാരുടെ വേശ്യപ്പുരയുടെ ജാലകത്തിലൂടെ താഴെ പട്ടണത്തിൽ മഞ്ഞുവീഴുന്നത് ഞാൻ നോക്കിയിരുന്നു. ഞാനും ഒരു ചങ്ങാതിയും. ഒരു കുപ്പി 'അസ്റ്റി' പൊട്ടിച്ച് ഓരോ ഗ്ലാസുമായി ഇരിക്കുക യായിരുന്നു. മഞ്ഞ് സാവധാനത്തിൽ കനത്തു വീണുകൊണ്ടിരുന്നു. ഈ വർഷത്തെ യുദ്ധം ഏതാണ്ട് നിലയ്ക്കാറായി എന്ന് ഞങ്ങൾ അനുമാനിച്ചു. നദിയുടെ മുകളറ്റത്തെ മലനിരകൾ പിടിച്ചടക്കപ്പെട്ടിരുന്നില്ല. അതുമാത്ര മായിരുന്നു വരും വർഷത്തേക്ക് നീക്കിവെക്കപ്പെട്ടിരുന്നത്. ഞങ്ങളുടെ മെസ്സിലെ ഒപ്പമുള്ള വൈദികൻ തെരുവിലെ കുഴമഞ്ഞിൽ കൂടി വളരെ ശ്രദ്ധിച്ച് നടന്നുപോകുന്നത് എന്റെ കൂടെയുള്ള ചങ്ങാതി കണ്ടു. അയാൾ ജനവാതിലിൽ തട്ടി ശബ്ദമുണ്ടാക്കി, പാതിരിയുടെ ശ്രദ്ധയാകർഷിക്കാൻ

ശ്രമിച്ചു. അച്ഛൻ മുകളിലേക്ക് നോക്കി ഞങ്ങളെകണ്ട്, മന്ദഹസിച്ചു. സ്നേഹിതൻ അദ്ദേഹത്തോട് മുകളിലേക്ക് കയറിവരാനായി ആംഗ്യം കാട്ടി. അച്ചൻ തലയാട്ടിക്കൊണ്ട് നടന്നുനീങ്ങി.

രാത്രി മെസ്സിൽ സ്പാഗറ്റിയായിരുന്നു വിഭവം. എല്ലാവരും വളരെ ശ്ര ദ്ധാപൂർവ്വം സ്പാഗറ്റി ഫോർക്കിൽ ചുറ്റി, അതിന്റെ താഴറ്റം വേർപെടുത്തി വായ്ക്കുള്ളിൽ വെച്ചു. ചിലർ ഫോർക്കിൽനിന്ന് അത് നേരിട്ട് നിരന്തരം വലിച്ചെടുത്തുകൊണ്ടിരുന്നു. പുല്ലുകൊണ്ട് പൊതിഞ്ഞ ഒരു ഗാലൺ ഫ്ളാസ്കിൽ നിന്ന് എല്ലാവരും ഇടക്കിടെ മാറിമാറി വൈൻ കുടിച്ചു കൊണ്ടിരുന്നു. ഒരു കൊച്ചു ലോഹത്തൊട്ടിലിൽ ഊഞ്ഞാലാടിയിരുന്ന ഫ്ളാസ്ക്കിന്റെ കഴുത്ത് വലിച്ചുതാഴ്ത്തിയാൽ തെളിഞ്ഞ് ഇരുണ്ട് ചുവന്ന മനോഹരമായ വൈൻ, കയ്യിൽ പിടിച്ച ഗ്ലാസിലേക്ക്, ഒഴുകി വീഴുകയായി. ഭക്ഷണശേഷം അച്ചനെ പിരികയറ്റുന്ന പരിപാടി ക്യാപ്റ്റൻ തുടങ്ങിവെച്ചു.

വളരെ ചെറുപ്പമായിരുന്നു അച്ചൻ. വേഗം തന്നെ നാണിച്ചു ചുവക്കുക യും ചെയ്യും. ഞങ്ങളെപ്പോലെ അച്ചനും യൂണിഫോമാണ് ധരിച്ചിരുന്നത്. ചാരനിറത്തിലുള്ള യൂണിഫോമിൽ ഇടത്തെ പോക്കറ്റിനു മുകളിൽ ഇരുണ്ട് ചുവന്ന ഒരു കുരിശ് തുന്നിപ്പിടിച്ചിട്ടുണ്ട്. എനിക്ക് കൂടി മനസ്സിലാകാൻ വേണ്ടി യാകണം കാപ്റ്റൻ ഇംഗ്ലീഷ് കലർത്തിയ ഒരു സങ്കര ഇറ്റാലിയനിലാണ് സംസാരിച്ചത്. തമാശകൾ ആരും മനസ്സിലാക്കാതെ പോകരുത് എന്ന് നിർബന്ധമുള്ളതുപോലെ.

'അച്ചനിന്ന് പെൺകുട്ടികളുടെ കൂടെയായിരുന്നു'

എന്നേയും അച്ചനേയും നോക്കിക്കൊണ്ട് കാപ്റ്റൻ പറഞ്ഞു. അച്ചൻ മന്ദഹസിക്കുകയും ചുവക്കുകയും ചെയ്തുകൊണ്ട് അല്ലെന്ന് തലയാട്ടി. കാപ്റ്റൻ പിന്നേയും ഇര കോർത്തു, 'സത്യമല്ലേ?' കാപ്റ്റൻ ചോദിച്ചു. 'ഞാനിന്ന് അച്ചനെ പെൺകുട്ടികൾക്കൊപ്പം കാണുന്നു.'

'ഇല്ല' അച്ചൻ പറഞ്ഞു. ഈ ചൂണ്ടയിടൽ മറ്റു ഓഫീസർമാരും ആസ്വ ദിക്കുന്നുണ്ടായിരുന്നു.

'അച്ചൻ പെൺകുട്ടികൾക്കൊപ്പമല്ല' കാപ്റ്റൻ തുടർന്നു.

'അച്ചൻ ഒരിക്കലും പെൺകുട്ടികൾക്കൊപ്പമല്ല' അയാൾ വിശദീകരിച്ചു. എന്നെയും അച്ചനേയും നോക്കിക്കൊണ്ടുതന്നെ അയാൾ എന്റെ ഗ്ലാസ് എടുത്തു നിറച്ചു. അച്ചനിൽ നിന്നും ദൃഷ്ടി മാറ്റാൻ അയാൾ തയ്യാറായില്ല.

'അച്ചൻ എല്ലാ രാത്രിയും അഞ്ചിനെതിരെ ഒന്ന്' മേശക്കരികിലിരുന്ന എല്ലാവരും ചിരിച്ചു.

'മനസ്സിലായോ? എല്ലാ രാത്രിയും അച്ചൻ അഞ്ചിനെതിരെ ഒന്ന്'

ആംഗ്യം കാണിച്ചുകൊണ്ട് അയാൾ ആർത്തു ചിരിച്ചു.

അച്ചനും ഈ തമാശ സ്വീകരിച്ചതുപോലെ തോന്നി.

'ആസ്ട്രിയക്കാർ ജയിക്കണമെന്നാണ് പോപ്പിന്റെ ആഗ്രഹം' മേജർ പറഞ്ഞു 'പോപ്പ്, ഫ്രാൻസ് ജോസഫ്-നെ സ്നേഹിക്കുന്നു. പണം വരുന്നത്

അവിടെ നിന്നാണല്ലോ ഞാനൊരു നാസ്തികനാണേ'

' നിങ്ങൾ എപ്പോഴെങ്കിലും 'ബ്ലാക്ക് പിഗ്' വായിച്ചിട്ടുണ്ടോ?' ലെഫ്റ്റനന്റ് ചോദിച്ചു.'ഞാൻ ഒരു കോപ്പി സംഘടിപ്പിക്കാം. എന്റെ വിശ്വാസത്തെ ഇളക്കിയത് ആ പുസ്തകമാണ്'

'അതൊരു ഹീനവും വൃത്തികെട്ടതുമായ പുസ്തകമാണ്'

അച്ചൻ പറഞ്ഞു. 'നിങ്ങളത് സത്യത്തിൽ ഇഷ്ടപ്പെട്ടുകയേ ഇല്ല'

'ആ പുസ്തകം വളരെ വിലപിടിച്ചതാണ്' ലെഫ്റ്റനന്റ് പറഞ്ഞു. അതിൽ ആ അച്ചന്മാരെപ്പറ്റി പറയുന്നുണ്ട്. നിങ്ങൾക്കത് ഇഷ്ടപ്പെടാതെ വരില്ല' അയാൾ എന്റെ നേർക്കു നോക്കി പറഞ്ഞു. ഞാൻ അച്ചന്റെ നേരെ നോക്കി മന്ദഹസിച്ചു. മെഴുകുതിരിയുടെ അപ്പുറത്തിരുന്നിരുന്ന അച്ചൻ എന്റെ നേർക്ക് പുഞ്ചിരി തൂകി.

'ഞാനത് നിങ്ങൾക്ക് എത്തിച്ചുതരാം' ലെഫ്റ്റനന്റ് പറഞ്ഞു. 'ചിന്തിക്കാൻ കഴിയുന്ന ഏതൊരാൾക്കും ഒരു നാസ്തികനാവാതെ വയ്യ'മേജർ പറഞ്ഞു. 'പക്ഷേ ഞാൻ യുക്തിവാദത്തിൽ, എന്തു തന്നെയായാലും വിശ്വസിക്കുകയില്ല'

'ഞാൻ യുക്തിവാദത്തിൽ വിശ്വസിക്കുന്നു' ലെഫ്റ്റനന്റ് പറഞ്ഞു. 'അതൊരു മഹത്തായ സംഘടനയാണ്.'

ആരോ ഇതിനിടെ വാതിൽ തുറന്നു, ഉള്ളിൽ വന്നു. വെളിയിൽ മഞ്ഞ് വീണുകൊണ്ടിരിക്കുന്നത് എനിക്ക് കാണാൻ കഴിഞ്ഞു.

'മഞ്ഞു വീഴ്ച തുടങ്ങിയതിനാൽ ഇനി ഏറ്റുമുട്ടലുകൾ മിക്കവാറും കാണില്ല' ഞാൻ പറഞ്ഞു.

'തീർച്ചയായും കാണില്ല' മേജർ പറഞ്ഞു. നിങ്ങൾക്ക് അവധിയെടുത്ത് പോകാവുന്നതാണ്. നിങ്ങൾ അവധിക്ക് റോമിൽ പോകണം പിന്നെ നേപ്പൾസ്, സിസിലി....

'താങ്കൾ അമാൻഫിയിലേക്കാണ് പോകേണ്ടത്' ലെഫ്റ്റനന്റ് പറഞ്ഞു. 'ഞാൻ അമാൻഫിയിലെ എന്റെ കുടുംബത്തിന് കാർഡിടാം. ഒരു മകനെപ്പോലെ അവർ നിങ്ങളെ സ്നേഹിക്കും'

'നിങ്ങൾ 'പാലെർമോയിൽ' പോകണം'

'നിങ്ങൾ 'കാപ്രി'യിലേക്കാണ് പോകേണ്ടത്'

നിങ്ങൾ 'അമ്പ്രുറ്റ്സി'യിൽ പോകണമെന്ന് ഞാൻ ആഗ്രഹിക്കുന്നു. നിങ്ങൾക്ക് 'കാപ്രകോട്ട' യിലുള്ള എന്റെ കുടുംബത്തെ സന്ദർശിക്കാം.

'കേട്ടാട്ടെ. ഇതാ അച്ഛൻ അംബ്രുറ്റ്സി'യെപ്പറ്റി പറയുന്നു.

ഇവിടത്തെക്കാൾ കഠിനമാണ് അവിടത്തെ മഞ്ഞുവീഴ്ച.

എന്താണവിടെയുള്ളത് ? കുറെ കൃഷിക്കാരെ കാണാനോ? അയാൾ നല്ലനല്ല പരിഷ്കാരവും സംസ്കാരവുമുള്ള പട്ടണങ്ങൾ സന്ദർശിക്കട്ടെ?'

'അയാൾക്ക് നല്ല പെടപ്പൻ പെൺകുട്ടികളെ കിട്ടണം. ഞാൻ

വേണമെങ്കിൽ ഒന്നാന്തരം സ്ഥലങ്ങളുടെ മേൽവിലാസം തരാം- നേപ്പ്ൾസിലെ. സുന്ദരികളായ ചെറുപ്പക്കാരികൾ! അമ്മമാരാണ് അവരെ കൊണ്ടു നടക്കുന്നത് ഹാ ഹാ ഹാ'

അയാൾ അച്ചന്റെ നേരെ നോക്കി അട്ടഹസിച്ചു.

'എല്ലാ രാത്രിയിലും അച്ചൻ അഞ്ചിനെതിരെ ഒന്ന്'

എല്ലാവരും വീണ്ടും ആർത്തു ചിരിച്ചു.

'നിങ്ങൾ ഉടനടി ലീവിൽ പ്രവേശിക്കണം' മേജർ എന്നോട് പറഞ്ഞു.

'വേണമെങ്കിൽ ഞാൻ കൂടെവന്ന് സ്ഥലങ്ങളൊക്കെ പരിചയപ്പെടുത്തിത്തരാം' ലെഫ്റ്റനന്റ് പറഞ്ഞു.

'തിരിച്ചുവരുമ്പോൾ ഒരു ഫോണോഗ്രാഫ് കൊണ്ടുവരാമോ'?

'നല്ല കുറേ ഓപ്പറാ ഡിസ്കുകളും'

'കാറൂസോ കൊണ്ടുവരൂ'

'കാറൂസോയെ കൊണ്ടുവരല്ലേ! അയാൾ അലറിവിളിക്കുകയാണ് ചെയ്യുന്നത്.'

'അതുപോലെ അലറിപ്പൊളിക്കാൻ നിനക്ക് താല്പര്യമില്ലേ?'

'അയാൾ അലറിവിളിക്കയാണ് ചെയ്യുക. ഞാൻ പറയുന്ന കാറൂസോ അലറിവിളിക്കുകയാണ് ചെയ്യുക എന്ന്'

'താങ്കൾ അബ്രുറ്റ്സിയിൽ പോകണമെന്നാണ് ഞാൻ ആഗ്രഹിക്കുന്നത്.' അച്ചൻ പറഞ്ഞു. മറ്റുള്ളവർ അപ്പോഴും ഉറക്കെ അലറുകയായിരുന്നു.

'നല്ല വേട്ടക്ക് പറ്റിയ സ്ഥലമാണത്. അവിടത്തെ ആളുകളെ നിങ്ങൾക്ക് ഇഷ്ടമാകും. മഞ്ഞും തണുപ്പുമൊക്കെയാണെങ്കിലും ദിവസങ്ങൾ തെളിവുള്ളതും വരണ്ടതുമാണ്. നിങ്ങൾക്ക് എന്റെ കുടുംബത്തോടൊപ്പം താമസിക്കാം. എന്റെ അച്ഛൻ പേരെടുത്ത വേട്ടക്കാരനാണ്'

'വന്നാട്ടെ' ക്യാപ്റ്റൻ പറഞ്ഞു.'വേശ്യപ്പുര അടയ്ക്കുന്നതിനു മുമ്പ് നമുക്ക് പോകാം'

'ഗുഡ് നൈറ്റ്' ഞാൻ അച്ചനോട് പറഞ്ഞു.

'ഗുഡ് നൈറ്റ്' അച്ചൻ പറഞ്ഞു.

3

അവധി കഴിഞ്ഞ് ഞാൻ മുന്നണിയിൽ തിരിച്ചെത്തിയിട്ടും ഞങ്ങൾ അതേ പട്ടണത്തിൽത്തന്നെ താമസിച്ചുപോന്നു. കുറേക്കൂടി തോക്കുകളും പീരങ്കികളും വന്നെത്തിയിട്ടുണ്ടായിരുന്നു, കൂടാതെ വസന്ത കാലവും വയലുകൾ പച്ചക്കുവാൻ തുടങ്ങിയിരുന്നു. വള്ളികളിലെല്ലാം പച്ചത്തളിരുകൾ. റോഡരികിലെ മരങ്ങളിൽ ചെറിയ ഇലകൾ. പിന്നെ സുഖദമായ കടൽക്കാറ്റ്. കുന്നും പട്ടണവും കുന്നിൽ പള്ളയിലെ കോപ്പപോലുള്ള ചെറിയ താഴ്‌വയിൽ സ്ഥിതിചെയ്തിരുന്ന പഴയ കോട്ടയും പുറകിലെ ഇരുണ്ട മലനിരകളും ചെരിവുകളിലെ നനുത്ത പച്ചപ്പും ഞാൻ വീണ്ടും നോക്കിക്കണ്ടു.

പട്ടണത്തിൽ കുറേക്കൂടി വെടിക്കോപ്പുകളും കുറെ പുതിയ ആസ്പത്രികളും വന്നിട്ടുണ്ട്. തെരുവുകളിൽ ബ്രിട്ടീഷ് പ്രജകളെ കാണാവുന്നതാണ്, ചിലപ്പോൾ ബ്രിട്ടിഷ് സ്ത്രീകളേയും കാണാം. കുറേക്കൂടി വീടുകൾ ഷെല്ലാക്രമണത്തിൽ തകർത്തിട്ടുണ്ട്. വസന്തകാലത്ത് പതിവുള്ളതുപോലെ അന്തരീക്ഷം ഇളം ചൂടുള്ളതായിരുന്നു. ഞാൻ മരനിരകളുടെ ഇടയിലെ ഇടവഴിയിലൂടെ നടന്നു. മതിലിൽ പതിക്കുന്ന വെയിൽനാളങ്ങൾക്ക് നല്ല ചൂടുണ്ട്. മുമ്പ് താമസിച്ചിരുന്ന വീട്ടിൽത്തന്നെയായിരുന്നു ഇപ്പോഴും താമസം. പോകുന്നതിനുമുമ്പ് എങ്ങനെയിരുന്നുവോ അതുപോലെത്തന്നെ കാണപ്പെട്ടു, വീടും പരിസരവും. തുറന്ന വാതിലിനരികിലെ ബെഞ്ചിൽ ഒരു പട്ടാളക്കാരൻ വെയിൽ കാഞ്ഞ് ഇരിക്കുന്നുണ്ടായിരുന്നു. വശത്തെ വാതിലിനു മുമ്പിൽ ഒരു ആംബുലൻസ് കാത്തു കിടക്കുന്നു. ഉള്ളിൽ കയറിയപ്പോൾ മാർബിൾ തറയുടേയും, ആസ്പത്രിയുടേയും മണമടിച്ചു. എല്ലാം പോകുന്നതിനുമുമ്പുള്ളതുപോലെ തന്നെ. പക്ഷേ ഇപ്പോൾ വസന്തകാലമാണ് എന്നുമാത്രം. വലിയ മുറിയുടെ വാതിലിലൂടെ, ഡെസ്കിനരികെ ഇരിക്കുന്ന മേജറെ കണ്ടു. ജനവാതിലുകൾ തുറന്നിട്ടിരുന്നു. അകത്തേക്ക് വെയിൽനാളങ്ങൾ കടന്നുവന്നിരുന്നു. അദ്ദേഹം എന്നെ കണ്ടിരുന്നില്ല.

ഇപ്പോൾതന്നെ റിപ്പോർട്ട് ചെയ്യണമോ അതോ മുകളിൽ പോയി വൃത്തിയാവണോ എന്ന് ഞാൻ ഒരുനിമിഷം സംശയിച്ചു. പിന്നെ മുകളിലേക്ക് കയറിപ്പോവുകതന്നെ എന്നു നിശ്ചയിച്ചു.

ലെഫ്നറ്റന്റ് റിനാൾഡിയോടൊപ്പം ഞാൻ പങ്കിട്ടിരുന്ന മുറി മുറ്റത്തേക്ക് തുറക്കുന്ന ജനവാതിലുള്ള ഒന്നായിരുന്നു. ജനവാതിലുകൾ തുറന്നുകിടന്നിരുന്നു. എന്റെ കിടക്ക വിരിച്ചിട്ടിട്ടുണ്ട്. കമ്പിളിയൊക്കെ മടക്കിവെച്ചിരിക്കുന്നു. എന്റെ സാധനങ്ങളൊക്കെ ചുമരിൽ കൊളുത്തിയിട്ടിട്ടുണ്ട്. ഗ്യാസ് മാസ്ക് വെച്ചിട്ടുള്ള നീളൻ തകരപ്പെട്ടിയും സ്റ്റീൽ ഹെൽമെറ്റും ഒരേ കൊളുത്തിൽ തൂങ്ങിക്കിടന്നിരുന്നു. കട്ടിലിന്റെ കാല്ക്കൽ എന്റെ പരന്ന ട്രങ്ക് പെട്ടി വെച്ചിട്ടുണ്ട്. അതിനുമുകളിൽ എണ്ണയിട്ട് തിളക്കിയ എന്റെ ലെതർ മഞ്ഞുബൂട്ടും. നീല ടഉഇ ങ്ങൾ ബാരലും ഇരുണ്ട വാൽനട്ട് തടിയിൽ പണിത കവിൾപ്പിടിയുള്ള എന്റെ ആസ്ട്രിയൻ സൈനപർസ് റൈഫിൾ കട്ടിലുകൾക്കും മുകളിലായി തൂങ്ങിക്കിടന്നു. അഴിച്ച് വേർപെടുത്താത്ത എന്റെ ടെലസ്കോപ്പ് പെട്ടിയിൽ വെച്ച് പൂട്ടിയിരിക്കയാണല്ലോ എന്ന് ഞാൻ ഓർമ്മിച്ചു. മറ്റേ കട്ടിലിൽ ലെഫ്റ്റനന്റ് റിനാൾഡി ഉറങ്ങിക്കിടന്നിരുന്നു. എന്റെ ശബ്ദം കേട്ടുണർന്ന് അയാൾ കട്ടിലിൽ എഴുന്നേറ്റിരുന്നു.

'സിയാവു' അവൻ പറഞ്ഞു 'എങ്ങനെയിരുന്നു നിന്റെ അവധി?'

'ഗംഭീരം'

ഞങ്ങൾ പരസ്പരം കൈകുലുക്കി. അവൻ എന്നെ കൈകൾ കൊണ്ടു വാരിച്ചുറ്റി ചുംബിച്ചു.

'ഔഫ്' ഞാൻ പറഞ്ഞു.

'നിന്നെ മുഷിഞ്ഞു നാറുന്നു' അവൻ പറഞ്ഞു. 'പോയി വൃത്തിയായിട്ട് വാ. നീയെവിടെയൊക്കെ കറങ്ങി? എന്തൊക്കെ ചെയ്തു? എല്ലാ കാര്യവും ഇപ്പോൾ തന്നെ പറയൂ എന്നോട്.'

'ഞാനെല്ലാ സ്ഥലത്തും കറങ്ങി മിലാൻ, ഫ്ളോറൻസ്, റോം, നേപ്പിൾസ്, വില്ലസാൻഗിയോവന്നി, തിവോർമിന..'

'ഒരു സമയപ്പട്ടിക ചൊല്ലുന്നതു പോലുണ്ട്. എന്തെങ്കിലും സുന്ദരമായ സാഹസികതകൾ?'

'തീർച്ചയായും'

'എവിടെ വെച്ച്?'

മിലാനോ, ഫിറെൻസി, റോമ, നെപ്പോളി-'

'മതി മതി. ശരിക്കും ഒന്നാന്തരമായത് ഏതാണെന്നു വെച്ചാൽ പറയൂ'

'മിലാനോവിൽ വെച്ചുണ്ടായത്'

'ഓ അതെന്താണെന്നുവെച്ചാൽ അതായിരിക്കും. ആദ്യത്തേത് അല്ലേ! എവിടെവെച്ചാണ് അവളെ കണ്ടുമുട്ടിയത്?

'കോവ'യിൽ വെച്ചാണോ? നീയെവിടെയാണ് പോയത്?

എങ്ങനെയുണ്ടായിരുന്നു അത്? എല്ലാ കാര്യവും ഇപ്പോൾ തന്നെ പറയൂ എന്നോട്. എന്നിട്ട് രാത്രി മുഴുവൻ നീ അവിടെ തങ്ങിയോ?'

'അതെ'

'അതൊന്നും ഇപ്പോൾ വലിയ കാര്യമല്ല. ഇവിടെ നമ്മൾക്കിപ്പോൾ നല്ല സുന്ദരിപ്പെൺകുട്ടികളുണ്ട്. ഇതുവരേയും യുദ്ധമുന്നണിയിലേക്ക് പോയിട്ടില്ലാത്ത പുതിയ സുന്ദരിപ്പെൺകുട്ടികൾ.'

'അത്ഭുതം'

'നിനക്ക് വിശ്വാസം വരുന്നില്ലേ?'

ഉച്ചകഴിഞ്ഞ് നമ്മൾക്കവരെ കാണാൻ പോകാം. പട്ടണത്തിൽ കുറേ സുന്ദരി ഇംഗ്ലീഷ്കാരി പെൺകുട്ടികൾ എത്തിയിട്ടുണ്ട്. ഞാനിപ്പോൾ തന്നെ ഒരു മിസ് ബാർക് ലീയുമായി പ്രണയത്തിലാണ്. ഞാൻ നിന്നെ അവളെ കാണാൻ കൊണ്ടുപോകാം. ഞാൻ മിക്കവാറും മിസ് ബാർക്ലീയെ കല്യാണം കഴിച്ചേക്കും.'

'എനിക്ക് വൃത്തിയായതിനുശേഷം ചെന്ന് റിപ്പോർട്ട് ചെയ്യേണ്ടതായിട്ടുണ്ട്. ആരെങ്കിലും ഇപ്പോൾ പണിയെടുക്കുന്നുണ്ടോ?'

നീ പോയതിനുശേഷം ഇവിടെ കാര്യമായിട്ട് ഒന്നുമുണ്ടായില്ല. കുറേ ഫ്രോസ്റ്റ് ബൈറ്റും ശൈത്യവ്രണങ്ങളും, മഞ്ഞപ്പിത്തവും പിന്നെ കല്ലിച്ചുകുട്ടിയുണ്ടാക്കുന്ന കുറേ മുറിവുകളും. പിന്നെ ന്യൂമോണിയയും, കുറെ കട്ടുത്തും മൃദുവുമായ നീർക്കെട്ടുകളും ഒക്കെത്തന്നെ. പാറച്ചീളുകൾ കൊണ്ട് മുറിഞ്ഞിട്ടുള്ള ആരെങ്കിലുമുണ്ടാകും എല്ലാ ആഴ്ചയിലും. കുറച്ച് പേർ പരിക്കേറ്റവരായിട്ടുണ്ടായിരുന്നു. ശരിക്കും പരിക്കേറ്റവർ. വരുന്നാഴ്ച യുദ്ധം പുനരാരംഭിക്കും. ചിലപ്പോൾ എല്ലാം വീണ്ടും തുടങ്ങും. അവർ അങ്ങനെയൊക്കെ പറയുന്നുണ്ട്. ഞാൻ മിസ് ബാർക് ലീയെ വിവാഹം ചെയ്യുന്നതിൽ എന്തെങ്കിലും തെറ്റുണ്ടെന്ന് നീ കരുതുന്നുണ്ടോ? തീർച്ചയായും യുദ്ധം കഴിഞ്ഞതിനുശേഷം മാത്രം?

'ഒരിക്കലുമില്ല' ഞാൻ പറഞ്ഞു എന്നിട്ട് ബേസിൻ നിറയെ വെള്ളം പകർന്നു.

'ഇന്നു രാത്രി നീ എല്ലാകാര്യവും എന്നോടു പറയണം' റിനാൾഡി പറഞ്ഞു. 'എനിക്കേ ഒന്നുകൂടി കിടന്നൊന്ന് ഉറങ്ങണം. എന്താണെന്നു വെച്ചാൽ മിസ് ബാർക്ലീയുടെ മുന്നിൽ നല്ല പ്രസന്നസുന്ദരനായി പ്രത്യക്ഷപ്പെടേണ്ടതുണ്ട്.'

ഞാൻ കോട്ടും ഷർട്ടും ഊരി ബേസിനിലെ തണുത്ത വെള്ളം കൊണ്ട് കഴുകി. പിന്നീട് തുടച്ചുകൊണ്ടിരിക്കെ ഞാൻ ചുറ്റും നോക്കി. മുറിയും തുറന്നിട്ട ജനവാതിലിലൂടെ മുറ്റവും, കിടക്കയിൽ കണ്ണും പൂട്ടി കിടക്കുന്ന റിനാൾഡിയും ഒക്കെ എന്റെ നോട്ടത്തിന് പാത്രങ്ങളായി. കണ്ടാൽ തരക്കേടില്ലാത്ത ഒരാളാണ് അവൻ. എന്റെ പ്രായക്കാരൻ. ആമാൽഫിയിൽ നിന്നാണ് അവൻ വരുന്നത്. ഒരു സർജൻ ആണ് എന്നുള്ളതിൽ

അവൻ സന്തോഷിക്കുന്നുണ്ട്. ഞങ്ങൾ ഭയങ്കര സ്നേഹിതന്മാരാണ്. നോക്കിക്കൊണ്ടിരിക്കെ അവൻ കണ്ണുതുറന്നു.

'തന്റെ കയ്യിൽ ദ്രവ്യം വല്ലതുമുണ്ടോ?'

'ഉം'

'അമ്പത് ലീറെ കടം തരൂ'

ഞാൻ കൈ തുടച്ചശേഷം ചുമരിൽ തൂക്കിയിട്ട കോട്ടിന്റെ പോക്കറ്റിൽ നിന്നും എന്റെ പോക്കറ്റ് ബുക്ക് എടുത്തു കട്ടിലിൽ നിന്ന് എഴുന്നേല്ക്കാതെ തന്നെ റിനാൾഡി നോട്ട് വാങ്ങി മടക്കി ട്രൗസറിന്റെ പോക്കറ്റിലിട്ടു.

'വേണ്ടത്ര മുതലുള്ള ഒരു പണക്കാരനാണെന്ന് എനിക്ക് മിസ് ബാർക് ലീയുടെ മുന്നിൽ നടിക്കേണ്ടതുണ്ട്. നീയെന്റെ ഏറ്റവും വലിയ പ്രിയ സ്നേഹിതനും, എന്റെ സാമ്പത്തികസഹായിയുമാണല്ലോ' അവൻ എന്റെ നേർക്ക് പുഞ്ചിരി തൂകി..

'നരകത്തിൽ പോ' ഞാൻ പറഞ്ഞു.

ആ രാത്രി ഞാൻ മെസ്സിൽ അച്ചന്റെയടുത്താണ് ഇരുന്നത്. അയാൾ നിരാശനും വ്രണിതഹൃദയനുമായിരുന്നു. കാരണം ഞാൻ അബ്രൂറ്റ്സിയിൽ പോയില്ല എന്നതു തന്നെ. അയാൾ ഞാൻ വരുന്നുണ്ടെന്ന് പറഞ്ഞ് തന്റെ അച്ഛന് കത്ത് എഴുതിയിരുന്നു.

അവരാകട്ടെ എനിക്കു വേണ്ടി ചില ഒരുക്കങ്ങൾ ചെയ്യുകയുണ്ടായി. പോകാൻ കഴിയാത്തതിൽ അച്ചനുണ്ടായ അത്രയും തന്നെ വിഷമം എനിക്കുമുണ്ടായി. എന്തേ ഞാൻ പോയില്ലേ? എന്നു ഞാൻ തന്നെത്താൻ അമ്പരന്നു. അബ്രൂറ്റ്സിയിൽ പോകണമെന്നുതന്നെയാണ് ഞാനുദ്ദേശിച്ചിരുന്നത്. ഓരോരോ കാരണത്താൽ അതങ്ങനെ സംഭവിച്ചുപോയെന്ന് ഞാൻ പറയാൻ ശ്രമിച്ചുകൊണ്ടിരുന്നു. ഒടുക്കം അച്ചന് എന്റെ വിഷമ സ്ഥിതി മനസ്സിലായി. അങ്ങോട്ട് പോകുവാൻ ഞാൻ അതിയായി ആഗ്രഹിച്ചിരുന്നുവെന്ന് അച്ചന് ഒടുക്കം മനസ്സിലായി. അക്കാര്യം പോട്ടെയെന്ന് വെക്കുകയും ചെയ്തു. ഞാനീ നേരംകൊണ്ട് ഒരുപാട് വൈൻ അകത്താക്കിക്കഴിഞ്ഞിരുന്നു. അതിന്റെ പുറകെ കാപ്രിയും പിന്നെ സ്ട്രെഗായും കഴിച്ചു. ചെയ്യുവാൻ ആഗ്രഹിക്കുന്ന കാര്യങ്ങൾ എന്തുകൊണ്ടോ നമുക്ക് ചെയ്യാൻ സാധിക്കാതെ പോകുന്നു. മദ്യലഹരിയിൽ ഞാൻ വിശദീകരിക്കാൻ ശ്രമിച്ചു. ഉദ്ദേശിക്കുന്ന കാര്യങ്ങൾ ചെയ്യാൻ നമുക്കൊരിക്കലും സാധിക്കുന്നില്ല.

ഞങ്ങൾ രണ്ടുപേരും സംസാരിച്ചുകൊണ്ടിരുന്ന സമയത്തത്രയും മറ്റുള്ളവർ എന്തോ വാദപ്രതിവാദത്തിലായിരുന്നു. ഞാൻ അബ്രൂറ്റ്സിയിൽ പോകണം എന്നുതന്നെയാണുദ്ദേശിച്ചിരുന്നത്. മഞ്ഞുവീണുറച്ച് ഇരുമ്പുപോലെ കഠിനമാകുന്ന പാതകളുള്ള ഒരു ദേശത്ത് ഞാനിതുവരെ പോയിട്ടില്ല. ആ നാട്ടിൽ, ദിവസങ്ങൾ തെളിവുള്ളതും തണുത്തതും വരണ്ടതുമാണ്, മഞ്ഞു വീഴുന്നത് പൊടിപൊടിയായും നനവില്ലാതെയുമാണ്. മഞ്ഞിൽ കാട്ടുമുയലുകളുടെ ചവിട്ടടിപ്പാതകൾ തെളിഞ്ഞുകാണാം. കർഷകർ നിങ്ങളെ കാണുമ്പോൾ തലയിൽ നിന്നു തൊപ്പിയൂരുകയും

നിങ്ങളെ യജമാനൻ എന്നു വിളിക്കുകയും ചെയ്യും. ഒന്നാന്തരം വേട്ടക്ക് പറ്റിയ ഇടമായിരുന്നു അത്. ഞാനങ്ങോട്ടേക്ക് അത്തരം സ്ഥലങ്ങളിലേക്ക് പോവുക തന്നെ ചെയ്തില്ല. പകരം ഞാൻ ഹോട്ടലുകളിലെ പുകക്കുമ്പാരത്തിലേക്കും ചുഴലിക്കാറ്റുപോലെ നമ്മെ എടുത്തെറിയുന്ന, നിലകിട്ടാൻ വേണ്ടി ചുമരുകളിലേക്ക്, തറപ്പിച്ച് നോക്കേണ്ടിയും വരുന്ന കിടക്കകളിലെ രാത്രികളിലേക്കു ഇറങ്ങിപ്പോയി. ലഹരി, ലഹരിമാത്രമേ ശേഷിക്കുന്നുള്ളൂ എന്നറിയുമ്പോഴുള്ള വിചിത്രമായ ഉന്മാദം! ആരായിരുന്നു രാത്രി കിടക്കയിൽ കൂടെ എന്ന് അമ്പരന്നുകൊണ്ട് ഉണരുന്ന പ്രഭാതങ്ങൾ. രാത്രികളിൽ ലോകമെന്നത് തീർത്തും അവാസ്തവമായ ഒന്നായി മാറി. ഒന്നും സാരമാക്കുകയോ മനസ്സിലാക്കുകയോ ചെയ്യാൻ സാധിക്കാത്ത രാത്രികൾ. ഈ നിമിഷങ്ങൾ മാത്രമാണ് സർവ്വവും എന്ന് വീണ്ടും വീണ്ടും വീണ്ടും സ്വയം ഉറപ്പിച്ച് ഉന്മാദിയായിത്തീർന്ന രാത്രികൾ. പിന്നീട്, നിനച്ചിരിക്കാതെ, കരുതലുകളിലേക്ക്, യഥാർത്ഥ്യങ്ങളിലേക്ക്, അവസാനം ഉറക്കത്തിലേക്കും അനുഭൂതികളുടെ ലഹരി ഇറങ്ങിയതായി മനസ്സിലാക്കുന്നു. അന്നേരം യാഥാർത്ഥ്യങ്ങൾ വളരെ തെളിഞ്ഞും മൂർച്ചയുള്ളതുമായി ബോധത്തിലേക്കിറങ്ങിവരും. ചിലപ്പോൾ ചിലവുകളെപ്പറ്റിയും വിലകളെപ്പറ്റിയും ആരോടെങ്കിലും തർക്കിച്ചെന്നും വരാം. മറ്റുചിലപ്പോഴാവട്ടെ, പിന്നേയും സന്തുഷ്ടൻ, പ്രസന്നൻ, ഉദാരമതി പിന്നെ പ്രാതൽ, ഉച്ചയൂണ്... ചിലപ്പോൾ എല്ലാ അന്തസ്സും, മാന്യതയും വലിച്ചെറിഞ്ഞ് പുറത്ത് തെരുവിലേക്ക് ക്ലൂപ്പുകുത്തും. അതൊരു പകലിന്റെ തുടക്കമായേക്കാം. അല്ലെങ്കിൽ മറ്റൊരു രാത്രിയുടെ. ഞാൻ അച്ചനോട് രാത്രികളെപ്പറ്റി പറയാൻ ആഗ്രഹിച്ചു. പകൽനേരം, പ്രസന്നവും, കളിരാർന്നതുമാണെങ്കിൽ രാത്രി എത്രമാത്രം മെച്ചമുള്ളതായിത്തീരുന്നുവെന്നു ഞാൻ പറയാൻ വിചാരിച്ചു. പക്ഷേ എനിക്കതിന് കഴിഞ്ഞില്ല. ഇപ്പോൾ അതിനെപ്പറ്റി എനിക്ക് പറയാനാവാത്തതുപോലെത്തന്നെ. അത്തരം രാത്രികൾ നിങ്ങളുടെ ജീവിതത്തിൽ ഉണ്ടായിട്ടുണ്ട് എങ്കിൽ നിങ്ങൾക്കത് മനസ്സിലാകും. അത്തരം രാത്രികൾ അച്ചന്റെ ജീവിതത്തിൽ ഉണ്ടായിട്ടില്ല. പക്ഷേ അച്ചനത് മനസ്സിലായി. എനിക്ക് അബ്രൂറ്റ്സിയിൽ പോകാൻ ആഗ്രഹമുണ്ടായിരുന്നിട്ടും എന്തുകൊണ്ട് സാധിക്കാതെപോയി എന്ന് അച്ചന് മനസ്സിലായി. ഞങ്ങൾ അപ്പോഴും നല്ല സുഹൃത്തുകളായിത്തന്നെ നിലകൊണ്ടു. ഒരേ അഭിരുചികളുള്ളവർ പക്ഷേ ജീവതംകൊണ്ട് വ്യത്യസ്തരായി പോയവർ. എനിക്ക് അറിയാതിരുന്ന, ഞാൻ അജ്ഞനായിരുന്ന കാര്യങ്ങളിലെല്ലാം അച്ചന് അറിവുണ്ടായിരുന്നു. അനുഭവമുണ്ടായിരുന്നു ആ അനുഭവങ്ങളേയും അറിവുകളേയും ഞാൻ സ്വായത്തമാക്കാൻ ശ്രമിച്ചു. പക്ഷേ എനിക്ക് വേണമെന്നു തോന്നിയ അവസരങ്ങളിൽ അവയെ ഓർമ്മിക്കാതിരിക്കാൻ ഞാൻ ശ്രദ്ധിച്ചു. പക്ഷേ ആ സമയങ്ങളിലൊന്നും ഞാനതറിഞ്ഞിരുന്നില്ല പിന്നീട് കാലങ്ങൾക്കുശേഷം ഞാനാ സത്യങ്ങൾ മനസ്സിലാക്കുമെന്ന്. ഭക്ഷണം കഴിക്കൽ ഏതാണ്ട് കഴിഞ്ഞിരുന്നു. എങ്കിലും തർക്കങ്ങളും വാദപ്രതിവാദങ്ങളും മുന്നേറിക്കൊണ്ടിരുന്നു. ഞങ്ങൾ സംസാരം നിർത്തി.

'അച്ഛനു സന്തോഷമില്ല. പെൺകുട്ടികൾ കൂടെയില്ലാത്തതിനാൽ അച്ചനു സന്തോഷമില്ല.' ക്യാപ്റ്റൻ ഉറക്കെ വിളിച്ച പറഞ്ഞു.

'ഞാൻ സന്തോഷവാനാണ്' അച്ചൻ പറഞ്ഞു.

'അച്ചൻ സന്തുഷ്ടനല്ല. അച്ചന് ഓസ്ട്രിയക്കാർ ജയിക്കണമെന്നാണ്.'

'അല്ല' അച്ചൻ പറഞ്ഞു.

'നമ്മളൊരിക്കലും അവരെ ആക്രമിക്കരുതെന്നാണ് അച്ചൻ ആഗ്രഹിക്കുന്നത്. നമ്മൊളൊരിക്കലും അവരെ ആക്രമിക്കരുതെന്ന് എന്നല്ലേ നിങ്ങൾ ആഗ്രഹിക്കുന്നത്?'

'അല്ല. ഒരു യുദ്ധമുണ്ടാവുകയാണെങ്കിൽ നമ്മൾ ആക്രമിക്കുക തന്നെയാണ് വേണ്ടത്'

'ആക്രമിക്കുക തന്നെ വേണം. ആക്രമിക്കുക തന്നെ ചെയ്യും'! അച്ചൻ തലയാട്ടി

'അയാളെ വെറുതെ വിട്ടു' മേജർ വിളിച്ച പറഞ്ഞു. 'അയാൾക്ക് കുഴപ്പമൊന്നുമില്ല.'

'എങ്ങനെയൊക്കെയായാലും അച്ചന് ഇതിനെപ്പറ്റി ഒന്നും ചെയ്യാനില്ല' ക്യാപ്റ്റൻ പറഞ്ഞു. ഞങ്ങളെല്ലാവരും മേശക്കരികിൽ നിന്നും എഴുന്നേറ്റ് മെസ്സ് വിട്ടു പോയി.

4

ഞങ്ങളുടെ വീടിന്റെ തൊട്ടടുത്തുള്ള ഉദ്യാനത്തിൽ ഒരു പീരങ്കിപ്പട താവളമടിച്ചിരുന്നു.

രാവിലെ ജനാലയിലൂടെ വെയിൽ അരിച്ചെത്തുന്നതു കണ്ടുകൊണ്ടാണ് ഞാനുണർന്നത്. ജനാലക്കരികിലെത്തി ഞാൻ പുറത്തേക്ക് നോക്കി. ചരൽവിരിച്ച നടപ്പാതകളും പുൽനാമ്പുകളുമെല്ലാം മഞ്ഞുതുള്ളികളേറ്റ് കുതിർന്നിരുന്നു. സൈന്യം രണ്ടുതവണ വെടിവെക്കുന്ന ശബ്ദം കേട്ടു. ഓരോ പ്രാവശ്യവും വായു ഒരു പ്രഹരം പോലെയെത്തി ജനവാതിലുകളും എന്റെ പൈജാമയുടെ മുൻവശത്തെ പട്ടയും ഇളക്കിമറിച്ചു. പീരങ്കികൾ എനിക്ക് കാണാമായിരുന്നില്ല. ഞങ്ങളുടെ മുകളിലേക്കെങ്ങോ ആണ് അവർ വെടിവെക്കുന്നതെന്ന് സ്പഷ്ടമായിരുന്നു. അവരുടെ സാന്നിദ്ധ്യം ഒരു ശല്യംതന്നെയായിരുന്നു. എങ്കിലും അതൊരു വലിയ സൈനികയൂണിറ്റ് ആയിരുന്നില്ല എന്നത് ആശ്വാസകരമായി തോന്നി. തോട്ടത്തിലേക്ക് നോക്കിക്കൊണ്ടിരിക്കെ റോഡിലെവിടെയോ ഒരു മോട്ടോർകാർ സ്റ്റാർട്ടാക്കുന്ന ശബ്ദം കേട്ടു. ഞാൻ വസ്ത്രം മാറി താഴെച്ചെന്ന് ഒരു കോപ്പ കാപ്പിയും കുടിച്ച് പുറത്തിറങ്ങി നേരെ ഗാരേജിലേക്ക് പോയി.

വശത്തോട് വശം ചേർന്ന് പത്ത് കാറുകൾ നിരയായി നീളൻ ഷെഡിന്റെ മേൽക്കൂരക്കു കീഴെ നിർത്തിയിട്ടിരുന്നു. മുകൾഭാഗം കനത്ത ചപ്പിയ മൂക്കുകളോടുകൂടിയ ആംബുലൻസുകളായിരുന്നു അവ. ചാരനിറത്തിലുള്ള പെയിന്റടിച്ച വലിയ വാനുകൾ പോലെയായിരുന്നു അവയുടെ നിർമ്മിതി. മുറ്റത്ത് നിർത്തിയിട്ടിരുന്ന ഒന്നിൽ മെക്കാനിക്കുകൾ പണിയെടുത്തുകൊണ്ടിരുന്നിരുന്നു. ബാക്കിയുള്ള മൂന്നു വാഹനങ്ങൾ മലമുകളിലെ ഡ്രസ്സിംഗ് സ്റ്റേഷനുകളിലായിരുന്നു.

'ആ പട്ടാളത്തിന്റെ നേരെ എന്നെങ്കിലും അവർ ഷെൽ ഇടുമോ'? മെക്കാനിക്കുകളിലൊരാളോട് ഞാൻ ചോദിച്ചു.

'ഇല്ല സിഞ്ഞോർ ടെനെന്റി. അവർ ആ ചെറിയ കുന്നിനാൽ സംരക്ഷിതരാണ്.'

'എങ്ങനെയിരിക്കുന്നു എല്ലാം?'

'അത്ര മോശമല്ല, ഇതിന്റെ മെഷീൻ വലിയ ഗുണം പോരാ. പക്ഷേ മറ്റുള്ളതൊക്കെ കുതിച്ചു പാഞ്ഞുകൊള്ളും.' അയാൾ ജോലി നിർത്തി എന്റെ നേർക്ക് പുഞ്ചിരിച്ചു.'താങ്കൾ അവധിയിലായിരുന്നോ?'

'അതെ'

അയാൾ കൈകൾ പുറം കുപ്പായത്തിൽ തുടച്ചു. എന്നിട്ട് ചിരിച്ചു.

'നന്നായി ആഘോഷിച്ചു.?' മറ്റുള്ളവരും ചിരിച്ചു.

'ഒന്നാന്തരം' ഞാൻ പറഞ്ഞു. 'അതിന്റെ മെഷീന് എന്താണ് പ്രശ്നം?'

'വലിയ ഗുണം പോരാ. ഒന്നല്ലെങ്കിൽ ഒന്ന്'

'ഇപ്പോഴത്തെ പ്രശ്നമെന്താണ്?'

'അതിന്റെ പുതിയ റിംഗുകൾ'

ഞാൻ അവരെ പണിയെടുക്കാൻ വിട്ടുകൊണ്ട് അവിടെനിന്ന് നീങ്ങി. തുറന്ന എഞ്ചിനും, വർക്ക്ബെഞ്ചിലും മറ്റുമായി ചിതറിക്കിടക്കുന്ന പാർട്ടുകളുമായി കിടന്നിരുന്ന ആ വണ്ടി ഒഴിഞ്ഞും അപമാനിക്കപ്പെട്ടതുമായും തോന്നിച്ചു. ഞാൻ ഷെഡിന്റെ മേൽക്കൂരക്കുകീഴെ പ്രവേശിച്ച് മറ്റുകാറുകൾ ഓരോന്നായി പരിശോധിച്ചു. എല്ലാം ഒരു മാതിരിയൊക്കെ വൃത്തിയാക്കപ്പെട്ടതുപോലെ കാണപ്പെട്ടു. ചിലത് ഇപ്പോൾ കഴുകിയിട്ടതുപോലെ വൃത്തിയായിക്കിടന്നു. മറ്റു ചിലത് പൊടിപിടിച്ചും. ടയറുകളിൽ കീറലോ കല്ലുകൊണ്ടുള്ള പൊട്ടലുകളോ ഉണ്ടോയെന്ന് ഞാൻ ശ്രദ്ധാപൂർവ്വം പരിശോധിച്ചു. എല്ലാകാര്യങ്ങളും നല്ല കണ്ടിഷനിൽ കാണപ്പെട്ടു. ഞാനവിടെ ഉണ്ടോ, ഇല്ലയോ എന്നത് കാര്യങ്ങളിൽ വലിയ മാറ്റം വരുത്തുന്നില്ല എന്നത് സ്പഷ്ടമായിരുന്നു. കാറുകളുടെ പ്രവർത്തനക്ഷമത, ആവശ്യസാധനങ്ങൾ ലഭ്യമാണോ എന്നതിന്റെ മേൽനോട്ടം, പരിക്കേറ്റവരേയും തീരെ വയ്യാത്തവരേയും സുഗമമായി ഡ്രെസ്സിംഗ് സ്റ്റേഷനിൽ നിന്ന് മാറ്റുക, അവരെ മലകളിൽ നിന്നും ക്ലിയറിംഗ് സ്റ്റേഷനുകളിൽ എത്തിക്കുക. പിന്നീട് അവരെയോരോരുത്തരേയും പേർവിവരപ്പട്ടികയനുസരിച്ച് ആസ്പത്രികളിൽ വിതരണം ചെയ്യുക, തുടങ്ങിയ ഉത്തരവാദിത്തങ്ങളുടെ വലിയൊരു പങ്ക് എന്റെ ചുമലിലായിരുന്നു. എന്റെ അസാന്നിദ്ധ്യം കാര്യങ്ങളിൽ വലിയ മാറ്റം വരുത്തുന്നില്ല എന്നുള്ളത് സ്പഷ്ടമായിരുന്നു.

'പാർട്ടുകൾ കിട്ടാൻ ബുദ്ധിമുട്ടുണ്ടായോ?' ഞാൻ സാർജന്റ് മെക്കാനിക്കിനോട് ചോദിച്ചു.

'ഇല്ല സിഞ്ഞോർ ടെനെന്റി'

'ഗാസോലിൻ പാർക്ക് ഇപ്പോൾ എവിടെയാണ് പ്രവർത്തിക്കുന്നത്?'

'പഴയ സ്ഥലത്തുതന്നെ'

'ശരി' ഞാൻ പറഞ്ഞു.

ഞാൻ തിരിച്ച് വീട്ടിൽച്ചെന്ന് മെസ്സിലെ മേശക്കരികിലിരുന്ന് ഒരു കോപ്പ കാപ്പിയും കൂടി കുടിച്ചു. കാപ്പി ചാരനിറത്തിൽ കണ്ടൻസ്ഡ് മിൽക് ചേർത്ത് മധുരിപ്പിച്ചതായിരുന്നു. ജനവാതിലിനുപുറത്ത് വസന്തകാലത്തിലെ മനോഹരമായ പ്രഭാതം. മൂക്കിൻ തുമ്പ് വരളുന്നതുപോലെ തോന്നാൻ തുടങ്ങുന്ന കാലമായി. ശിഷ്ടപകൽ ചൂടുള്ളതായിരിക്കും. എന്നാണതിന്റെയർത്ഥം. ആ പകൽ ഞാൻ മലമുകളിലെ (സ്റ്റേഷനുകൾ) പോസ്റ്റുകൾ സന്ദർശിച്ച തിരിച്ചെത്തിയപ്പോൾ ഉച്ച തിരിഞ്ഞിരുന്നു.

അവധിയിലായിരുന്നപ്പോൾ കാര്യങ്ങളെല്ലാം ഒന്നുകൂടെ മെച്ചപ്പെട്ട അവസ്ഥയിലാണ് നടന്നുകൊണ്ടിരുന്നതെന്ന് എനിക്ക് ബോദ്ധ്യമായി. ഏറ്റുമുട്ടലുകൾ ആരംഭിക്കാൻ പോകുന്നുവെന്ന് ഞാൻ കേട്ടിരുന്നു. ഞങ്ങൾ ജോലിചെയ്യുന്ന വിഭാഗമടങ്ങിയ ഡിവിഷൻ നദിയുടെ മുകളറ്റത്തുള്ള ഒരു പ്രദേശം ആക്രമിക്കാൻ തയ്യാറാവുകയായിരുന്നു. ആക്രമണത്തിന്റെ പരിധിയിൽപ്പെടുന്ന സ്റ്റേഷനുകൾ ഞാൻ മുൻകൂട്ടി പരിശോധിച്ച് ക്രമപ്പെടുത്തേണ്ടതാണെന്ന് മേജർ എന്നോട് പറഞ്ഞു. നദി മുറിച്ചുകടന്ന്, നദിയുടെ മുകളറ്റത്തുള്ള ഇടുങ്ങിയ മലയിടുക്കിലൂടെ, അപ്പുറത്തുള്ള കുന്നോരങ്ങളിലേക്ക് ആക്രമണം വ്യാപിപ്പിക്കാനായിരുന്നു നീക്കങ്ങൾ. ആംബുലൻസ് കാറുകളുടെ സ്ഥാനങ്ങൾ ആവുന്നത്ര നദിയോടു ചേർന്നും, കവചിതവുമായിരിക്കണം എന്നായിരുന്നു നിർദ്ദേശം. ഇതെല്ലാം ഇൻഫൻട്രിയാണ് തീരുമാനിക്കേണ്ടതെങ്കിലും ഞങ്ങളും കൂടെ അവരോടൊപ്പം പ്രവർത്തിക്കേണ്ടതാണ്. ശരിക്കുള്ള പട്ടാളക്കാരാണെന്നുള്ള ഒരു മിഥ്യാധാരണയുളവാക്കുന്ന സംഗതികളിലൊന്നാണീ പരിപാടി.

ഞാൻ വല്ലാതെ മുഷിഞ്ഞും പൊടിയണിഞ്ഞുമാണ് തിരിച്ചെത്തിയത്. കഴുകി വൃത്തിയാകാൻ വേണ്ടി മുറിയിലേക്ക് കയറിച്ചെന്നപ്പോൾ, റിനാൾഡി ഹ്യൂഗോയുടെ ഇംഗ്ലീഷ് വ്യാകരണപുസ്തകവുമായി കട്ടിലിൽ ഇരിക്കുന്നത് കണ്ടു. മൂപ്പർ മോടിയായി വസ്ത്രം ധരിച്ചിരുന്നു. മിനുക്കിയ കറുത്ത ബൂട്ടുകൾ, ചീകിച്ചീകി തിളക്കം വരുത്തിയ തലമുടി.

'ഗംഭീരം' എന്നെ കണ്ടപ്പോൾ അവൻ പറഞ്ഞു. ' നീ എന്നോടൊപ്പം മിസ് ബാർക് ലിയെ കാണാൻ വരുന്നു!'

'ഇല്ല'

'ഉണ്ട്. ദയവായി എന്റെയൊപ്പം വരൂ. എന്നിട്ട് അവളിൽ എന്നെപ്പറ്റി ഒരു നല്ല മതിപ്പ് സൃഷ്ടിക്കൂ.'

'ശരി ശരി ഞാൻ കഴുകി വൃത്തിയാകുന്നതുവരെ കാത്തിരിക്കൂ.' 'കഴുകൂ! എന്നിട്ട് നീ നീയായിട്ടുതന്നെ വരൂ'

ഞാൻ കഴുകി വൃത്തിയായി. മുടി ചീകി. പിന്നീട് ഞങ്ങൾ പോകാൻ പുറപ്പെട്ടു.

'ഒരു നിമിഷം' റിനാൾഡി പറഞ്ഞു. 'ചിലപ്പോൾ നമുക്കൊരു ഡ്രിങ്ക് എടുക്കേണ്ട ആവശ്യം വരും'

അവൻ അവന്റെ പെട്ടി തുറന്ന് ഒരു കുപ്പി പുറത്തെടുത്തു.

'സെർട്രഗി വേണ്ട'

'വേണ്ട. ഇത് ഗ്രപ്പയാണ്'

'ശരി'

അവൻ അത് രണ്ടുഗ്ലാസുകളിലായി ഒഴിച്ചു. ചെറുവിരലുകൾ നീട്ടി ഞങ്ങൾ അതിൽ തൊട്ടു. ഗ്രപ്പ വളരെ വീര്യമുള്ളതായിരുന്നു.

'ഒന്നുകൂടെ?'

'കുഴപ്പമില്ല' ഞാൻ പറഞ്ഞു. ഞങ്ങൾ രണ്ടാമത്തെ ഗ്രപ്പയും കുടിച്ചു. റിനാൾഡി കുപ്പിയെടുത്ത് മാറ്റി വെച്ചു. പിന്നീട് ഞങ്ങൾ കോണിപ്പടികളിറങ്ങി താഴെ ചെന്നു. ടൗണിൽ കൂടി നടക്കുമ്പോൾ ചൂടുതോന്നി. സൂര്യൻ ചായാൻ തുടങ്ങിയിരുന്നു. സുഖമുള്ള അന്തരീക്ഷം യുദ്ധത്തിനു മുമ്പ് ജർമൻകാർ നിർമിച്ച വലിയ ഒരു ഗ്രാമ്യമന്ദിരത്തിലായിരുന്നു ബ്രിട്ടീഷ് ആശുപത്രി പ്രവർത്തിച്ചിരുന്നത് മിസ് ബാർക്‌ലീ ഉദ്യാനത്തിൽത്തന്നെ ഉണ്ടായിരുന്നു. അവളോടൊപ്പം മറ്റൊരു നഴ്സും കൂടിയുണ്ട്. മരങ്ങൾക്കിടയിലൂടെ അവരുടെ യൂണിഫോമിന്റെ വെളുപ്പ് ഞങ്ങൾ കണ്ടു. ഞങ്ങൾ അവരുടെ നേർക്ക് നടന്നു. റിനാൾഡി അവരെ വന്ദിച്ചു. ഞാനും അവരെ അഭിവാദ്യം ചെയ്തു. പക്ഷേ കുറേക്കൂടി മിതമായി.

'താങ്കൾക്ക് എങ്ങനെയിരിക്കുന്നു?' മിസ് ബാർക് ലീ ചോദിച്ചു.

'നിങ്ങളൊരു ഇറ്റാലിയനല്ലല്ലോ, ഉവ്വോ?'

'ഓ അല്ല'

റിനാൾഡി. മറ്റേ നഴ്സുമായി സംസാരിക്കുകയായിരുന്നു. അവർ ചിരിക്കുന്നുണ്ടായിരുന്നു.

'നിങ്ങൾ ഇറ്റാലിയൻ ആർമിയിൽ ആണെന്നുന്നത് അസാധാരണമായി തോന്നുന്നു.'

'വാസ്തവത്തിൽ ഇറ്റാലിയൻ ആർമിയല്ല ആംബുലൻസ് വിഭാഗമാണ്'

'എന്നാലും വളരെ അസാധാരണം. എന്തുകൊണ്ടാണിങ്ങനെ ചെയ്തത്?'

'എനിക്കറിഞ്ഞുകൂടാ'. ഞാൻ പറഞ്ഞു.'കാര്യങ്ങൾക്കെല്ലാം എപ്പോഴും ഒരു വിശദീകരണം ഉണ്ടായെന്നു വരില്ല.'

'ഓ! വിശദീകരണമുണ്ടാവില്ല എന്നാണോ പക്ഷേ ഞാൻ പഠിച്ചിട്ടുള്ളത് നേരെ തിരിച്ചാണ്.'

'അത് വളരെ നന്നായി'

'ഇപ്രകാരമുള്ള സംസാരവും കൊണ്ടാണോ നമ്മൾ മുന്നോട്ട് പോകാൻ വിചാരിക്കുന്നത്?

'അല്ല' ഞാൻ പറഞ്ഞു.

'അതേതായാലും ആശ്വാസമായി, അല്ലേ?'

'ഇതെന്താണ് കയ്യിലെ വടി?' ഞാൻ ചോദിച്ചു. മിസ് ബാർക്ലിക്ക് നല്ല ഉയരമുണ്ടായിരുന്നു. നഴ്സുമാരുടെ യൂണിഫോമിനോട് സാമ്യമുള്ള ഒന്നാണ് ധരിച്ചിരിക്കുന്നത്. സ്വർണമുടി, തിളങ്ങുന്ന തവിട്ടുനിറം, ചാരക്കണ്ണുകൾ. അവൾ വളരെയധികം സുന്ദരിയാണെന്ന് എനിക്ക് തോന്നി. കളിക്കോപ്പെന്നു തോന്നിക്കുന്ന ഒരു സവാരിച്ചാട്ടയുടെ കനം കുറഞ്ഞ ചൂരൽവടി ഉണ്ടായിരുന്നു അവളുടെ കയ്യിൽ - തുകലിൽ പൊതിഞ്ഞത്.

'ഇത് കഴിഞ്ഞവർഷം കൊല്ലപ്പെട്ട ഒരു ചെറുപ്പക്കാരന്റേതാണ്'

'ഞാൻ ഭയങ്കരമായി വ്യസനിക്കുന്നു'

'അവനൊരു നല്ല ചെറുക്കനായിരുന്നു. എന്നെ കല്യാണം കഴിക്കാനിരിക്കയായിരുന്നു. 'സോം'ൽ വെച്ച് കൊല്ലപ്പെട്ടു.'

'അതൊരു ഭയാനകമായ ഏറ്റുമുട്ടലായിരുന്നു'

'നിങ്ങളവിടെയുണ്ടായിരുന്നോ?'

'ഇല്ല'

'ഞാനതിനെപ്പറ്റി കേട്ടിരുന്നു. അവൾ പറഞ്ഞു. 'അത്തരത്തിലുള്ള ഒരു യുദ്ധമൊന്നും വാസ്തവത്തിൽ ഇവിടെ നടക്കാൻ പോകുന്നില്ല.' അവർ എനിക്കീ കുഞ്ഞു വടി അയച്ചുതന്ന് അവന്റെ അമ്മ പിന്നീട് ഇതെനിക്കെത്തിച്ചുതന്നു. അവന്റെ സാധനങ്ങൾ തിരിച്ചയച്ച കൂട്ടത്തിൽ ഇതും ഉണ്ടായിരുന്നു.'

'നിങ്ങൾ കുറേ നാളുകളായി എൻഗേജ്ഡ് ആയിരുന്നുവോ.'

'എന്നിട്ട് നിങ്ങളെന്തുകൊണ്ട് വിവാഹിതരായില്ല?'

'എനിക്കറിഞ്ഞുകൂടാ' അവൾ പറഞ്ഞു. 'ഞാനൊരു വിഡ്ഢിയായതുകൊണ്ടാണ് അങ്ങനെ പറ്റിപ്പോയത്. വിവാഹിതരായിരുന്നുവെങ്കിൽ എനിക്കെന്നെ അവന് കൊടുക്കാമായിരുന്നു. പക്ഷേ ഞാൻ വിചാരിച്ചു. അതവന് വിഷമം സൃഷ്ടിക്കും എന്ന്.'

'ഉം എനിക്ക് മനസ്സിലാകുന്നു.'

'നിങ്ങൾ എപ്പോഴെങ്കിലും ആരെയെങ്കിലും സ്നേഹിച്ചിട്ടുണ്ടോ?'

'ഇല്ല' ഞാൻ പറഞ്ഞു

ഞങ്ങൾ ഒരു ബെഞ്ചിലിരുന്നു. ഞാൻ അവളെ നോക്കി.

'നിങ്ങൾക്ക് മനോഹരമായ മുടിയാണുള്ളത്' ഞാൻ പറഞ്ഞു.

'നിങ്ങൾക്കിഷ്ടമായോ?'

'വളരെയധികം'

'അവൻ മരിച്ചുവെന്നറിഞ്ഞപ്പോൾ ഞാനിതാകെ മുറിച്ചുകളയാൻ ഇരുന്നതാണ്'

'അരുത്'

'അവനുവേണ്ടി എനിക്കെന്തെങ്കിലും ചെയ്യണമായിരുന്നു.'

"മറ്റേ കാര്യത്തിന് ഞാൻ അത്ര വലിയ പ്രാധാന്യമൊന്നും കൊടുത്തിരുന്നില്ല. ഇങ്ങനെ വരുമെന്ന് അറിഞ്ഞിരുന്നെങ്കിൽ അവനെന്തൊക്കെ വേണമോ അതൊക്കെ അവന് എന്നോട് ആവാമായിരുന്നു. കല്യാണം കഴിക്കുകയോ എന്തുവേണമെങ്കിലും, എനിക്കതിനെപ്പറ്റിയൊക്കെ ഇപ്പോൾ ശരിക്കുമറിയാം. പക്ഷേ അപ്പോൾ അവന് യുദ്ധത്തിന് പോകണം. എനിക്കതിനെപ്പറ്റി അറിയുമായിരുന്നുമില്ല. "

ഞാനൊന്നും മിണ്ടിയില്ല.

'അന്ന് അക്കാര്യത്തെപ്പറ്റി എനിക്ക് തെല്ലുമറിഞ്ഞുകൂടായിരുന്നു. ഞാൻ വിചാരിച്ച അത് അവന് ദോഷകരമായേക്കും എന്ന്. ആ അനുഭവം അവന് താങ്ങാനാവില്ലെന്നു ഞാൻ ഭയന്നു. എന്നിട്ടെന്താ? അവൻ തീർത്തും മരിച്ചുപോയി. അക്കാര്യത്തിന്റെ അവസാനം ഇങ്ങനെയായിത്തീർന്നു.'

'എനിക്കറിഞ്ഞുകൂടാ'

'ഓ അതെ, തീർച്ചയായും. അങ്ങനെയാണതിന്റെ അന്ത്യം'

റിനാൾഡി മറ്റേ നഴ്സുമായി സംസാരിച്ചിരിക്കുന്നത് ഞങ്ങൾ നോക്കി, 'എന്താണവളുടെ പേര്?'

'ഫെർഗൂസൻ' ഹെലൻ ഫെർഗൂസൻ. നിങ്ങളുടെ സുഹൃത്ത് ഒരു ഡോക്ടറാണ് അല്ലേ?'

'അതെ. വളരെ നല്ലയാളാണ്.'

'അത് ഗംഭീരമായി. മുന്നണിയോട് വളരെയടുത്ത് കിടക്കുന്ന ഈ പ്രദേശത്ത് നല്ല മനുഷ്യരെ കണ്ടുകിട്ടുക അപൂർവ്വമാണ്. ഇത് യുദ്ധമുഖത്തോട് ചേർന്നുകിടക്കുന്ന സ്ഥലമാണ് അല്ലേ?'

'വളരെ'

'ഇതൊരു ദുർബ്ബലമായ മുന്നണിപ്രദേശമാണ്. അവൾ പറഞ്ഞു. പക്ഷേ വളരെ മനോഹരം, ഒരേറ്റുമുട്ടൽ ഉടൻ ഉണ്ടാകാൻ പോകുന്നുണ്ടോ?'

'അതെ'

'അപ്പോൾ ഞങ്ങൾക്ക് പണിയുണ്ടാകും. ഇപ്പോൾ ഒരു പണിയുമില്ല.'

'നഴ്സിംഗ് ചെയ്യാൻ തുടങ്ങിയിട്ട് വളരെക്കാലമായോ?'

'പതിനഞ്ച് വയസ്സിന്റെ അവസാനങ്ങളിൽ, അവൻ യുദ്ധത്തിൽ ചേരാൻ പുറപ്പെട്ടപ്പോൾ ഞാനും ചേർന്നു. ഒരു മണ്ടൻ സ്വപ്നമുണ്ടായിരുന്നു എനിക്ക്. ഒരു നാൾ മുന്നണിയിൽ നിന്നും എന്റെ ഹോസ്പിറ്റലിൽ അവൻ എത്തുമെന്ന സ്വപ്നം.' വാളുകൊണ്ടുള്ള പരിക്കുമായി മിക്കവാറും തലയിൽ ഒരു ചുറ്റിക്കെട്ടോടുകൂടി. അല്ലെങ്കിൽ ചുമലിൽ വെടിയുണ്ട തറച്ച്. അതുപോലെ എന്തെങ്കിലുമായി ഒരു ചിത്രം പോലെ സുന്ദരമായ എന്തെങ്കിലുമായി-'

'ഇത് ഒരു ഛായാചിത്രം പോലെ സുന്ദരമായ മുന്നണിപ്രദേശമാണ്'

ഞാൻ പറഞ്ഞു.

'അതെ' അവൾ പറഞ്ഞു.'ഫ്രാൻസിന്റെ തനിനിറം ആർക്കും മനസ്സിലായിട്ടില്ല. അറിഞ്ഞിരുന്നുവെങ്കിൽ ഇതിങ്ങനെ തുടർന്നു കൊണ്ടുപോകാൻ കഴിയുമായിരുന്നില്ല. അവന് വാൾകൊണ്ടുള്ള പോറൽ അല്ല കിട്ടിയത്. അവർ അവനെ ചെറുകഷ്ണങ്ങളായി ചിതറിക്കുകയായിരുന്നു.'

ഞാനൊന്നും പറഞ്ഞില്ല

'നിങ്ങളെന്താണു കരുതുന്നത്? ഇതിങ്ങനെ തുടരുമെന്നാണോ?'

'അല്ല'

'ഇതിനെ തടയാൻ എന്താണുള്ളത്?'

'ഇത് എവിടെയെങ്കിലും വീണുതകരും.'

നമ്മളിതിനെ തകർക്കും, നമ്മൾ ഫ്രാൻസിൽ വെച്ച് തകർക്കും 'സോമിൽ വെച്ചുണ്ടായതുപോലെ തുടരാൻ അവരെ അനുവദിച്ചുകൂടാ. സോമിലെപ്പോലെ പ്രവർത്തിക്കുക എന്നിട്ടും അവർ തകരാതിരിക്കുക അങ്ങനെയുണ്ടാകാൻ പാടില്ല. അനുവദിച്ചുകൂടാ.

'ഇവിടെവെച്ച് അവർ തകർക്കപ്പെട്ടുമെന്ന് തോന്നുന്നില്ല.'

'എന്നാണോ നിങ്ങൾ വിചാരിക്കുന്നത്?'

'അതെ. ഇക്കഴിഞ്ഞ വേനലിൽ അവർ വളരെ നന്നായി പൊരുതി'

'അവർ തകർന്നേക്കും' അവൾ പറഞ്ഞു. ആരെങ്കിലും തകർത്തേക്കും.'

'ജർമ്മൻകാരും'

'ഇല്ല' അവൾ പറഞ്ഞു.'ഞാനങ്ങനെ കരുതുന്നില്ല.' ഞങ്ങൾ റിനാൾഡിയുടേയും ഫെർഗ്ഗുസന്റേയും നേരെ നടന്നു ചെന്നു.

'നിങ്ങൾ ഇറ്റലിയെ സ്നേഹിക്കുന്നു?' റിനാൾഡി. മിസ് ഫെർഗ്ഗുസനോട് ഇംഗ്ലീഷിൽ ചോദിച്ചു.

'വളരെയധികം'-

'മനസ്സിലാകുന്നു. - ഇല്ല' റിനാൾഡി തലകുലുക്കി.

'ബാസ്റ്റാന്തേ -ബെനെ' ഞാൻ പരിഭാഷപ്പെടുത്തി. അവൻ തലകുലുക്കി

'അത്ര ശരിയായില്ല. - നിങ്ങൾ ഇംഗ്ലണ്ടിനെ സ്നേഹിക്കുന്നു?'

'അത്രക്കില്ല - ഞാൻ സ്കോട്ട്ലന്റുകാരിയാണ് മനസ്സിലായില്ലേ?'

റിനാൾഡി എന്നെ മിഴിച്ചു നോക്കി.

'അവൾ സ്കോട്ട്ലന്റുകാരിയാണ് അതിനാൽ ഇംഗ്ലണ്ടിനേക്കാൾ അവൾ സ്കോട്ട്ലന്റിനെ ഇഷ്ടപ്പെടുന്നു.' ഞാൻ ഇറ്റാലിയനിൽ അവനോട് പറഞ്ഞു.

'പക്ഷേ സ്കോട്ട്ലന്റ്, ഇംഗ്ലണ്ടുതന്നെയാണ്'

ഞാനിത് മിസ് ഫെർഗ്ഗുസന് പരിഭാഷപ്പെടുത്തികൊടുത്തു.

'പാസ് എൻകോർ' മിസ് ഫെർഗ്ഗുസൻ പറഞ്ഞു.

'ശരിക്കും അങ്ങനെയല്ല?'

'ഒരിക്കലുമല്ല' ഞങ്ങൾ ഇംഗ്ലീഷുകാരെ ഇഷ്ടപ്പെടുന്നില്ല'

'ഇംഗ്ലീഷുകാരെ ഇഷ്ടമല്ല? മിസ് ബാർക് ലീയെ ഇഷ്ടമല്ല?'

'അത് വേറെ കാര്യം. അവൾ ഭാഗികമായി സ്കോട്ട്ലന്റുകാരിയാണ താനും എല്ലാം അക്ഷരാർത്ഥത്തിലെടുക്കരുത്.'

കുറച്ചുനേരം കൂടി കഴിഞ്ഞപ്പോൾ ഞങ്ങൾ ഗുഡ്നൈറ്റ് പറഞ്ഞു പിരിഞ്ഞു. വീട്ടിലേക്ക് നടക്കുന്നതിനിടയിൽ റിനാൾഡി പറഞ്ഞു.

'മിസ് ബാർക്‌ലിക്ക് നിങ്ങളോടാണ് ആഭിമുഖ്യം. അത് വളരെ വ്യക്തമാണ്. പക്ഷേ ആ സ്കോട്ടിഷ് പെൺകൊച്ചും വളരെ നന്ന്'

'വളരെ' ഞാൻ പറഞ്ഞു. ഞാൻ പക്ഷേ അവളെ ശ്രദ്ധിച്ചിട്ടുണ്ടായിരുന്നില്ല. 'നീ അവളെ ഇഷ്ടപ്പെടുന്നുവോ?'

'ഇല്ല' റിനാൾഡി പറഞ്ഞു.

5

പിറ്റേ ദിവസം ഉച്ചതിരിഞ്ഞപ്പോൾ ഞാൻ ഒരിക്കൽ കൂടി മിസ് ബാർക്‌ലീയെ കാണാൻ പോയി. ആംബുലൻസുകൾ ഓടിച്ചുവന്നു കയറ്റിനിർത്തുന്ന, അരികിലെ വാതിലിലൂടെ ഞാൻ അകത്തു കയറി. തോട്ടത്തിൽ അവളെ കണ്ടില്ല. ഉള്ളിൽ ഞാൻ ഹെഡ്നേഴ്സിനെ കണ്ടുമുട്ടി. മിസ് ബാർക്‌ലീ ഡ്യൂട്ടിയിലാണെന്ന് അവർ പറഞ്ഞു. 'യുദ്ധമാണ് നടക്കുന്നത്. നിങ്ങൾക്കതറിയില്ലേ?'

എനിക്കറിയാമെന്ന് ഞാൻ പറഞ്ഞു.

'നിങ്ങളാണ് ഇറ്റാലിയൻ ആർമിയിലെ ആ അമേരിക്കക്കാരൻ ?'

'അതെ മാം'

' അതെന്താണങ്ങനെ സംഭവിച്ചത്? നിങ്ങളെന്തുകൊണ്ട് ഞങ്ങളുടെ കൂടെ കൂടിയില്ല?'

'എനിക്കറിഞ്ഞുകൂടാ' ഞാൻ പറഞ്ഞു. 'ഇപ്പോൾ ചേരാൻ സാധിക്കുമോ?'

'പറ്റില്ലെന്നു പറയേണ്ടിവന്നതിൽ ഖേദിക്കുന്നു. പറയൂ നിങ്ങളെന്തുകൊണ്ടാണ് ഇറ്റാലിയൻസിന്റെ കൂടെ ചേർന്നത്?'

'ഞാൻ ഇറ്റലിയിലായിരുന്നു. പിന്നെ ഞാൻ ഇറ്റാലിയൻ ഭാഷ സംസാരിക്കുകയും ചെയ്യും.'

'ഓ' അവർ പറഞ്ഞു.'ഞാനതു പഠിച്ചുകൊണ്ടിരിക്കുകയാണ്.'

'അതൊരു മനോഹരമായ ഭാഷയാണ്.'

'ചിലർ പറയുന്നു വെറും രണ്ടാഴ്ചകൾ കൊണ്ട് നിങ്ങൾക്കത് പഠിച്ചെടുക്കാമെന്ന്.'

'എനിക്ക് രണ്ടാഴ്ചകൾ കൊണ്ട് പഠിക്കാൻ കഴിയുമെന്ന് തോന്നുന്നില്ല. ഞാൻ പഠിക്കാൻ തുടങ്ങിയിട്ട് ഇപ്പോൾത്തന്നെ മാസങ്ങളായി നിങ്ങൾക്ക് വേണമെങ്കിൽ ഏഴുമണിക്കു ശേഷം വന്ന് അവളെ കാണാം. അപ്പോഴേക്കും

അവൾ ഒഴിവാകും. പക്ഷേ വേറെ കുറേ ഇറ്റാലിയൻസിനേയും കൊണ്ട് വന്നേക്കരുത്.'

'മനോഹരമായ ആ ഭാഷയുടെ പേരിൽ പോലും?'

'പറ്റില്ല. കൂടാതെ മനോഹരമായ ആ യൂണിഫോമിന്റെ പേരിൽ പോലും.'

'ഗുഡ് ഈവ്നിംഗ്' ഞാൻ പറഞ്ഞു.

എ. റിവ്ഡെർസ ടെനെന്റി.

എ. റിവ്ഡെർലാ. അഭിവാദത്തിനുശേഷം ഞാൻ പുറത്തിറങ്ങി. ഇപ്പോഴും അമ്പരപ്പോടുകൂടിയല്ലാതെ വിദേശീയരെ ഇറ്റാലിയൻ ഭാഷയിൽ അഭിവാദ്യം ചെയ്യുക സാദ്ധ്യമല്ല. ഇറ്റാലിയൻ അഭിവാദ്യം കയറ്റുമതിക്കുവേണ്ടി നിർമ്മിക്കപ്പെട്ടതാണെന്നു തോന്നുന്നില്ല.

പകൽ നേരം വളരെ ചൂടുള്ളതായിരുന്നു. ഞാൻ നദിയുടെ മുകളറ്റത്ത് 'പ്ലാവ'യിലുള്ള പാലത്തിന്റെ തലക്കൽ വരെ പോയിരുന്നു. ഇവിടെവെച്ചാണ് പോരാട്ടം തുടങ്ങേണ്ടത് കഴിഞ്ഞവർഷം ഇതിനപ്പുറത്തുള്ള പ്രദേശങ്ങളിലേക്കുള്ള മുന്നേറ്റം അസാദ്ധ്യമായിരുന്നു. കാരണം ആ സമയത്ത് താഴെ മലയുടെ ചുരസ്സിൽനിന്നും ചങ്ങാടപ്പാലത്തിലേക്ക് പോകുവാൻ ഓരേയൊരു റോഡേ ഉണ്ടായിരുന്നുള്ളൂ.

അതാവട്ടെ ഏകദേശം ഒരുമൈൽ ദൂരത്തോളം മെഷീൻ ഗണ്ണുകളുടേയും ബോംബിന്റേയും പരിധിയിൽ പെട്ടുമായിരുന്നു. ഒരു പോരാട്ടത്തിനുവേണ്ടിയുള്ള ഗതാഗതത്തിന് അത് അപര്യാപ്തവുമായിരുന്നു. ആസ്ട്രിയക്കാരുടെ ആക്രമണത്തിന്റെ നേരിട്ടുള്ള പരിധിയിൽപെടുന്നതിനാൽ അവർക്കിത് വേണമെങ്കിൽ ഒരു കൊലക്കളമാക്കി മാറ്റാൻ കഴിയുമായിരുന്നു. എന്നിട്ടും ഇറ്റലിക്കാർ നദി മുറിച്ചുകടന്നു. അങ്ങേക്കരയിൽ ഏകദേശം ഒന്നരമൈലോളം, ആസ്ട്രിയൻ മണ്ണ് കീഴടക്കിയിരുന്നു. അതൊരു പ്രശ്നകലുഷിതമായ പ്രദേശമായിരുന്നു. ആസ്ട്രിയക്കാരാവട്ടെ, അത്രയും പ്രദേശം അങ്ങിനെയങ്ങു വിട്ടുകൊടുക്കാൻ തയ്യാറായിരുന്നുമില്ല. എനിക്കു തോന്നുന്നു അത് മിക്കവാറും ഒരു പരസ്പര ധാരണയുടെ പുറത്തായിരുന്നു എന്നാണ്. കാരണം, കുറച്ച് മാറി നദിയുടെ താഴെയറ്റത്തുള്ള ഒരു പാലത്തിന്റെ തലഭാഗം ആസ്ട്രിയക്കാർ അപ്പോഴും വിട്ടുകൊടുത്തിരുന്നില്ല. ഇറ്റാലിയൻ അതിർത്തിരേഖയിൽ നിന്നും ഏതാനും വാരകളുടെ ദൂരത്തിലായിരുന്നു കുന്നിൻമുകളിലെ ആസ്ട്രിയക്കാരുടെ ട്രെഞ്ചുകൾ. അവിടെ നേരത്തെ ഒരു ചെറിയ പട്ടണമുണ്ടായിരുന്നു. പക്ഷേ ഇപ്പോഴത് നിശ്ശേഷം തകർന്നു തരിപ്പണമായിരിക്കുന്നു. ആകെ ശേഷിച്ചിരിക്കുന്നത് ഒരു റെയിൽവേ സ്റ്റേഷൻ മാത്രം. പിന്നെ അടിച്ചുതകർക്കപ്പെട്ട ഒരു സ്ഥിരം പാലവും. അതാകട്ടെ അറ്റകുറ്റപ്പണികൾ നടത്തി പുനരുപയോഗിക്കുക പ്രായോഗികമായിരുന്നില്ല. കാരണം അത് ശത്രുവിന്റെ നേരിട്ടുള്ള നോട്ടത്തിൻ കീഴിലായിരുന്നു.

ഞാനാ വീതികുറഞ്ഞ റോഡിലൂടെ നദിക്കരയിലേക്ക് പോയി. കുന്നിൻ ചുവട്ടിലെ ഡ്രെസ്സിംഗ് സ്റ്റേഷനിൽ കാർ നിർത്തി. മലയുടെ ഒരു ചുമലിൻ കീഴിൽ സുരക്ഷിതമായിരുന്ന ചങ്ങാടപ്പാലത്തിലൂടെ പുഴ കടന്ന് അക്കരെ

തകർന്നുകിടന്നിരുന്ന ആ ചെറിയ പട്ടണത്തിലെത്തി. ആ ഭാഗത്തെ ട്രെഞ്ചുകൾ പിന്നിട്ട് മലഞ്ചെരിവിന്റെ വക്കിലെത്തി. എല്ലാവരും ട്രെഞ്ചുകൾക്കുള്ളിലായിരുന്നു. അവിടെ റോക്കറ്റുകൾ ചട്ടക്കൂട്ടുകളിലടുക്കി, അട്ടിയിട്ടുവെച്ചിട്ടുണ്ടായിരുന്നു. ആർട്ടിലറികളിൽ നിന്നും സഹായമഭ്യർത്ഥിച്ചുകൊണ്ടുള്ള അടയാളമായി കത്തിച്ചുവിടാനുള്ളതായിരുന്നു അവ. കൂടാതെ ശത്രു, ടെലിഫോൺവയറുകൾ വിച്ഛേദിച്ചു എന്നുള്ള വിവരം കൈമാറാനും റോക്കറ്റുകൾ ഉപകരിച്ചിരുന്നു. ആ പ്രദേശമാകെ വളരെ നിശ്ശബ്ദതയിലായിരുന്നു. ചൂടുള്ളതും മുഷിഞ്ഞതുമായ പകൽ. അങ്ങേപ്പുറത്തുള്ള ആസ്ട്രിയൻ അതിർത്തിരേഖയിലെ കമ്പികളിലേക്ക് ഞാൻ നോക്കി. കാഴ്ചവട്ടത്തിൽ ആരേയും കണ്ടില്ല. കിടങ്ങുകളിലൊന്നിൽ എനിക്കു പരിചയമുള്ള ഒരു ക്യാപ്റ്റൻ ഉണ്ടായിരുന്നു. അദ്ദേഹത്തോടൊപ്പം ഞാനൊരു ഡ്രിങ്ക് എടുത്തു പിന്നീട് ചങ്ങാടപ്പാലം കടന്ന് ഇക്കരെയെത്തി.

ഒരു പുതിയ റോഡിന്റെ നിർമ്മാണം ഏകദേശം പൂർത്തിയായിക്കൊണ്ടിരുന്നിരുന്നു. മലകളിലൂടെ വളഞ്ഞുപുളഞ്ഞു വന്നു ഒടുവിൽ പാലത്തിനരികിലെത്തിച്ചേരുന്ന ഒരെണ്ണം. റോഡ് നിർമ്മാണം തികച്ചും പൂർത്തിയായാൽ, ആക്രമണം ഉടൻ ആരംഭിച്ചേക്കാം. കാട്ടിലൂടെ ചെങ്കുത്തായ ചെരിവുകളിലൂടെയാണ് റോഡ് തിരിഞ്ഞു നീളുന്നത്. ഏറ്റുമുട്ടലിനാവശ്യമായ എല്ലാ ചരക്കുകളും പുതിയ റോഡിലൂടെ കൊണ്ടു പോകാനാണ് പദ്ധതി. ഒഴിഞ്ഞ ട്രക്കുകളും, വണ്ടികളും, നിറഞ്ഞ ആംബുലൻസുകളുമടങ്ങുന്ന തിരിച്ചുള്ള ഗതാഗതം പഴയ വീതികുറഞ്ഞുള്ള റോഡിലൂടെയും, ഡ്രസ്സിംഗ് സ്റ്റേഷൻ ആസ്ട്രിയൻ ഭാഗത്തുള്ള പുഴയോരത്തുള്ള ഒരു കുന്നിന്റെ വക്കിലായിരുന്നു. ആയതിനാൽ സ്ട്രെച്ചർ വഹിക്കുന്നവർ പരിക്കേറ്റവരെ ചങ്ങാടപ്പാലത്തിലൂടെ കൊണ്ടുവരേണ്ടതായി വരും. ആക്രമണം തുടങ്ങി മുന്നേറിയാലും ഈ സംവിധാനത്തിന് മാറ്റമുണ്ടാകില്ല. എനിക്ക് മനസ്സിലായിടത്തോളം പുതിയ റോഡിന്റെ ഒരു ഭാഗം അപ്പോഴും ആസ്ട്രിയക്കാരുടെ ഷെല്ലാക്രമണത്തിന്റെ നിഴലിലാണ്. റോഡ് സമനിരപ്പായി നീങ്ങിത്തുടങ്ങുന്ന അവസാനത്തെ ഒരു മൈലോളം ദൂരം ശത്രുവിന്റെ ആക്രമണപരിധിയിൽ പെടുന്നതാണ്. ആ സ്ഥലം പ്രശ്നസങ്കലിതമാകാനാണ് സാദ്ധ്യത. പക്ഷേ കാറുകളെ സുരക്ഷിതമായി നിർത്തിയിടാൻ പറ്റിയ ഒരു സങ്കേതം ഞാൻ കണ്ടുപിടിച്ചു. അവസാനത്തെ പ്രശ്നകലുഷിതമായ ആ ഒരു മൈൽ പിന്നിട്ട് കഴിഞ്ഞാൽ ഇവിടെ കാറുകൾക്ക് കാത്തുകിടക്കാം. ചങ്ങാടപ്പാലത്തിലൂടെ കടത്തിക്കൊണ്ടുവരുന്ന മുറിവേറ്റവർക്കു വേണ്ടി നിർമ്മിച്ച പുതിയ റോഡിലൂടെ ഒന്നു ഡ്രൈവ് ചെയ്തു പോകാൻ ഞാൻ ആഗ്രഹിച്ചു. പക്ഷേ അതിന്റെ പണി തീർന്നിരുന്നില്ല. പുതിയ റോഡ് വീതിയേറിയതും ഭദ്രവും കുറ്റമറ്റതുമായി കാണപ്പെട്ടു. അതിന്റെ വളവുകളുടെ നിർമ്മാണം മികച്ചതായിരുന്നു. തിരിവുകളിൽ നിന്നും നോക്കിയാൽ, റോഡ് മലകളിലെ കാടുകളിലെ തുറസ്സുകളിലൂടെ ചെരിഞ്ഞിറങ്ങുന്നത് കാണാമായിരുന്നു. പുതിയ മെറ്റൽ-ടു-മെറ്റൽ ബ്രേക്കുകളുള്ള കാറുകൾക്കും ഈ റോഡിലൂടെയുള്ള യാത്ര സുഗമമായിരിക്കും. കൂടാതെ താഴേക്ക് നദീതീരത്തേക്ക് ഇറങ്ങിവരുന്ന യാത്രയിൽ വണ്ടിയിൽ ലോഡ്

കാണില്ലല്ലോ. ഒഴിഞ്ഞായിരിക്കുമല്ലോ അവ വരിക. ഞാൻ വീതികുറഞ്ഞ പഴയ റോഡിലൂടെ തിരിച്ചു ഡ്രൈവ് ചെയ്തു.

രണ്ട് കുതിരപ്പടയാളികൾ കാർ പിടിച്ചുനിർത്തി. ഒരു ബോംബു വീണിട്ടുണ്ട്. ഞങ്ങൾ കാത്തിരിക്കെത്തന്നെ മൂന്നെണ്ണം കൂടി വീണു. അവ സെവന്റി സെവൻ എന്ന ഗണത്തിൽപ്പെട്ടവയാണ്. കടുത്ത വെളിച്ചത്തോടെ പൊട്ടിത്തെറിച്ചുകൊണ്ട് അവ റോഡ് മുറിച്ചു പറന്നു വന്നു. ചാരനിറത്തിലുള്ള പുകയും മിന്നലും വായുവിലൂടെ ചൂളം വിളച്ചെത്തി. കുതിരപ്പടയാളികൾ ഞങ്ങളോട് വീണ്ടും നീങ്ങിക്കൊള്ളുവാൻ അടയാളം കാണിച്ചു. ഷെല്ലുകൾ വന്നു വീണ, തകർന്ന സ്ഥലങ്ങൾ ഒഴിവാക്കിപ്പോകാൻ ഞാൻ ശ്രദ്ധിച്ചു. കടുത്ത സ്ഫോടകവസ്തുക്കളുടേയും വെന്ത കളിമണ്ണിന്റേയും ചുട്ടുപൊള്ളുന്ന കൽക്കഷ്ണങ്ങളുടേയും തകർന്ന തീക്കല്ലുകളുടേയും സമ്മിശ്രഗന്ധം മൂക്കിലടിച്ചു. ഞാൻ 'ഗോറിസിയ'യിലുള്ള ഞങ്ങളുടെ താവളത്തിലേക്ക് കാറോടിച്ചു പോയി.പിന്നീട്, ഞാൻ നേരത്തെ പറഞ്ഞുവല്ലോ. അതിൻ പ്രകാരം മിസ്. ബാർക്ലീയെ കാണാൻ പോയി. അവൾ ഡ്യൂട്ടിയിലായിരുന്നു.

ഡിന്നറിന്റെ സമയത്ത് ഞാൻ വേഗം ഭക്ഷണം അകത്താക്കി ബ്രിട്ടീഷ് ആസ്പത്രി പ്രവർത്തിച്ചിരുന്ന മന്ദിരത്തിലേക്ക് തിരക്കിട്ട് പോയി. സത്യത്തിൽ അത് വളരെ വലുപ്പമേറിയതും മനോഹരവുമായ ഒരു കെട്ടിടമായിരുന്നു. തൊടിയിലാകെ ഭംഗിയുള്ള തണൽമരങ്ങൾ. മിസ് ബാർക്ലീ, ഉദ്യാനത്തിലെ ഒരു ബെഞ്ചിൽ ഇരിക്കുന്നുണ്ടായിരുന്നു. അവളോടൊപ്പം മിസ് ഫെർഗൂസേനുമുണ്ട് എന്നെ കാണാൻ കഴിഞ്ഞതിൽ അവർക്ക് വളരെ സന്തോഷമുണ്ടെന്ന് എനിക്ക് തോന്നി. അല്പസമയത്തിനുള്ളിൽ മിസ് ഫെർഗൂസൻ ക്ഷമായാചനം ചെയ്തു പോകാനൊരുങ്ങി.

'ഞാൻ നിങ്ങളെ രണ്ടിനേയും തനിച്ചുവിടുന്നു.' അവൾ പറഞ്ഞു.

'എന്റെ അസാന്നിദ്ധ്യത്തിൽ നിങ്ങളുടെ ചങ്ങാത്തം ദൃഢതരമാകും'

'പോകരുതേ ഹെലൻ' മിസ് ബാർക്ലി പറഞ്ഞു.

' ഗുഡ് നൈറ്റ്' ഞാൻ പറഞ്ഞു.

'ഗുഡ് നൈറ്റ് മിസ്റ്റർ ഹെന്റി'.

സെൻസറുകാർക്ക് പണികൊടുക്കുന്ന തരത്തിലൊന്നും കത്തുകൾ എഴുതിയേക്കല്ലേ'

'വിഷമിക്കേണ്ട. എന്തൊരു ഭംഗിയുള്ള സ്ഥലത്താണ് ഞങ്ങൾ ജീവിക്കുന്നതെന്നും. ഇറ്റലിക്കാരെല്ലാവരും എന്തൊരു ധൈര്യശാലികളാണെന്നും. മാത്രമേ ഞാനെഴുതുകയുള്ളൂ.'

'അങ്ങനെയെങ്കിൽ നിങ്ങൾക്ക് കീർത്തിമുദ്ര ലഭിക്കും.'

'എങ്കിൽ കൊള്ളാമായിരുന്നു. ഗുഡ് നൈറ്റ് കാതറിൻ'

'കുറച്ചുനേരത്തിനുള്ളിൽത്തന്നെ ഞാനങ്ങോട്ടേക്കെത്തും.' മിസ് ബാർക്ലീ പറഞ്ഞു. മിസ് ഫെർഗൂസൻ ഇരുട്ടിലൂടെ നടന്നുപോയി.

'അവൾ ഒരു നല്ല പെൺകുട്ടിയാണ്' ഞാൻ പറഞ്ഞു.

'തീർച്ചയായും വളരെ വളരെ നല്ലവൾ. അവൾ ഒരു നേഴ്സാണ്.'

'നിങ്ങളും ഒരു നേഴ്സല്ലേ?'

'ഓ അല്ല. ഞാൻ വി.എ.ഡി എന്നു വിളിക്കപ്പെടുന്ന ഗണത്തിൽപ്പെട്ടതാണ്. ഞങ്ങൾ വളരെ കഠിനമായി പണിയെടുക്കുമെങ്കിലും ആർക്കും ഞങ്ങളെ വിശ്വാസമില്ല'

'അതെന്താണങ്ങനെ?'

'കാര്യമായി പണിയൊന്നുമില്ലാത്തപ്പോൾ അവർ ഞങ്ങളെ വിശ്വസിക്കുകയില്ല. ശരിക്കും പണിവരുമ്പോൾ അവർ വിശ്വസിക്കുകയും ചെയ്യും.'

'എന്താണതിൽ വ്യത്യാസം?'

'നഴ്സ് എന്നു വെച്ചാൽ ഡോക്ടറെപ്പോലെത്തന്നെയാണ്. കുറേക്കാലെമടുക്കും ഒരു നഴ്സാവണമെങ്കിൽ. വി.എ.ഡി. എന്നത് ഒരു കുറുക്കുവഴിയാണ്.'

'ഓ അങ്ങിനെയാണല്ലേ'

'ഇറ്റലിക്കാർക്ക്, സ്ത്രീകൾ മുന്നണിയുടെ വളരെ അടുത്ത് ചെല്ലുന്നത് അത്ര പിടുത്തമല്ല. ഞങ്ങളതിനാൽ വളരെ പ്രത്യേക സ്വഭാവസവിശേഷതകളോടെയാണ് ഇവിടെ ജീവിക്കുന്നത്. ഞങ്ങൾ സാധാരണ പുറത്ത് പോകാറില്ല.'

'പക്ഷേ എനിക്ക് ഇവിടെ വരാൻ കഴിയുമല്ലോ'

'ഓ തീർച്ചയായും ഞങ്ങളിവിടെ സന്ന്യാസിനീ മഠമൊന്നുമല്ല നടത്തുന്നത്.'

'നമുക്കീ യുദ്ധത്തിന്റെ വിഷയമങ്ങോട്ട് വിടാം.'

'അത് വളരെ ബുദ്ധിമുട്ടാണ്' അതിനെ കൊണ്ടുകളയാൻ നമുക്കൊരു സ്ഥലമില്ല.'

'എന്തുതന്നെയായാലും അക്കാര്യം നമുക്ക് വിട്ടുകളയാം.'

'ശരി ശരി.'

ഇരുട്ടിൽ ഞങ്ങൾ പരസ്പരം നോക്കി. അവൾ വളരെയേറെ സുന്ദരിയാണെന്ന് എനിക്കു വീണ്ടും തോന്നി. ഞാൻ അവളുടെ കൈയിൽ പിടിച്ചു. അവൾ അത് അനുവദിച്ചു. അവളുടെ കൈത്തണ്ടയിലൂടെ ഞാനെന്റെ കൈകൾ ചുറ്റി.

'അരുത്' അവൾ പറഞ്ഞു. ഞാൻ എന്റെ കൈകൾ മാററിയില്ല.

'എന്തുകൊണ്ട്?'

'അരുത്'

'വേണം' ഞാൻ പറഞ്ഞു. 'പ്ലീസ്'

ഇരുട്ടിൽ അവളുടെ നേരെ കുനിഞ്ഞ് ഞാൻ അവളെ ചുംബിക്കാൻ ശ്രമിച്ചു. പെട്ടന്ന് കരണം പുകയുന്നതുപോലെ തോന്നി. അവൾ എന്റെ

മുഖത്ത് ആഞ്ഞടിച്ചിരിക്കുന്നു. എന്റെ മൂക്കിന്മേലും കണ്ണിലുമാണ് അവളുടെ കൈപ്പത്തി പതിഞ്ഞിരുന്നത്. എന്റെ കണ്ണിൽ തൽക്ഷണം വെള്ളം നിറഞ്ഞു.

'ഞാൻ വളരെ വ്യസനിക്കുന്നു' അവൾ പറഞ്ഞു.

ഇപ്പോൾ എനിക്കാണ് മുൻതൂക്കം എന്ന് എനിക്ക് തോന്നി.

'നിങ്ങൾ ചെയ്തത് തീർത്തും ശരിയാണ്.' ഞാൻ പറഞ്ഞു.

'ഞാനത് കാര്യമാക്കുന്നില്ല'

'ഞാൻ ഭയങ്കരമായി വ്യസനിക്കുന്നു' അവൾ പറഞ്ഞു.'നഴ്സുമാരുടെ ഒഴിവു സായാഹ്നങ്ങളെപ്പറ്റി എല്ലാവർക്കുമൊരു ധാരണയുണ്ടല്ലോ എനിക്കാ കാഴ്ചപ്പാടിനെപ്പറ്റി അഭിപ്രായമില്ല. ഞാൻ നിങ്ങളെ വേദനിപ്പിക്കണമെന്ന് ഒട്ടും വിചാരിച്ചതല്ല. ഞാൻ വല്ലാതെ വേദനിപ്പിച്ചു അല്ലേ?'

'നിങ്ങൾ ചെയ്തത് തീർത്തും ശരിയാണ്' ഞാൻ പറഞ്ഞു. 'അത് സാരമില്ല'

'പാവം'

'നോക്കൂ. ഞാൻ ഒരു വിചിത്ര ജീവിതമാണ് ജീവിക്കുന്നത് ഞാനൊരിക്കലും ഇവിടെ ഇംഗ്ലീഷിൽ സംസാരിക്കുകപോലും ചെയ്യുന്നില്ല. പിന്നെ നിങ്ങൾ വളരെയേറെ സുന്ദരിയാണെന്നും തോന്നി 'ഞാൻ ഇരുട്ടിൽ അവളെ നോക്കി.'

'നിങ്ങൾ കൂടുതൽ പറയണമെന്നില്ല. ഞാൻ പറഞ്ഞില്ലേ ഞാനതിയായി വ്യസനിക്കുന്നുവെന്ന് നമ്മൾക്കിനിയും നല്ല സുഹൃത്തുക്കളായി തുടരാം.'

'തീർച്ചയായും' ഞാൻ പറഞ്ഞു. 'നമ്മൾ, കണ്ടില്ലേ യുദ്ധത്തിൽ നിന്നും ഒരു പാട് മുന്നോട്ട് പോയി.'

അവൾ ചിരിച്ചു. ഞാനാദ്യമായിട്ടായിരുന്നു അവളുടെ ചിരിയുടെ ശബ്ദം കേൾക്കുന്നത്. ഞാനവളുടെ മുഖത്തേക്ക് സൂക്ഷിച്ചു നോക്കി.

'നിങ്ങൾ വളരെ നല്ല ഒരു ആളാണ്' അവൾ പറഞ്ഞു.

'അല്ല ഞാനങ്ങനെയല്ല'

'അതെ നിങ്ങൾ ഒരു പ്രിയപ്പെട്ടവനാണ് വിരോധമില്ലെങ്കിൽ നിങ്ങളെ ചുംബിക്കുന്നതിൽ എനിക്ക് സന്തോഷമുണ്ട്.'

ഞാനവളുടെ കണ്ണുകളിലേക്ക് ഉറ്റുനോക്കി. മുമ്പെന്നപോലെ കൈകൾ കൊണ്ട് അവളെ ചുറ്റിപ്പിടിച്ചു എന്നിട്ട് അവളെ ഉമ്മവെച്ചു. ഞാനവളെ അമർത്തി ഉമ്മവെച്ചു. വരിഞ്ഞുമുറിക്കി എന്നിലേക്കടുപ്പിച്ചു. എന്നിട്ട് അവളുടെ ചുണ്ടുകൾ തുറക്കാൻ ശ്രമിച്ചു. അവ ഇറുകെ പൂട്ടിപ്പിടിച്ചിരുന്നു.

എന്റെ ദേഷ്യം ശമിച്ചിരുന്നില്ല. ഞാനവളെ ഒന്നുകൂടി ആഞ്ഞു പുൽകി. പെട്ടെന്ന് അവളുടെ ശരീരം ഞെട്ടിവിറച്ചു. അവളെ എന്റെ നെഞ്ചോട് ചേർത്തമർത്തിയപ്പോൾ എനിക്കവളുടെ ഹൃദയമിടിപ്പുകൾ അറിയാൻ കഴിഞ്ഞു. അവൾ ചുണ്ടുകൾ വിടർത്തുകയും തല എന്റെ കൈകളിലേക്ക്

ചായിക്കുകയും ചെയ്തു. പിന്നീട് എന്റെ ചുമലിൽ മുഖം ചേർത്ത് അവൾ പൊട്ടിക്കരഞ്ഞു.

'ഓ ഓമനേ' അവൾ പറഞ്ഞു. നീയെന്നെ ഇഷ്ടപ്പെടുന്നു. അല്ലേ?'

'ഇതെന്തൊരു നരകം' ഞാൻ ആലോചിച്ചു. ഞാനവളുടെ മുടിയിഴകളിൽ തഴുകി തോളിൽ മെല്ലെ തട്ടി. അവൾ അപ്പോഴും കരയുകയായിരുന്നു.

'നീയെന്നെ ഇഷ്ടപ്പെടുന്നു അല്ലേ?' അവൾ മുഖമുയർത്തി എന്നെ നോക്കി.

'കാരണം നമ്മളിനിമേൽ ഒരു വിചിത്ര ജീവിതമാണ് ജീവിക്കാൻ പോകുന്നത്.'

കുറച്ച് കഴിഞ്ഞ്, മന്ദിരത്തിന്റെ വാതിൽക്കലേക്ക് ഞാൻ അവളോടൊപ്പം നടന്നു. അവൾ അകത്തുകയറി. പിന്നെ ഞാൻ താവളത്തിലേക്ക് നടന്നു. വീട്ടിലെത്തി ഞാൻ മുകളിലെ എന്റെ മുറിയിലേക്ക് കയറിച്ചെന്നു. റിനാൾഡി കട്ടിലിൽ കിടക്കുന്നുണ്ടായിരുന്നു. അവൻ എന്നെ നോക്കി.

'അപ്പോൾ മിസ് ബാർക്‌ലിയുമായുള്ള കാര്യങ്ങളിൽ പുരോഗതിയുണ്ട്?'

'ഞങ്ങൾ സുഹൃത്തുക്കളാണ്.'

'ചൂടു പിടിച്ച നടക്കുന്ന ഒരു നായയുടെ സന്തോഷകരമായ ഭാവമുണ്ട് ചുറ്റും.'

എനിക്കാ വാക്ക് തികച്ചും മനസ്സിലായില്ല.

'എന്തിന്റെ ഭാവം?'

അവൻ വിശദീകരിച്ചു.

'നിനക്ക്' അവൻ പറഞ്ഞു.'ചൂടു പിടിച്ച നടക്കുന്ന...'

'നിർത്തു ഇത്.' ഞാൻ പറഞ്ഞു.'ഇക്കണക്കിൽ കുറച്ചു നേരത്തിനുള്ളിൽ തന്നെ നമ്മൾ പരസ്പരം കടിപിടി കൂടാൻ തുടങ്ങും.'

അവൻ പൊട്ടിച്ചിരിച്ചു.

'ഗുഡ് നൈറ്റ്' - ഞാൻ പറഞ്ഞു.

'ഗുഡ് നൈറ്റ്' എന്റെ കൊച്ചു നായ്ക്കുട്ടി'

ഞാൻ തലയിണയെടുത്ത് വലിച്ചൊരേറ് കൊടുത്ത്, അവന്റെ മെഴുകുതിരി കെടുത്തിക്കളഞ്ഞു. എന്നിട്ട് ഇരുട്ടിൽ കട്ടിലിൽക്കയറിക്കിടന്നു.

റിനാൾഡി മെഴുകുതിരി തപ്പിയെടുത്ത് കത്തിച്ച് വായന തുടർന്നു.

6

രണ്ടു ദിവസമായി ഞാൻ ദൂരെ ഞങ്ങളുടെ സ്റ്റേഷനുകളിലായിരുന്നു. തിരിച്ചെത്തിയപ്പോൾ വളരെ വൈകി. അതിന്റേയും അടുത്ത ദിവസം, വൈകുന്നേരം വരെ അതിനാൽ എനിക്ക് മിസ് ബാർക്ലിയെ സന്ദർശിക്കാൻ സാധിച്ചിരുന്നില്ല. അവൾ ഉദ്യാനത്തിൽ ഇല്ലായിരുന്നു. അതിനാൽ അവൾ വരുന്നതുവരെ എനിക്ക് ആശുപത്രിയുടെ ഓഫീസ് മുറിയിൽ കാത്തിരിക്കേണ്ടതായി വന്നു. മുറിയുടെ ചുമരുകളിലുടനീളം, ചായം തേച്ച മരത്തൂണുകളിൽ സ്ഥാപിച്ച മാർബിളിൽ ചെയ്ത അർദ്ധകായ പ്രതിമകളുണ്ടായിരുന്നു. ഓഫീസുമുറിയിൽ നിന്നും ഉള്ളിലേക്ക് തുറക്കുന്ന ഹാളിന്റെ ഭിത്തിയിലും ഉണ്ടായിരുന്ന ഇത്തരം പ്രതിമകൾ. എല്ലാം ഒരുപോലെയാണെന്ന് തോന്നിപ്പിക്കുന്ന തികഞ്ഞ ഒരു മാർബിൾ സവിശേഷത ഉണ്ടായിരുന്നു അവക്കെല്ലാം. വിരസമായ ഒരു ഏർപ്പാടാണ് ശില്പകല എന്ന് എനിക്കെപ്പോഴും തോന്നിയിട്ടുണ്ട്. പക്ഷേ വെങ്കലോടിലാകുമ്പോൾ കുറേ വ്യത്യാസമുണ്ട്. എല്ലാ മാർബി ൾ പ്രതിമകളും ശവപ്പറമ്പുപോലെ കാണപ്പെട്ടു. എങ്കിലും ഒരൊന്നാന്തരം ശവപ്പറമ്പ് ആണ്. 'പിസ'യിലുള്ളതെന്ന് പറയാതെ വയ്യ. ഗുണമില്ലാത്ത മാർബിൾ കാണണമെങ്കിൽ 'ജനോവ'യാണ് പറ്റിയ സ്ഥലം. ഈ ഗ്രാമ്യമന്ദിരം ഒരു സമ്പന്നനായ ജർമ്മൻകാരന്റേതായിരുന്നിരിക്കണം. ഈ മാർബിൾ അർദ്ധകായ പ്രതിമകൾക്കുവേണ്ടി അയാൾ നല്ല ഒരു തുക ചെലവാക്കിയിട്ടുണ്ടുമുണ്ടാകാം. ആരാണതിന്റെയൊക്കെ ശില്പി? അയാൾക്കെന്തുമാത്രം ദ്രവ്യം കിട്ടിയിട്ടുണ്ടാകും, എന്നൊക്കെ ഞാൻ ആലോചിച്ച് അതിശയപ്പെട്ടു. ചിലപ്പോൾ ഇവയെല്ലാം അയാളുടെ കുടുംബാംഗങ്ങളുടേതായിരിക്കാം. പക്ഷേ എല്ലാം ഒരുപോലെ ക്ലാസിക് ശൈലിയിലാണ്. നിങ്ങൾക്ക് അവയെപ്പറ്റി ഒരു വസ്തുവും പറയാൻ പറ്റില്ല.

ഞാൻ തൊപ്പിയൂരി കയ്യിൽ പിടിച്ചുകൊണ്ട് ഒരു കസേരയിൽ ഇരുന്നു. 'ഗോറിസിയ'യിൽ ആയിരിക്കുമ്പോൾ പോലും ഞങ്ങൾ സ്റ്റീൽ ഹെൽമെറ്റുകൾ അണിഞ്ഞുകൊള്ളണമെന്നാണ് കല്പന. അത് ധരിക്കുക ഒട്ടും സുഖകരമല്ല. പോരാത്തതിന് തദ്ദേശികൾ ഇപ്പോഴും പട്ടണം വിട്ടുപോകാതെ

ഇവിടെത്തന്നെ താമസിക്കുമ്പോൾ, അത് ധരിച്ച നടക്കുക എന്നത് തീർത്തും നാടകീയവുമാണ്. സ്റ്റേഷനുകളിലേക്ക് പോകുമ്പോൾ ഞാൻ ഒന്ന് ധരിക്കാറുണ്ട് കൂടാതെ ഒരു ഇംഗ്ലീഷ് ഗ്യാസ് മാസ്കും കൈയ്യിലെടുക്കും. ഞങ്ങൾക്കിതെല്ലാം ഈയിടെ കിട്ടാൻ തുടങ്ങിയിട്ടേയുള്ളൂ. അവ ശരിക്കുള്ള മാസ്കുകളായിരുന്നു. പിന്നെ ഞങ്ങൾ ഓരോ ഓട്ടോമാറ്റിക് പിസ്റ്റളും ധരിക്കേണ്ടതായിട്ടുണ്ട്. ഡോക്ടർമാരും സാനിറ്ററി ഓഫീസർമാർ പോലും കസേരയിൽ അമർന്നിരിക്കുമ്പോൾ മുതുകിൽ അതിന്റെ ഭാരം എനിക്കനുഭവപ്പെട്ടു. പ്രഥമദൃഷ്ടിയിൽ ഇത് ധരിച്ചിട്ടില്ലെന്നുകണ്ടാൽ അവർക്ക് നിങ്ങളെ അറസ്റ്റ് ചെയ്യാവുന്നതാണ്. പിസ്റ്റൾ കവചത്തിൽ കുറേ ടോയ്‌ലറ്റ് പേപ്പർ കുത്തിനിറച്ചാണ് റിനാൾഡി കൊണ്ടുനടക്കുന്നത്. ഞാൻ പക്ഷേ യഥാർത്ഥത്തിലുള്ള ഒന്നുതന്നെയാണ് ധരിച്ചിട്ടുള്ളത്. വെടിവെക്കാനുള്ള പരിശീലനം തുടങ്ങിയതു വരേയും ഞാൻ ശരിക്കുള്ള ഒരു ഗൺമാൻ ആണെന്നുള്ള ഭാവത്തിലാണ് നടന്നിരുന്നത്. അതൊരു അസ്ട്രാ 7.65 കാലിബർ ആയിരുന്നു. നീളം കുറഞ്ഞ ബാരലോടുകൂടിയത്. ഉണ്ടതെറിക്കുമ്പോൾ തീക്ഷണമായി തുള്ളുന്ന തരത്തിലുള്ള ഒന്ന്. പക്ഷേ ആരുടെയെങ്കിലും മേലെ കൊള്ളുമെന്ന പ്രശ്നമേ ഉദിച്ചിരുന്നില്ല. ഞാനിതുപയോഗിച്ചാണ് പരിശീലനമാരംഭിച്ചത്. ലക്ഷ്യസ്ഥാനത്തിന്റെ തൊട്ടുതാഴേക്ക് ഉന്നംവെച്ച് വിചിത്രമായ ആ കുറിയ ബാരലിന്റെ അപഹാസ്യമായ തെറിക്കലിനെ വരുതിയിലാക്കാൻ ശ്രമിച്ച് ഞാൻ പരിശീലനം തുടർന്നു. അവസാനം ഇരുപതടി ദൂരത്തുള്ള ലക്ഷ്യത്തിന് ചുറ്റുമായി ഒരു വാരയകലത്തിനുള്ളിൽ എനിക്ക് ഉണ്ട കൊള്ളിക്കാൻ കഴിഞ്ഞു. അതിൽ പിന്നെ ഒരു പിസ്റ്റൾ ചുമന്നുനടക്കുക എന്ന അപഹാസ്യതയെ ഞാൻ മറികടന്നു. വേഗംതന്നെ അക്കാര്യം മറക്കുകയും ചെയ്തു. പ്രത്യേകിച്ചൊന്നും തോന്നാതെത്തന്നെ ഇതു മുതുകിലേറ്റി നടക്കുമ്പോൾ മുതുകിൽ ചെറുതായി താളം പിടിക്കുന്നതിനെപ്പറ്റി ബോധവാനാകാതെ കഴിയാൻ ഇപ്പോൾ കഴിയുന്നുണ്ട്. പക്ഷേ ഇംഗ്ലീഷ് സംസാരിക്കുന്ന മനുഷ്യരെക്കാണുമ്പോൾ ഇതിന്റെ നിരർത്ഥകത ഞാൻ ഓർത്തുപോകും. ഏതോ തരത്തിലുള്ള ഒരു ഓർഡർലി ഡെസ്കിനുപുറകിൽ നിന്നും എന്നെ സംശയത്തോടെ നോക്കുന്നുണ്ടായിരുന്നു. ഞാൻ മാർബിൾ തറയും, മരത്തൂണുകളിലെ മാർബിൾ അർദ്ധകായ പ്രതിമകളും, ചുമർചിത്രങ്ങളും ഒക്കെ നോക്കിക്കൊണ്ട് മിസ് ബാർക് ലിയെ കാത്തിരുന്നു. ചുമർ ചിത്രങ്ങൾ അത്രമോശമല്ലായിരുന്നു. ഇളകി പൊളിഞ്ഞടരാൻ തുടങ്ങുമ്പോൾ എല്ലാ ചുമർചിത്രങ്ങളും സുന്ദരങ്ങളാകുന്നു.

കാതറീൻ ബർക്‌ലി ഹാളിലൂടെ കടന്നുവരുന്നത് കണ്ട്, ഞാൻ എഴുന്നേറ്റു. എന്റെ നേർക്ക് നടന്നുവരുമ്പോൾ അവൾക്ക് ഒരുപാട് ഉയരം തോന്നിച്ചില്ല. പക്ഷേ അവൾ വളരെ മനോഹരിയായി കാണപ്പെട്ടു.

'ഗുഡ് ഈവ്നിംഗ് മിസ്റ്റർ ഹെൻറി'. അവൾ പറഞ്ഞു.

'നിങ്ങൾക്കെങ്ങനെയിരിക്കുന്നു?' ഞാൻ ചോദിച്ചു. ഡെസ്കിന്റെ പുറകിലിരുന്ന ഓർഡർലി ശ്രദ്ധിക്കുന്നുണ്ടായിരുന്നു.

'നമ്മൾ ഇവിടെയിരിക്കണമോ അതോ ഉദ്യാനത്തിലേക്ക് പോകുന്നോ?'

'നമുക്ക് പുറത്തിറങ്ങാം. അവിടെ കുറച്ചുകൂടി തണുപ്പുണ്ടാകും'

ഞാൻ അവളുടെ പിന്നാലെ ഉദ്യാനത്തിലേക്ക് നടന്നു. ഓർഡർലി പുറകിൽ നിന്നും ഞങ്ങളെ നോക്കുന്നുണ്ടായിരുന്നു. നടന്ന്, ചരലുവിരിച്ച നടപ്പാതയിലെത്തിയപ്പോൾ അവൾ ചോദിച്ചു.

'നിങ്ങൾ എവിടെപ്പോയിരുന്നു?'

'അങ്ങ് സ്റ്റേഷനുകളിൽ പോയിരുന്നു.'

'എനിക്ക് ഒരു കുറിപ്പ് അയക്കാൻ സാധിച്ചില്ല, അല്ലേ?'

'ഇല്ല'. ഞാൻ പറഞ്ഞു. 'അത് സാദ്ധ്യമായിരുന്നില്ല.'

ഉടനെത്തന്നെ തിരിച്ചുവരണമെന്നുദ്ദേശിച്ചായിരുന്നു പോയത്.

'നീയെന്നെ വിവരമറിയിക്കേണ്ടതായിരുന്നു. ഓമനേ'

ഞങ്ങൾ നടപ്പാതയിൽ നിന്നു മാറി മരച്ചുവടുകളിലൂടെയായിരുന്നു നടന്നുകൊണ്ടിരുന്നത്. ഞാൻ അവളുടെ കൈ എന്റെ കൈകളിലെടുത്തു. പിന്നെ നിന്നു, അവളെ ഉമ്മവെച്ചു.

'നമുക്ക് മറ്റെവിടെയെങ്കിലും പോകാൻ സാധിക്കുമോ?'

'ഇല്ല.' അവൾ പറഞ്ഞു.'നമുക്കിതിലൂടെ വെറുതെ നടക്കാം.

'നിങ്ങൾ കുറേ ദിവസത്തേക്ക് ഇങ്ങോട്ട് വന്നില്ലല്ലോ'

'ഇത് മൂന്നാംദിവസം' ഞാൻ പറഞ്ഞു. 'പക്ഷേ ഞാൻ ഇപ്പോൾ തിരിച്ചു വന്നില്ലേ?'

അവൾ എന്റെ നേർക്കു നോക്കി. 'എന്നിട്ട് നിങ്ങളെന്നെ ഇപ്പോഴും സ്നേഹിക്കുന്നുണ്ടോ?'

'അതെ'

'എന്നെ സ്നേഹിക്കുന്നുവെന്നു നിങ്ങൾ പറഞ്ഞുവോ?'

'അതെ' ഞാൻ കള്ളം പറഞ്ഞു. ഞാനത് മുമ്പ് പറഞ്ഞിട്ടുണ്ടായിരുന്നില്ല.

'എന്നിട്ട് നിങ്ങളെന്നെ കാതറീൻ എന്നു വിളിക്കുന്നു അല്ലേ?'

'കാതറീൻ' ഞങ്ങൾ തെല്ലുദൂരം നടന്നു. പിന്നെ ഒരു മരച്ചുവട്ടിൽ നിന്നു.

'പറയൂ' 'രാത്രിയിൽ ഞാൻ കാതറിനിലേക്ക് തിരിച്ചു വന്നു.'

'രാത്രിയിൽ ഞാൻ കാതറിനിലേക്ക് തിരിച്ചു വന്നു.'

'ഓ, ഓമനേ, നിങ്ങൾ തിരിച്ചു വന്നു. അല്ലേ?'

'അതെ.'

'അതിനാൽ ഞാൻ നിന്നെ സ്നേഹിക്കുന്നു. അത് ഭയങ്കരമായിരുന്നു.'

നിങ്ങളിനിയും പോയ്ക്കളയുകയില്ലല്ലോ?'

'ഇല്ല. ഞാനെല്ലായ്പോഴും മടങ്ങിവരും.'

'ഓ അതിനാൽ ഞാൻ നിന്നെ സ്നേഹിക്കുന്നു. നിന്റെ കൈകൾ വീണ്ടും അവിടെ വെയ്ക്കൂ.'

'അത് ഞാനെടുത്ത് മാറ്റിയിരുന്നില്ലല്ലോ' ഞാനവളുടെ നേരെ തിരിഞ്ഞു നിന്നു. ഉമ്മ വെക്കുമ്പോൾ അവളുടെ മുഖം കാണുവാൻ വേണ്ടി എന്നിട്ട് ഉമ്മ വെച്ചു. അവൾ കണ്ണുകൾ അടച്ചിരിക്കുന്നതായി ഞാൻ കണ്ടു. ഞാനവളുടെ അടഞ്ഞ കണ്ണുകളിൽ ഉമ്മവെച്ചു. അവൾക്ക് ഒരിത്തിരി കിറുക്കുണ്ടെന്ന് എനിക്ക് തോന്നി. അങ്ങനെയാണെങ്കിൽ അത് നന്നായെന്ന് ഞാൻ വിചാരിച്ചു. ഞാനെന്തിലേക്കാണ് എടുത്തുചാടുന്നത് എന്നതിനെപ്പറ്റി ഞാൻ വേവലാതിപ്പെട്ടില്ല. സായാഹ്നങ്ങളിൽ ഓഫീസർമാർക്കു വേണ്ടി യുള്ള വേശ്യപ്പുരയിൽ പോകുന്നതിനേക്കാൾ മെച്ചമാണ് ഇതെന്ന് ഞാൻ ഉറപ്പിച്ചു. അവിടെ പെൺകുട്ടികൾ നിങ്ങളുടെ ഉടലിൽ എല്ലായിടത്തും ചാടിക്കയറും. പ്രണയം നടിച്ച് നിങ്ങളുടെ തൊപ്പി പുറകോട്ടാക്കിവെ ക്കും. ഇതിനിടയിൽ നിങ്ങളുടെ സഹപ്രവർത്തകരോടൊപ്പം മുകളിലെ മുറികളിലേക്ക് കയറിപ്പോകുകയും ചെയ്യും. എനിക്കിറിയില്ലായിരുന്നു, ഞാൻ കാതറീൻ ബാർക്‌ലീയെ പ്രണയിക്കുന്നില്ലെന്ന്. അത്തരത്തിലുള്ള യാതൊരു പദ്ധതിയും എനിക്കില്ലായിരുന്നു. ബ്രിഡ്ജ് കളിക്കുന്നതുപോ ലുള്ള ഒരു കളിയാണിത്. കാർഡുകൾ നീക്കുന്നതിനുപകരം ഇവിടെ വാക്കുകൾ ഇറക്കി കളിക്കുന്നു. ബ്രിഡ്ജു കളിക്കുമ്പോഴെന്ന പോലെ, നിങ്ങൾ കളിക്കുന്നത് പണത്തിനു വേണ്ടിയാണെന്ന് സ്വയം അഭിനയി ക്കുന്നു. പണത്തിനല്ലെങ്കിൽ പകരം മറ്റെന്തെങ്കിലും ലാഭത്തിനുവേണ്ടി.

'നമുക്ക് ഏതെങ്കിലുമൊരു സ്ഥലത്ത് പോകാൻ കഴിഞ്ഞിരുന്നെങ്കിൽ എന്ന് ഞാൻ ആഗ്രഹിക്കുന്നു.' ഞാൻ പറഞ്ഞു. ഞാൻ ഏറെ നേരം നിന്നു കൊണ്ട് പ്രണയിക്കുമ്പോഴുള്ള പുരുഷസഹജമായ ബുദ്ധിമുട്ടുകളിലൂടെ കടന്നുപോവുകയായിരുന്നു അപ്പോൾ.

'അങ്ങനെ പോകാൻപറ്റിയ ഒരു സ്ഥലവുമില്ല' അവൾ പറഞ്ഞു. വിചാ രങ്ങളിലൂടെ അവൾ എത്തിച്ചേർന്ന സ്ഥലത്തുനിന്നും അവളും തിരിച്ചുവന്നു.

'നമുക്ക് ഇവിടെ കുറച്ചു നേരം ഇരിക്കാമായിരുന്നു.'

ഞങ്ങൾ ഒരു പരന്ന കൽ ബെഞ്ചിലിരുന്നു. ഞാൻ അവളുടെ കൈ പിടിച്ചു. എന്റെ കൈകൾകൊണ്ട് അവളെയാകെ ചുറ്റിപ്പിടിക്കാൻ നോക്കി. പക്ഷേ, അവൾ അത് അനുവദിച്ചില്ല.

'നീ വല്ലാതെ ക്ഷീണിച്ചോ?' അവൾ ചോദിച്ചു.

'ഇല്ല'

അവൾ കുനിഞ്ഞ് പുൽനാമ്പുകളെ നോക്കി.

'അർത്ഥമില്ലാത്ത ഒരു കളിയാണ് നമ്മൾ കളിക്കുന്നത്. അല്ലേ?'

'എന്തുകളി?'

'പൊട്ടൻ കളിക്കല്ലേ'

'മനഃപൂർവ്വം ഞാനങ്ങനെ പൊട്ടൻ കളിക്കില്ല'

'നീയൊരു നല്ല ചെറുക്കനാണ്' അവൾ പറഞ്ഞു. 'നിന്റെ കഴിവിന്റെ പരമാവധി ഉപയോഗിച്ച് നീ ഈ കളി ജയിക്കാൻ ശ്രമിക്കുന്നുണ്ട്. പക്ഷേ ഇതൊരു അർത്ഥമില്ലാത്ത കളിയാണ്.'

'നിനക്കെപ്പോഴും മറ്റുള്ളവരുടെ മനസ്സ് വായിക്കാൻ പറ്റാറുണ്ടോ?'

'എപ്പോഴുമില്ല; നിന്റെയടുത്ത് അത് പാലിക്കുന്നുണ്ട്. എന്നെ പ്രണയിക്കുന്നുവെന്നു നീ നടിക്കേണ്ട കാര്യമില്ല. ഈ സായാഹ്നത്തോടെ അത അവസാനിച്ചു. ഇനിയും നിനക്കെന്തെങ്കിലും സംസാരിക്കാനുണ്ടോ എന്നോട്?'

'പക്ഷേ ഞാൻ നിന്നെ സ്നേഹിക്കുന്നു.'

'കള്ളം പറയേണ്ട കാര്യമില്ലാത്തപ്പോൾ നമുക്ക് കള്ളം പറയാതിരിക്കാം. പ്ലീസ്. നല്ല ഒരു കളിയാണിപ്പോൾ ഞാൻ കണ്ടത്. നോക്കു എനിക്ക് പ്രാന്തൊന്നുമില്ല. ഞാനാകെ തകർന്നിട്ടുമില്ല. ഇത് ഒരു ചില്ലറക്കാര്യം, ചിലപ്പോഴൊക്കെ സംഭവിക്കാറുള്ളത്.'

ഞാനവളുടെ കൈ പിടിച്ചമർത്തി. 'പ്രിയപ്പെട്ട കാതറീൻ'

'കാതറിൻ' - കേൾക്കുമ്പോൾ തമാശ തോന്നുന്നു. എല്ലാവരും ഉച്ചരിക്കുന്നതുപോലെയല്ല നിങ്ങൾ അത് ഉച്ചരിക്കുന്നത്. പക്ഷേ നിങ്ങൾ വളരെ നല്ല ആളാണ്. നിങ്ങളൊരു നല്ല ചെറുപ്പക്കാരനാണ്.'

'അതു തന്നെയാണ് അച്ചനും പറഞ്ഞത്.'

'അതെ - നല്ല ചെറുപ്പക്കാരൻ. എന്നെ ഇനിയും വന്നു കാണുമോ?'

'തീർച്ചയായും'

'എന്നെ സ്നേഹിക്കുന്നു എന്നൊന്നും നിങ്ങൾ പറയേണ്ട ആവശ്യമില്ല. കുറഞ്ഞ ഒരു സമയംകൊണ്ടുതന്നെ അക്കാര്യമൊക്കെ കഴിഞ്ഞുപോയി.'

അവൾ എഴുന്നേറ്റു നിന്നു കൈനീട്ടി. 'ഗുഡ് നൈറ്റ്'

എനിക്കവളെ ഉമ്മവെക്കണമെന്നുണ്ടായിരുന്നു.

'അരുത്' അവൾ പറഞ്ഞു. 'ഞാൻ ഭയങ്കരമായി ക്ഷീണിച്ചിരിക്കുന്നു.'

'എങ്കിൽ എന്നെ ഉമ്മവെക്കു' ഞാൻ പറഞ്ഞു.

'ഞാൻ വല്ലാതെ തളർന്നിരിക്കുന്നു ഓമനേ'

'എന്നെ ഉമ്മ വെക്കു'

'നിങ്ങൾക്കത് കൂടിയേ തീരൂ?'

'അതെ'

ഞങ്ങൾ ഉമ്മവെച്ചു. അവൾ പെട്ടെന്നുതന്നെ അകന്നുമാറി.

'അരുത്. ഗുഡ്നൈറ്റ് പ്ലീസ് ഓമനെ'

ഞങ്ങൾ വാതിൽക്കൽ വരെ ഒരുമിച്ച് നടന്നു. അവൾ ഉള്ളിലേക്ക് കടക്കുന്നതും ഹാളിലൂടെ കടന്നുപോകുന്നതും ഞാൻ നോക്കിനിന്നു അവളുടെ ചലനങ്ങൾ നിരീക്ഷിക്കുക എന്നത് എനിക്കിഷ്ടമുള്ള

കാര്യമായിരുന്നു. അവൾ ഹാളിലൂടെ കടന്നുപൊയ്ക്കൊണ്ടിരുന്നു. ഞാൻ വീട്ടിലേക്ക് തിരിച്ചു നടക്കാൻ തുടങ്ങി. നല്ല ഉഷ്ണമുള്ള രാത്രിയായിരുന്നു അത്. മലകളിൽ കാര്യമായ എന്തൊക്കെയോ സംഭവങ്ങൾ നടക്കുന്നുണ്ട്. 'സാൻ ഗബ്രിയേലെ'ക്കു മുകളിൽ പ്രകാശസ്ഫുരണങ്ങൾ മിന്നിമായുന്നത് ഞാൻ കണ്ടു. 'വില്ല റോസ'യുടെ മുന്നിൽ ഞാൻ കുറച്ചുനേരം നിന്നു.

ജനൽഷട്ടറുകൾ പൊക്കിവെച്ചിട്ടുണ്ടായിരുന്നു. ഉള്ളിൽ അപ്പോഴും സംഗതികൾ തുടരുന്നുണ്ട്. ആരോ പാടുന്നു. ഞാൻ വീട്ടിലേക്കുള്ള നടത്തം തുടർന്നു. ഞാൻ വസ്ത്രം മാറിക്കൊണ്ടിരിക്കുമ്പോൾ റിനാൾഡി കടന്നുവന്നു. 'ആഹാ' അവൻ പറഞ്ഞു.

'കാര്യങ്ങൾ വിചാരിച്ചപോലെ നടന്നില്ല അല്ലേ. എന്റെ കുഞ്ഞാകെ അമ്പരപ്പിലായിരിക്കുന്നു.'

'നീയെവിടെപ്പോയിരുന്നു?'

'വില്ലറോസയിൽ, അത് വളരെ സദാചാരാഭിവൃദ്ധിദായകമായിരുന്നു. പിന്നെ ഞങ്ങളെല്ലാവരും ചേർന്ന് പാട്ട് പാടി.'

'നീയെവിടെപ്പോയിരുന്നു.'

'ബ്രിട്ടീഷുകാരെ കാണാൻ.'

'ദൈവമേ നന്ദി. ബ്രിട്ടീഷുകാരുമായുള്ള ഏർപ്പാടിലൊന്നും ഞാൻ ചെന്നു കുടുങ്ങിയില്ലല്ലോ.'

7

പിറ്റേന്ന് ഉച്ചതിരിഞ്ഞ്, മലയിലെ ഒന്നാം താവളത്തിൽ നിന്ന് മടങ്ങു ന്ന വഴിക്ക് ഞാൻ 'സിസ്താമെന്തോ' യിൽ കാർ നിർത്തി. ഇവിടെ വെച്ചാണ് രേഖകൾ പ്രകാരം മുറിവേറ്റവരേയും വയ്യാതായവരേയും തരം തിരിക്കുക. അതിനുശേഷം അവരെ വിവിധ ആസ്പത്രികളിലേക്ക് പ്രവേശി പ്പിക്കാനുള്ള കടലാസുകളിൽ മുദ്രവെക്കുകയും ചെയ്യും. കാറോടിച്ചുകൊണ്ടി രുന്നത് ഞാനായിരുന്നു. അതിനാൽ ഡ്രൈവർ ആണ് കടലാസുകളുമായി കെട്ടിടത്തിന്റെ ഉള്ളിലേക്ക് പോയത്. വളരെയേറെ ചൂടുള്ള പകൽ. ആകാശം തെളിവുള്ളതും നീലച്ചതുമായിരുന്നു. റോഡ് പൊടിനിറഞ്ഞ് വെളുത്ത് കാണപ്പെട്ടു. ഞാൻ ഫിയറ്റിന്റെ ഉയർന്ന സീറ്റിലിരുന്ന് ഒന്നി നെക്കുറിച്ചുമല്ലാതെ ആലോചിച്ചിരുന്നു. ഒരു പട്ടാളയൂണിറ്റ് റോഡിലൂടെ മാർച്ച്ചെയ്തു നീങ്ങി. ഞാനവർ കടന്നുപോകുന്നത് നോക്കിക്കൊണ്ടിരുന്നു. സൈനികർ ചൂട്ടുപൊള്ളിയും വിയർത്തും കാണപ്പെട്ടു. ചിലരൊക്കെ സ്റ്റീൽ ഹെൽമെറ്റ് ധരിച്ചിരുന്നു. പക്ഷേ മിക്കപേരും അവ സ്വന്തം പൊക്കണങ്ങ ളിൽ തൂക്കിയിട്ട് നടന്നു. മിക്ക ഹെൽമറ്റുകളും വേണ്ടതിലേറെ വലുപ്പമേ റിയതായിരുന്നു. അതിനാൽ അവ ധരിച്ചവരുടെ ചെവിയിലേക്ക് അത് വീണുകിടന്നു. എല്ലാ ഓഫീസർമാരും ഹെൽമറ്റ് ധരിച്ചിട്ടുണ്ട്. പക്ഷേ അവരുടെ ഹെൽമറ്റുകൾ കുറേക്കൂടി പാകത്തിലുള്ളവയായിരുന്നു.'ബ്രിഗാറ്റ ബസിലിക്കാറെ' എന്നറിയപ്പെടുന്ന യൂണിറ്റിന്റെ ഒരു പകുതിയായിരുന്നു അവർ. അവരുടെ കോളറിലെ ചുവപ്പും വെള്ളയും നിറമുള്ള പട്ടകൊണ്ട് ഞാൻ അവരെ തിരിച്ചറിഞ്ഞു. റെജിമെന്റ് നീങ്ങിപ്പോയതിനുശേഷം, കുറെ കഴിഞ്ഞ് കൂട്ടത്തിൽ നിന്ന് വേർപെട്ടുപോയ കുറേ സൈനികർ റോഡിൽ പ്രത്യക്ഷപ്പെട്ടു. അവർ വളരെയേറെ, വിയർത്തു തളർന്നും പൊടിപിടിച്ചു ക്ഷീണിച്ചും കാണപ്പെട്ടു. ചിലരാകട്ടെ വളരെ ദയനീയാവസ്ഥയിലായിരുന്നു. അവരെല്ലാവരും മാർച്ച് ചെയ്ത് അകന്നതിനുശേഷം ഒടുവിലായി ഒരു പട്ടാ ളക്കാരൻ ഒറ്റക്ക് വന്നു. നടക്കുമ്പോൾ അയാൾ മുടന്തിയിരുന്നു. അയാൾ ഒടുവിൽ നടത്തം നിർത്തി റോഡരികിൽ ഇരുന്നു. ഞാൻ വണ്ടിയിൽ നിന്നിറങ്ങി അയാളുടെ അരികിൽ ചെന്നു.

'എന്തുപറ്റി?'

അയാൾ എന്നെ നോക്കി, പിന്നെ എഴുന്നേറ്റുനിന്നു.

'ഞാൻ പോവുകയായി'

'എന്താണ് പ്രശ്നം?'

'യുദ്ധം തന്നെ'

കാലിനെന്താണ് കുഴപ്പം?

'കാലിനല്ല കുഴപ്പം ഹെർണിയയുടെ കഴലയിറങ്ങിയതാണ്.'

'എന്തുകൊണ്ട് നിങ്ങൾ വാഹനത്തിൽ കയറി സഞ്ചരിക്കുന്നില്ല? എന്താണ് നിങ്ങൾ ആശുപത്രിയിൽ പോകാത്തത്?'

'അവർ അതൊന്നും അനുവദിക്കുന്നില്ല. ഞാൻ മനഃപൂർവ്വം സപ്പോർട്ടിംഗ് ബെൽറ്റ് സ്ലിപ് ചെയ്യിക്കുന്നു എന്നാണ് ലെഫ്റ്റനന്റ് പറയുന്നത്.'

'ഞാനൊന്നു തൊട്ടു നോക്കട്ടെ.'

'അത് നീരിറങ്ങിയിരിക്കുന്നു.'

'ഏത് ഭാഗത്തായിട്ടാണ്?'

'ഇവിടെ.'

തൊട്ടുനോക്കിയപ്പോൾ നീർവീഴ്ചയുള്ളതായി എനിക്കനുഭവപ്പെട്ടു.

'ഒന്നു ചുമയ്ക്കു.'

'ചുമച്ചാൽ അത് വീർത്തുവരുമെന്ന് ഞാൻ ഭയക്കുന്നു. ഇന്നു രാവിലെ തൊട്ട് അത് വല്ലാതെ വീർത്ത് വലുപ്പം ഇരട്ടിച്ചിട്ടുണ്ട്.'

'ഇരിക്കൂ' ഞാൻ പറഞ്ഞു. 'പരിക്കേറ്റവരുടെ കടലാസുകൾ തയ്യാറായിക്കിട്ടിയാൽ ഞാൻ നിങ്ങളെ കൊണ്ടുപോയി നിങ്ങളുടെ മെഡിക്കൽ ഓഫീസർമാരെ ഏൽപിക്കാം.'

'ഞാൻ മനഃപൂർവ്വം ചെയ്യുന്നതാണിതൊക്കെ എന്നായിരിക്കും അദ്ദേഹം പറയുക.'

'അങ്ങനെ ചെയ്യാനൊന്നും അവർക്ക് പറ്റില്ല.' ഞാൻ പറഞ്ഞു.

'ഇത് ഒരു പരിക്കൊന്നുമല്ലല്ലോ നിങ്ങൾക്കീ അസുഖം മുമ്പേ ഉണ്ടായിരുന്നു അല്ലേ.'

'പക്ഷേ എനിക്കെന്റെ സപ്പോർട്ടിംഗ് ബെൽറ്റ് നഷ്ടപ്പെട്ടുപോയി.'

'അവര് നിങ്ങളെ ആസ്പത്രിയിലേക്കയക്കും.'

'എനിക്ക് താങ്കളുടെയൊപ്പം തങ്ങാൻ കഴിയുമോ ടെനെന്റി.'

ഇല്ല. എന്റെ കയ്യിൽ നിങ്ങളുടെ രേഖകൾ ഇല്ലല്ലോ.

വണ്ടിയിലിരിക്കുന്ന പരിക്കേറ്റവരുടെ രേഖകളുമായി ഡ്രൈവർ ഇറങ്ങി വന്നു.

'105- ലേക്ക് 4 പേർ, 132 ലേക്ക് 2 പേര്' അയാൾ പറഞ്ഞു.

നദിക്കപ്പുറത്തുള്ള ആശുപത്രികളായിരുന്നു അവ.

'ഇനി നിങ്ങൾ ഓടിക്കൂ ഞാൻ പറഞ്ഞു. ഹെർണിയയുടെ കഴല കൊളുത്തിയ ആ സൈനികനെ കാറിൽ കയറിയിരിക്കാൻ ഞാൻ സഹായിച്ചു.'

'നിങ്ങൾ ഇംഗ്ലീഷ് സംസാരിക്കുമോ?' അയാൾ ചോദിച്ചു.

'തീർച്ചയായും.'

'ഈ മുടിഞ്ഞ യുദ്ധത്തിനെപ്പറ്റി എന്തു പറയുന്നു?'

'നശിച്ചത്.'

'ഞാൻ പറയുന്നു ഇത് നശിച്ചതാണെന്ന്. ജീസസ് ക്രൈസ്റ്റ്! ഞാൻ പറയുന്നു ഇതൊരു നശിച്ച യുദ്ധമാണെന്ന്.'

'നിങ്ങൾ അമേരിക്കൻ ഐക്യനാടുകളിലായിരുന്നോ?

'അതെ - തീർച്ചയായും, പിറ്റ്സ് ബർഗിൽ. താങ്കൾ ഒരു അമേരിക്കനാണെന്ന് ഞാനറിഞ്ഞിരുന്നു..'

'ഇറ്റലിക്കാരനാണെന്ന് തോന്നിപ്പിക്കുന്ന വിധത്തിലല്ലേ ഞാൻ ഇറ്റാലിയൻ ഭാഷ സംസാരിക്കുന്നത്?.'

'എന്നിരുന്നാലും താങ്കൾ ഒരു അമേരിക്കക്കാരനാണെന്ന് എനിക്കറിയാമായിരുന്നു.'

'മറ്റൊരു അമേരിക്കക്കാരൻ' ഹെർണിയക്കാരനെ നോക്കി ഡ്രൈവർ ഇറ്റാലിയനിൽ പറഞ്ഞു.

'നോക്കൂ ല്യൂറ്റനന്റ്! താങ്കൾക്കെന്നെ റെജിമെന്റിൽ കൊണ്ടുചെന്ന് ഏൽപിച്ചേ തീരൂ എന്നുണ്ടോ?'.

'അതെ.'

'എന്താണെന്ന് വെച്ചാൽ ക്യാപ്റ്റന് എനിക്ക് ഹെർണിയ ഉണ്ടെന്ന കാര്യം നേരത്തേ അറിയാം. ഞാനാവട്ടെ ഈ രോഗം മൂർച്ഛിച്ചുകിട്ടാൻ വേണ്ടി. ഇതിന്റെ സപ്പോർട്ടിംഗ് ബെൽറ്റ് എടുത്ത് ദൂരെക്കളഞ്ഞു. എന്നാൽ പിന്നെ വീണ്ടും അതിർത്തിയിലേക്ക് പോകേണ്ടി വരില്ലല്ലോ. എന്ന് ഞാൻ വിചാരിച്ചു.'

'അങ്ങനെയാണല്ലേ?'

'താങ്കൾക്ക് എന്നെ മറ്റെവിടെയെങ്കിലും കൊണ്ടുപോകാൻ കഴിയില്ലേ?'

'മുന്നണിയോട് തൊട്ടുകിടക്കുന്ന സ്ഥലമായിരുന്നവെങ്കിൽ, എനിക്ക് നിങ്ങളെ, ഞങ്ങളുടെ ഒന്നാം മെഡിക്കൽ പോസ്റ്റിലേക്ക് കൊണ്ടുപോകാൻ കഴിയുമായിരുന്നു.' ഇതിപ്പോൾ കുറേ ഇങ്ങോട്ടേക്ക് വന്നസ്ഥിതിക്ക് മതിയായത്ര രേഖകൾ കൂടാതെ കഴിയില്ല.'

'ഞാൻ ഞങ്ങളുടെ റെജിമെന്റിലേക്ക് തിരിച്ചുപോകയാണെങ്കിൽ അവർ ഉടനെ എന്നെ ഓപ്പറേറ്റ് ചെയ്യുകളയും. പിന്നീട് അതിർത്തിയിൽ തന്നെ പിടിച്ചിടുകയും ചെയ്യും.'

ഞാനാപ്പറഞ്ഞതിനെപ്പറ്റി ആലോചിച്ചു.

'ഒരാൾക്ക് എപ്പോഴും അതിർത്തിയിൽത്തന്നെ കഴിയാൻ പറ്റില്ല. ശരിയല്ലേ?' അയാൾ ചോദിച്ചു.

'ഇല്ല.'

'ജീസസ്, ക്രൈസ്റ്റ് ഇതൊരു മുടിഞ്ഞ യുദ്ധം തന്നെയല്ലേ?'

'കേൾക്കൂ, നിങ്ങളിവിടെ ഇറങ്ങൂ. എന്നിട്ട് റോഡിലെവിടെയെങ്കിലും ഉരുണ്ടുവീണ തലയിലൊരു മുഴ സൃഷ്ടിക്കൂ. ഞങ്ങൾ തിരിച്ചുവരുമ്പോൾ നിങ്ങളെ പൊക്കിയെടുത്ത് ഒരു ആശുപത്രിയിൽ കൊണ്ടുചെന്നാക്കാം.

'ആൽഡോ ഇവിടെ ഈ റോഡിലൊന്നു നിർത്തൂ'

ഞങ്ങൾ റോഡിൽ അരികുചേർന്നു നിർത്തി. ഞാനയാളെ താഴെയിറങ്ങാൻ സഹായിച്ചു.

'ഞാനിവിടെത്തന്നെയുണ്ടാകും. ലഫ്റ്റനന്റ്.' അയാൾ പറഞ്ഞു.

'താമസിയാതെ കാണാം.' ഞാൻ പറഞ്ഞു.

ഏകദേശം ഒരു മൈൽ പോയപ്പോൾ ഞങ്ങൾ, മുമ്പേ ഞങ്ങളെ കടന്നുപോയ റജിമെന്റിനെ കടന്നുപോയി. പിന്നെ മഞ്ഞുരുകിയ ഇരുണ്ട വെള്ളം നിറഞ്ഞുകിടന്നിരുന്ന പുഴ മുറിച്ചുകടന്നു. പാലത്തിന്റെ തൂണുകൾക്കിടയിലൂടെ വെള്ളം കുതിച്ചൊഴുകിക്കൊണ്ടിരുന്നു. സമതലത്തിനെ മുറിച്ചുകടന്നു ഞങ്ങൾ പരിക്കേറ്റവരെ രണ്ട് ആശുപത്രികളിലായി ഏൽപിച്ചു. തിരിച്ചുവരുമ്പോൾ, കാലിയായ വണ്ടി ഞാനതിവേഗം ഓടിച്ചു. എനിക്ക് പീറ്റ്സ്ബർഗിൽ നിന്നുള്ള ആ സൈനികനെ ഉടനെത്തന്നെ കണ്ടുപിടിക്കേണ്ടതുണ്ടായിരുന്നു. കുറെക്കൂടി ഉഷ്ണിച്ച് കുറേക്കൂടി സാവധാനത്തിൽ നീങ്ങിയിരുന്ന റെജിമെന്റിനെ ഞങ്ങൾ ആദ്യം പിന്നിട്ടു. പിന്നീട് പുറകിലായിപ്പോയ കുറെ കൂട്ടംതെറ്റിയവരേയും ഞങ്ങൾ കടന്നുപോയി. പിന്നെ ഒരു കുതിരവണ്ടി ആംബുലൻസ് റോഡരികിൽ നിൽക്കുന്നതു കണ്ട് ഞങ്ങൾ നിർത്തി. രണ്ട് മനുഷ്യർ ചേർന്ന് ഹെർണിയക്കാരനെ എടുത്തുയർത്തി വണ്ടിയിൽ കയറ്റുന്നു. അയാളുടെ ഹെൽമറ്റ് തലയിൽ നിന്നും നീങ്ങിക്കിടന്നു. മുടി ചീകിവെച്ചതിന്റെ താഴെ നെറ്റിയിൽ നിന്നും ചോരയൊഴുകുന്നുണ്ടായിരുന്നു. മൂക്കിൻമുകളിൽ തൊലിയടർന്നുകിടന്നു. ചോരപ്പാടുകളിൽ പൊടി കട്ടപിടിച്ചുകിടന്നു. തലമുടിയിലും പൊടിപറ്റിയിരിക്കുന്നു.

'ലെഫ്റ്റനന്റ് എന്റെ തലയിലെ മുഴ കണ്ടോ?' അയാൾ ഉറക്കെ വിളിച്ചുപറഞ്ഞു. 'ഒന്നും ചെയ്യാനില്ല. അവർ എന്നെ കൊണ്ടുപോകാൻ തിരിച്ചുവന്നു.'

താമസസ്ഥലത്ത് തിരിച്ചെത്തിയപ്പോൾ നേരം അഞ്ചുമണി കഴിഞ്ഞിരുന്നു. ഞാൻ പുറത്തിറങ്ങി. കാറുകൾ കഴുകി വൃത്തിയാക്കുന്ന സ്ഥലത്ത് പോയി കുളിച്ചു വന്നു. പിന്നെ ട്രൗസേഴ്സും ബനിയനും ധരിച്ച് റിപ്പോർട്ട് തയ്യാറാക്കാൻ ഇരുന്നു. ജനവാതിലുകൾ തുറന്നിട്ടിരുന്നു. രണ്ടു ദിവസത്തിനകം പോരാട്ടം തുടങ്ങിയേക്കും. എനിക്ക് ആംബുലൻസ് കാറുകളുമായി

'പ്ലാവ'യിലേക്ക് പോകേണ്ടതായി വരും. വളരെ നാളുകളായി ഞാൻ സ്റ്റേറ്റ്സിലേക്ക് കത്തെഴുതിയിട്ട്. എഴുതേണ്ടതാണ് എന്നെനിക്കറിയാം. പക്ഷേ എഴുതാതെയായിട്ട് കാലം കുറേയായതിനാൽ ഇപ്പോൾ വീണ്ടും എഴുതിത്തുടങ്ങുക എന്നത് ഏതാണ്ട് അസാദ്ധ്യമായി തോന്നി. പിന്നെ എഴുതാനായിട്ട് പ്രത്യേകിച്ചൊന്നുമില്ലതാനും. ഞാൻ പട്ടാളത്തിന്റേതായ രണ്ട് 'ഡോണ ഡി ഗ്വേര' പോസ്റ്റ്കാർഡുകൾ തിരഞ്ഞെടുത്തു. 'എനിക്ക് സുഖമാണ്" എന്ന വരിയൊഴിച്ച് ബാക്കി വാക്കുകളെല്ലാം വെട്ടിക്കളഞ്ഞു. അവിടെയുള്ളവരെ കൈകാര്യം ചെയ്യാനിതുമതി. അമേരിക്കയിൽ ഈ പോ സ്റ്റ്കാർഡുകളെപ്പറ്റി നല്ല മതിപ്പാണ്. വിചിത്രവും അതുപോലെ നിഗൂഢവും. ഇത് തീർത്തും വിചിത്രവും നിഗൂഢവുമായ യുദ്ധമുഖമാണ്. ആസ്ട്രിയക്കാരുമായുള്ള മറ്റു യുദ്ധങ്ങളെ അപേക്ഷിച്ച് ഇതു കൂടുതൽ കാര്യക്ഷമവും ഭയാനകവുമാണ്. നെപ്പോളിയന് വിജയങ്ങൾ മാത്രം സമ്മാനിക്കുവാൻ സൃഷ്ടിക്കപ്പെട്ടതാണ് ആസ്ട്രിയൻ ആർമി- ഏതെങ്കിലും നെപ്പോളിയന്. ഞങ്ങൾക്കും ഒരു നെപ്പോളിയനുണ്ടായിരുന്നുവെങ്കിൽ എന്ന് ഞാൻ ആഗ്രഹിച്ചു. പകരം ഞങ്ങൾക്ക് ഉള്ളത് തടിയനും, സമ്പന്നനുമായ ഇൻ- ജനറൽ കഡോർനയും; മെലിഞ്ഞ് നീളൻ കഴുത്തും ആട്ടിൻതാടിയുമുള്ള 'വിറ്റോറിയോ ഇമ്മാനവേലയു'മാണ്. വലത്തോട്ട് മാറിയാൽ, അവർക്ക് 'ഡ്യൂക്ക് ഓഫ് അയോസ്റ്റയു'മുണ്ട്. ഒരു മഹാനായ ജനറലിന് വേണ്ടതിനേക്കാൾ മുഖസൗന്ദര്യമുള്ള ഒരാളായിരുന്നു അദ്ദേഹം. പക്ഷേ നോട്ടത്തിൽ ഒരു തികഞ്ഞ പുരുഷൻ തന്നെയായിരുന്നു. ഒരു രാജപുരുഷനെപ്പോലെത്തന്നെ കാണപ്പെട്ടു അദ്ദേഹം. വാസ്തവത്തിൽ മൂപ്പർ രാജാവിന്റെ അമ്മാവനും മൂന്നാം ആർമിയുടെ നായകനുമായിരുന്നു. അദ്ദേഹം യഥാർത്ഥത്തിൽ രാജാവാകണം എന്നാഗ്രഹിക്കുന്നവർ അനവധിപേരുണ്ടായിരുന്നു. ഞങ്ങൾ പക്ഷേ രണ്ടാം ആർമിയിൽ പെട്ടുന്നവരായിരുന്നു. ഏതാനും ചില ബ്രിട്ടീഷ് സൈനിക വ്യൂഹങ്ങളും മൂന്നാം ആർമിക്കൊപ്പമുണ്ടായിരുന്നു. അക്കൂട്ടത്തിൽപ്പെട്ട രണ്ട് ഗണ്ണർമാരെ ഞാൻ മിലാനിൽ വെച്ച് കണ്ടുമുട്ടിയിരുന്നു. കുറ്റൻമാരും ലജ്ജാലുക്കളും എന്തെങ്കിലും കണ്ടാൽ വേഗം അമ്പരന്നുപോകുന്നവരുമായിരുന്നു അവർ. എന്തു സംഭവിച്ചാലും അവർ അതിനെ അഭിനന്ദിച്ചു. ബ്രിട്ടീഷുകാരുടെ കൂടെയായിരുന്നുവെങ്കിൽ എന്നു ഞാൻ ആഗ്രഹിച്ചുപോയി. അത് കാര്യങ്ങൾ കുറച്ചുകൂടി ലളിതമാക്കുമായിരുന്നു. അപ്പോഴും ചിലപ്പോൾ കൊല്ലപ്പെടുവാനുള്ള സാദ്ധ്യതയുണ്ടായേനെ. ഈ ആംബുലൻസിന്റെ ഏർപ്പാടും വെച്ചല്ലേ കളി? അതെ ചിലപ്പോൾ ഈ ആംബുലൻസിന്റെ ഏർപ്പാടിലും അങ്ങനെ ആകാം ബ്രിട്ടീഷ് ആംബുലൻസ് ഡ്രൈവർമാരും ചിലപ്പോൾ കൊല്ലപ്പെടാറുണ്ട്. 'ഉം.' എനിക്കറിയാം ഞാൻ കൊല്ലപ്പെട്ടുവാനൊന്നും പോണില്ലെന്ന്. സിനിമയിൽ യുദ്ധം കളിക്കുമ്പോൾ സംഭവിക്കാവുന്ന അപകടങ്ങൾക്കും ഉപരിയായിട്ടുള്ള യാതൊരു അപകടവും ഇവിടെ സംഭവിക്കാനിടയില്ലെന്ന് എനിക്ക് അറിയാം. പക്ഷേ ഇത് എങ്ങനെയെങ്കിലുമൊന്ന് കഴിഞ്ഞു കിട്ടിയിരുന്നെങ്കിൽ എന്ന് ഞാൻ ദൈവത്തിനോട് അപേക്ഷിക്കുന്നുണ്ട്. ചിലപ്പോൾ ഇത് ഈ ഗ്രീഷ്മകാലമൊടുവിൽ

അവസാനിച്ചേക്കാം. ചിലപ്പോൾ ആസ്ട്രിയക്കാർ തകർന്നുപോയേക്കാം. മറ്റുള്ള യുദ്ധങ്ങളിലൊക്കെ ആസ്ട്രിയക്കാർ എപ്പോഴും പൊട്ടാറാണ് പതിവ്. അപ്പോൾ ഈ യുദ്ധത്തിനെന്താണ് കുഴപ്പം? എല്ലാവരും പറയുന്ന ഫ്രെഞ്ചുകാർ കടന്നുകൂട്ടും എന്ന്. ഫ്രെഞ്ചുകാർ വിപ്ലവമുണ്ടാക്കിയെന്നും, സൈന്യം പാരീസിലേക്ക് മാർച്ച് ചെയ്യുവെന്നും റിനാൾഡി പറഞ്ഞിരുന്നു. അതിനുശേഷം എന്തുണ്ടായി എന്ന് ഞാനവനോട് ചോദിച്ചു 'ഓ, അവർ അവരെ തടഞ്ഞു. 'യുദ്ധമൊന്നുമില്ലാതെ തന്നെ എനിക്ക് എപ്പോഴെങ്കിലു മൊന്നു ആസ്ട്രിയയിൽ പോകണമെന്നുണ്ട്. എനിക്ക്'ബ്ലാക്ക് ഫോറസ്റ്റ്' ൽ പോകാൻ ആഗ്രഹമുണ്ട്. എനിക്ക് 'ഹാർട്സ് മൗണ്ടൻ' ലേക്ക് പോകാൻ ആഗ്രഹമുണ്ട്. പക്ഷേ ഈ 'ഹാർട്സ് മൗണ്ടൻ' എവിടെയാണ് സത്യ ത്തിൽ? അവർ ഏറ്റുമുട്ടുന്നത് 'കാർപാത്യൻ' മലകളിൽ വെച്ചാണ്. എന്തു തന്നെയായാലും അങ്ങോട്ട് പോകാൻ ഞാൻ ആഗ്രഹിക്കുന്നില്ല. അത് ചിലപ്പോൾ വളരെ നല്ല സ്ഥലമാണെന്നുവരികില്ല. യുദ്ധമൊന്നുമില്ലെങ്കിൽ എനിക്ക് സ്പെയിനിൽ പോകണമെന്നുണ്ട്. സൂര്യൻ അസ്തമിക്കാൻ തുടങ്ങുന്നു. പകലിന്റെ ചൂട് ആറാൻ തുടങ്ങുന്നു. അത്താഴത്തിനുശേഷം ഞാൻ പോയി കാതറിൻ ബാർക്‌ലിയെ കാണാം. അവൾ ഇവിടെ അരി കിലുണ്ടായിരുന്നുവെങ്കിൽ എന്ന് ഞാൻ ആഗ്രഹിച്ചു. ഇപ്പോൾ മിലാനിൽ അവളോടൊപ്പമായിരുന്നെങ്കിൽ എന്ന് ഞാൻ ആഗ്രഹിച്ചു. കോവയിൽ നിന്ന് ഭക്ഷണം കഴിക്കാനും പിന്നീട് 'വയമൻസോണി' റോഡിലൂടെ സായാഹ്നത്തിന്റെ ഇളം ചൂടേറ്റ് നടക്കാനും കനാൽ മുറിച്ചുകടന്ന് തിരിഞ്ഞ് കാതറിൻ ബാർക്‌ലീയോടൊപ്പം ഹോട്ടലിലേക്ക് പോകാനും ഞാൻ ആഗ്ര ഹിച്ചു. ചിലപ്പോൾ അവൾ അതൊക്കെ അനുവദിച്ചേക്കാം. ചിലപ്പോൾ യുദ്ധത്തിൽ മരിച്ചുപോയ തന്റെ ചെറുക്കനാണ് ഞാൻ എന്ന മട്ടിൽ അവൾ ചിലപ്പോൾ അഭിനയിച്ചേക്കാം. ഞങ്ങൾ ഹോട്ടലിന്റെ കവാടത്തിലൂടെ ഉള്ളിലേക്ക് കടക്കുമ്പോൾ കാവൽക്കാരൻ തന്റെ തൊപ്പിയൂരി വന്ദിക്കും. അവൾ ലിഫ്റ്റിനരികെ' കാത്തു നിൽക്കുന്ന വേളയിൽ ഞാൻ പോയി പരിചാരകന്റെ ഡെസ്കിൽ നിന്നും താക്കോൽ വാങ്ങും. പിന്നെ ഞങ്ങൾ ഒന്നിച്ച് ലിഫ്റ്റിൽ കയറുകയും ഓരോ നിലയിലും ക്ലിക്ക് ചെയ്തുകൊണ്ട് സാവധാനത്തിൽ ലിഫ്റ്റ് മുകളിലേക്ക് കയറുകയും ഒടുവിൽ ഞങ്ങളുടെ നിലയിൽ നിർത്തുകയും ചെയ്യും. പരിചാരകൻ വാതിൽ തുറന്നു തന്ന് അരികെ നിൽക്കും. അവൾ ആദ്യം പുറത്തേക്കിറങ്ങും, പിന്നെ ഞാനും പുറത്തിറങ്ങും. ഞങ്ങൾ ഹാളിലൂടെ നടക്കും. എന്നിട്ട് ഞാൻ താക്കോലെ ടുത്ത് മുറിയുടെ വാതിൽ തുറക്കുകയും, പിന്നെ ഉള്ളിൽ പ്രവേശിക്കുകയും ചെയ്യും. ഞാൻ ടെലിഫോണിൽ കൂടി, ഐസ് നിറച്ച ബക്കറ്റിൽ വെച്ച ഒരു കുപ്പി 'കാപ്രി ബിയാൻകോ'ക്കുവേണ്ടി അവരോട് വിളിച്ചു പറയും. ഇടനാഴിയിൽ വെച്ചുതന്നെ ഐസ് ബക്കറ്റിന്റെ വശങ്ങളിൽ കിടുകിടുക്കുന്ന ഒച്ച കേൾക്കാറാവും. പരിചാരകൻ വാതിലുക്കൽ മുട്ടുമ്പോൾ ഞാൻ പറയും. 'അതുവാതിലിന്റെ പുറത്തു വെച്ചോളൂ പ്ലീസ്' എന്ന്. കാരണം ഞങ്ങൾ രണ്ടുപേരും. വസ്ത്രമൊന്നും ധരിച്ചിട്ടുണ്ടാവില്ല. കാരണം ഭയങ്കര ചൂടുള്ള വൈകുന്നേരമായിരിക്കുമത്. തുറന്നിട്ട ജനവാതിലിലൂടെ മേൽക്കൂരകൾക്ക്

മുകളിലൂടെ അന്തിക്കുരുവികൾ പറക്കുന്നത് കാണാം. കുറച്ചുകൂടി ഇരുളു മ്പോൾ ചെറിയ കടവാതിലുകൾ വീടുകളുടേയും, മരങ്ങളുടേയും തൊട്ടുമു കളിലൂടെ പറന്നു നടന്നു ഇരപിടിക്കുന്നതും കാണാൻ കഴിയും. അടച്ചിട്ട വാതിലിന്റെയുള്ളിലിരുന്ന് ആ ചൂട് അനുഭവിച്ചുകൊണ്ട് ഞങ്ങൾ 'കാപ്രി' കുടിക്കും. ചൂടുകാരണം ഒരു ഷീറ്റ് മാത്രമാണ് ഞങ്ങൾ ധരിച്ചിട്ടുണ്ടാവുക. ഒരു മുഴുവൻ രാത്രിയും ഞങ്ങളുടെ മുന്നിലുണ്ടാകും. രാത്രിമുഴുവൻ- മിലനിലെ ചൂടുപിടിച്ച രാത്രിയാണത്- ഞങ്ങൾ രാത്രിയിലൂടെ പരസ്പരം പ്രണയിക്കും. അതെ, അങ്ങനെയാണുണ്ടാവുക. ഞാൻ ഇന്നുരാത്രി ധൃതിയിൽ ഭക്ഷണം കഴിക്കും. പിന്നെ പോയി കാതറീൻ ബാർക്‌ലിയെ കാണും.

മെസ്സിൽ എല്ലാവരും വളരെയേറെ സംസാരിച്ചുകൊണ്ടിരുന്നിരു ന്നു. ഞാൻ വൈൻ കുടിച്ചു. കാരണം അല്പം വൈൻ അവരോടു കൂടി കുടിക്കുന്നില്ലെങ്കിൽ അവർ എനിക്ക് സഹോദരസ്ഥാനം കൽപിച്ച് തരുമായിരുന്നില്ല. ഞാൻ അച്ചനോടൊപ്പം അവനോട് അയർലന്റിലെ ആർച്ച് ബിഷപ്പിനെപ്പറ്റി സംസാരിച്ചു. ആർച്ച് ബിഷപ്പ് ഒരു കുലീനനാ യിരുന്നുവെന്നു തോന്നി. അദ്ദേഹത്തിന്റെ അന്യായ പ്രവർത്തിയാൽ അദ്ദേഹം അന്യായപ്രവൃത്തികൾക്ക് വിധേയനാകേണ്ടിവന്നതിനാൽ, ഒരു അമേരിക്കനെന്നെ നിലയിൽ എനിക്കും ചർച്ചയിൽ പങ്കെടുക്കേണ്ടിവന്നു. ഇതിനെപ്പറ്റിയൊന്നും മുമ്പ് കേൾക്കാത്തതിനാൽ എനിക്ക് കപടമായ ഒരു മൈത്രി നിലനിർത്തേണ്ടതുണ്ട്. ഇക്കാര്യത്തെപ്പറ്റി അറിവുണ്ടാകാ തിരിക്കുക എന്നത് ഒരു മാതിരി മര്യാദകേടാണെന്ന മട്ടിൽ. അവരുടെ കാരണങ്ങളുടെ ഗംഭീരമായ വിശദീകരണങ്ങൾ ഞാൻ വളരെ മനസ്സിരു ത്തി ശ്രദ്ധിക്കാൻ ശ്രമിച്ചു. അദ്ദേഹത്തിന്റെ പേര് വളരെ മനോഹരമാണെ ന്നും അദ്ദേഹം 'മിന്നിസോട്ട' യിൽ നിന്നുമാണ് വരുന്നതെന്നും എനിക്ക് തോന്നി. 'മിന്നിസോട്ട' എന്നത് മനോഹരമായ പേരാണ്. 'മിന്നിസോട്ട' യുടെ അയർലന്റ്‌വിസ്കോൺസിന്റെ അയർലെൻസ്, മിഷിഗൺന്റെ അയർലന്റ് വൈൻ മോശമായിരുന്നു, പക്ഷേ. ഇപ്പറഞ്ഞതിനെയൊക്കെ കൂടുതൽ ഭംഗിയാക്കിയത് അത്, 'ഐലന്റ്' എന്ന മട്ടിൽ ഉച്ചരിക്കുന്നതി നാലായിരുന്നു. 'അല്ല, അതങ്ങനെയായിരുന്നില്ല. ഇത് അതിനേക്കാൾ കുറച്ചുകൂടി അധികമാണ്. അതെ അച്ചോ' അതാണ് സത്യം അച്ചോ. 'ചിലപ്പോൾ അച്ചാ' അങ്ങനെയല്ല അച്ചാ 'ഉം' അങ്ങനെയായിരിക്കാം. അച്ചാ, താങ്കൾക്ക് എനിക്കറിയാവുന്നതിൽ അധികം അതേപ്പറ്റി അറി യാമല്ലോ അച്ചോ' അച്ചൻ നല്ലവനായിരുന്നു. പക്ഷേ വിരസനായിരുന്നു. ഓഫീസർമാർ നല്ലവരായിരുന്നില്ല പക്ഷേ വിരസരായിരുന്നു. രാജാവ് നല്ലവനായിരുന്നു. പക്ഷേ വിരസനായിരുന്നില്ല. വൈൻ നല്ലതായിരുന്നില്ല. പക്ഷെ, അത് വിരസമല്ല. അത് നിങ്ങളുടെ പല്ലിന്റെ ഇനാമൽ വടിച്ചെടുത്ത് മേലണ്ണാക്കിൽ പ്രതിഷ്ഠിക്കും.

'എന്നിട്ട് അവർ ആ പുരോഹിതനെ ജയിലിലടച്ചു.' റോക്ക പറഞ്ഞു 'കാരണം മൂന്നു ശതമാനം കടപ്പത്രങ്ങളാണ് അവർ ആ വൈദികനി ൽ നിന്നും പിടിച്ചെടുത്തത്. ഇത് ഫ്രാൻസിലായിരുന്നു. നിശ്ചയമായും

ഇവിടെയായിരുന്നെങ്കിൽ അവർ ഒരിക്കലും അയാളെ അറസ്റ്റ ചെയ്യുക യുണ്ടാവില്ല. ബാക്കി അഞ്ചു ശതമാനം കടപ്പത്രങ്ങളുടെ വിവരം വെളിപ്പെ ടുത്താൻ അയാൾ കൂട്ടാക്കിയില്ല. ഇത് സംഭവിച്ചത് 'ബെസിയേഴ്സ്'ൽ വെച്ചാണ്. ആ കാലത്ത് ഞാനവിടെ ഉണ്ടായിരുന്നു. പത്രത്തിൽ ഇക്കഥ വായിച്ചപ്പോൾ ഞാൻ ജയിലിൽചെന്ന് അങ്ങേരെ കാണണമെന്ന് ആവശ്യപ്പെട്ടു. അങ്ങേർ തന്നെയാണ് അതത്രയും മോഷ്ടിച്ചതെന്ന് സ്പഷ്ട മായിരുന്നു.'

'ഇപ്പറഞ്ഞതിൽ ഒരു വാക്കുപോലും ഞാൻ വിശ്വസിക്കുകയില്ല' റിനാൾഡ് പറഞ്ഞു

'അത് നിങ്ങളുടെ ഇഷ്ടം' റോക്ക പറഞ്ഞു. പക്ഷേ ഞാനീക്കാര്യം ഇവിടെ നമ്മുടെ അച്ചന്റെ പേർക്കാണ് പറയുന്നത്. അച്ചനെ സംബന്ധി ച്ചിടത്തോളം ഇത് വളരെ വിജ്ഞാനപ്രദമാണ്. കാരണം, മൂപ്പരും ഒരു അച്ചനാണ്. മൂപ്പർക്ക് ഇപ്പറഞ്ഞത് ബോധിക്കും അച്ചൻ മന്ദഹസിച്ചു.'തുടർ ന്നുപറയൂ' അച്ചൻ പറഞ്ഞു. 'ഞാൻ ശ്രദ്ധിക്കുന്നുണ്ട്'

'അതെ തീർച്ചയായും കുറെ കടപ്പത്രങ്ങൾ കണക്കിൽ രേഖപ്പെടുത്താ ത്തതായിരുന്നു. അതിനാൽ ആ മൂന്നു ശതമാനം കടപത്രങ്ങളും പിന്നെ നിരവധി പ്രാദേശിക കടപ്പത്രങ്ങളും - കൃത്യമായി അവയേതൊക്കെ യായിരുന്നുവെന്ന് ഞാൻ മറന്നുപോയി - മൂപ്പർ അടിച്ചു മാറ്റിയതുതന്നെ യായിരുന്നു. അങ്ങനെ ഞാൻ ജയിലിൽ അങ്ങേരെ കാണാൻ പോയി. ഇനിയാണ് കഥയുടെ കാതലായ ഭാഗം വരുന്നത്. ഞാൻ അങ്ങേരുടെ സെല്ലിന്റെ വെളിയിൽ നിലകൊണ്ടു. എന്നിട്ട് കുമ്പസാരിക്കാൻ തുടങ്ങു ന്നതുപോലെ പറഞ്ഞു. 'താങ്കൾ പാപം ചെയ്തുപോയതിനാൽ എന്നെ അനുഗ്രഹിക്കൂ'

എല്ലാവരും ഭയങ്കരമായി പൊട്ടിച്ചിരിച്ചു.

'അപ്പോൾ അദ്ദേഹം എന്തു പറഞ്ഞു?' അച്ചൻ ചോദിച്ചു.

പക്ഷേ റോക്ക ആ ചോദ്യം അവഗണിച്ചു. എന്നിട്ട് ആ തമാശ ഒന്നുകൂടി വിശദീകരിക്കാനായി എന്റെ നേർക്ക് തിരിഞ്ഞു 'നിങ്ങൾക്ക് അതിന്റെ അർത്ഥം പിടികിട്ടിയല്ലേ ഉവ്വോ?'

ശരിയാംവണ്ണം മനസ്സിലാക്കുകയാണെങ്കിൽ, അതൊരു ഭയങ്കര തമാ ശതന്നെയായിരുന്നു. അവർ എനിക്ക് വീണ്ടും കുറെ വൈൻ ഒഴിച്ചുതരുന്നു. അപ്പോൾ ഞാൻ ഷവർ ബാത്തിനുകീഴിൽ കൊണ്ടു ചെന്നു നിർത്തിയ ഇംഗ്ലീഷ് പ്രൈവറ്റ് സോൾജറെപ്പറ്റിയുള്ള ആ കഥ പറഞ്ഞു. ഉടനെ മേജർ പതിനൊന്നു ചെക്കോസ്ലോവാക്യക്കാരും ഒരു ഹംഗേറിയൻ കോർപ്പറലും എന്ന കഥ പറഞ്ഞു. കുറച്ചുകൂടി വൈൻ അകത്താക്കിയ ശേഷം ഞാൻ കുതിരപ്പന്തയക്കാരൻ ഒരു പെന്നിനാണയം കണ്ടെത്തിയ കഥ പറഞ്ഞു. ഏകദേശം അതു പോലെയുള്ള ഒരു കഥ ഇറ്റാലിയൻ ഭാഷയിലുമുണ്ടെന്ന് പറഞ്ഞുകൊണ്ട് മേജർ രാത്രിയിൽ ഉറങ്ങാനാവാത്ത ഒരു പ്രഭ്വിയുടെ കഥ പറഞ്ഞു. ഈ ഘട്ടത്തിൽ അച്ചൻ സ്ഥലം വിട്ടു. അപ്പോൾ ഒരു ട്രാവലിംഗ്

സെയിൽസ്സാൻ രാവിലെ അഞ്ചുമണിയുടെ 'മിസ്ട്രാൽ' വീശുന്ന സമയത്ത്. 'മാഴ്സെയിൽ'സിൽ എത്തിച്ചേർന്ന കഥ ഞാൻ പറഞ്ഞു. എനിക്ക് നന്നായി മദ്യപിക്കാനാകുമെന്ന് ഒരു വാർത്ത താൻ കേട്ടിട്ടുണ്ടെന്ന് മേജർ പറഞ്ഞു. ഞാനത് നിഷേധിച്ചു. അത് ശരിതന്നെയാണെന്നും മദ്യദേവനായ ബാക്കസ് ദേവന്റെ പ്രേതം സാക്ഷിയായി അക്കാര്യം ശരിയോ തെറ്റോ എന്ന് പരീക്ഷിക്കാമെന്നും മേജർ പറഞ്ഞു.

'ബാക്കസ് ദേവൻ വേണ്ട' ഞാൻ പറഞ്ഞു.

'ബാക്കസ് ദേവൻ വേണം' മേജർ പറഞ്ഞു. ഞാൻ ബസ്സി ഫിലിപ്പോ വിൻസെൻസയൊടൊപ്പം, കോപ്പയ്ക്ക് കോപ്പയും ഗ്ലാസിന് ഗ്ലാസുമായും കുടിച്ചുകൊള്ളണമെന്ന് അദ്ദേഹം പറഞ്ഞു. ബസ്സി പറ്റില്ലെന്നു പറഞ്ഞു. അതൊരു ശരിയായ മത്സരമേ അല്ലെന്ന് ബസ്സി പറഞ്ഞു. കാരണം ഞാനതുവരെ കുടിച്ചതിന്റെ ഇരട്ടിയോളം താനകത്താക്കിക്കഴിഞ്ഞുവെന്ന് ബസ്സി തീർത്തു പറഞ്ഞു. അതൊരു വൃത്തികെട്ട നുണയാണെന്ന് ഞാൻ പറഞ്ഞു ബാക്ക്സ് ആണെങ്കിലും ശരി, ബാക്ക്സ് അല്ലെങ്കിലും ശരി, ഫിലിപ്പോ വിൻസെൻസാ ബസ്സി അതോ ബസ്സി ഫിലിപ്പോ വിൻസെൻ സയോ എങ്ങനെയെങ്കിലുമാകട്ടെ, അവൻ വൈകുന്നേരസമയം മുഴുവൻ ഒരു തുള്ളിപോലും അകത്താക്കിയിട്ടില്ലെന്ന് ഞാൻ പറഞ്ഞു. മൂപ്പരുടെ പേര് എങ്ങനെയാണ് വാസ്തവത്തിൽ? എന്റെ പേര് ഫ്രെഡറികോ എന്റികോ എന്നാണോ അഥവാ എന്റികോ ഫ്രെഡറികോ എന്നാണോ എന്ന് അവർ ചോദിച്ചു. ബാക്ക്സ് ദേവന്റെ പ്രേതത്തിനെ ആവാഹിച്ചു സാക്ഷിനിർത്തി മേജർ കോപ്പകളിൽ ചുവന്ന വൈൻ പകർന്ന് ഞങ്ങൾക്ക് നൽകി. മത്സരം ആരംഭിച്ചു. പകുതിയായപ്പോഴേ എനിക്ക് ഇനിയും കുടിക്കാൻ വയ്യ എന്നായി. എവിടെയാണ് ഞാൻ പോകാൻ തുടങ്ങിയിരുന്നത് എന്ന് എനിക്ക് ഓർമവന്നു.

'ബാസ്സി ജയിക്കുന്നു' ഞാൻ പറഞ്ഞു. 'അവനാണ് എന്നേക്കാൾ മുന്തിയ കുടിയൻ, എനിക്ക് പോകേണ്ടതുണ്ട്'

'ശരിക്കും ഇവനാണ് ജയിക്കുന്നത്' റിനാൾഡി പറഞ്ഞു. പക്ഷേ മൂപ്പർക്ക് ഇന്നൊരു പ്രേയസീ സമാഗമമുണ്ട്. എനിക്കതിന്റെ മുഴുവൻ കാര്യങ്ങളും അറിയാം.

'എനിക്ക് പോകേണ്ടതുണ്ട്'

'മറ്റൊരു രാത്രി' ബസ്സി പറഞ്ഞു. 'നിനക്ക് കുറച്ചുകൂടി കരുത്തുണ്ടെന്നു തോന്നുന്ന മറ്റൊരു രാത്രി' അവൻ എന്റെ ചുമലിൽ ആഞ്ഞടിച്ചു. മേശമേൽ കത്തിച്ചുവെച്ച മെഴുകുതിരികൾ ഉണ്ടായിരുന്നു. എല്ലാ ഓഫീസർമാരും വളരെ സന്തുഷ്ടരായി കാണപ്പെട്ടു. 'ഗുഡ്നൈറ്റ് മാന്യരെ' ഞാൻ പറഞ്ഞു.

റിനാൾഡി എന്നോടൊപ്പം പുറത്തേക്ക് വന്നു. ഞങ്ങൾ വാതിലിനു വെളിയിൽ നടപ്പാതയിൽ നിന്നു.

'ഇങ്ങനെ കുടിച്ച്, താനിന്ന് അവിടെ പോകാതിരിക്കയാണ് നല്ലത്.'

'ശരിക്കും. എനിക്ക് അതിനുമാത്രം തലക്കു പിടിച്ചിട്ടില്ല, റിനിൻ.'

'നീ കുറച്ച് കാപ്പി ചവക്കുന്നത് നന്നായിരിക്കും.'

'അസംബന്ധം.'

'ഞാനിത്തിരി എടുത്തുകൊണ്ടുവന്നു തരാം നീ കുറച്ച് നേരം അങ്ങോട്ടും ഇങ്ങോട്ടും നടക്കു.'

ഒരു പിടി വറുത്ത കാപ്പിക്കുരുവുമായി അവൻ തിരിച്ചുവന്നു.

'അതിത്തിരി ചവക്കു കുഞ്ഞേ പിന്നെ ദൈവം നിന്റെ കൂടെയുണ്ടാകട്ടെ'

'ബാക്കസ്' ഞാൻ പറഞ്ഞു.

'ഞാൻ നിന്റെ കൂടെ നടക്കാം'

'എനിക്ക് യാതൊരു പ്രശ്നവുമില്ല.'

ഞങ്ങളിരുവരും തെരുവിലൂടെ നടന്നു. ഞാൻ ശകലം കാപ്പി ചവച്ചു. ബ്രിട്ടീഷ് മന്ദിരത്തിലേക്ക് നടപ്പാത തിരിയുന്നിടത്തെ ഗേറ്റിൽ വെച്ച് റിനാൾഡി എന്നോട് ഗുഡ് നൈറ്റ് പറഞ്ഞു.

'ഗുഡ് നൈറ്റ്' ഞാൻ പറഞ്ഞു. 'താനെന്താ അകത്തേക്ക് വരാത്തത്?'

അവൻ തലകുലുക്കി. 'ഇല്ല എനിക്ക് കുറച്ചുകൂടി ലളിതമായ സുഖങ്ങൾ മതി' അവൻ പറഞ്ഞു.

'കാപ്പിക്കുരുവിനു നന്ദി'

'അതൊക്കെ പോട്ടെ കുഞ്ഞേ അതൊക്കെ പോട്ടെ'

ഞാൻ നടപ്പാതയിലൂടെ നടക്കാൻ തുടങ്ങി. പാതക്കിരുവശത്തേയും സൈപ്രസ് മരങ്ങൾ തെളിഞ്ഞും കൂർത്തും കാണപ്പെട്ടു.

തിരിഞ്ഞുനോക്കിയപ്പോൾ റിനാൾഡി എന്നേയും നോക്കി ഗേറ്റിനരികിൽത്തന്നെ നിൽക്കുന്നതായി കണ്ടു ഞാൻ കൈവീശി.

റിസപ്ഷൻ ഹാളിൽ ഞാൻ കാതറിൻ ബാർക് ലീ താഴെയിറങ്ങിവരുന്നതും കാത്ത് ഇരുന്നു. ആരോ ഒരാൾ ഹാളിലൂടെ കടന്നുവരുന്നുണ്ടായിരുന്നു. ഞാൻ എഴുന്നേറ്റുനിന്നു. പക്ഷേ അത് കാതറിൻ ആയിരുന്നില്ല. മിസ് ഫെർഗുസൻ ആയിരുന്നു. 'ഹലോ ഇന്ന് ഈ സായാഹ്നത്തിൽ താങ്കളെ വന്നുകാണാൻ കഴിയാത്തതിൽ വ്യസനിക്കുന്നു' എന്നു പറയാൻ കാതറിൻ എന്നെ ഏൽപിച്ചിരിക്കുന്നു'

'ഞാൻ വളരെ ഖേദിക്കുന്നു. അവൾക്ക് അസുഖമൊന്നുമില്ലെന്ന് പ്രതീക്ഷിക്കുന്നു.'

'അവൾക്ക് നല്ല സുഖം പോരാ'

'പറയുമോ അവളോട് നിങ്ങൾ? ഞാനെത്രയധികം വ്യസനിക്കുന്നു എന്ന്'

'പറയാം തീർച്ചയായും'

'നാളെ വന്ന് അവളെ കാണാൻ ശ്രമിക്കുന്നതിൽ എന്തെങ്കിലും ഫലമുണ്ടാകുമെന്ന് നിങ്ങൾ കരുതുന്നുണ്ടോ?'

'ഉവ്വ് ഞാനങ്ങനെ കരുതുന്നു'

'വളരെ നന്ദി' ഞാൻ പറഞ്ഞു. 'ഗുഡ് നൈറ്റ്'

ഞാൻ വാതിലിനു പുറത്തു കടന്നു. പൊടുന്നനെ ഞാൻ വളരെയധികം ഏകാകിയും ശൂന്യനുമായതുപോലെ എനിക്ക് തോന്നി. കാതറിനെ ചെന്ന് കാണുക എന്നകാര്യം ഞാൻ ഒട്ടും ഗൗരവപരമായല്ല കണക്കാക്കിയിരുന്നത്. തലക്കു പിടിക്കുവോളം ഞാൻ കുടിച്ചു. സന്ദർശനത്തിന്റെ കാര്യം മിക്കവാറും മറക്കുകതന്നെ ചെയ്തു. പക്ഷേ ഇപ്പോൾ അവളെ ഒരു നോക്ക് കാണാൻ പറ്റില്ല എന്നായപ്പോൾ എനിക്കെന്തെന്നില്ലാത്ത ഏകാന്തത തോന്നുന്നു. അകം ശൂന്യമായതുപോലെ തോന്നുന്നു.

8

അടുത്തദിവസം ഉച്ചതിരിഞ്ഞപ്പോൾ അന്നു രാത്രി മിക്കവാറും നദിയുടെ മുകൾഭാഗത്തായി ഒരാക്രമണം ഉണ്ടായേക്കാം എന്നൊരു വാർത്ത കേട്ടു. നാലുകാറുകൾ ഞങ്ങൾക്ക് അവിടെ എത്തിക്കേണ്ടതായുണ്ട്. ആർക്കും ഇക്കാര്യത്തെപറ്റി ശരിയായ വിവരമൊന്നുമുണ്ടായിരുന്നില്ല എങ്കിലും എല്ലാവരും ഇതിനെപ്പറ്റി വളരെ ആധികാരികമായും ആസൂത്രിതമായും സംസാരിച്ചുകൊണ്ടിരുന്നു. ഒന്നാമത്തെ കാറിലാണ് ഞാൻ പൊയ്ക്കൊണ്ടിരുന്നത്. ബ്രിട്ടീഷ് ആശുപത്രിയുടെ പ്രവേശനകവാടം കടന്നുപോകുമ്പോൾ ഞാൻ ഡ്രൈവറോട് നിർത്താൻ പറഞ്ഞു. പുറകിൽ മറ്റു കാറുകളും നിർത്തപ്പെട്ടു. ഞാൻ പുറത്തിറങ്ങി അവരോട് യാത്ര തുടരാനായി പറഞ്ഞു. 'നാൽക്കവലയിൽ റോഡ് 'കോർമോൺസ്' ലേക്ക് തിരിയുന്നിടത്തു എത്തുന്നതുവരെ ഞങ്ങളെ കണ്ടില്ലെങ്കിൽ മാത്രം അവിടെ കാത്തുനിൽക്കണം എന്നവരെ പറഞ്ഞേൽപിച്ചു. ധൃതിയിൽ നടപ്പാതയിലൂടെ നടന്നു. റിസപ്ഷൻ ഹാളിൽ ചെന്ന് ഞാൻ മിസ് ബാർക്‌ലിയെ കാണണമെന്നാവശ്യപ്പെട്ടു.

'അവൾ ഡ്യൂട്ടിയിലാണ്'

'ഒരു നിമിഷത്തേക്ക് അവളെയൊന്നു കാണാമോ?'പറ്റുമോ എന്നറിയാൻ അവർ ഒരു ഓർഡർലിയെ അയച്ചു. അവൾ അയാളുടെകൂടെ കടന്നുവന്നു.

'നിനക്ക് ഭേദമുണ്ടോ എന്നറിയാൻ വേണ്ടി മാത്രം കയറിയതാണ്'. അവർ പറഞ്ഞു 'നീ ഡ്യൂട്ടിയിലാണെന്ന്. അതിനാൽ ഒന്നു കാണാമെന്നു വെച്ചു'

'എനിക്കിപ്പോൾ കുഴപ്പമൊന്നുമില്ല, ഈ ചൂടാണ് എന്നെ ഇന്നലെ തളർത്തിയത് എന്നു തോന്നുന്നു.'

'എനിക്കിപ്പോൾത്തന്നെ പോകേണ്ടതുണ്ട്'

'ഒരു മിനിറ്റ് നേരത്തേക്ക് ഞാൻ നിന്നോടൊപ്പമൊന്ന് പുറത്തിറങ്ങാം'

'നിനക്കിപ്പോൾ കുഴപ്പമൊന്നുമില്ലല്ലോ?' പുറത്തിറങ്ങിയപ്പോൾ ഞാൻ ചോദിച്ചു-

'ഇല്ല, പ്ലവായുടെ അപ്പുറത്തെകളിക്കുവേണ്ടിവിടുകയാണ്'

'ഒരു കുഴപ്പവുമില്ല ഓമനേ, ഇന്നുരാത്രി നീ വരില്ലേ?'

'ഒരു കളി?'

'കാര്യമായിട്ടുള്ളതൊന്നുമല്ല എന്നു തോന്നുന്നു'

'എന്നിട്ട് നീ തിരിച്ചുവരും?'

'നാളെ.'

അവൾ കഴുത്തിൽ നിന്നും എന്തോ അഴിച്ചെടുത്തു എന്നിട്ട് അത് എന്റെ കയ്യിൽ വെച്ചുതന്നു.

'ഇത് ഒരു സെന്റ് ആന്റണിയാണ്' അവൾ പറഞ്ഞു.

'എന്നിട്ട് നാളെ രാത്രി എന്റെയരികിലേക്ക്, തിരിച്ചുവരു'

'നീയൊരു കാത്തലിക് അല്ല - ഉവ്വോ'?

'അല്ല. പക്ഷേ എല്ലാവരും പറയുന്നു സെന്റ് ആന്റണി വളരെ ഉപകരിക്കുമെന്ന്'.

'ഞാനദ്ദേഹത്തെ നിനക്കുവേണ്ടി മാത്രം വളരെ സംരക്ഷിച്ചുകൊള്ളാം, ഗുഡ് ബൈ'

'അരുത് ' അവൾ പറഞ്ഞു 'ഗുഡ് ബൈ അരുത്'

'ശരി.'

'നല്ല ചെറുക്കനായി ഇരിക്കു. നല്ല കരുതലോടെയിരിക്കു- പറ്റില്ല..... ഇവിടെവെച്ച് നിനക്കെന്നെ ഉമ്മവെക്കാൻ പറ്റില്ല. നിനക്കത് ചെയ്യാനാവില്ല.'

'ശരി.'

ഞാൻ തിരിഞ്ഞുനോക്കി. അവൾ ചവിട്ടു പടിയിൽ നിന്നിരുന്നു. ഞാനെന്റെ കയ്യിൽ ചുംബിച്ച് അവളുടെ നേരെ നീട്ടി. അവൾ വീണ്ടും കൈവീശി. പാതയിൽനിന്നിറങ്ങി റോഡിലെത്തി ഞാൻ ആംബുലൻസ് കാറിലെ സീറ്റിൽ കയറിയിരുന്നു. ഞങ്ങൾ വീണ്ടും പുറപ്പെട്ടു. സെന്റ് ആന്റണി ഒരു വെളുത്ത കൊച്ചു ലോഹക്കൂടിലായിരുന്നു. ഞാൻ കൂട് തുറന്നു അദ്ദേഹത്തെ എന്റെ കയ്യിലേക്ക് കൊട്ടി.

'സെന്റ് ആന്റണി?' ഡ്രൈവർ ചോദിച്ചു.

'അതെ'

വലതു കൈ സ്റ്റിയറിംഗിൽ നിന്നെടുത്ത്, കോട്ടിന്റെ ബട്ടൺ വേർപെടുത്തി. ഷർട്ടിന്റെ അടിയിൽ നിന്നും അയാൾ അയാളുടെ സെന്റ് ആന്റണിയെ വലിച്ചെടുത്തു. 'കണ്ടില്ലേ?'

ഞാൻ എന്റെ സെന്റ്ആന്റണിയെ, നേരിയ സ്വർണ്ണച്ചങ്ങലയോടൊപ്പം തിരിച്ച് കൂടിലേക്കിട്ടു. എന്നിട്ട് അത് എന്റെ പോക്കറ്റിലിട്ടു.

'താങ്കൾ അത് അണിയുന്നില്ല?'

'ഇല്ല'

'അണിയുകയാണ് നല്ലത്. അതിനുവേണ്ടിയുള്ളതാണത്.'

'ശരി' ഞാൻ പറഞ്ഞു. ഞാൻ സ്വർണച്ചങ്ങലയുടെ കൊളുത്തഴിച്ച് കഴുത്തിലൂടെ ചുറ്റി. വീണ്ടും കൊളുത്തു മുറുക്കി. പുണ്യപുരുഷൻ എന്റെ യൂണിഫോമിനുമുകളിൽ തൂങ്ങിക്കിടന്നു. പിന്നെ ഞാൻ കോട്ടിന്റെ കഴുത്തുബട്ടൺ അഴിച്ച് ഷർട്ടിന്റെ കോളർബട്ടൺ വേർപെടുത്തി അദ്ദേഹത്തെ ഷർട്ടിന്റെ അടിയിലേക്കിട്ടു. സഞ്ചരിച്ചുകൊണ്ടിരിക്കെ മാറിൽ, ലോഹക്കൂടിൽ കിടക്കുന്ന അദ്ദേഹത്തിന്റെ സാന്നിദ്ധ്യം ഞാൻ അനുഭവിച്ചു. പിന്നീടാവട്ടെ ഞാൻ അദ്ദേഹത്തെ മറന്നു പോവുകയും ചെയ്തു. പരിക്കേറ്റതിൽ പിന്നെ അദ്ദേഹത്തെ ഒരിക്കലും കണ്ടില്ല ഡ്രസ്സിംഗ് സ്റ്റേഷനിലെ ആർക്കെങ്കിലും അദ്ദേഹത്തെ ലഭിച്ചിട്ടുണ്ടാകാനാണ് സാദ്ധ്യത.

പാലം കടന്ന് ഞങ്ങൾ അതിവേഗം ഓടിച്ചുപോയി. താമസിയാതെ, മുന്നിൽ പോയ മറ്റു കാറുകൾ ഉയർത്തിയ പൊടിപടലം ഞങ്ങൾ കണ്ടു. റോഡിന്റെ വളവിൽകൂടി കടന്നുപോകുമ്പോൾ, മറ്റു മൂന്നുകാറുകളും വളരെ ചെറുതായി മുന്നിൽ സഞ്ചരിക്കുന്നതായി കണ്ടു. ചക്രങ്ങൾ ഉയർത്തിയ പൊടിയിലൂടെ മരക്കൂട്ടങ്ങൾക്കിടയിലായി അവ മുന്നേറിക്കൊണ്ടിരുന്നു. ഞങ്ങൾ താമസിയാതെ അവരുടെ ഒപ്പമെത്തുകയും പിന്നെ അവരെ കടന്ന് തിരിഞ്ഞ് കുന്നുകളിലേക്ക് കയറിപ്പോകുന്ന ഒരു റോഡിലൂടെ യാത്ര തുടരുകയും ചെയ്തു. ഒരുമിച്ച് അകമ്പടിയായിപ്പോവുക എന്നത് അത്രക്ക് അസുഖകരമായ ഏർപ്പാടല്ലെന്ന് എനിക്ക് തോന്നി. പ്രത്യേകിച്ചും നിങ്ങൾ ഒന്നാമത്തെ കാറിൽ സഞ്ചരിക്കുമ്പോൾ, പുറകിലെ സീറ്റിൽ ചാരിക്കിടന്ന് ഞാൻ നാട്ടിൻ പുറത്തിന്റെ ഭംഗികൾ ആസ്വദിച്ചു. നദിയോട് ചേർന്നിരിക്കുന്ന കുന്നുകളുടെ പാദത്തിലൂടെയാണ് ഞങ്ങൾ പൊയ്ക്കൊണ്ടിരുന്നത്. കൊടുമുടികളിൽ മഞ്ഞ് തങ്ങിനിന്നിരുന്ന വന്മലനിരകൾ, കയറ്റം കയറുന്നതിനനുസരിച്ച് വടക്കോട്ട് നീങ്ങിവന്നു. തിരിഞ്ഞുനോക്കിയപ്പോൾ ഓരോരുത്തരും ഉയർത്തിയ പൊടിപടലങ്ങളുടെ കൃത്യമായ ഇടയകലങ്ങളിൽ കാറുകൾ മൂന്നും കയറ്റം കയറി വരുന്നതു കണ്ടു. ഭാരം കയറ്റിയ കോവർ കഴുതകളുടെ ഒരു നീളൻ നിരയെ ഞങ്ങൾ മറികടന്നു. അതിന്റെ സവാരിക്കാർ, റൈഫിൾ പടയിലെ ഷാർപ് ഷൂട്ടേഴ്സ് ആണ്. ചുവന്ന തൊങ്ങൽതൊപ്പി ധരിച്ച അവർ കോവർകഴുതകളുടെ ഒപ്പം നടന്നു.

കോവർകഴുതകളുടെ നിരയെ പിന്നിട്ടുകഴിഞ്ഞപ്പോൾ റോഡ് തികച്ചും വിജനമായി. ഞങ്ങൾ കയറ്റം കയറിക്കയറി മറ്റൊരു നീളൻ കുന്നിൻനിരയുടെ ചുമലിലൂടെയിറങ്ങി താഴ്വാരത്തിലെ ഒരു പുഴക്കരയിലെത്തി. റോഡിന്റെ ഇരുവശങ്ങളിലും മരങ്ങൾ ഉണ്ടായിരുന്നു. വലത്തേഭാഗത്തെ വൃക്ഷനിരകളിലൂടെ കണ്ണോടിച്ചപ്പോൾ എനിക്ക് പുഴ കാണാൻ കഴിഞ്ഞു. ആഴം കുറഞ്ഞ്, തെളിഞ്ഞ് അതിവേഗമൊഴുകുന്ന വെള്ളം, പുഴ അങ്ങ് താഴെ മണൽതിട്ടയിലൂടെയും വെള്ളാരംകല്ലുകൾക്കിടയിലൂടെയും വീതി കുറഞ്ഞു നീർച്ചാലായി ഒഴുകിക്കൊണ്ടിരുന്നു. ചിലപ്പോൾ അത് വെള്ളാരം

കല്ലിന്റെ മെത്തയിൽക്കൂടി തിളങ്ങിയൊഴുകി. കരയോട് ചേർന്നുള്ള ചില യിടങ്ങളിൽ ആഴമുള്ള ചെറുകുളങ്ങളിൽ വെള്ളം കെട്ടിക്കിടന്നു. ആകാശം പോലെ നീലിച്ച വെള്ളം. നദിക്കു മുകളിൽ കൽപാലങ്ങളുണ്ടായിരുന്നു. അവിടെ നിന്ന് നാട്ടിൻപുറത്തിന്റെ ഉള്ളറകളിലേക്ക് നീങ്ങുന്ന ചെറുപാത കളും. കല്ലുകൊണ്ട് പടുത്തുകെട്ടിയ കർഷകഭവനങ്ങളെ ഞങ്ങൾ കടന്നു പോയി. തെക്കുവശത്തെ മതിലിനോടു ചേർന്നു, മെഴുകുതിരിക്കാൽ നിരപോലെ പടർന്നുപിടിച്ച വൃക്ഷങ്ങളോടും, ഉയരം കുറഞ്ഞ കന്മതിൽ കൊണ്ട് കെട്ടിത്തിരിച്ച വയലുകളോടും കൂടിയ കർഷകഭവനങ്ങൾ. താഴ്‌വാ രത്തിലെ നിരപ്പുള്ള റോഡിലൂടെ ഞങ്ങൾ വളരെ ദൂരം പോയി. പിന്നീട് തിരിഞ്ഞു മലമുകളിലേക്കുള്ള കയറ്റം വീണ്ടും ആരംഭിച്ചു. ചെങ്കുത്തായി കയറിപ്പോകുന്ന റോഡ് നിരപ്പിലെത്താൻ കുറേ മുന്നോട്ടും പിറകോട്ടും നീങ്ങി. അവസാനം ഒരു കുന്നിൻവക്കിലൂടെ പൊയ്ക്കൊണ്ടിരുന്നു. താഴെ കാടുകൾക്കിടയിലൂടെ നോക്കിയാൽ അങ്ങുദൂരെ ഇരു സൈന്യങ്ങളേയും വേർതിരിക്കുന്ന നദിയുടെ അതിർത്തിരേഖ വെയിലിൽ കുളിച്ച് കിടക്കുന്നത് കാണാമായിരുന്നു. ഞങ്ങൾ പുതിയ പട്ടാള റോഡിലൂടെ പോയി കുന്നിന്റെ ഒത്ത നെറുകയിലെത്തി. വടക്കോട്ടു നോക്കിയാൽ രണ്ടുനിര മലകൾ കാണാമായിരുന്നു. അവ മഞ്ഞുമൂടിയ അഗ്രങ്ങളിൽ എത്തുന്നതുവരെ ഇരുണ്ടും പച്ചച്ചും പിന്നീട് വെയിലിൽ വെട്ടിത്തിളങ്ങി മനോഹരമായും കാണപ്പെട്ടു. റോഡ് കുന്നിൻ വക്കിലൂടെ മുന്നേറിക്കൊണ്ടിരുന്നപ്പോൾ മൂന്നാമതൊരു നിര മലയും കൂടി കാണാൻ കഴിഞ്ഞു. വളരെ ഉയരത്തി ലുള്ള മഞ്ഞുമൂടിയ മലകൾ ചോക്കുപോലെ വെളുത്തത്, വിചിത്രമായ സമതലങ്ങളുടെ ഉഴവുചാലുകളോടു കൂടിയത്. പിന്നീട് അങ്ങ് വളരെ അകലത്തിൽ കുറേക്കൂടി മലകൾ ദൃഷ്ടിയിൽ പെടുന്നുണ്ടോ എന്ന് നമ്മൾ സംശയിച്ചുപോകുന്ന തരത്തിലുള്ള, വിദൂരതയിലുള്ള മലകൾ. അതൊക്കെ ആസ്ട്രിയൻ പക്ഷത്തുള്ള മലകളായിരുന്നു. അതുപോലെയുള്ള മലനിരകൾ, ഞങ്ങൾക്കൊന്നുപോലും ഉണ്ടായിരുന്നില്ല.

മുമ്പിലായി റോഡിൽ, വലത്തോട്ട് തിരിയുന്ന വൃത്താകൃതിയിലുള്ള ഒരു വളവ് പ്രത്യക്ഷപ്പെട്ടു. അവിടെനിന്നു താഴോട്ട് നോക്കിയപ്പോൾ മരങ്ങൾ ക്കിടയിലൂടെ റോഡ് താഴേക്ക് വീണിറങ്ങുന്നതായി കാണാൻ സാധിച്ചു. ഈ റോഡ് ക്രമേണ തിരക്കുള്ളതായി മാറി. സൈന്യവ്യൂഹങ്ങളും മോട്ടോർ ട്രക്കുകളും മൗണ്ടൻ ഗണ്ണുകൾ വഹിക്കുന്ന കോവർകഴുതകളും കൊണ്ട് റോഡ് നിറഞ്ഞിരുന്നു. റോഡിന്റെ അരികുചേർന്നു നീങ്ങിക്കൊണ്ടിരിക്കു മ്പോൾ വളരെ താഴെയായി നദിയൊഴുകിക്കൊണ്ടിരുന്നത് കാണാമായി രുന്നു. പിന്നെ അതിർത്തി വേലിയും അതിന്റെ അഴികളും, അതിർത്തി മുറി ച്ചുകടന്നിരുന്ന പഴയ ഒരു റെയിൽവേ പാലവും അതിനുമപ്പുറത്ത് നദിയുടെ അക്കരെ ദൂരെ തകർന്നുവീണ വീടുകളോടുകൂടിയ ഒരു ചെറുപട്ടണവും കാണാം. ആ പട്ടണമാണ് ഞങ്ങൾ ഇന്നുരാത്രി പിടിച്ചടക്കാനിരിക്കുന്നത്.

ഇറക്കമിറങ്ങി, താഴെ നദിക്കരയോട് ചേർന്നുപോകുന്ന റോഡിലൂടെ പോയി, പ്രധാനപാതയിലെത്തിയപ്പോഴേക്കും ഏകദേശം ഇരുട്ടു വീഴാൻ തുടങ്ങിയിരുന്നു.

9

റോഡ്, ആൾത്തിരക്കുള്ളതായിത്തീർന്നു. ചോളത്തണ്ടുകളും പുല്ലും കൊണ്ട് മെടഞ്ഞ പനമ്പുകൾകൊണ്ട് റോഡിന്റെ ഇരുവശങ്ങളും മുകൾഭാഗവും മറച്ചിരുന്നു. ഒരു സർക്കസ് പ്രദർശനശാലയിലേക്കോ അല്ലെങ്കിൽ ഒരു ആദിവാസി ഗ്രാമത്തിലേക്കോ പോകുന്നതുപോലെ തോന്നിച്ചു - ഇതിലൂടെ സഞ്ചരിച്ചുകൊണ്ടിരുന്നപ്പോൾ. പനമ്പുമേഞ്ഞ തുരങ്കത്തിലൂടെ ഞങ്ങൾ സാവധാനത്തിൽ ഓടിച്ചുപോയി. മുമ്പ് റെയിൽവേസ്റ്റേഷൻ സ്ഥിതിചെയ്തിരുന്ന ഒരു ഒഴിഞ്ഞ തുറസ്സിലെത്തിച്ചേർന്നു. ഇവിടെ റോഡ് നദിക്കരയിൽ നി ന്നും സ്വൽപം താഴെയായിട്ടാണ് പൊയ്ക്കൊണ്ടിരുന്നത്. ഇങ്ങനെ താണുകിടക്കുന്ന റോഡിന്റെ നദിക്കരയോടു ചേർന്നുകിടക്കുന്ന തിണ്ടിൽ നീളെ തുളകൾ തുരന്നിട്ടുണ്ടായിരുന്നു. അവിടങ്ങളിലെല്ലാം കാലാൾപ്പട അണിനിരക്കുകയും ചെയ്തിരുന്നു. സൂര്യൻ ചായാൻ തുടങ്ങിയിരുന്നു. നദീതീരത്തിലുടനീളം നോക്കിക്കൊണ്ട് നീങ്ങിക്കൊണ്ടിരിക്കെ കുന്നിൻ നിരകൾക്കു മീതെ അസ്തമയത്തിനെതിരായി ആസ്ട്രിയൻ നിരീക്ഷണ ബലൂണുകൾ ഇരുണ്ട് നിൽക്കുന്നത് കാണാമായിരുന്നു. ഞങ്ങൾ കാറുകൾ ഒരു ഇഷ്ടികക്കളത്തിനപ്പുറത്തായി നിർത്തിയിട്ടു. ഇഷ്ടികച്ചൂളയുടെ ചില ആഴമുള്ള മാളങ്ങൾ ഡ്രെസ്സിംഗ് സ്റ്റേഷനുകളായി സജ്ജീകരിക്കപ്പെട്ടിരുന്നു. എനിക്ക് പരിചയമുള്ള മൂന്ന് ഡോക്ടർമാരുണ്ടായിരുന്നു അവിടെ. ഞാൻ മേജറോട് സംസാരിച്ച് സംഗതികൾ മനസ്സിലാക്കി. പോരാട്ടം തുടങ്ങിക്കഴിഞ്ഞാൽ കാറുകളിൽ ആൾക്കാരെ നിറച്ച്, പനമ്പുകൊണ്ട് മറച്ച റോഡിലൂടെ പോയി കുന്നിൽവക്കിലൂടെ പോകുന്ന മെയിൻ റോഡിലെത്തണം, അവിടെ ഒരു ഔട്ട് പോസ്റ്റ് ഉണ്ട്. അവിടെവെച്ച് മറ്റു കാറുകൾ അവരെ വഹിച്ചുകൊണ്ടു പോയ്ക്കൊള്ളും. റോഡിൽ ഗതാഗതക്കുരുക്കുകൾ ഉണ്ടാവാനിടയില്ലെന്ന് പ്രതീക്ഷിക്കാം. 'ഒറ്റ റോഡ്' കളിയാണിത്. റോഡുകൾ മറയ്ക്കപ്പെടേണ്ടിവന്നത്, അത് നദിക്കപ്പുറത്തുള്ള ആസ്ട്രിയക്കാരുടെ നേരിട്ടുള്ള വീക്ഷണത്തിൻ കീഴിൽ കിടക്കുന്നതിനാലാണ്. പുഴക്കരയിലൂടെ വരുന്ന റൈഫിളുകളിൽ നിന്നും മെഷീൻഗണ്ണുകളിൽ നിന്നും, സുരക്ഷിതരായി ഇഷ്ടികക്കളത്തിൽ കഴിയാൻ

സാധിക്കും. നദിക്കു കുറുകെ ഒരു തകർന്ന പാലമുണ്ടായിരുന്നു. അവിടെ മറ്റൊരു പാലം പണിയാനുള്ള പുറപ്പാടിലാണ് സൈന്യം. വെടിവെപ്പ് തുടങ്ങിക്കഴിഞ്ഞാൽ ഒരു കൂട്ടം സൈനികർ, പുഴയുടെ കുറച്ച് മുകളിലോട്ടു മാറിയുള്ള ആഴം കുറഞ്ഞ ഭാഗം മുറിച്ചുകടന്ന് അപ്പുറത്തേക്ക് പോകും. മുകളിലേക്ക് പിരിച്ചുവെച്ച മീശയുള്ള ഒരു ചെറിയ മനുഷ്യനായിരുന്നു മേജർ. അദ്ദേഹം ലിബിയൻ യുദ്ധത്തിൽ പങ്കെടുത്ത ആളാണ്. പരുക്കേറ്റതിന്റെ രണ്ട് ബഹുമതി മുദ്രപ്പട്ടകൾ അദ്ദേഹം അണിഞ്ഞിരുന്നു. കാര്യങ്ങളൊക്കെ ഭംഗിയായി നീങ്ങുകയാണെങ്കിൽ എനിക്ക് ബഹുമതിമുദ്രകൾ സംഘടിപ്പിച്ചു തരുന്ന കാര്യം താനേറ്റുവെന്ന് അദ്ദേഹം പറഞ്ഞു. കാര്യങ്ങളെല്ലാം ഭംഗിയായിപ്പോകുമെന്നും എന്നോട് കാണിച്ച സൗമനസ്യത്തിന് വളരെയധികം നന്ദിയുണ്ടെന്നും ഞാൻ പറഞ്ഞു. കുറച്ചൊരു വലിയ കിടങ്ങ്, ഡ്രൈവർമാർക്ക് തങ്ങാനായിട്ട് ലഭ്യമുണ്ടോ എന്ന് ഞാൻ അദ്ദേഹത്തോട് ചോദിച്ചു. ഒരു പട്ടാളക്കാരനെ വിളിപ്പിച്ച് ആ സ്ഥലം കാണിച്ചുതരാനായി അയാളെ അദ്ദേഹം എന്റെ കൂടെ അയച്ചു. ഞാനയാളുടെയൊപ്പം പോയി കിടങ്ങ് കണ്ടുപിടിച്ചു. അത് വളരെ നല്ല ഒന്നായിരുന്നു. ഡ്രൈവർമാർക്കും അതു വളരെ ഇഷ്ടപ്പെട്ടു. ഞാൻ അവരെ അവിടെ വിട്ടുപോന്നു. രണ്ട് ഓഫീസർമാരോടൊപ്പം തന്റെ കൂടെ ഒരു ഡ്രിങ്ക് കഴിക്കാൻ മേജർ എന്നെ ക്ഷണിച്ചു. ഞങ്ങൾ റം കഴിച്ചുകൊണ്ടിരുന്നു. അത് വളരെ സൗഹാർദ്ദപരമായിരുന്നു. പുറത്ത് ഇരുട്ടാവാൻ തുടങ്ങിയിരുന്നു. എപ്പോഴായിരിക്കും ആക്രമണം തുടങ്ങുക എന്നു ഞാൻ ചോദിച്ചതിന് ഇരുട്ട് വീണാലുടൻ എന്ന് അവർ മറുപടി പറഞ്ഞു. പിന്നീട് ഞാൻ ഡ്രൈവർമാരുടെയരികിലേക്ക് തിരിച്ചു പോയി. അവർ കിടങ്ങിന്റെയുള്ളിൽ കുത്തിയിരുന്ന് സംസാരിക്കുകയായിരുന്നു. ഞാൻ കടന്നുചെന്നപ്പോൾ അവർ സംസാരം നിർത്തി. ഞാൻ അവർക്ക് ഓരോ പാക്കറ്റ് സിഗരറ്റ് കൊടുത്തു. 'മാസിഡോണിയാസ്' അയച്ച് ചുരുട്ടിയതിനാൽ, തീ കൊളുത്തുന്നതിനുമുമ്പ് അവയുടെ അറ്റം പുകയില ചിതറാതിരിക്കാൻ ഒന്നു പിരിച്ചു വെക്കേണ്ടതുണ്ടായിരുന്നു. മനീറ തന്റെ ലൈറ്റർ കൊളുത്തി ഓരോരുത്തർക്കും കൈമാറി. ഒരു 'ഫിയറ്റി' ന്റെ റേഡിയേറ്റർ -ന്റെ രൂപത്തിലുള്ളതായിരുന്നു ആ ലൈറ്റർ. കേട്ട കാര്യങ്ങളൊക്കെ ഞാനവർക്ക് പറഞ്ഞുകൊടുത്തു.

'വരുന്നവഴിക്ക് നമ്മളെന്തുകൊണ്ടാണ് ആ ഔട്ട്പോസ്റ്റ് കാണാഞ്ഞത്?' പസ്സീനി ചോദിച്ചു.

'നമ്മളിങ്ങോട്ട് തിരിഞ്ഞതിന്റെയടുത്തുനിന്നും കുറച്ചൊന്നു മാറിയാണ്'

'ആ റോഡ് ആകപ്പാടെ അലമ്പായിരിക്കും' മനീറ പറഞ്ഞു.

'അവർ ഷെല്ലെറിഞ്ഞ് നമ്മുടെ പണ്ടം പുറത്തു ചാടിക്കും.'

'സാദ്ധ്യതയില്ലാതില്ല'

'ഭക്ഷണക്കാര്യം എങ്ങിനെയാണ് ടെനെന്റി ? സംഗതി തുടങ്ങിക്കഴിഞ്ഞാൽ നമുക്ക് തിന്നാനുള്ള അവസരം കിട്ടുകയില്ല.'

'അക്കാര്യം' ഞാനിപ്പോൾ പോയി നോക്കാം' ഞാൻ പറഞ്ഞു.

'ഞങ്ങൾ ഇവിടെത്തന്നെ ഇരിക്കണോ? അതോ പുറത്തേക്കിറങ്ങി ഒന്നു ചുറ്റിയടിച്ചാലോ?'

'ഇവിടെത്തന്നെയിരിക്കുകയാണ് നല്ലത്'

ഞാൻ തിരിച്ച് മേജറുടെ കിടങ്ങിലേക്ക് പോയി. ഫീൽഡ് കിച്ചൻ വന്നുകൊണ്ടിരിക്കയാണെന്നും ഡ്രൈവർമാർക്ക് ഇവിടെ വന്ന് സ്റ്റൂ കഴിക്കാമെന്നും അദ്ദേഹം പറഞ്ഞു. ഭക്ഷണപാത്രങ്ങൾ ഇല്ലാത്തവർക്ക് വേണമെങ്കിൽ തന്റെ കയ്യിൽ നിന്നും കടം വാങ്ങാമെന്നും അദ്ദേഹം പറഞ്ഞു. അവരുടെ കയ്യിൽ അതുകണ്ടേക്കും എന്ന് ഞാൻ പറഞ്ഞു ഞാൻ ഡ്രൈവർമാരുടെ അരികിലേക്ക് തിരിച്ചുചെന്നു. ഭക്ഷണം എത്തിയാലുടൻ അവർക്ക് കിട്ടുന്ന കാര്യം ഞാനേറ്റുവെന്ന് അവരോട് പറഞ്ഞു. വെടിവെക്കൽ ആരംഭിക്കുന്നതിനു മുമ്പ് തന്നെ അത് കിട്ടിയാൽ കൊള്ളാമായിരുന്നു എന്ന് മനീറ പറഞ്ഞു. ഞാൻ പുറത്തിറങ്ങുന്നതുവരെ അവർ നിശ്ശബ്ദരായി ഇരുന്നു. അവർ എല്ലാവരും മെക്കാനിക്കുകളായിരുന്നു. അവരെല്ലാവരും ഒന്നുപോലെ യുദ്ധത്തെ വെറുത്തിരുന്നു.

കാറുകളെ പരിശോധിക്കാനും, കാര്യങ്ങൾ എങ്ങനെ നീങ്ങുന്നുവെന്ന് അറിയാനും, ഞാൻ വീണ്ടും പുറത്തിറങ്ങി. പിന്നെ തിരിച്ച് കിടങ്ങിൽ വന്ന്, നാല് ഡ്രൈവർമാർക്കൊപ്പം ഇരുന്നു. ഞങ്ങൾ നിലത്ത് ചുമരും ചാരിയിരുന്ന് സിഗരറ്റുകൾ വലിച്ചു. പുറത്ത്, മിക്കവാറും ഇരുട്ടിക്കഴിഞ്ഞിരുന്നു. കിടങ്ങിന്റെ തറ ഇളം ചൂടുള്ളതും ഉണങ്ങിയതുമായിരുന്നു. ഞാൻ ചുമലുകൾ ചുമരിനോട് ചേർത്തുവെച്ച് മുതുകുചാരി ഇരുന്നു. ആ ഇരിപ്പ് വളരെ സുഖപ്രദമായിരുന്നു.

'ആരാണ് ആദ്യം ആക്രമണത്തിനിറങ്ങുന്നത്?' ഗ്രസ്റ്റ്സ് ചോദിച്ചു.

'റൈഫിൾ ഷാർപ് ഷൂട്ടേഴ്സ്'

'മുഴുവൻ റൈഫിൾ പടയാളികളും?'

'അങ്ങനെയാണെന്നു തോന്നുന്നു.'

'ശരിക്കുമുള്ളൊരു ആക്രമണത്തിന് വേണ്ടത്ര സൈന്യം ഇവിടെയില്ല.'

'യഥാർത്ഥത്തിൽ ശരിക്കും പോരാട്ടം നടക്കുന്നയിടത്തുനിന്നും അവരുടെ ശ്രദ്ധയാകർഷിച്ച് തിരിക്കാനുള്ള ഒരു ഏർപ്പാടായിരിക്കാമിത്'

'ആരെയാണ് നേരിടുന്നതെന്ന് അവർക്ക് അറിയാമോ?'

'ഇല്ലെന്നാണ് എനിക്ക് തോന്നുന്നത്'

'തീർച്ചയായും അത് അവർക്കറിയില്ല. മനീറ പറഞ്ഞു.'അറിയുമായിരുന്നെങ്കിൽ അവർ ആക്രമണത്തിന് മുതിരുകയില്ലായിരുന്നു.'

'ഉവ്വ്'- അവർ മുതിരും. പസ്സീനി പറഞ്ഞു. 'റൈഫിൾ പടയാളികൾ വിഡ്ഢികളാണ്.'

'അവർ ധൈര്യശാലികളും, നല്ല അച്ചടക്കമുള്ളവരുമാണ്'

ഞാൻ പറഞ്ഞു.

'അവർ നല്ല നെഞ്ചളവും തടിമിടുക്കുമുള്ള കൂട്ടരായിരിക്കാം. പക്ഷേ അവർ തികഞ്ഞ വിഡ്ഢികളാണ് 'ഗ്രനേഡ്,സേനക്കാർ ഉയരക്കാരാണ്. മറീന പറഞ്ഞു. അതൊരു തമാശയായിരുന്നു. എല്ലാവരും ചിരിച്ചു.

ആക്രമണത്തിനിറങ്ങാത്തതിന്റെ പേരിൽ അവർ, അവരിൽ പത്തുപേരിലൊരുവനെ വെടിവെച്ചുകൊന്ന സമയത്ത് താങ്കൾ അവിടെ ഉണ്ടായിരുന്നോ ടെനെന്റി.'

'ഇല്ല.'

'അത് ശരിക്കും നടന്നതാണ്' അവർ ആദ്യം അവരെ വരിയായി നിർത്തി. പിന്നെ ഓരോ പത്താമത്തെ ആളെയും തുടച്ചുമാറ്റി. കുതിരപ്പടയാളികളാണ് ആ കൃത്യം ചെയ്തത്.

'കുതിരപ്പടയാളികൾ' പസ്സീനി അത് പറഞ്ഞുകൊണ്ട് നിലത്ത് തുപ്പി-

'പക്ഷേ ആ ഗ്രനേഡ് സൈനികരെല്ലാവരും, ആറടിയിലേറെ ഉയരമുള്ളവരായിരുന്നു. എന്നിട്ടുപോലും അവർ തിരിഞ്ഞാക്രമിച്ചില്ല.

'എല്ലാവരും പരസ്പരം ആക്രമിക്കാതിരിക്കുകയാണെങ്കിൽ ഈ യുദ്ധം അവസാനിച്ചേനെ' മനീറ പറഞ്ഞു.

'പക്ഷേ ഇപ്പറഞ്ഞപോലെയൊന്നുമല്ല ഗ്രനേഡ് സൈനികർ.' 'അവർക്ക് സകലതിനേയും പേടിയാണ്. മുന്തിയ കുടുംബത്തിൽ നിന്നും വന്നവരാണ് അവരുടെ ഓഫീസർമാരെല്ലാം'

'ഇതിനിടെ ഓഫീസർമാരിൽ ചിലർ ഒറ്റക്ക് പുറപ്പെട്ട് പോവുകയുണ്ടായി എന്നു കേട്ടു'

'പുറത്തിറങ്ങാൻ കൂട്ടാക്കാതിരുന്ന രണ്ട് ഓഫീസർമാരെ ഈയിടെ ഒരു സാർജന്റ് വെടിവെച്ചുകൊന്നുവെന്നും കേട്ടിരുന്നു.'

'ചില ട്രൂപ്പുകൾ ഒന്നാകെ ഓടിപ്പോയിക്കളഞ്ഞു.'

'വരിയിൽ നിർത്തി, ഓരോ പത്താമനേയും വെടിവെച്ച് വീഴ്ത്തിയപ്പോൾ ഈ ഓടിപ്പോയ സൈനികർ അക്കൂട്ടത്തിൽ ഉണ്ടായിരുന്നില്ല.'

'കുതിരപ്പടയാളികൾ വെടിവെച്ചുവീഴ്ത്തിയവരിൽ ഒരുവൻ എന്റെ പട്ടണക്കാരനായിരുന്നു' പസ്സീനി പറഞ്ഞു.-

'ഒരു ഗ്രാനറ്റിയറിയാകാൻ മാത്രം തടിമിടുക്കും പൊക്കവുമുള്ള ഒരു പ്രസരിപ്പുകാരൻ പയ്യൻ, മൂപ്പരെപ്പോഴും റോമിൽ ആയിരിക്കും. നോക്കുമ്പോഴെല്ലാം പെൺപിള്ളാരുടെ കൂടെ. കുതിരപ്പടയാളികളുമായി വലിയ ചങ്ങാത്തത്തിലുമായിരുന്നു!' അയാൾ ചിരിച്ചു. 'പക്ഷേ ഇപ്പോൾ അവന്റെ വീടിനുമുന്നിൽ ബയണറ്റുമായി പടയാളികൾ കാവൽ നിൽക്കുന്നു. അവന്റെ അമ്മയേയോ അച്ഛനേയോ പെങ്ങന്മാരേയോ ആർക്കും സന്ദർശിക്കാൻ പറ്റില്ല. അച്ഛന്റെ പൗരാവകാശങ്ങൾ അവർ എടുത്ത് കളഞ്ഞു. വോട്ട് ചെയ്യാനാവില്ല. നിയമസംരക്ഷണമില്ല. സ്വത്തുക്കൾ ആർക്കുവേണമെങ്കിലും കൈവശപ്പെടുത്താം'

'തങ്ങളുടെ കുടുംബങ്ങൾക്കും ഇപ്രകാരം സംഭവിച്ചാലോ എന്ന പേടിയുള്ളതുകൊണ്ടു മാത്രമാണ് അവർ യുദ്ധത്തിനിറങ്ങുന്നത്.'

'അതെ, പർവ്വത സേനാനികൾ ഇറങ്ങും, സന്നദ്ധസൈനികരും ഇറങ്ങും. പിന്നെ കുറെ റൈഫിൾ സേനക്കാരും'

'റൈഫിൾ സേനക്കാരിൽ ചിലരും ഓടിപ്പോയവരിൽപ്പെടും.'

അവർ പക്ഷേ അക്കാര്യമിപ്പോൾ മറക്കാൻ ശ്രമിക്കുകയാണ്.

'താങ്കൾ ഞങ്ങളെ ഇപ്രകാരം സംസാരിക്കാൻ അനുവദിക്കരുത് ടെനെന്റി ഇവൈവൻ, എസർസിറ്റോ'പസ്സീനി പരിഹാസം ഒളിക്കാതെ പറഞ്ഞു.

'എനിക്കറിയാം നിങ്ങളെന്താണ് പറഞ്ഞുവരുന്നതെന്ന്'- ഞാൻ പറഞ്ഞു.' പരാതികൾക്കിടമില്ലാത്തവിധം നിങ്ങൾ കാറോടിക്കുകയും മര്യാദയോടെ പെരുമാറുകയും....'

'മറ്റ് ഓഫീസർമാർ കേൾക്കത്തക്കവിധം ഇപ്രകാരം സംസാരിക്കാതിരിക്കുകയും ചെയ്യുകയാണെങ്കിൽ' മനീറ എന്റെ വാചകം മുഴുവനാക്കി. 'ഞാൻ വിചാരിക്കുന്നത് നമ്മളീ യുദ്ധത്തെ എങ്ങനെയെങ്കിലും അവസാനിപ്പിക്കണമെന്നാണ്" ഞാൻ പറഞ്ഞു 'ഒരു പക്ഷക്കാർ പോരാട്ടം നിർത്തിയെന്നു വയ്ക്കാം എങ്കിലും യുദ്ധം അവസാനിക്കുകയില്ല. നമ്മൾ ഇപ്പോൾ യുദ്ധം നിർത്തുകയാണെങ്കിൽ സ്ഥിതിഗതികൾ ഒന്നുകൂടി രൂക്ഷമാവുകയേയുള്ളൂ.'

'സ്ഥിതിഗതികൾ ഇതിന്മേലിനി രൂക്ഷമാകാനില്ല' പസ്സീനി മര്യാദ കൈവിടാതെ പറഞ്ഞു.'ഈ യുദ്ധത്തിനേക്കാൾ രൂക്ഷമായത് ഒന്നുമില്ല.'

'അടിയറവ് പറയുക എന്നത് ഇതിനേക്കാൾ കഷ്ടമാണ്.'

'ഞാനങ്ങനെ വിചാരിക്കുന്നില്ല! പസ്സീനി വീണ്ടും മര്യാദ കൈവിടാതെ പറഞ്ഞു. 'അടിയറവ് പറയുക എന്നുവെച്ചാലെന്താണ്?' നമ്മൾ എല്ലാവരും വീട്ടിൽ പോകുന്നു എന്നത് തന്നെ.'

'അവർ നിങ്ങളുടെ പുറകെ വരും നിങ്ങളുടെ വീട് അവർ പിടിച്ചടക്കും, നിങ്ങളുടെ പെങ്ങന്മാരെ അവർ പിടിച്ചടക്കും.'

'ഞാനത് വിശ്വസിക്കുന്നില്ല,' പസ്സീനി പറഞ്ഞു. 'അവർക്ക് എല്ലാകാലത്തും എല്ലാവരോടും അങ്ങനെ ചെയ്യാൻ ഒക്കുകയില്ല. എല്ലാവരും പെങ്ങന്മാരെ വീട്ടിൽ സംരക്ഷിക്കട്ടെ.'

'അവർ നിങ്ങളെ തൂക്കിക്കൊല്ലും.' അവർ വന്നു നിങ്ങളെ പിടിച്ചുകൊണ്ടുപോയി വീണ്ടും ഒരു പട്ടാളക്കാരനാക്കും. അത് ഓട്ടോ ആംബുലൻസിൽ ആകണമെന്നില്ല. കാലാൾപ്പടയിലായിരിക്കും.'

'എല്ലാവരേയും അവർക്ക് തൂക്കിക്കൊല്ലാനാകില്ല.'

'മറ്റൊരു രാഷ്ട്രവും നിങ്ങളെ പട്ടാളത്തിലെടുക്കില്ല. മനീറ പറഞ്ഞു. കാരണം. ആദ്യത്തെ ഏറ്റുമുട്ടലിൽത്തന്നെ നിങ്ങളെല്ലാവരും ഓടിപ്പോകും.'

'ട്ച്ചെക്കോവിനെ'വിനെപ്പോലെ

'കീഴടക്കപ്പെട്ടാലുള്ള അവസ്ഥയെപ്പറ്റി നിങ്ങൾക്ക് ഒരു വസ്തുവും അറിയില്ല എന്നാണെനിക്കു തോന്നുന്നത്. അതിനെപ്പറ്റി അറിയാത്തതു കൊണ്ടാണ് അത്, അത്ര വലിയ കുഴപ്പമുള്ളതല്ല എന്ന് നിങ്ങൾ വിശ്വസിക്കുന്നത്.'

'ടെനെന്റി'പസ്സീനി പറഞ്ഞു. 'താങ്കൾ ഞങ്ങളെ സംസാരിക്കാനനുവദിക്കുന്നു എന്നത് ഞങ്ങൾക്ക് മനസ്സിലാക്കാം. ഒരു കാര്യം കേൾക്കൂ! യുദ്ധത്തിനെപ്പോലെ നാശകരമായ ഒന്ന് ലോകത്തിൽ വേറെയില്ല. അതെത്രത്തോളം നാശകരമാണെന്ന് ഓട്ടോ ആംബുലൻസുകാരായ ഞങ്ങൾ വേണ്ടത്ര അറിയുന്നുപോലുമില്ല. ശരി- അത് തികച്ചും മനസ്സിലാക്കിയവരാകട്ടെ ഒന്നും ചെയ്യാൻ സാധിക്കാതെ പ്രാന്തന്മാരായിപ്പോകുന്നു. വേറെ ചില ആൾക്കാരുണ്ട്. അവർ ഒരിക്കലും ഇത് മനസ്സിലാക്കുവാൻ ശ്രമിക്കുകയേ ഇല്ല. കൂടാതെ തങ്ങളുടെ ഓഫീസർമാരെ കഠിനമായി ഭയപ്പെടുന്ന പട്ടാളക്കാരുണ്ട്. നേരു പറഞ്ഞാൽ അത്തരം പട്ടാളക്കാരെ വെച്ചുള്ള കളിയാണ് ഈ യുദ്ധമെന്നു പറഞ്ഞാൽ!

'എനിക്ക് അതെത്രത്തോളം നാശകരമാണെന്ന് അറിയാം. പക്ഷേ നമുക്കിത് എങ്ങനെയെങ്കിലും തീർക്കേണ്ടതുണ്ട്.'

'അത് ഒരിക്കലും തീരില്ല. ഒരു യുദ്ധത്തിനും അവസാനം, എന്ന ഒന്നില്ല.'

'ഉണ്ട് ഒരവസാനമുണ്ട്!'

പസ്സീനി തലകുലുക്കി.'യുദ്ധം ജയിക്കപ്പെടുന്നത് വിജയങ്ങൾ കൊണ്ടല്ല' അയാൾ തുടർന്നു. നമ്മൾ സാൻ ഗ്രബ്രിയേലെ പിടിച്ചെടുക്കുകയാണെങ്കിൽ എന്ത് സംഭവിക്കും? നമ്മൾ കാർഡോ പിടിച്ചെടുക്കുകയാണെങ്കിൽ എന്തു സംഭവിക്കും? നമ്മൾ 'മോൺഫാൽകോണി'യും ട്രീകെസ്റ്റെയും പിടിച്ചെടുക്കുകയാണെങ്കിലോ? അപ്പോൾ നമ്മൾ എവിടെയെത്തും? താങ്കളും ഇന്ന് ആ അകലെയുള്ള മലനിരകൾ കണ്ടില്ലേ? നമുക്കവയെയെല്ലാം കീഴടക്കാനാകുമെന്ന് താങ്കൾ കരുതുന്നുണ്ടോ? ആസ്ട്രിയക്കാർ ആക്രമണം തീർത്തും നിർത്തുകയാണെങ്കിൽ ചിലപ്പോൾ അതിന് കഴിഞ്ഞേക്കും. ഏതെങ്കിലും ഒരു പക്ഷക്കാർ യുദ്ധം നിർത്തേണ്ടതാണ്. നമുക്കെന്തുകൊണ്ട് നിർത്തിക്കൂടാ? അവർ ഇറ്റലിയിലേക്ക് കടന്നുവരികയാണെന്നു തന്നെ വെക്കൂ- എന്താണുണ്ടാവുക! അവർ ക്ഷീണിച്ചു തളർന്ന് ഓടിപ്പോയ്ക്കൊള്ളും. അവർക്ക് അവരുടെ സ്വന്തം രാജ്യമുള്ളതല്ലേ? പക്ഷേ അങ്ങനെയൊന്നും സംഭവിക്കുന്നില്ല. മറിച്ച് യുദ്ധം തുടർന്നുകൊണ്ടേയിരിക്കുന്നു.'

'നിങ്ങൾ ശരിക്കും ഒരു പ്രാസംഗികനാണ്.'

'ഞങ്ങൾ ചിന്തിക്കുന്നവരാണ്. ഞങ്ങൾ വായിക്കുന്നവരാണ്. ഞങ്ങൾ വെറും കർഷകത്തൊഴിലാളികളല്ല. ഞങ്ങൾ മെക്കാനിക്കുകളാണ്. ഒരു യുദ്ധത്തിൽ വിശ്വസിക്കുക എന്നതിനേക്കാൾ നല്ലതെന്തെന്ന് കൃഷിക്കാർക്കുപോലുമറിയാം. സകലരും ഈ യുദ്ധത്തിനെ വെറുക്കുന്നു'

'ഓരോ രാജ്യത്തേയും നിയന്ത്രിക്കുന്ന ഓരോ വർഗമുണ്ട്. തികച്ചും വിഡ്ഢികളുടേതായ ഒരു വർഗം അവർക്ക് ഒന്നും മനസ്സിലാവുകയില്ല.

അവർക്ക് ഒരിക്കലും ഒന്നും മനസ്സിലാക്കുവാനും സാധിക്കയില്ല. അതിനാൽ മാത്രമാണീ യുദ്ധമുണ്ടാകുന്നത്?'

'അവർ അതിൽനിന്ന് മുതലുണ്ടാക്കുകയും ചെയ്യുന്നു.'

'മിക്കവരും അതുപോലും ചെയ്യുന്നില്ല' പസ്സീനി പറഞ്ഞു. 'അവർ തികച്ചും മണ്ടൻമാരാണ്. അതിനാൽ അവർക്ക് ഇത് മുതലെടുക്കാൻ പോലും അറിയില്ല. മറ്റൊന്നും കൊണ്ടല്ല അവർ ഈ വിഡ്ഢിത്തം ചെയ്തുകൂട്ടുന്നത്. വെറും മണ്ടത്തരത്തിനുവേണ്ടിയുള്ള മണ്ടത്തരം.'

'നമ്മൾ വായടക്കുകയാണ് നല്ലത്' മനീറ പറഞ്ഞു. 'ഇത് നമ്മുടെ ടെനെന്റിയാണെങ്കിലും, ഈ സംസാരം അതിരു കടക്കുന്നു.'

'അദ്ദേഹം അത് ഇഷ്ടപ്പെടുന്നുണ്ട്.' പസ്സീനി പറഞ്ഞു. 'അദ്ദേഹത്തെ നമുക്ക് മാറ്റിയെടുക്കാം.'

'പക്ഷേ ഇപ്പോൾ നമ്മൾ വായടക്കേണ്ടതുണ്ട്.' മനീറ പറഞ്ഞു.

'നമ്മൾക്കിനിയെങ്കിലും ഭക്ഷണം കഴിക്കേണ്ടേ ടെനെന്റി?' ഗ്വവ്ട്സി ചോദിച്ചു.

'ഞാനൊന്നു പോയി നോക്കട്ടെ' ഞാൻ പറഞ്ഞു. ഗോർദ്ദീനിയും കൂടെ എഴുന്നേറ്റ് എന്നോടൊപ്പം പുറത്തേക്ക് വന്നു. 'എനിക്കെന്തെങ്കിലും ചെയ്യാൻ കഴിയുമോ? ടെനെന്റി എനിക്ക് താങ്കളെ സഹായിക്കാനാകുമോ?'

നാലുപേരിൽ ഏറ്റവും ശാന്തനായവൻ ഇവനായിരുന്നു.

'വേണമെങ്കിൽ നിനക്കെന്റെ കൂടെവരാം. ഞാൻ പറഞ്ഞു.

'നമുക്ക് പോയി നോക്കിയിട്ട് വരാം.'

പുറത്ത് നല്ല ഇരുട്ടായിരുന്നു. മലകൾക്കു മുകളിലൂടെ സെർച്ച് ലൈറ്റിന്റെ നീളൻ പ്രകാശരശ്മികൾ നീങ്ങിക്കൊണ്ടിരുന്നിരുന്നു. ഈ മുന്നണിയിൽ ചരക്കുലോറികളിൽ ഘടിപ്പിച്ച കൂറ്റൻ സർച്ചു ലൈറ്റുകളുണ്ട്. രാത്രി റോഡിലൂടെ പോകുമ്പോൾ ചിലപ്പോൾ നിങ്ങളവയെ കടന്നുപോയേക്കാം. റോഡിൽനിന്ന് തെല്ലുമാറിയാണ് ചരക്കുവണ്ടി നിർത്തുക. ഒരോഫീസർ വെളിച്ചത്തിന്റെ ഗതി നിർണ്ണയിക്കുന്നുണ്ടാകും. കൂട്ടത്തിലുള്ള ജോലിക്കാർ പേടിച്ചുകൊണ്ട് കൂടെ നിൽക്കും. ഞങ്ങൾ ഇഷ്ടികകളും മുറിച്ചു കടന്നു പ്രധാന ഡ്രെസ്സിംഗ് സ്റ്റേഷന്റെ മുന്നിലെത്തി. കവാടത്തിൽ പച്ച മരശാഖകൾകൊണ്ടുള്ള പേരിനുമാത്രമുള്ള ഒരു ചെറിയ മറവ് ഉണ്ടായിരുന്നു. വെയിലേറ്റ് വാടിയ ഇലകളിൽ രാത്രിക്കാറ്റ് ഇളകിമറിഞ്ഞുകൊണ്ടിരുന്നു. ഉള്ളിൽ വെളിച്ചമുണ്ടായിരുന്നു. ഒരു പെട്ടിപ്പുറത്തിരുന്നുകൊണ്ട് മേജർ ടെലഫോൺ ചെയ്യാൻ ശ്രമിക്കുകയാണ്. പോരാട്ടം ഒരു മണിക്കൂർ കൂടി നീട്ടിവെച്ചതായി മെഡിക്കൽ ഓഫീസർമാരിൽ ഒരാൾ പറഞ്ഞു. അയാൾ എനിക്കൊരു ഗ്ലാസ് കോണ്യാക്ക് നീട്ടി. ഞാൻ പലക നിരത്തിയ മേശകളും വെളിച്ചത്തിൽ തിളങ്ങുന്ന ഉപകരണങ്ങളും ബേസിനുകളും അടച്ചിട്ട് മുറുക്കിയ കുപ്പികളും ഒക്കെ നോക്കിക്കണ്ടു.

ഗോർദ്ദീനി എന്റെ പുറകിൽ നിന്നിരുന്നു. മേജർ ടെലിഫോണിന്റെയ ടുത്തുനിന്നും എഴുന്നേറ്റു.

'അതിതാ തുടങ്ങുകയായി' അദ്ദേഹം പറഞ്ഞു. 'അത് വീണ്ടും നീട്ടിവെ ച്ചതായി അവർ നേരത്തെ പറഞ്ഞു. പക്ഷേ അതിപ്പോൾ തുടങ്ങുകയായി.'

ഞാൻ പുറത്തേക്കു നോക്കി, പുറകിലെ മലനിരകളിലൂടെ ആസ്ട്രിയ ക്കാരുടെ സെർച്ച് ലൈറ്റ് നീങ്ങിപ്പോകുന്നതു കണ്ടു. ഒരു നിമിഷം അത് നിശ്ചലമായി നിന്നു. പിന്നെ ഞങ്ങളുടെ എല്ലാ തോക്കുകളും ഒരുമിച്ച് പൊട്ടി. വെടിവെപ്പ് തുടങ്ങിക്കഴിഞ്ഞു.

'സവോയിയ' മേജർ പറഞ്ഞു.

'സൂപ്പിന്റെ കാര്യം മേജർ' ഞാൻ പറഞ്ഞു. അദ്ദേഹം ഞാൻ പറയുന്നത് കേൾക്കുന്നുണ്ടായിരുന്നില്ല. ഞാൻ അത് ഒന്നുകൂടി ആവർത്തിച്ചു.

'അത് ഇതുവരേയും എത്തിച്ചേർന്നിട്ടില്ല.'

ഇഷ്ടികക്കളത്തിന്റെ വെളിയിൽ ഒരു വലിയ ബോംബു വന്നുവീണു. അതിന്റെ പൊട്ടലിന്റെ ആരവത്തിനിടയിൽ ഇഷ്ടികകളും മണ്ണും പൊഴി ഞ്ഞുവീഴുന്ന ശബ്ദം വേറിട്ടു കേട്ടു.

'എന്താണ് കഴിക്കാനുള്ളത്?'

'ഇവിടെ ശകലം പാസ്താ മാത്രമേയുള്ളൂ.

'നിങ്ങളെന്താണു തരുന്നതെന്നുവെച്ചാൽ അതുംകൊണ്ട് ഞങ്ങൾ പൊയ്ക്കൊള്ളാം.'

മേജർ ഒരു ഓർഡർലിയെ വിളിച്ച് സംസാരിച്ചു. അയാൾ കാഴ്ചയിൽ നിന്നു മറയുകയും ഒരു ലോഹബേസിനിൽ കുറെ തണുത്ത വേവിച്ച മക്ക റോണിയുമായി തിരിച്ചു വരികയും ചെയ്തു.

'നിങ്ങളുടെ പക്കൽ ചീസ് ഉണ്ടാകുമോ?'

മേജർ ഓർഡർലിയോട് അത്ര രസമില്ലാത്ത വിധത്തിൽ വീണ്ടും സംസാരിച്ചു. അയാൾ വീണ്ടും മാളത്തിലേക്ക് മുങ്ങി വെളുത്ത ചീസിന്റെ കാൽഭാഗക്കട്ടിയുമായി വന്നു.

'വളരെ ഉപകാരം' ഞാൻ പറഞ്ഞു.

'നിങ്ങളിപ്പോൾ പുറത്തിറങ്ങാതിരിക്കയാണ് നല്ലത്.'

പുറത്ത് കവാടത്തിനരികെ ആരോ എന്തോ കൊണ്ടുവന്നു വെക്കുന്ന ശബ്ദം കേട്ടു. അത് താങ്ങിപ്പിടിച്ചുവന്നവരിൽ ഒരാൾ ഉള്ളിലേക്ക് കടന്നു വന്നു നോക്കി.

'അയാളെ ഉള്ളിലേക്ക് കൊണ്ടുവരൂ' മേജർ പറഞ്ഞു.

'നിങ്ങളെന്താ വിചാരിക്കുന്നത്?' ഞങ്ങൾതന്നെ പുറത്തേക്ക് വന്നു. അയാളെ ഉള്ളിലേക്കെടുത്തുകൊണ്ടുവരണമെന്നോ?'

സ്ട്രെച്ചർ വഹിച്ചിരുന്നവർ ഒരാളെ കക്ഷത്തിലും കാലിലും പിടിച്ചുയർ ത്തി അകത്തേക്ക് കൊണ്ടുവന്നു.

'കോട്ട് കീറ്റ്' മേജർ പറഞ്ഞു.

അദ്ദേഹം അറ്റത്ത് ഇത്തരി ഗോസ്സൂണി പിടിപ്പിച്ച ചവണ കയ്യിലെടുത്തു. ക്യാപ്റ്റൻമാർ രണ്ടുപേരും തങ്ങളുടെ കോട്ട് ഊരി.

'ഇവിടെ നിന്ന് കടന്നുപോകൂ' മേജർ സ്ട്രെച്ചർ വാഹകരോട് പറഞ്ഞു.

'വന്നാട്ടെ' ഞാൻ ഗോർദ്ദീനിയെ വിളിച്ചു.

'നിങ്ങൾ ഷെല്ലിംഗ് കഴിയുന്നതുവരെ കാത്തിരിക്കുകയാണ് നല്ലത്'

മേജർ തലതിരിക്കാതെ ചുമലിലൂടെ നോക്കി വിളിച്ചു പറഞ്ഞു.

'അവർക്ക് ഭക്ഷണം കഴിക്കണം' ഞാൻ പറഞ്ഞു.

'നിങ്ങളുടെ ഇഷ്ടം പോലെ'

പുറത്ത് ഇരുട്ടിലൂടെ ഞങ്ങൾ ഇഷ്ടികക്കളം മുറിച്ചോടി നദിക്കരയോട് ചേർന്ന് ഒരു ഷെൽ വീണു പൊട്ടിച്ചിതറി. പിന്നെ പറന്നുവന്ന, അടുത്തെത്തി പൊട്ടുന്നതു വരേക്കും മറ്റൊരു ബോംബ് വരുന്നുണ്ടെന്ന് ഞങ്ങൾ രണ്ടുപേരും അറിഞ്ഞിരുന്നില്ല. അതിന്റെ മിന്നൽ കണ്ടപാടെ ഞങ്ങൾ നിലത്ത് പതിഞ്ഞു കിടന്നു. ചിതറിത്തെറിച്ച ശകലങ്ങളുടെ കരിഞ്ഞ മണവും സ്ഫോടനത്തിന്റെ ആവേഗവും കിടന്നകിടപ്പിൽ കിടന്നു ഞങ്ങളറിഞ്ഞു. ഇഷ്ടികകൾ ഇടിഞ്ഞു വീഴുന്നതിന്റെ കടകട ശബ്ദവും കേട്ടിരുന്നു. ഗോർദ്ദീനി എഴുന്നേറ്റ് കിടങ്ങിലേക്ക് ഒറ്റ ഓട്ടം വെച്ചു കൊടുത്തു. ചീസിന്റെ കട്ടി മുറുകെ പിടിച്ച് ഞാനും പുറകെ ഓടി. ചീസിന്റെ മിനുത്ത പ്രതലം ഇഷ്ടകപ്പൊടിയേറ്റ് മലിനമായിരുന്നു.

കിടങ്ങിനുള്ളിൽ മറ്റു മൂന്ന് ഡ്രൈവർമാരും അപ്പോഴും ചുമരുചാരിയിരുന്നു പുകവലിക്കുകയായിരുന്നു.

'ഇതാ, ധീരദേശാഭിമാനികളെ' ഞാൻ പറഞ്ഞു.

'എന്താണ് കാറുകളുടെ സ്ഥിതി?' മനീറ ചോദിച്ചു.

'കുഴപ്പമൊന്നുമില്ല'

'അവർ നിങ്ങളെ ഭയപ്പെടുത്തിയോ ടെനെന്റി?'

'ശരിക്കും. പണ്ടാരമടങ്ങാൻ' ഞാൻ പറഞ്ഞു.

ഞാനെന്റെ കത്തിയെടുത്തു തുറന്ന് തുടച്ച്, ചീസ്കട്ടിയുടെ മലിനമായ പുറംഭാഗം ചെത്തിക്കളഞ്ഞു. ഗ്വവുടസി, മക്കറോണിയുടെ ബേസിൻ എന്റെ കയ്യിൽ തന്നു.

'കഴിക്കാൻ തുടങ്ങൂ ടെനെന്റി'

'വേണ്ട' ഞാൻ പറഞ്ഞു. 'ബേസിൻ തറയിൽ വെക്കൂ. നമുക്കൊരുമിച്ച് കഴിക്കാം.'

'ഫോർക്കുകളില്ല'

'എന്ത് നരകം.' ഞാനിംഗ്ലീഷിൽ പറഞ്ഞു.

ഞാൻ ചീസ് കഷ്ണങ്ങളായി മുറിച്ച് മക്കറോണിയുടെ പുറത്ത് നിരത്തി.

'ഇരുന്നാട്ടെ' ഞാൻ പറഞ്ഞു. അവർ നിലത്തിരുന്ന് ഞാൻ തുടങ്ങുന്ന തിനുവേണ്ടി കാത്തു. ഞാൻ തള്ളവിരലും മറ്റവിരലുകളും ചേർത്ത് മക്കറോ ണിയിൽ താഴ്ത്തി മുകളിലേക്ക് വലിച്ചുയർത്തി. ഒരു കട്ട അഴിഞ്ഞു കിട്ടി.

'മുകളിലേക്ക് ഉയർത്തു ടെനെന്റി!!'

ഞാനത് ഒരു കൈത്തണ്ട ഉയരത്തിൽ ഉയർത്തി. പിന്നെ ഇഴകൾ വേർപെടുത്തി എന്നിട്ട് വായയിൽ വെച്ച് ഉള്ളിലേക്ക് വലിച്ച് അറ്റം പൊട്ടിച്ച ഒരു കഷ്ണം ചീസിനോടൊപ്പം ചവച്ചു, പിന്നെ ഒരു കവിൾ വൈൻ കുടിച്ചു. വൈനിന് ഇരുമ്പിച്ച ലോഹച്ചുവ ഉണ്ടായിരുന്നു. ഞാൻ ഭക്ഷണം പസ്സീനിക്ക് കൈമാറി.

'ഇത് കേട്ടുവന്നിരിക്കുന്നു' അയാൾ പറഞ്ഞു. 'ഇത് കുറേ നേരമായി അവിടെയിരിക്കുകായായിരുന്നു, ഞാനാണിത് വണ്ടിയിൽ കൊണ്ടുവന്നത്.'

അവർ ഭക്ഷണം കഴിച്ചുകൊണ്ടിരുന്നു. ബേസിനിലേക്ക് താടി മുട്ടെകു നിഞ്ഞിരുന്നു, പിന്നെ തലയൊന്ന് വെട്ടിച്ച് അവർ പാസ്റ്റയുടെ മുകളറ്റം വായ്ക്കുള്ളിലേക്ക് വലിച്ചെടുത്തു. ഞാനൊരു വായ ഭക്ഷണവും, ഒരിത്തിരി ചീസും പിന്നെ ഒരു കവിൾ വൈനും കൂടി കഴിച്ചു. കിടങ്ങിനു പുറത്ത് എന്തോ വന്നു ശക്തിയായി വീണ് ഒരു നിമിഷം തറയൊന്നാകെ കുലുങ്ങി.

'അതൊരു 420 -ാം നമ്പർ ആണ് അല്ലെങ്കിൽ ഒരു മിന്നെൻ വെർഫർ.' ഗുഡുട്സി പറഞ്ഞു.

'മലകളിൽ 420-ാം നമ്പർ ഇല്ല.' ഞാൻ പറഞ്ഞു.

'അവരുടെ കയ്യിൽ ഊക്കൻ സ്കോഡാ ഗണ്ണുകളുണ്ട്. ഞാൻ മാളങ്ങൾ കണ്ടിരുന്നു.'

'അതാ അത് 305-ാം നമ്പറാണ്.'

ഞങ്ങൾ ഭക്ഷണം കഴിക്കൽ തുടർന്നു.

'ഒരു കുരപോലെ കേട്ടു. പിന്നെ ഒരു റെയിൽവേ എഞ്ചിൻ ഓടാൻ തുടങ്ങുന്ന ശബ്ദം. വീണ്ടും ഭൂമി കുലുങ്ങുന്ന സ്ഫോടനം'

'ഈ കിടങ്ങിന് വേണ്ടത്ര ആഴമില്ല' പസ്സീനി പറഞ്ഞു.

'അതൊരു കൂറ്റൻ ട്രെഞ്ച് മോർട്ടാർ ആയിരുന്നു.'

'ശരിയാണ് സാർ'

ഞാനെന്റെ ചീസിന്റെ അറ്റം വരെ കടിച്ചുതിന്നുകയും ഒരു കവിൾ വൈൻ കുടിക്കുകയും ചെയ്തു. മറ്റുള്ള ശബ്ദകോലാഹലങ്ങൾക്കിടയിൽ നിന്നും ഞാൻ വീണ്ടും ആ കുര ശബ്ദം കേട്ടു. പിന്നെ ചുഹ് ചുഹ് ചുഹ് എന്ന ഒരു ഒച്ച വന്നു. അതോടൊപ്പം കണ്ണഞ്ചിക്കുന്ന ഒരു മിന്നൽ - ഒരു ഇരുമ്പുരുക്ക് കൂടാരത്തിന്റെ വാതിൽ തുറന്നാലെന്നപോലെ വെളുത്ത നിറം പൂണ്ട ഒരു അലർച്ച അത് പിന്നെ ചുവപ്പായി. വീണ്ടും ചുവപ്പായി കാറ്റിൽ ഭീമാകാരം പൂണ്ടു അത് തുടർന്നുകൊണ്ടേയിരുന്നു. ഞാൻ ശ്വാസമെടുക്കാൻ ശ്രമിച്ചു.

പക്ഷേ ശ്വാസം പുറത്തേക്കുവന്നില്ല. ഞാനെന്റെ ഉടലിൽ നിന്നും പുറത്തേക്ക് കുതിച്ചോട്ടുകയാണെന്ന് തോന്നി. പുറത്തേക്ക് പുറത്തേക്ക് അങ്ങ് അകലേക്ക് കാറ്റിനുള്ളിൽ പെട്ട ഒരു ശരീരമായി ഞാൻ ക്ഷണത്തിൽ പുറത്തിറങ്ങി. ഞാൻ, ഞാൻ മാത്രമായി ശേഷിച്ചു, ഞാൻ മരിച്ചുകഴിഞ്ഞുവെന്ന് എനിക്ക് മനസ്സിലായി. അപ്പോൾ തന്നെ മരിച്ചുപോയെന്ന് വിചാരിക്കുന്നതിൽ എന്തോ ഒരു തെറ്റുണ്ടെന്നും ഉടനെ തോന്നി. പിന്നീട് ഞാൻ വായുവിൽ പൊങ്ങിക്കിടന്നു. പിന്നെ, അങ്ങനെ പൊങ്ങിപ്പൊങ്ങി പോകുന്നതിനു പകരം, നിലത്തേക്ക് ചരിഞ്ഞു വീഴുകയാണ് ചെയ്യുന്നതെന്ന് എനിക്ക് സ്വയം അനുഭവപ്പെട്ടു. ഞാൻ ശ്വാസം ആഞ്ഞുവലിച്ചു. ഞാൻ ഭൂമിയിൽ തിരിച്ചെത്തി, എനിക്ക് ബോധം വീണു. തറയാകെ കിളച്ചുമറിച്ചതുപോലെ കീറിപ്പറഞ്ഞിരുന്നു. എന്റെ തലയുടെ മുൻവശത്ത് ഒരു മരച്ചീള് കോർത്തുകിടന്നിരുന്നു. തലയൊന്നനക്കിയപ്പോൾ ആരോ കരയുന്ന ശബ്ദം എനിക്ക് കേൾക്കാൻ കഴിഞ്ഞു. ആരോ അലറിക്കരയുകയാണെന്ന് എനിക്കു തോന്നി. ഞാൻ എഴുന്നേൽക്കാൻ ശ്രമിച്ചു. പക്ഷേ എനിക്ക് അനങ്ങാൻ കഴിയുമായിരുന്നില്ല. നദിക്കരയിലൂടെനീളവും നദിക്കുറുകെയും മെഷീൻഗണ്ണുകളുടേയും റൈഫിളുകളുടേയും വെടിയൊച്ചകൾ കേട്ടുകൊണ്ടിരുന്നു. ഒരു വലിയ ആഘാതത്താലെന്നപോലെ വെള്ളം തെറിക്കുന്ന ഒച്ച കേട്ടു. സ്റ്റാർ ഷെല്ലുകൾ മുകളിലേക്കുയർന്നു പൊട്ടി വെളുത്ത നിറത്തിൽ പാറിവീഴുന്നത് എനിക്ക് കാണാമായിരുന്നു. പിന്നെ റോക്കറ്റുകൾ കുതിച്ചുയർന്ന് പൊട്ടുന്ന ശബ്ദം- എല്ലാം ഒരൊറ്റ നിമിഷത്തിൽ. പിന്നീട് എന്റെ തൊട്ടടുത്ത് ആരോ ഒരാൾ 'എന്റെ അമ്മേ! ഓ! എന്റെ അമ്മേ' എന്നു വിളിച്ചു പറയുന്നത് ഞാൻ കേട്ടു. ഞാൻ എന്റെ കാലുകൾ പ്രയാസപ്പെട്ട് വലിച്ചു തിരിച്ച് അയക്കാൻ ശ്രമിച്ചു. ഒടുവിൽ കാലുകൾ തെല്ലൊന്നയഞ്ഞ് കിട്ടുകയും ഞാൻ അയാളെ ചെന്നുതൊടുകയും ചെയ്തു. അത് പസ്സീനിയായിരുന്നു. ഞാനവനെ തൊട്ടപ്പോൾ അയാൾ അലറിക്കരഞ്ഞു.

അയാളുടെ കാലുകൾ എന്റെ നേർക്ക് തിരിഞ്ഞുകിടന്നിരുന്നു. ഇടവിട്ടുവരുന്ന വെളിച്ചത്തിലും ഇരുട്ടിലും ഞാനവനെ നോക്കി. മുട്ടിനു മുകളിൽ വെച്ച് അവന്റെ ഇരുകാലുകളും തകർന്നു പോയിരുന്നു. ഒരു കാൽ നിശ്ശേഷം അപ്രത്യക്ഷമായിരുന്നു. മറ്റേകാൽ തകർന്നു സ്നായുക്കളിൽ തൂങ്ങിക്കിടന്നു. ട്രൗസറിന്റെ കീറലിലൂടെ കുറ്റി ഇഴ പറിഞ്ഞു വിറച്ചും കാണപ്പെട്ടു. കാലിന്റെ മറ്റു ഭാഗവുമായി യാതൊരു ബന്ധവുമില്ലാത്തതുപോലെ, അയാൾ സ്വന്തം കൈത്തണ്ടയിൽ കടിച്ചുകൊണ്ട് ഞരങ്ങിക്കൊണ്ടിരുന്നു. 'ഓ എന്റെ അമ്മേ, ഓ എന്റെ അമ്മേ' പിന്നീട് 'മറിയമേ രക്ഷിക്കണേ, മറിയമേ രക്ഷിക്കണേ ഓ ജീസസ് എന്നെ വെടിവെച്ചുകൊല്ലൂ. ക്രൈസ്റ്റ് എന്നെ വെടിവെച്ചു കൊല്ലൂ. എന്റെ അമ്മേ എന്റെ അമ്മേ. എത്രയും നിർമ്മലയായ മേരി എന്നെവെടിവെച്ചു കൊല്ലൂ. ഇതൊന്നു നിർത്തിത്തരൂ ഇതൊന്നു നിർത്തിത്തരൂ. ഓ ജീസസ്സ്, ഓ നിർമലയായ മേരി ഇതൊന്നു നിർത്തിത്തരൂ. ഓ ഓ ഓ ഓ' പിന്നീട് ശ്വാസംമുട്ടിക്കൊണ്ട് 'അമ്മേ- എന്റെ അമ്മേ' അതിനുശേഷം അവൻ നിശ്ശബ്ദനായി കൈത്തണ്ടയിൽ

കടിച്ചുകൊണ്ടിരുന്നു. കാലിന്റെ ശേഷിച്ച കുറ്റി കോച്ചിവലിച്ച് വിറച്ചുകൊണ്ടിരുന്നു.

'പോർട്ടാഫെറിറ്റി' ഞാൻ കൈകൾ വായക്കുമീതെ കപ്പ പോലെ പിടിച്ച് ഉറക്കെ നിലവിളിച്ചു. 'ഇതാ ഞങ്ങളിവിടെ' ഞാൻ പസ്സീനിയുടെ അടുത്തേക്ക് കുറച്ചുകൂടി നീങ്ങിയിരിക്കാൻ ശ്രമിച്ചു. അവന്റെ കാലിലെ രക്തസ്രാവം നിർത്താനായി ഒരു 'ടൂർണിക്കെ' കെട്ടുവാൻ ഞാൻ ശ്രമിച്ചു. പക്ഷേ എനിക്ക് അനങ്ങുവാൻ കഴിയുമായിരുന്നല്ല. നീങ്ങിക്കിട്ടാൻ ഞാൻ വീണ്ടും വീണ്ടും ശ്രമിച്ചുകൊണ്ടേയിരുന്നു. ഒടുവിൽ എന്റെ കാലുകൾ തെല്ലൊന്നു നീങ്ങിക്കിട്ടി. കൈത്തണ്ടകളും കൈകളും ഉപയോഗിച്ച് എനിക്ക് പുറകിലേക്ക് കുറച്ചൊന്ന് വലിഞ്ഞ് നിരങ്ങാൻ സാധിച്ചു. പസ്സീനി അപ്പോഴേക്കും ശാന്തനായിക്കഴിഞ്ഞിരുന്നു. ഞാൻ അവന്റെ അരികിൽ ഇരുന്ന്. എന്റെ കോട്ടഴിച്ചു പിന്നീട് എന്റെ ഷർട്ടിന്റെ തുമ്പ് വലിച്ചു കീറാൻ ശ്രമിച്ചു. അത് കീറിവന്നില്ല. ഒന്നു കീറിത്തുടങ്ങാൻ ഞാൻ തുണിയുടെ വക്കിൽ കടിച്ചുപറിച്ചു. അപ്പോൾ എനിക്ക് അവന്റെ കാലിൽ ചുറ്റിക്കെട്ടിയിരുന്ന 'പട്ടീസ്'ന്റെ ഓർമ വന്നു. ഞാൻ കമ്പിളി സോക്സുകളാണ് ധരിച്ചിരുന്നത്. പക്ഷേ, പസ്സീനിയാവട്ടെ പട്ടീസുകളും. എല്ലാ ഡ്രൈവർമാരും പട്ടീസുകളാണ് ധരിക്കുക. പക്ഷേ പസ്സീനിക്ക് ഇപ്പോൾ ഒരു കാൽ മാത്രമേ ഉള്ളൂ. ഞാൻ പട്ടീസിന്റെ ചുറ്റ് അഴച്ചെടുക്കാൻ തുടങ്ങി. അത് അഴിച്ചെടുത്തുകൊണ്ടിരിക്കെത്തന്നെ അതിനെക്കൊണ്ടിനി മേലിൽ ആവശ്യമില്ലെന്ന് എനിക്ക് ബോദ്ധ്യമായി. കാരണം അയാൾ മരിച്ചുകഴിഞ്ഞിരുന്നു. അയാൾ തീർത്തും മരിച്ചുകഴിഞ്ഞുവെന്ന് ഞാൻ ഉറപ്പാക്കി. ഇനി മറ്റേ മൂന്നു പേരെ കണ്ടുപിടിക്കണം. ഞാൻ നിവർന്നിരിക്കാൻ നോക്കി. അതിനു ശ്രമിക്കുമ്പോൾ എന്റെ തലക്കുള്ളിൽ കൃഷ്ണമണികൾക്ക് പുറകിലായി, പാവക്കുട്ടികളുടെ കണ്ണിലെ ചെറിയ ഈയക്കട്ടി പോലെ എന്തോ ഒന്ന് വന്ന് ശക്തമായി ഇടിക്കുന്നതുപോലെ തോന്നി. എന്റെ കാലുകളിൽ ഇളം ചൂടുള്ള ഒരു നനവ് അനുഭവപ്പെട്ടുകൊണ്ടിരുന്നു. എന്റെ ഷൂസുകൾക്കുള്ളിലും ഇളം ചൂടുള്ള ഒരു നനവ് അനുഭവപ്പെട്ടുകൊണ്ടിരുന്നു. എനിക്ക് ആഘാതം ഏറ്റിട്ടുണ്ടെന്ന് മനസ്സിലായി. ഞാൻ കുനിഞ്ഞ് കൈകൾ കാൽമുട്ടിൽ വെച്ചു. എന്റെ കാൽമുട്ട് പക്ഷേ അവിടെയില്ലായിരുന്നു. എന്റെ കൈകൾ ഉള്ളിലേക്ക് കുഴിഞ്ഞുപോയി. കാൽമുട്ടാവട്ടെ മുഴങ്കാലിലെത്തിയിരുന്നു. ഞാനെന്റെ കൈകൾ ഷർട്ടിൽ തുടച്ചു. അന്നേരം മറ്റൊരു വെളിച്ചം സാവധാനത്തിൽ ഒഴുകിവന്നു. ആ വെളിച്ചത്തിൽ ഞാനെന്റെ കാലുകളിലേക്ക് കുനിഞ്ഞുനോക്കി. ഞാൻ അതിയായി ഭയന്നു. 'ഓ ദൈവമേ' ഞാൻ പറഞ്ഞു. 'എന്നെ ഇവിടെ നിന്നു കൊണ്ടുപോകണമേ' മറ്റു മൂന്നു പേർ കൂടിയുണ്ടെന്ന് എനിക്ക് അറിയാമായിരുന്നു. അവർ നാലു ഡ്രൈവർമാരായിരുന്നു. അതിൽ പസ്സീനി മരിച്ചുപോയി. ഇനി മൂന്നുപേർ ശേഷിക്കുന്നു. ആരോ എന്റെ കക്ഷത്തിനിടയിലൂടെ കയ്യിട്ട് എന്നെ പിടിച്ചു. ആരോ ഒരാൾ എന്റെ കാലുകൾ ഉയർത്തി.

'അവർ മൂന്നു പേരുണ്ട്' ഞാൻ പറഞ്ഞു. 'ഒരാൾ മരിച്ചുപോയി.'

'ഇത് മനീറയാണ് ടെനെന്റി ഞങ്ങൾ ഒരു സ്ട്രെച്ചർ കിട്ടുമോ എന്നു

നോക്കാൻ പോയി. പക്ഷേ കിട്ടിയില്ല. താങ്കൾക്ക് എങ്ങനെയിരിക്കുന്നു ടെനെന്റി?'

'ഗോർദ്ദീനിയും ഗ്രവ്വറ്റിസിയുമെവിടെ?'

ഗോർദ്ദീനി ഡ്രെസ്സിംഗ് സ്‌റ്റേഷനിലുണ്ട് അയാളുടെ തലക്ക് ബാൻ ഡേജിടുകയാണ് ഗ്രവ്വറ്റ്സിയാണ് താങ്കളുടെ കാലുകൾ പിടിച്ചിരിക്കുന്നത് എന്റെ കഴുത്തിൽ ചുറ്റിപ്പിടിക്കു ടെനെന്റി താങ്കൾക്ക് നല്ലതുപോലെ ഏറ്റോ?!

'ഗോർദ്ദീനിക്ക് കാലുകൾ എങ്ങനെയിരിക്കുന്നു?'

'അവന് കുഴപ്പമില്ല. അതൊരു ഊക്കൻ ടെഞ്ച്ര് മോർട്ടാർ ഷെൽ ആയിരുന്നു.'

'പസ്സീനി മരിച്ചു പോയി.'

'അതെ അവൻ മരിച്ചുപോയി.'

തൊട്ടരികെ ഒരു ഷെല്ല് വീണുപൊട്ടി. അവർ രണ്ടുപേരും നിലത്തു കമിഴ്ന്ന് വീണു. അവർ എന്നെയും വീഴ്ത്തിയിട്ടു.

'ക്ഷമിക്കണേ ടെനെന്റി' മനീറ പറഞ്ഞു. 'എന്റെ കഴുത്തിൽ തൂങ്ങിക്കോ'

ഇനിയും നിങ്ങളെന്നെ വീഴ്ത്തുമോ?

'അത് പിന്നെ, ഞങ്ങൾ പേടിച്ചു പോയതുകൊണ്ടാണ്'

'നിങ്ങൾക്കു രണ്ടിനും പരിക്കു പറ്റിയിട്ടുണ്ടോ?

'കുറേശ്ശെ പറ്റിയിട്ടുണ്ട്'

'ഗോർദ്ദീനിക്ക് ഡ്രൈവ് ചെയ്യുവാൻ സാധിക്കുമോ?'

'പറ്റില്ലെന്നാണെനിക്ക് തോന്നുന്നത്.'

ഡ്രെസ്സിംഗ് സ്‌റ്റേഷനിൽ എത്തുന്നതിനുമുമ്പ് ഒരിക്കൽക്കൂടി അവരെന്നെ നിലത്ത് തള്ളിയിട്ടു.

'പട്ടിയുടെ മക്കളെ' ഞാൻ പറഞ്ഞു.

വ്യസനിക്കുന്ന ടെനെന്റി മനീറ പറഞ്ഞു. 'ഇനിയും ഞങ്ങൾ താങ്കളെ നിലത്തു വീഴ്ത്താതെ നോക്കിക്കൊള്ളാം. ഡ്രെസ്സിംഗ് സ്റ്റേഷന്റെ പുറത്ത് ഇരുട്ടിൽ വെറും മണ്ണിൽ ഞങ്ങളുടെ പക്ഷക്കാർ ഒരുപാട് പേർ കിടന്നിരുന്നു. അവർ പരിക്കേറ്റവരെ ഉള്ളിലേക്ക് കൊണ്ടുപോവുകയും പുറത്തേക്ക് കൊണ്ടുവരികയും ചെയ്തുകൊണ്ടിരുന്നു.

ഡ്രെസ്സിംഗ് സ്റ്റേഷനിൽ നിന്നുള്ള വെളിച്ചം, ആരെങ്കിലും അകത്തേക്കോ പുറത്തേക്കോ കൊണ്ടുവരാൻ വേണ്ടി കർട്ടൻ മാറ്റുമ്പോൾ പുറത്തേക്ക് വീഴുന്നത് എനിക്ക് കാണാമായിരുന്നു. മരിച്ചവരെ ഒരു വശത്തേക്ക് മാറ്റിയിട്ടിരുന്നു ഉള്ളിൽ പണിയെടുത്തുനിന്നിരുന്ന ഡോക്ടർമാർ അറവുകാരെപ്പോലെ ചുവന്നു കാണപ്പെട്ടു. വേണ്ടത്ര സ്ട്രെച്ചറുകൾ ഇല്ലായിരുന്നു. പരിക്കേറ്റവരിൽ ചിലർ ഒച്ചയുണ്ടാക്കിക്കൊണ്ടിരുന്നു. അധികംപേരും നിശ്ശബ്ദരായിരുന്നു. സ്ട്രെച്ചർ വാഹകർ ഇടവിടാതെ വന്നു കൊണ്ടിരുന്നു.

അവർ സ്ട്രെച്ചർ നിലത്തിറക്കിവെച്ച് ഭാരമൊഴിച്ച് വീണ്ടും പുറത്തേക്കു പോയി. ഡ്രെസ്സിംഗ് സ്റ്റേഷനിൽ എത്തിച്ചതിനുശേഷം മനീറ പോയി ഒരു മെഡിക്കൽ സാർജന്റിനെ കൂട്ടിക്കൊണ്ടുവന്നിരുന്നു. അയാൾ എന്റെ രണ്ടുകാലിലും ബാന്റേജിട്ടു, മുറിവുകളിൽ വല്ലാതെ പൊടി പറ്റിപ്പിടിച്ചിരുന്നതിനാൽ, രക്തസ്രാവം അധികമുണ്ടായിട്ടില്ല എന്ന് അയാൾ പറഞ്ഞു. എത്രയും വേഗത്തിൽത്തന്നെ ഉള്ളിലേക്കെടുപ്പിക്കാം എന്ന് അയാൾ ഉറപ്പ നൽകി. അയാൾ തിരിച്ച് ഉള്ളിലേക്ക് പോയി.

'ഗോർദ്ദീനിക്ക് ഡ്രൈവ് ചെയ്യാൻ പറ്റിയെന്ന് വരില്ല' മനീറ പറഞ്ഞു. 'അവന്റെ ഒരു ചുമൽ തകർന്നിട്ടുണ്ട്. അയാളുടെ തല ഭയങ്കരമായി വേദനിക്കുന്നുണ്ട്. മുമ്പ് അയാൾക്ക് അത്ര വേദന തോന്നിയിരുന്നില്ല, പക്ഷേ ഇപ്പോൾ ചുമൽ മരവിച്ചു പോയിരിക്കുന്നു' അയാൾ ഇഷ്ടികച്ചുമരുകളിലൊന്നിൽ ചാരി ഇരിക്കുന്നുണ്ടായിരുന്നു.

മനീറയും ഗ്വവ്വറ്റ്സിയും ഓരോ ലോഡ് മുറിവേറ്റവരേയും കൊണ്ട് പോയി. അവർക്ക് ഡ്രൈവ് ചെയ്യാൻ പ്രശ്നമൊന്നുമുണ്ടായിരുന്നില്ല, ബ്രീട്ടീഷുകാർ മൂന്ന് ആംബുലൻസുകളുമായി എത്തിച്ചേർന്നിരുന്നു. ഓരോന്നിലും ഈരണ്ട് പേരുണ്ടായിരുന്നു. ഗോർദ്ദീനി പോയി ബ്രീട്ടീഷ് ഡ്രൈവർമാരിലൊരാളെ കൂട്ടിക്കൊണ്ട് എന്റെയരികിൽ വന്നു. ഗോ ർദ്ദീനിയുടെ മുഖം വല്ലാതെ വിളറി വെളുത്തും വേദന കടിച്ചിറക്കുന്നതായും കാണപ്പെട്ടു. ബ്രിട്ടീഷുകാരൻ ഡ്രൈവർ എന്റെയരികിലേക്ക് കുനിഞ്ഞു.

'താങ്കൾക്ക് നല്ലതുപോലെ ഏറ്റിട്ടുണ്ടല്ലേ?' അയാൾ ചോദിച്ചു.

അയാൾ വളരെ ഉയരമുള്ളവനും, സ്റ്റീൽ-റീം ഉള്ള കണ്ണട വെച്ചവനുമായിരുന്നു.

'ഉം - കാലുകളിൽ'

'ഗൗരവമുള്ളതല്ലെന്നു വിശ്വസിക്കുന്നു. ഒരു സിഗരറ്റ് വലിക്കുന്നോ?'

'നന്ദി'

'നിങ്ങൾക്ക് രണ്ട് ഡ്രൈവർമാരെ നഷ്ടമായി എന്ന് അവർ പറഞ്ഞു.'

'അതെ ഒരാൾ മരിച്ചുപോയി. മറ്റേയാളാണ് നിങ്ങളെ കൂട്ടിക്കൊണ്ടുവന്നത്.'

'എന്തൊരു മുടിഞ്ഞ ഏർപ്പാട്. ഞങ്ങൾ നിങ്ങളുടെ കാറുകൾ ഉപയോഗിക്കുന്നതിനെപ്പറ്റി എന്തു പറയുന്നു?'

'ഞാനക്കാര്യം നിങ്ങളോട് പറയുവാൻ തുടങ്ങുകയായിരുന്നു.'

'ഞങ്ങൾ വളരെ ശ്രദ്ധിച്ച് ഓടിച്ചോളാം. പിന്നീട് വില്ല 206-ൽ തിരിച്ച് ഏൽപിക്കുകയും ചെയ്യാം. പോരേ?'

'മതി.'

'അതൊരു മനോഹരമായ സ്ഥലമാണ് ഞാൻ താങ്കളെ അവിടെ വെച്ച് കണ്ടിട്ടുമുണ്ട്. താങ്കൾ ഒരു അമേരിക്കക്കാരനാണെന്ന് അവർ പറയുന്നു'

'അതെ.'

'ഞാൻ ഒരു ഇംഗ്ലീഷുകാരനാണ്.'

'ഓ ഞാൻ വിശ്വസിക്കുന്നില്ല.'

'അതെ. തീർച്ചയായും ഇംഗ്ലീഷുകാരൻ. ഞാനൊരു ഇറ്റലിക്കാരനാണെന്ന് താങ്കൾ വിചാരിച്ചു അല്ലേ, ഞങ്ങളുടെ യൂണിറ്റുകളിൾ ഒന്നിൽ, കുറച്ചുപേർ ഇറ്റലിക്കാരായി ഉണ്ട്.'

'നിങ്ങൾ കാറുകൾ എടുത്തുകൊണ്ടുപോകുന്നത് നന്നായിരിക്കും.'

ഞാൻ പറഞ്ഞു.

'ഞങ്ങൾ നിങ്ങളുടെ കാറുകളെ വളരെ ശ്രദ്ധയോടെ സൂക്ഷിച്ചുകൊള്ളാം അയാൾ നിവർന്നു നിന്നു. 'നിങ്ങളുടെ ഈ വിദ്വാനുണ്ടല്ലോ-

ഞാൻ നിങ്ങളെ വന്നു കാണണമെന്ന് വളരെ ശഠിക്കുകയും ഉൽകണ്ഠപ്പെടുകയും ചെയ്തു. അയാൾ ഗോർദ്ദീനിയുടെ ചുമലിൽ തട്ടി. വേദന കടിച്ചുപിടിച്ചു ചുളിഞ്ഞ മുഖത്തോടെ ഗോർദ്ദീനി മന്ദഹസിച്ചു. ഇംഗ്ലീഷുകാരൻ ഇറ്റാലിയൻ ഭാഷയിലേക്ക് തിരിഞ്ഞു.

'എല്ലാം ഏർപ്പാടാക്കിയിട്ടുണ്ട്. കേട്ടോ. ഞാൻ തന്റെ ടെനെന്റിയെ കണ്ടു സംസാരിച്ചിട്ടുണ്ട്.' അയാൾ തെല്ലുറക്കെ തികവുള്ള ഇറ്റാലിയൻ ഭാഷയിൽ പറഞ്ഞു 'ഞങ്ങൾ നിങ്ങളുടെ രണ്ടു കാറുകൾ എടുക്കുകയാണ്. ഇനി ഇതിനെപ്പറ്റി ഓർത്തു വിഷമിക്കേണ്ട' പിന്നീട് അയാൾ വീണ്ടും ഇംഗ്ലീഷിലേക്ക് മടങ്ങി.

'ഞാൻ പോയി നിങ്ങളെ ഇവിടെ നിന്നും കൊണ്ടുപോകാൻ സാധിക്കുമോ എന്നൊന്നു നോക്കട്ടെ. ആ മെഡിക്കൽ വാലകളെ ഒന്നു പോയികാണാം. മടങ്ങുമ്പോൾ ഞങ്ങൾ നിങ്ങളേയും കൊണ്ടുപോകാം'

അയാൾ വളരെ ശ്രദ്ധിച്ച് മുറിവേറ്റവരെ ചവിട്ടാതെ ഉള്ളിലേക്ക് കയറിപ്പോയി. കമ്പിളി തിരശ്ശീല തുറക്കുന്നതും വെളിച്ചം പുറത്തേക്ക് വീഴുന്നതും ഞാൻ കണ്ടു.'അയാൾ താങ്കളുടെ കാര്യം നോക്കിക്കൊള്ളും ടെനെന്റി' ഗോർദ്ദീനി പറഞ്ഞു.

'നിനക്കെങ്ങനെയിരിക്കുന്നു. ഫ്രാങ്കോ?' എനിക്ക് പ്രശ്നമൊന്നുമില്ല' അവൻ എന്റെയരികിൽ കുത്തിയിരുന്നു. ഒരു നിമിഷത്തിനകം, കമ്പിളിത്തിരശ്ശീല തുറന്നു. പൊക്കക്കാരൻ ഇംഗ്ലീഷുകാരന്റെ അകമ്പടിയോടെ രണ്ടു സ്ട്രെച്ചർ വാഹകർ കടന്നു വന്നു. അയാൾ അവരെ എന്റെയരികിലേക്ക് കൂട്ടിക്കൊണ്ടുവന്നു.

'ഇതാ ഇവിടെയാണ് ആ അമേരിക്കക്കാരൻ ടെനെന്റി'

അയാൾ ഇറ്റാലിയനിൽ അവരോട് പറഞ്ഞു.

'ഞാൻ പക്ഷേ കാത്തിരുന്നോളാം'ഞാൻ പറഞ്ഞു. എന്നേക്കാൾ ഗുരുതരാവസ്ഥയിൽ വേറെ അനേകം പേരുണ്ടാകാം. എനിക്ക് വലിയ കുഴപ്പമില്ല.

'ഓ ഒന്നു പോയാട്ടെ, വലിയ ഹീറോ കളിക്കല്ലേ' പിന്നെ വീണ്ടും ഇറ്റാലിയനിൽ സ്ട്രെച്ചർ വാഹകരോട് പറഞ്ഞു. 'അദ്ദേഹത്തിന്റെ കാലിന്റെ

ഭാഗം വളരെ ശ്രദ്ധിച്ചുവേണം പൊക്കിയെടുക്കുവാൻ. അദ്ദേഹത്തിന്റെ കാല് വളരെയധികം വേദനിക്കുന്നുണ്ട് അദ്ദേഹം പ്രസിഡന്റ് വിൽസൺ -ന്റെ നിയമാനുസൃതനായ മകനാണ്.'

അവർ എന്നെ എടുത്ത് ഡ്രെസ്സിംഗ് റൂമിന്റെ ഉള്ളിൽ കൊണ്ടുപോയി. അകത്തുള്ള എല്ലാ മേശകളിലും ഓപ്പറേഷൻ നടക്കുകയായിരുന്നു. ആ കൊച്ചു മേജർ തെല്ലരിശത്തോടെ ഞങ്ങളെ നോക്കി, തിരിച്ചറിഞ്ഞപ്പോൾ, കൊടിലു വീശിക്കാണിച്ചു.

കാ വാ ബിയൻ?

കാ വാ.

'ഞാനിദ്ദേഹത്തെ ഉള്ളിലേക്ക് കൊണ്ടുപോന്നു' പൊക്കക്കാരൻ ഇംഗ്ലീഷുകാരൻ ഇറ്റാലിയനിൽ പറഞ്ഞു. 'ഇദ്ദേഹം അമേരിക്കൻ അംബാസഡറിന്റെ ഏക മകനാണ്. നിങ്ങൾ അദ്ദേഹത്തെ എടുക്കാൻ സന്നദ്ധരാകുന്നതുവരെ അദ്ദേഹം ഇവിടെത്തന്നെ നിൽക്കും, പിന്നീട് ഞാനദ്ദേഹത്തെ എന്റെ ഒന്നാമത്തെ ലോഡിനൊപ്പം കൊണ്ടുപോകും' അയാൾ എന്റെ നേരെ കുനിഞ്ഞു. 'ഞാനിവരുടെ 'അഡ്ജ്യൂട്ടന്റിനെ' കണ്ട് നിങ്ങളുടെ കടലാസുകൾ ശരിപ്പെടുത്തട്ടെ. എന്നാൽ കാര്യങ്ങളെല്ലാം വേഗം നീങ്ങും.' അയാൾ വാതിൽക്കൽ വെച്ച് കുനിഞ്ഞ് പുറത്തേക്ക് പോയി. മേജർ കൊടിലിന്റെ കൊളുത്ത് വേർപെടുത്തി. ഒരു ബേസിനിലേക്കിട്ടു. ഞാൻ കണ്ണുകൾകൊണ്ട് അദ്ദേഹത്തിന്റെ ഓരോ പ്രവർത്തിയും അനുധാവനം ചെയ്തു. ഇപ്പോൾ അദ്ദേഹം ബാന്റേജിടുകയാണ്. പിന്നീട് സ്ട്രച്ചർ വാഹകർ ആളുകളെ മേശമേൽ നിന്നും എടുത്തുകൊണ്ടുപോയി.

'അമേരിക്കക്കാരൻ ടെനെന്റിയെ ഞാനെടുത്തോളാം'

ക്യാപ്റ്റൻ മാരിൽ ഒരാൾ പറഞ്ഞു. അവർ എന്നെ പൊക്കിയെടുത്ത് മേശമേൽ കിടത്തി. കല്ലുപോലെ കട്ടിയും, വഴുക്കുന്നതുമായിരുന്നു മേശ. പലതരത്തിലുള്ള കടുത്ത മണങ്ങളും രാസവസ്തുക്കളുടെ മണം, രക്തത്തിന്റെ മധുരമണം അവർ എന്റെ ട്രൗസേഴ്സ് ഉരിഞ്ഞുമാറ്റി. പിന്നീട് മെഡിക്കൽ കാപ്റ്റൻ, സാർജന്റ് അസ്ജ്യൂട്ടന്റിനോട് കാര്യങ്ങൾ പറഞ്ഞുകൊടുക്കാൻ തുടങ്ങി. സാർജന്റ് അഡ്ജ്യൂട്ടന്റ് അത് എഴുതിയെടുക്കാനും. എന്റെ മുറിവുകളിൽ പണിയെടുത്തുകൊണ്ടിരിക്കെത്തന്നെ അദ്ദേഹം പറഞ്ഞുകൊണ്ടിരുന്നു. 'ആഴമില്ലാത്ത ഒന്നിലേറെ മുറിവുകൾ- ഇടതും വലതും തുടകളിൽ, ഇടതും വലതും കാൽമുട്ടുകളിൽ, വലത്തെ പാദത്തിൽ ആഴമുള്ള മുറിവുകൾ - വലതുകാൽമുട്ടിൽ, വലതു കാൽപാദത്തിൽ, ശിരോചർമ്മത്തിൽ ആഴമുള്ള കീറൽ; അദ്ദേഹം മുറിവിൽ ഒന്നുചുഴിഞ്ഞിളക്കി. (അത് വേദനിപ്പിച്ചുവോ?) (ക്രൈസ്റ്റ് അതെ) 'തലയോട്ടിയസ്ഥിയിൽ പൊട്ടലുണ്ടാകാൻ സാദ്ധ്യത ഡ്യൂട്ടിയിൽ വ്യാപൃതനായിരിക്കുന്നതിനിടയിൽ സംഭവിച്ചത്. സ്വയം വരുത്തിവെച്ച മുറിവുകളുടെ വിചാരണയിൽ നിന്നും ഇത് നിങ്ങളെ രക്ഷപ്പെടുത്തിയേക്കും. അദ്ദേഹം പറഞ്ഞു. 'നിങ്ങൾക്ക് ഒരു കവിൾ ബ്രാണ്ടി കുടിക്കേണമോ? എങ്ങനെയാണീ നിലയിൽ നിങ്ങൾ വന്നുപെട്ടത്? നിങ്ങളെന്താണ് ചെയ്യാൻ ശ്രമിച്ചത്? ആത്മഹത്യാശ്രമം?

ആന്റി ടെറ്റനസ്, ദയവായി. പിന്നെ രണ്ടു കാലുകളിലും ഓരോ അടയാള മിട്ടു, നന്ദി - ഞാൻ ഇതൊന്നു കുറച്ച് വൃത്തിയാക്കാൻ തുടങ്ങുകയാണ്. ഒന്നു പുറമെയൊക്കെ കഴുകുന്നു. പിന്നെ ഡ്രെസ്സിംഗ് ഇടുന്നു. നിങ്ങളുടെ രക്തം കട്ടപിടിച്ചിരിക്കുന്നത് മനോഹരമായാണ്.'

അഡ്ജ്യുറ്റന്റ് എഴുതിക്കൊണ്ടിരിക്കുന്ന കടലാസിൽ നിന്നും മുഖമുയർത്തി -'പരിക്കിന് കാരണമായത് എന്ത്?'

നിങ്ങളെ എന്താണ് വന്നിടിച്ചത്? മെഡിക്കൽ ക്യാപ്റ്റൻ ചോദിച്ചു-

ഇറുകെ പൂട്ടിയ കണ്ണുകളോടെ ഞാൻ. 'ഒരു ട്രെഞ്ച് മോർട്ടാർ ഷെൽ'.

ക്യാപ്റ്റൻ എന്റെ ഉടലിൽ പണിയെടുത്തുകൊണ്ടിരിക്കയാണ്. കുത്തിത്തുളയ്ക്കുന്ന വേദനയുളവാക്കുന്ന പണികൾ. കോശങ്ങളെ കീറിമുറിച്ചു കൊണ്ടുള്ള പണികൾ.

'തീർച്ചയാണോ?'

അനങ്ങാതെ കിടക്കാൻ ശ്രമിച്ചുകൊണ്ടും മാംസത്തിലൂടെ കത്തി കയറുമ്പോൾ വയറിനുള്ളിലുണ്ടാകുന്ന ഇളകിമറിച്ചിൽ അടക്കാൻ ശ്രമിച്ചു കൊണ്ടും ഞാൻ: 'അങ്ങനെയാണെന്നാണ് ഞാൻ വിചാരിക്കുന്നത്.ക്യാപ്റ്റൻ ഡോക്ടർ : (താൻ കണ്ടുപിടിച്ച എന്തോ ഒന്നിൽ താൽപര്യപൂർവ്വം നോട്ടമുറപ്പിച്ച്) ശത്രു പക്ഷത്തുനിന്നുള്ള ട്രെഞ്ച് മോർട്ടാർ ഷെല്ലിന്റെ ശകലങ്ങൾ. ഇനി ഞാൻ ഇതുപോലെയുള്ള കുറേയെണ്ണം കൂടി ചുഴിഞ്ഞെടുക്കാൻ പോവുകയാണ്. നിങ്ങൾക്ക് അങ്ങനെ വേണമെന്നു തോന്നുന്നുണ്ടെങ്കിൽ മാത്രം. പക്ഷേ അതത്ര അത്യാവശ്യകാര്യമല്ല - ഞാനിതൊക്കെ ഒന്നു പെയിന്റ് അടിക്കാൻ പോകുന്നു. നീറുന്നുണ്ടോ? ഗുഡ് - കുറച്ചുകഴിഞ്ഞാലത്തെ സ്ഥിതിവെച്ചു നോക്കുമ്പോൾ ഇത് ഒന്നുമില്ല. വേദന ഇതുവരേയും തുടങ്ങിയിട്ടില്ല. ഇയാൾക്ക് ഒരു ഗ്ലാസ് ബ്രാണ്ടി കൊണ്ടുവരു. തലക്കു പിടിച്ചാൽ വേദന തെല്ലൊന്നു മന്ദീഭവിക്കും. പക്ഷേ ഇത് വലിയ കുഴപ്പമുള്ളതൊന്നുമല്ല അണുബാധ ഉണ്ടാകാത്തിടത്തോളംകാലം ഇതിനെപ്പറ്റി വിഷമിക്കേണ്ടതില്ല. അണുബാധ ഇപ്പോൾ വളരെ അപൂർവ്വമാണ്. നിങ്ങളുടെ തലക്ക് എങ്ങനെയുണ്ട്?'

'വളരെ മോശം' - ഞാൻ പറഞ്ഞു

എങ്കിൽ ഒരുപാട് ബ്രാണ്ടി കുടിക്കാതിരിക്കയാണ് നല്ലത്. തലയോട്ടിയിൽ പൊട്ടലുണ്ടെങ്കിൽ, നിങ്ങൾക്ക് നീർക്കെട്ട് വരാൻ പാടില്ലാത്തതാണ് ഇതെങ്ങനെയുണ്ട്?'

എന്റെ ശരീരം മുഴുവൻ വിയർത്തൊഴുകി.

'ഗുഡ് ക്രൈസ്റ്റ്' ഞാൻ പറഞ്ഞു.

'നിങ്ങൾക്കൊരു ഒടിവുപറ്റിയിട്ടുണ്ടെന്ന് ഞാനൂഹിക്കുന്നു. ഞാൻ ബാന്റേജിട്ട് തൽക്കാലം പൊതിഞ്ഞുതരാം. എവിടെയെങ്കിലും ഇടിക്കാതെ നോക്കണം. നല്ല കൈവേഗതയോടെ, നല്ല മുറുക്കത്തിലും നിർമ്മിതിയിലും അദ്ദേഹം ബാന്റേജിട്ടു. 'ശരി- ഗുഡ് ലക്ക് വിവ്ലാ ഫ്രാൻസ്' 'അയാൾ ഒരു അമേരിക്കനാണ്.' മറ്റേ കാപ്റ്റൻ പറഞ്ഞു.

'ഫ്രെഞ്ചുകാരൻ എന്നാണ് നിങ്ങൾ പറഞ്ഞത് എന്നാണ് ഞാൻ ധരിച്ചത് അയാൾ ഫ്രെഞ്ച് സംസാരിക്കുന്നു' ക്യാപ്റ്റൻ പറഞ്ഞു.

'എനിക്കിയാളെ നേരത്തേ പരിചയമുണ്ട്. ഞാനെപ്പോഴും കരുതിയത് ഇയാളൊരു ഫ്രെഞ്ചുകാരനാണെന്നാണ്'

അദ്ദേഹം അരഗ്ലാസ്സോളം കോണ്യാക് കുടിച്ചു.

'ഗുരുതരമായ ആരെയെങ്കിലും കൊണ്ടുവാ. ആന്റി ടെറ്റനസുകൾ കുറേക്കൂടി എടുത്തുവെക്കു.' ക്യാപ്റ്റൻ എനിക്ക് കൈവീശിക്കാണിച്ചു. അവർ എന്നെ പൊക്കിയെടുത്തു, വാതിലിലൂടെ പുറത്തേക്ക് കടക്കുമ്പോൾ കമ്പിളിത്തിരശ്ശീല എന്റെ മുഖത്തുകൂടി ഉരസിയിറങ്ങി. പുറത്ത് ഞാൻ കിടക്കുന്നിടത്തുവന്നു സർജന്റ് അഡ്ജ്യൂട്ടാന്റ് മുട്ടു കുത്തി'. 'പേര്?' അയാൾ മൃദുവായി ചോദിച്ചു. 'നടുവിലെ പേര്?', 'ഒന്നാം പേര്?', 'റാങ്ക്?'

'എവിടെ ജനിച്ചു?', 'ഏത് ക്ലാസ്?','ഏത് സൈന്യവിഭാഗം?' അങ്ങനെ അത് നീണ്ടുപോയി.

'താങ്കളുടെ തലയുടെ സ്ഥിതിയിൽ എനിക്ക് വ്യസനമുണ്ട് ടെനെന്റീ. താങ്കൾക്ക് വേഗം സുഖമാകുമെന്ന് ഞാൻ വിശ്വസിക്കുന്നു. ഇപ്പോൾ ഞാൻ താങ്കളെ ഇംഗ്ലീഷ് ആംബുലൻസിൽ പറഞ്ഞയക്കുന്നു.'

'എനിക്കിപ്പോൾ കുഴപ്പമൊന്നുമില്ല' ഞാൻ പറഞ്ഞു 'വളരെ നന്ദി' മേജർ മുമ്പേ സൂചിപ്പിച്ചിരുന്ന വേദന ആരംഭിച്ചുകഴിഞ്ഞിരുന്നു. ചുറ്റുപാടും സംഭവിക്കുന്ന കാര്യങ്ങളെപ്പറ്റി ഒരു കാര്യകാരണബോധവും തോന്നിയില്ല. അതിൽ താൽപര്യവും തോന്നിയില്ല. കുറച്ചു നേരത്തിനുള്ളിൽ ഇംഗ്ലീഷ് ആംബുലൻസ് എത്തിച്ചേർന്നു. അവർ എന്നെ ഒരു സ്ട്രെച്ചറിൽ കിടത്തി പിന്നീട് സ്ട്രെച്ചർ ആംബുലൻസിന്റെ ലെവലിലേക്ക് ഉയർത്തി എന്നെ ഉള്ളിലേക്ക് തള്ളിവെച്ചു. അരികിലെ മറ്റൊരു സ്ട്രെച്ചറിൽ ഒരാൾ കിടന്നിരുന്നു. ബാന്റേജുകൾക്കുള്ളിൽ നിന്നുംഎത്തിനോക്കുന്ന മെഴുകുപോലെ നിർജ്ജീവമായ ഒരു മൂക്ക് എനിക്ക് കാണാമായിരുന്നു. വളരെ പ്രയാസപ്പെട്ടാണ് അയാൾ ശ്വാസം വലിച്ചിരുന്നത്. ഞങ്ങളുടെ മുകളിലെ തൂക്കുതാങ്ങുകളിലേക്ക് പിന്നേയും കുറേ സ്ട്രെച്ചറുകൾ എടുത്തുവെക്കപ്പെട്ടു. പൊക്കക്കാരൻ ഇംഗ്ലീഷ് ഡ്രൈവർ അടുത്തു വന്ന് നോക്കി. 'ഞാനിത് വളരെ ശ്രദ്ധിച്ച് മൃദുവായി കൊണ്ടുപോകാം' അയാൾ പറഞ്ഞു. 'നിങ്ങൾക്കത് സുഖകരമായിരിക്കുമെന്ന് ഞാൻ വിശ്വസിക്കുന്നു' അയാൾ മുൻസീറ്റിൽ ചാടിക്കയറുന്നതും എഞ്ചിൻ സ്റ്റാർട്ടാകുന്നതും ബ്രേക്ക് ഓഫ് ചെയ്യുന്നതും ക്ലച്ച് ഇടുന്നതും ഞാൻ അറിഞ്ഞു. ഞങ്ങൾ പുറപ്പെട്ടുകഴിഞ്ഞു. ഞാൻ അനങ്ങാതെ കിടന്നുകൊണ്ട് എന്റെ വേദനയെ സവാരിക്ക് വിട്ടു.

ആംബുലൻസ് റോഡിലേക്ക് കയറിയപ്പോഴേക്കും ഗതാഗതക്കുരുക്കിൽ പെട്ട് നീക്കം ചിലപ്പോൾ വളരെ സാവധാനത്തിലായി മറ്റു ചിലപ്പോഴാകട്ടെ തീർത്തും നിശ്ചലവുമായി. തിരിവുകളിലെത്തുമ്പോൾ ചിലപ്പോൾ പിന്നോട്ടേക്കെടുക്കേണ്ടതായി വന്നു. അവസാനം അത് ഒരു വിധം വേഗത്തിൽ കയറ്റം കയറാൻ തുടങ്ങി. എന്തോ ശരീരത്തിലേക്ക്

ഇറ്റിവീഴുന്നതായി എനിക്കനുഭവപ്പെട്ടു. ആദ്യമാദ്യം അത് സാവധാനത്തിലും ക്രമമായും ഇറ്റിക്കൊണ്ടിരുന്നു. പിന്നീട് അത് ഒരു ചാലായി പെയ്തു തുടങ്ങി. ഞാൻ ഡ്രൈവറെ ഉറക്കെ വിളിച്ചു. അയാൾ കാറ് നിർത്തി. അയാളുടെ സീറ്റിന്റെ പുറകിലെ ദ്വാരത്തിൽക്കൂടി നോക്കി. 'എന്താണ്?'

എന്റെ മുകളിൽ സ്ട്രെച്ചറിൽ കിടക്കുന്ന ആൾക്ക് രക്തസ്രാവം.'

'നമ്മൾ മലമുകളിലെ സ്റ്റേഷനിൽ നിന്നും വളരെ അകലത്തല്ല. എനിക്കൊറ്റക്ക് സ്ട്രെച്ചർ നീക്കിവെക്കാൻ കഴിയുകയുമില്ല'

അയാൾ കാറ് സ്റ്റാർട്ട് ചെയ്തു. ഒഴുക്ക് തുടർന്നുകൊണ്ടിരുന്നു. ഇരുട്ടത്ത്, തലക്കുമുകളിലെ കാൻവാസിന്റെ ഏതു ഭാഗത്തുനിന്നാണ് ഈ ഒഴുക്ക് എന്ന് എനിക്ക് മനസ്സിലായില്ല. എന്റെ ശരീരത്തിലേക്ക് വീഴാതിരിക്കാൻ ഞാൻ ഒരു വശത്തേക്ക് നീങ്ങാൻ ശ്രമിച്ചു. എന്റെ ഷർട്ടിനടിയിൽ അത് ഒഴുകി വീണേടത്ത് ഇളം ചൂടും വഴുക്കലും എനിക്ക് അനുഭവപ്പെട്ടു. എനിക്ക് വല്ലാതെ തണുക്കുന്നുണ്ടായിരുന്നു. എന്റെ കാൽ വല്ലാതെ വേദിനിച്ചിരുന്നു. ഞാൻ തീരെ അവശനായിരുന്നു.

കുറച്ചു കഴിഞ്ഞപ്പോൾ മുകളിലെ സ്ട്രെച്ചറിൽ നിന്നുള്ള ഒഴുക്കിന് ശക്തി കുറഞ്ഞു. അത് വീണ്ടും തുള്ളിതുള്ളിയായി ഇറ്റാൻ തുടങ്ങി. മുകളിലെ കാൻവാസിലെ സ്ട്രെച്ചറിൽ കിടക്കുന്ന മനുഷ്യൻ കിടപ്പ് സുഖകരമാക്കാൻ വേണ്ടി ചലിക്കുന്ന ശബ്ദം ഞാൻ കേട്ടു.

'അയാൾക്കെങ്ങനെയിരിക്കുന്നു?' ഇംഗ്ലീഷുകാരൻ വിളിച്ചു ചോദിച്ചു.

'നമ്മളിതാ മിക്കവാറും എത്തിക്കഴിഞ്ഞു,'

'അയാൾ മരിച്ചുവെന്നാണ് തോന്നുന്നത്' ഞാൻ പറഞ്ഞു.

സൂര്യൻ മറഞ്ഞു കഴിഞ്ഞാൽ ബാഷ്പം തുള്ളിയിടുന്നതുപോലെ സാവധാനത്തിലായി മുകളിൽനിന്നുള്ള ഇറ്റുവീഴൽ.

രാത്രിയിൽ ചുരം കേറിക്കൊണ്ടിരുന്ന കാറിനുള്ളിൽ കഠിനമായ തണുപ്പ് അനുഭവപ്പെട്ടു. മലമുകളിലെ സ്റ്റേഷനിൽ എത്തിയപ്പോൾ അവർ ആ സ്ട്രെച്ചർ എടുത്തു മാറ്റി പകരം മറ്റൊന്ന് അവിടെ വെച്ചു. ഞങ്ങൾ യാത്ര തുടർന്നു.

10

ഫീൽഡ് ഹോസ്പിറ്റലിലെ വാർഡിൽ കിടക്കുമ്പോൾ ഉച്ചകഴിഞ്ഞാൽ ഒരാൾ കാണാൻ വരുന്നുണ്ട് എന്ന കാര്യം അവർ വന്ന് എന്നെ അറിയിച്ചു. അതൊരു വളരെ ചൂടുള്ള പകലായിരുന്നു. മുറിയിൽ ഒരുപാട് ഈച്ചകൾ ഉണ്ടായിരുന്നു. എന്റെ ഓർഡർലി കടലാസുനാടകൾ ഒരു വടിയിലുറപ്പിച്ച് ഒരു ബ്രഷുണ്ടാക്കി വീശി, അവയെ ഓടിക്കാൻ ശ്രമിച്ചു. അവൻ വീശൽ നിർത്തി ഉറങ്ങിപ്പോയാൽ അവ തൽക്ഷണം സീലിംഗിൽ നിന്നിറങ്ങി വന്നു. ഞാൻ അവയെ ഊതിപ്പറപ്പിക്കാൻ ശ്രമിച്ചു. അവസാനം ഗതികെട്ട് എന്റെ കൈകൾകൊണ്ട് മുഖം മറച്ചുപിടിച്ചു അങ്ങനെ കിടന്ന് ഉറങ്ങിപ്പോയി. പകലിന് ഉഷ്ണം കൂടിക്കൂടിവന്നു. കാലുകൾ ചൊറിയാനും തുടങ്ങി. ഞാൻ ഓർഡർലിയെ ഉണർത്തി. അവൻ എന്റെ മുറിവുകളിലെ ഡ്രെസ്സിംഗിനു മുകളിൽ മിനറൽ വാട്ടർ ഒഴിച്ചു. അപ്പോൾ കിടക്ക ഒന്നാകെ നനയുകയും, തണുപ്പ് അനുഭവപ്പെടുകയും ചെയ്തു. വാർഡിൽ, ഉണർന്നു കിടന്നവർ പരസ്പരം സംസാരിക്കാൻ തുടങ്ങി. ഉച്ചതിരിഞ്ഞ നേരങ്ങൾ എപ്പോഴും ശാന്തവും നിശ്ശബ്ദവും ആയിരുന്നു. രാവിലെ അവർ മൂന്ന്പേർ ഊഴമിട്ട് ഒരോ കിടക്കക്കരികിലുമെത്തും. മൂന്ന് ആൺ നെഴ്സുമാരും ഒരു ഡോക്ടറും, അവർ നമ്മെ കിടക്കയിൽ നിന്നും കോരിയെടുത്ത് ഡ്രസ്സിംഗ് മുറിയിൽ കൊണ്ടുപോകും. ഞങ്ങളുടെ മുറിവുകൾ ഡ്രസ്സ് ചെയ്യുന്ന നേരംകൊണ്ട് അവർ കിടക്കകളെല്ലാം വിരിമാറ്റി, വൃത്തിയായി വിരിച്ചിടും. ഡ്രസ്സിംഗ് റൂമിലേക്കുള്ള യാത്ര അത്ര വലിയ സുഖകരമായ ഒന്നായിരുന്നില്ല. രോഗികൾ കിടക്കയിൽ കിടക്കുമ്പോൾ തന്നെ വിരി മാറ്റാനും, പുതിയതൊന്ന് വിരിച്ച് വൃത്തിയാക്കാനും സാധിക്കുമെന്ന കാര്യം പിന്നീടാണ് ഞാൻ മനസ്സിലാക്കിയത്. എന്റെ ഓർഡർലി, വെള്ളം ഒഴിക്കുന്ന പണി നിർത്തി. കിടക്ക തണുത്ത് സുഖമുള്ളതായി മാറി. പിന്നീട് ഉള്ളംകാലിൽ എനിക്ക് ചൊറിച്ചിലുള്ള ഭാഗം ഏതാണെന്ന് പറഞ്ഞുകൊടുക്കുകയായിരുന്നു ഞാനെന്റെ ഓർഡർലിയോട്. അന്നേരം ഡോക്ടർമാരിൽ ഒരാൾ റിനാൾഡിയേയും കൂട്ടി കടന്നുവന്നു. അവൻ വളരെ വേഗത്തിൽ കടന്നുവന്നു. എന്റെ നേരെ കുനിഞ്ഞ് ഉമ്മവെച്ചു. അവൻ ഗ്ലവ്സ് ധരിച്ചിട്ടുണ്ടെന്നു ഞാൻ കണ്ടു.

'എങ്ങനെയിരിക്കുന്നു ബേബി? എന്തു തോന്നുന്നു ഇപ്പോൾ?'

'ഇതാ ഞാൻ നിനക്കായി കൊണ്ടുവന്ന'....'അതൊരു കുപ്പി കോണ്യാക് ആയിരുന്നു. ഓർഡർലി ഒരു കസേര കൊണ്ടുവന്നു. അവൻ അതിൽ ഇരുന്നു.'

'ഒരു നല്ല വാർത്തയുണ്ട്. നിനക്ക് കീർത്തിമുദ്ര ലഭിക്കാൻ പോകുന്നു. അവർ നിനക്ക് ഒരു വെള്ളിമെഡൽ തരണമെന്നാണുദ്ദേശിച്ചത്. പക്ഷേ, അവർക്ക് ആകെ കിട്ടിയത് ഒരു ഓട്ടുമെഡലാണ്. എന്നോട് എല്ലാം കൃത്യമായി പറയൂ. നീയെന്തെങ്കിലും നായകോചിതമായി പ്രവർത്തിച്ചുവോ?'

'എന്തിനു വേണ്ടി?'

'കാരണം നിനക്ക് അതീവ ഗുരുതരമായി പരിക്കേറ്റിട്ടുണ്ടായിരുന്നു. അവർ പറയുന്ന എന്തെങ്കിലും ധീരസാഹസികത തെളിയിക്കാനാകുമെങ്കിൽ നിനക്ക് വെള്ളിമെഡൽ തന്നെ കിട്ടുമെന്ന്'

'ഇല്ല' - ഞാൻ പറഞ്ഞു.'ഞങ്ങൾ ചീസ് തിന്നുകൊണ്ടിരിക്കെ ഞാൻ ഏറുകൊണ്ട് തെറിച്ചു പോയി,'

'തമാശ കളയൂ' അവൻ പറഞ്ഞു 'നീയതിനു മുമ്പോ, അല്ലെങ്കിൽ അതിനുശേഷമോ എന്തെങ്കിലും നായകോചിതമായി പ്രവർത്തിച്ചിട്ടുണ്ടാകണം. ശ്രദ്ധാപൂർവ്വം ആലോചിച്ചുനോക്കൂ.'

'ഞാനങ്ങനെയൊന്നും ചെയ്തിട്ടില്ല.'

'നീയാരെയും ചുമലിൽ വഹിച്ചില്ലേ? ഗോർദിനി പറഞ്ഞുവല്ലോ നീ ധാരാളം പേരെ ചുമലിൽ എടുത്തിട്ട് ഓടിയെന്ന്!'

പക്ഷേ ഒന്നാം സ്റ്റേഷനിലെ ആ മേജറുണ്ടല്ലോ അയാൾ പറഞ്ഞു അത് തീർത്തും അസാദ്ധ്യമാണെന്ന് ആദരപത്രത്തിനുവേണ്ടിയുള്ള പ്രസ്താവന എഴുതിത്തരേണ്ടത് അയാളാണല്ലോ.'

'ഞാനാരെയും ചുമലിൽ വഹിച്ചില്ല. എനിക്ക് അനങ്ങാൻ പോലും വയ്യായിരുന്നു.'

'അതൊരു പ്രശ്നമുള്ള കാര്യമല്ല'

അവൻ ഗ്ലവ്സ് ഊരി.

'എനിക്ക് തോന്നുന്നു നമുക്ക് നിനക്കുവേണ്ടി ഒരു വെള്ളി മെഡൽ തന്നെ സംഘടിപ്പിക്കാമെന്ന്. മറ്റുള്ളവരെ നോക്കുന്നതിന് മുമ്പ് നിന്നെ നോക്കേണ്ടതില്ല എന്ന് നീ ഡോക്ടറോട് ശഠിച്ചിരുന്നുവോ?.'

'വലിയ ശക്തിയായി ശഠിച്ചൊന്നുമില്ല.'

'അതൊന്നും ഒരു പ്രശ്നമുള്ള കാര്യമല്ല' നോക്കൂ നിനക്കെത്രമാത്രം മുറിവ് പറ്റിയെന്ന്? അതിർത്തി രേഖയിലേക്കു തന്നെ പോകണമെന്നുള്ള നിന്റെ ധൈര്യമൊന്നു നോക്കൂ. പോരാത്തതിന് പോരാട്ടയജ്ഞം വിജയപ്രദവുമായിരുന്നല്ലോ'

'അവർ കുഴപ്പമൊന്നുമില്ലാതെ നദി കടന്നുപോയെന്നോ?'

'വളരെ വിശാലമായി. ആയിരത്തിനടുത്ത് തടവുകാരേയും അവർ പിടിച്ചെടുത്തു'. അത് വാർത്താബുള്ളറ്റിനിൽ ഉണ്ട്.

നീ അത് കണ്ടിരുന്നില്ലേ?

'ഇല്ല'

'ഞാനത് കൊണ്ടുവന്നു തരാം. അതൊരു വിജയകരമായ കീഴടക്കൽ ആയിരുന്നു.'

'എങ്ങനെയിരിക്കുന്നു എല്ലാവരും?'

'ഗംഭീരം, ഞങ്ങളൊക്കെ ഗംഭീരമായ സുഖത്തോടെ ഇരിക്കുന്നു. എല്ലാവരും നിന്നെപ്പറ്റി ഗംഭീരമായി അഭിമാനിക്കുന്നു. ശരിക്കും അതെങ്ങനെയാണുണ്ടായതെന്ന് എന്നോട് വിസ്തരിച്ചു പറയൂ. എനിക്കുറപ്പാണ് നിനക്ക് ഒരു വെള്ളിമെഡൽ തന്നെ കിട്ടുമെന്ന്. ഉം പറയൂ... എല്ലാ കാര്യവും പറയൂ' അവൻ ഒന്നു നിർത്തി എന്തോ ആലോചിച്ചു.'ചിലപ്പോൾ നിനക്കൊരു ഇംഗ്ലീഷ് മെഡലും കൂടി കിട്ടിയേക്കും. അവിടെയൊരു ഇംഗ്ലീഷുകാരൻ ഉണ്ടായിരുന്നുവല്ലോ ഞാൻ പോയി അവനെ കാണുന്നുണ്ട്. എന്നിട്ട് അവനോട് നിന്നെ മെഡലിനുവേണ്ടി ശുപാർശ ചെയ്യാമോ എന്നു ചോദിക്കും. അവനെന്തെങ്കിലും ചെയ്യാതിരിക്കില്ല. നിനക്ക് വല്ലാതെ വേദനക്കിന്നുണ്ടോ? ഒരു ഡ്രിങ്ക് എടുക്കൂ. ഓർഡർലി ! പോ പോയി ഒരു കോർക്ക് സ്ക്രൂ കൊണ്ടുവരൂ. ഓഹ്! നീയൊന്നു കാണേണ്ടതായിരുന്നു. മൂന്നു മീറ്റർ നീളത്തിൽ ചെറുകുടൽ നീക്കം ചെയ്യേണ്ടിവന്നപ്പോൾ ഞാനെങ്ങനെയാണത് ചെയ്തതെന്ന് ഞാനിപ്പോൾ എന്നത്തേക്കാളും മെച്ചപ്പെട്ടിരിക്കുന്നു. അത് 'ദി ലാൻസെറ്റ്' നുവേണ്ടിയുള്ള ഒന്നാണ്. നീ എനിക്കതൊന്നു പരിഭാഷപ്പെടുത്തിത്തരണം. അപ്പോൾ എനിക്കത് 'ദി ലാൻസെറ്റ്'ന് അയച്ചു കൊടുക്കാൻ സാധിക്കും. ഓരോ ദിവസവും ഞാൻ മെച്ചപ്പെട്ട് വരികയാണ്. ഓ എന്റെ പാവം പ്രിയപ്പെട്ട ബേബി. ഇപ്പോൾ എങ്ങനെയിരിക്കുന്നു? എവിടെ ആ നശിച്ച കോർക്ക് സ്ക്രൂ. നോക്കൂ നീയെന്തൊരു ധൈര്യശാലിയാണെന്ന്. എന്നിട്ടും എന്തൊരു ശാന്തനായി ഇരിക്കുന്നു. നീയനുഭവിച്ച കഷ്ടപ്പാടുകൾ ഞാൻ മറന്നു പോകുന്നു' അവൻ അവന്റെ ഗ്ലൗവ്സുകൾ കട്ടിലിന്റെ വക്കിൽ ഇട്ടടിച്ചു.

'ഇതാ കോർക്സ്ക്രൂ സിഞ്ഞോർ ടെനെന്റി' ഓർഡർലി പറഞ്ഞു

'കുപ്പി തുറന്നാട്ടെ ഒരു ഗ്ലാസ് കൊണ്ടുവരൂ. അതൊന്നു കുടിക്കൂ ബേബി, എങ്ങനെയുണ്ട് നിന്റെ പാവം തലക്ക്? ഞാൻ നിന്റെ കടലാസുകൾ ഒക്കെ കണ്ടിരുന്നു. നിനക്ക് എവിടെയും അസ്ഥിപൊട്ടൽ ഉണ്ടായിട്ടില്ല. ഒന്നാം സ്റ്റേഷനിലെ ആ മേജറുണ്ടല്ലോ അയാൾ ശരിക്കും ഒരു പന്നിയറവുകാരനാണ്. നിന്നെ, ഞാൻ നോക്കിക്കൊള്ളുമായിരുന്നു. ഞാൻ നിന്നെ ഒട്ടും വേദനിപ്പിക്കില്ല. വേദനിപ്പിക്കാതെതന്നെ ചെയ്യാൻ ഞാൻ പഠിച്ചുവരികയാണ്. കാര്യങ്ങൾ വൃത്തിയായും, മെച്ചമായും ചെയ്യാൻ ഞാനോരോ ദിവസവും പഠിച്ചുവരികയാണ്. ഇത്രമാത്രം സംസാരിക്കുന്നതിന് നീ എനിക്ക് മാപ്പുതരണം. ബേബി നിന്നെയിങ്ങനെ മുറിവേറ്റവനായിക്കണ്ട്

എന്റെ ഹൃദയം വല്ലാതെ ചലിച്ചുപോയി. ഇതാ ഇതാ ഇതൊന്നു കുടിക്കൂ. ഇത് വളരെ നല്ലതാണ്. പതിനഞ്ച് ലീറയാണ് ഇതിന്റെ വില. അപ്പോൾപിന്നെ ഇത് തീർച്ചയായും നല്ലതായിരിക്കണം. അഞ്ച് സ്റ്റാറുകൾ ഇവിടെ നിന്നിറങ്ങിയാൽ ഞാനുടനെ ആ ഇംഗ്ലീഷ്കാരനെ ചെന്നു കാണുന്നുണ്ട്. അയാൾ നിനക്കൊരു ഇംഗ്ലീഷ് മെഡൽ സംഘടിപ്പിച്ചുതരും.

'ഇത്തരത്തിലല്ല അവർ അത് നൽകുക,'

'നീയൊരു സങ്കോചശാലിയാണ്. ഞാനാ ലെയ്സൺ ഓഫീസറെ അയക്കാം. അയാൾക്ക് ആ ഇംഗ്ലീഷുകാരനെ കൈകാര്യം ചെയ്യാൻ സാധിക്കും.'

നീ മിസ് ബാർക് ലിയെ കണ്ടിരുന്നോ?'

'ഞാനവളെ ഇവിടെ കൂട്ടിക്കൊണ്ടുവരും! ഞാനിപ്പോൾത്തന്നെ പോയി അവളെ കൂട്ടിക്കൊണ്ടുവരും.'

'അയ്യേ ഇപ്പോൾത്തന്നെ പോകരുതേ' ഞാൻ പറഞ്ഞു.

'ഗോറിസിയ'യെപ്പറ്റി പറയൂ. പെൺകുട്ടികളെല്ലാം എന്തു പറയുന്നു.?'

'ഇപ്പോൾ പെൺകുട്ടികളില്ല. രണ്ടാഴ്ചയോളമായി, അവരെ മാറ്റിക്കൊണ്ടുവന്നിട്ടില്ല. ഞാനിനിമേലിൽ അവിടെ പോവുകയില്ല. അതൊരു നാണംകെട്ട പണിയാണ്. അവർ പെൺകുട്ടികളല്ല. അവർ പഴയ യുദ്ധ സഖാക്കളാണ്.'

'നീ അവിടെ പോകാറേയില്ല?'

'വെറുതെയൊന്നു കേറിനോക്കാം. പുതിയത് ഏതെങ്കിലും വന്നിട്ടുണ്ടോയെന്നറിയാൻ ഒന്നു കേറി നോക്കാം. അവരെല്ലാവരും നിന്നെപ്പറ്റി ചോദിക്കുന്നുണ്ട് കേട്ടോ, ശരിക്കും ചങ്ങാതിമാരായി മാറുന്നതുവരേക്കും അത്രയും കാലം അവരെ അവിടെ പാർപ്പിക്കുന്ന ഏർപ്പാട് തികച്ചും അപമാനകരമാണ്.'

'പെൺപിള്ളാർക്ക് മുന്നണിയിലേക്ക് പോകുന്നതിൽ വലിയ താല്പര്യം കാണില്ലായിരിക്കും.'

'തീർച്ചയായും അവർക്ക് താൽപര്യമുണ്ട്. അവർക്കവിടെ ഇഷ്ടംപോലെ പെൺകുട്ടികളുമുണ്ട്. ഇതൊക്കെയുണ്ടല്ലോ നടത്തിപ്പിലുള്ള പ്രശ്നങ്ങളാണ്. മുന്നണിയുടെ പിന്നറ്റത്തുള്ള കിടങ്ങുകളിൽ ഒളിച്ചിരിക്കുന്നവർക്ക് വേണ്ടി അവരെ അവിടെ പിടിച്ചുനിർത്തിയിരിക്കയാണ്.

'പാവം എന്റെ റിനാൾഡി'-യുദ്ധത്തിൽ ആകെ ഒറ്റക്കായിപ്പോയി-പോരാത്തതിന് പുതിയ പെൺകുട്ടികളും ഇല്ല'

റിനാൾഡി അവനുവേണ്ടിത്തന്നെ ഒരു ഗ്ലാസുകൂടി കോണ്യാക്ക് ഒഴിച്ചു.

'ഇത് നിനക്ക് കുഴപ്പമുണ്ടാക്കുമെന്ന് ഞാൻ കരുതുന്നില്ല കുഞ്ഞേ. നീയും ഒന്നെടുക്കൂ.'

ഞാൻ കോണ്യാക് കുടിച്ചു. അത് ഇറങ്ങിപ്പോകുന്ന വഴിയെല്ലാം ചൂട് പിടിക്കുന്നതായി തോന്നി. റിനാൾഡി മറ്റൊരു ഗ്ലാസും കൂടി ഒഴിച്ചു. അവനിപ്പോൾ കുറച്ച് ശാന്തനായിരിക്കുന്നു. അവൻ ഗ്ലാസുയർത്തി. 'ഇത് നിന്റെ ധീരോദാത്തമായ മുറിവുകൾക്കുവേണ്ടി, സിൽവർ മെഡലിനുവേണ്ടി. പറയൂ ബേബി, ഇങ്ങനെ ഈ ചൂടുള്ള കാലാവസ്ഥയിൽ, കിടക്കയിൽ വെറുതെ കിടക്കുമ്പോൾ നിനക്ക് ആസക്തി തോന്നാറില്ലേ?

'ഉം - ചിലപ്പോഴൊക്കെ.'

'ഇങ്ങനെ കിടക്കുന്നതിനെപ്പറ്റി എനിക്ക് സങ്കൽപ്പിക്കാൻ പോലും പറ്റുന്നില്ല. എനിക്ക് പ്രാന്തായിപ്പോകും.'

'അല്ലെങ്കിലേ പ്രാന്തനാണ്'

നീ തിരിച്ച് വന്നിരുന്നുവെങ്കിൽ എന്ന് ഞാൻ ആശിച്ചു പോകുന്നു. സാഹസികയാത്രകൾ കഴിഞ്ഞ്, രാത്രിയിൽ തിരിച്ചെത്താൻ അവിടെ മറ്റാരുമില്ല. ആരെപ്പറ്റിയും തമാശ പറയാനില്ല. ആരും പണം കടം തരാനില്ല. ഒരു കൂടപ്പിറപ്പുമില്ല. ഒരു സഹമുറിയനുമില്ല. നീ എന്തിനാ ഇങ്ങനെ ചെന്ന് മുറിവ് പറ്റിച്ചത്?'

'നിങ്ങൾക്ക് അച്ചനെ വെച്ച് തമാശ കളിച്ചൂടെ'

'ഓ അച്ചൻ - അച്ചനെ വെച്ച് തമാശ കളിക്കുന്നത് ഞാനല്ലല്ലോ. അത് കാപ്റ്റന്റെ പണിയാണ്. എനിക്ക് അച്ചനെ ഇഷ്ടമാണ്. നിങ്ങൾക്ക് ഒരച്ചനെ കൂടിയേ തീരൂ എന്നുണ്ടെങ്കിൽ അത് ഈ അച്ചനായിരിക്കണം. മൂപ്പർ നിങ്ങളെ കാണാൻ വരുന്നുണ്ട്. മൂപ്പർ അതിന് വലിയ ഒരുക്കങ്ങൾ നടത്തുന്നുണ്ട്'

'എനിക്കയാളെ ഇഷ്ടമാണ്.'

'ഓ അക്കാര്യം എനിക്കറിയാം' എനിക്ക് ചിലപ്പോൾ തോന്നാറുണ്ട് നീയും അയാളും തമ്മിലുള്ള അടുപ്പം മറ്റേ രീതിയിൽ - ഏത്- മറ്റേ രീതിയിൽ ഉള്ളതാണ് എന്ന്. നിനക്കതറിയാമോ?

'ഇല്ല നീയങ്ങനെ വിചാരിക്കുന്നില്ല.'

ഉവ്വ് ചിലപ്പോഴൊക്കെ. നിങ്ങളുടെ അടുപ്പത്തിന്റെ അടയാളമുദ്ര 'ബ്രിഗാറ്റ അൻകോണ'യിലെ ഒന്നാം റെജിമെന്റിന്റെ നമ്പർ ആണെന്ന് ഞാൻ വിചാരിക്കാറുണ്ട്.

'ഓ- പോയ് തുലയ്.'

അവൻ എഴുന്നേറ്റു നിന്ന്. ഗ്ലവ്സ് ധരിച്ചു

'ഓ നിന്നെ ശുണ്ഠി പിടിപ്പിക്കാൻ എനിക്കെന്തിഷ്ടമാണെന്നോ ബേബി - നിന്റെ അച്ചന്റെ കാര്യം പറഞ്ഞും പിന്നെ നിന്റെ ഇംഗ്ലീഷുകാരി പെൺകൊടിയുടെ കാര്യം പറഞ്ഞും ഉള്ളിന്റെയുള്ളിൽ നീ എന്നെപ്പോലെത്തന്നെയാണെന്ന് എനിക്കറിയാം.'

'അല്ല ഞാനങ്ങനെയല്ല.'

'അതെ നീയെന്നെപ്പോലെത്തന്നെയാണ്. നീ ശരിക്കും ഒരു ഇറ്റലിക്കാരൻ തന്നെയാണ്. പുറമേക്ക് ഭയങ്കര തീയും പുകയും പക്ഷേ ഉള്ളിലോ? ഒന്നുമില്ല, ഒരു അമേരിക്കനാണെന്നുള്ളത് നിന്റെ നാട്യം മാത്രമാണ്. ശരിക്കും നമ്മൾ ചേട്ടാനിയന്മാരാണ്. നമ്മൾ തമ്മിൽത്തമ്മിൽ സ്നേഹിക്കുകയും ചെയ്യുന്നു.'

'ഉം ഞാനവിടെയില്ലെന്നു കരുതി വിളച്ചിലെടുക്കരുത്.'

'ഞാൻ മിസ് ബാർക്‌ലീയെ ഉടനെത്തന്നെ പറഞ്ഞയക്കാം കേട്ടോ. അവൾ വരുമ്പോൾ ഞാനിവിടെയില്ലാതിരിക്കയല്ലേ നല്ലത്? നീയിപ്പോൾ കുറേക്കൂടി സുന്ദരനും വിശുദ്ധനും ആയിരിക്കുന്നു.

'ഓ നരകത്തിൽ പോ.'

'ഞാനവളെ പറഞ്ഞയക്കാം. നിന്റെ സുന്ദരിയും അക്ഷോഭ്യയുമായ ദേവതയെ, ഇംഗ്ലീഷുകാരി ദേവതയെ. എന്റെ ദൈവമെ അത്തരമൊരു പെണ്ണിനോട് ഒരാണൊരുത്തന് എന്താണ് ചെയ്യാനാവുക? ആരാധിക്കുകയല്ലാതെ മറ്റെന്തിനാണ് ഒരു ഇംഗ്ലീഷുകാരി പെണ്ണിനെ കൊള്ളുക?'

'നീയൊരു വിവരം കെട്ട - ആണ് നാവെടുത്താൽ പുളിച്ചതു മാത്രം വിളമ്പുന്നു -'

'ഒരു എന്താണ്?'

'ഒരു വിവരം കെട്ട ----'

-----? നീയോ? നിയൊരു മരമോന്തൻ------ആണ്.

നീയൊരു വിവരംകെട്ട തെണ്ടിയാണ്. ആ വാക്ക് അവനു ശരിക്ക് കൊണ്ടിരിക്കുന്നു എന്നു കണ്ടപ്പോൾ ഞാൻ വീണ്ടും വീണ്ടും അതു തന്നെ തുടർന്നു.

'ഒരു ബുദ്ധിയുമില്ലാത്ത, ഒരു വിവരവുമില്ലാത്ത, ഒരു അനുഭവജ്ഞാനവുമില്ലാത്ത ഒരു തെണ്ടിച്ചെറുക്കൻ.'

'അങ്ങനെയോ? നിന്റെ മഹനീയ വനിതകളെപ്പറ്റി ഞാനൊരു കാര്യം പറയട്ടെ? നിന്റെ ദേവതയെക്കുറിച്ച്? സുശീലയും സുചരിതയുമായ ഒരു പെൺകൊച്ചും എന്തിനും പോന്ന ഒരു പെണ്ണൊരുത്തിയും തമ്മിൽ ഒരു വലിയ വ്യത്യാസമുണ്ട്. പെങ്കൊച്ചിന്റെ കൂടെ കിടക്കുമ്പോൾ അത് വേദനയുണ്ടാക്കുന്ന ഒന്നായിമാറും. അക്കാര്യം എനിക്ക് തികച്ചും ബോദ്ധ്യമുള്ള ഒന്നാണ്. കൂടാതെ അത് അവൾക്ക് ഇഷ്ടമായോ എന്നുള്ള കാര്യം നിങ്ങൾക്കൊരിക്കലും മനസ്സിലാക്കുവാനും കഴിയില്ല.'

'ദേഷ്യം പിടിക്കല്ലേ പൊന്നെ.'

'എനിക്ക് ദേഷ്യം വരുന്നൊന്നുമില്ല. ഞാൻ നിന്നോട് പറയുന്നു എന്നു മാത്രം. നിന്റെ നന്മയെക്കരുതി. നിനക്ക് ഭാവിയിൽ ബുദ്ധിമുട്ട് വരരുത് എന്നു കരുതിമാത്രം.'

'അത് മാത്രമേയുള്ളൂ വ്യത്യാസം?'

'അത്രമാത്രം -നിന്നെപ്പോലുള്ള ലക്ഷക്കണക്കിന് വിഡ്ഢികൾ പക്ഷേ അക്കാര്യം അറിയുന്നില്ല എന്നു മാത്രം.'

'ഓ നിനക്കതെന്നോട് പറയാൻ തോന്നിയ സന്മനസ്സിന് നന്ദി.'

നമ്മൾ തമ്മിൽ വഴക്കുണ്ടാക്കിക്കൂടാ കുഞ്ഞെ. ഞാൻ നിന്നെ ഒരു പാട് സ്നേഹിക്കുന്നു. പക്ഷേ സ്വയം ഒരു വിഡ്ഢിയാകരുത്.'

'ഇല്ല. ഞാൻ നിന്നെപ്പോലെ ജ്ഞാനിയാകാം.'

'ദേഷ്യം പിടിക്കല്ലേ കുഞ്ഞേ. ഒന്നു ചിരിച്ചാട്ടെ - ഒരു ഡ്രിങ്ക് എടുക്കൂ. എനിക്ക് പോകണം. ശരിക്കും എനിക്കിനി പോകണം

'നീ ശരിക്കും എന്റെ ചങ്ങാതിയാണ്.'

'ഇപ്പോൾ നീ കണ്ടില്ലേ ? ഉള്ളിന്റെയുള്ളിൽ നമ്മൾ ഒന്നാണ്. നമ്മൾ യുദ്ധസഹോദരന്മാരാണ്. എന്നെ ചുംബിച്ചയക്കൂ.'

'നിന്റെയൊരു ഒലിപ്പിക്കൽ'

'അങ്ങനെയല്ല, ഞാൻ കുറെക്കൂടി സ്നേഹവാനാണെന്നേയുള്ളൂ'

അവന്റെ ശ്വാസം എന്റെ യരികിലേക്ക് നീങ്ങിവരുന്നത് ഞാനറിഞ്ഞു. 'ഗുഡ്ബൈ - ഞാൻ താമസിയാതെ ഇനിയും വന്നുകാണാം. അവന്റെ ശ്വാസം നീങ്ങിപ്പോയി. 'നിന്റെ സമ്മതമില്ലാതെ ഞാൻ നിന്നെ ഉമ്മവെക്കുകയില്ല ചങ്ങാതി. ഞാൻ നിന്റെ ഇംഗ്ലീഷുകാരി പെണ്ണിനെ ഉടനെ പറഞ്ഞയക്കാം. ഗുഡ് ബൈ ബേബി. കോണ്യാക്കിന്റെ കുപ്പി കട്ടിലിന്റെയടിയിലുണ്ട് കേട്ടോ. വേഗം. സുഖപ്പെട്ട് വരൂ'

11

സന്ധ്യയോടടുത്ത നേരത്താണ് അച്ചൻ കടന്നുവന്നത്. അവർ സൂപ്പ് കൊണ്ടുവന്ന തരികയും, പിന്നീട് ഒഴിഞ്ഞ പാത്രങ്ങൾ എടുത്തുകൊണ്ടുപോവുകയും ചെയ്തശേഷം ഞാൻ വെറുതെ കട്ടിലിൽ കിടക്കുകയായിരുന്നു. വാർഡിൽ നിരനിരയായി ഇട്ടിരുന്ന കട്ടിലുകളേയും പിന്നെ ജനവാതിലിൽ കൂടി കാണാവുന്ന സായാഹ്നക്കാറ്റിൽ ഇളകുന്ന മരത്തലപ്പുകളേയും നോക്കിക്കൊണ്ട് ഞാൻ കിടന്നു. സായാഹ്നക്കാറ്റ് ജനവാതിലിലൂടെ കടന്നുവരാൻ തുടങ്ങിയതോടെ വൈകുന്നേരത്തിന് തണുപ്പേറിവന്നു. ഈച്ചകളൊക്കെ ഇപ്പോൾ സീലിങ്ങിലെ ഇലക്ട്രിക് ബൾബിന്റെ ചുറ്റിലുമാണ്. ആരെയെങ്കിലും കൊണ്ടുവരുമ്പോഴൊ അല്ലെങ്കിൽ എന്തെങ്കിലും പ്രവൃത്തികൾ ചെയ്യുമ്പോഴോ മാത്രമേ ലൈറ്റ് തെളിച്ചിരുന്നുള്ളൂ. സന്ധ്യയോടെ ഇരുട്ടും രാത്രിയും കടന്നുവരികയും, അതങ്ങനെത്തന്നെതുടരുകയും ചെയ്യുന്നു. എന്റെ കുട്ടിക്കാലത്തെന്ന പോലെ ഞാനിപ്പോൾ ഒരു കുട്ടിയായിരിക്കുന്നു എന്നെനിക്ക് തോന്നി. നേരത്തെ അത്താഴം തന്ന് എന്നെ ഉറക്കാൻ കിടത്തിയിരിക്കയാണ്. ഓർഡർലി കട്ടിലുകൾക്കിടയിലൂടെ കടന്നുവന്നു അരികിലെത്തിയപ്പോൾ നിന്നു. അവന്റെ കൂടെ മറ്റാരോ ഉണ്ടായിരുന്നു. അത് അച്ചനായിരുന്നു. അച്ചൻ വളരെ ചെറുതായും ഇരുണ്ടും അമ്പരന്നവനായും കാണപ്പെട്ടു.

'എങ്ങനെയുണ്ട്?' അദ്ദേഹം ചോദിച്ചു. പിന്നെ ചില പൊതിക്കെട്ടുകൾ കട്ടിലിനുതാഴെ തറയിൽ വെച്ചു.

'സുഖമായിരിക്കുന്നു അച്ചാ'

റിനാൾഡിക്കു വേണ്ടി കൊണ്ടുവന്നിട്ടുവിച്ച കസേരയിൽ അച്ചൻ ഇരുന്നു. പിന്നെ അമ്പരപ്പുവിടാതെ ജനവാതിലിലൂടെ പുറത്തേക്ക് നോക്കിയിരുന്നു. അദ്ദേഹത്തിന്റെ മുഖം വല്ലാതെ ക്ഷീണിച്ചിരിക്കുന്നു എന്നു ഞാൻ കണ്ടു.

'ഒരു മിനിറ്റ് നേരമേ എനിക്കിരിക്കാനാവൂ' അദ്ദേഹം പറഞ്ഞു.

'നേരം വൈകി'

'നേരം വൈകിയിട്ടൊന്നുമില്ല. മെസ്സിൽ എന്തുണ്ട് വിശേഷം?'

അച്ചൻ ഒന്നു മന്ദഹസിച്ചു. 'ഞാൻ തന്നെയാണിപ്പോഴും അവിടത്തെ തമാശ' അദ്ദേഹത്തിന്റെ ശബ്ദത്തിലും ക്ഷീണം കലർന്നിരുന്നു.

'താങ്ക് ഗോഡ്' അവരെല്ലാവരും സുഖമായി ഇരിക്കുന്നു

'നിങ്ങൾക്ക് സുഖപ്പെട്ടു എന്നറിഞ്ഞ് സന്തോഷിക്കുന്നു.' അദ്ദേഹം പറഞ്ഞു. 'നിങ്ങൾക്കിപ്പോൾ വേദനകൊണ്ടുള്ള കഷ്ടപ്പാടൊന്നുമില്ലെന്നു വിശ്വസിക്കട്ടെ. അദ്ദേഹം വളരെയേറെ ക്ഷീണിതനായിരുന്നു. ഞാനിതിനുമുമ്പ് ഇപ്രകാരമിങ്ങനെ കണ്ടിട്ടില്ല.'

'ഇപ്പോൾ വേദനയൊന്നുമില്ല.'

'മെസ്സിൽ നിങ്ങളുടെ അഭാവം ഞാൻ ശരിക്കും അനുഭവിക്കുന്നു.' 'അവിടെയായിരുന്നുവെങ്കിൽ എന്ന് എപ്പോഴും ഞാൻ ആഗ്രഹിക്കും. നമ്മുടെ വർത്തമാനങ്ങൾ ഞാൻ നന്നായി ആസ്വദിച്ചിരുന്നു?

'ഞാൻ നിങ്ങൾക്കായി കുറച്ച് സാധനങ്ങൾ കൊണ്ടുവന്നിട്ടുണ്ട്. അദ്ദേഹം പറഞ്ഞു. അദ്ദേഹം പാക്കറ്റുകൾ കുനിഞ്ഞെടുത്തു.

'ഇതാ ഒരു കൊതുകുവല. ഇതൊരുകുപ്പി വെർമുത്ത്. നിങ്ങൾക്ക് വെർമുത്ത് ഇഷ്ടമല്ലേ? ഇത് കുറച്ച് ഇംഗ്ലീഷ് പത്രങ്ങൾ'

'ദയവായി അവയൊക്കെ ഒന്നു തുറന്നാട്ടെ'

അച്ചന് വളരെ സന്തോഷമായി. അദ്ദേഹം പൊതികളോരോന്നായി തുറന്നു. കൊതുകുവല ഞാൻ എന്റെ കയ്യിലെടുത്തു. വെർമുത്തിന്റെ പൊതിയഴിച്ച് അദ്ദേഹം ആ കുപ്പി ഉയർത്തിക്കാട്ടി, പിന്നീട് അത് കട്ടിലിൻ കീഴിൽ തറയിൽ വെച്ചു.

ഇംഗ്ലീഷ് പത്രങ്ങളുടെ ഒരു താള് ഞാൻ കയ്യിലെടുത്തു ജനവാതിലിലൂടെയുള്ള അർദ്ധ വെളിച്ചം വീഴത്തക്കവിധത്തിൽ അത് തിരിച്ചു പിടിച്ചപ്പോൾ എനിക്ക് തലവാചകങ്ങൾ വായിക്കാൻ കഴിഞ്ഞു. ദി ന്യൂസ് ദാഫ് ദി വേൾഡ് ആയിരുന്നു അത്.

'മറ്റുള്ളതൊക്കെ ചിത്രസഹിതമുള്ളതാണ്' അദ്ദേഹം പറഞ്ഞു.

'ഇത് വായിക്കാൻ സാധിക്കുക എന്നത് എന്തൊരു വലിയ സന്തോഷമാണെന്നോ. എവിടുന്നു സംഘടിപ്പിച്ചു ഇതൊക്കെ?'

'ഞാൻ മെസ്സി'യിൽ നിന്നും കൊണ്ടുവരീച്ചതാണ്, ഞാനിനിയും കൊണ്ടുവരാം.'

'നിങ്ങൾക്കിത്രത്തോളം വരാൻ സന്മനസ്സുണ്ടായല്ലോ. ഒരു ഗ്ലാസ് വെർമുത്ത് കുടിക്കാമോ?'

'നന്ദി നിങ്ങളത് സൂക്ഷിക്കണം. അത് നിങ്ങൾക്ക് വേണ്ടി ഉള്ളതാണ്.'

'പറ്റില്ല. ഒരു ഗ്ലാസ് കുടിക്കണം'

'ശരി ശരി ഞാൻ എന്നാൽ ഇനിയും കൊണ്ടുവരാം'

ഓർഡർലി ഗ്ലാസുകൾ കൊണ്ടുവരികയും കുപ്പി തുറക്കുകയും ചെയ്തു.

അയാളത് തുറക്കുന്നതിനിടയിൽ കോർക്ക് മുറിഞ്ഞു പോവുകയും, അറ്റം കുപ്പിയിലേക്ക് തള്ളിയിറക്കുകയും ചെയ്തു. അച്ചനതിൽ ഇത്തിരി നിരാശയുണ്ടെന്ന് എനിക്ക് കാണാമായിരുന്നു. പക്ഷേ അദ്ദേഹം പറഞ്ഞു 'അതുകൊണ്ട് കുഴപ്പമില്ല, അതൊരു പ്രശ്നമല്ല'

'ഇത് താങ്കളുടെ ആരോഗ്യത്തിനുവേണ്ടി- അച്ചാ'

'ഇത് താങ്കൾക്ക് കൂടുതൽ സൗഖ്യമാകുവാനായി'

അതിനുശേഷം ഗ്ലാസുകൾ കയ്യിൽ പിടിച്ച് ഞങ്ങൾ പരസ്പരം നോക്കിയിരുന്നു. പണ്ടൊക്കെ ഞങ്ങൾ ധാരാളം സംസാരിക്കുകയും നല്ല ചങ്ങാതികളായി ഇരിക്കുകയും ചെയ്തതാണ്. പക്ഷേ ഈ രാത്രി അതെല്ലാം ഇത്തിരി ബുദ്ധിമുട്ടിലായി.

'എന്താണ് താങ്കളെ കുഴക്കുന്നത് അച്ചാ! നിങ്ങൾ വളരെ ക്ഷീണിതനായി കാണപ്പെടുന്നു.'

'അതെ ഞാൻ വളരെ ക്ഷീണിതനാണ് വാസ്തവത്തിൽ എനിക്കതിന് അവകാശമില്ലെങ്കിൽ പോലും.

'ഈ ചൂട് കാരണമാവാം.'

'അല്ല ഇതിപ്പോൾ വസന്തകാലമല്ലേ- എന്തൊ മാനസികമായി എന്നെ തളർത്തുന്നു.

'നിങ്ങൾക്ക് യുദ്ധം കാരണമുള്ള മനംമടുപ്പ് ആണ്.'

'അതൊന്നുമല്ല. പക്ഷേ ഞാൻ യുദ്ധം വെറുക്കുന്നു.'

'ഞാനും അത് ആസ്വദിക്കുകയൊന്നുമല്ല. ഞാൻ പറഞ്ഞു.

ജനലിലൂടെ നോക്കിക്കൊണ്ട് അദ്ദേഹം തലകുലുക്കി. 'നിങ്ങളത് സാരമാക്കുന്നില്ല, നിങ്ങളത് കാണുന്നില്ല. എനിക്ക് മാപ്പ് തരണേ- എനിക്കറിയാം നിങ്ങൾക്ക് വല്ലാതെ പരിക്കേറ്റിട്ടുണ്ടെന്ന്.'

'അതൊരു അപകടം മാത്രമായിരുന്നു.'

'പരിക്കുപറ്റിയിട്ടു പോലും നിങ്ങളത് വേണ്ടത്ര നോക്കിക്കാണുന്നില്ല- അക്കാര്യമെനിക്ക് പറയാൻ കഴിയും. ഞാനും അത് ശരിയായി കാണുന്നില്ല. പക്ഷേ എനിക്കത് അനുഭവപ്പെടുന്നുണ്ട്. വളരെ കുറച്ചു മാത്രമായിട്ടാണെങ്കിലും ഞാനത് അറിയുന്നുണ്ട്.

'പരിക്കേൽക്കുന്ന സമയത്ത് ഞങ്ങളതിനെപ്പറ്റി സംസാരിക്കുകയായിരുന്നു. പസ്സീനിയാണ് സംസാരിച്ചിരുന്നത്.'

അച്ചൻ ഗ്ലാസ് താഴെ വെച്ചു. അദ്ദേഹം മറ്റെന്തോ ചിന്തിക്കുകയായിരുന്നു.

'എനിക്കവരെ മനസ്സിലാക്കാൻ കഴിയുന്നുണ്ട്. കാരണം ഞാൻ അവരിലൊരാളാണ്.' അദ്ദേഹം പറഞ്ഞു.

'പക്ഷേ നിങ്ങൾ വ്യത്യസ്തനാണ്.'

'പക്ഷേ ഞാൻ ശരിക്കും അവരിലൊരാളാണ്.'

'ഓഫീസർമാർ ഒന്നും ശരിയായ വിധത്തിൽ കാണുന്നില്ല.'

'ഓഫീസർമാരിൽ ചിലർ കാണുന്നുണ്ട്. ചിലർ വളരെ ഹൃദയാലുക്കളാണ്. അവർ നമ്മളിൽ ചിലരേക്കാൾ അതനുഭവിക്കുന്നുമുണ്ട്.'

'പക്ഷേ ഓഫീസർമാരിൽ ഭൂരിഭാഗവും വ്യത്യസ്തരാണ്.'

'വിദ്യാഭ്യാസത്തിന്റേയോ പണത്തിന്റേയോ കാര്യമല്ല അത്. അത് മറ്റെന്തോ ആണ്. പഠിപ്പും ധനവും ഉണ്ടെങ്കിൽപ്പോലും പസ്സീനിയെപ്പോലുള്ളവർ ഓഫീസർമാരാകാൻ ആഗ്രഹിക്കുകയില്ല. എനിക്കും ഓഫീസറായിരിക്കാൻ ആഗ്രഹമില്ല.'

'നിങ്ങൾ ഓഫീസർ റാങ്കിലുള്ള വ്യക്തിയാണ്. ഞാനും ഒരു ഓഫീസറാണ്.'

'ഞാൻ സത്യത്തിൽ അങ്ങനെയല്ല. നിങ്ങളാവട്ടെ ഒരു ഇറ്റലിക്കാരൻ പോലുമല്ല. നിങ്ങളൊരു വിദേശീയനാണ്. എന്നിട്ടും നിങ്ങൾക്കും സാധാരണക്കാരേക്കാൾ അടുപ്പം ഓഫീസർമാരോടാണ്.'

'അത് എന്ത് വ്യത്യാസമാണ് ഉണ്ടാക്കുന്നത്?'

'എനിക്ക് അതത്ര എളുപ്പത്തിൽ പറയാൻ സാധിക്കില്ല. യുദ്ധം സൃഷ്ടിച്ചുകൊണ്ടിരിക്കുന്ന നിരവധി പേരുണ്ട് ഇവിടെ, ഈ രാജ്യത്തിൽ അത്തരക്കാർ ധാരാളമുണ്ട്. പക്ഷേ യുദ്ധം ഒഴിവാക്കാനാഗ്രഹിക്കുന്നവരും ഇവിടെത്തന്നെയുണ്ട്?'

'പക്ഷേ ആദ്യം പറഞ്ഞകൂട്ടർ മറ്റുള്ളവരെക്കൊണ്ട് അത് ചെയ്യിക്കുന്നു.'

'അതെ.'

'ഞാനാവട്ടെ ആദ്യത്തെ കൂട്ടരെ സഹായിക്കുന്നു അല്ലേ?'

'നിങ്ങളൊരു വിദേശീയനാണ്. ഒരു സ്വരാജ്യാഭിമാനിയാണ്'

'അപ്പോൾ യുദ്ധം ഒഴിവാക്കണമെന്നാഗ്രഹിക്കുന്നവർ? അവർക്കതു തടയാനാവില്ലേ?'

'എനിക്കതറിയില്ല.'

അദ്ദേഹം വീണ്ടും ജനലിലൂടെ പുറത്തേക്ക് നോക്കി. ഞാൻ അദ്ദേഹത്തിന്റെ മുഖം നിരീക്ഷിച്ചുകൊണ്ടിരുന്നു.

'അവർക്ക് അത് എപ്പോഴെങ്കിലും നിർത്താൻ കഴിഞ്ഞിട്ടുണ്ടോ?'

' കാര്യങ്ങളെ തടഞ്ഞുനിർത്താൻ മാത്രം അവർ സംഘടിതരല്ല. സംഘടിതരായിക്കിട്ടിയാലോ നേതാക്കൾ അവരെ ഒറ്റുകൊടുക്കുകയും ചെയ്യും.'

'പ്രതീക്ഷക്ക് ഒരിക്കലും വകയില്ലെന്നോ?'

'പ്രതീക്ഷയ്ക്ക് വകയില്ലാത്ത അവസ്ഥ ഒരിക്കലുമുണ്ടാകില്ല.' പക്ഷേ എനിക്കെന്തോ ഒന്നു പ്രതീക്ഷിക്കാനാകുന്നില്ല, ഞാനെപ്പോഴും പ്രത്യാശ കൈവിടാതിരിക്കാൻ ശ്രമിക്കും. പക്ഷേ ചിലപ്പോൾ എനിക്കതിന് കഴിയാതെ പോകുന്നു.'

'ചിലപ്പോൾ ഈ യുദ്ധമങ്ങ് തീർന്നുകിട്ടിയേക്കാം.'

'ഞാനുമങ്ങനെ പ്രതീക്ഷിക്കുന്നു.'

'അങ്ങനെ വന്നാൽ നിങ്ങളെന്താണ് ചെയ്യുക?'

'സാദ്ധ്യമെങ്കിൽ ഞാൻ അബ്രുറ്റ്സിയിലേക്ക് തിരിച്ചുപോകും.'

അദ്ദേഹത്തിന്റെ ഇരുണ്ട മുഖം പെട്ടെന്ന് സന്തോഷം കൊണ്ട് തെളിഞ്ഞു.

'നിങ്ങൾ അബ്രുറ്റ്സിയെ സ്നേഹിക്കുന്നു?'

'തീർച്ചയായും ഞാൻ വളരെയധികം സ്നേഹിക്കുന്നു.'

'അങ്ങനെയെങ്കിൽ നിങ്ങൾ തീർച്ചയായും അങ്ങോട്ട് മടങ്ങിച്ചെല്ലണം'

'അതെനിക്കെത്രമാത്രം സന്തോഷമുള്ള കാര്യമാണെന്നോ?'

എനിക്കവിടെ എന്റെ ദൈവത്തെ ശുശ്രൂഷിച്ച് സ്നേഹിച്ച് അവിടെയങ്ങനെ ജീവിക്കാൻ കഴിഞ്ഞിരുന്നുവെങ്കിൽ...

'പിന്നെ ബഹുമാനിക്കപ്പെട്ടുകയും അല്ലേ?'

'അതെ ബഹുമാനിക്കപ്പെട്ടുകതന്നെ വേണം. എന്തേ?'

'അല്ലാതിരിക്കാൻ കാരണമേതുമില്ല. നിങ്ങൾ സത്യത്തിൽ ബഹുമാനിക്കപ്പെടേണ്ട ഒരു വ്യക്തിയാണ്.'

'അതത്രക്ക് സാരമാക്കേണ്ട വിഷയമല്ല. പക്ഷേ ഞങ്ങളുടെ നാട്ടിൻ പുറത്ത് ഒരു വ്യക്തി തന്റെ ദൈവത്തിനെ സ്നേഹിക്കേണ്ടതാണെന്ന വസ്തുത എല്ലാവർക്കും അറിയാം. ഇത് -ഇക്കാര്യം; അവിടെ ഒരു വൃത്തികെട്ട തമാശയല്ല.

'എനിക്ക് മനസ്സിലാകുന്നു.'

അച്ചൻ എന്റെ നേരെ നോക്കി ഒന്നു പുഞ്ചിരിച്ചു. 'നിങ്ങൾക്കത് മനസ്സിലാകുന്നുണ്ട്. പക്ഷേ നിങ്ങൾ ദൈവത്തിനെ സ്നേഹിക്കുന്നില്ല.'

'ഇല്ല'

'നിങ്ങൾ ഒട്ടും 'അവനെ' സ്നേഹിക്കുന്നില്ലേ?'

'ശരിയാണ്' അദ്ദേഹം പറഞ്ഞു. 'രാത്രിയിലെ അനുഭവത്തെപ്പറ്റി നിങ്ങൾ പറഞ്ഞുവല്ലോ അത് സ്നേഹമല്ല - അത് വികാരാവേശവും ആസക്തിയുമാണ്. നിങ്ങൾ സ്നേഹിക്കുന്നുണ്ട് എന്നിരിക്കട്ടെ, അപ്പോൾ നിങ്ങൾ എന്തെങ്കിലും ചെയ്യാനാഗ്രഹിക്കും. ത്യാഗത്തിന് സന്നദ്ധനാകും, നന്മ ചെയ്യുവാനും ശുശ്രൂക്ഷിക്കാനും ഇഷ്ടപ്പെടും.

'ഞാൻ സ്നേഹിക്കുന്നില്ല.'

'നിങ്ങൾ സ്നേഹിക്കും, എനിക്കറിയാം. നിങ്ങൾ ഒരുനാൾ സ്നേഹിക്കും സന്തോഷമെന്താണെന്ന് അന്നു നിങ്ങൾ തിരിച്ചറിയും.'

'ഞാൻ സന്തോഷവാനാണ്. ഞാനെപ്പോഴും സന്തോഷവാനായിരുന്നു.'

ആ സന്തോഷം മറ്റൊന്നാണ്, ഞാൻ പറയുന്ന സന്തോഷം കിട്ടികഴിഞ്ഞല്ലാതെ നിങ്ങൾക്കത് മനസ്സിലാക്കാൻ പറ്റില്ല.'

'ശരി' ഞാൻ പറഞ്ഞു. എനിക്കെപ്പോഴെങ്കിലും അത് കിട്ടുകയാണെങ്കിൽ ഞാൻ നിങ്ങളെ വിവരമറിയിക്കുന്നതായിരിക്കും.

'ഞാൻ വളരെ നേരം തങ്ങി, വളരെ നേരം സംസാരിച്ചു.,'

അദ്ദേഹം അക്കാര്യത്തിൽ ശരിക്കും ഉൽകണ്ഠപ്പെടുന്നതുപോലെ തോന്നി.

'അരുത് ഇപ്പോൾത്തന്നെ പോകല്ലേ' ഞാൻ പറഞ്ഞു.

'സ്ത്രീകളെ സ്നേഹിക്കുന്നതിനെപ്പറ്റി നിങ്ങൾക്കെന്താണ് പറയാനുള്ളത്? ഞാൻ സത്യമായും ഒരു സ്ത്രീയെ സ്നേഹിക്കുന്നുവെങ്കിൽ, അത് താങ്കൾ പറഞ്ഞ പ്രകാരമുള്ള സ്നേഹമാകുമോ?'

'എനിക്കതിനെപ്പറ്റി ഒന്നുമറിയില്ല. ഞാനൊരു സ്ത്രീയേയും സ്നേഹിച്ചിട്ടില്ല'

'അപ്പോൾ നിങ്ങളുടെ അമ്മയേയോ?'

'അതെ അമ്മയെ ഞാൻ സ്നേഹിക്കേണ്ടതാണ്.'

'നിങ്ങൾ എല്ലായ്പ്പോഴും ദൈവത്തെ സ്നേഹിച്ചിരുന്നുവോ?'

'ഒരു കൊച്ചുചെറുക്കനായിരുന്ന കാലം തൊട്ട്.'

'അത് ശരി' ഇനിയുമെന്താണ് പറയേണ്ടതെന്നറിയാതെ ഞാൻ ഒരു നിമിഷം കുഴങ്ങി 'നിങ്ങൾ ഒരു നല്ല ചെറുക്കനാണ്.'

'ഞാൻ ഒരു ചെറുക്കനാണ്' അച്ചൻ പറഞ്ഞു. പക്ഷേ നിങ്ങൾ എന്നെ അച്ചനെന്ന് വിളിക്കുന്നു.'

'അത് മര്യാദ.'

അച്ചൻ എന്റെ നേർക്ക് തിരിഞ്ഞു പുഞ്ചിരിച്ചു.

'സത്യത്തിൽ എനിക്കുടനെ പോയേ തീരൂ. നിങ്ങൾക്ക് എന്നെക്കൊണ്ട് മറ്റാവശ്യങ്ങൾ ഒന്നുമില്ലല്ലോ' അച്ചൻ പ്രതീക്ഷ പൂർവ്വം ചോദിച്ചു.

'ഇല്ല, സംസാരിക്കുക എന്നത് മാത്രം.'

'ഞാൻ താങ്കളുടെ ക്ഷേമാന്വേഷണങ്ങൾ മെസ്സിൽ അറിയിക്കാം.'

'സമ്മാനങ്ങൾക്കെല്ലാം ഒരുപാട് നന്ദി.'

'ഹേയ് അത് കളയൂ.'

'ഇനിയുമെന്നെ വന്നു കാണൂ.'

'ശരി. ഗുഡ്ബൈ' അച്ചൻ എന്റെ കയ്യിൽത്തട്ടി.

'യാത്ര' ഞാൻ ഇറ്റാലിയൻ ഭാഷയിൽ പറഞ്ഞു.

'സിയാവൂ' അച്ചൻ അത് ആവർത്തിച്ചു.

മുറിയിൽ നല്ല ഇരുട്ടായിരുന്നു. കട്ടിലിൽ കാല്ക്കൽ ഇരുന്നിരുന്ന ഓർഡർലിയും എഴുന്നേറ്റു അദ്ദേഹത്തിന്റെ കൂടെ പുറത്തേക്കിറങ്ങി.

എനിക്ക് അച്ചനെ വളരെ ഇഷ്ടമായിരുന്നു. എന്നെങ്കിലുമൊരിക്കൽ അദ്ദേഹം അബ്രൂറ്റ്സിലേക്ക് തിരിച്ചുപോകുമെന്ന് ഞാൻ പ്രതീക്ഷിച്ചു. മെസ്സിൽ അയാൾ ഒരു നശിച്ച ജീവിതമാണ് ജീവിക്കുന്നത്. എന്നാലോ അയാൾ അതിൽ തെല്ലും പരാതിപ്പെടുന്നില്ല. സ്വന്തം നാട്ടിൽ അയാൾ എപ്രകാരമായിരുന്നു ജീവിക്കുക എന്നു ഞാൻ വെറുതെ ആലോചിച്ചുനോക്കി. 'കാപ്പകോട്ട' ദേശത്ത് പട്ടണത്തിന്റെ പുറകിൽക്കൂടി ഒഴുകുന്ന കാട്ടരുവിയിൽ ഇഷ്ടംപോലെ ട്രൗട്ട് മത്സ്യങ്ങൾ ഉണ്ട്. രാത്രികാലങ്ങളിൽ അവിടെ ഓടക്കുഴൽ വായിക്കുന്നത് നിരോധിച്ചിരിക്കുന്നു. 'കാരണം? ഞാൻ ചോദിച്ചു. രാത്രികാലങ്ങളിൽ ഓടക്കുഴൽ നാദം കേൾക്കുന്നത് പെൺകിടാങ്ങൾക്ക് ദോഷം ചെയ്യും. കൃഷിക്കാരെല്ലാം താങ്കളെ ഡോൺ എന്നു സംബോധന ചെയ്യും. അവർ നിങ്ങളെ സ്വീകരിക്കുമ്പോൾ തങ്ങളുടെ തൊപ്പിയൂരി കയ്യിൽ പിടിക്കും. അദ്ദേഹത്തിന്റെ അച്ഛൻ എല്ലാ ദിവസവും വേട്ടക്കു പോകും. കർഷകരുടെ ഭവനങ്ങളിൽക്കയറി അവരോടൊപ്പം ഭക്ഷണം കഴിക്കും. അത് അവർ ഒരു ബഹുമതിയായിട്ടാണ് കണക്കാക്കുന്നത്. ഒരു വിദേശിനായാട്ടിനെത്തുമ്പോൾ, താനിതിനുമുമ്പൊരിക്കലും അറസ്റ്റിനു വിധേയമായിട്ടില്ല എന്ന രേഖാപത്രം ഹാജരാക്കണം. 'ഗ്രാൻ സാസ്സോഡി' ഇറ്റലിയെയിൽ ഇപ്പോഴും കരടികളുണ്ട്. പക്ഷേ അത് ഒരുപാട് നാഴിക ദൂരത്താണ്. മനോഹരമായ ഒരു ചെറുപട്ടണമാണ് അക്വില. വേനൽക്കാല രാത്രികളിൽപ്പോലും അവിടെ തണുപ്പനുഭവപ്പെട്ടു. ഇറ്റലി രാജ്യത്തിലേക്കും വെച്ച് ഏറ്റവും മനോഹരമാണ് അബ്രൂറ്റ്സിലെ വസന്തകാലം. പക്ഷേ ഏറ്റവും സുന്ദരമായ കാര്യം ഇലപൊഴിയും കാലത്ത് ചെസ്റ്റ് നട്ട് മരങ്ങളുടെ കാട്ടിൽ വേട്ടക്ക് പോകുക എന്നതാണ്. പക്ഷികളെല്ലാം ചന്തം തികഞ്ഞവയാണ്. കാരണം അവർ വിശപ്പടക്കുന്നത് മുന്തിരിപ്പഴങ്ങൾ കൊണ്ടാണ്. നിങ്ങൾക്കൊരിക്കലും ഉച്ചഭക്ഷണം കൂടെ കരുതേണ്ടിവരില്ല. കാരണം അവരുടെ വീട്ടിൽച്ചെന്ന് അവരോടോപ്പം ഭക്ഷണം കഴിക്കുക എന്നത് ഒരു ബഹുമതിയായിട്ടാണ് അവിടത്തെ കർഷകർ കണക്കാക്കിയിട്ടുള്ളത്.

അൽപനേരത്തിനുശേഷം ഞാൻ ഉറങ്ങിപ്പോയി.

12

വാർഡ്ധുമുറി നീളത്തിൽ വലതുവശത്ത് ജനാലകളും, അങ്ങേയറ്റത്ത്. ഡ്രൈനിംഗ് റൂമിലേക്ക് തുറക്കുന്ന വാതിലോട്ടും കൂടിയതായിരുന്നു. എന്റെ കട്ടിൽ അടക്കമുള്ള നിര ജനവാതിലുകൾക്കഭിമുഖവും, ജനവാതിലുകളുടെ ചുവട്ടിലുള്ള നിര ചുമരിനോടഭിമുഖവും ആയിട്ടായിരുന്നു. അകലെയറ്റത്തെ മറ്റൊരു വാതിൽ വഴി ആളുകൾ വന്നും പോയും ഇരുന്നു. മരണാസന്നനായ രോഗിയുടെ കട്ടിലിനുചുറ്റും അവർ ഒരു മറ ഉയർത്തും. പക്ഷേ ഡോക്ടർമാരുടെ ഷൂസുകളും, പുരുഷനേഴ്സുമാരുടെ പട്ടീസും മറയുടെ അടിവശത്തുടെ കാണാമായിരുന്നു. അവസാനനേരമടുക്കുമ്പോൾ ചില പിറുപിറുക്കലുകൾ കേൾക്കാനാകും, പുരോഹിതൻ മറയുടെ പിറകിൽ നിന്നും പുറത്തുവരും. പിന്നീട് പുരുഷനേഴ്സുകൾ മറയുടെ പുറകിലേക്ക് വീണ്ടും കടന്നുചെല്ലും. ഒരു കമ്പിളി പുതപ്പിട്ട് പരേതനെ വഹിച്ചുകൊണ്ട് കട്ടിലുകൾക്കിടയിലൂടെ ഇടനാഴിയിലൂടെ അവർ കടന്നുപോകും. ആരെങ്കിലുമൊരാൾ തിരശ്ശീലമടക്കി, അതുംകൊണ്ട് സ്ഥലം വിടും.

അന്നുരാവിലെ, വാർഡിന്റെ ചുമതല വഹിച്ചിരുന്ന മേജർ,. എനിക്ക് അടുത്തദിവസം തന്നെ യാത്രചെയ്യാനുള്ള കഴിവുണ്ടാകുമോ എന്ന് അന്വേഷിച്ചു. കഴിയും എന്നു ഞാൻ പറഞ്ഞു. പിറ്റേന്നു പുലർച്ചക്ക് തന്നെ എന്നെ നാട്ടുകടത്താൻ പോവുകയാണെന്ന് അവർ പറഞ്ഞു. ഇപ്പോൾ പോവുകയാണ് നല്ലത്. കുറച്ചുകൂടി കഴിഞ്ഞാൽ കാലാവസ്ഥമാറി ചൂടുള്ളതാകും.

എന്നും രാവിലെ അവർ നിങ്ങളെ കിടക്കയിൽനിന്ന് പൊക്കിയെടുത്ത് ചുമന്നുകൊണ്ടുപോകുമ്പോൾ, നിങ്ങൾക്ക് ജനാലയിലൂടെ തോട്ടത്തിലെ പുതിയ ശവക്കല്ലറകൾ കാണാനാവും. ഒരു പട്ടാളക്കാരൻ തോട്ടത്തിലേക്ക് തുറക്കുന്ന വാതിലിനരികിലിരുന്നു കുരിശുകളുണ്ടാക്കുന്നത് കാണാം. സംസ്ക്കരിക്കപ്പെട്ട വ്യക്തികളുടെ പേരുകളും റാങ്കും റെജിമെന്റും അയാൾ കുരിശുകളിൽ പെയിന്റ് ചെയ്തു. വാർഡിലേക്കു വേണ്ട അല്ലറചില്ലറ പണികളും അയാൾ തന്നെയാണ് ചെയ്തിരുന്നത്. ഒരു ഒഴിഞ്ഞ, ആസ്ട്രിയൻ

റൈഫിൾ കാർട്രിഡ്ജ് കൊണ്ട് അയാൾ എനിക്കൊരു സിഗരറ്റ് ലൈറ്റർ ഉണ്ടാക്കിത്തന്നു.

ഡോക്ടർമാരെല്ലാവരും വളരെ നല്ല സ്വഭാവമുള്ളവരും അതിനിപുണന്മാരുമായിരുന്നു. എന്നെ മിലാനിലേക്ക് പറഞ്ഞയക്കുന്ന കാര്യത്തിൽ അവർ വളരെ ഉത്സുകരായിരുന്നു. അവിടെ മികച്ച എക്സ്-റേ സൗകര്യങ്ങളും ശസ്ത്രക്രിയക്കുശേഷം ചെയ്യേണ്ട മെക്കാനികോ ചികിത്സകളും ലഭ്യമാണെന്ന് അവർ പറഞ്ഞു. എനിക്കും മിലാനിലേക്ക് പോകണം എന്നു തന്നെയായിരുന്നു. അവർക്ക് ഞങ്ങളെയൊക്കെ എത്രയും വേഗം പറഞ്ഞയക്കണം എന്നുണ്ടായിരുന്നു. കാരണം പോരാട്ടം തുടങ്ങിക്കഴിഞ്ഞാൽ ഒഴിഞ്ഞ കട്ടിലുകൾ വേണമെന്നുള്ള കാര്യം അടിയന്തിര പ്രാധാന്യമുള്ള ഒന്നാണ്.

ഞാൻ ഫീൽഡ് ഹോസ്പിറ്റൽ വിടുന്നതിന്റെ തലേരാത്രി റിനാൾഡി, ഞങ്ങളുടെ മെസ്സിലെ മേജറേയും കൂട്ടി എന്നെക്കാണാൻ വാർഡിൽ വന്നിരുന്നു. മിലാനിൽ പുതുതായി നിലവിൽ വന്ന അമേരിക്കൻ ആസ്പത്രിയിലേക്കാണ് എന്നെ പറഞ്ഞയക്കുന്നതെന്ന് അവർ പറഞ്ഞു. അമേരിക്കൻ ആംബുലൻസുകൾ കുറേക്കൂടി അയക്കപ്പെട്ടിട്ടുണ്ട്. സ്വാഭാവികമായും ഈ ആസ്പത്രിക്കായിരിക്കും അതിന്റെയും സർവീസിലുള്ള അമേരിക്കക്കാരുടേയും ഉത്തരവാദിത്ത്വം. റെഡ് ക്രോസ് സംഘടനയിലും നിരവധി അമേരിക്കക്കാരുണ്ട്. അമേരിക്കൻ ഐക്യനാടുകൾ, ജർമനിക്കെതിരായി യുദ്ധം പ്രഖ്യാപിച്ചിരിക്കുന്നു. പക്ഷേ അവർ ആസ്ട്രിയക്കെതിരെ യുദ്ധം പ്രഖ്യാപിച്ചിട്ടില്ല.

ഇറ്റലിക്കാർ അമേരിക്ക ആസ്ട്രിയക്കെതിരെ താമസിയാതെ യുദ്ധപ്രഖ്യാപനം നടത്തുമെന്ന് ഉറച്ച് വിശ്വസിക്കുന്നു.

ആയതിനാൽ അമേരിക്കക്കാരുടെ കടന്നുവരവിനെ അത് റെഡ് ക്രോസിലേക്കാണെങ്കിൽ പോലും അവർ സഹർഷം സ്വാഗതം ചെയ്യുന്നു. അവർ എന്നോട് പ്രസിഡണ്ട് വിൽസൺ ആസ്ട്രിയക്കാർക്കെതിരായുള്ള യുദ്ധപ്രഖ്യാപനം ഉടനെ നടത്താനിടയുണ്ടോ എന്നു ചോദിച്ചു. ഏതാനും ദിവസങ്ങൾക്കുള്ളിൽത്തന്നെ എന്നു ഞാൻ ഉത്തരം പറഞ്ഞു. ആസ്ട്രിയക്കെതിരെ യുദ്ധപ്രഖ്യാപനം നടത്താൻ അമേരിക്കക്ക് വേണ്ടത്ര ന്യായങ്ങളുണ്ടോ എന്നൊന്നും എനിക്കറിഞ്ഞുകൂടായിരുന്നു. എങ്കിലും ജർമനിക്കെതിരെ യുദ്ധത്തിനു തയ്യാറാവുകയാണെങ്കിൽ, ആസ്ട്രിയക്കെതിരെയും അങ്ങനെയാകാമെന്നതും യുക്തിസഹജമാണ്. ഞങ്ങൾ ടർക്കിക്കെതിരെ യുദ്ധപ്രഖ്യാപനം നടത്താനിടയുണ്ടോ എന്ന് അവർ ചോദിച്ചു. അങ്ങനെയുണ്ടാകാനിടയില്ല എന്നു ഞാൻ പറഞ്ഞു. കാരണം. ടർക്കി ഞങ്ങളുടെ ദേശീയ പക്ഷിയാണ്. പക്ഷേ ഈ തമാശ ഏശിയില്ല. കാരണം അത് പരിഭാഷപ്പെടുത്തിയത് നേരെ ചൊവ്വേ ആയിരുന്നില്ല. അതിനാൽ അവർ ആകെ ആശയക്കുഴപ്പത്തിലും സംശയത്തിലും അകപ്പെടുകയും ഞാൻ അതെയെന്നും ടർക്കിയുമായി യുദ്ധമുണ്ടാകാൻ സാദ്ധ്യതയുണ്ടെന്നുമാണ് പറഞ്ഞതെന്നും വിശ്വസിക്കുകയും ചെയ്തു. ബൾഗേരിയയുമായിട്ടോ?

ഞങ്ങളന്നേരത്തേക്ക് അനവധി ഗ്ലാസുകൾ ബ്രാൻഡി അകത്താക്കിയിരുന്നു.

ദൈവത്താണെ ബൾഗേറിയയോടും യുദ്ധപ്രഖ്യാപനം നടത്തുമെന്നും, വേണ്ടിവന്നാൽ ജപ്പാനുമായിപ്പോലും യുദ്ധം ചെയ്തേക്കാമെന്നും ഞാൻ പറഞ്ഞു. അപ്പോൾ അവർ പറഞ്ഞു. ജപ്പാൻ ഇംഗ്ലണ്ടുമായി മൈത്രിയിലാണെന്ന്. ഈ നശിച്ച ഇംഗ്ലീഷുകാരെ ഒരിക്കലും വിശ്വസിച്ചുകൂടാ. ജപ്പാൻകാർക്ക് ഹവായിയുടെ മേൽ ഒരു കണ്ണുണ്ട്. ഹവായി എവിടെയാണ്? അത് ശാന്ത സമുദ്രത്തിലാണ്. എന്താണ് ജപ്പാൻകാർക്ക് ഹവായിയെക്കൊണ്ട് കാര്യം? അവർക്കത് വേണ്ടിയിട്ടൊന്നുമല്ല. ഞാൻ പറഞ്ഞു. പക്ഷേ അങ്ങനെയാണ് പറയപ്പെടുന്നത്. ജപ്പാൻകാർ നല്ല ഒന്നാന്തരം കൊച്ചുമനുഷ്യരാണ് നൃത്തത്തിലും കടുപ്പം കുറഞ്ഞ വൈനിലും അതീവ തൽപരർ. ഫ്രെഞ്ചുകാരെപ്പോലെത്തന്നെ മേജർ പറഞ്ഞു. നമ്മൾ ഫ്രെഞ്ചുകാരുടെ കയ്യിൽ നിന്നും നൈസും 'സവോയിയ'യും കൈവശപ്പെടുത്തും കൂടാതെ കോർസിക്കയും പിന്നെ, അഡ്രിയാറ്റിക് കടൽതീരം മുഴുവനും കൈവശപ്പെടുത്തും-റിനാൾഡി പറഞ്ഞു, അങ്ങനെ ഇറ്റലി ഒരിക്കൽക്കൂടി റോമിന്റെ തിളങ്ങുന്ന പാരമ്പര്യത്തിലേക്ക് തിരിച്ചു ചെല്ലും- മേജർ പറഞ്ഞു,. എനിക്ക് റോം ഇഷ്ടമല്ല- ഞാൻ പറഞ്ഞു. ഭയങ്കര ചൂടും പോരാത്തതിന് ഈച്ചകളും നിങ്ങൾക്ക് റോം ഇഷ്ടമല്ല? ഉവ്വ് - ഞാൻ റോമിനെ പ്രേമിക്കുന്നു. റോമാണ് എല്ലാ രാഷ്ട്രങ്ങളുടേയും മാതാവ്.

റോമുലസ്, റ്റിബറിനെ ഉറിഞ്ചിക്കുടിക്കുന്നത് ഞാൻ ഒരിക്കലും മറക്കുകയില്ല. എന്താണു പറയുന്നത്? ഒന്നുമില്ല, നമുക്കെല്ലാവർക്കും കൂടി റോമിൽ പോകാം. ഇതാ ഇപ്പോൾ ഈ രാത്രിയിൽ തന്നെ പോകാം. എന്നിട്ടോ? എന്നിട്ട് ഒരിക്കലും തിരിച്ചു വരരുത്. റോം ഒരു മനോഹരമായ നഗരമാണ്.മേജർ പറഞ്ഞു. രാഷ്ട്രങ്ങളുടെയെല്ലാം അമ്മയും അച്ഛനുമാണ്. ഞാൻ പറഞ്ഞു. റോമാ എന്നത് ഒരു സ്ത്രീയെ സൂചിപ്പിക്കുന്ന പദമാണ്. റിനാൾഡി പറഞ്ഞു. അതിനൊരിക്കലും ഒരു അച്ഛനാവാൻ കഴിയില്ല. അപ്പോൾ പിന്നെ അച്ഛനാരാണ്? പരിശുദ്ധാത്മാവോ? ദൈവനിന്ദ ഉച്ചരിക്കല്ലേ. ഞാൻ ദൈവനിന്ദ ഉച്ചരിക്കയല്ല. അറിയാൻ വേണ്ടി മാത്രം ചോദിക്കയാണ്. നിനക്ക് നന്നേ തലക്ക് പിടിച്ചിരിക്കുന്നു. 'ആരാണെന്നെ തലക്ക് പിടിക്കാൻ മാത്രം കുടിപ്പിച്ചത്?' ഞാനാണ് നിന്നെ കുടിപ്പിച്ചത്. മേജർ പറഞ്ഞു. ഞാനാണ് നിന്നെ കുടിപ്പിച്ചത് - കാരണം ഞാൻ നിന്നെ സ്നേഹിക്കുന്നു. കാരണം അമേരിക്ക നമ്മോടൊപ്പം യുദ്ധത്തിൽ ചേർന്നിരിക്കുന്നു. അമേരിക്ക നമ്മുടെ കൂടെ യുദ്ധത്തിനിറങ്ങിയിരിക്കുന്നു കൈപ്പിടിവരേക്കും യുദ്ധത്തിൽ. ഞാൻ പറഞ്ഞു. നീ രാവിലെ പോവുകയാണല്ലോ ബേബി. റിനാൾഡി പറഞ്ഞു. റോമിലേക്ക് ഞാൻ പറഞ്ഞു. അല്ല മിലനിലേക്ക് - മിലനിലേക്ക് മേജർ പറഞ്ഞു. ക്രിസ്റ്റൽ പാലസ് -ലേക്ക് കോവ -യിലേക്ക് കമ്പാരിയിലേക്ക് ബിഫ്സ്- ലേക്ക് ഗാലറിയ- യിലേക്ക് എന്റെ ഭാഗ്യം തികഞ്ഞ ചെറുക്കാ- ഗ്രാൻഡ് ഇറ്റാലിയ-യിലേക്ക് ഞാൻ പറഞ്ഞു - അവിടെ ഞാൻ ജോർജിന്റെ കയ്യിൽ നിന്നും പണം കടംവാങ്ങും,

'സ്കാലയിലേക്ക് റിനാൾഡി പറഞ്ഞു- 'നിങ്ങൾ എല്ലാ രാത്രിയിലും സ്കാലയിലേക്ക് പോകണം - എല്ലാ രാത്രിയും ഞാൻ പറഞ്ഞു. എല്ലാ രാത്രിയും പറ്റില്ല. അതിന്റെ ചിലവ് നിങ്ങൾക്ക് താങ്ങാനാവുകയില്ല. മേജർ പറഞ്ഞു.

'യാത്രാടിക്കറ്റുകൾക്ക് എല്ലാം ഭയങ്കരമായി വില കൂടിയിരിക്കുന്നു. ഞാൻ എന്റെ മുത്തച്ഛന്റെ പേരിൽ, ഒരു സൈറ്റ് ഡ്രാഫ്റ്റ് പിൻവലിക്കാം. ഞാൻ പറഞ്ഞു.'ഒരു എന്തോന്ന്?' ഒരു സൈറ്റ് ഡ്രാഫ്റ്റ്. മൂപ്പർക്ക് അതിന്മേൽ പണമടക്കേണ്ടതായിത്തന്നെ വരും. അല്ലെങ്കിൽ എനിക്ക് ജയിലിൽ പോകേണ്ടതായും. ബാങ്കിലെ മിസ്റ്റർ കണ്ണിംഗ്ഹാം ആണ് അതെനിക്ക് ചെയ്തുതരുന്നത്. ഞാൻ സൈറ്റ് ഡ്രാഫ്റ്റുകളിലൂടെയാണ് ജീവിച്ചുപോകുന്നത്. ഏതെങ്കിലും ഒരു മുത്തച്ഛന്. ഇറ്റലി മരിക്കാതിരിക്കാൻ വേണ്ടി. ജീവൻ കളയാൻ തയ്യാറുള്ള ഒരു ധീരദേശാഭിമാനിയായ കൊച്ചുമകനെ ജയിലിലടപ്പിക്കാൻ സാധിക്കുമോ? ആ അമേരിക്കൻ ഗാരിബാൾഡി നീണാൾ വാഴട്ടെ -റിനാൾഡി പറഞ്ഞു. സൈറ്റ് ഡ്രാഫ്റ്റുകൾ നീണാൻ വാഴട്ടെ- ഞാൻ പറഞ്ഞു. 'നമ്മൾ നിശ്ശബ്ദരായി ഇരിക്കേണ്ടതാണ്.' മേജർ പറഞ്ഞു. ബഹളമുണ്ടാക്കാതിരിക്കാൻ പലപ്രാവശ്യം ഇതിനിടെ ഞങ്ങൾക്ക് താക്കീതുകൾ കിട്ടിക്കഴിഞ്ഞിരുന്നു. ഫ്രെഡറികോ നീ അപ്പോൾ സത്യമായും പോവുകയാണല്ലേ... അവൻ പോകുന്നത് അമേരിക്കൻ ആശുപത്രിയിലേക്കാണ്. ഞാൻ നിങ്ങളോട് പറയുന്നു. റിനാൾഡി പറഞ്ഞു. മനോഹരികളായ നേഴ്സുകളുടെ പക്കലേക്ക്, ഫീൽഡ് ഹോസ്പിറ്റലിലെ താടിമീശയുള്ള നേഴ്സുമാരുടെ പക്കലേക്കല്ല. 'അതെ അതെ' മേജർ പറഞ്ഞു. എനിക്കറിയാം അവൻ പോകുന്നത് അമേരിക്കൻ ആശുപത്രിയിലേക്കാണെന്ന്. അവർക്ക് താടിയുണ്ടെന്നുള്ളത് എനിക്ക് പ്രശ്നമുള്ള കാര്യമല്ല. ഏതെങ്കിലുമൊരാണൊരുത്തന് താടിവെക്കണമെന്നുണ്ടെങ്കിൽ, അവൻ താടിവളർത്തിക്കൊള്ളട്ടെ. അതിനെന്താണ്? സിഞ്ഞോർ മഗ്ഗിയോർ താങ്കളെന്താണ് ഒരു താടി വളർത്താത്തത്? അത് ഗ്യാസ്മാസ്ക്- ന്റെയുള്ളിൽ ഒതുങ്ങാത്തതുകൊണ്ട്- അത് തീർച്ചയായും ഒതുങ്ങും ഗ്യാസ് മാസ്കിന്റെയുള്ളിൽ ഒതുങ്ങാത്തത് ഒന്നുമില്ല. ഞാനൊരിക്കൽ ഗ്യാസ് മാസ്കിന്റെയുള്ളിൽ ഛർദ്ദിക്കുക പോലുമുണ്ടായിട്ടുണ്ട്. ഇങ്ങനെ ഒച്ച വെക്കല്ലേ ബേബി. റിനാൾഡി പറഞ്ഞു. നീ മുന്നണിയിൽ നിന്നും പരിക്കേറ്റു വന്നതാണെന്ന് ഞങ്ങൾക്കെല്ലാവർക്കും അറിയാം. എന്റെ സുന്ദരക്കുട്ടാ. നീ പോയാൽ ഞാനെന്തുചെയ്യും' നമുക്ക് പോകാം. മേജർ പറഞ്ഞു. ഇതാകെപ്പാടെ സെന്റിമെന്റലാവുകയാണല്ലോ -നിനക്ക് ഞാനൊരു സമ്മാനം കരുതിവെച്ചിട്ടുണ്ട്. നിന്റെ ഇംഗ്ലീഷ് പെൺകൊടി അറിയില്ല? അവരുടെ ആസ്പത്രിയിൽ പോയി എല്ലാ രാത്രിയിലും നീ കാണാറുള്ള ഇംഗ്ലീഷ് പെൺകൊടിയെ ഓർമ്മയില്ലേ? അവളും പോകുന്നു - മിലാനിലേക്ക് അവൾ വേറൊരുത്തിയുടെ കൂടെ അമേരിക്കൻ ആശുപത്രിയിലേക്ക് പോകുന്നു. അമേരിക്കയിൽ നിന്നുള്ള നഴ്സുമാർ അവിടെ എത്തിച്ചേരാത്തതിനാലാണത്രെ ഇവർ പോകുന്നത്. ഞാനിന്നവരുടെ മേധാവിയുമായി സംസാരിച്ചിരുന്നു. ഇവർക്കിവിടെ യുദ്ധമുഖത്ത് വേണ്ടതിലധികം നേഴ്സുമാരുണ്ടത്രെ. അതിനാൽ അവർ കുറെ പേരെ തിരിച്ചയക്കുന്നു.

ഇക്കാര്യമെങ്ങനെ? നിനക്ക് ബോധിച്ചോ? നീ ഒരു വലിയ നഗരത്തിലേക്ക് പോകുന്നു. നിന്റെ ഇംഗ്ലീഷുകാരിയുമായി കെട്ടിപ്പിടിച്ച് കിടക്കാൻ പോകുന്നു. എനിക്കെന്താണൊരു പരിക്കും പറ്റാത്തത്? ചിലപ്പോൾ നിനക്കും പരിക്ക് പറ്റും ഞാൻ പറഞ്ഞു. 'നമുക്കുടനെ പോകണം.' മേജർ പറഞ്ഞു.

നമ്മളിവിടെയിരുന്നു കുടിക്കുകയും ബഹളമുണ്ടാക്കുകയും ഫ്രെഡ്രിറി കോയെ ശല്യപ്പെടുത്തുകയും ചെയ്യുന്നു. അരുത് പോകരുത്. ഞങ്ങൾക്ക് പോകണം. അതെ പോകണം. ഗുഡ് ബൈ -ഗുഡ് - ലക്ക് പിന്നേയും കുറെ കാര്യങ്ങൾ ആശംസിക്കുന്നു. സിയാവു ഹയാവു വേഗം തിരിച്ചു വരൂ ബേബി -റിനാൾഡി എന്നെ ഉമ്മവെച്ചു. നിന്നെ ലൈസോൾ മണക്കുന്നു- ഗുഡ് ബൈ ബേബി - ഗുഡ് ബൈ പിന്നെയും കുറെ കാര്യങ്ങൾ - മേജർ എന്റെ ചുമലിൽ തട്ടി അവർ കുതികാൽ നിലത്തുന്നാതെ പുറത്തേക്ക് കടന്നു പോയി. ആകെ തലക്കു പിടിച്ചിട്ടുണ്ടെന്ന് എനിക്ക് മനസ്സിലായി. വേഗം ഉറങ്ങിപ്പോവുകയും ചെയ്തു.

പിറ്റേന്ന് രാവിലെ ഞങ്ങൾ മിലനിലേക്ക് പുറപ്പെട്ടു. നാല്പത്തെട്ടു മണിക്കൂറുകൾക്കുശേഷം അവിടെ എത്തുകയും ചെയ്തു. നരകം പിടിച്ച യാത്രയായിരുന്നു അത്. മെസ്ട്രിയുടെ ഇപ്പുറത്തായി ഞങ്ങളുടെ വണ്ടി കുറേ നേരം, ഒരു വശത്തെ പാളത്തിൽ പിടിച്ചിടപ്പെട്ടു. പിള്ളേരൊക്കെ വന്നു ഞങ്ങളെ എത്തിനോക്കാനും തുടങ്ങി. ഞാനൊരു കൊച്ചുപയ്യനെ വിളിച്ച് ഒരു കുപ്പി കോണ്യാക് കൊണ്ടുവരാൻ പറഞ്ഞയച്ചു. പക്ഷേ ഗ്രപ്പ മാത്രമേ അവിടെ കിട്ടാനുള്ളു എന്നും പറഞ്ഞു അവൻ തിരിച്ചുവന്നു. അതെങ്കിലത് എന്നു ഞാനവനെ വീണ്ടും വിട്ടു. കൊണ്ടുവന്നപ്പോൾ ബാക്കിയുള്ള ചില്ലറ ഞാനവനു കൊടുത്തു. എന്റെ അരികിൽ എന്നോടൊപ്പം യാത്ര ചെയ്തി രുന്ന വ്യക്തിയുമൊരുമിച്ച് ഞങ്ങൾ അത് കുടിക്കുകയും അതിനുശേഷം 'വിൻസെൻസ്' വരെ മതികെട്ടുറങ്ങുകയും ചെയ്തു. അത് കഴിഞ്ഞ് ഞാനുണർ ന്ന് നിലത്തേക്ക് കുറേ ഛർദ്ദിച്ചു. അതുകൊണ്ടൊരു പ്രശ്നവും വരില്ലെന്ന് എനിക്ക് മനസ്സിലായി. കാരണം എന്റെയരികിലുണ്ടായിരുന്ന ആൾ ഇതിനോടകം പലതവണ തറയിൽ ഛർദ്ദിച്ചുവെച്ചിരുന്നു, അതിനുശേഷം എനിക്ക് ദാഹം ദുസ്സഹമായിത്തീർന്നു. വെറോണയുടെ സ്റ്റേഷൻ യാർഡിൽ ഒരു പട്ടാളക്കാരൻ ട്രെയിനിനോട് ചേർന്ന് അങ്ങോട്ടുമിങ്ങോ ട്ടും നടക്കുന്നുണ്ടായിരുന്നു. ഞാനയാളെ വിളിച്ചു വരുത്തി. അയാളെനിക്ക് കുടിക്കാൻ കുറേ വെള്ളം കൊണ്ടുവന്നു തന്നു. ഞാൻ 'ജോർജറ്റി' മറ്റേ ആൾ.. യെ വിളിച്ചുണർത്തി കുറെ വെള്ളം അവനും കൊടുത്തു. പക്ഷേ അവർ വെള്ളം കുടിച്ചില്ല. പകരം അത് അവന്റെ ചുമലിലൂടെ ഒഴിക്കാൻ പറഞ്ഞു. എന്നിട്ടു വീണ്ടും ഉറക്കത്തിലേക്ക് മടങ്ങി. പട്ടാളക്കാരന് ഞാൻ ഒരു പൊതി കൊടുക്കാൻ ശ്രമിച്ചെങ്കിലും അയാളത് സ്വീകരിച്ചില്ല. പകരം എനിക്കൊരു നീരുനിറഞ്ഞ ഓറഞ്ച് കൊണ്ടുവന്നു തന്നു. ഞാൻ അല്ലിയുടെ നീര് വലി ച്ചുകുടിക്കുകയും കുരുക്കൾ നിലത്തേക്ക് തുപ്പുകയും ചെയ്തു. പട്ടാളക്കാരൻ കടന്നുപോയി ഒരു ചരക്കുബോഗിയുടെ അരികിലൂടെ അങ്ങോട്ടുമിങ്ങോട്ടും നടക്കുന്നത് ഞാൻ കണ്ടു കുറച്ചു നേരത്തിനുശേഷം ഒരു കുലക്കത്തോടെ ട്രെയിൻ പുറപ്പെടുകയും ചെയ്തു.

13

ഞങ്ങൾ അതിരാവിലെ മിലാനിലെത്തി ചരക്കുബോഗികൾ നിർത്തിയിടുന്ന യാർഡിൽ, അവർ ഞങ്ങളെ ഇറക്കിവെച്ചു. ഒരു ആംബുലൻസ് എന്നെ എടുത്ത് കയറ്റി അമേരിക്കൻ ആശുപത്രിയിലെത്തിച്ചു. ഒരു സ്ട്രെച്ചറിൽ കിടന്നുകൊണ്ട് ആംബുലൻസിൽ യാത്ര ചെയ്യവേ, നഗരത്തിന്റെ ഏതു ഭാഗത്തുകൂടിയാണ് ഞങ്ങൾ കടന്നുപോകുന്നത് എന്ന് എനിക്ക് മനസ്സിലാക്കാൻ കഴിഞ്ഞില്ല. പക്ഷേ അവർ സ്ട്രെച്ചർ ഇറക്കിവെച്ചപ്പോൾ ഞാൻ സമീപത്തായി ഒരു ചന്തസ്ഥലവും ഒരു തുറന്ന വൈൻ ഷോപ്പും കണ്ടു. വൈൻ ഷോപ്പിലെ പെൺകുട്ടി മുറ്റം അടിച്ചുവാരുന്നുണ്ടായിരുന്നു. അവർ തെരുവീഥികളിൽ വെള്ളമൊഴിക്കുന്നുണ്ടായിരുന്നു. എങ്ങും പുലർച്ചെയുടേതായി ഒരു മണം തങ്ങിനിന്നു അവർ സ്ട്രെച്ചർ താഴെയിറക്കി ഉള്ളിലേക്ക് കയറിപ്പോയി. പിന്നെ കാവൽക്കാരൻ അവരോടൊപ്പം പുറത്തേക്കുവന്നു. അയാൾക്ക് നരച്ചമീശയും ദ്വാരപാലകന്റെ തൊപ്പിയുമുണ്ടായിരുന്നു. അയാൾ കോട്ട് ധരിച്ചിരുന്നില്ല. സ്ട്രെച്ചർ ലിഫ്റ്റിൽ കയറ്റാൻ പറ്റുകയില്ല. അതിനാൽ എന്നെ സ്ട്രെച്ചറിൽ കിടത്തി കോണിപ്പടികൾകേറിപ്പോകുകയാണോ അതോ സ്ട്രെച്ചറിൽ നിന്നിറക്കി താങ്ങിപ്പിടിച്ച് ലിഫ്റ്റിൽക്കയറ്റി കൊണ്ടുപോവുകയാണോ വേണ്ടതെന്ന് അവർ ചർച്ച ചെയ്യാൻ തുടങ്ങി. അവസാനം അവർ ലിഫ്റ്റ് എന്ന തീരുമാനത്തിലെത്തി. അവർ എന്നെ സ്ട്രെച്ചറിൽ നിന്നും പൊക്കിയെടുത്തു. 'മെല്ലെ സൂക്ഷിച്ച്' ഞാൻ പറഞ്ഞു -'മൃദുവായി ലിഫ്റ്റിനുള്ളിൽ ഞങ്ങൾക്ക് തിങ്ങി ഞെരുങ്ങി നില്ക്കേണ്ടതായി വന്നു. കാലുകൾ മടങ്ങിയിരുന്നതിനാൽ വേദന കഠിനമായിരുന്നു. 'കാലുകളൊന്നു നിവർത്തിപ്പിടിക്കാമോ' ഞാൻ ചോദിച്ചു. 'ഞങ്ങൾക്കത് കഴിയുന്നില്ല. സിഞ്ഞോർ ടെനെന്റി ഇതിനുള്ളിൽ വേണ്ടത്ര സ്ഥലമില്ല'

ഇതു പറഞ്ഞ വ്യക്തിയുടെ കൈകൾ എന്നെ ചുറ്റിപ്പിടിച്ചിരിക്കയായിരുന്നു. വെളുത്തുള്ളിയുടേയും ചുവന്ന വൈനിന്റേയും കൂടിക്കലർന്ന ലോഹസ്വഭാവമുള്ള ശ്വാസം എന്റെ മുഖത്ത് വന്നടിച്ചുകൊണ്ടിരുന്നു.

'ഒന്ന് പതുക്കെ' മറ്റേ ആൾ പറഞ്ഞു.

'പതുക്കെ പിടിക്കാതിരിക്കുക പട്ടിയുടെ മകനാണ്'

'ഞാൻ പറയുന്നു. ഒന്നു പതുക്കെ' എന്റെ കാൽ പിടിച്ചുകൊണ്ടിരുന്ന ആൾ വീണ്ടും പറഞ്ഞു.

ലിഫ്റ്റിന്റെ വാതിലടയുന്നതും ഗ്രില്ല് പൂട്ടുന്നതും കാവൽക്കാരൻ നാലാം നിലയിലേക്കുള്ള ബട്ടൺ അമർത്തുന്നതും ഞാൻ കണ്ടു. കാവൽക്കാരൻ ആകെ അങ്കലാപ്പിലായിരുന്നു. ലിഫ്റ്റ് സാവധാനം മുകളിലേക്കുയരാൻ തുടങ്ങി.

'വല്ലാത്ത ഭാരം?' ഞാൻ വെളുത്തുള്ളിക്കാരനോട് ചോദിച്ചു.

'ഹേയ് ഒട്ടുമില്ല' അയാൾ പറഞ്ഞു. അയാളുടെ മുഖം വിയർത്തൊഴുകിയിരുന്നു. എന്റെ കാലുകൾ വഹിച്ചിരുന്ന ആൾ ലിഫ്റ്റ് നിന്നപ്പോൾ വാതിൽ തള്ളിത്തുറന്നു. ഞങ്ങൾ വാതിൽ തുറന്നെത്തിയത് ഒരു ബാൽക്കണിയിലേക്കായിരുന്നു. പിച്ചളമൊട്ടുകൾ കെട്ടിയ നിരവധി വാതിലുകൾ ആ ബാൽക്കണിയിൽ കാണപ്പെട്ടു. എന്റെ കാൽ പാദങ്ങൾ ചുമന്നിരുന്ന ആൾ ഒരു ബട്ടൺ അമർത്തിയപ്പോൾ ഒരു മണി മുഴങ്ങിക്കേട്ടു. അടച്ചിട്ട വാതിലുകളുടെ ഒന്നിന്റെ ഉള്ളിൽ നിന്നായിരുന്നു ആ മണിയൊച്ച ആരും വന്നു കണ്ടില്ല. കോണി കയറിവന്ന കാവൽക്കാരൻ നടന്നു ഞങ്ങളുടെ അടുത്തെത്തി.

'അവരൊക്കെയെവിടെ?' സ്ട്രെച്ചർ ചുമന്നിരുന്നവർ ചോദിച്ചു.

'എനിക്കറിയില്ല.' കാവൽക്കാരൻ പറഞ്ഞു. 'അവർ താഴെയുള്ള നിലയിലാണ് ഉറങ്ങാറ്'

'ആരെയെങ്കിലും വിളിച്ചുകൊണ്ടുവരൂ.'

കാവൽക്കാരൻ മണി മുഴക്കി, പിന്നെ ഒരു വാതിലിൽ മുട്ടുകയും ചെയ്തു. അതിനുശേഷം അയാൾ വാതിൽ തുറന്നു ഉള്ളിലേക്ക് കയറിപ്പോയി. പിന്നീടയാൾ തിരിച്ചുവന്നപ്പോൾ ഇത്തിരി പ്രായം ചെന്ന ഒരു സ്ത്രീ അയാളോടൊപ്പമുണ്ടായിരുന്നു. അവർ കണ്ണട ധരിച്ചിരുന്നു. അവരുടെ മുടി കെട്ടഴിഞ്ഞുകിടന്നു. അവർ ഒരു നഴ്സിന്റെ യൂണിഫോം ധരിച്ചിരുന്നു.

'എനിക്ക് മനസ്സിലാവുകയില്ല.' അവൾ പറഞ്ഞു. 'എനിക്ക് ഇറ്റാലിയൻ മനസ്സിലാവുകയില്ല.'

'എനിക്ക് ഇംഗ്ലീഷിൽ സംസാരിക്കാനാകും.' ഞാൻ പറഞ്ഞു.

'എന്നെ എവിടെയെങ്കിലുമൊന്നു കിടത്തണമെന്നാണ് അവർ പറയുന്നത്.'

'മുറികളൊന്നും റെഡിയായിട്ടില്ല. ഒരു രോഗിയേയും ഇവിടെയിപ്പോൾ പ്രതീക്ഷിക്കുന്നില്ല' അവർ മുടിയൊതുക്കിക്കൊടുക്കുകയും ഹ്രസ്വദൃഷ്ടിയുള്ള കണ്ണുകളോടെ എന്നെ നോക്കുകയും ചെയ്തു.

'അവർക്ക് എന്നെ ഇറക്കിവെക്കാൻ പറ്റിയ ഏതെങ്കിലും ഒരു മുറി കാണിച്ചുകൊടുക്കൂ.'

'ഒറ്റമുറിയും തയ്യാറായിട്ടില്ല. എനിക്കൊന്നുമറിഞ്ഞുകൂടാ. ഇവിടെ ഇപ്പോൾ ഒരു രോഗിയേയും പ്രതീക്ഷിക്കുന്നില്ല. നിങ്ങളെ അങ്ങനെ ഏതെങ്കിലുമൊരുമുറിയിൽ കിടത്താൻ എനിക്ക് പറ്റില്ല.'

'ഏതെങ്കിലുമൊരു മുറി മതിയാകും' ഞാൻ പറഞ്ഞു. പിന്നെ ഇറ്റാലിയനിൽ ഞാൻ കാവൽക്കാരനോട് പറഞ്ഞു. പോയി ഏതെങ്കിലും ഒരു ഒഴിഞ്ഞ മുറി കണ്ടുപിടിക്കൂ.'

'എല്ലാ മുറികളും ഒഴിഞ്ഞുകിടക്കുകയാണ്. താങ്കളാണ് ആദ്യത്തെ രോഗി.' അയാൾ തന്റെ തൊപ്പിയൂരിപ്പിടിച്ചുകൊണ്ട് പ്രായമുള്ള നേഴ്സിനെ നോക്കി.

'ക്രിസ്തുവിന്റെ നന്മയെക്കരുതി നിങ്ങളെന്നെ ഏതെങ്കിലുമൊരുമുറിയിൽ കൊണ്ടുപോയി കിടത്തൂ. കാലുകൾ മടങ്ങിയിരുന്നതിനാൽ വേദന അനുനിമിഷം വർദ്ധിച്ചുവന്നു. ഇപ്പോഴത് അസ്ഥികളിൽ തട്ടി ഉള്ളിലേക്കും പുറത്തേക്കും നീങ്ങുന്നതുപോലെ തോന്നി. കാവൽക്കാരൻ ഒരു മുറിയിലേക്ക് കയറിപ്പോയപ്പോൾ നരച്ച മുടിയോടുകൂടിയ ആ സ്ത്രീയും ഒപ്പം കേറിപ്പോയി. എന്നിട്ട് വേഗം തന്നെ തിരിച്ചിറങ്ങിവന്നു. 'എന്റെ പിന്നാലെ വരൂ' അയാൾ പറഞ്ഞു. അവർ എന്നെ നീളൻ ഇടനാഴിയിലൂടെ എടുത്തുകൊണ്ടുപോയി. ഒടുവിൽ ഒരു മുറിയിലെത്തിച്ചു. ജനവാതിൽത്തിരശ്ശീലകൾ താഴ്ത്തിയിട്ട ആ മുറിക്ക് പുത്തൻ ഫർണീച്ചറുകളുടെ മണമുണ്ടായിരുന്നു. ഒരു കട്ടിലും കണ്ണാടിപിടിപ്പിച്ച ഒരു അലമാരയുമുണ്ടായിരുന്നു മുറിയിൽ. അവർ എന്നെ കട്ടിലിൽ പിടിച്ചു കിടത്തി.

'വിരിക്കാൻ ഷീറ്റുകളൊന്നും തരാൻ സാധിക്കില്ല'.

ആ സ്ത്രീ പറഞ്ഞു. 'ഷീറ്റുകളൊക്കെ പൂട്ടിവെച്ചിരിക്കയാണ്.'

ഞാനവരോട് മിണ്ടിയില്ല. 'എന്റെ പോക്കറ്റിൽ പണമുണ്ട്' ഞാൻ കാവൽക്കാരനോട് പറഞ്ഞു. 'ബട്ടണിട്ടു പൂട്ടിയ പോക്കറ്റിൽ നിന്ന് കാവൽക്കാരൻ പണം പുറത്തെടുത്തു. സ്ട്രെച്ചർ ചുമന്നിരുന്ന രണ്ടുപേരും തൊപ്പികൾ കയ്യിലെടുത്ത് കട്ടിലിന്റെ ചാരെ നിന്നിരുന്നു. 'അവർക്ക് രണ്ടുപേർക്കും അയ്യഞ്ച് ലീറ വീതം കൊടുക്കൂ. അഞ്ച് ലീറ താനുമെടുത്തോളൂ. മറ്റേ പോക്കറ്റിൽ എന്റെ കടലാസുകളും രേഖകളും ഉണ്ട്. അതെടുത്തു നഴ്സിനു കൊടുക്കൂ.'

സ്ട്രെച്ചർ വാഹകർ എന്നെ വന്ദിച്ചു നന്ദി പറഞ്ഞു. 'ഗുഡ് ബൈ'ഞാൻ പറഞ്ഞു. 'വളരെയധികം ഉപകാരം'അവർ ഒന്നുകൂടി വന്ദിച്ചു കടന്നുപോയി.

'ആ കടലാസുകളിൽ...' ഞാൻ പറഞ്ഞു. 'എന്റെ രോഗത്തിനെപറ്റിയുള്ള വിവരണങ്ങളുണ്ട്. എന്തൊക്കെ ചികിത്സകൾ ഇതിനകം കിട്ടിയെന്നതിനെക്കുറിച്ചും.

ആ സ്ത്രീ അതെല്ലാമെടുത്ത് തന്റെ കണ്ണടയിലൂടെ ഓടിച്ചുനോക്കി. അതിൽ മൂന്നു രേഖകളുണ്ടായിരുന്നു. അതെല്ലാം മടക്കിവെച്ച നിലയിലായിരുന്നു.

'എനിക്കറിഞ്ഞുകൂടാ എന്താണ് ചെയ്യേണ്ടതെന്ന്'അവർ പറഞ്ഞു. 'എനിക്ക് ഇറ്റാലിയൻ ഭാഷ വശമില്ല. ഡോക്ടറുടെ ഉത്തരവ് പ്രകാരമല്ലാതെ എനിക്കൊന്നും ചെയ്യാനാവില്ല.'

അവർ കരയാൻ തുടങ്ങി. കടലാസുകൾ മടക്കി അവർ തന്റെ ഏപ്രൺന്റെ പോക്കറ്റിലിട്ടു. 'താങ്കൾ ഒരു അമേരിക്കക്കാരനാണോ?' അവൻ കരഞ്ഞുകൊണ്ട് ചോദിച്ചു.

'അതെ' നിങ്ങൾ ആ കടലാസുകൾ കട്ടിലനരികിൽ കിടക്കുന്ന മേശപ്പുറത്ത് വെക്കു.'

മുറിയിൽ നേരിയ ഇരുട്ടും തണുപ്പുമുണ്ടായിരുന്നു. കട്ടിലിൽകിടന്നുകൊണ്ടു നോക്കുമ്പോൾ മുറിയുടെ അങ്ങേയറ്റത്തുള്ള വലിയ കണ്ണാടി എനിക്ക് കാണാമായിരുന്നു. പക്ഷേ ആ കണ്ണാടി പ്രതിഫലിപ്പിക്കുന്നത് എന്ത് എന്ന് ഗോചരമായിരുന്നില്ല. കാവൽക്കാരൻ അരികിൽത്തന്നെ നിന്നിരുന്നു. അയാൾക്ക് അലിവുള്ള ഒരു മുഖമുണ്ടായിരുന്നു.

'ഇനി നിങ്ങൾക്ക് പോകാം' ഞാനയാളോട് പറഞ്ഞു. 'നിങ്ങൾക്കും പോകാം.' ഞാൻ നഴ്സിനോട് പറഞ്ഞു! നിങ്ങളുടെ പേരെന്താണ്?' ''മിസിസ് വാക്കർ ''

'നിങ്ങൾക്കും പോകാം. മിസിസ് വാക്കർ ഞാനുറങ്ങിപ്പോവുകയാണെന്ന് തോന്നുന്നു.'

മുറിയിൽ ഞാൻ തനിച്ചായി. തണുപ്പ് തളംകെട്ടി നിന്നിരുന്ന ഒരു മുറിയായിരുന്നു അത്. ഹോസ്പിറ്റൽ മണങ്ങൾ തീരെയില്ലാത്തത്. കിടക്ക നല്ല ഉറപ്പുള്ളതും സുഖകരവുമായിരുന്നു. ഞാനവിടെ അനങ്ങാൻപോലും ശ്രമിക്കാതെ കിടന്നു. ശ്വാസംപോലും വിടാതെ വേദന കുറഞ്ഞുകുറഞ്ഞുവരുന്നതറിഞ്ഞുകൊണ്ട്. അനങ്ങാതെ കിടന്നു. കുറച്ച നേരം കഴിഞ്ഞപ്പോൾ എനിക്കിത്തിരി വെള്ളം കുടിക്കണമെന്നുതോന്നി. കിടക്കക്കരികിൽ ഒരു മണിച്ചരട് കണ്ടത് വലിച്ചു നോക്കി. ആരും വന്നില്ല. പിന്നീട് ഞാനുറങ്ങിപ്പോവുകയും ചെയ്തു.

ഉണർന്നപ്പോൾ ഞാൻ ചുറ്റും നോക്കി. അടച്ചിട്ട ജനവാതിൽപ്പാളികൾക്കിടയിലൂടെ സൂര്യവെളിച്ചം കടന്നുവരുന്നുണ്ടായിരുന്നു. വലിയ ഒരു ചുമരലമാരയും ഒഴിഞ്ഞുകിടക്കുന്ന ഭിത്തികളും രണ്ടു കസേരകളും ഞാൻ കണ്ടു. മുഷിഞ്ഞ ബാന്റേജിനുള്ളിലെ കാൽ ഞാൻ വളയ്ക്കാതെ നിവർത്തി വെച്ചിരുന്നു. അവയെ അനക്കാതിരിക്കാൻ ഞാൻ പ്രത്യേകം ശ്രദ്ധിച്ചു. എനിക്ക് ഭയങ്കരമായി ദാഹിക്കുന്നുണ്ടായിരുന്നു. ഞാൻ കയ്യെത്തിച്ച് സെല്ലിന്റെ ബട്ടൺ അമർത്തി. വാതിൽ തുറക്കുന്ന ശബ്ദം കേട്ട ഞാൻ നോക്കിയപ്പോൾ അതൊരു നഴ്സ് ആയിരുന്നു. ചെറുപ്പക്കാരി, സുന്ദരി.

'ഗുഡ് മോർണിംഗ്' ഞാൻ പറഞ്ഞു.

'ഗുഡ് മോർണിംഗ്' അവൾ പറഞ്ഞു.

'ഞങ്ങൾക്കിതുവരേക്കും ഡോക്ടറെ കിട്ടുവാൻ സാധിച്ചില്ല കേട്ടോ അദ്ദേഹം 'കോമോ' തടാകത്തിലേക്ക് പോയിരിക്കയാണ്. ഒരു രോഗി

വരുന്നുണ്ടെന്ന കാര്യം ആർക്കും അറിയാൻ പാടില്ലായിരുന്നു. ആട്ടെ നിങ്ങൾക്കെന്താണ് പറ്റിയത്.'

'എനിക്ക് പരിക്കേറ്റിരിക്കുന്നു, കാലുകളിലും പാദങ്ങളിലും. പിന്നെ എന്റെ തല ഭയങ്കരമായി വേദനിക്കുന്നു.'

'നിങ്ങളുടെ പേരെന്താണ്?'

'ഹെൻറി. ഫ്രെഡറിക് ഹെൻറി.'

'ഞാൻ നിങ്ങളെ കഴുകി വൃത്തിയാക്കുവാൻ പോവുകയാണ്.'

'പക്ഷേ ഡ്രെസ്സിംഗിന്റെ കാര്യത്തിൽ ഡോക്ടർ സ്ഥലത്തെത്തുന്നതു വരേ യാതൊന്നും ചെയ്യാൻ സാധിക്കില്ല.'

'മിസ് ബാർക്ലി ഇവിടെയുണ്ടോ?'

'ഇല്ല' ആ പേരിലുള്ള ആരും ഇവിടെയില്ല'

'ഞാനിവിടെ വന്നസമയത്ത് കരഞ്ഞ സ്ത്രീ വാസ്തവത്തിൽ ആരാണ്?'

ആ നഴ്സ് ഒന്നു ചിരിച്ചു 'അതാണ് മിസിസ് വാക്കർ അവർ നൈറ്റ് ഡ്യൂട്ടിയിലായിരുന്നു, നല്ല ഉറക്കത്തിലും. അവർ ആരേയും പ്രതീക്ഷിച്ചിരുന്നില്ല.'

സംസാരിച്ചുകൊണ്ടിരിക്കെത്തന്നെ അവൾ എന്റെ വസ്ത്രങ്ങളെല്ലാം അഴിച്ചുമാറ്റി. ബാന്റേജുകളൊഴികെ എല്ലാം അഴിച്ചുമാറ്റിയതിനുശേഷം അവൾ എന്നെ കഴുകിത്തുടയ്ക്കാൻ തുടങ്ങി. വളരെ മദുവായി, വളരെമയത്തിൽ. എനിക്ക് വളരെയേറെ സുഖം തോന്നി തലയിലും ഒരു ബാന്റേജ് ഉണ്ടായിരുന്നു. അവൾ അതിന്റെ അരികിനു ചുറ്റും സൂക്ഷിച്ചു തുടച്ചു.

'എവിടെ വെച്ചാണ് നിങ്ങൾക്ക് മുറിവേറ്റത്?'

'ഐസോൺസോവിൽ വെച്ച്, പ്ലാവയുടെ വടക്ക്'

'ആ സ്ഥലം എവിടെയാണ്?'

'ഗോറിസിയയുടെ വടക്കുഭാഗത്ത്.'

അവൾക്ക് ആ സ്ഥലങ്ങളെപ്പറ്റി ഒരു ചുക്കും അറിഞ്ഞുകൂടാ എന്ന് എനിക്ക് മനസ്സിലായി.

'നിങ്ങൾക്ക് വല്ലാതെ വേദനിക്കുന്നുണ്ടോ?'

'ഇല്ല- ഒരുപാടില്ല.'

അവൾ ഒരു തെർമോമീറ്റർ എടുത്ത് എന്റെ വായ്ക്കുള്ളിൽ വെച്ചു.

'ഇറ്റലിക്കാർ അത് കക്ഷത്തിലാണ് വെക്കുക പതിവ്.'

'സംസാരിക്കാതിരിക്കു.'

പിന്നീട് അവൾ തെർമോമീറ്റർ പുറത്തെടുത്തു. അളവ് വായിച്ചു. എന്നിട്ടത് കുലുക്കി.

എത്രയുണ്ട് പനി?

'താങ്കളോടത് പറഞ്ഞുകൂടെന്നാണ് വെപ്പ്.'

'പറയൂ അതെത്രയാണെന്ന്?'

'മിക്കവാറും സാധാരണം.'

'എനിക്ക് പനി നേരത്തേ ഉണ്ടായിട്ടേ ഇല്ല. പക്ഷേ എന്റെ കാലുകൾ ക്കുള്ളിൽ മുഴുവനും പഴയ ഇരുമ്പുസാധനങ്ങളാണ്.'

'നിങ്ങൾ എന്താണ് അർത്ഥമാക്കുന്നത്?'

'കാൽ നിറച്ചും ട്രെഞ്ച് മോർട്ടാറിന്റെ അംശങ്ങളാണ്.

പഴയ സ്ക്രൂ, ആണികൾ, കട്ടിലിന്റെ സ്പ്രിംഗുകൾ, അങ്ങനെ പലതും'അവൾ പുഞ്ചിരിച്ചുകൊണ്ട് തലയാട്ടി.

'അങ്ങനെയെന്തെങ്കിലും അന്യവസ്തുക്കൾ ശരീരത്തിലുണ്ടായിരുന്നു വെങ്കിൽ കാലുകൾ പഴുത്തു നീരുകെട്ടുകയും, നിങ്ങൾക്ക് പനിവരികയും ചെയ്തേനെ'

'ശരിശരി, നമുക്ക് കാണാം. എന്തൊക്കെയാണ് പുറത്ത് വരുന്നതെന്ന്.'

പിന്നീടവൾ പുറത്തിറങ്ങിപ്പോയി. അപ്പോൾ #തന്നെ രാവിലെ കണ്ട പ്രായം കൂടിയ നെഴ്സിനോടൊപ്പം തിരിച്ചുവരികയും ചെയ്തു. രണ്ടുപേരും കൂടി എന്നെ കിടക്കയിൽ നിന്നും മാറ്റാതെ തന്നെ വിരികൾ വിരിച്ചു. അതെനിക്കൊരു പുതിയ അനുഭവമായിരുന്നു. അത് ഒരു ഒന്നാന്തരം ഏർപ്പാടായിരുന്നു.

'ആർക്കാണ് ഇവിടത്തെ ചുമതല?'

'മിസ് വാൻ കാമ്പെൻ -ന്'

'എത്ര നഴ്സുമാരുണ്ടിവിടെ?'

'രണ്ടു പേർമാത്രം'

'അതിലധികം പേരില്ല?'

'കുറച്ചുപേർ കൂടി വരുന്നുണ്ട്'

'അവർ എപ്പോഴെത്തും?'

'എനിക്കറിഞ്ഞുകൂടാ. നിങ്ങൾ ഒരുപാട് ചോദ്യങ്ങൾ ചോദിക്കുന്നു ഒരു വയ്യാത്ത പയ്യൻ ചോദിക്കേണ്ടതിലേറെ.'

'എനിക്ക് വയ്യായ്കയില്ല.' ഞാൻ പറഞ്ഞു. പരിക്ക് പറ്റിയിരിക്കുന്നു എന്നു മാത്രം.'

അവർ കിടക്കയൊരുക്കൽ പൂർത്തിയാക്കി. നല്ല വൃത്തിയുള്ള മിനുത്ത ഒരു ഷീറ്റ് അടിയിലും മറ്റൊന്നു മുകളിൽ പുതച്ചും ഞാൻ കട്ടിലിൽ നീണ്ടു നിവർന്നു കിടന്നു. മിസിസ് വാക്കർ വാതിൽ കടന്നുപോയി ഒരു സെറ്റ് പൈജാമ- ജാക്കറ്റുമായി വന്നു. അവർ രണ്ടുരും കൂടി എന്നെയത് ധരിപ്പിച്ചു. എനിക്ക് വളരെയേറെ വൃത്തിയും സുഖവും തോന്നി.

'നിങ്ങൾ എന്നോട് വളരെ നന്നായി പെരുമാറി' ഞാൻ പറഞ്ഞു. മിസ് ഗേജ് എന്നു പേരുള്ള ആ നേഴ്സ് ചിരിച്ചു.

'എനിക്കിത്തിരി വെള്ളം കുടിക്കാൻ കിട്ടുമോ?'

'തീർച്ചയായും അതിനുശേഷം നിങ്ങൾക്ക് ബ്രേക്ഫാസ്റ്റ് കഴിക്കാം'

എനിക്ക് ബ്രേക് ഫാസ്റ്റ് ആവശ്യമില്ല. ജനവാതിലുകൾ ഒന്നു തുറന്ന് ഇടാമോ പ്ലീസ്?'

മുറിയിൽ അരണ്ട വെളിച്ചമേ ഉണ്ടായിരുന്നുള്ളു. ജനാലകൾ തുറന്നപ്പോഴാവട്ടെ തിളങ്ങുന്ന സൂര്യവെളിച്ചംകൊണ്ട് അകം നിറഞ്ഞു. ബാൽക്കണിക്കപ്പുറത്ത് വീടുകളുടെ ഓടു മേഞ്ഞ മേൽപ്പുരകളും പുകക്കുഴലുകളും കാണാനായി. മേൽക്കൂരകൾക്കു മുകളിലെ ആകാശം തെളിഞ്ഞു നീലച്ചതായിരുന്നു വെളുത്ത മേഘങ്ങൾ ഒഴുകി നീങ്ങിക്കൊണ്ടിരുന്നു.

'അപ്പോൾ മറ്റു നേഴ്സുമാർ എപ്പോഴെത്തുമെന്ന് നിങ്ങൾക്കറിഞ്ഞുകൂടാ അല്ലേ?'

'നിങ്ങൾ വളരെ നല്ലവരാണ്'

'നിങ്ങൾക്ക് ബെഡ് പാൻ ഉപയോഗിക്കണമെന്നുണ്ടോ?'

'ഞാൻ ശ്രമിച്ചുനോക്കാം.'

ബെഡ് പാൻ പിടിച്ചുതരാൻ അവർ എന്നെ സഹായിച്ചു.

പക്ഷേ കാര്യമൊന്നുമുണ്ടായില്ല. അതിനുശേഷം., ബാൽക്കണിയിലേക്ക് തുറന്നുകിടക്കുന്ന വാതിലുകളേയും നോക്കി ഞാൻ അനങ്ങാതെ കിടന്നു.

'എപ്പോഴാണ് ഡോക്ടർ എത്തുക?'

'അദ്ദേഹം തിരിച്ചു വന്നാലുടൻ. ഞങ്ങൾ കോമോ തടാകത്തിൽ അദ്ദേഹത്തെ ഫോൺ ചെയ്യാൻ ശ്രമിച്ചിരുന്നു.'

'മറ്റു ഡോക്ടർമാർ ആരുമില്ലേ?'

'അദ്ദേഹമാണ് ഈ ആസ്പത്രിയിലെ ഡോക്ടർ.'

മിസ് ഗേജ് ഒരു കൂജ വെള്ളവും ഒരു ഗ്ലാസുമായി മടങ്ങിവന്നു. ഞാൻ മൂന്ന് ഗ്ലാസ് വെള്ളം കുടിച്ചു പിന്നീട് അവർ മുറി വിട്ടുപോയി. ഞാൻ ജനവാതിലിലൂടെ പുറത്തേക്കു നോക്കിക്കൊണ്ട് തെല്ലു നേരം കിടന്നു. പിന്നെയങ്ങനെ കിടന്ന് ഉറങ്ങിപ്പോകുകയും ചെയ്തു. ഉച്ചയ്ക്ക് ഞാൻ കുറച്ചെന്തോ കഴിച്ചു. ഉച്ചതിരിഞ്ഞപ്പോൾ ആസ്പത്രിയുടെ സൂപ്രണ്ട് ആയ മിസ് വാൻ കാംപെൽ എന്നെ കാണാനായി മുറിയിൽ വന്നു. ഒറ്റ നോട്ടത്തിൽത്തന്നെ അവൾക്ക് എന്നെ അത്ര പിടിച്ചിട്ടില്ല എന്ന് എനിക്ക് മനസ്സിലായി. എനിക്ക് അവരോടും ഒട്ടും ഇഷ്ടം തോന്നിയില്ല. അവർക്ക് അധികം വലുപ്പമുണ്ടായിരുന്നില്ല. ആകെപ്പാടെ ഒരു സംശയഭാവം. പദവിയേക്കാൾ കവിഞ്ഞ യോഗ്യതയുണ്ടെന്നു തോന്നിപ്പിക്കുന്ന പ്രകൃതം. അവർ എന്നോട് കുറേ ചോദ്യങ്ങളൊക്കെ ചോദിച്ചു. ഞാൻ ഇറ്റാലിയൻ ആർമിയിലാണെന്നുള്ളത് എന്തോ ഒരു അപമാനകരമായ കാര്യമാണെന്ന ഒരു മട്ട്.

'എനിക്ക് ഭക്ഷണത്തോടൊപ്പം വൈൻ കഴിക്കാമോ?'

ഞാൻ അവരോട് ചോദിച്ചു.

'ഡോക്ടർ നിർദ്ദേശിക്കുന്നുവെങ്കിൽ മാത്രം.'

'അദ്ദേഹം വരുന്നതുവരെ പാടില്ല?'

'തീർച്ചയായും ഇല്ല.'

'അദ്ദേഹം എന്നെങ്കിലും ഇങ്ങോട്ടേക്കൊന്നെത്തുവാൻ നിങ്ങൾ എന്തെങ്കിലും ചെയ്യുന്നുണ്ടോ?'

'ഞങ്ങൾ കോമോ തടാകത്തിൽ, അദ്ദേഹത്തിനു ഫോൺ ചെയ്തിട്ടുണ്ട്

അവർ പുറത്തുപോവുകയും മിസ് ഗേജ് ഉടനെ കടന്നുവരികയും ചെയ്തു.

'നിങ്ങൾ എന്തിനാണ് മിസ് കാം പെൻനോട് മര്യാദയില്ലാതെ പെരുമാറിയത്?' എനിക്കു വേണ്ടി ചില കാര്യങ്ങൾ വിദഗ്ദ്ധമായി ചെയ്തുതന്നതിനുശേഷം അവർ ചോദിച്ചു.

'ഞാനങ്ങനെയൊന്നും ഉദ്ദേശിച്ചില്ല. അവർ ഇത്തിരി അഹങ്കാരിയാണെന്നു തോന്നി'

'നിങ്ങൾ ഒരു താന്തോന്നിയും മര്യാദ കെട്ടവനുമാണെന്ന് അവർ പറഞ്ഞു.'

'ഞാനങ്ങനെ പെരുമാറിയിട്ടില്ല. പിന്നെ ഒരു ഡോക്ടറില്ലാത്ത ആശുപത്രിയുടെ ഉദ്ദേശമെന്താണ്?'

'അദ്ദേഹം വരുന്നുണ്ട് അവർ അദ്ദേഹത്തെ കോമോ തടാകത്തിലേക്ക് ഫോൺ ചെയ്തിട്ടുണ്ട്.'

'അയാളെന്തിനു പോയതാണവിടെ? നീന്താനോ?'

'അല്ല. അദ്ദേഹത്തിനവിടെ മറ്റൊരു ക്ലിനിക് ഉണ്ട്.'

'അങ്ങിനെയാണെങ്കിൽ അവരെന്താണ് മറ്റൊരു ഡോക്ടറെ കൊണ്ടുവരാത്തത്?'

'മിണ്ടല്ലേ മിണ്ടല്ലേ. നല്ല കുട്ടിയായി കിടക്കു അദ്ദേഹമുടനെ വന്നു കൊള്ളും.'

ഞാൻ കാവൽക്കാരനെ വിളിപ്പിച്ചു. അയാൾ വന്നപ്പോൾ വൈൻ ഷോപ്പിൽ നിന്നും ഒരു കുപ്പി 'സിൻഡനോ' യും ഒരളവ് ഷിയാന്റിയും പിന്നെ സായാഹ്നപത്രങ്ങളും കൊണ്ടുവരാൻ ഞാൻ ആവശ്യപ്പെട്ടു. അയാൾ പോയി. പറഞ്ഞതെല്ലാം പത്രക്കടലാസിൽ പൊതിഞ്ഞുകൊണ്ടുവന്നു. പിന്നീട് പൊതിയഴിച്ച് കുപ്പികളുടെ അടപ്പുകളുടെ സീൽ തുറക്കാനും അവ കിടക്കയുടെ അടിയിലേക്ക് തിരുകിവെക്കാനും ഞാൻ പറഞ്ഞു. അവർ എന്നെ തനിയെ വിട്ടു മട്ടായിരുന്നു. ഞാൻ കട്ടിലിൽ കിടന്നുകൊണ്ട് കുറച്ചുനേരം പത്രങ്ങൾ വായിച്ചു. മുന്നണിയിൽ നിന്നുള്ള വാർത്തകൾ, മരണപ്പെട്ട ഓഫീസർമാരുടെ പേരുവിവരങ്ങൾ അവർക്കു ലഭിച്ച കീർത്തിമുദ്രകൾ... പിന്നീട് ഞാൻ കൈയെത്തിച്ച് 'സിൻസനോ'യുടെ കുപ്പിയെടുത്തു എന്റെ വയറിന്റെ മുകളിൽ കുത്തനെ വെച്ചു. ഗ്ലാസിന്റെ തണുപ്പ് വയറ്റിൽ

തട്ടിയപ്പോൾ സുഖം തോന്നി. പിന്നെ കുറേശ്ശേ കുറേശ്ശേയായി കുപ്പിയിൽ നിന്നും കുടിക്കാൻ തുടങ്ങി. കുപ്പിയുടെ നനവു വൃത്തങ്ങൾ കുടിയുടെ ഓരോ ഇടവേളകളിലും വയറിൽ പതിഞ്ഞുകൊണ്ടിരുന്നു.

പട്ടണത്തിലെ വീടുകളുടെ മേൽപ്പുരകൾക്കുമുകളിൽ ഇരുട്ടുവീഴുന്നതും നോക്കിക്കൊണ്ട് ഞാനങ്ങനെ കുറേനേരം കിടന്നു. ചെറുകുരുവികൾ വട്ടംചുറ്റി പറക്കുന്നതും രാപ്പരുന്തുകൾ മേൽക്കൂരകൾക്കു മീതെ ചുറ്റുന്നതും ഞാൻ കണ്ടു. ഞാൻ സിൻസനോ കുറേശ്ശെ കുറേശ്ശേ കുടിച്ചു. മുട്ടയടിച്ചു ചേർത്ത പാലുമായി മിസ് ഗേജ് കടന്നുവന്നു. ഞാൻ വെർമുത്തിന്റെ കുപ്പി കിടക്കയുടെ അങ്ങേയറ്റത്ത് താഴ്ത്തി.

'മിസ് വാൻ കാംപെൽ ഇതിലൽപം ഷെറി ചേർത്തിട്ടുണ്ട് കെട്ടോ.'

അവൾ പറഞ്ഞു.'നിങ്ങളിനി അവരോട് അപമര്യാദയായി പെരുമാറി യേക്കരുത്. അവർക്ക് അത്ര ചെറുപ്പമൊന്നുമല്ല. ഈ ആസ്പത്രിയാണെ ങ്കിൽ ഒരു ഭാരിച്ച ഉത്തവാദിത്തവുമാണ്. മിസ് വാക്കർക്കും പ്രായമായി. അവരെക്കൊണ്ട് മിസ് കാംപെല്ലി-ന് യാതൊരു ഉപകാരവുമില്ല.'

'അവർ ഒരു മഹനീയ വനിതയാണ്.' ഞാൻ പറഞ്ഞു.

'അവരോട് ഞാൻ വളരെയേറെ നന്ദി പറയുന്നു.'

'ഞാൻ പോയി ഉടനെ നിങ്ങളുടെ അത്താഴം കൊണ്ടുവരാം.'

'അത് നന്നായി' ഞാൻ പറഞ്ഞു. 'എനിക്ക് വിശക്കുന്നില്ല'

അവർ അത്താഴത്തിന്റെ ട്രേയുമായി വന്നപ്പോൾ ഞാൻ കിടക്കക്കരി കിലെ മേശയിൽ നിന്നും കുറച്ചെന്തോ കഴിച്ചു. പുറത്ത് രാത്രിയിരുളുകയും ആകാശത്തിൽ സെർച്ച് ലൈറ്റുകൾ നീങ്ങിപ്പോവുകയും ചെയ്തുകൊണ്ടി രുന്നു. ഞാനത് നോക്കി കുറേനേരം കിടന്നു. പിന്നീട് ഞാനുറങ്ങിപ്പോയി. അതൊരു ഭാരിച്ച നിദ്രയായിരുന്നു. ഇടക്കൊരിക്കൽ ഞാൻ വിയർത്തൊ ഴുകിക്കൊണ്ട് ഞെട്ടിയുണർന്ന്, വീണ്ടും ഉറക്കത്തിലേക്ക് തിരികെ വീണു. സ്വപ്നങ്ങളെ വെളിയിൽ തള്ളുവാൻ ശ്രമിച്ചുകൊണ്ട് ഞാൻ ഗാഢമായി ഉറങ്ങി. വെളിച്ചം വീഴുന്നതിന്റെ എത്രയോ മുമ്പ് ഞാനുണർന്നു. പിന്നെ കോഴികൾ കൂവുന്നത് കേട്ടുകൊണ്ട് നേരം പുലരുന്നതുവരെ ഉണർന്നുകി ടന്നു.

ശരിക്കും വെളിച്ചം വീണുതുടങ്ങിയപ്പോഴേക്കും ഞാൻ ക്ഷീണിച്ച് വീണ്ടും ഉറങ്ങിപ്പോവുകയും ചെയ്തു.

14

ഉണർന്നപ്പോൾ മുറിയിലാകെ തിളങ്ങുന്ന വെയിൽ നിറഞ്ഞുനിന്നു. വീണ്ടും യുദ്ധമുഖത്തെ കാംപിൽ എത്തിയെന്നായിരുന്നു. എന്റെ ആദ്യചിന്ത. ഞാൻ കാലുകൾ നിവർത്തി നീട്ടി. പൊടുന്നനെ എന്റെ കാലുകൾ വേദനിക്കാൻ തുടങ്ങി. ഞാൻ കുനിഞ്ഞ് കാലുകളിലേക്ക് നോക്കി അവ അപ്പോഴും മുഷിഞ്ഞ ബാന്റേജിൽ തന്നെയായിരുന്നു. അവയെ നോക്കിക്കൊണ്ടിരിക്കെ ക്രമേണ ഞാനെവിടെയാണ് എന്ന ബോധം ഉദിക്കുകയും ചെയ്തു. ഞാൻ കയ്യെത്തിച്ച് ബെൽച്ചരട് പിടിച്ചുവലിച്ചു ബട്ടണമർത്തി. ഹാളിനപ്പുറത്ത് എവിടെയോ മണി മുഴങ്ങുന്ന ശബ്ദം കേട്ടു. പിന്നീട് ഹാളിലൂടെ ആരോ റബ്ബർഷൂ ധരിച്ചുകൊണ്ടു വരുന്നതിന്റെ ശബ്ദം കേട്ടു. അത് മിസ് ഗേജ് ആയിരുന്നു. തെളിഞ്ഞ സൂര്യവെളിച്ചത്തിൽ അവൾക്കിന്നലെ കണ്ടതിനേക്കാൾ ഒരിത്തിരി കൂടി പ്രായം തോന്നിച്ചു. ചന്തവും കുറഞ്ഞതുപോലയുണ്ടായിരുന്നു. 'ഗുഡ് മോർണിംഗ് അവൾ' പറഞ്ഞു. 'നല്ലപോലെ ഉറങ്ങാൻ പറ്റിയോ?'

'ഉവ്വ് നന്ദി. ഒരുപാട് നന്ദി' ഞാൻ പറഞ്ഞു 'ഒരു ബാർബറെ കിട്ടുമോ?'

'ഞാൻ നിങ്ങളുണർന്നുവോ എന്നു നോക്കുകയായിരുന്നു. മുമ്പ് കട്ടിലിൽ ഇതാ ഇതിനോടൊപ്പം കിടന്ന് നിങ്ങൾ ഉറങ്ങുകയായിരുന്നു.'

അവൾ അലമാര തുറന്നു വെർമുത്തിന്റെ കുപ്പി എടുത്തു പൊക്കിക്കാണിച്ചു. അത് ഏകദേശം കഴിയാറായിരുന്നു.

'ഞാൻ മറ്റേ കുപ്പിയും കിടക്കയുടെ അടിയിൽ നിന്നെടുത്ത് ഇവിടെ വെച്ചിട്ടുണ്ട്.' അവൾ പറഞ്ഞു. 'നിങ്ങളെന്താ എന്നോട് ഒരു ഗ്ലാസ് ചോദിക്കാത്തത്?'

'നിങ്ങളതിന് അനുവദിക്കില്ല എന്നു ഞാൻ വിചാരിച്ചു.'

'ഞാനും ഒരൽപം നിങ്ങളുടെ കൂടെയിരുന്നു കഴിച്ചേനെ'

'നിങ്ങളൊരു തരക്കേടില്ലാത്ത പെൺകുട്ടിയാണ്.'

'ഒറ്റക്കിരുന്നു കുടിച്ചാൽ നിങ്ങൾക്കതിന്റെ ഒരു ഗുണവും കിട്ടില്ല.'

അവൾ പറഞ്ഞു.' ഒരിക്കലും ഇനിയങ്ങനെ ചെയ്യരുത്.'

'സമ്മതിച്ചു.'

'നിങ്ങളുടെ സുഹൃത്ത് മിസ് ബാർക്‌ലി വന്നിട്ടുണ്ട്.' അവൾ പറഞ്ഞു.

'നേരോ?'

'അതെ. പക്ഷേ എനിക്കവളെ തീരെ ഇഷ്ടപ്പെട്ടിട്ടില്ല.'

'നിങ്ങൾക്കവളെ ഇഷ്ടമായിക്കൊള്ളും അവൾ വളരെ നല്ല പെൺകുട്ടിയാണ്.'

അവൾ തലകുലുക്കി കൊണ്ട്.'അതെ, എനിക്കുറപ്പാണ് അവൾ നല്ല പെൺകുട്ടിയാണെന്ന്. നിങ്ങൾക്ക് അൽപമൊന്ന് ഈ വശത്തേക്ക് നീങ്ങാമോ? ഉം.... വളരെ നന്ന് ഞാൻ പ്രാതലിനു മുമ്പായി നിങ്ങളെ വൃത്തിയാക്കാം. അവൾ ഒരു തുണിക്കഷ്ണവും സോപ്പും ഇളം ചൂടുള്ള വെള്ളവുമുപയോഗിച്ച് എന്നെ കഴുകി വൃത്തിയാക്കി. 'ചുമലൊന്നു പൊക്കു.' അവൾ പറഞ്ഞു.

ഉം വളരെ നന്നായി.'

'പ്രാതലിനുമുമ്പായി എനിക്കൊരു ബാർബറെ കിട്ടുമോ?'

'ഞാൻ ഒരാളെ കിട്ടുമോയെന്ന് നോക്കാൻ, കാവൽക്കാരനെ പറഞ്ഞു വിടാം.' അവൾ പുറത്തേക്കുപോയി തിരിച്ചു വന്നു. 'അയാൾ, ബാർബറെ കൊണ്ടുവരാൻ പോയിട്ടുണ്ട്.' അവൾ പറഞ്ഞു. കൈയിലിരുന്ന തുണിക്കഷ്ണം അവൾ ബേസിനിലെ വെള്ളത്തിൽ മുക്കി.

കാവൽക്കാരന്റെയൊപ്പം ബാർബർ കടന്നുവന്നു. ഏകദേശം അമ്പതോടടുത്ത ഒരാളായിരുന്നു ബാർബർ. മുകളിലേക്ക് തിരിച്ചുവെട്ടിയ മീശ. കഴുകൽ പൂർത്തിയാക്കി മിസ് ഗേജ് പുറത്തേക്ക് പോയി. ബാർബർ എന്റെ മുഖം പതപ്പിച്ച് ഷേവ് ചെയ്യാനാരംഭിച്ചു. അയാൾ തെല്ലൊരു മിതഭാഷിയും ഗൗരവക്കാരനുമായി കാണപ്പെട്ടു.

'എന്താണ് കാര്യം' 'നിങ്ങൾക്ക് ഒരു വാർത്തയും പറയാനില്ലേ?'

'എന്തു വാർത്ത?'

'എന്തെങ്കിലും വാർത്തകൾ. പട്ടണത്തിൽ എന്താണ് സംഭവിക്കുന്നത്?'

'ഇത് യുദ്ധകാലമാണ്" അയാൾ പറഞ്ഞു. 'എങ്ങും ശത്രുവിന്റെ ചെവികളുണ്ട്" ഞാൻ അയാൾക്കു നേരെ തിരിഞ്ഞ് അയാളെ നോക്കി. 'നിങ്ങളുടെ മുഖം അനക്കാതെ വെക്കു പ്ലീസ്.' അയാൾ പറഞ്ഞു. എന്നിട്ട് തുടർന്ന് ഷേവ് ചെയ്തുകൊണ്ടിരുന്നു.

'ഒരു വസ്തുവും പറയാനുദ്ദേശിക്കുന്നില്ല ഞാൻ.'

'ഞാൻ ഒരു ഇറ്റലിക്കാരനാണ്. ഞാൻ ഒരിക്കലും ഒരു ശത്രുവുമായി സംസാരിക്കില്ല.'

'എന്നാലങ്ങനെയാവട്ടെയെന്ന് ഞാനും നിശ്ചയിച്ചു. അയാളൊരു പ്രാന്തനാണെങ്കിൽ എത്രയും വേഗം അയാളുടെ കത്തിത്തലപ്പിൽ നിന്നും

എന്റെ തല രക്ഷിക്കേണ്ടതുണ്ട്. ഇടക്കൊന്ന് ഞാനയാളുടെ മുഖത്തേക്ക് സൂക്ഷിച്ചുനോക്കുവാൻ ഒരു ശ്രമം നടത്തി. 'സൂക്ഷിച്ചോളൂ' അയാൾ പറഞ്ഞു. 'കത്തിക്ക് നല്ല മൂർച്ചയുണ്ട്". പണിയവസാനിച്ചപ്പോൾ ഞാനയാൾക്ക് കൂലി കൊടുത്തു. പിന്നെ ഒരു അര ലീറ സമ്മാനിക്കുകയും ചെയ്തു. അയാൾ പക്ഷേ ആ അര ലീറ തിരിച്ചുതന്നു.

'ഞാനിത് സ്വീകരിക്കുകയില്ല. മുന്നണിയിലൊന്നും അല്ലെന്നു വരികിലും ഞാനൊരു ഇറ്റലിക്കാരനാണ്.'

'കടന്നുപോ നരകത്തിലേക്ക്.'

'താങ്കളുടെ അനുമതിയോടുകൂടിത്തന്നെ.' അയാൾ അതു പറഞ്ഞുകൊണ്ട് കത്തികൾ പത്രക്കടലാസിൽ പൊതിഞ്ഞു. അര ലീറയുടെ മൂല്യം വരുന്ന അഞ്ച് ചെമ്പുനാണയങ്ങൾ അയാൾ മേശപ്പുറത്തു വെച്ചു. ഞാൻ ബെൽ ചരട് വലിച്ചു. മിസ് ഗേജ് കടന്നുവന്നു.

'ആ കാവൽക്കാരനോട് ഒന്നിതുവരെ വരാൻ പറയുമോ?'

'ശരി.'

കാവൽക്കാരൻ മുറിയിലേക്ക് വന്നു. അയാൾ ചിരി നിയന്ത്രിക്കാൻ പാടുപെടുന്നുണ്ടായിരുന്നു.

'ആ ബാർബർക്ക് പ്രാന്തുണ്ടോ?'

'ഇല്ല സിഞ്ഞോറിനോ- പക്ഷേ അയാൾക്കൊരു തെറ്റുപറ്റി. ഞാൻ താങ്കളെപ്പറ്റി അയാളോട് പറഞ്ഞത് അയാൾക്ക് ശരിക്ക് മനസ്സിലായിരുന്നില്ല, അയാൾ ധരിച്ചത് താങ്കൾ ആസ്ട്രിയൻ ഓഫീസർ ആണെന്നാണ്.'

'ഓ' ഞാൻ പറഞ്ഞു.

'ഹോ... ഹോ... ഹോ...' കാവൽക്കാരൻ പൊട്ടിച്ചിരിച്ചു. 'അയാളൊരു പ്രാന്തൻ തന്നെയായിരുന്നു. അവൻ പറയുകയാണ് -'ഒരനക്കം അയാളിൽ നിന്നുണ്ടായാൽ ഞാനയാളുടെ'.....' കാവൽക്കാരൻ അയാളുടെ ചൂണ്ടുവിരൽ കഴുത്തിൽ വിലങ്ങനെ വെച്ചു.

'ഹോ ഹോ ഹോ' അയാൾ ചിരിനിർത്താൻ ശ്രമിച്ചു. പിന്നെ ഞാൻ താങ്കളൊരു അമേരിക്കക്കാരനാണെന്ന് അവനോട് പറഞ്ഞപ്പോൾ... ഹോ ഹോ ഹോ'

'ഹോ ഹോ ഹോ' എനിക്ക് ദേഷ്യം വന്നു. എന്റെ കഴുത്തെങ്ങാനും അയാൾ കണ്ടിച്ചിരുന്നെങ്കിൽ എന്തൊരു തമാശയായിരുന്നേനെ അല്ലേ?'

'ഇല്ല സിഞ്ഞോറിനോ ഇല്ലേയില്ല - അയാൾക്ക് ആസ്ട്രിയക്കാരെ എന്തൊരു പേടിയാണെന്നോ ഹോ ഹോ ഹോ'

'ഹോ ഹോ ഹോ' ഞാൻ പറഞ്ഞു 'കടന്നുപോകുന്നുണ്ടോ ഇവിടെന്ന്' അയാൾ പുറത്തിറങ്ങിപ്പോയി. ഹാളിലൂടെ കടന്നുപോയ്ക്കൊണ്ടിരുന്ന അയാളുടെ ചിരി എനിക്ക് കേൾക്കാമായിരുന്നു. മറ്റാരോ ഹാളിലൂടെ നടന്നടുക്കുന്ന ശബ്ദം കേട്ടു. ഞാൻ വാതില്ക്കലേക്ക് നോക്കികൊണ്ടിരുന്നു. അത് കാതറിൻ ബാർക്ലി ആയിരുന്നു.

അവൾ മുറിയിലേക്ക് കടന്നുവന്നു കട്ടിലിനരികിലെത്തി.

'ഹെല്ലോ ഡാർലിംഗ്' അവൾ പറഞ്ഞു. അവൾ വളരെയേറെ പ്രസാദവതിയും സുന്ദരിയുമായി കാണപ്പെട്ടു. ഇത്രയേറെ സുന്ദരിയായിട്ട് അവളെ ഇതിനുമുമ്പ് കണ്ടിട്ടേയില്ല എന്നെനിക്ക് തോന്നി.

'ഹലോ' ഞാൻ പറഞ്ഞു. അവളെ നോക്കിക്കൊണ്ടിരിക്കെ ഞാൻ അവളിൽ എത്രമാത്രം അനുരക്തനാണ് എന്നു ഞാൻ മനസ്സിലാക്കി. എന്റെയുള്ളിൽ എന്തൊക്കെയോ ഇളകി മറിയുന്നതായി എനിക്ക് അനുഭവപ്പെട്ടു. അവൾ തിടുക്കത്തിൽ വാതില്ക്കലേക്ക് ഒന്നു നോക്കി ആരുമില്ലെന്നുകണ്ട് എന്റെയരികിൽ വന്നു കട്ടിലിലിരുന്നു. പിന്നീട് എന്റെ നേർക്ക് ചാഞ്ഞ് അവൾ എന്നെ ഉമ്മവെച്ചു. ഞാൻ അവളെ എന്നിലേക്ക് വലിച്ചമർത്തി ആഞ്ഞു ചുംബിച്ചു. എനിക്കവളുടെ ഹൃദയം മിടിക്കുന്നത് കേൾക്കാമായിരുന്നു.

'എന്റെയോമനേ' ഞാൻ പറഞ്ഞു. 'നീയും ഇവിടെയെത്തിയത് എന്തൊരു വിസ്മയമായിരിക്കുന്നു.'

'അതിന് അത്ര വലിയ പ്രയാസമുണ്ടായില്ല. പക്ഷേ ഇവിടെ അവർ ഞങ്ങളെ തങ്ങാനനുവദിക്കുമോ എന്നുള്ളതാണ് പ്രശ്നം'

'എങ്ങനെയെങ്കിലും നീയിവിടെ നിന്നേ തീരൂ' ഞാൻ പറഞ്ഞു

'ഓ നീയെന്തൊരു അത്ഭുതമായിരിക്കുന്നു' ഞാൻ അവളെ പ്രതിപ്രാന്താവുകയായിരുന്നു. അവൾ എന്റെയരികിൽ ഇരിക്കുന്നുവെന്ന് എനിക്ക് വിശ്വസിക്കാൻ കഴിഞ്ഞില്ല. ഞാൻ അവളെ വീണ്ടും മുറുകെ പുണർന്നു.

അത് പറ്റില്ല. അവൾ പറഞ്ഞു. 'നിനക്ക് വേണ്ടത്ര സുഖമായിട്ടില്ല.'

'സുഖമായിരിക്കുന്നു വന്നാട്ടെ'

'ഇല്ല. നിങ്ങൾക്ക് വേണ്ടത്ര ശക്തിവന്നിട്ടില്ല.

ഉണ്ട്. എനിക്ക് വേണ്ടത്ര ശക്തിയുണ്ട്. തീർച്ചയായും പ്ലീസ്'

'സത്യമായും സ്നേഹിക്കുന്നു നിന്നോടുള്ള പ്രേമം കൊണ്ട് എനിക്ക് പ്രാന്തായിരിക്കുന്നു. വരൂ ദയവായി.'

'കേൾക്കൂ! നമ്മുടെ ഹൃദയം ഒന്നിച്ച് മിടിക്കുന്നത് ശ്രദ്ധിക്കൂ'

'ഹൃദയത്തിന്റെ കാര്യമൊന്നും എനിക്ക് കേൾക്കേണ്ട. എനിക്ക് നിന്നെ വേണം നിന്നെപ്രതി ഞാൻ ഉന്മാദിയായിരിക്കുന്നു'

'സത്യമായും നീയെന്നെ സ്നേഹിക്കുന്നു?'

'അതുതന്നെ പറഞ്ഞുകൊണ്ടിരിക്കല്ലേ. അടുത്തേക്ക് വരൂ കാതറിൻ പ്ലീസ്, പ്ലീസ്'

'ശരി. പക്ഷേ ഒരു മിനിറ്റ് നേരത്തേക്ക് മാത്രം.'

'ശരി' ഞാൻ പറഞ്ഞു. 'വാതിലടയ്ക്കൂ.'

'അത് പറ്റില്ല. അങ്ങനെ ചെയ്യാൻ പാടില്ല.'

'വന്നാട്ടെ ഒന്നും പറയേണ്ട പ്ലീസ് ഒന്നരികിൽ വരൂ.'

പിന്നീട് കട്ടിലിനരികിലുള്ള ഒരു കസേരയിൽ കാതറീൻ ഇരുന്നു. ഹാളിലേക്കുള്ള വാതിൽ തുറന്നു കിടന്നു. ഉന്മാദം വിട്ടൊഴിഞ്ഞു. ഇതുവരെ അറിഞ്ഞിട്ടില്ലാത്ത ഒരു പ്രസാദം എനിക്കുണ്ടായി.

'ഇപ്പോൾ ഞാൻ നിന്നെ സ്നേഹിക്കുന്നു എന്നുള്ളത് നിനക്ക് വിശ്വാസമായില്ലേ' അവൾ ചോദിച്ചു.

'ഓഹ് നീയൊരു മനോഹരിയാണ്.' ഞാൻ പറഞ്ഞു.

അവർക്ക് നിന്നെ പറഞ്ഞയക്കാനാവില്ല. നിന്നോടുള്ള പ്രണയം കൊണ്ട് ഞാൻ ഉന്മാദിയായിരിക്കുന്നു.'

'നമ്മൾ വളരെയധികം ശ്രദ്ധിക്കേണ്ടിയിരിക്കുന്നു ഇപ്പോൾ കഴിഞ്ഞത് വല്ലാത്തൊരു ഒരു പ്രാന്ത് തന്നെയായിരുന്നു. നമ്മളിനിയും അങ്ങനെ ചെയ്യാൻ പാടില്ല.'

'നമുക്കത് രാത്രികളിലാക്കാം.'

'നമ്മൾ വളരെയധികം ശ്രദ്ധിക്കേണ്ടിയിരിക്കുന്നു. മറ്റുള്ളവരുടെ മുമ്പിൽ വെച്ച് പ്രത്യേകിച്ചും.'

'ഞാൻ ശ്രദ്ധിച്ചുകൊള്ളാം.'

'നീ ശ്രദ്ധിക്കുകതന്നെ വേണം. നീയെന്തൊരു ഓമനയാണ്. നീയെന്നെ ശരിക്കും സ്നേഹിക്കുന്നുണ്ട്. ഇല്ലേ?'

'അത് വീണ്ടും പറയാതിരിക്കൂ. അത് പറയുമ്പോൾ ഞാൻ എന്താണ് അനുഭവിക്കുന്നത് എന്ന് നിനക്ക് മനസ്സിലാവില്ല.'

'അങ്ങനെയാണെങ്കിൽ ഞാൻ വളരെ സൂക്ഷിച്ചുകൊള്ളാം.

നിനക്കുവേണ്ടി ഇപ്പോൾ ഇതിൽക്കൂടുതലൊന്നും ചെയ്തുതരാൻ ഞാൻ തയ്യാറല്ല' എനിക്കിപ്പോൾ പോകണം ഓമനെ, പോയേ തീരൂ'

'പോയിട്ട് ഉടനെ തിരിച്ചുവരൂ.'

'സാധിച്ചാലുടനെ ഞാൻ തിരിച്ചുവരും.

'ഗുഡ് ബൈ'

ഗുഡ് ബൈ ഓമനെ'

അവളെ പ്രണയിക്കണമെന്നില്ലായിരുന്നു എനിക്ക്. അത് ദൈവത്തിനറിയാം. അവളെയെന്നല്ല ആരേയും പ്രേമിക്കണമെന്നു എനിക്കില്ലായിരുന്നു. പക്ഷേ ദൈവനിശ്ചയം ഞാൻ ഒരു പ്രണയത്തിൽ അകപ്പെടണമെന്നായിരിക്കാം. മിലാനിലെ ആസ്പത്രിമുറിയിലെ കട്ടിലിൽ കിടക്കുമ്പോൾ പറഞ്ഞറിയിക്കാനാവാത്തതരം വിചാരങ്ങൾ എന്റെ ശിരസ്സിൽ കൂടി കടന്നുപോയിക്കൊണ്ടിരുന്നു. അവസാനം മിസ് ഗേജ് കടന്നുവന്നു.

'ഡോക്ടർ വരുന്നുണ്ട്' അവൾ പറഞ്ഞു. ആദ്ദേഹം കോമോ തടാകത്തിൽ നിന്നും ഫോൺ ചെയ്തിരിക്കുന്നു.'

എപ്പോഴാണദ്ദേഹം ഇവിടെയെത്തുക?'

'ഇന്നുച്ചതിരിഞ്ഞ്.'

15

ഉച്ച തിരിയുന്നതുവരെ വിശേഷിച്ച് യാതൊന്നും സംഭവിച്ചില്ല. മെലിഞ്ഞ്, വളരെ ശാന്തനായ ഒരു കൊച്ചുമനുഷ്യനായിരുന്നു ഡോക്ടർ. ആകെപ്പാടെ ഈ യുദ്ധം കൊണ്ട് പൊറുതിമുട്ടിയ മട്ട്. വളരെ സൂക്ഷ്മവും പരിഷ്കൃതവുമായ ഒരു വിരക്തഭാവത്തോടെ അദ്ദേഹം എന്റെ തുടകളിൽ നിന്നും കുറെ ചെറിയ സ്റ്റീൽ ചീളുകൾ ചികഞ്ഞു പുറത്തെടുത്തു. ചർമത്തിൽ പ്രയോഗിക്കുന്ന ഒരു വേദനസംഹാരിയായ അനസ്തേഷ്യയാണ് അദ്ദേഹം പ്രയോഗിച്ചത്. മഞ്ഞ് എന്നു വിളിക്കപ്പെടുന്ന ഈ മരുന്ന് കോശകലകളെ മരവിപ്പിക്കുകയും, മുറിവിൽ ആഴ്ന്നു കീറിയുള്ള ചികയലിന്റെ ശരിയായ വേദന തുടങ്ങുന്നതുവരേക്കും വേദനയെ ശമിപ്പിക്കുന്നതുമായിരുന്നു. മരവിപ്പിച്ച ഭാഗത്തിന്റെ കീഴ്ഭാഗത്തുള്ള ചികയൽ തുടങ്ങുന്നതുവരേയുള്ള വേദന മാത്രമേ ഈ മരുന്ന് പിടിച്ചുനിർത്തിയിരുന്നുള്ളൂ. മരവിപ്പിച്ച ശരീരഭാഗങ്ങൾ ഏതെല്ലാമാണെന്ന് രോഗിക്ക് കൃത്യമായി അറിയാൻ കഴിഞ്ഞിരുന്നു. കുറച്ചുകഴിഞ്ഞപ്പോഴേക്കും ഡോക്ടറുടെ മൃദുലവും സൂക്ഷ്മവുമായ ചികയലിന്റെ സ്വഭാവം മാറാൻ തുടങ്ങി. അദ്ദേഹം ക്ഷീണിതനായി. ഒരു എക്സ്-റേ എടുക്കുകയാണ് നല്ലതെന്ന് അദ്ദേഹം അഭിപ്രായപ്പെട്ടു. 'മുറിവിലെ ചികഞ്ഞുള്ള അന്വേഷണം അതൃപ്തികരം' എന്നും അദ്ദേഹം പറഞ്ഞു.

ഒസ്പദേൽ മഗ്ഗിയോർ-ൽ വെച്ചാണ് എക്സ്റേ എടുക്കപ്പെട്ടത്. അതിന് നിയുക്തനായ ഡോക്ടറാവട്ടെ സദാ ഉല്ലാസഭരിതനും സമർത്ഥനും സർവ്വോപരി ആവേശഭരിതനുമായിരുന്നു. ചുമലുകൾ ഉയർത്തിപ്പിടിക്കപ്പെട്ട രീതിയിലാണ് എക്സ-റേ എടുക്കപ്പെട്ടത്. അതിനാൽ രോഗിക്കുതന്നെ മെഷീനിലൂടെ സ്വന്തം ശരീരത്തിലെ ചില വലുപ്പമേറിയ അന്യവസ്തുക്കളെ കാണാൻ കഴിയുമായിരുന്നു. അതിനുശേഷം എക്സ-റേ ഫലകങ്ങൾ എന്റെ ആസ്പത്രിയിലേക്ക് അയച്ചുതരുന്നതാണെന്ന് അവർ പറഞ്ഞു. അദ്ദേഹത്തിന്റെ പോക്കറ്റ്ബുക്കിൽ എന്നെക്കുറിച്ചുള്ള വിവരങ്ങൾ എഴുതിത്തരണമെന്ന് ഡോക്ടർ എന്നോട് അഭ്യർത്ഥിച്ചു. എന്റെ പേര്, റെജിമെന്റ് അങ്ങനെ ചില സെന്റിമെന്റുകൾ. എന്റെ ശരീരത്തിൽ

കാണപ്പെട്ട അന്യവസ്തുക്കൾ വൃത്തികെട്ടതും കുത്സിതവും സർവോപരി മൃഗീയവുമാണെന്ന് അദ്ദേഹം പ്രഖ്യാപിച്ചു. 'നായിന്റെ മക്കളാണ് ആസ്ട്രിയക്കാർ' അദ്ദേഹം പറഞ്ഞു. എത്രയെണ്ണത്തിനെ ഞാൻ കൊന്നു.? ഞാനാരേയും കൊന്നിട്ടില്ല. എന്നിരുന്നാലും നിരവധി പേരെയെന്നു ഞാൻ പറഞ്ഞു. എന്റെ കൂടെ വന്നിരുന്നത് മിസ് ഗേജ് ആയിരുന്നു. ഡോക്ടർ അവളുടെ അരയിൽ ചുറ്റിപ്പിടിച്ചു. അവൾ ക്ലിയോപാട്രയേക്കാൾ സുന്ദരിയാണെന്നു പറഞ്ഞു. അവർക്കത് പിടികിട്ടിയോ? ഈജിപ്റ്റിലെ ഒരു പഴയ രാജ്ഞിയായിരുന്നു ക്ലിയോപാട്ര. അതെ ദൈവത്താണെ ക്ലിയോപാട്ര ഈജിപ്റ്റിലെ ഒരു മുൻകാല രാജ്ഞിയാണ്.

അതിനുശേഷം ഞങ്ങൾ ഒരു ആംബുലൻസിൽ കയറി ഞങ്ങളുടെ പഴയ ചെറിയ ആസ്പത്രിയിലേക്ക് തിരിച്ചു പോയി. കുറെ പൊക്കലുകൾക്കും, എടുക്കലുകൾക്കും ശേഷം ഞാനെന്റെ മുറിയിലെ കട്ടിലിൽ തിരിച്ചെത്തി. അന്ന് ഉച്ചതിരിഞ്ഞപ്പോൾ എകസ്റേ ഫലകങ്ങൾ എത്തി. അന്നു ഉച്ചതിരിഞ്ഞാൽ തന്നെ താനത് പരിശോധിക്കുമെന്ന് ഡോക്ടർ ദൈവത്തെപ്രതി ആണയിട്ടു പറഞ്ഞിരുന്നു. അദ്ദേഹം അപ്രകാരം തന്നെ ചെയ്യുകയും ചെയ്തു. കാതറീൻ ബാർക്‌ലി അവ എടുത്തുകൊണ്ടുവന്നു എന്നെ കാണിച്ചു. അവ ഒരു ചുവന്ന കവറിലായിരുന്നു വന്നത്. അവൾ ഓരോന്നെടുത്തു വെളിച്ചത്തിനുനേരെ ഉയർത്തി എന്നെ കാണിച്ചു. ഞങ്ങൾ രണ്ടുപേരും ചേർന്ന് അതെല്ലാം പരിശോധിച്ചു.

'അത് നിന്റെ വലത്തെ കാലാണ്' അവൾ പറഞ്ഞു. എന്നിട്ട് ആ എക്സ്റേ ഷീറ്റ് കവറിനുള്ളിൽ തിരികെ വെച്ചു.

'ഇതു നിന്റെ ഇടത്തുകാൽ'

'അതൊക്കെ മാറ്റി വെക്കു' ഞാൻ പറഞ്ഞു.'എന്നിട്ട് കിടക്കയിലേക്ക് കേറിവാ.'

'എനിക്ക് പറ്റില്ല' അവൾ പറഞ്ഞു 'ഞാനിതൊക്കെ നിന്നെ കാണിക്കാൻ ഒരു സെക്കന്റ് നേരത്തേക്ക് എടുത്തുകൊണ്ടു പോന്നതാണ്.'

അവൾ പുറത്തേക്കുപോയി. ഞാനവിടെ കട്ടിലിൽ കിടന്നു. അതൊരു ഭയങ്കര ഉഷ്ണംകൂടിയ സായാഹ്നമായിരുന്നു. കിടക്കയിൽ അനങ്ങാതെ കിടന്നുകിടന്ന് എനിക്ക് മടുത്തിരുന്നു. ഞാൻ കാവൽക്കാരനെ പത്രങ്ങൾ വാങ്ങാനയച്ചു. കിട്ടാവുന്ന സകല പത്രങ്ങളും.

അയാൾ തിരിച്ചെത്തുന്നതിനു മുമ്പുതന്നെ മൂന്ന് ഡോക്ടർമാർ എന്റെ മുറിയിൽ വന്നു. ഞാൻ പലപ്പോഴും ശ്രദ്ധിച്ചിട്ടുണ്ട്.- ചികിത്സാരംഗത്ത് പരാജയപ്പെട്ടുപോകുന്ന ഡോക്ടർമാർ അതുപോലെയുള്ളവരുടെ കൂട്ട് തേടുകയും അഭിപ്രായങ്ങൾ ആരായുകയും പരസ്പരം സഹകരിക്കുകയും ചെയ്യുന്നതായിട്ട്. നിങ്ങളുടെ അപ്പൻഡിക്സ് നേരാംവണ്ണം എടുത്തുമാറ്റാൻ അറിയാത്ത ഒരു ഡോക്ടർ നിങ്ങളെ നിങ്ങളുടെ ഒരു ടോൺസിൽവിജയകരമായി നീക്കം ചെയ്യാനറിയാഞ്ഞു മറ്റൊരു ഡോക്ടറുടെ അടുത്തേക്ക് ശുപാർശചെയ്യും.

അത്തരം മൂന്ന് ഡോക്ടർമാരായിരുന്നു, ഇവർ.

'ഇതാണാ ചെറുപ്പക്കാരൻ' വളരെ സൂക്ഷ്മവും മൃദുലവുമായ കൈകളോടുകൂടിയ ഞങ്ങളുടെ ഡോക്ടർ പറഞ്ഞു.

'എങ്ങനെയിരിക്കുന്നു'? മെലിഞ്ഞുയരമുള്ള താടിക്കാരൻ ചോദിച്ചു.

തന്റെ കൈകളിൽ എക്സ് റേ ഷീറ്റുകളുമായി നിന്ന മൂന്നാമനാകട്ടെ ഒന്നും മിണ്ടിയില്ല.

'ഡ്രെസ്സിംഗ് അഴിച്ചുമാറ്റാം?' താടിക്കാരൻ അന്വേഷിച്ചു.

'തീർച്ചയായും, നഴ്സ് പ്ലീസ് ഡ്രെസ്സിംഗുകൾ അഴിച്ചുമാറ്റൂ.'

ഞങ്ങളുടെ ഡോക്ടർ -മിസ് ഗേജിനോട് പറഞ്ഞു. മിസ് ഗേജ് എന്റെ ഡ്രെസ്സിംഗുകളെല്ലാം അഴിച്ചുമാറ്റി. ഞാൻ കുനിഞ്ഞ് എന്റെ കാലുകളിലേക്ക് നോക്കി. ഫീൽഡ് ഹോസ്പിറ്റലിൽ വെച്ച് അവ പഴകിയ ഹാംബർഗറുകൾ പോലെയാണ് കാണപ്പെട്ടിരുന്നത്. ഇവിടെവെച്ചാകട്ടെ അവ പൊറ്റ കെട്ടിയും കാൽമുട്ടുകൾ നീരുവെച്ചു വീർത്തും, നിറം മാറിയും കാണപ്പെട്ടു. തുടയാകമാനം കുഴിഞ്ഞുമിരുന്നു. പക്ഷേ എങ്ങും പഴുപ്പ് ഉണ്ടായിരുന്നില്ല.

'വളരെ വൃത്തിയായിരിക്കുന്നു' ഞങ്ങളുടെ ഡോക്ടർ പറഞ്ഞു

'വളരെ വൃത്തിയായും നന്നായുമിരിക്കുന്നു.'

'ഉം'. താടിക്കാരൻ ഡോക്ടർ മൂളി. മൂന്നാമനാകട്ടെ ഞങ്ങളുടെ ഡോക്ടറുടെ ചുമലിലൂടെ എത്തിവലിഞ്ഞൊന്നു നോക്കുക മാത്രം ചെയ്തു.

'ദയവായി കാൽമുട്ടൊന്ന് അനക്കൂ' താടിക്കാരൻ ഡോക്ടർ പറഞ്ഞു.

'എനിക്കതിന് കഴിയുന്നില്ല.'

'നാഡീചലനങ്ങൾ പരിശോധിച്ചിരുന്നോ?' താടിക്കാരൻ അന്വേഷിച്ചു.

അയാളുടെ കോട്ടിന്റെ കയ്യിൽ മൂന്നു നക്ഷത്രങ്ങളും ഒരു പട്ടയും ഉണ്ടായിരുന്നു. അതിനർത്ഥം ആളൊരു ഫസ്റ്റ് ക്യാപ്റ്റൻ ആണെന്നാണ്

'തീർച്ചയായും' ഞങ്ങളുടെ ഡോക്ടർ പറഞ്ഞു.

അവർ രണ്ടുപേരും ചേർന്ന് എന്റെ വലതുകാൽ അലക്ഷ്യമായി പിടിച്ച് ഒന്നു വളച്ചു.

'അതു വേദനിക്കുന്നു' ഞാൻ പറഞ്ഞു.

'അതെയതെ കുറച്ചൊന്നുകൂടി വളയ്ക്കൂ ഡോക്ടർ'

'അത്രമതി. അതത്രയേ മടക്കാൻ പറ്റുകയുള്ളൂ' ഞാൻ പറഞ്ഞു.

'ഭാഗികമായ പേശീചലനങ്ങൾ' ഒന്നാം ക്യാപ്റ്റൻ പറഞ്ഞു.

അയാൾ നിവർന്നുനിന്നു 'ഞാനൊന്നു കൂടി ആ എക്സ് റേ ഷീറ്റുകൾ കാണട്ടെ പ്ലീസ് ഡോക്ടർ' മൂന്നാമൻ അയാൾക്ക് ഒരു എക്സ് റേ ഷീറ്റ് നൽകി. 'ഇതല്ല- ഇടത്തെ കാൽ- പ്ലീസ് ഡോക്ടർ.'

'അത് ഇടത്തെ കാലാണ്- ഡോക്ടർ'

'നിങ്ങൾ പറഞ്ഞത് ശരിയാണ്. ഞാൻ മറ്റൊരു വീക്ഷണകോണിൽ കൂടിയാണ് നോക്കിയത്.' അയാൾ ഷീറ്റ് തിരിച്ചുകൊടുത്തു. പിന്നെ മറ്റൊന്നെടുത്ത് കുറേ നേരം പരിശോധിച്ചു.

'നിങ്ങൾ ഇത് കണ്ടില്ലേ ഡോക്ടർ?' വെളിച്ചത്തിനെതിരെ പിടിച്ച എക്സ് റേ ഷീറ്റിൽ തെളിഞ്ഞ ഗോളാകൃതിയിൽ കാണപ്പെട്ട ഒരു അന്യവസ്തുവിന്റെ നേരെ വിരൽ ചൂണ്ടി അയാൾ ചോദിച്ചു. അവർ മൂവരും ചേർന്ന് അത് കുറച്ചുനേരം പരിശോധിച്ചു.

ഒരു കാര്യം എനിക്ക് പറയാനാവും.' താടി വളർത്തിയ ഒന്നാം ക്യാപ്റ്റൻ പറഞ്ഞു. 'ഇത് കുറച്ച് കാലമെടുക്കുന്ന കാര്യമാണ്. മൂന്നു മാസം, ആറുമാസമാകാനും സാദ്ധ്യതയുണ്ട്.'

'തീർച്ചയായും സൈനോവിയൽ ദ്രാവകം വീണ്ടും നിർമിക്കപ്പെട്ടു വരണം.'

'തീർച്ചയായും ഇതു കുറച്ച് സമയം എടുത്തുള്ള ഏർപ്പാടാണ്. ആ അന്യവസ്തുവിൽ ദശവന്നു മൂടുന്നതിനുമുമ്പ് എനിക്കീ കാൽമുട്ടു തുറക്കാൻ എന്റെ സ്ഥിരബുദ്ധിയിൽ കഴിയുകയില്ല.'

'ഞാൻ താങ്കളോട് യോജിക്കുന്നു ഡോക്ടർ.'

'ആറുമാസം എന്തിന്?' ഞാൻ ചോദിച്ചു.

'അന്യവസ്തുവിൽ ദശവന്നുമൂടുന്നതിന് ആറുമാസം വേണ്ടിവരും. അതിനുശേഷം മാത്രമേ നിങ്ങളുടെ കാൽമുട്ട് സുരക്ഷിതമായി തുറക്കാൻ സാധിക്കൂ.'

'ഞാനിത് വിശ്വസിക്കുന്നില്ല' ഞാൻ പറഞ്ഞു

'നിങ്ങൾക്കാ കാൽമുട്ട് തുടർന്നും വേണമെന്നില്ലേ ചെറുപ്പക്കാരാ?'

'ഇല്ല' ഞാൻ പറഞ്ഞു.

'എന്ത്?'

'എനിക്കത് മുറിച്ചുമാറ്റണമെന്നാണ്' ഞാൻ പറഞ്ഞു.

'അപ്പോഴെനിക്കതിൽ ഒരു കൊളുത്ത് കൊളുത്താമല്ലോ.'

'നിങ്ങളെന്താണ് അർത്ഥമാക്കുന്നത്? ഒരു കൊളുത്ത്?'

'അയാൾ തമാശ പറയുകയാണ്' ഞങ്ങളുടെ ഡോക്ടർ പറഞ്ഞു അദ്ദേഹം എന്റെ ചുമലിൽ വളരെ സൂക്ഷ്മവും മൃദുലവുമായി തട്ടി.

'അയാൾക്ക് അയാളുടെ കാൽമുട്ട് തുടർന്നു വേണമെന്നുണ്ട്'

'ഇയാളൊരു ധൈര്യശാലിയായ ചെറുപ്പക്കാരനാണ്. ധീരതക്കുള്ള വെള്ളി മെഡലിന് ഇയാൾ ശുപാർശ ചെയ്യപ്പെട്ടിട്ടുണ്ട്'

'എന്റെ എല്ലാ സ്നേഹാദരങ്ങളും' ഫസ്റ്റ് ക്യാപ്റ്റൻ പറഞ്ഞു. അയാൾ എന്റെ കൈപിടിച്ചു കുലുക്കി.

'എനിക്ക് ഇതു മാത്രമേ പറയാനുള്ളൂ. സുരക്ഷിതസ്ഥാനത്തുനിന്നു നോക്കി പറയുകയാണെങ്കിൽ ആ മുട്ടുകാൽ തുറക്കുന്നതിന് നിങ്ങൾ

ആറുമാസമെങ്കിലും കാത്തിരിക്കേണ്ടതാണ്. നിങ്ങൾക്ക് മറ്റൊരു വിദഗ്ദാഭിപ്രായം ആവശ്യമെങ്കിൽ അതിന് സ്വാഗതം.'

'വളരെ നന്ദി' ഞാൻ പറഞ്ഞു. 'ഞാൻ താങ്കളുടെ അഭിപ്രായത്തിനു വില കൽപ്പിക്കുന്നു.'

ഫസ്റ്റ് കാപ്റ്റൻ തന്റെ വാച്ചിൽ നോക്കി.

'ഞങ്ങൾക്ക് പോകേണ്ടതായിട്ടുണ്ട്.' അയാൾ പറഞ്ഞു.

'ഭാവുകങ്ങൾ നേരുന്നു'

'താങ്കൾക്കും എല്ലാ ഭാവുകങ്ങളും നേരുന്നു. ഒപ്പം ഒരുപാട് നന്ദിയും' ഞാൻ പറഞ്ഞു. ഞാൻ മൂന്നാമനായ ക്യാപ്റ്റൻ വാരിനി ടെനന്റി എന്റിയുമായും ഹസ്തദാനം നടത്തി. മൂവരും മുറിവിട്ടു പോയി.

'മിസ് ഗേജ്' ഞാൻ വിളിച്ചു. അവൾ കടന്നുവന്നു. 'നമ്മുടെ ഡോക്ടറോട് ഒരു നിമിഷത്തേക്ക് ഇവിടെ വരാൻ പറയൂ'

തൊപ്പിയൂരി കയ്യിൽ പിടിച്ച് അയാൾ വന്നു കട്ടിലിനരികിൽ നിന്നു. 'നിങ്ങൾ എന്നെ കാണാനാഗ്രഹിച്ചു?'

'അതെ. ഓപ്പറേഷനു വേണ്ടി ആറുമാസം കാത്തിരിക്കാൻ എനിക്ക് പറ്റില്ല. മൈഗോഡ്- നിങ്ങൾ എപ്പോഴെങ്കിലും ആറുമാസക്കാലം കിടക്കയിൽ കിടന്നിട്ടുണ്ടോ ഡോക്ടർ?'

'അതാണ് സുരക്ഷിതമായ വഴി. അന്യവസ്തുക്കളെ ദശകെട്ടാൻ അനുവദിക്കണം. സൈനൃവിയൽദ്രാവകം താനെ അടിഞ്ഞു കൂടുകയും വേണം. എന്നാൽ പിന്നെ സുരക്ഷിതമായി കാൽമുട്ട് തുറക്കാം.'

'താങ്കളും വാസ്തവത്തിൽ എനിക്ക് ആറുമാസക്കാലം കിടക്കയിൽ കാത്തുകിടക്കണമെന്ന് വിശ്വസിക്കുന്നുണ്ടോ?'

'അതാണ് സുരക്ഷിതമായ മാർഗം'

'ആരാണാ ഫസ്റ്റ് ക്യാപ്റ്റൻ'

'മിലാനിലെ പേരുകേട്ട സർജനാണദ്ദേഹം'

'അയാളൊരു ഫസ്റ്റ് ക്യാപ്റ്റൻ മാത്രമാണ് അല്ലേ?'

'അതെ. പക്ഷേ അദ്ദേഹം പേരുകേട്ട സർജനാണ്.'

'എന്റെ കാലുകൾ അയാളുടെ മണ്ടൻ കളികൾക്ക് വിട്ടുകൊടുക്കാൻ ഞാൻ തയ്യാറല്ല. അയാൾക്ക് എന്തെങ്കിലും ഒരു കഴിവുണ്ടായിരുന്നെങ്കിൽ അയാൾ ഇതിനകം ഒരു മേജറായിരുന്നേനെ. ഒരു ഫസ്റ്റ് ക്യാപ്റ്റൻ എന്നു പറഞ്ഞാൽ ഇത്രയ്ക്കേ ഉള്ളൂ എന്നെനിക്കറിയാം ഡോക്ടർ'

'അദ്ദേഹം ഒരു പേരുകേട്ട സർജനാണ്. മറ്റേതൊരു സർജനേക്കാളും ഞാനദ്ദേഹത്തിന്റെ അഭിപ്രായങ്ങൾക്ക് വില കൽപിക്കുന്നു'

'മറ്റേതെങ്കിലും സർജനെ ഇത് കാണിക്കാനാകുമോ?'

'തീർച്ചയായും' അതാണ് നിങ്ങളുടെ ആഗ്രഹമെങ്കിൽ. പക്ഷേ ഞാൻ, ഡോക്ടർ ബറെല്ലയുടെ അഭിപ്രായങ്ങൾക്കാണ് മുൻതൂക്കം കൊടുക്കുക.'

'മറ്റേതെങ്കിലും സർജനോട് വന്നുകാണാൻവേണ്ടി നിങ്ങൾക്ക് ആവശ്യപ്പെടാമോ?'

'ഞാനന്നാൽ വാലന്റീനിയോട് വന്നു നോക്കാൻ പറയാം.'

'അതാരാണ്?'

'ഒസ്പെഡേൽ മഗ്ഗിയോർ ലെ സർജൻ'

'ഗുഡ്. ഞാനത് വളരെയധികം ആഗ്രഹിക്കുന്നു. നിങ്ങളിത് മനസ്സിലാക്കണം ഡോക്ടർ. എനിക്ക് ആറുമാസം കട്ടിലിൽ ഒരേ കിടപ്പ് കിടക്കാൻ വയ്യ'

'നിങ്ങൾക്ക് അങ്ങനെ ഒരേ കിടപ്പ് കിടക്കേണ്ടി വരികയില്ല. നിങ്ങൾക്കാദ്യം സൂര്യ ചികിത്സ ചെയ്യാം. പിന്നെ ലഘുവായ വ്യായാമമുറകൾ. പിന്നെ അതിൽ ദശകെട്ടുമ്പോൾ ഒടുവിൽ ഓപ്പറേഷനും.'

'പക്ഷേ എനിക്ക് ആറുമാസക്കാലം കാത്തിരിക്കാൻ വയ്യ.'

ഡോക്ടർ തന്റെ സൂക്ഷ്മമൃദുലമായ വിരലുകൾ തൊപ്പിയിൽ വിടർത്തി വെച്ചു. എന്നിട്ട് മന്ദഹസിച്ചു.

'മുന്നണിയിലേക്ക് മടങ്ങിപ്പോകാൻ നിങ്ങൾക്ക് ധൃതിയായി അല്ലേ?'

'പിന്നല്ലാതെ'

'അതെ വളരെ സുന്ദരമായിരിക്കുന്നു' അയാൾ പറഞ്ഞു. നിങ്ങൾ ഒരു കുലീനനായ യുവാവാണ്. അദ്ദേഹം കുനിഞ്ഞ് എന്റെ നെറ്റിയിൽ വളരെ സൂക്ഷ്മ മൃദുലമായി ഉമ്മവെച്ചു.

ഞാൻ വാലന്റീനിയെ വിളിപ്പിക്കാം. ഒന്നുമോർത്തും വിഷമിക്കേണ്ട- ഉത്കണ്ഠപ്പെടുകയും വേണ്ട. നല്ല പയ്യനായി ഇരിക്കു'

'നിങ്ങൾ ഒരു ഡ്രിങ്ക് എടുക്കുമോ?' ഞാൻ ചോദിച്ചു.

'ഇല്ല- നന്ദി. ഞാൻ മദ്യം കഴിക്കാറേ ഇല്ല'

'ഒരേയൊരെണ്ണം എടുക്കൂ.' ഗ്ലാസുകൾ കൊണ്ടുവരാനായി ഞാൻ പോർട്ടർക്ക് ബെൽ അടിച്ചു.

'ഇല്ല ഇല്ല നന്ദി- അവർ അവിടെ എന്നെ കാത്തുനില്ക്കുകയാണ്'

'ഗുഡ് ബൈ' ഞാൻ പറഞ്ഞു.

'ഗുഡ് ബൈ.'

രണ്ടു മണിക്കൂറുകൾ കഴിഞ്ഞപ്പോൾ ഡോക്ടർ വാലന്റീനി മുറിയിൽ കടന്നുവന്നു. അദ്ദേഹം വളരെ തിടുക്കത്തിലായിരുന്നു. അദ്ദേഹത്തിന്റെ മീശ മേൽപോട്ട് പിരിച്ചുവെച്ച് അറ്റങ്ങൾ കൂർത്ത നിലയിലായിരുന്നു. ഒരു മേജറായിരുന്ന അദ്ദേഹത്തിന്റെ മുഖം വെയിൽകൊണ്ട് ഇരുണ്ടിരുന്നു. അദ്ദേഹം സദാ ചിരിച്ചുകൊണ്ടിരുന്നു.

'ഇതെങ്ങനെയാണ് നിങ്ങൾ പറ്റിച്ചത്? ഈ നശിച്ച സംഗതി ?' അദ്ദേഹം ചോദിച്ചു. 'ആ എക്സ്-റേകൾ ഒന്നുകൂടി കാണട്ടെ- അതെയതെ- അപ്പോഴതങ്ങനെയാണ്. നിങ്ങൾ ഒരു മുട്ടനാടിനെപ്പോലെ കരുത്തനാണ്. ഏതാണീ സുന്ദരിപ്പെൺകുട്ടി? നിങ്ങളുടെ പെൺകുട്ടിയാണല്ലോ? ഞാനും അങ്ങനെ വിചാരിച്ചു.'

ഇതൊരു നശിച്ച യുദ്ധം തന്നെയാണല്ലേ? ഇപ്പോൾ നിങ്ങൾക്ക് എങ്ങനെ അനുഭവപ്പെടുന്നു?' നീയൊരു ഒന്നാന്തരം ചെറുപ്പക്കാരനാണ്. നിങ്ങളെ ഞാൻ പുതിയതിനേക്കാൾ മെച്ചമാക്കിത്തരാം. ഇപ്പോൾ ഇതിത്തിരി വേദനിക്കുന്നുണ്ട്. അല്ലേ? നിങ്ങൾക്ക് ബെറ്റ് വെക്കാം അത് വേദനിക്കുന്നു. ഈ ഡോക്ടർമാർക്ക് നിങ്ങളെയിങ്ങനെ വേദനിപ്പിക്കാൻ എന്തൊരിഷ്ടമാണെന്നോ. ഇതുവരേക്കും അവർ എന്താണ് നിങ്ങൾക്ക് ചെയ്തു തന്നത്? ആ പെൺകൊടിക്ക് ഇറ്റാലിയൻ സംസാരിക്കാൻ കഴിയുമോ? അവളത് തീർച്ചയായും പഠിക്കേണ്ടതാണ്.

എന്തൊരു ചന്തം തികഞ്ഞ പെൺകുട്ടി. വേണമെങ്കിൽ ഞാൻ അവൾക്ക് പഠിപ്പിച്ചുകൊടുക്കാം. ഞാനും ഒരു രോഗിയായി ഇവിടെ കിടക്കണമെന്നു വിചാരിക്കുന്നു. അല്ലെങ്കിൽ വേണ്ട, ഞാനിവിടത്തെ പ്ര സവകേസുകൾ നോക്കിക്കൊള്ളാം തികച്ചും സൗജന്യമായി. അവൾക്കത് മനസ്സിലാകുന്നുണ്ടോ? അവൾ, അവളുണ്ടല്ലോ നിങ്ങൾക്ക് ഒരു ഒന്നാന്തരം ചെറുക്കനെ പെറ്റുതരും. ഒരു സുന്ദരൻ സ്വർണമുടിക്കാരനെ അവളെപ്പോ ലെത്തന്നെ ഇതാ ഇതെങ്ങനെ? നന്നായി. ഒരു കുഴപ്പവുമില്ല. എന്തൊരു സുന്ദരിപ്പെൺകുട്ടി. ചോദിക്കു എന്നോടൊപ്പം അത്താഴം കഴിക്കാമോ എന്ന്. അല്ലെങ്കിൽ വേണ്ട- ഞാനവളെ നിങ്ങളിൽ നിന്നും തട്ടിയെടുത്തു കൊണ്ടുപോകുന്നില്ല. നന്ദി. വളരെ നന്ദി മിസ്. തീർന്നു. അത്രേയുള്ളൂ.

'ഇത്രയേ എനിക്കറിയേണ്ടതുള്ളൂ' അദ്ദേഹം എന്റെ ചുമലിൽ തട്ടി.

'ഡ്രെസ്സിംഗ്സ്' അഴിഞ്ഞുതന്നെ കിടക്കട്ടെ.'

'ഒരു ഡ്രിങ്ക് കഴിക്കാമോ ഡോക്ടർ വാലന്റീനി?'

'ഒരു ഡ്രിങ്ക്? തീർച്ചയായും. വേണമെങ്കിൽ ഞാൻ പത്തെണ്ണം കഴിക്കും. എവിടെയുണ്ട്?'

'അലമാരയിൽ മിസ് ബാർക്ലി എടുത്തുതരും കുപ്പി.'

'ചീറീ- ഹോ ചീയറി ഹോ. മിസ്. എന്തൊരു മനോഹരിയായ പെൺകുട്ടി. ഞാനിതിനേക്കാൾ മുന്തിയ കോണ്യാക് കൊണ്ടുവന്നു തരാം നിങ്ങൾക്ക്' അദ്ദേഹം തന്റെ മീശ തുടച്ചു.

'എപ്പോൾ ഓപ്പറേറ്റ് ചെയ്യാമെന്നാണ് താങ്കൾ കരുതുന്നത്?'

'നാളെ രാവിലെ. അതിനേക്കാൾ മുമ്പ് പറ്റില്ല. നിങ്ങളുടെ വയറ് ശൂന്യമാക്കേണ്ടതുണ്ട്. നിങ്ങളെ വൃത്തിയാക്കുകയും വേണം. താഴെയുള്ള പ്രായംചെന്ന സ്ത്രീക്ക് ഞാൻ ആവശ്യമുള്ള നിർദ്ദേശങ്ങൾ കൊടുത്തുകൊ ള്ളാം. ഗുഡ് ബൈ. അപ്പോൾ നാളെ കാണാം. ഇതിനേക്കാൾ മുന്തിയ

കോണ്യാക് ഞാൻ കൊണ്ടുവന്നുതരാം. ഗുഡ് ബൈ നാളെ വരേക്കും. നല്ലൊരു ഉറക്കം കിട്ടുമോ എന്നു നോക്കൂ. ഞാൻ നാളെ കാലത്തേ വന്നു കാണാം' വാതിൽക്കൽ നിന്നുകൊണ്ട് അദ്ദേഹം കൈവീശി. മുകളിലേക്കുയർന്ന മീശയഗ്രങ്ങളോടെ, ഇരുണ്ട മുഖത്ത് ഒരു മന്ദഹാസത്തോടെ. അദ്ദേഹത്തിന്റെ കോട്ടിന്റെ കയ്യിൽ ഒരു കൊച്ചുപെട്ടിയിൽ ഒരു സ്റ്റാർ ഉണ്ടായിരുന്നു. കാരണം അദ്ദേഹമൊരു മേജറാണ്.

16

അന്നരാത്രി മുറിയിലേക്ക് ഒരു വവ്വാൽ പറന്നുവന്നു. ബാൽക്കണിയിലേക്ക് തുറക്കുന്ന വാതിലിലൂടെയാണ് അത് ഉള്ളിലേക്ക് പറന്നുവന്നത്. പട്ടണത്തിലെ മേൽപ്പുരകൾക്കു മുകളിലൂടെ രാത്രി പെയ്തിറങ്ങുന്നത് ഞങ്ങൾ നോക്കിയിരിക്കാറുള്ള വാതിലിലൂടെ. ദൂരെ ടൗണിൽ നിന്ന് അരിച്ചെത്തുന്ന ദുർബ്ബലമായ ചില വെളിച്ചങ്ങളൊഴിച്ചാൽ മുറി ഏതാണ്ട് ഇരുട്ടിലായിരുന്നു. വവ്വാൽ നിർഭയനായിരുന്നു. പുറത്ത് ഇരതേടി പറക്കുന്നതുപോലെത്തന്നെ അത് മുറിക്കുള്ളിലും ഇരതേടി പറന്നു. ഞങ്ങൾ കിടന്നുകൊണ്ട് അതിനെ നോക്കിക്കൊണ്ടിരുന്നു. അത് ഞങ്ങളെ കണ്ടിരിക്കാൻ സാദ്ധ്യതയില്ല കാരണം അത്രയ്ക്ക് നിശ്ചലരായിട്ടാണ് ഞങ്ങൾ കിടന്നിരുന്നത്. അത് മുറിയിൽ നിന്നും പറന്നുപോയതിനുശേഷം ഒരു സേർച്ച് ലൈറ്റിന്റെ നീളൻ രശ്മി ആകാശത്തിലൂടെ കടന്നുപോകുന്നത് ഞങ്ങൾ നോക്കിക്കൊണ്ടിരുന്നു. അത് നീങ്ങിപ്പോയിക്കഴിഞ്ഞപ്പോൾ മുറി വീണ്ടും ഇരുട്ടിലായി, പിന്നെ ഒരു ഇളംകാറ്റ് ആ രാത്രിയിലേക്ക് പറന്നുവന്നു. അടുത്ത വീടിന്റെ തുറന്ന മേൽപുരയിൽ നിന്നുകൊണ്ട് ആന്റി-എയർക്രാഫ്റ്റിലെ അംഗങ്ങൾ സംസാരിക്കുന്നത് ഞങ്ങൾക്ക് കേൾക്കാമായിരുന്നു. രാത്രിക്ക് തണുപ്പേറി വന്നതിനാൽ അവർ താന്താങ്ങളുടെ കോട്ടുകൾ ധരിച്ചിരുന്നു. ആ രാത്രി ആരെങ്കിലും മുറിയിലേക്ക് കടന്നുവരുമോ എന്നു ഞാൻ ഭയപ്പെട്ടു. പക്ഷേ കാതറിൻ പറഞ്ഞു അവരൊക്കെ പൂണ്ട ഉറക്കത്തിലാണെന്ന്. രാത്രിയിലെപ്പോഴോ ഒരിക്കൽ ഞങ്ങളൊന്ന് ഉറങ്ങിപ്പോയി. പിന്നീട് ഞാനുണർന്നപ്പോൾ അവൾ അരികിലുണ്ടായിരുന്നില്ല. പക്ഷേ അവൾ ഹാളിലൂടെ നടന്നുവരുന്ന ശബ്ദം ഞാൻ കേട്ടു. എന്നിട്ട് അവൾ വാതിൽ തുറന്നു കിടക്കയിലേക്ക് തിരികെ വന്നു താഴത്തെ നിലയിലേക്ക് പോയതായിരുന്നുവെന്ന് അവൾ പറഞ്ഞു. അവരെല്ലാം ഗാഢനിദ്രയിലാണെന്നും, മിസ് കാംപെന്റെ വാതിലിനരികെ നിന്നപ്പോൾ അവർ കൂർക്കം വലിക്കുന്ന ശബ്ദം കേട്ടുവെന്നും അവൾ പറഞ്ഞു. അവൾ കുറേ ബിസ്കറ്റുകൾ കൊണ്ടുവന്നിരുന്നു. ഞങ്ങൾ അത് തിന്നു. പിന്നെ കുറച്ച് വെർമുത്തും കുടിച്ചു. ഞങ്ങൾക്ക് വളരെയേറെ വിശന്നിരുന്നു. പക്ഷേ ഇക്കഴിച്ചതെല്ലാം

രാവിലെ എന്നിൽ നിന്നും പുറത്തെടുക്കേണ്ടതാണെന്ന് അവൾ പറഞ്ഞു. നേരം പുലർന്ന് വെളിച്ചം വീശിയപ്പോൾ ഞാൻ ഒന്നുകൂടി കിടന്നുറങ്ങി. ഉണർന്നപ്പോൾ അവൾ വീണ്ടും പോയിരിക്കയാണെന്നു കണ്ടു. കുറച്ചുകഴിഞ്ഞപ്പോൾ അവൾ വളരെയേറെ പ്രസന്നവതിയും മനോഹരിയുമായി കടന്നുവന്ന് എന്റെയരികിൽ കിടക്കയിലായിരുന്നു. തെർമോമീറ്റർ വായിൽ വെച്ചുകൊണ്ടിരിക്കുന്ന സമയത്ത് സൂര്യൻ ഉദിച്ചുപൊങ്ങുന്നത് ഞാൻ കണ്ടു. മേൽക്കൂരകളിലെ തുഷാരത്തിന്റേയും, ആന്റി എയർക്രാഫ്റ്റിലെ ആളുകൾ കുടിക്കുന്ന കാപ്പിയുടെയും' മണം ഉയർന്നുവന്നു.

'നമുക്കൊരുമിച്ച് ഒന്നു നടക്കാനിറങ്ങാൻ പറ്റിയിരുന്നെങ്കിൽ' കാതറിൻ പറഞ്ഞു 'ഒരു ചക്രക്കസേര കിട്ടിയിരുന്നെങ്കിൽ ഞാൻ നിന്നെ ഉന്തിക്കൊണ്ടുപോയേനെ'

'എനിക്കെങ്ങനെ കസേരയിൽ കയറിയിരിക്കാൻ സാധിക്കും?'

'അതൊക്കെ നമ്മളൊരുമിച്ച് ചെയ്യും'

'നമുക്കങ്ങനെ പാർക്കിലേക്ക് പോയി പുറത്തുനിന്ന് ബ്രേക്ഫാസ്റ്റ് കഴിക്കാമായിരുന്നു.'

ഞാൻ തുറന്നുകിടന്നിരുന്ന വാതിൽക്കലേക്ക് നോക്കി.

'വാസ്തവത്തിൽ നമ്മളിപ്പോൾ ചെയ്യാൻ പോകുന്നത്....? അവൾ പറഞ്ഞു 'നിന്റെ സുഹൃത്ത് ഡോക്ടർ വാലന്റീനിക്കുവേണ്ടി ഒരുങ്ങി തയ്യാറാവുക എന്നതാണ്'

'അയാളൊരു ഗംഭീര മനുഷ്യനാണെന്ന് എനിക്ക് നേരത്തെ തോന്നിയിരുന്നു.''നിനക്കയാളെ ഇഷ്ടമുള്ളയത്രയും എനിക്കില്ല. പക്ഷേ എനിക്ക് തോന്നുന്നു അയാളൊരു നല്ല മനുഷ്യനാണെന്ന്.'

'കിടക്കയിലേക്ക് തിരിച്ചുവരൂ കാതറിൻ. പ്ലീസ്.'

'ഇപ്പോഴെനിക്ക് പറ്റില്ല, ഇന്നലത്തെ നമ്മുടെ രാത്രി മനോഹരമായിരുന്നില്ലേ?'

'ഇന്നുരാത്രി നിനക്ക് നൈറ്റ് ഡ്യൂട്ടി കിട്ടാൻ സാദ്ധ്യതയുണ്ടോ?'

'മിക്കവാറും. പക്ഷേ ഇന്നുരാത്രി നിനക്കെന്നെ വേണ്ടിവരില്ല.'

'ഉവ്വ്. വേണ്ടിവരും.'

'ഇല്ല നിനക്കെന്നെ വേണ്ടിവരില്ല. നിനക്കിതുവരെ ഓപ്പറേഷൻ ഒന്നുമുണ്ടായിട്ടില്ലല്ലോ. അതുകൊണ്ട് നിനക്കതിനെപ്പറ്റി അറിയില്ല. അതെങ്ങനെയിരിക്കുമെന്ന് നിനക്കറിയുകയേ ഇല്ല.'

'എനിക്കൊരു കുഴപ്പവുമുണ്ടാകില്ല.'

'നിനക്ക് തീരെ സുഖമില്ലാതാകും. നിനക്കപ്പോൾ ഞാൻ ഒന്നുമല്ലാതാകും'

അങ്ങനെയെങ്കിൽ ഇപ്പോൾ അടുത്തുവരൂ.'

'ഇല്ല' അവൾ പറഞ്ഞു. ' എനിക്ക് ചാർട്ട് തയ്യാറാക്കണം ഓമനെ പിന്നെ നിന്നെ ഒരുക്കുകയും വേണം'

'നീയെന്നെ സത്യത്തിൽ സ്നേഹിക്കുന്നില്ല. അല്ലെങ്കിൽ നീ എന്റെ അടുത്ത് വന്നേനെ'

'നീയൊരു പൊട്ടച്ചെറുക്കനാണ്" അവൾ എന്നെ ഉമ്മവെച്ചു.

ഇപ്പണി ചാർട്ടുണ്ടാക്കാൻ നന്ന്. നിന്റെ ടെംപറേച്ചർ എപ്പോഴും പാക ത്തിനാണ്. നിനക്ക് മനോഹരമായ ഒരു ടെംപറേച്ചർ ആണുള്ളത്.

'നിനക്കാകട്ടെ എല്ലാം മനോഹരമാണ്.'

'ഓ അല്ല. നിനക്ക് മനോഹരമായ ടെംപറേച്ചർ ആണുള്ളത്. ഞാൻ നിന്റെ ടെംപറേച്ചറിനെപ്പറ്റി ഭയങ്കരമായി അഭിമാനിക്കുന്നു.'

'നമ്മുടെ മക്കൾക്കെല്ലാം നല്ല മനോഹരമായ ടെംപറേച്ചർ ആയിരിക്കും.'

'നമ്മുടെ മക്കളുടെ ടെംപറേച്ചർ മൃഗീയമായിരിക്കാനാണ് സാദ്ധ്യത.'

'വാലന്റീനിക്ക് വേണ്ടി എന്നെയൊരുക്കാൻ നിനക്കെന്തൊക്കെ ചെയ്യേണ്ടതായിട്ടുണ്ട്?'

'അധികമൊന്നുമില്ല. പക്ഷേ തികച്ചും അസുഖകരം'

'നിനക്കത് ചെയ്യേണ്ടിവരുന്നത് എനിക്ക് വിഷമമാണ്.

'എനിക്കും' പക്ഷേ മറ്റാരെങ്കിലും നിന്നെ തൊടുന്നത് എനിക്കിഷ്ടമല്ല. ഞാൻ ഒരു പൊട്ടിപ്പെണ്ണാണ്. അവർ നിന്നെ തൊടുന്ന കാര്യമോർക്കു മ്പോൾത്തന്നെ എനിക്ക് അരിശം വരും'

'ഫെർഗൂസൻ. ആണെങ്കിൽപ്പോലും?'

'പ്രത്യേകിച്ച ഫെർഗൂസൻ ആണെങ്കിൽ. പിന്നെ മിസ് ഗേജും പി ന്നെ മറ്റേ സ്ത്രീയും എന്തായിരുന്നു അവളുടെ പേര്?"

'വാക്കർ?'

അതുതന്നെ. ഇപ്പോഴിവിടെ ഒരുപാട് നെഴ്സുമാരുണ്ട്. കുറേക്കൂടി രോഗികൾ ഇല്ലെങ്കിൽ അവർ ഞങ്ങളെ പറഞ്ഞുവിടും. ഇപ്പോഴവർക്ക് ഇവിടെ നാല് നേഴ്സുമാർ ഉണ്ട്.'

'ചിലപ്പോൾ രോഗികൾ വന്നേക്കും. അപ്പോൾ ഈ നഴ്സുമാരെയൊ ക്കെ വേണ്ടിവരും. ഇതൊരു വലിയ ആസ്പത്രിയാണല്ലോ?'

'കുറേ രോഗികൾ വന്നാൽ മതിയായിരുന്നു. അവരെന്നെ പറഞ്ഞുവി ടുകയാണെങ്കിൽ ഞാനെന്തുചെയ്യും? കുറേക്കൂടി രോഗികൾ എത്തിച്ചേരു ന്നില്ലെങ്കിൽ അവർ പറഞ്ഞുവിടുകതന്നെ ചെയ്യും.'

'അന്നേരം ഞാനും കൂടെ വരും.'

'വിഡ്ഢിത്തം പറയാതെ. നിനക്കിപ്പോൾ പോകാറൊന്നുമായില്ല.'

'പക്ഷേ വേഗം സുഖപ്പെടാൻ ശ്രമിക്കു, ഓമനെ. എന്നിട്ട് നമ്മൾ ഒരുമിച്ച് എവിടെയെങ്കിലുമൊക്കെ പോകും.'

'എന്നിട്ട് പിന്നീടെന്തുണ്ടാകും?'

'ചിലപ്പോൾ ഈ യുദ്ധമങ്ങ് അവസാനിച്ചേക്കാം. ഇതെപ്പോഴുമിങ്ങനെ തുടരുകയൊന്നുമില്ല.'

'എനിക്കുടനെ സുഖമാകും, വാലന്റീന എന്നെ ശരിപ്പെടുത്തിത്തരും.'

'ആ മീശയും വെച്ച് അയാളത് ചെയ്യുകതന്നെ ചെയ്യും. പിന്നെ ഓമനെ- ഈഥറിന്റെ മയക്കത്തിലേക്ക് വീഴുമ്പോൾ മറ്റെന്തെങ്കിലും മാത്രം ചിന്തിക്കു. നമ്മളെപ്പറ്റി ഒരിക്കലുമരുത്. കാരണം എന്താണെന്നുവെച്ചാൽ മയക്കത്തിലേക്ക് വീഴുമ്പോൾ, ആൾക്കാർ ചിലപ്പോൾ തോന്നിയതൊക്കെ വിളിച്ചുപറയും.'

'ഞാനപ്പോൾ എന്തിനെപറ്റിയാണ് ചിന്തിക്കേണ്ടത്?'

'എന്തെങ്കിലും. എന്തെങ്കിലും, പക്ഷേ നമ്മെപ്പറ്റി അരുത് നീ നിന്റെ വീട്ടിലുള്ളവരെപ്പറ്റി ചിന്തിച്ചോളൂ. മറ്റേതെങ്കിലും പെൺകുട്ടിയെപ്പറ്റിപോലും നിനക്ക് ചിന്തിക്കാവുന്നതാണ്.'

'പറ്റില്ല.'

അങ്ങനെയെങ്കിൽ നിനക്ക് പ്രാർത്ഥനകൾ ചൊല്ലാം. അത് എല്ലാവരിലും ഭയങ്കര മതിപ്പുളവാക്കും.

'ചിലപ്പോൾ ഞാൻ ഒന്നും മിണ്ടിയില്ലെന്നും വരാം.'

'നേരാണ് പലപ്പോഴും ആളുകൾ ഒന്നും മിണ്ടാറില്ല.'

'ഞാനൊന്നും മിണ്ടില്ല.'

അങ്ങനെയൊന്നും വീമ്പടിക്കല്ലേ ഓമനേ, വീമ്പടിക്കല്ലേ പ്ലീസ് നീയൊരു ഓമനയാണ് നിനക്ക് വീമ്പടിക്കേണ്ട കാര്യമില്ല.

'ഞാനൊരക്ഷരം മിണ്ടുകയില്ല.'

'ഇതാ ഇപ്പോൾ നീ ശരിക്കും വീമ്പടിക്കുകയാണ്. നിനക്കുതന്നെയറിയാം. അതിന്റെയാവശ്യമില്ലെന്ന്. അവർ നിന്നോട് ആഞ്ഞ് ശ്വസിക്കാൻ പറയുമ്പോൾ എന്തെങ്കിലും പ്രാർത്ഥനയോ കവിതയോ അങ്ങനെയെന്തെങ്കിലും തുടങ്ങിയാൽ മതി. അങ്ങനെയാകുമ്പോൾ നീയൊരു കുട്ടപ്പനായി മാറും. ഞാൻ അതിൽ ഭയങ്കരമായി അഭിമാനിക്കുന്നു. നിനക്ക് നല്ല മനോഹരമായ ടെംപറേച്ചർ ഉണ്ട്. നീ ഒരു കൊച്ചു പയ്യനെപ്പോലെയാണുറങ്ങുന്നത്. ഉറങ്ങുമ്പോൾ നിന്റെ കൈ തലയിണയെ ചുറ്റിപ്പിടിക്കുന്നു. പോരാത്തതിന് അപ്പോഴൊക്കെ നീയെന്നെമാത്രം ഓർക്കുന്നു. അതോ വേറെയേതെങ്കിലും പെൺകുട്ടിയെയാണോ? ഏതെങ്കിലും ഇറ്റാലിയൻ സുന്ദരിപ്പെണ്ണ്?

'നിന്നെമാത്രം'

'അതെ, തീർച്ചയായും എന്നെപ്പറ്റിമാത്രം. ഓ ഞാനെത്രമാത്രം നിന്നെ സ്നേഹിക്കുന്നു ഓമനെ. വാലന്റിനി നിനക്ക് നല്ലൊരു കാല് പണിതുതരും. ഞാൻ അത് കാണേണ്ടിവരാത്തതിൽ സന്തോഷിക്കുന്നു'

'എന്നിട്ട് നീയിന്നു രാത്രി നൈറ്റ് ഡ്യൂട്ടിക്ക് വരും.'

'വരും പക്ഷേ നീയത് അറിയുകയില്ലെന്നുമാത്രം.'

'നീ നോക്കിക്കോ എന്താണുണ്ടാവുകയെന്ന്.'

'അങ്ങനെ ഓമനേ.. ഇതാ ഇപ്പോൾ നീ അകവും പുറവും നല്ല ക്ലീൻ ആയിരിക്കുന്നു. പറഞ്ഞാട്ടെ എന്നോട്, നീയാകെ എത്ര പെൺകുട്ടികളെ പ്രേമിച്ചിട്ടുണ്ട്?'

'ആരെയുമില്ല?'

'ഉവ്വ്, നിന്നെമാത്രം.'

'മറ്റുള്ളവർ ശരിക്കും എത്ര പേരുണ്ട്?'

'ആരുമില്ല'

'എത്രപേരെ നിങ്ങൾ -എങ്ങനെയാണത് പറയുക?- കൂടെ തങ്ങിയിട്ടുണ്ട്?'

'ആരുമില്ല.'

'നീ എന്നോട് കള്ളം പറയുന്നു.'

'അതെ.'

'ശരി അതുകൊണ്ട് കുഴപ്പമില്ല. എന്നോട് ഇനിയും കള്ളങ്ങൾമാത്രം തുടർന്നു പറയുക. അതുതന്നെയാണെനിക്കും വേണ്ടത് അവരൊക്കെ സുന്ദരികളായിരുന്നോ?'

'ആരുടേയും കൂടെ ഞാൻ തങ്ങിയിട്ടില്ല.'

'അത് വളരെ ശരിയാണ്. അവർ വളരെയേറെ ആകർഷണീയരായിരുന്നോ?'

'അതിനെപ്പറ്റി എനിക്കൊന്നുമറിഞ്ഞുകൂടാ.'

'നീ എന്റേതുമാത്രമാണ് അതാണ് സത്യം. നീ ആരുടേയും സ്വന്തമായിരുന്നില്ല. പക്ഷേ അതങ്ങനെയായിരുന്നാൽപോലും ഞാനത് തെല്ലും കണക്കാക്കുന്നില്ല കേട്ടോ. എനിക്കവരെയൊന്നും ഒട്ടും പേടിയില്ല. പക്ഷേ ഒരു കാര്യം എന്നോട് അവരെപ്പറ്റി ഒരിക്കലും പറയരുത്. പിന്നെ ഒരു പുരുഷൻ, ഒരു സ്ത്രീയുടെ കൂടെ കിടന്നു എന്നുവെച്ചു. എപ്പോഴാണ് ആ പെൺകുട്ടി അതിന് ഇത്ര പണം ആവശ്യമുണ്ട് എന്നു പറയുക?'

'എനിക്കറിയില്ല.'

തീർച്ചയായും നിനക്കതറിയില്ല. ആ പെൺകുട്ടി 'ഞാൻ നിങ്ങളെ സ്നേഹിക്കുന്നു' എന്നു പറയുമോ? അതൊന്നു പറഞ്ഞുതരൂ എനിക്ക്. എനിക്കതറിഞ്ഞേതീരൂ.'

'പറയും അയാൾക്ക് അവളങ്ങനെ പറയുന്നത് കേൾക്കണമെങ്കിൽ മാത്രം.'

'അയാൾ പറയുമോ - അയാളവളെ സ്നേഹിക്കുന്നുവെന്ന്? പറയുമോ?

ഇത് വളരെ പ്രധാനമാണ്.'

'അയാൾ പറഞ്ഞേക്കും അയാൾക്കങ്ങനെ പറയണമെന്നുണ്ടെങ്കിൽ.'

'പക്ഷേ നീ ഒരിക്കലും പറഞ്ഞിട്ടില്ല. സത്യമല്ലേ?'

'ഞാൻ പറഞ്ഞിട്ടില്ല.'

'ശരിക്കും പറഞ്ഞിട്ടില്ല. എന്നോടു സത്യം പറയൂ.'

'ഇല്ല' ഞാൻ കളവ് പറഞ്ഞു.

'നീയൊരിക്കലും അങ്ങനെ പറഞ്ഞിട്ടുണ്ടാവില്ല.' കാതറിൻ പറഞ്ഞു. 'എനിക്കറിയാം. നീയൊരിക്കലും അങ്ങനെ പറഞ്ഞിട്ടുണ്ടാകില്ല.

'ഓ ഞാൻ നിന്നെ സ്നേഹിക്കുന്നു ഓമനെ.'

പുറത്ത് സൂര്യൻ മേൽപുരകൾക്ക് മീതെ ഉദിച്ചുപൊങ്ങി, അങ്ങു ദൂരെയായി വെയിൽവന്നുവീഴുന്ന പള്ളിഗോപുരങ്ങൾ എനിക്ക് കാണാമായിരുന്നു. അകവും പുറവും ഒരു പോലെ ശുചിയായി ഞാൻ ഡോക്ടറെ കാത്തു കിടന്നു.

'അപ്പോഴത് അങ്ങനെയാണല്ലോ?.' കാതറിൻ പറഞ്ഞു അയാൾക്ക് അങ്ങനെ വേണമെങ്കിൽ മാത്രം പെൺകുട്ടി അങ്ങനെ പറയും അല്ലേ?'

'എപ്പോഴും അങ്ങനെയായിരിക്കില്ല.'

'പക്ഷേ ഞാനെപ്പോഴും അങ്ങനെയായിരിക്കും. നിനക്കെന്താണോ ചെയ്യേണ്ടത് അത് മാത്രം ഞാൻ ചെയ്യും. അങ്ങനെയാകുമ്പോൾ നിനക്കൊരിക്കലും മറ്റുപെൺകുട്ടികൾ വേണമെന്ന് തോന്നുകയില്ല. അല്ലേ?' അവൾ എന്നെ തികഞ്ഞ സന്തോഷത്തോടെ നോക്കി.

'നിനക്ക് വേണ്ടതെന്താണോ അതു ഞാൻ ചെയ്യും. നിനക്ക് കേൾക്കേണ്ടതെന്താണോ അത് ഞാൻ പറയും. അങ്ങനെയങ്ങനെ ഞാനൊരു ഗംഭീര വിജയമായിത്തീരും. അങ്ങനെയാകില്ലേ ഞാൻ?'

'തീർച്ചയായും'

'ഇപ്പോൾ തയ്യാറായിക്കഴിഞ്ഞ സ്ഥിതിക്ക് ഞാനിനി എന്തു ചെയ്യണമെന്നാണ് നീ ആഗ്രഹിക്കുന്നത്?'

'കിടക്കയിലേക്ക് വീണ്ടും കയറിവരാൻ.'

'ശരി ഞാൻ വന്നുകൊള്ളാം.'

'കണ്ടില്ലേ' അവൾ പറഞ്ഞു. 'നിനക്കുവേണ്ടതെല്ലാം ഞാൻ ചെയ്യും.'

'നീയൊരു മനോഹരിയായ പെൺകുട്ടിയാണ്.'

'മറ്റേ കാര്യത്തിൽ ഞാനത്ര നിപുണയല്ല എന്നു ഞാൻ ഭയപ്പെടുന്നു.'

'നീയൊരു സുന്ദരിയാണ്.'

'നിനക്കെന്താണോ വേണ്ടത് അതുതന്നെയാണെനിക്കും വേണ്ടത്.'

ഇനിമേലിൽ ഞാനെന്ന ഒരാൾ അവശേഷിക്കുന്നില്ല,. നിനക്ക് വേണ്ടതെന്തോ അത് മാത്രമാണ് ഞാൻ.'

'എന്റെയോമനേ.'

'ഞാൻ നല്ലതാണ്. ഞാൻ ശരിക്കും നല്ലതല്ലേ? നിനക്കിനി വേറെ പെൺകുട്ടികൾ വേണ്ടല്ലോ? വേണമോ?'

'വേണ്ട.'

'കണ്ടില്ലേ - ഞാനെത്ര നല്ലതാണ്. നിനക്ക് വേണ്ടത് മാത്രമാണ്

ഇനിമേൽ ഞാൻ ചെയ്യുക.'

17

ഓപ്പറേഷനുശേഷം ഉണർന്നപ്പോൾ ഞാൻ മരിച്ചുപോയിട്ടൊന്നുമില്ലെന്ന് എനിക്ക് മനസ്സിലായി. നിങ്ങൾ മരിച്ചു പോകുന്നില്ല. അവർ നിങ്ങളെ ശ്വാസം മുട്ടിക്കുക മാത്രമേ ചെയ്യുന്നുള്ളൂ. അതൊരുതരം രാസികമായ ശ്വാസംമുട്ടിക്കൽ മാത്രമാണ്. ഒന്നും നിങ്ങൾക്ക് അനുഭവപ്പെടുകയില്ല. മദ്യപിച്ചാലെന്നപോലെ ഒരു ഓളം. പക്ഷേ ഛർദ്ദിക്കുവാൻ തുടങ്ങിയാൽ പുറത്തേക്ക് വരുന്നത് വെറും പിത്തവെള്ളം മാത്രമായിരിക്കും. ഛർദ്ദിച്ചു കഴിഞ്ഞാലോ ഒട്ടും സുഖം തോന്നുകയുമില്ല. അത് മാത്രമാണ് വ്യത്യാസം കട്ടിലിന്റെയറ്റത്ത് മണൽച്ചാക്കുകൾ കെട്ടിത്തൂക്കിയിരിക്കുന്നത് ഞാൻ കണ്ടു. കട്ടിലിന്റെ ചട്ടത്തിൽ പിടിപ്പിച്ച കുഴലിലൂടെ ഞാത്തിയിട്ടിരിക്കയാണ് അവ. കുറച്ചു കഴിഞ്ഞപ്പോൾ ഞാൻ മിസ് ഗേജിനെകണ്ടു.

'ഇപ്പോഴെങ്ങനെയിരിക്കുന്നു?' അവൾ ചോദിച്ചു.

'ഭേദമുണ്ട്'

ആരെയും വിസ്മയിപ്പിക്കുന്ന ഒരു ജോലിയാണ് അദ്ദേഹം നിങ്ങളുടെ കാലിൽ ചെയ്തത്'

'എത്ര നേരമെടുത്തു'

'രണ്ടര മണിക്കൂർ'

'ഞാൻ മയക്കത്തിൽ എന്തെങ്കിലും വിഡ്ഢിത്തങ്ങൾ പുലമ്പിയോ?'

'ഒരക്ഷരം മിണ്ടിയില്ല. ഇനി സംസാരിക്കല്ലേ, അനങ്ങാതെ കിടക്കു.'

എനിക്ക് വീണ്ടും വീണ്ടും ഛർദ്ദിക്കാൻ വന്നു. കാതറിൻ പറഞ്ഞത് വാസ്തവമായിരുന്നു എന്ന് ഞാൻ ഓർത്തു. രാത്രി ഡ്യൂട്ടിയിൽ ആരാണെന്നുള്ളത് യാതൊരു വ്യത്യാസവും വരുത്തുന്നില്ല.

ഇപ്പോൾ എന്നെക്കൂടാതെ മൂന്നുരോഗികൾ കൂടിയുണ്ട് ആസ്പത്രിയിൽ. ഒന്ന് ജോർജിയയിൽ നിന്നുള്ള ഒരു റെഡ്ക്രോസുകാരൻ വളരെ മെലിഞ്ഞ് കണ്ടാൽ കൊള്ളാവുന്നവൻ. അയാൾക്ക് മലേറിയ ആണ്. പിന്നെ ന്യൂയോർക്കിൽ നിന്നുള്ള പയ്യൻ. അയാളും മെലിഞ്ഞ്, കണ്ടാൽ

തരക്കേടില്ലാത്തവൻ തന്നെ. മൂപ്പർക്ക് മലേറിയയോടൊപ്പം മഞ്ഞപ്പിത്ത വുമുണ്ട്. പിന്നെ മറ്റൊരു നല്ല പയ്യൻ. യുദ്ധസ്മരണയ്ക്കായി സൂക്ഷിക്കാൻ ഒരു കോംപിനേഷൻ ഷാർപ്പ്നെല്ലിന്റെ ഫ്യൂസ്-ക്യാപ്പ് ഊരി മാറ്റാൻ ശ്രമിക്കുന്നതിനിടയിൽ അത് പൊട്ടിത്തെറിച്ച് ഗുരുതരമായി പരിക്കേറ്റവൻ. ആസ്ട്രിയക്കാർ മലകളിലെ വെടിവെപ്പിനായി പ്രത്യേകം ഉപയോഗിച്ചിരുന്നു. നോസ്ക്യാപ്പാട്ടുകൂടിയ ഷാർപ്പ്നെൽ ആയിരുന്നു അത്. പൊട്ടിത്തെറിക്കുശേഷം നിരുപദ്രവമായി കിടക്കുന്നതരം. പക്ഷേ പിന്നീട് സമ്പർക്കം കൊണ്ട് അതിഭയങ്കരമായി പൊട്ടിത്തെറിക്കുമെന്നുമാത്രം.

നഴ്സുമാരുടെയിടയിൽ കാതറീൻ ബാർക്ലി ആരാധ്യയായ ഒരു ഓമനയായിരുന്നു. കാരണം അവൾ എത്രവേണമെങ്കിലും നൈറ്റ് ഡ്യൂട്ടിയെടുക്കാൻ തയ്യാറായിരുന്നു എന്നത് തന്നെ. മലേറിയ പയ്യന്മാരുടെ മുറികളിൽ അവൾക്ക് ചെറിയ പണികളുണ്ട്. പിന്നെ നോസ് ക്യാപ്പ് ഊരാൻ ശ്രമിച്ച പയ്യൻ വളരെ പെട്ടന്ന് തന്നെ ഞങ്ങളുടെ സുഹൃത്തായി മാറി. അത്യാവശ്യമുണ്ടെങ്കിൽ മാത്രമേ അവൻ ബെല്ലടിച്ച് വിളിപ്പിക്കുകയുള്ളൂ. ഈ പണികളൊഴിച്ചുള്ള സമയത്തെല്ലാം ഞങ്ങൾ ഒരുമിച്ചായിരുന്നു. ഞാൻ അവളെ വളരെയധികം സ്നേഹിച്ചിരുന്നു, അവൾ എന്നേയും. പകൽസമയമെല്ലാം ഞാൻ കിടന്നുറങ്ങി. ചിലപ്പോൾ പകൽനേരങ്ങളിൽ ഞങ്ങൾ കുറിപ്പുകൾ കൈമാറി. ഇക്കാര്യത്തിൽ ഫെർഗൂസനാണ് ഞങ്ങളെ സഹായിച്ചിരുന്നത്. ഫെർഗൂസൻ കൊള്ളാവുന്ന ഒരു പെൺകുട്ടിയായിരുന്നു. അവളെപ്പറ്റി കൂടുതലായി ഒന്നുമറിയാൻ എനിക്ക് കഴിഞ്ഞിരുന്നില്ല. ഒരു സഹോദരൻ അമ്പത്തിരണ്ടാം ഡിവിഷനിലാണെന്നും മറ്റൊരാൾ മെസപ്പെട്ടാമിയയിലാണെന്നും, അവൾക്ക് കാതറീൻ ബെർക്‌ലിയെ ജീവനാണെന്നുമൊഴിച്ച്.

'നീ ഞങ്ങളുടെ വിവാഹത്തിന് വരില്ലേ ഫെർഗീ?' ഞാനൊരിക്കൽ അവളോട് ചോദിച്ചു.

'നിങ്ങളൊരിക്കലും പക്ഷേ വിവാഹിതരാവില്ല.'

'ഉവ്വ് ഞങ്ങൾ വിവാഹിതരാകും'

'ഇല്ല, ഒരിക്കലുമില്ല'

'എന്തുകൊണ്ടില്ല'

'വിവാഹത്തിനുമുമ്പുതന്നെ നിങ്ങൾ തല്ലിപ്പിരിയും.'

'ഇല്ല ഞങ്ങൾ ഒരിക്കലും തമ്മിൽ വഴക്കടിക്കില്ല.'

'അല്ലെങ്കിൽ നീ മരിച്ചുപോകും. തമ്മിലടിക്കുക അല്ലെങ്കിൽ മരിക്കുക. ഇപ്പോഴെല്ലാവരും അങ്ങനെയാണ് ചെയ്യുന്നത്. ആരും വിവാഹം കഴിക്കുന്നില്ല'

'ഞാൻ അവളുടെ കൈ എത്തിപ്പിടിക്കാൻ ഒരു ശ്രമം നടത്തി.'

'എന്നെ പിടിക്കാൻ ശ്രമിക്കേണ്ട' അവൾ പറഞ്ഞു.'ഞാൻ കരയുകയൊന്നുമല്ല.ചിലപ്പോൾ നിങ്ങളുടെ കാര്യത്തിൽ കുഴപ്പമൊന്നുമുണ്ടാകില്ലായിരിക്കും. പക്ഷേ ഒരു കാര്യം ഓർമയിൽ വെച്ചു കൊള്ളൂ. അവളെ കുഴപ്പത്തിൽ

ചാടിക്കാതെ നോക്കണം. എങ്ങാനുമവളെ കുഴപ്പത്തിൽ ചാടിച്ചാൽ, ഞാൻ നിങ്ങളെ കൊന്നുകളയും.'

'ഞാനവളെയൊരിക്കലും കുഴപ്പത്തിൽ ചാടിക്കയില്ല.'

'നല്ലത് എന്നാലും ഓർമയിൽ വെച്ചോളൂ. നിങ്ങൾക്ക് കുഴപ്പമൊന്നുമുണ്ടാകില്ലെന്ന് ഞാൻ വിശ്വസിക്കുന്നു. നിങ്ങൾ ഈ സമയം ആഘോഷിക്കുകയാണ്.'

'ഞങ്ങൾ ആഘോഷിക്കുകതന്നെയാണ്.'

'അങ്ങനെയെങ്കിൽ ഒരിക്കലും തമ്മിൽ തല്ലാതെയിരിക്കാൻ ശ്രമിക്കൂ അവളെ പ്രശ്നങ്ങളിലേക്ക് വലിച്ചിഴക്കാതെയും.'

'ഞാനൊരിക്കലും അങ്ങനെ ചെയ്യില്ല.'

'നല്ലതുപോലെ ഓർമ്മിച്ചോളൂ. അവൾ യുദ്ധക്കുഞ്ഞുങ്ങളെ പ്രസവിക്കുകയെന്നത് എനിക്കിഷ്ടമുള്ള കാര്യമല്ല കേട്ടോ.'

'നീയൊരു നല്ല പെൺകുട്ടിയാണ് ഫെർഗീ.'

'അല്ല ഞാനങ്ങനെയൊന്നുമല്ല. എന്നെ മുഖസ്തുതികൊണ്ട് കയ്യിലെടുക്കാമെന്ന് കരുതേണ്ട. ആട്ടെ- കാലിപ്പോൾ എങ്ങനെയിരിക്കുന്നു.?'

'കുഴപ്പമൊന്നുമില്ല.'

'തലയെങ്ങനെയിരിക്കുന്നു?' അവൾ വിരലുകൾകൊണ്ട് തലയിലൊന്നു തൊട്ടു. മരവിച്ചുപോയ കാൽപാദം കൊണ്ടു തൊടുന്നതുപോലെ തോന്നി.

'തലയെന്നെ ഒരിക്കലും ബുദ്ധിമുട്ടിച്ചിരുന്നില്ല.'

'ഇതുപോലെയൊരു നീർവീക്കം ചിലപ്പോൾ ഭ്രാന്തിലേക്ക് നയിച്ചേക്കാം. നിങ്ങൾക്കിതുകൊണ്ട് ബുദ്ധിമുട്ടൊന്നുമില്ല?'

'ഇല്ല'

'നിങ്ങളൊരു ഭാഗ്യവാനായ ചെറുപ്പക്കാരനാണ്. നിങ്ങൾ നിങ്ങളുടെ പ്രണയലേഖനം എഴുതിക്കഴിഞ്ഞോ? എനിക്ക് താഴേക്ക് പോകാറായി'

'ഇതാ കഴിഞ്ഞു.' ഞാൻ പറഞ്ഞു.

'കുറച്ചുദിവസത്തേക്ക് നൈറ്റ് ഡ്യൂട്ടി എടുക്കല്ലേയെന്ന് നിങ്ങൾ അവളോടൊന്ന് പറയേണ്ടതാണ്. അവൾ വല്ലാതെ ക്ഷീണിച്ചുവരുന്നു'

'ശരിയാണ് ഞാൻ പറഞ്ഞുകൊള്ളാം.'

'എനിക്ക് നൈറ്റ് ഡ്യൂട്ടി എടുക്കണമെന്നുണ്ടായിരുന്നു. പക്ഷേ അവൾ സമ്മതിക്കുന്നില്ല. മറ്റുള്ളവർക്കൊക്കെയും സന്തോഷമാണ്. നിങ്ങളവൾക്ക് അല്പം വിശ്രമം കൊടുക്കേണ്ടതാണ്.'

'ശരി'

'ഉച്ചക്ക് മുമ്പുള്ള സമയത്തെല്ലാം നിങ്ങൾ ഉറങ്ങുന്നതിനെപ്പറ്റി മിസ് വാൻ കാംപെൻ പറഞ്ഞുതുടങ്ങിയിട്ടുണ്ട്.'

'അവർ പറഞ്ഞുകൊള്ളട്ടെ.'

'കുറച്ച ദിവസം നൈറ്റ് ഡ്യൂട്ടിയിൽ നിന്ന് മാറിനിൽക്കാൻ നിങ്ങളവ ളോട് പറഞ്ഞാൽ കൊള്ളാമായിരുന്നു.'

'ഞാനുമങ്ങനെത്തന്നെ ചിന്തിക്കുന്നു.'

'ഓ ഞാനത് വിശ്വസിക്കുന്നില്ല. അവൾ ഞാനെഴുതിയ കുറിപ്പുമെടുത്ത് പുറത്തേക്ക് പോയി. ഞാൻ ബെല്ലടിച്ചു. അൽപനേരത്തിനകം മിസ് ഗേജ് കടന്നുവന്നു.

'എന്താണ് കാര്യം?'

'നിന്നോടൊരു കാര്യം പറയണമെന്നുവെച്ചു. മിസ് ബാർക്‌ലിയെ നൈറ്റ് ഡ്യൂട്ടിയിൽ നിന്നും കുറച്ചുകാലത്തേക്ക് മാറ്റേണ്ടതാണെന്ന് നിങ്ങൾ വിചാരിക്കുന്നില്ലേ? ഈയിടെ അവൾ വളരെയധികം ക്ഷീണിതയായി കാണപ്പെടുന്നു എന്താണവൾ ഇത്രയും ദീർഘകാലത്തേക്ക് നൈറ്റ് ഡ്യൂട്ടിയിൽ തുടരുന്നത്?'

മിസ് ഗേജ് എന്നെയൊരു നോട്ടം നോക്കി.

'ഞാൻ നിങ്ങളുടെ ചങ്ങാതിയാണ്' അവൾ പറഞ്ഞു. 'എന്നോട് നിങ്ങൾ അത്തരത്തിൽ സംസാരിക്കേണ്ടതില്ല'

'നീയെന്താണ് അർത്ഥമാക്കുന്നത്?'

'ഓ പൊട്ടൻ കളിക്കല്ലേ. ഇതു മാത്രമാണോ നിങ്ങൾക്ക് വേണ്ടിയിരുന്നത്?'

'അൽപം വെർമുത്ത് കുടിക്കുന്നോ?'

ശരി. 'അതിനുശേഷം എനിക്ക് പോകേണ്ടതുണ്ട്.' അലമാര തുറന്ന് അവൾ കുപ്പിയും ഒരു ഗ്ലാസുമെടുത്ത് കൊണ്ടുവന്നു.

'ഗ്ലാസ് നീയെടുത്തോളൂ ഞാൻ കുപ്പിയിൽനിന്നും കുടിച്ചോളാം.'

'ഇതാ നിങ്ങളുടെ ആരോഗ്യത്തിനുവേണ്ടി, മിസ് ഗേജ് പറഞ്ഞു.

'ഞാൻ രാവിലെ വളരെ വൈകിയുണരുന്നതിനെപ്പറ്റി വാൻകാംപെൻ എന്താണ് പറയുന്നത്?'

അവളതിനെപ്പറ്റിയൊന്ന് പല്ലിളിച്ചെന്നുമാത്രം. 'മുതലാളിപ്പയ്യൻ രോഗി'യെന്നാണ് അവർ നിങ്ങളെ വിളിക്കുന്നത്. '

അവൾ പോയി തുലയട്ടെ

'അവളത്രക്ക് നീചയൊന്നുമല്ല' മിസ് ഗേജ് പറഞ്ഞു. 'ഇത്തിരി വയസ്സായിപ്പോയതിന്റെ അത്തും പിത്തുമാണ്. അവൾ ഒരിക്കലും നിന്നെ ഇഷ്ടപ്പെട്ടിരുന്നില്ല.'

'ഇല്ല'

'ശരി. പക്ഷേ ഞാൻ നിങ്ങളെ ഇഷ്ടപ്പെടുന്നു. ഞാൻ നിങ്ങളുടെ ചങ്ങാതിയാണ്. അത് മറക്കരുത്.

'നീയൊരു ഭയങ്കര നല്ല ആളാണ്'

'ഇല്ല നീ നല്ല പെൺകുട്ടിയായി കരുതുന്നത് ആരെയാണെന്നൊക്കെ എനിക്കറിയാം. പക്ഷേ ഞാൻ നിന്റെ സുഹൃത്താണ്. നിന്റെ കാൽ എങ്ങനെയിരിക്കുന്നു?

'കുഴപ്പമില്ല'

ഞാൻ കുറച്ച് തണുത്ത മിനറൽ വാട്ടർ അതിന്മീതെ ഒഴിക്കാനായിട്ട് കൊണ്ടുവന്നു തരാം. ബാന്റേജിനുള്ളിൽ ചൊറിച്ചിൽ തുടങ്ങും. പുറത്ത് നല്ല ചൂടാണ്.'

'നീയെന്തൊരു നല്ല പെൺകുട്ടിയാണ്!'

'അത് വല്ലാതെ ചൊറിയുന്നുണ്ടോ?'

'ഇല്ല അത് കുഴപ്പമൊന്നുമില്ല'

'ഞാനാ മണൽച്ചാക്കുകൾ ഒന്നുകൂടി സുഖകരമാകുന്ന വിധത്തിൽ ശരിയാക്കി വെക്കാം' ഒന്നു ചാരിനിന്നുകൊണ്ട് അവൾ പറഞ്ഞു' ഞാൻ നിന്റെ ചങ്ങാതിയാണ്.'

'എനിക്കറിയാം. നീയെന്റെ ചങ്ങാതിയാണെന്ന്.'

'ഇല്ല- നിനക്കതറിയില്ല. പക്ഷേ എന്നെങ്കിലും നീ അത് അറിയും'

കാതറിൻ ബാർക്‌ലി മൂന്നു രാത്രികൾ നൈറ്റ്ഡ്യൂട്ടിയിൽ നിന്നു മാറി നിന്നും. പിന്നീട് അവൾ തിരിച്ചുവന്നു. ഞങ്ങളിരുവരും വേർപെട്ട് ഓരോ ദൂരയാത്രക്കു പോയി തിരിച്ചുവന്നു. വീണ്ടും കാണുന്നതുപോലെയായിരുന്നു അത്.

18

വളരെ മനോഹരമായ ഒരു വേനൽക്കാലമായിരുന്നു അത്. എനിക്ക് പുറത്തിറങ്ങാമെന്നായപ്പോൾ ഞങ്ങളിരുവരും ഒരു കുതിരവണ്ടിയിൽകയറി പാർക്കിലൂടെ സവാരിചെയ്തു. മെല്ലെമെല്ലെ നീങ്ങുന്ന കുതിരകൾ, വാർണീഷിട്ട ക്ലർബൻ തൊപ്പി ധരിച്ച് മുന്നിലിരിക്കുന്ന ഡ്രൈവറുടെ പിറകിൽ, അരികിലിരിക്കുന്ന കാതറിൻ ബാർക്‌ലിയുമൊന്നിച്ച്.... കൈകൾ പരസ്പരം തൊടാനനുവദിച്ചാൽ, കൈകളുടെ പാർശ്വഭാഗങ്ങൾപോലും പരസ്പരം സ്പർശിച്ചുപോയാൽ, ഞങ്ങളിൽ വികാരങ്ങൾ ആളിക്കത്തി. പിന്നീട് എനിക്ക് ക്രച്ചസ് ഉപയോഗിച്ച് നീങ്ങാമെന്നായപ്പോൾ ഞങ്ങൾ 'ബിഫി'യിലോ 'ഗ്രാന്റ് ഇറ്റാലിയ'യിലോ ഭക്ഷണം കഴിക്കാൻ പോയി. വഴിയരികിൽ കോണിപ്പടികളുടെ താഴെ തറയിലിട്ട മേശക്കരികിൽ ഞങ്ങൾ ഇരുന്നു. വെയിറ്റർമാർ അകത്തേക്കും പുറത്തേക്കും വന്നും പോയുമിരുന്നു. തെരുവിലൂടെ ആൾക്കാർ നീങ്ങിക്കൊണ്ടിരിക്കുന്നത് ഞങ്ങൾക്ക് കാണാമായിരുന്നു. മേശവിരികളിൽ, ഷേഡുകൾ പിടിപ്പിച്ച മെഴുകുതിരികൾ കത്തിക്കൊണ്ടിരുന്നു. കുറച്ചുദിവസങ്ങൾക്കുശേഷം ഗ്രാന്റ് ഇറ്റാലിയ'യാണ് നല്ല ഹോട്ടൽ എന്നു ഞങ്ങൾ തീരുമാനിച്ചു. ഹെഡ് വെയിറ്റർ ആയിരുന്ന ജോർജ് തന്നെയാണ് ഞങ്ങളുടെ പാകം നോക്കി നിന്നിരുന്നത്. അയാൾ ഒരൊന്നാന്തരം വെയിറ്റർ ആയിരുന്നു. അതിനാൽ ചിലപ്പോൾ ഞങ്ങൾക്കുവേണ്ടി ഭക്ഷണം തിരിഞ്ഞെടുക്കാൻ ഞങ്ങൾ അയാളെ അനുവദിച്ചു.ആ നേരമത്രയും ഞങ്ങൾ ആളുകളേയും, സന്ധ്യാസമയത്തെ ഗ്രാന്റ് ഇറവലിയ- യേയും പിന്നെ തമ്മിൽത്തമ്മിലും നോക്കിയിരുന്നു. ഒരു ബക്കറ്റിനുള്ളിൽ ഐസിട്ട് അതിലിറക്കിവെച്ച നിലയിലാണ് അവർ വെളുത്ത കാപ്രി വിളമ്പിയിരുന്നത്. ഞങ്ങൾ പലതരത്തിലുള്ള വൈനുകൾ പരീക്ഷിച്ചുനോക്കിയിരുന്നു- ഫ്രീസ്, ബാർബെറാ, പിന്നെ ചില മധുരമുള്ള വെളുത്ത വൈനുകൾ. വൈൻ വിളമ്പാൻ മാത്രമായുള്ള ഒരു വെയിറ്റർ അവിടെയില്ലായിരുന്നു. യുദ്ധം നടക്കുന്നതുകൊണ്ടായിരുന്നു അത്. 'ഫ്രീസ്" പോലുള്ള മദ്യത്തെപ്പറ്റി ചോദിക്കുമ്പോൾ, ജോർജ് ലജ്ജാപൂർവ്വം മന്ദഹസിക്കും,

'സ്ട്രോബെറിയുടെ രുചിയുള്ള ഒരു മദ്യമുണ്ടാക്കുന്നതിനാൽ, അതിന്റെ പേരിൽ ഒരു രാഷ്ട്രം അറിയപ്പെടുക എന്നത് നിങ്ങൾക്ക് സങ്കൽപിക്കാനാകുമോ?' അവൻ പറഞ്ഞു.

'എന്തുകൊണ്ടായിക്കൂടാ?' കാതറിൻ ചോദിച്ചു. 'കേൾക്കുമ്പോൾത്തന്നെ മനോഹരമായി തോന്നുന്നു.'

'നിങ്ങൾക്കങ്ങനെ തോന്നുന്നുവെങ്കിൽ അത് നിങ്ങൾ പരിക്ഷിച്ചു നോക്കിക്കൊള്ളൂ. ലേഡി.' ജോർജ് പറഞ്ഞു. 'പക്ഷേ ടെനെന്റിക്കു വേണ്ടി ഒരു ചെറിയ കുപ്പി 'മാർഗോ' കൊണ്ടുവരാൻ ഭവതി എന്നെ അനുവദിക്കണം.'

'ഞാൻ അതും ഒന്നു പരീക്ഷിച്ചു നോക്കും ജോർജ്.'

'സാർ ഇത് ഞാൻ താങ്കൾക്കുവേണ്ടി ശുപാർശ ചെയ്യില്ല. അതിന് ഒരു നല്ല സ്ട്രോബറിയുടെ രുചി പോലുമില്ല.'

'അങ്ങനെയായിരിക്കാം' കാതറിൻ പറഞ്ഞു. 'സ്ട്രോബറിയുടെ രുചി കൂടിയുണ്ടായിരുന്നെങ്കിൽ അത് അത്ഭുതകരമായേനെ.'

'ഞാനിത് കൊണ്ടുവരാം.' ജോർജ് പറഞ്ഞു. 'ലേഡിക്ക് അത് മതിയായെന്ന് തോന്നിയാൽ ഞാനതെടുത്തുകൊണ്ടു പോവുകയും ചെയ്യാം.'

അതൊരു വൈനാണെന്നുപോലും തോന്നിക്കാത്ത വിധത്തിൽ അത്രയും മോശമായൊരു സാധനമായിരുന്നു. ജോർജ് പറഞ്ഞതുപോലെ അതിന് സ്ട്രോബറിയുടെ പോലും രുചിയില്ലായിരുന്നു. ഞങ്ങൾ അതിനാൽ കാപ്രി തന്നെ മതിയെന്ന് വെച്ചു.

ഒരു വൈകുന്നേരം എന്റെ കയ്യിൽ പണം തികയാതെ വന്നു. അപ്പോൾ ജോർജ് എനിക്ക് നൂറ് ലിറ കടം തന്നു.

'അതൊന്നും സാരമില്ല. ടെനന്റി' അവൻ പറഞ്ഞു. എനിക്കത് മനസ്സിലാക്കാൻ കഴിയും. പെട്ടെന്ന് പണം കയ്യിലില്ലാതെയായാലുള്ള അവസ്ഥ എനിക്കറിയാം. താങ്കൾക്കോ അല്ലെങ്കിൽ ലേഡിക്കോ പണം വേണമെന്നുണ്ടെങ്കിൽ എപ്പോൾ വേണമെങ്കിലും എന്നെ സമീപിക്കാം.'

ഭക്ഷണത്തിനുശേഷം ഞങ്ങൾ മറ്റു റെസ്റ്റോറന്റുകളുടെ വാതിൽപ്പടികൾക്കു താഴെക്കൂടെയും ഷട്ടറിട്ട ഷോപ്പുകളുടെ മുമ്പിലൂടെയും നടന്നു. പിന്നെ, ഒരു ചെറിയ കഫേയിൽ കയറി സാന്റ്‌വിച്ചുകൾ വാങ്ങി. അവർ അവിടെ രണ്ടുതരം സാന്റ്‌വിച്ചുകളാണ് വിറ്റിരുന്നത്. പിന്നിയിറച്ചിയും ലെററൂസും വെച്ച സാന്റ്‌വിച്ച്, മറ്റൊന്ന് മത്തി നിറച്ചതും. വിരലോളം മാത്രം നീളമുള്ള തിളങ്ങുന്ന ഇരുണ്ട നിറത്തിലുള്ള നന്നേ ചെറിയ റൊട്ടികൊണ്ടാണ് അവരത് ഉണ്ടാക്കിയിരുന്നത്. അത് രാത്രി കുറേ ചെല്ലുമ്പോൾ ഞങ്ങൾക്ക് വിശന്നാൽ കഴിക്കാനുള്ളതായിരുന്നു. പിന്നീട് ഞങ്ങൾ കത്തിഡ്രലിനുമുന്നിലെ കോണിപ്പടികൾക്കരികിൽ വെച്ച് ഒരു കുതിര വണ്ടി പിടിച്ചു. നേരെ ആശുപത്രിയിലേക്ക് തിരിച്ചു. ആസ്പത്രിയുടെ കവാടത്തിലെത്തിയപ്പോൾ, കാവൽക്കാരൻ ഓടിവന്നു എന്നെ ക്രച്ചസ് പിടിച്ചിറങ്ങാൻ സഹായിച്ചു. ഡ്രൈവർക്ക് പണം കൊടുത്തതിനുശേഷം

ഞാനും കാതറീനും കൂടി ലിഫ്റ്റിൽ കയറി മുകളിലേക്ക് പോയി. കാതറിൻ എനിക്കിറങ്ങേണ്ടതിന്റെ തൊട്ടുതാഴെയുള്ള നിലയിലിറങ്ങി. നഴ്സ് ക്വാർട്ടേഴ്സിലേക്ക് പോയി. ഞാൻ മുകളിലെ നിലയിലിറങ്ങി ക്രച്ചസിലൂന്നി ഹാൾ കടന്ന് എന്റെ മുറിയിലെത്തി, ചിലപ്പോൾ ഞാൻ വസ്ത്രം മാറി കിടക്കയിൽ കയറിക്കിടന്നു. മറ്റുചിലപ്പോൾ കാലുകൾ മറ്റൊരു കസേരയിലേക്ക് നീട്ടിവെച്ച് ഞാൻ ബാൽക്കണിയിൽ ഇരുന്നു. മേൽപ്പുരകൾക്ക് മുകളിലൂടെ പറക്കുന്ന കുരുവികളെ നോക്കിക്കൊണ്ട് കാതറീനു വേണ്ടി കാത്തിരുന്നു, അവൾ മുകളിലേക്ക് കയറിവരുമ്പോഴൊക്കെ ദീർഘമായ ഒരു യാത്രകഴിഞ്ഞ് മടങ്ങിവരികയാണെന്നെനിക്ക് തോന്നാറുണ്ടായിരുന്നു. ഞാൻ ക്രച്ചസിൽ ഊന്നിക്കൊണ്ട് അവളോടൊപ്പം ഹാൾ കടന്ന്, ബേസിനുകളുമായി, രോഗികൾ കിടക്കുന്ന മുറിയുടെ വാതിൽക്കൽ കാത്തുനിന്നു. ചിലപ്പോഴൊക്കെ അവളോടൊപ്പം അവരുടെ മുറികളിലേക്കും കടന്നുചെല്ലുകയും ചെയ്യുമായിരുന്നു. അത്, അവർ ഞങ്ങളുടെ സുഹൃത്തുക്കളാണോ അല്ലയോ എന്നതിനെ ആശ്രയിച്ചിരുന്നു. അവൾക്ക് ചെയ്യേണ്ട പണികളെല്ലാം ചെയ്തുകഴിഞ്ഞാൽ ഞങ്ങൾ എന്റെ മുറിയുടെ ബാൽക്കണിയിൽ പോയി ഇരുന്നു. അതിനുശേഷം ഞാൻ ഉറങ്ങാൻ പോയി. എല്ലാവരും ഉറങ്ങിയെന്നുകണ്ടാൽ, ഇനി അവർ വിളിക്കുകയില്ലെന്നുറപ്പായാൽ അവൾ മുറിയിലേക്ക് കടന്നുവരുമായിരുന്നു. എനിക്കവളുടെ മുടി കെട്ടഴിച്ചിടാൻ ഭയങ്കര ഇഷ്ടമായിരുന്നു. അവൾ അതിനുവേണ്ടി കിടക്കയിൽ അനങ്ങാതെ ഇരുന്നുതരുമായിരുന്നു. ചിലപ്പോൾ നിനച്ചിരിക്കാതെ അവൾ തലതാഴ്ത്തി എന്നെ ഉമ്മവെച്ചു. ഞാനവളുടെ തലയിലെ ഹെയർപിന്നുകൾ ഓരോന്നോരോന്നായി ഊരി മാറ്റിവെക്കും. കെട്ടഴിഞ്ഞ മുടിയുമായി അവൾ നിശ്ചലയായി ഇരിക്കുന്നത് ഞാൻ വളരെ നേരം നോക്കിയിരിക്കുമായിരുന്നു. അവസാനത്തെ രണ്ടു പിന്നുകൂടി ഊരിക്കഴിഞ്ഞാൽ മുടിയൊന്നാകെ അഴിഞ്ഞുവീഴുകയും അവൾ തലകുനിച്ച് മുടി വാരിയിടുമ്പോൾ ഞങ്ങൾ രണ്ടുപേരും അതിനുള്ളിൽ പെട്ടുപോവുകയും ചെയ്യുമായിരുന്നു. ഒരു കൂടാരത്തിനുള്ളിൽ അകപ്പെട്ടപോലെയായിരുന്നു അത്. അല്ലെങ്കിൽ ഒരു വെള്ളച്ചാട്ടത്തിന്റെ പുറകിലൊളിച്ചതുപോലെ.

അതിശയകരമാംവിധം മനോഹരമായിരുന്നു അവളുടെ മുടി. തുറന്ന വാതിലിലൂടെയെത്തുന്ന വെളിച്ചത്തിൽ, അവൾ മുടി പിരിച്ച് മുകളിലേക്കുയർത്തിക്കെട്ടുന്നതും നോക്കി ഞാൻ ചിലപ്പോൾ കിടക്കാറുണ്ടായിരുന്നു. വെട്ടം ശരിക്കും വീഴുന്നതിനുമുമ്പ് നദിയിലെ വെള്ളം തിളങ്ങുന്നതുപോലെ, അവളുടെ ഓരോ മുടിയിഴയും വെട്ടിത്തിളങ്ങിക്കൊണ്ടിരുന്നു. അവൾക്ക് മനോഹരമായ ഒരു മുഖവും ശരീരവുമാണുണ്ടായിരുന്നത്. മിനുമിനുത്ത ചർമ്മവും. ഒരുമിച്ച് ചേർന്നുകിടക്കുമ്പോൾ ഞാനവളുടെ കവിളുകൾ വിരൽത്തുമ്പുകൊണ്ട് തൊട്ടു. പിന്നെ അവളുടെ നെറ്റിത്തടത്തിൽ, പിന്നെ കണ്ണുകൾക്ക് താഴെ, പിന്നെ, താടിയിൽ പിന്നെ കഴുത്തിൽ, 'പിയാനോ കീ പോലെ മിനുമിനുത്തത്' ഞാൻ പറയുമായിരുന്നു. അപ്പോൾ അവൾ എന്റെ താടിയിലൂടെ വിരലോടിച്ചു. 'സാന്റ് പേപ്പർപോലെ മിനുസം. പിയാനോ കീയിൽ തട്ടുമ്പോൾ പരുപരുക്കൻ' എന്നു പറയുമായിരുന്നു.

'വല്ലാതെ പരുപരുക്കനാണോ?'

'ഇല്ല ഓമനെ ഞാൻ നിന്നെ കളിയാക്കുകയായിരുന്നു.'

രാത്രികൾ അതീവ സുന്ദരങ്ങളായിരുന്നു. തമ്മിൽത്തമ്മിൽ വെറുതെയൊന്നു തൊടുമ്പോൾപോലും ഞങ്ങൾ ആനന്ദപുളകിതരാകുമായിരുന്നു. കൂടാതെ സദാസമയവും പ്രണയത്തിലേർപ്പെടാൻ പാകത്തിൽ ഞങ്ങൾക്ക് ഞങ്ങളുടേതായ ചെറിയ ചെറിയ രീതികൾ ഉണ്ടായിരുന്നു. വ്യത്യസ്ത മുറികളിലായിരിക്കുമ്പോഴും പരസ്പരം ചിന്തകൾ കൈമാറാനും ഞങ്ങൾക്ക് കഴിഞ്ഞിരുന്നു. അത് മിക്കവാറും ഒത്തുവന്നിരുന്നു. ചിലപ്പോൾ ഞങ്ങളുടെ ചിന്തകളിലെ സമാനതകൾകൊണ്ടുമാവാമത്.

അവളീ ആസ്പത്രിയിൽ വന്ന ആദ്യത്തെ ദിവസം തന്നെ ഞങ്ങൾ വിവാഹിതരായിത്തീർന്നു എന്ന് ഞങ്ങൾ പരസ്പരം പറയുമായിരുന്നു. വിവാഹനാൾ തൊട്ടുള്ള മാസങ്ങൾ ഞങ്ങൾ എണ്ണി. എനിക്ക് അവളെ ശരിയാംവണ്ണം വിവാഹം കഴിക്കണം എന്നുണ്ടായിരുന്നു. പക്ഷേ വിവാഹിതയാണെന്നുകണ്ടാൽ അവർ അവളെ ആസ്പത്രിയിൽ നിന്നും പറഞ്ഞയച്ചേക്കാമെന്ന് കാതറിൻ പറഞ്ഞു. വിവാഹത്തിന്റെ തയ്യാറെടുപ്പുകളോ പ്രാരംഭ നടപടികൾപോലുമോ കണ്ടുപിടിച്ചാൽ അവർ ഞങ്ങളെ പരസ്പരമകറ്റുമെന്നും അവൾ പേടിച്ചിരുന്നു. വിവാഹിതരാകുന്നുവെങ്കിൽ അത് ഇറ്റാലിയൻ മുറപ്രകാരമേ സാധിക്കുമായിരുന്നുള്ളൂ. അതിന്റെ നടപടികളാകട്ടെ ഗംഭീരവുമായിരുന്നു. ഞാൻ യഥാർത്ഥത്തിൽ ഞങ്ങൾ വിവാഹിതരാകണം എന്നുവെച്ചത് മറ്റൊന്നും കൊണ്ടുമല്ല. ഒരു കുഞ്ഞുണ്ടാകുമെങ്കിലോ എന്നു കരുതിയാണ്. അപ്പോഴെല്ലാം ഞങ്ങൾ ശരിക്കും കല്യാണം കഴിച്ചവരാണെന്നമട്ടിൽ ഞങ്ങൾ അഭിനയിച്ചു. അപ്പോൾ എനിക്കതിനെപ്പറ്റി വലിയ ആശങ്കകൾ തോന്നിയില്ല. മാത്രമല്ല വിവാഹിതരല്ലാത്ത അവസ്ഥ ഞങ്ങൾ വളരെയധികം ആസ്വദിക്കുകയും ചെയ്തു. ഞാനോർമിക്കുന്നു. ഒരു രാത്രി ഞങ്ങൾ അതിനെപ്പറ്റി സംസാരിച്ചിരുന്നത്.

അന്നേരം കാതറിൻ പറഞ്ഞു. 'പക്ഷേ ഓമനെ അവർ എന്നെ പറഞ്ഞുവിടും'

'ചിലപ്പോൾ അവരങ്ങനെ ചെയ്യുകയില്ലായിരിക്കും.'

'ഇല്ല അവരെന്നെ പറഞ്ഞുവിടും. അവരെന്നെ വീട്ടിലേക്ക് തിരികെ അയക്കും. പിന്നെ യുദ്ധം കഴിയുന്നതുവരെ നമുക്ക് പിരിഞ്ഞിരിക്കേണ്ടതായി വരും.'

'എനിക്ക് അവധിക്ക് വരാമല്ലോ.'

'സ്കോട്ട്ലാന്റ് വരെ വന്നു തിരിച്ചുപോകാൻ മാത്രമുള്ള അവധിയൊന്നും നിനക്ക് കിട്ടുകയുണ്ടാവില്ല! കൂടാതെ എനിക്ക് നിന്നെ പിരിയാനാവില്ല. ഇപ്പോൾ കല്യാണം കഴിക്കുന്നതുകൊണ്ട് എന്തു ഗുണം കിട്ടാനാണ്? നമ്മൾ ശരിക്കും വിവാഹം കഴിച്ചവരാണ്. ഇതിനുമപ്പുറം കല്യാണം കഴിഞ്ഞതായി മാറാൻ എനിക്കിനി പറ്റില്ല.'

'ഞാൻ നിന്റെ ഗുണത്തിനു വേണ്ടി മാത്രമാണ് പറഞ്ഞത്.'

'ഞാനെന്നൊരാൾ ശേഷിക്കുന്നില്ല. ഞാൻ നീയാണ്. വേറിട്ട ഒരു എന്നെ നീയിനി സൃഷ്ടിക്കല്ലേ പ്ലീസ്.'

'പെൺകുട്ടികൾ കല്യാണത്തിൽ തല്പരരാണ് എന്നാണ് ഞാൻ വിചാരിച്ചിരിക്കുന്നത്.'

'അതങ്ങനെത്തന്നെയാണ്. പക്ഷേ ഓമനെ ഞാൻ വിവാഹിതയാണല്ലോ. ഞാൻ നിന്നെ വിവാഹം കഴിച്ചതല്ലേ. ഞാനൊരു നല്ല ഭാര്യയല്ലേ?'

'നീയൊരു മനോഹരിയായ ഭാര്യയാണ്.'

'നോക്കൂ ഓമനേ, വിവാഹത്തിനായി കാത്തിരിക്കാൻ എനിക്കൊരു മുൻപരിചയവുമുണ്ട്.'

'എനിക്കതിനെപ്പറ്റി കേൾക്കേണ്ട.'

'അറിയുമോ നിനക്ക്, ഞാൻ നിന്നെയല്ലാതെ മറ്റാരെയും സ്നേഹിക്കുന്നില്ല. പണ്ട് ഒരാൾ എന്നെ സ്നേഹിച്ചിരുന്നു എന്ന കാര്യം നീ സാരമാക്കരുത്.'

'ഞാനത് സാരമാക്കുന്നുണ്ട്'

'നിനക്ക് സർവ്വതും കൈയിൽ കിട്ടുമ്പോൾ മരിച്ചുപോയ ഒരാളെപ്പറ്റി നീ അസൂയാലുവാകരുത്.'

'ഇല്ല പക്ഷേ അതിനെപ്പറ്റി കേൾക്കാൾ ഞാനിഷ്ടപ്പെടുന്നില്ല.'

'എന്റെ പാവം ഓമനേ, എനിക്കറിയാം നീ എല്ലാ തരത്തിലും പെട്ട പെണ്ണുങ്ങളോടൊപ്പം കഴിഞ്ഞിട്ടുണ്ടെന്ന്. പക്ഷേ ഞാനത് കാര്യമാക്കുന്നില്ല,'

' നമുക്ക് ഏതെങ്കിലും വിധത്തിൽ രഹസ്യമായി വിവഹിതരാകാൻ സാദ്ധ്യമല്ലേ? എനിക്കെന്തെങ്കിലും സംഭവിക്കുകയാണെങ്കിലോ? അല്ലെങ്കിൽ നീ ഗർഭിണിയാവുകയാണെങ്കിലോ?'

'പള്ളിയോ ഗവണ്മെന്റോ മുഖേനയല്ലാതെ മറ്റൊരു വഴിയുമില്ല വിവാഹിതരാകാൻ. പക്ഷേ നമ്മൾ രഹസ്യമായി വിവാഹം ചെയ്തവരാണല്ലോ. നോക്കൂ ഓമനേ, എനിക്കൊരു മതമുണ്ടായിരുന്നുവെങ്കിൽ ഈ വിവാഹം എന്നത് എന്റെ എല്ലാമെല്ലാം ആയിരുന്നേനെ. പക്ഷേ എനിക്കൊരു മതമില്ലല്ലോ.'

'നീയെനിക്ക് സെന്റ് ആന്റണിയെ തന്നതോ?'

അത് ഭാഗ്യം കൊണ്ടുവരാനല്ലേ? അതെനിക്ക് മറ്റൊരാൾ തന്നതാണ്.'

'അപ്പോൾ നിനക്ക് യാതൊരു വേവലാതിയുമില്ല?'

'ആരെങ്കിലും നിന്റെയടുത്തുനിന്നും എന്നെ പറഞ്ഞയച്ചുകളയുമോ എന്നല്ലാതെ മറ്റൊരു വേവലാതിയും എനിക്കില്ല. നീയാണെന്റെ മതം. എനിക്കാകെയുള്ളത് നീ മാത്രം.'

'ശരിശരി- പക്ഷേ എന്നുവേണമെന്നു നീ പറഞ്ഞാൽ മതി ഉടനെ ഞാൻ നിന്നെ വിവാഹം ചെയ്യും.'

'സത്യസന്ധയായ ഒരു സ്ത്രീയായിരിക്കണം ഞാനെന്ന് ഉറപ്പുവരുത്താൻ വേണ്ടി പറയുന്നതുപോലെ പറയാതിരിക്കൂ ഓമനെ, നിനക്കൊരിക്കലും എന്നെപ്രതി ലജ്ജിക്കേണ്ടി വരില്ല. നിന്നെ സന്തോഷവാനാക്കാനും അഭിമാനിയാക്കാനും വേണ്ട കാര്യങ്ങളേ ഞാൻ ചെയ്യുകയുള്ളൂ. ഇപ്പോൾ നിനക്ക് സന്തോഷമായോ?'

'പക്ഷേ എന്നെങ്കിലും മറ്റൊരാൾക്കു വേണ്ടി, നീയെന്നെ ഉപേഷിച്ചു കളയുമോ?'

'ഒരിക്കലുമില്ല ഓമനേ. ഞാനൊരിക്കലും നിന്നെ, മറ്റൊരാൾക്കും വേണ്ടി ഉപേക്ഷിച്ചുപോകയില്ല. ചിലപ്പോൾ എല്ലാതരത്തിലുമുള്ള ദുരന്തങ്ങളും നമ്മുടെയിടയിലേക്ക് കടന്നുവന്നുവെന്നു വരാം. പക്ഷേ നിന്നെ ഞാൻ ഉപേക്ഷിച്ചുകളയുമോ എന്നൊരു പേടി നിനക്ക് വേണ്ട.''

'ഞാൻ പേടിക്കയില്ല. പക്ഷേ ഞാൻ നിന്നെ ഒരുപാടൊരുപാട് സ്നേഹിക്കുന്നുണ്ട്. നീയാവട്ടെ ഒരിക്കൽ ഒരാളെ സ്നേഹിച്ചിരുന്നു'

'എന്നിട്ടയാൾക്ക് എന്തു സംഭവിച്ചു?'

'അയാൾ മരിച്ചുപോയി.'

'അതെ. അങ്ങനെ സംഭവിച്ചിട്ടില്ലായിരുന്നുവെങ്കിൽ ഞാനൊരിക്കലും നിന്നെ കണ്ടുമുട്ടുകയില്ലായിരുന്നു. ഞാനൊരിക്കലും അവിശ്വസ്തയാവുകയില്ല. ഓമനേ എനിക്ക് ഒരുന്നൂറ് കുറ്റങ്ങളും കുറവുകളും ഉണ്ടായെന്നുവരാം. പക്ഷേ ഞാൻ എപ്പോഴും വിശ്വസ്തയായിരിക്കും. എന്റെ വിശ്വസ്തത ചിലപ്പോൾ നിന്നെ മടുപ്പിച്ചെന്നുപോലും വരാം.'

'അധികം താമസിയാതെതന്നെ എനിക്ക് മുന്നണിയിലേക്ക് തിരിച്ചു പോകേണ്ടതായി വന്നേക്കാം.'

'പോകുന്ന ദിവസം വരേക്കും നമ്മളതിനെപ്പറ്റി ആലോചിച്ച് വിഷമിക്കില്ല. കണ്ടില്ലേ ഞാനെന്തൊരു സന്തോഷവതിയാണെന്ന്? വളരെകാലത്തോളം ഞാൻ സന്തോഷം എന്താണെന്നറിയാതെ കഴിഞ്ഞുകൂടി. പിന്നെ, നിന്നെ കണ്ടുമുട്ടിയപ്പോൾ എനിക്ക് സന്തോഷംകൊണ്ട് ഏതാണ്ട് വട്ടുപിടിച്ച മട്ടായി. ചിലപ്പോൾ എനിക്ക് ശരിക്കും വട്ടായിക്കാണും. പക്ഷേ ഈ നിമിഷത്തിൽ നമുക്ക് സന്തോഷമായി ഇരിക്കാം. നമ്മൾ പരസ്പരം വളരെയേറെ സ്നേഹിക്കുന്നുണ്ട്. നമുക്ക് നമ്മളെത്തന്നെ സന്തോഷിക്കാൻ വേണ്ടി മാത്രമായി അനുവദിക്കാം. നിനക്ക് സന്തോഷമല്ലേ? ഉവ്വോ? നിനക്ക് ഇഷ്ടമല്ലാത്ത എന്തെങ്കിലും കാര്യങ്ങൾ ഞാൻ അറിയാതെ ചെയ്തുപോകുന്നുണ്ടോ? പറയൂ? നിനക്കെന്റെ മുടി കെട്ടഴിക്കണമെന്നുണ്ടോ? നിനക്ക് കളിക്കണമെന്നുണ്ടോ?

'ഉണ്ട് - കിടക്കിയ്ലേക്ക് വാ'

'ശരി ശരി-ഞാൻ പോയി ആദ്യമെന്റെ രോഗികളെ നോക്കട്ടെ'

19

വേനൽക്കാലം മുഴുവൻ ഇത്തരത്തിലങ്ങനെ കടന്നുപോയി. ഞാനാ ദിവസങ്ങളെപ്പറ്റി കൃത്യമായി ഓർക്കുന്നില്ല. ആ പകലുകൾ വളരെ ചൂടുള്ളതായിരുന്നുവെന്നും വാർത്താപത്രങ്ങളിൽ ധാരാളം വിജയങ്ങളെക്കുറിച്ച് പ്രതിപാദിച്ചിരുന്നുവെന്നുമല്ലാതെ, ഞാൻ വളരെ ആരോഗ്യവാനായിത്തീർന്നിരുന്നു. എന്റെ കാലുകൾ വളരെ വേഗത്തിൽ സുഖപ്പെട്ടു. താമസിയാതെ ഞാൻ ക്രച്ചസ്സിലേക്കും പിന്നീട് ചൂരൽ കുത്തിപ്പിടിച്ച് നടക്കുന്ന അവസ്ഥയിലേക്കും മാറി. പിന്നീട് ഞാൻ ഒസ്പഡേൽ മഗ്ഗിയോർ' ൽ വെച്ചുള്ള മെക്കാനിക്കൽ ചികിത്സകൾക്ക് പോയിത്തുടങ്ങി. മുട്ടുകാലുകൾ മടക്കാനും നിവർത്താനും, പിന്നെ ഒരു കണ്ണാടിപ്പെട്ടിയിൽ കിടന്ന് വയലറ്റ് രശ്മികൾ ഉപയോഗിച്ച് ചൂടുപിടിക്കാനും ഒക്കെയുള്ള സംവിധാനങ്ങൾ അവിടെയുണ്ടായിരുന്നു. കൂടാതെ തിരുമ്മലും, കുളിയും.

ഉച്ചതിരിയുന്ന നേരത്താണ് ഞാൻ സാധാരണയായി അങ്ങോട്ട് പൊയ്ക്കൊണ്ടിരുന്നത്. മടങ്ങുമ്പോൾ ഞാൻ ഒരു കഫേയിൽക്കയറി ഒരു ഡ്രിങ്ക് എടുക്കുകയും പത്രങ്ങൾ വായിക്കുകയും ചെയ്തു. ടൗണിലൂടെ വെറുതെ കറങ്ങിനടക്കാൻ ഞാനിഷ്ടപ്പെട്ടിരുന്നില്ല. എത്രയും പെട്ടന്നുതന്നെ വീട്ടിലേക്ക്, ആസ്പത്രിയിലേക്ക് മടങ്ങിച്ചെല്ലുവാൻ ഞാൻ ആഗ്രഹിച്ചു. ആകെയെനിക്ക് വേണ്ടിയിരുന്നത് കാതറീനെ കാണുക എന്നതു മാത്രമായിരുന്നു. ബാക്കിയുള്ള നേരത്തെ സമയം കൊല്ലൽ ഞാൻ ശരിക്കും ആസ്വദിച്ചിരുന്നു. മിക്കവാറും രാവിലെകളിൽ ഞാൻ ഗാഢമായി ഉറങ്ങി. ഉച്ചതിരിഞ്ഞാൽ ചിലപ്പോൾ കുതിരപ്പന്തയത്തിനുപോയി. അതിനുശേഷം മെക്കാനിക്കൽ ചികിത്സയെടുക്കാനും ഇടക്ക് ചില ദിവസങ്ങളിൽ ഞാൻ ആംഗ്ലോ അമേരിക്കൻ ക്ലബ്ബിൽക്കയറി, തുറന്ന ജനലിൻകീഴിൽ പതുപതുത്ത ലെതർ കുഷ്യനിട്ട കസേരയിൽ ഇരുന്ന് പത്രങ്ങളും മാസികകളും വായിച്ചു. ക്രച്ചസ് ഒഴിവാക്കി നടക്കാൻ തുടങ്ങിയ സമയം തൊട്ട് കാതറീനെ എന്റെ കൂടെ പുറത്തേക്കയക്കുവാൻ അവർ തയ്യാറായിരുന്നില്ല. കാരണം പ്രത്യേകിച്ച് ആരുടേയും സഹായത്തിന്റെ ആവശ്യമില്ലാത്ത ഒരു പുരുഷന്റെ കൂടെ ഒരു നഴ്സിനെ മറ്റകമ്പടിക്കാരില്ലാതെ കറങ്ങാൻ വിടുന്നത് ഉചിതമല്ലെന്ന്

അവർ തീരുമാനിച്ചിരുന്നു. അതുകൊണ്ട് ഉച്ചതിരിഞ്ഞ സമയങ്ങളിൽ ഞങ്ങൾക്ക് ഒരുമിച്ചിരിക്കാൻ സാധ്യമല്ലാതെ വന്നു. ഫെർഗുസൻ കൂടെ വരുന്ന ദിവസങ്ങളിൽ ഞങ്ങൾ മൂവരും ഒരുമിച്ച് ഡിന്നർ കഴിക്കുമായിരുന്നു. ഞങ്ങളുടെ സൗഹൃദത്തിന്റെ സ്വഭാവം മിസ് വാൻകാംപെൻ ഏതാണ്ട് അംഗീകരിച്ച മട്ടായിരുന്നു. കാരണം ആകെ ജോലിയുടെ വളരെ വലിയൊരു പങ്ക് കാതറിൻ ഒറ്റയ്ക്ക് ചെയ്തിരുന്നു. കാതറിൻ വളറെ പ്രസിദ്ധമായ, മികച്ച ഒരു കുടുംബത്തിൽ നിന്നാണ് വരുന്നതെന്ന് അവർ വിശ്വസിച്ചു. ഇക്കാരണം കൊണ്ട് അവർ കാതറിനോട് കുറച്ചധികം ഇഷ്ടം കാണിച്ചു. കുടുംബബന്ധങ്ങളെ പ്രതി മിസ് കാംപെൻ വളരെയധികം അഭിമാനിച്ചിരുന്നു. അവർ വളരെ ഉന്നതമായ ഒരു കുടുംബത്തിലെ അംഗമായിരുന്നു. ആസ്പത്രിയിൽ തിരക്ക് ഏറിവരികയും കാതറീൻ എപ്പോഴും ജോലിയിലായിരിക്കയും ചെയ്തുവന്നു. വളരെയേറെ ചൂടുള്ള ഒരു വേനൽക്കാലമായിരുന്നു അത്. എനിക്ക് മിലാനിൽ ധാരാളം പരിചയക്കാരുമുണ്ടായിരുന്നു. പക്ഷേ വൈകുന്നേരമവസാനിക്കുന്നതോടെ എത്രയും പെട്ടെന്ന് ഹോസ്പിറ്റലിലെ എന്റെ മുറിയിലേക്ക് മടങ്ങിച്ചെല്ലാൻ ഞാൻ തിടുക്കപ്പെട്ടു. മുന്നണിയിൽ അവർ 'കാർസോ'യിലേക്ക് മുന്നേറിക്കൊണ്ടിരുന്നു. അവർ 'പ്ലാവ'ക്കുമപ്പുറമുള്ള 'കൃക്ക്' പിടിച്ചെടുത്തുകഴിഞ്ഞിരുന്നു. 'ബെയ്ൻസിസ്സ' പീഠഭൂമി അധീനത്തിലാക്കാനുള്ള മുന്നേറ്റം നടന്നുകൊണ്ടിരുന്നിരുന്നു. എന്നാൽ പടിഞ്ഞാറൻ പ്രദേശങ്ങളിലെ യുദ്ധമുഖം അത്രക്ക് ഗംഭീരമായിരുന്നില്ല. യുദ്ധമിനിയും വളരെക്കാലം നീണ്ടുനിന്നേക്കും എന്നതായിരുന്നു ആകപ്പാടെയുള്ള ഒരു മട്ട്. ഞങ്ങളിപ്പോൾ യുദ്ധം ചെയ്തുകൊണ്ടിരിക്കയാണ്. പക്ഷേ ഒരു കരുതൽസൈന്യം രൂപീകരിക്കാനാവശ്യമായ ഒരു വലിയ സംഘത്തിനെ തിരഞ്ഞെടുക്കാനും പരിശീലിപ്പിക്കാനും മറ്റുമായി ഏകദേശം ഒരു വർഷത്തോളമെടുത്തേക്കാമെന്ന് ഞാൻ ആലോചിച്ചു. വരുന്ന വർഷം ചിലപ്പോൾ ഒരു മോശപ്പെട്ട വർഷമായേക്കാം. അല്ലെങ്കിൽ ഒരു ഗുണമുള്ള വർഷമായേക്കാനും മതി. ഇറ്റാലിയൻ ആർമി ഒരു വലിയ കൂട്ടം മനുഷ്യരെ വെച്ചാണ് യുദ്ധം നടത്തുന്നത്. ഇതെത്രമാത്രം മുന്നോട്ട് പോകുമെന്ന് ആലോചിച്ചിട്ട് എനിക്കൊരെത്തും പിടിയും കിട്ടിയില്ല.

അവർ ബെയ്ൻസിസ്സാ പീഠഭൂമി മുഴുവനും, പിന്നെ 'മോണ്ടി സാൻ ഗബ്രിയേലെയും പിടിച്ചെടുക്കുകയാണെങ്കിൽ പോലും അതിനുമപ്പുറം പിന്നേയും ഒരുപാട് മലനിരകൾ, ആസ്ട്രിയൻ പക്ഷത്തിന്റേതായി ശേഷിച്ചേക്കാം. ഞാനവയെ ശരിക്കും കണ്ടിട്ടുണ്ട്. വളരെ ഉയരം കൂടിയ മലകളൊക്കെ അങ്ങേപ്പുറത്ത് ഇനിയും കിടക്കുന്നതേയുള്ളൂ. 'കാർസോ'യിൽ അവർ തുടർന്നും മുന്നേറിക്കൊണ്ടിരിക്കയാണെങ്കിലും, ഇനിയങ്ങോട്ട് കടൽത്തീരമെത്തുന്നതുവരേക്കും വെറും ചതുപ്പുകളും വെള്ളക്കെട്ടുകളും മാത്രമേ ശേഷിക്കുന്നുള്ളൂ. സമതലങ്ങളിൽ വെച്ചായതുകൊണ്ടു മാത്രമാണ് നെപ്പോളിയന് ആസ്ട്രിയക്കാരെ അടിച്ചോടിക്കാനായത്. മലനിരകളിൽ വെച്ച് ഒരിക്കലും നെപ്പോളിയൻ അവരോട് യുദ്ധം ചെയ്തിട്ടില്ല. അദ്ദേഹം അവർ സമതലത്തിൽ എത്തുന്നതുവരെ കാത്തുനിന്നു. എന്നിട്ട് 'വെറോണ'യുടെ പരിസരങ്ങളിൽ വെച്ച് അവരെ കീഴടക്കി. പക്ഷേ പടിഞ്ഞാറൻ മുന്നണിയിൽ

ആരും ആരേയും അടിച്ചോടിക്കുന്നതായി കേട്ടില്ല. ചിലപ്പോൾ ഇനിമേൽ, യുദ്ധങ്ങളൊന്നും ജയിക്കപ്പെടുകയില്ലായിരിക്കാം. ചിലപ്പോൾ യുദ്ധങ്ങൾ എന്നെന്നേക്കുമായി നീണ്ടു നിന്നേക്കാം. ചിലപ്പോൾ ഇത് മറ്റൊരു നൂറ്റാണ്ട്യുദ്ധമായി മാറിയേക്കാം. ഞാൻ വായിച്ചിരുന്ന പത്രം റാക്കിൽ വെച്ച് ക്ലബ്ബിൽ നിന്നുമിറങ്ങി. പടികൾ വളരെ ശ്രദ്ധപൂർവ്വം ഇറങ്ങി ഞാൻ 'വിയാമൻസോണി' വരെ നടന്നു. ഗ്രാൻ ഹോട്ടലിന്റെ പരിസരത്തുവെച്ച് ഞാൻ വൃദ്ധൻ മെയെഴ്സിനേയും പത്നിയേയും കണ്ടുമുട്ടി. അവർ ഒരു കുതിരവണ്ടിയിൽ വന്നിറങ്ങുകയായിരുന്നു. അവർ കുതിരപ്പന്തയം കഴിഞ്ഞ് വരുന്ന വരവാണ്. വലിയ മാറിടങ്ങളുള്ള ഒരു സ്ത്രീയായിരുന്നു മിസിസ് മെയേഴ്സ്. ധരിച്ചിരുന്നത് കറുത്ത സാറ്റിൻ വസ്ത്രങ്ങളാണ്. മിസ്റ്റർ മെയെഴ്സ് ആകട്ടെ പ്രായം ചെന്നവനും ഉയരം കുറഞ്ഞവനുമായിരുന്നു. വെളുത്ത താടിമീശയോടുകൂടിയ ഒരാൾ, അടിപരന്ന ഷൂസും ധരിച്ച് ഒരു ചൂരലിന്റെ സഹായത്തോടുകൂടിയാണ് നടപ്പ്.

'എങ്ങനെയിരിക്കുന്നു? സുഖം തന്നെയല്ലേ' അവർ എന്റെ കൈ പിടിച്ചു കുലുക്കി. 'ഹലോ' മിസ്റ്റർ മെയേഴ്സ് പറഞ്ഞു.

'കുതിരപ്പന്തയം എങ്ങനെയുണ്ടായിരുന്നു?'

'ഒന്നാന്തരം. വളരെ മനോഹരങ്ങളാണവ. എനിക്ക് മൂന്ന് വിജയികളുണ്ടായി.'

'താങ്കൾക്കത് എങ്ങനെയിരുന്നു?'

'കുഴപ്പമില്ല. എനിക്ക് ഒരു വിജയിയുണ്ടായിരുന്നു.'

'ഇദ്ദേഹം ഇതെങ്ങനെ സാധിക്കുന്നുവെന്നു എനിക്കൊരിക്കലും അറിയാൻ കഴിഞ്ഞിട്ടില്ല.' മിസിസ് മെയേഴ്സ് പറഞ്ഞു. 'ഇദ്ദേഹം ഒരിക്കലും എന്നോടതു പറയുകയുമില്ല.'

'എനിക്കത് ശരിയായി ചെയ്യാൻ അറിയാം'മെയേഴ്സ് പറഞ്ഞു. 'നിങ്ങൾ പുറത്തേക്കൊക്കെ ഒന്നിറങ്ങേണ്ടതാണ്'

മിസ്റ്റർ മെയേഴ്സ് സംസാരിക്കുമ്പോൾ, അയാൾ നിങ്ങളെ നോക്കുന്നില്ലെന്നും മറ്റാരോ ആണെന്ന് നിങ്ങളെ തെറ്റിദ്ധരിക്കുന്നുവെന്നും തോന്നിയേക്കാം.

'ഇറങ്ങിക്കൊള്ളാം' ഞാൻ പറഞ്ഞു.

'ഞാൻ നിങ്ങളെ കാണുവാൻ ആസ്പത്രിയിലേക്ക് വരുന്നുണ്ട്.' മിസിസ്സ് മെയേഴ്സ് പറഞ്ഞു. 'നിങ്ങൾ പയ്യന്മാർക്ക് വേണ്ടുന്ന ചിലതെല്ലാമുണ്ട്, എന്റെ കയ്യിൽ. നിങ്ങളെല്ലാവരും എന്റെ പ്രിയപ്പെട്ട പയ്യന്മാരാണ്. തീർച്ചയായും എന്റെ ഓമനക്കുട്ടികൾ.'

'അവർക്ക് നിങ്ങളെ കാണുന്നത്. വളരെ സന്തോഷകരമായിരിക്കും.'

'എന്റെ പ്രിയപ്പെട്ട ചെറുക്കന്മാർ. നീയും, നീയുമെന്റെ പ്രിയപ്പെട്ട ആൺകുട്ടികളിൽ ഒരാളാണ്.

'എനിക്ക് തിരിച്ചുപോകേണ്ടതുണ്ട്.' ഞാൻ പറഞ്ഞു.

'എല്ലാ ആൺപിള്ളാരോടും എന്റെ സ്നേഹാന്വേഷണങ്ങൾ അറിയിക്കണം. കുറേയധികം സാധനങ്ങളുണ്ട് എന്റെ കയ്യിൽ - അങ്ങോട്ട് കൊണ്ടു വരാനായി കുറേ ഒന്നാന്തരം മാർസാല, പിന്നെ കേക്കുകൾ.'

'ഗുഡ് ബൈ' ഞാൻ പറഞ്ഞു.'അവർക്ക് നിങ്ങളെ കാണുന്നത് വളരെ സന്തോഷകരമായിരിക്കും.'

'ഗുഡ് ബൈ' മേയേഴ്സ് പറഞ്ഞു. 'നിങ്ങൾ ഗാലറിയയിൽ വരണം എന്റെ ടേബിൾ എവിടെയാണെന്ന് നിങ്ങൾക്ക് അറിയാമല്ലോ. എല്ലാ വൈകുന്നേരങ്ങളിലും ഞങ്ങളവിടെ കാണും.'

ഞാൻ തെരുവിലേക്ക് കടന്നു. എനിക്ക് 'കോവ'യിൽ കയറി കാതറിനു വേണ്ടി എന്തെങ്കിലും വാങ്ങേണ്ടതുണ്ടായിരുന്നു.

ഞാൻ കോവയിൽ കയറി കാതറിനു വേണ്ടി ഒരു പെട്ടി ചോക്കൊളേറ്റ് വാങ്ങി. കൗണ്ടറിലെ പെൺകുട്ടി അത് പൊതിയുന്ന നേരം കൊണ്ട് ഞാൻ ബാറിലേക്ക് നടന്നു. രണ്ടു ബ്രിട്ടീഷുകാരും ഏതാനും വൈമാനികരുമുണ്ടായിരുന്നു അവിടെ. ഞാൻ ക്ഷണത്തിൽ ഒരു മാർട്ടീനി അകത്താക്കി പണവും കൊടുത്ത് തിരിച്ചുനടന്നു. പുറത്തെ കൗണ്ടറിൽ നിന്ന് ചോക്കൊളേറ്റ് പെട്ടിയുമെടുത്ത് വീട്ടിലേക്ക് -ആസ്പത്രിയിലേക്ക് നടന്നു. 'സ്കാല' സ്ഥിതി ചെയ്തിരുന്ന തെരുവിലെ ഒരു ചെറിയ ബാറിനടുത്ത് എന്റെ പരിചയവലയത്തിൽപ്പെട്ട ഏതാനും പേർ നിന്നിരുന്നു. ഒരു വൈസ് കോൺസൽ പിന്നെ സംഗീതം പഠിക്കുന്ന രണ്ട് ചെറുപ്പക്കാർ; കൂടാതെ എറ്റോറി മൊറേറ്റിയും. എറ്റോറിമൊറെറ്റി സാൻഫ്രാൻസിസ്കോയിൽ നിന്നും വന്ന ഒരു ഇറ്റാലിയനായിരുന്നു. അയാളും ഇറ്റാലിയൻ ആർമിയിൽ ചേർന്നിരുന്നു. ഞാനവരോടൊപ്പം കൂടി ഒരു ഡ്രിങ്ക് കഴിച്ചു. സംഗീതക്കാരിൽ ഒരാളുടെ പേർ റാൽഫ് സിമ്മൺസ് എന്നായിരുന്നു. എൻറികോ ഡെൽ ക്രിഡോ' എന്ന പേരിലായിരുന്നു മൂപ്പർ സംഗീതകച്ചേരികൾ നടത്തിയിരുന്നത്. അയാളുടെ പാട്ട് എങ്ങനെയിരിക്കുന്നു എന്നറിയാൻ എനിക്കവസരം ലഭിച്ചിരുന്നില്ല. വലിയ വലിയ കാര്യങ്ങൾ എന്തൊക്കെയോ തനിക്ക് സംഭവിക്കാനിരിക്കുന്നു എന്ന മട്ടിലാണ് സദാ മൂപ്പരുടെ ഇരിപ്പും നടപ്പും. തടിച്ചുരുണ്ട ഒരു ചെറുപ്പക്കാരനായിരുന്നു അയാൾ. മൂക്കിന്റേയും വായയുടേയും ചുറ്റുഭാഗത്തായി നിറം പകർന്ന് നരച്ചിരുന്നു. ഏതാണ്ട് മഞ്ഞപ്പനി ബാധിച്ച മട്ടിൽ. പിയാസെൻസായിൽ ഒരു സംഗീതക്കച്ചേരി നടത്തി തിരിച്ചെത്തിയിട്ടേ ഉള്ളൂ അയാൾ. അയാൾ പാടിയിരുന്നത്'ടോസ്ക' ആയിരുന്നുവത്രെ. അത് വിസ്മയിപ്പിക്കുന്നതായിരുന്നുവെന്ന് അയാൾ പറഞ്ഞു.

'നിങ്ങളൊരിക്കലും ഞാൻ പാടുന്നത് കേട്ടിട്ടില്ലല്ലോ'

അയാൾ പറഞ്ഞു.

'നീയെപ്പോഴാണ് ഇവിടെ കച്ചേരി നടത്താൻ പോകുന്നത്?'

'ഈ ഇലപൊഴിയും കാലത്ത് 'സ്കാല'യിൽ ഒരു പരിപാടി നടത്തണമെന്ന് ഞാൻ വിചാരിക്കുന്നുണ്ട്.'

'അവർ ബെഞ്ചുകളെടുത്ത് നിന്നെ എറിയുമെന്ന് ഞാൻ പന്തയം വെക്കാം.' എറ്റോറി പറഞ്ഞു.

'മൊദീനയിൽ വെച്ച് അവർ ബെഞ്ചുകൾ പൊക്കിയെടുത്ത് ഇവനെ എറിഞ്ഞ കാര്യം നിങ്ങൾ എപ്പോഴെങ്കിലും കേട്ടിരുന്നോ.'

എറ്റോറി എന്നോട് ചോദിച്ചു.

'അതൊരു നശിച്ച നുണയാണ് കേട്ടോ.'

'അവർ ബെഞ്ചുകൾ പൊക്കിയെടുത്ത് ഇവനെ എറിഞ്ഞു.'എറ്റോറി പറഞ്ഞു. 'ഞാനവിടെയുണ്ടായിരുന്നുവല്ലോ. ഞാൻ തന്നെ ഏതാണ്ട് ആറ് ബെഞ്ചുകൾ എറിഞ്ഞിട്ടുണ്ടാകും.'

'നിങ്ങളുണ്ടല്ലോ- നിങ്ങൾ ഫ്രിസ്കോയിൽ നിന്നുള്ള ഒരു വരത്തൻ മാത്രമാണ്.'

'ഇവന് ഇറ്റാലിയൻ ഭാഷ നേരാംവണ്ണം ഉച്ചരിക്കാൻ പോലും അറിയില്ല.' എറ്റോറി പറഞ്ഞു. 'ഇവനെവിടെ പാടാൻ പോയാലും അവിടെ നിന്നൊക്കെ ഇവന് ബെഞ്ചുകൊണ്ടുള്ള ഏറ് കിട്ടും.'

'പിയാസെൻസാ'യുണ്ടല്ലോ ഇറ്റലിയുടെ വടക്കൻ പ്രദേശത്തുള്ള ഏറ്റവും മുന്തിയ നാടകശാലയാണ്. അവിടെ പ്രാഗൽഭ്യത്തിന്റെ കാര്യത്തിൽ അവർ ഒരു വിട്ടുവീഴ്ചക്കും തയ്യാറാവുകയില്ല.'

മറ്റേ പാട്ടുകാരൻ പറഞ്ഞു -'ഒരു ഇളവും അനുവദിക്കാത്ത നാടകശാലയാണത്. നിങ്ങൾ വിശ്വസിക്കണം.'

ഇയാളുടെ പേര് എഡ്ഗർ സോണ്ടേർസ് എന്നായിരുന്നു. എഡ്വ്യവാർഡോ ഗിയോവന്നി എന്ന അപരനാമത്തിലാണ് മൂപ്പർ കച്ചേരി നടത്തിയിരുന്നത്.

'അവർ ബെഞ്ചുകളെടുത്ത് നിന്നെയെറിയുന്നത് എനിക്കൊന്ന് കാണണമെന്നുണ്ടായിരുന്നു.' എറ്റോറി പറഞ്ഞു. നിങ്ങൾക്കുണ്ടല്ലോ നിങ്ങൾക്ക് ഇറ്റാലിയനിൽ ഒരിക്കലും പാടാനാവില്ല.'

'ഇവനൊരു കിറുക്കനാണ്' എഡ്ഗർ സോണ്ടേർസ് പറഞ്ഞു.

'ബെഞ്ചുകൾ എടുത്തെറിയുന്ന കാര്യമല്ലാതെ മറ്റൊന്നും ഇവന് പറയാൻ അറിഞ്ഞുകൂടാ'

'നിങ്ങൾ രണ്ടും പാടാൻ തുടങ്ങുമ്പോൾ, ബെഞ്ചുകൾ പൊക്കിയെടുത്ത് എറിയുക എന്നല്ലാതെ മറ്റൊന്നും അവർക്കും ചെയ്യാനറിയാതെയാകും.' എറ്റോറി പറഞ്ഞു. 'അമേരിക്കയിലേക്ക് തിരിച്ചുപോയാൽ നിങ്ങൾ സ്കാലയിലെ നിങ്ങളുടെ വൻവിജയങ്ങളെപ്പറ്റി വീമ്പടിച്ചേക്കും. പക്ഷേ വാസ്തവം പറഞ്ഞാൽ സ്കാലയിൽ വെച്ച് നിങ്ങളുടെ ആദ്യശീലുകൾപോലും പാടിത്തുടങ്ങാൻ അവർ അനുവദിക്കുമെന്ന് തോന്നുന്നില്ല.

'ഞാനേതായാലും 'സ്കാല'യിൽ പാടാൻ പോവുകയാണ്.'

'ഒക്ടോബർ മാസത്തിൽ അവിടെവെച്ച് 'ടോസ്ക' പാടണമെന്നാണ് ഞാൻ വിചാരിക്കുന്നത്.'

'നമ്മൾക്കും പോകണം- വേണ്ട മാക്?' എറ്റോറി, വൈസ് കോൺസലിനോട് ചോദിച്ചു. 'ഏറ്റുകൊള്ളുമ്പോൾ അവരെ സംരക്ഷിക്കാൻ ആരെങ്കിലും വേണമല്ലോ.'

'വേണമെങ്കിൽ നമുക്ക് അമേരിക്കൻ ആർമിയെത്തന്നെ കൊണ്ടുവരാം- ഇവരെ രക്ഷപ്പെടുത്താൻ.' വൈസ് കോൺസുൽ പറഞ്ഞു. ' ഒരു ഡ്രിങ്ക് കൂടി വേണമോ സിമ്മൺസ്? നിനക്കൊന്ന് വേണം അല്ലേ സോണ്ടേർസ്?'

'ശരി ശരി.' സോണ്ടേർസ് പറഞ്ഞു.

നിങ്ങൾക്കൊരു വെള്ളിമെഡൽ കിട്ടാൻ പോകുന്നുവെന്ന് ഞാൻ കേൾക്കുന്നു' എറ്റോറി എന്നോട് പറഞ്ഞു. 'ഏതു തരത്തിലുള്ള കീർത്തിപത്രമാണ് നിങ്ങൾക്ക് കിട്ടുക?'

'എനിക്കറിഞ്ഞുകൂടാ. കീർത്തിപത്രം കിട്ടുന്ന കാര്യം എനിക്കറിഞ്ഞുകൂടാ. 'നിനക്കത് നേരായിട്ടും കിട്ടാൻ പോകുന്നുണ്ട്. എന്റമ്മോ 'കോവ'യിലെ പെൺപിള്ളേരെല്ലാവരും നീ ഒരു ഭയങ്കര സംഭവമാണെന്ന് വിചാരിച്ചുകളയും. അവരെന്താ വിചാരിക്കുക എന്നറിയാമോ നീ ഒരു പത്തിരുനൂറ് ആസ്ട്രിയക്കാരെ കൊന്നിട്ടുണ്ടാകുമെന്ന്. അല്ലെങ്കിൽ ഒരു ട്രെഞ്ചിലെ മുഴുവൻ പട്ടാളത്തിനേയും നീ കീഴ്പ്പെടുത്തിയെന്ന്. എന്തെങ്കിലും ഒരു കീർത്തിമുദ്രക്കു വേണ്ടി ഞാനും എന്തെങ്കിലുമൊക്കെ ചെയ്യാൻ പോകുന്നു. വിശ്വസിച്ചോളൂ.'

'നിനക്കെത്രയെണ്ണം ഇതുവരെ കിട്ടി. എറ്റോറീ?'

വൈസ് കോൺസിൽ ചോദിച്ചു.

'സർവ്വത്ര കീർത്തിമുദ്രകളും അവന് കിട്ടിയിട്ടുണ്ട്.' സിമ്മാൺസ് പറഞ്ഞു.

'ഇവനെ കയ്യിൽക്കിട്ടാനാണല്ലോ അവർ ഈ യുദ്ധം തന്നെ നടത്തുന്നത്.'

'എനിക്ക് രണ്ട് ഓട്ടുമെഡലുകളും പിന്നെ മൂന്നു വെള്ളിമെഡലുകളും കിട്ടിയിട്ടുണ്ട്.' എറ്റോറി പറഞ്ഞു. 'പക്ഷേ ഒറ്റയൊന്നിന്റെ രേഖകളെ ഇതുവരെ എത്തിയിട്ടുള്ളൂ.'

'മറ്റുള്ളവക്കൊക്കെ എന്തുപറ്റി?' സിമ്മൺസ് ചോദിച്ചു.

'പോരാട്ടം വിജയകരമായിരുന്നില്ല' എറ്റോറി പറഞ്ഞു. 'പോരാട്ടം വിജയകരമല്ലെന്നുവന്നാൽ അവർ മെഡലുകളെല്ലാം പിടിച്ചുവെക്കും'

'നിനക്ക് എത്ര പ്രാവശ്യം പരിക്ക് പറ്റിയിട്ടുണ്ട്, എറ്റോറി?'

'അതീവ ഗുരുതരമായി മൂന്നുപ്രാവശ്യം എനിക്ക് മുറിവുപറ്റിയതിന്റെ ബഹുമതിമുദ്രകൾ മൂന്നെണ്ണം കിട്ടിയിട്ടുണ്ട്. കണ്ടില്ലേ? അവൻ കുപ്പായക്കൈ വലിച്ചു പുറത്തേക്കിട്ട് കാണിച്ചു. മൂന്ന് വെള്ളിവരകൾ സമാന്തരമായി തുന്നിപ്പിടിപ്പിച്ചിരുന്നു, കറുത്ത പശ്ചാത്തലത്തിലായി. കുപ്പായക്കൈയിൽ ചുമലുകൾക്ക് ഏകദേശം എട്ടിഞ്ച് താഴെയായിട്ടായിരുന്നു അവ തുന്നിപിടിപ്പിച്ചിരിക്കുന്നത്.

'നിങ്ങൾക്കും ഒന്ന് കിട്ടിയിട്ടുണ്ടല്ലോ' എറ്റോറി എന്നോട് പറഞ്ഞു.

'ഞാൻ പറയുന്നത് വിശ്വസിക്കു. അവ ധരിക്കാനാവുക എന്നത് ഒരു ഗംഭീര കാര്യം തന്നെയാണ്. എനിക്കാവട്ടെ മെഡലിനേക്കാൾ താല്പര്യം ഇവയോടാണ്. വിശ്വസിക്കുമോ പിള്ളാരെ? മൂന്നെണ്ണം കിട്ടുക എന്നു വെച്ചാൽ അത് ചില്ലറ കാര്യമല്ല.'

നിനക്കാകെ ഒന്നേ കിട്ടിയിട്ടുള്ളൂ അല്ലേ? അപ്പേരിൽ മൂന്ന് മാസത്തെ ആശുപത്രിവാസവും തരമാക്കി?'

'നിനക്കെവിടെയൊക്കെയാണ് പരിക്കുകൾ പറ്റിയത് എറ്റോറി?' വൈസ്- കോൺസൽ ചോദിച്ചു.

എറ്റോറി തന്റെ ഷർട്ടിന്റെ കൈ വലിച്ചുതാഴ്ത്തി. 'കണ്ടില്ലേ?' അവൻ ഒരു ആഴത്തിലുള്ള ചുവന്ന മുറിപ്പാട് കാണിച്ചുതന്നു. 'പിന്നെ ഇതാ ഇവിടെ കാലിൽ. പട്ടീസ് ചുറ്റിയതുകാരണം എനിക്കത് തൽക്കാലം നിങ്ങളെ കാണിക്കാൻ നിവൃത്തിയില്ല. പിന്നെ കാൽപാദത്തിലും; കാൽപാദത്തിൽ ജീർണിച്ചുപോയ ഒരസ്ഥി ഇപ്പോഴും നാറുന്നുണ്ട്. എന്നും രാവിലെ ഞാൻ ചെറിയചെറിയ കഷ്ണങ്ങൾ ചികഞ്ഞ് പുറത്തെടുക്കും അത് എപ്പോഴും നാറുകയും ചെയ്യും.'

'നിങ്ങളെയെന്താണ് തട്ടിവീഴ്ത്തിയത്?'

'ഒരു കൈബോംബ് ആ ഉരുളക്കിഴങ്ങ് പൊടിയന്മാരിൽ ഒന്ന്,' അത് എന്റെ കാൽപാദം മുഴുവൻ ചിതറിച്ചുകളഞ്ഞു. നിങ്ങൾക്ക് അറിയാമല്ലോ ആ ഉരുളക്കിഴങ്ങ് പൊടിയന്മാരെ.'

അവൻ എന്റെ നേരെ തിരിഞ്ഞു.

'തീർച്ചയായും.'

'അതെറിഞ്ഞ പട്ടിയുടെ മകനെ എന്റെ കണ്ണാൽ ഞാൻ കണ്ടു.

എറ്റോറി പറഞ്ഞു. ' ആ ഏറ് എന്നെ തട്ടിവീഴ്ത്തി. ഞാൻ വിചാരിച്ചു എന്റെ കാറ്റ് അപ്പോൾത്തന്നെ തീർന്നുവെന്ന് പക്ഷേ ആ നശിച്ച ഉരുളക്കിഴങ്ങ് പൊടിയന്മാരിൽ കാര്യമായി ഒന്നുംതന്നെ ഉണ്ടായിരുന്നില്ല. ഞാനപ്പോൾ ത്തന്നെ ആ പട്ടീടെ മോനെ ഒരു റൈഫിളെടുത്ത് കാച്ചിക്കളഞ്ഞു. ഞാൻ എപ്പോഴും ഒരു റൈഫിൾ കയ്യിൽക്കരുതും. അതു കാരണം അവർക്ക് ഞാനൊരു ഓഫീസറാണെന്ന കാര്യം ഉറപ്പിക്കാൻ പറ്റില്ല!'

'അവനെക്കണ്ടാൽ എങ്ങനെയിരുന്നു?' സിമ്മൺസ് ചോദിച്ചു.

'അവന്റെ കയ്യിൽ ഒരൈറ്റാന്നേ ഉണ്ടായിരുന്നുള്ളൂ.'

എറ്റോറി പറഞ്ഞു.'എന്തിനാണ് അവൻ ആ പണി ചെയ്തത് എന്ന് എനിക്ക് മനസ്സിലാക്കാനേ പറ്റിയില്ല.' എനിക്ക് തോന്നുന്നത് അങ്ങനെ യാന്ന് എറിയണമെന്നത് അവന്റെ എക്കാലത്തേയും ആഗ്രഹമായിരിക്കും. അവൻ ശരിക്കുള്ള ഒരു ഏറ്റുമുട്ടൽ ഇതുവരെ കണ്ടുകാണില്ലായിരിക്കും. ഞാനപ്പോൾത്തന്നെ റൈഫിളെടുത്തു അവനെ വെടിവെച്ചുവീഴിത്തി.

'വെടിവെച്ചപ്പോൾ അവന്റെ മുഖം എങ്ങനെയിരുന്നു.?'

സിമ്മൺസ് ചോദിച്ചു.

'പണ്ടാരമടങ്ങാൻ- അത് ഞാനെങ്ങനെ അറിയാനാണ്?'

എറ്റോറി ചോദിച്ചു. 'ഞാനവന്റെ വയറ്റത്തേക്കാണ് വെടിവെച്ചത് തലയിലേക്കുന്ന വെച്ചാൽ ചിലപ്പോൾ പിഴച്ചെങ്കിലോ എന്ന് ഞാൻ പേടിച്ചു.'

'നീ ഒരു ഓഫീസറായിട്ട് എത്രകാലമായി എറ്റോറി?' ഞാൻ ചോദിച്ചു.

'രണ്ടുവർഷം. ഞാനടുത്തുതന്നെ ക്യാപ്റ്റൻ ആകാൻ പോകുന്നു. നിങ്ങൾ എത്ര കാലമായി ഒരു ലെഫ്റ്റനന്റ് ആയിട്ട്?'

'മൂന്നു വർഷങ്ങളാകാൻ പോകുന്നു.'

'നിങ്ങൾക്കൊരിക്കലും ഒരു ക്യാപ്റ്റൻ ആകാൻ പറ്റുകയില്ല. കാരണം നിങ്ങൾക്കൊന്നും ഇറ്റാലിയൻ ഭാഷ വേണ്ടത്ര അറിയുകയില്ല.'

എറ്റോറി പറഞ്ഞു.'നിങ്ങൾക്ക് ഇറ്റാലിയൻ ഭാഷയിൽ സംസാരിക്കാൻ കഴിഞ്ഞു എന്നുവരാം. പക്ഷേ എഴുതാനും വായിക്കാനും ശരിയാംവണ്ണം പറ്റി യെന്നുവരില്ല. ക്യാപ്റ്റൻ ആകണമെങ്കിൽ നിങ്ങൾക്ക് നല്ല വിദ്യാഭ്യാസം വേണം. നിങ്ങളെന്തുകൊണ്ട് അമേരിക്കൻ ആർമി യിൽ ചേർന്നില്ല?'

'ചിലപ്പോൾ ഞാൻ ചേർന്നേക്കും.'

'ദൈവമേ അതിനു കഴിഞ്ഞിരുന്നെങ്കിൽ എന്നു ഞാൻ ആഗ്രഹിക്കുന്നു. മാക് ഒരു ക്യാപ്റ്റന്റെ ശമ്പളം ഇപ്പോൾ എത്രയാണ്?'

'എനിക്ക് ശരിക്കുമറിഞ്ഞുകൂടാ. ഏതാണ്ട് ഒരു ഇരുനൂറ്റമ്പത് ഡോളറോളം വരുമെന്നു തോന്നുന്നു.'

'ജീസസ് ക്രൈസ്റ്റ് - ഇരുനൂറ്റമ്പത് ഡോളർ കിട്ടുമായിരുന്നെങ്കിൽ ഞാനെന്തൊക്കെ ചെയ്തേനെ. നീ എത്രയും പെട്ടന്നുതന്നെ അമേ രിക്കൻ ആർമിയിൽ ചേരാൻ ശ്രമിക്കു ഫ്രെഡ്. എന്നിട്ട് എന്നെയും ചേർക്കാൻ പറ്റുമോ എന്നു നോക്കു.'

'ശരി ശരി'

'എനിക്ക് ഇറ്റാലിയനിൽ ഒരു കമ്പനിയെത്തന്നെ കമാൻഡ് ചെയ്യാൻ സാധിക്കു, അപ്രകാരം തന്നെ അത് വളരെയെളുപ്പത്തിൽ ഇംഗ്ലീഷ് പഠിച്ച് ചെയ്യാനും സാധിക്കും.'

'നീയൊരു ജനറലായിത്തീരും' സിമ്മൺസ് പറഞ്ഞു.

'ഇല്ല അതുണ്ടാവില്ല. ഒരു ജനറലാകാൻ മാത്രമുള്ളതൊന്നും എനിക്ക ത്ര വശമില്ല. ഒരു ജനറലാകണമെങ്കിൽ, പണ്ടാരമടങ്ങാൻ എത്രമാത്രം അറിവുണ്ടാകണമെന്നാണ് വിചാരം?'

നിങ്ങളെന്താണ് കരുതുന്നത്? യുദ്ധമെന്നത് കുട്ടിക്കളിയാണെന്നോ? നിങ്ങൾക്കൊന്നും ഒരു രണ്ടാംക്ലാസ് കോർപ്പറൽ ആവാനുള്ള തലമണ്ട പോലുമില്ല.'

'ദൈവമേ അങ്ങനത്തെ മണ്ട തരാഞ്ഞതിനു നന്ദി-'

'അവരെല്ലാ അലവലാതികളേയും തുരത്തുവാരും. പട്ടാളത്തിലെടുക്കുമ്പോൾ നിനക്ക് അത്രക്കുള്ള തലമണ്ട ഉണ്ടായേ തീരു. ഓ എന്റെ പിള്ളാരേ! നിങ്ങളെ രണ്ടുപേരേയും എന്റെ പ്ലാറ്റൂണിൽ, എന്റെ കയ്യിൽ കിട്ടണമായിരുന്നു. മാക്കിനേയും. മാക് ഞാൻ നിന്നെ എന്റെ ഓർഡർലിയാക്കിയേനെ.'

'നിങ്ങൾ ഒരു മഹാനായ വ്യക്തിയാണ് എറ്റോറി' മാക് പറഞ്ഞു.

'പക്ഷേ നിങ്ങളൊരു പട്ടാള പക്ഷപാതിയാണെന്ന് ഞാൻ ഭയക്കുന്നു.'

'യുദ്ധം അവസാനിക്കുന്നതിനുമുമ്പ് ചിലപ്പോൾ ഞാനൊരു കേണൽ തന്നെയായേക്കാം.'

'അതിനിടെ അവർ നിന്നെ കൊന്നിട്ടില്ലെങ്കിൽ.'

'അവരെന്നെ കൊല്ലുകയൊന്നുമില്ല.' അവൻ കോളറിൽ തുന്നിപ്പിടിപ്പിച്ച നക്ഷത്രം പെരുവിരലും ചൂണ്ടുവിരലും ചേർത്ത് ഒന്നു തടവി.കണ്ടില്ലേ ഞാൻ ചെയ്യുന്നത്! കൊല്ലപ്പെട്ടു എന്ന് ആരെങ്കിലും പറയുകയാണെങ്കിൽ ഉടനെ ഞങ്ങൾ ഞങ്ങളുടെ നക്ഷത്രങ്ങളെതൊടും.'

സിം- നമുക്ക് പോയ്ക്കളയാം സാൻഡേർസ് എഴുന്നേറ്റുകൊണ്ട് പറഞ്ഞു.

'ശരി പെയ്ക്കളായാം'

'എന്നാൽ യാത്ര' ഞാൻ പറഞ്ഞു.'എനിക്കും ഉടനെ പോകേണ്ടതുണ്ട്.' ബാറിലെ ക്ലോക്കിൽ സമയം അഞ്ചേ മുക്കാലായിരുന്നു.

'സിയാവ്വ എറ്റോറി'

'സിയാവ്വ ഫ്രെഡി' എറ്റോറി പറഞ്ഞു. 'ആ സിൽവർ മെഡൽ കിട്ടാൻ പോകുന്ന കാര്യമുണ്ടല്ലോ അത് വളരെ ഗംഭീരമായി.'

'അത് കിട്ടുമോ എന്ന് എനിക്കറിഞ്ഞുകൂടാ.'

'നിനക്കത് കിട്ടുകതന്നെ ചെയ്യും ഫ്രെഡ്. നിനക്ക് കുഴപ്പമൊന്നും കൂടാതെ അത് കിട്ടുമെന്ന് ഞാൻ കേട്ടിട്ടുണ്ട്.'

'ശരി- എന്നാൽ യാത്ര.' ഞാൻ പറഞ്ഞു. 'പ്രശ്നങ്ങളിൽ നിന്നൊക്കെ ഒഴിഞ്ഞുനിൽക്കാൻ ശ്രമിക്കു എറ്റോറി.'

'എന്നെപ്പറ്റി പരിഭ്രമിക്കേണ്ട. ഞാൻ കുടിച്ചുകൂത്താടുകയോ പെണ്ണുങ്ങളുടെ പുറകെ പായുകയോ ചെയ്യില്ല. ഞാനൊരു കുടിയനോ വേശ്യകളെ വേട്ടയാടുന്നവനോ അല്ല. എന്താണ് എനിക്ക് നല്ലതെന്ന് എനിക്ക് തികച്ചറിയാം.'

'ശരി. ഞാൻ പറഞ്ഞു. നീയൊരു ക്യാപ്റ്റനായി പ്രമോട്ട് ചെയ്യപ്പെട്ടുമെന്നറിഞ്ഞ് ഞാൻ സന്തോഷിക്കുന്നു.'

'പ്രമോട്ട് ചെയ്യപ്പെടാനായി കാത്തുനിൽക്കുകയൊന്നും വേണ്ടെനിക്ക്. ഞാൻ ക്യാപ്റ്റനാകാൻ പോകുന്നത് യുദ്ധത്തിലെ എന്റെ നേട്ടങ്ങളെപ്രതിയാണ്. കണ്ടില്ലേ- മൂന്നുനക്ഷത്രങ്ങളും പിണച്ചുവെച്ച വാളുകളും അതിന്മീതെയുള്ള കിരീടവും. അതാണ് ഈ ഞാൻ.'

'സൗഭാഗ്യമാശംസിക്കുന്നു.'

'സൗഭാഗ്യമാശംസിക്കുന്നു. നിങ്ങളെന്നാണ് മുന്നണിയിലേക്ക് മടങ്ങുന്നത്?'

'താമസിയാതെ തന്നെ.'

'ശരി. ഞാനതിനിടക്ക് വന്നു കണ്ടുകൊള്ളാം'

'സോ ലോങ്ങ് യാതൊരു ഗുണവുമില്ലാത്ത നീക്കങ്ങൾ ഒന്നും എടുത്തേക്കരുതേ.'

ഞാൻ ഒരു തെരുവിന്റെ പിന്നാമ്പുറത്തുകൂടി, ആസ്പത്രിയിലേക്കുനയിക്കുന്ന ഒരു ക്രോസ് കട്ടിൽ എത്തി. എറ്റോറിക്ക് വയസ്സ് ഇരുപത്തിമൂന്നാണ്. സാൻഫ്രാൻസിസ്കോയിലുള്ള ഒരു അമ്മാവനാണ്. അവനെ എടുത്തു വളർത്തിയിരുന്നത്. ഇറ്റലിയിലെ 'ടെറിനോ'യിലുള്ള അച്ഛനേയും അമ്മയേയും സന്ദർശിക്കാൻ എത്തിയ വേളയിലാണ് യുദ്ധം പൊട്ടിപ്പുറപ്പെട്ടത്. ഇവനോടൊപ്പം ഇവന്റെ ഒരു പെങ്ങളേയും അവർ സാൻഫ്രാൻസിസ്കോയിലേക്ക് അയച്ചിരുന്നു. അവൾ ഈ വർഷം ഗവൺമെന്റ് സ്കൂളിൽ നിന്നും പഠനം പൂർത്തിയാക്കി ഇറങ്ങും. കാണുന്നവരെയൊക്കെ ബോറടിപ്പിച്ചുകൊല്ലുന്നതിൽ അംഗീകരിക്കപ്പെട്ട ഒരു നായകനായിരുന്നു എറ്റോറി. കാതറിന് ഇവനെ തെല്ലും സഹിക്കാൻ കഴിഞ്ഞിരുന്നില്ല.

'നമ്മൾക്ക് തീർച്ചയായും നായകന്മാരും ഉണ്ട് ഓമനെ. പക്ഷേ സാധാരണയായി അവരൊക്കെ കുറെക്കൂടി ശാന്തശീലരായിരിക്കും.'

'എനിക്കവനെക്കൊണ്ട് പ്രശ്നമൊന്നുമില്ല.'

'ഇത്ര കണ്ട് കാപട്യവും ബോറടിപ്പിക്കലുമില്ലായിരുന്നുവെങ്കിൽ ഞാനും അവനെ മറ്റുതരത്തിൽ കണക്കാക്കില്ലായിരുന്നു.'

'അവൻ എന്നെയും ബോറടിപ്പിക്കുന്നുണ്ട്.'

'അങ്ങനെ നിനക്ക് പറയാനാവുന്നെങ്കിൽ അത് നിന്റെ മനസ്സിലെ നന്മകൊണ്ടാണ് ഓമേന. പക്ഷേ നീ അങ്ങനെയൊന്നും പറയേണ്ട കാര്യമില്ല. യുദ്ധമുന്നണിയിൽ അവൻ എങ്ങനെയാണ് പെരുമാറുക എന്നുള്ളത് നിനക്ക് സങ്കൽപിക്കാൻ കഴിയുമല്ലോ. നിനക്കറിയാം അവനെ കാര്യങ്ങൾക്ക് ഉപകരിക്കുമെന്നുമൊക്കെ.'

''പക്ഷേ എനിക്കൊരു നിമിഷം പോലും സഹിക്കാൻ പറ്റാത്ത പ്രകൃതമാണ് ആ ചെറുക്കന്?''

'എനിക്കതറിയാം.'

'നീയെന്തൊരു നല്ല കുട്ടിയാണ്? അതു കൊണ്ടല്ലേ നിനക്കത് മനസ്സിലാക്കാൻ കഴിഞ്ഞത്. ഞാൻ എറ്റോറിയെ ഇഷ്ടപ്പെടാൻ ശ്രമിക്കായകയില്ല. പക്ഷേ അവനൊരു, ഭയങ്കര ഭയങ്കര ബോറൻ ചെറുക്കനാണ് സത്യത്തിൽ.'

'താനൊരു ക്യാപ്റ്റൻ ആകാൻ പോവുകയാണെന്ന് ഇന്ന് വൈകുന്നേരം അവൻ പറഞ്ഞു.'

'എനിക്കുമതിൽ സന്തോഷമുണ്ട്' കാതറിൽ പറഞ്ഞു.' അക്കാര്യം അവനെ ഏറെ സന്തുഷ്ടനാക്കും.'

'എനിക്കും എന്തെങ്കിലുമൊക്കെ ഉയർന്ന റാങ്കുകൾ കിട്ടണമെന്ന് നിനക്കാഗ്രഹമില്ലേ?'

'ഇല്ല- ഓമനേ- നമുക്ക് മികച്ച ഹോട്ടലുകളിൽ പ്രവേശിക്കാൻ കഴിവുള്ള വിധത്തിലുള്ള റാങ്കുകളേ ആവശ്യമുള്ളൂ.'

'അത്തരത്തിലുള്ള ഒന്നുതന്നെയാണ് ഇപ്പോൾ എനിക്കുള്ളത്.'

'നിനക്ക് വളരെ ഗംഭീരമായ ഒരു റാങ്ക് ആണുള്ളത്. ഇതിനേക്കാൾ മുന്തിയ റാങ്കുകിട്ടണമെന്ന് എനിക്ക് ഒട്ടും ആഗ്രഹമില്ല. അങ്ങനെയെങ്ങാനു മുണ്ടായാൽ നിനക്ക് ഭയങ്കരമായി ഗമ കൂടും. നിന്നെ പിടിച്ചാൽ കിട്ടില്ല.' 'ഓ എന്റെ ഓമനെ നീയൊരു അഹംഭാവിയല്ല എന്നതിൽ ഞാനെത്ര ആഹ്ലാദിക്കുന്നുവെന്നോ? നീയൊരു അഹംഭാവിയാണെന്നു വരികിലും ഞാൻ നിന്നെ വിവാഹം ചെയ്യുവെന്നുവരാം. പക്ഷേ അഹംഭാവിയല്ലാത്തൊരു ഭർത്താവുണ്ടാകുക എന്നത് എന്തൊരു സമാധാനമുള്ള കാര്യമാണെന്നോ!'

ഞങ്ങൾ ബാൽക്കണിയിലിരുന്നു ഒച്ചതാഴ്ത്തി ഏറെ നേരം സംസാരിച്ചു. ഈ നേരംകൊണ്ട് ചന്ദ്രനുദിക്കേണ്ടതായിരുന്നു. പക്ഷേ പട്ടണത്തിനെയാകമാനം മൂടിക്കൊണ്ട് ഒരു മൂടൽമഞ്ഞ് ഉയർന്നുവന്നിരുന്നു. കുറച്ചുനേരത്തിനകം മഴ ചാറാനും തുടങ്ങി. അതിനാൽ ഞങ്ങൾ മുറിയിലേക്ക് വന്നു. പുറത്തെ അന്തരീക്ഷത്തിൽ, മൂടൽമഞ്ഞ് മഴയായി മാറാൻ തുടങ്ങിയിരിക്കുന്നു. പിന്നീടത് പെരുമഴയായി മാറി. മേൽക്കൂരയിൽ മഴ താളമടിക്കുന്നത് ഞങ്ങൾക്ക് കേൾക്കാമായിരുന്നു. ഞാൻ എഴുന്നേറ്റു വാതില്ക്കലോളം ചെന്നു. മഴ ഉള്ളിലേക്ക് പാറിവീഴുന്നുണ്ടോ എന്നറിയാൻ കുറച്ചുനേരം അവിടെനിന്നു. പക്ഷേ മഴ ഉള്ളിലേക്ക് എത്തുന്നുണ്ടായിരുന്നില്ല. അതിനാൽ ഞാൻ വാതിൽ തുറന്നുതന്നെയിട്ടു.

'പിന്നെ വേറെയാരെയൊക്കെയാണ് നീ കണ്ടത്?'

'മിസ്റ്റർ ആന്റ് മിസിസ് മെയേഴ്സിനെ'

'അവർ ഒരു വിചിത്രമായ കൂട്ടർ തന്നെയാണ്'

'അദ്ദേഹം യഥാർത്ഥത്തിൽ വീട്ടുതടങ്കലിൽ കഴിയേണ്ട ആളാണ്. പക്ഷേ അവർ അദ്ദേഹത്തെ മരിക്കാനായി പുറത്തേക്ക് തുറന്നുവിട്ടിരിക്കുകയാണ്'

'അതുകൊണ്ടെന്താ? അദ്ദേഹം എന്നെന്നും സന്തോഷമായി മിലാനിൽ ജീവിക്കും.'

'സന്തോഷത്തിന്റെ കാര്യത്തിൽ അത്ര ഉറപ്പുപറയാനാവില്ല.'

'ജയിലിൽ നിന്നുമിറങ്ങിയാലുണ്ടാകുന്ന സന്തോഷത്തിന്റെയത്ര സന്തോഷം!'

'മിസിസ് മെയേഴ്സ് എന്തൊക്കെയോ സാധനങ്ങൾ ഇങ്ങോട്ട് കൊണ്ടുവരുന്നുപോലും.'

'അവർ ഗംഭീരമായ സാധനങ്ങളാണ് കൊണ്ടുവരിക. നീയും അവരുടെ ഓമന ചെറുക്കന്മാരിൽ പെടില്ലേ?'

'അതെ' അവരിലൊരാൾ.'

'നിങ്ങളെല്ലാവരും അവരുടെ പ്രിയപ്പെട്ട ചെറുക്കന്മാരാണ്.'

കാതറിൻ പറഞ്ഞു. അവർക്ക് എപ്പോഴും ഓമന ചെറുക്കന്മാരോടാണ് പഥ്യം. മഴ പെയ്യുന്നത് ശ്രദ്ധിക്കുക.'

'മഴ കനത്തു പെയ്യുന്നു.'

'എന്നിട്ട്, നീയെന്നെ എന്നുമെന്നും സ്നേഹിക്കും. ഇല്ലേ?'

'അതെ.'

'മഴ നിന്റെ സ്നേഹത്തിൽ വ്യത്യാസമുണ്ടാക്കുകയില്ല.?'

'ഇല്ല.'

'അത് ഏതായാലും നന്നായി. കാരണം എനിക്ക് മഴയെ പേടിയാണ്.'

'എന്തിന്?' എനിക്ക് ഉറക്കം വരുന്നുണ്ടായിരുന്നു. പുറത്ത് മഴ ഒരേ താളത്തിൽ പെയ്തുകൊണ്ടിരുന്നു.

'എനിക്കറിഞ്ഞുകൂടാ ഓമനെ. എനിക്ക് എപ്പോഴും മഴയെ പേടിയാണ്.'

'എനിക്കതിഷ്ടമാണ്.'

'എനിക്ക് മഴയത്തിറങ്ങി നടക്കാൻ ഇഷ്ടമാണ്. പക്ഷേ മഴയെ സ്നേഹിക്കാൻ എനിക്ക് പ്രയാസമാണ്.'

'എന്നും എല്ലായ്പോഴും ഞാൻ നിന്നെ സ്നഹിച്ചുകൊണ്ടിരിക്കും.' 'ഞാൻ നിന്നെ സ്നേഹിക്കുന്നു. ഞാൻ നിന്നെ മഴയിലും,പിന്നെ മഞ്ഞിലും പിന്നെ ആലിപ്പഴവർഷത്തിലും പിന്നെ, പിന്നെയെന്തൊക്കെയാണുള്ളത്?'

'എനിക്കറിഞ്ഞുകൂടാ. എനിക്ക് തോന്നുന്നു. ഞാനുറങ്ങിപ്പോവുകയാണെന്ന്.'

'എങ്കിൽ ഉറങ്ങിക്കൊള്ളൂ ഓമനേ. എങ്ങനെയായിരുന്നാലും ഞാൻ നിന്നെ സ്നേഹിക്കും.'

'നിനക്ക് സത്യമായും മഴയെ പേടിയില്ലല്ലോ അല്ലേ?'

'ഇല്ല നിന്നോടൊപ്പമാകുമ്പോൾ.'

'എന്തിനാണ് നീ മഴയെ പേടിക്കുന്നത്?.'

'എനിക്കറിഞ്ഞുകൂടാ.'

'എന്നോടു പറയൂ.'

'എന്നെ നിർബന്ധിക്കല്ലേ.'

'എന്നോട് പറയൂ.'

'ഇല്ല.'

'ഇനി എന്നോട് പറയൂ.'

ശരി. എനിക്ക് മഴയെ പേടിയാണ്. കാരണം ഞാൻ, എന്നെ മഴയത്ത് മരിച്ചുകിടക്കുന്നതായി കാണുന്നു.

'ഇല്ല.'

'പിന്നെ, ചിലപ്പോൾ നിന്നെ മഴയത്ത് മരിച്ചുകിടക്കുന്നതായി കാണുന്നു.'

'അങ്ങനെയാവാൻ ചിലപ്പോൾ സാദ്ധ്യതയുണ്ട്.'

'വേണ്ട. അങ്ങനെയാവേണ്ട. ഓമനേ- അങ്ങനെവരില്ല. കാരണം എനിക്ക് നിന്നെ കാത്തുകൊള്ളാൻ കഴിയും. എനിക്കറിയാം എനിക്ക തിന് കഴിയും. പക്ഷേ അവനവനെത്തന്നെ സംരക്ഷിക്കാൻ ആർക്കും കഴിയുകയില്ല.'

'ഇതൊന്നു നിർത്തു പ്ലീസ്. ഇന്നുരാത്രി നീയൊരു വട്ടുപിടിച്ച അന്ധ വിശ്വാസിയായ സ്കോട്ടിഷുകാരിയാവാൻ ഞാൻ അനുവദിക്കുകയില്ല. നമ്മൾ ഒരുമിച്ചിനി അധിക ദിവസങ്ങൾ ഉണ്ടാകില്ല.'

'ഇല്ല. പക്ഷേ ഞാനൊരു വട്ടുപിടിച്ച അന്ധവിശ്വാസിയായ സ്കോട്ടി ഷുകാരിതന്നെയാണല്ലോ. പക്ഷേ ഞാനിതു നിർത്തിക്കൊള്ളാം.

'ഇത് ആകെ അസംബന്ധമാണ്.'

'അതെ ഇതെല്ലാം അസംബന്ധമാണ്.'

'അതെ ഇതെല്ലാം അസംബന്ധമാണ്. ഇതെല്ലാം അസംബന്ധം മാത്രമാണ്. എനിക്ക് മഴയെ പേടിയില്ല.'

'എനിക്ക് മഴയെ പേടിയില്ല. ഓ ഓ ഗോഡ് എനിക്ക് മഴയെ പേടിക്കാ തിരിക്കാൻ കഴിഞ്ഞിരുന്നുവെങ്കിൽ' അവൾ കരയുകയായിരുന്നു. ഞാൻ അവളെ സാന്ത്വനിപ്പിച്ചുകൊണ്ടേയിരുന്നു. കുറേ കഴിഞ്ഞ് അവൾ കരച്ചിൽ നിർത്തി. പുറത്ത് മഴ പെയ്തുകൊണ്ടേയിരുന്നു.

20

ഒരു ദിവസം വൈകുന്നേരം ഞങ്ങൾ കുതിരപ്പന്തയത്തിനു പോയി. ഫെർഗ്ഗുസനും ക്രോവെൽ റോഡ് ജോർഡും ഒപ്പം വന്നിരുന്നു. ഷെല്ലിന്റെ നോഡ് ക്യാപ് പൊട്ടിത്തെറിച്ച് പരിക്കേറ്റ് ചികിത്സയിൽ കഴിഞ്ഞിരുന്ന ചെറുപ്പക്കാരനായിരുന്നു ക്രോവെൽ. ഉച്ചഭക്ഷണത്തിനുശേഷം പെൺകുട്ടികൾ രണ്ടും ഒരുങ്ങാൻ പോയ നേരത്ത് അവന്റെ കട്ടിലിലിരുന്നുകൊണ്ട് ഞങ്ങൾ കുതിരകളെപ്പറ്റിയുള്ള മത്സര വിജയികളെപ്പറ്റിയും പ്രവചനങ്ങളെപ്പറ്റിയും പന്തയപ്പത്രങ്ങളിൽ എഴുതിയിരുന്നത് വായിച്ചു. ക്രോവെല്ലിന്റെ തലയപ്പോഴും ബാന്റേജിനുള്ളിൽത്തന്നെയായിരുന്നു. അവനു പന്തയങ്ങളിലൊന്നും വലിയ താൽപര്യമില്ലായിരുന്നുവെങ്കിലും, നേരം കൊല്ലാൻ വേണ്ടി, എല്ലാ കുതിരകളെപ്പറ്റിയുമുള്ള വിവരണങ്ങൾ കൃത്യമായി അറിഞ്ഞുവെച്ചിരുന്നു. കുതിരകളുടെ സ്ഥിതിയൊക്കെ വളരെ ദയനീയമായിരുന്നുവെങ്കിലും, ഇപ്പോൾ കുതിരകളായി അവ മാത്രമേ ശേഷിക്കുന്നുള്ളൂ എന്നവൻ പറഞ്ഞു. വയസ്സൻ മേയേഴ്സിനു ക്രോവെല്ലിനെ ഇഷ്ടമായിരുന്നു അതിനാൽ അയാൾ, അവന് ജയിക്കാൻ വേണ്ടിയുള്ള ചില ചില്ലറ വിദ്യകൾ പറഞ്ഞുകൊടുത്തിരുന്നു. ഏതാണ്ടെല്ലാ മത്സരങ്ങളും മേയേഴ്സ് ജയിക്കുന്നുണ്ടായിരുന്നു. പക്ഷേ മറ്റുള്ളവർക്ക് ജയിക്കാനുള്ള കൊച്ചു കൗശലങ്ങൾ കൈമാറുന്നതിൽ അയാൾക്ക് വൈമനസ്യമുണ്ട്. കാരണം അത് മത്സരതുകകൾ കുറയാൻ കാരണമാകും. കുതിരപ്പന്തയം എന്നത് മഹാകൗശലം പിടിച്ച ഒരു ഏർപ്പാടാണ്. യൂറോപ്പിലെ പന്തയ മൈതാനങ്ങളിൽ വിലക്ക് കൽപിച്ച വ്യക്തികളായിരുന്നു ഇറ്റലിയിലെ മൈതാനത്തിൽ കളിക്കാനെത്തിയിരുന്നത്.

മേയേഴ്സ് തന്നിരുന്ന സൂചനകൾ വളരെ ഫലപ്രദങ്ങളായിരുന്നുവെങ്കിലും എനിക്കവയെപ്പറ്റി ചോദിക്കുന്നത് ഇഷ്ടമുണ്ടായിരുന്നില്ല. ചിലപ്പോൾ അയാൾ ചോദിച്ചാൽ ഒന്നും മിണ്ടുകപോലും ചെയ്യില്ല. നമ്മോട് അതിനെപ്പറ്റി സംസാരിക്കുന്നതിലുള്ള വൈമനസ്യം അയാൾ തന്നെ പ്രകടിപ്പിച്ചിരുന്നു. എന്നിട്ടും അതിനെപ്പറ്റി പറയാതിരിക്കുന്നത് ശരിയല്ല എന്ന മട്ടിൽ നമ്മോട് ചിലപ്പോൾ സംസാരിക്കുകയും ചെയ്യും. ക്രോവെല്ലിനോട് ഇത്തരം

രഹസ്യസൂചനകൾ പങ്കുവെക്കുന്നതിനോട് അയാൾക്ക് അത്രയധികം വൈമനസ്യമില്ലായിരുന്നു. ക്രോവെല്ലിന്റെ കണ്ണുകൾക്ക് ഭയങ്കര വേദനയുണ്ടായിരുന്നു. ഒരു കണ്ണിന് കടുത്ത വേദനതന്നെയായിരുന്നു. മേയേഴ്സിനും കണ്ണുകളുടെ എന്തോ ഒരു പ്രശ്നമുണ്ടായിരുന്നു. അതുകൊണ്ടാവാം മേയേഴ്സിന് ക്രോവെല്ലിനെ ഇഷ്ടമായിരുന്നു. ഏത് കുതിരയിലാണ് താൻ പന്തയം വെക്കുന്നതെന്ന് അയാൾ ഒരിക്കലും ഭാര്യയോട് വെളിപ്പെടുത്തിയിരുന്നില്ല. അവളാകട്ടെ നിരന്തരം മത്സരം തോല്ക്കുകതന്നെയാണ് പതിവ്. പിന്നെ ആ സ്ത്രീ എല്ലാ സമയത്തും ചിലച്ചുകൊണ്ടിരിക്കുകയും ചെയ്തിരുന്നു.

ഞങ്ങൾ ഒരു തുറന്ന കുതിരവണ്ടിയിലാണ് 'സാൻസിറോ'യിലേക്ക് പുറപ്പെട്ടത്. മനോഹരമായ ഒരു ദിവസമായിരുന്നു അത്. ഞങ്ങൾ പാർക്കിലൂടെ ഓടിച്ചുപോയി. പിന്നെ ട്രാംവേയ്ക്ക് സമാന്തരമായി കുറേ ഓടിയശേഷം പട്ടണം വിട്ടു. പാത വളരെയേറെ പൊടിനിറഞ്ഞതായി മാറി. പാതക്കിരുവശത്തും ചുറ്റും ഇരുമ്പുവേലികളുള്ള കർഷകഭവനങ്ങളുണ്ടായിരുന്നു. കോതിയൊതുക്കാതെ വളർന്നുപോയ തോട്ടങ്ങൾ, വെള്ളമൊഴുകികൊണ്ടിരിക്കുന്ന തോടുകൾ, ഇലകളിലെമ്പാടും പൊടിയടിഞ്ഞുകൂടിയ പച്ചക്കറിത്തോട്ടങ്ങൾ. ഞങ്ങൾ ഇവയെല്ലാം പിന്നിട്ട് മുന്നോട്ടു നീങ്ങിക്കൊണ്ടിരുന്നു. സമതലത്തിനപ്പുറം ദൂരെയായി കർഷകഭവനങ്ങളും സമൃദ്ധമായ പച്ചവയലുകളും ജലസേചനത്തിനുള്ള നിറഞ്ഞ തോടുകളും കാണാമായിരുന്നു. അതിനപ്പുറത്ത് വടക്കൻഭാഗങ്ങളിലെ ഉയർന്ന മലനിരകൾ. മത്സരവീഥിയിലേക്ക് അനേകം കുതിരവണ്ടികൾ ഓടിച്ചുപോകുന്നുണ്ടായിരുന്നു. കവാടത്തിൽ നിന്നിരുന്നവർ ഞങ്ങളെ അകത്തേക്ക് കടക്കാൻ അനുവദിച്ചു. പ്രവേശന കാർഡുകൾ കൈവശമില്ലെങ്കിലും, ഞങ്ങൾ യൂണിഫോമിൽ ആയിരുന്നതുകൊണ്ട് അക്കാര്യം പ്രശ്നമായില്ല. ഞങ്ങൾ കുതിരവണ്ടിയിൽ നിന്നിറങ്ങി ലഘുലേഖകൾ വാങ്ങി ഉള്ളിലെ തുറന്ന മൈതാനത്തിലൂടെ നടന്ന് പന്തയത്തിന്റെ മിനുത്ത പുൽമൈതാനത്തിലൂടെ മത്സരവീഥികൾ അടയാളപ്പെടുത്തിയ ചെറുമൈതാനത്തിന്റെ അറ്റത്തെത്തി. കളി കാണാൻ കയറിനിൽക്കേണ്ടുന്ന ഗ്രാൻഡ്സ്റ്റാൻഡുകൾ പഴകിയതും മരം കൊണ്ടുണ്ടാക്കിയതുമായിരുന്നു. ഗ്രാൻഡ്സ്റ്റാൻഡുകൾക്ക് താഴെ കുതിരപ്പന്തിയോട് ചേർന്ന് ഒറ്റനിരയായിട്ടായിരുന്നു ബെറ്റിംഗ് ബൂത്തുകൾ സജ്ജീകരിക്കപ്പെട്ടിരുന്നത്. മത്സരവേദിയായ മൈതാനത്തിനോട് ചേർന്ന വേലികൾക്കരികിൽ നിരവധി പാട്ടാളക്കാർ കൂട്ടം ചേർന്ന് നിന്നിരുന്നു. ചെറുമൈതാനം ജനങ്ങളാൽ നിറഞ്ഞിരുന്നു. അവർ കുതിരകളെ നടത്തിക്കൊണ്ടുവന്നു, ഗ്രാൻഡ് സ്റ്റാൻഡിനു പിന്നിൽ മരങ്ങളുടെ ചുവട്ടിൽ ഒരു വൃത്തരൂപത്തിൽ തെളിച്ചു. ഞങ്ങൾ കുറേ പരിചയക്കാരെ കണ്ടുമുട്ടി. ഫെർഗൂസനും കാതറിനും ഇരിക്കാൻ വേണ്ടി കസേരകൾ കൊണ്ടുവരപ്പെട്ടു. ഞങ്ങൾ അവിടെനിന്നു കുതിരകളെ വീക്ഷിച്ചുകൊണ്ടിരുന്നു.

കുതിരകളെ, അതാതിന്റെ ചുമതലക്കാർ മൈതാനത്തിനു ചുറ്റുമായി നടത്തിച്ചു. അവ തലകൾ താഴ്ത്തിപ്പിടിച്ചിരുന്നു. കുതിരക്കാർ അവയെ

നയിച്ചുകൊണ്ട് മൈതാനം ചുറ്റി. ഒരു കുതിരയെ ഞങ്ങൾ പ്രത്യേകം നോട്ടമിട്ടു. ചുവന്നിരുണ്ട ഒന്നായിരുന്നു അത്. അതിന്റെ ദേഹത്തിൽ ചായം പുരട്ടിയിട്ടുണ്ടെന്ന് ക്രോവെൽ ആണയിട്ടു പറഞ്ഞു. നിരീക്ഷിച്ചുകൊണ്ടിരിക്കെ അതിന് വിജയസാദ്ധ്യതയേറും എന്നു ഞങ്ങൾക്ക് തോന്നി. ജീനിയിടാനുള്ള ബെൽ മുഴങ്ങുന്നതിന്റെ അൽപം മുമ്പു മാത്രമാണ് അവൻ പുറത്തേക്കിറങ്ങിയത്. അവന്റെ പേരിനുവേണ്ടി ഞങ്ങൾ ലഘുലേഖയിൽ തിരഞ്ഞു. അവന്റെ ജോക്കിയുടെ കൈത്തണ്ടയിലെ നമ്പറുമായി ഒത്തുനോക്കിയപ്പോൾ ആ കറുത്ത ഗെൽഡിംഗിന്റെ പേര് ജാപ്പാലാക് എന്നാണ് എന്ന് മനസ്സിലായി. ഒരു മത്സരത്തിലും ഇതുവരെ ജയിച്ചിട്ടില്ലാത്ത കുതിരയ്ക്കുവേണ്ടിയായിരുന്നു മത്സരം. തുക ആയിരമോ അതിലേറെയോ ലീറ. അതിന്റെ നിറം ചായമടിച്ച് മാറ്റിയിട്ടുണ്ടെന്ന് കാതറിനും പറഞ്ഞു. അതിനെപ്പറ്റി ഒന്നും പറയാനില്ലെന്ന് ഫെർഗുസൻ പറഞ്ഞു. അവന് ഒരു സംശയഛായ ഉണ്ടെന്ന് എനിക്കും തോന്നിയിരുന്നു. അവനെ പിന്തുണക്കാമെന്ന് ഞങ്ങൾ തീരുമാനത്തിലെത്തി. ഞങ്ങൾ നാലുപേരും കൂടി നൂറുലീറ പിരിച്ചെടുത്തു. സാദ്ധ്യതാ രേഖകളിൽ അവന്റെ നിരക്ക് ഒന്നിന് മുപ്പത്തഞ്ച് എന്ന കാണക്കിലായിരുന്നു. ക്രോവെൽ ടിക്കറ്റുകൾ വാങ്ങാൻ പോയി. കുതിരപ്പുറത്തുള്ള ജോക്കികൾ ഒരു തവണകൂടി മൈതാനം ചുറ്റുന്നതും പിന്നീട് മരങ്ങൾക്ക് ചുവട്ടിലൂടെ സാവധാനം ഗാലപ്പ്ചെയ്ത് ട്രാക്കിലേക്ക് കയറി സ്റ്റാർട്ടിംഗ് പോയിന്റിലേക്ക് നീങ്ങുന്നതും ഞങ്ങൾ നോക്കിനിന്നു.

ഞങ്ങൾ മത്സരം കാണുന്നതിനുവേണ്ടി ഗ്രാന്റ് സ്റ്റാൻഡിലേക്ക് കയറി. സാൻസിറോയിൽ, സാധാരണ കാണപ്പെടുന്നതുപോലെയുള്ള ഇലാസ്റ്റിക്കിന്റെ, പ്രതിരോധവേലി ഇല്ലായിരുന്നു അവിടെ. സ്റ്റാർട്ടർ, കുതിരകളെയെല്ലാം അണിനിരത്തി ദൂരെ സ്റ്റാർട്ടിംഗ് പോയിന്റിൽ നിൽക്കുമ്പോൾ അവയെല്ലാം ചെറുതായി കാണപ്പെട്ടു. തന്റെ കയ്യിലെ നീളൻചാട്ട ഒന്നു ചുഴറ്റിപ്പൊട്ടിച്ച് സ്റ്റാർട്ടർ മത്സരം ആരംഭിച്ചതായി പ്രഖ്യാപിക്കുകയും, കുതിരകളെ ട്രാക്കിലൂടെ ഓടാനയക്കുകയും ചെയ്തു. കുതിരകൾ ക്ഷണത്തിൽ ഞങ്ങൾ നിൽക്കുന്നയിടം കടന്നുപോയി. ഞങ്ങളുടെ കറമ്പൻ കുതിര തന്നെയായിരുന്നു ഒന്നാമൻ. വളവിൽ എത്തിയപ്പോൾ അവൻ എല്ലാവരേക്കാളും കുറേ മുന്നിലായി. അവ ദൂരയെത്തിയപ്പോൾ ഞാൻ എന്റെ ഗ്ലാസ്സുകളെടുത്തു വെച്ചുനോക്കി. അവന്റെ ജോക്കി അവനെ നിയന്ത്രിക്കാൻ പാടുപെടുന്നതുകണ്ടു. അയാൾക്കതിന് തെല്ലും സാദ്ധ്യമായില്ല. പിന്നീട് വളവു തിരിഞ്ഞു അവർ ചുറ്റി ഞങ്ങളുടെ നേരെ വന്നപ്പോൾ മറ്റുള്ളവയേക്കാൾ, പതിനഞ്ചുനീളം മുന്നിലായിരുന്നു ഞങ്ങളുടെ കറുമ്പൻ. അവൻ ഫിനിഷിംഗ് പോയന്റ് കടന്നു വീണ്ടുമോടി, ഒന്നുകൂടി വളവുതിരിഞ്ഞു പിന്നെ നിന്നു.

'എന്തൊരു അതിശയകരമായിരിക്കുന്നു അല്ലേ' കാതറീൻ പറഞ്ഞു. നമുക്ക് മൂവായിരത്തിൽപ്പരം ലീറകൾ കിട്ടും.

'അവനൊരു ഗംഭീര കുതിരതന്നെയാണ്.'

'അവന്റെ ചായം ഇളകിപ്പോവാഞ്ഞാൽ മതിയായിരുന്നു.' ക്രോവെൽ പറഞ്ഞു.'അവർ പണം തരുന്നതിന്റെ മുമ്പേ അവന്റെ ചായമിളകാഞ്ഞാൽ മതിയായിരുന്നു.'

'അവൻ ശരിക്കുമൊരു സുന്ദരക്കുട്ടപ്പൻ കുതിരതന്നെയാണ്.'

കാതറീൻ പറഞ്ഞു. 'മിസ്റ്റർ മേയ്ഴ്സും പന്തയം വെച്ചത് ഇവനെത്തന്നെയാണോ എന്ന് ഞാൻ സംശയിക്കുന്നു.'

'വിജയിയെത്തന്നെയല്ലേ നിങ്ങൾക്കും കിട്ടിയത്?' ഞാൻ മെയേഴ്സിനോട് വിളിച്ചുചോദിച്ചു. അയാൾ തലയാട്ടി.

'എനിക്ക് കിട്ടിയില്ല' മിസിസ് മേയേഴ്സ് പറഞ്ഞു. 'പിള്ളേരെ നിങ്ങൾ ഏതു കുതിരയിലാണ് പന്തയം കെട്ടിയത്?'

'ജാപ്പാലാക്'

'നേരോ! അവന്റെ നിരക്ക് ഒന്നിന് മുപ്പത്തഞ്ചാണ്.'

'ഞങ്ങൾക്കവന്റെ നിറം വല്ലാതെ പിടിച്ചു'

'എനിക്കവന്റെ നിൽപ് ഇഷ്ടപ്പെട്ടില്ല. ആ നിറം അത്ര സുഖമില്ലാത്തതു പോലെ എനിക്ക് തോന്നി.'

'അവനിൽ അത്രമാത്രം പണമൊന്നും കിട്ടാൻ പോകുന്നില്ല.'

'എഴുതിയിരിക്കുന്നതു പ്രകാരമാണെങ്കിൽ അവൻ ഒന്നിന് മുപ്പത്തഞ്ചിനാണ് മാർക്ക് ചെയ്തിട്ടുള്ളത്.'

'അത്രയൊന്നും കിട്ടാൻ പോകുന്നില്ല. അവസാന നിമിഷത്തിൽ....

മെയേഴ്സ് പറഞ്ഞു. 'അവന്റെ മേൽ അവർക്ക് ഒരുപാട് പണം ഇറക്കേണ്ടതായി വന്നു.'

'ആർക്ക്?'

കെപ്പണ്ണം അവന്റെ ചെറുക്കന്മാർക്കും. നോക്കിക്കോ അവൻ ഒന്നിന് രണ്ടുപോലും കിട്ടിയെന്നു വരില്ല.

'അപ്പോൾ നമുക്ക് മൂവായിരം ലീറ കിട്ടാൻ പോകുന്നില്ല.' കാതറീൻ പറഞ്ഞു. 'ഇതൊരു കുതന്ത്രംപിടിച്ച മത്സരമാണ്. എനിക്കത് ഇഷ്ടമായില്ല.'

'നമുക്ക് ഇരുന്നൂറ് ലീറ കിട്ടിയേക്കും'

'അത് ഒന്നുമല്ല. അത് കിട്ടിയിട്ട് ഒരു ഗുണവുമില്ല. ഞാൻ വിചാരിച്ചു. നമുക്ക് മൂവായിരം ലീറ കിട്ടാൻ പോവുകയാണെന്ന്.' 'ഇതൊരു കൗശലം നിറഞ്ഞ ഏർപ്പാടാണ്.' ഫെർഗ്ഗുസൻ പറഞ്ഞു

'കൗശലം നിറഞ്ഞതും മനം മടുപ്പിക്കുന്നതും.'

'തീർച്ചയായും' കാതറിൻ പറഞ്ഞു. 'ഇതിത്രമാത്രം കൗശലം നിറഞ്ഞ ഒരു ഏർപ്പാടാണ് എന്നറിഞ്ഞിരുന്നുവെങ്കിൽ നമുക്ക് അവനെ ബാക്ക് ചെയ്യേണ്ട കാര്യമേ ഇല്ലായിരുന്നു. പക്ഷേ മൂവായിരം ലീറ കിട്ടിയാൽ കൊള്ളാമായിരുന്നു.'

'നമുക്ക് പോയി ഓരോ ഡ്രിങ്ക് കഴിക്കാം. പിന്നെ അവർ എത്രയാണ് കൊടുക്കുന്നതെന്നും പോയി നോക്കാം.' ക്രോവെൽ പറഞ്ഞു.

അവർ നമ്പറുകൾ സ്ഥാപിക്കുന്നിടത്ത് ഞങ്ങൾ പോയി നോക്കി. പണം കൊടുത്തുതുടങ്ങുന്നതിനുള്ള ബെൽ അടിച്ചു. ജാപ്പാലാക്കിന് ജയിക്കാൻ അവർ പതിനെട്ടേ പോയന്റ് അഞ്ച് (18.5) ആണ് കണക്കാക്കിയിട്ടുള്ളത്. അതിനർത്ഥം ഇരട്ടിയിലും കുറവ് എന്നാണ്. പത്ത് ലീറ ബെറ്റിൽ കിട്ടുക 18.50 മാത്രം.

ഞങ്ങൾ ഗ്രാന്റ്സ്റ്റാൻഡിന്റെ ചുവട്ടിൽ പ്രവർത്തിച്ചിരുന്ന ഒരു ബാറിൽ കയറി ഓരോ വിസ്കിയും സോഡയും കഴിച്ചു. ഞങ്ങൾ പരിചയക്കാരായ ഒന്നുരണ്ടു ഇറ്റലിക്കാരേയും വൈസ് കോൺസൽ മാക് ആഡംസിനേയും കണ്ടുമുട്ടി. പിന്നീട് പെൺകുട്ടികളുടെ നേർക്ക് നടന്നപ്പോൾ അവരെല്ലാവരും ഒപ്പം കൂടി. ഇറ്റാലിയൻസ് വളരെ മര്യാദയോടുകൂടിയാണ് പെരുമാറിയിരുന്നത്. വീണ്ടും പന്തയം വെക്കാൻ പോകുമ്പോൾ മാക് ആഡംസ് കാതറിനോട് സംസാരിച്ചുകൊണ്ടിരുന്നു. 'പാരി മ്യൂച്ചുവേൽ' നുസമീപം മിസ്റ്റർ മെയേഴ്സ് നിന്നിരുന്നു.

'അയാളേതിലാണ് കളിക്കുന്നതെന്ന് ചോദിക്കു.'ഞാൻ ക്രോവെല്ലിനോട് ചോദിച്ചു.

'താങ്കളേതിന്മേലാണ് പന്തയം വെയ്ക്കുന്നത് മിസ്റ്റർ മെയേഴ്സ്' ക്രോവെൽ ചോദിച്ചു. അയാൾ തന്റെ ലഘുലേഖയെടുത്ത് അഞ്ച് എന്ന അക്കത്തിനുനേരെ പെൻസിൽ ചൂണ്ടിക്കാണിച്ചു.

'ഞങ്ങളും അവന്റെ മേൽ പന്തയം വെക്കുന്നതുകൊണ്ട് താങ്കൾക്ക് വിരോധമാകുമോ?'

'ആയിക്കോളൂ ആയിക്കോളൂ. പക്ഷേ എന്റെ ഭാര്യയോട് ഞാൻ ഈ നമ്പർ നിങ്ങൾക്ക് തന്നകാര്യം മിണ്ടിയേക്കരുത്.'

'താങ്കൾ ഒരു ഡ്രിങ്ക് എടുക്കുന്നുവോ?' ഞാൻ ചോദിച്ചു.

'ഇല്ല. നന്ദി. ഞാൻ കുടിക്കാറേയില്ല.'

ഞങ്ങൾ നൂറുലീറ അഞ്ചാം നമ്പറിൽ കെട്ടിവെച്ചു. മറ്റൊരു നൂറും കൂടി വേറെ കെട്ടുകയും ചെയ്തു. പിന്നെ പോയി ഒരു വിസ്കിയും സോഡയും കൂടി കഴിച്ചു. എനിക്കാകപ്പാടെ പ്രസരിപ്പ് തോന്നി. ഞങ്ങൾ പരിചയക്കാരായ വേറെ രണ്ട് ഇറ്റലിക്കാരേയുംകൂടി പിടിച്ചുകൊണ്ടുവന്നു. അവരോരുത്തരും ഞങ്ങളുടെ കൂടെയിരുന്ന്. ഓരോ ഡ്രിങ്ക് കൂടി കഴിച്ചു. പിന്നെ ഞങ്ങൾ തിരിച്ച് പെൺകുട്ടികളുടെ അടുത്തേക്ക് ചെന്നു.

ഈ വന്ന ഇറ്റലിക്കാരും, നേരത്തെ ഞങ്ങൾ കണ്ടുപിടിച്ച ഇറ്റലിക്കാരെപ്പോലെ വളരെ മര്യാദ പുലർത്തുന്നവരായിരുന്നു. കുറച്ചുനേരത്തിനുള്ളിൽ ആർക്കും ഇരിക്കപ്പൊറുതി ഇല്ലാതെയായി. ഞാൻ ടിക്കറ്റുകൾ കാതറീന് കൊടുത്തു.

'ഇത് ഏത് കുതിരയാണ്?'

'എനിക്കറിഞ്ഞുകൂടാ മിസ്റ്റർ മെയേഴ്സ് തെരഞ്ഞെടുത്തതാണ്.'

'എനിക്കതിന്റെ പേരുപോലും അറിയില്ല?'

'ഇല്ല. ലഘുലേഖയിൽ നോക്കിയാൽ പേരു കണ്ടുപിടിക്കാമല്ലോ അഞ്ചാം നമ്പർ ആണെന്നാണ് തോന്നുന്നത്.'

'നീയെല്ലാവരേയും കണ്ണും പൂട്ടിയങ്ങു വിശ്വസിക്കും' അവൾ പറഞ്ഞു.

ജയിച്ചത് അഞ്ചാം നമ്പർ തന്നെയായിരുന്നു പക്ഷേ അവർ അതിന്മേൽ ഒറ്റ പെനി പോലും തരാൻ തയ്യാറായില്ല.

മിസ്റ്റർ മെയേഴ്സിന് ആകെപ്പാടെ ഭയങ്കര ദേഷ്യം വന്നു.

'നിങ്ങൾക്ക് ഇരുപതിന്മേൽ ഇരുന്നൂറ് കിട്ടേണ്ടതായിരുന്നു.'

മിസ്റ്റർ മെയേഴ്സ് പറഞ്ഞു. 'ഇപ്പോഴൊ പത്തിന് പന്ത്രണ്ടാണ് കിട്ടുന്നത്. ഒരു കാര്യവുമില്ല. എന്റെ ഭാര്യക്കാകട്ടെ ഇരുപത് ലീറ കയ്യിൽനിന്നുംപോയി.

'ഞാൻ നിന്റെ കൂടെ വരികയാണ്' കാതറിൽ എന്നോട് പറഞ്ഞു ഇറ്റാലിയൻസ് മുഴുവൻ ഗ്രാന്റ് സ്റ്റാൻഡിൽ അപ്പോഴും എഴുന്നേറ്റ് നിൽക്കുകയാണ്.

ഞങ്ങൾ പടികളിറങ്ങി ചെറുമൈതാനത്തിന്റെ അരികോളം ചെന്നു.

'നിനക്കിത് ഇഷ്ടമായി?' കാതറിൻ ചോദിച്ചു.

'ഉം. ഇഷ്ടപ്പെടുന്നുണ്ടെന്നു കരുതുന്നു.'

'ഇതിൽ വലിയ കുഴപ്പമൊന്നുമില്ലെന്ന് ഞാൻ വിചാരിക്കുന്നു.'

അവൾ പറഞ്ഞു.'പക്ഷേ ഓമനേ ഇത്രയും പരിചയക്കാരെയൊന്നും എനിക്ക് ഉൾക്കൊള്ളാൻ വയ്യ.'

'നമ്മൾ അത്രയ്ക്ക് കൂടുതൽ ആൾക്കാരെയൊന്നും കണ്ടില്ലല്ലോ?'

'ഇല്ല- പക്ഷേ ആ മേയേഴ്സ് ദമ്പതികളും ബാങ്കിൽ ജോലിയുള്ള മറ്റേയാളും അയാളുടെ ഭാര്യയും പെൺമക്കളും...'

'അയാളാണ് എനിക്ക് ബാങ്കിൽ സൈറ്റ് ഡ്രാഫ്റ്റുകൾ കാഷ് ചെയ്തുതരുന്നത്.'

'അതെനിക്കും മനസ്സിലായി അയാൾ തയ്യാറല്ലെങ്കിൽ മറ്റൊരാൾ അതിന്റെ കാര്യം അത്രയേ ഉള്ളൂ. അവസാനം വന്ന ആ നാലു പയ്യന്മാരാണെങ്കിലോ ഭയങ്കരം.'

'നമുക്ക് അവിടെ നിന്നും പുറത്തുമാറി നിൽക്കാം. നമുക്ക് വേലിക്കരികിൽ പോയിനിന്ന് മത്സരം കാണാം.'

'അത് മനോഹരമായിരിക്കും. പിന്നെ ഓമനേ നമുക്ക് ഇതിനുമുമ്പേ ഇതുവരെ കേൾക്കാത്ത ഒരു കുതിരയുടെ മേൽ പന്തയം കെട്ടാം. മിസ്റ്റർ മെയേഴ്സ് പന്തയം കെട്ടാത്ത ഒന്നിന്മേൽ.'

'ശരി.'

ഞങ്ങൾ 'എനിക്ക് വേണ്ടി പ്രകാശിക്കു 'എന്ന പേരുള്ള ഒരു കുതിരയുടെ മേൽ പന്തയം കെട്ടി. അഞ്ചുകുതിരകൾ നിരന്നോടിയ മൈതാനത്തിൽ അവൻ നാലാമനായി ഓടിയെത്തി. ഞങ്ങൾ വേലിയുടെ മേൽ ചാഞ്ഞു നിന്നു; കുതിരകൾ ഓടിപ്പോകുന്നത് നോക്കിനിന്നു. നീങ്ങിപ്പോകുമ്പോൾ അവയുടെ കുളമ്പടികൾ തറയിൽ താളം പിടിക്കുന്നത് ഞങ്ങൾ കണ്ടു. അങ്ങകലെയുള്ള മലനിരകൾക്കും മരങ്ങൾക്കും മൈതാനങ്ങൾക്കുമപ്പുറത്ത് മിലാൻ നഗരവും ഞങ്ങൾക്ക് കാണാമായിരുന്നു.

'എനിക്കിവിടെ നിൽക്കുമ്പോൾ കുറേക്കൂടി ശുദ്ധവായു ലഭിക്കുന്നതുപോലെ തോന്നുന്നു' കാതറിൻ പറഞ്ഞു. മത്സരം കഴിഞ്ഞ് കുതിരകൾ തിരിച്ചുവരാൻ തുടങ്ങിയിരുന്നു. ഗേറ്റിലൂടെ വിയർത്തും നനഞ്ഞും വന്നിരുന്ന അവയെ ശാന്തമാക്കുവാൻ ജോക്കികൾ ശ്രമിച്ചുകൊണ്ടിരുന്നു. അവർ മരങ്ങളുടെ ചുവട്ടിലേക്ക് കുതിരകളെ നയിച്ചു.

'ഓരോ ഡ്രിങ്ക് കഴിക്കണമെന്നു തോന്നുന്നില്ലേ? നമുക്ക് ഇതാ ഇവിടെയുള്ള ഒന്നിൽ നിന്നും കഴിക്കാം. കുതിരകളെയും കാണാം.'

'ഞാൻ പോയി കൊണ്ടുവരാം' ഞാൻ പറഞ്ഞു.

'പരിചാരകൻ കൊണ്ടുവരും' കാതറീൻ പറഞ്ഞു. അവൾ കയ്യുയർത്തിക്കാണിച്ചപ്പോൾ പഗോഡ ബാറിൽനിന്നും പരിചാരകനിറങ്ങിവന്നു. കുതിരപ്പന്തിയുടെ അടുത്തായിരുന്നു ഈ പഗോഡ ബാർ.

ഞങ്ങൾ ഒരു ഇരുമ്പുവട്ടമേശക്കരികിലിരുന്നു.

'നമ്മൾ രണ്ടുപേരും തനിച്ചായിരുന്നപ്പോൾ നിനക്ക് കുറേക്കൂടി സുഖം തോന്നിയോ?'

'തീർച്ചയായും' ഞാൻ പറഞ്ഞു.

'അവിടെ അവരെല്ലാവരുടേയും ഒപ്പം നിന്നപ്പോൾ എനിക്ക് വല്ലാത്ത ഏകാന്തത തോന്നി.'

'ഇവിടെയായപ്പോൾ ഗംഭീരസുഖം തോന്നുന്നു.' ഞാൻ പറഞ്ഞു..

'അതെ അത് ശരിക്കുമൊരു ഒന്നാന്തരം കുതിരപ്പന്തയം തന്നെയാണ്.'

'വളരെ സുന്ദരം.'

'എന്നെ പ്രതി തമാശ നശിപ്പിക്കല്ലേ ഓമനേ - നിനക്ക് അവരുടെയടുത്തേക്ക് പോകണമെന്നുണ്ടെങ്കിൽ നമുക്ക് പോകാം.'

'ഇല്ല' ഞാൻ പറഞ്ഞു. 'നമ്മളിവിടെത്തന്നെയിരുന്നു നമ്മുടെ ഡ്രിങ്ക് കഴിക്കും. പിന്നീട് നമ്മൾ വേലിക്കരികിലേക്ക് പോയി. അവിടെ വെള്ളച്ചാട്ടത്തിനരികെ നിന്ന് സ്റ്റീപ്പ്ൾചേസ് കാണും. 'നീ എന്നോട് എന്തുമാത്രം സൗമനസ്യം കാണിക്കുന്നു.'

കുറേ നേരം ഒറ്റക്ക് ചിലവഴിച്ച് ഞങ്ങൾ വീണ്ടും മറ്റുള്ളവരുടെ അടുത്തേക്കു പോയി. അവരോടൊപ്പം വീണ്ടും ചെന്നുചേർന്നതിൽ ഞങ്ങൾക്ക് സന്തോഷം തോന്നി. അതൊരു വളരെ ഉല്ലാസവും രസമുള്ള സമയവുമായിരുന്നു.

21

സെപ്റ്റംബറിലെ ആദ്യത്തെ തണുത്ത രാത്രികൾ എത്തിത്തുടങ്ങിയിരുന്നു. താമസിയാതെ പകലുകളും തണുത്തതായി മാറി. പിന്നീട് പാർക്കിലെ മരങ്ങളിലും ഇലകൾ നിറം മാറാൻ തുടങ്ങി. വേനൽക്കാലം കഴിഞ്ഞുപോയെന്ന് ഞങ്ങൾ മനസ്സിലാക്കി. മുന്നണിയിലെ പോരാട്ടം ദുർബ്ബലമായിത്തീർന്നിരുന്നു. അവർക്ക് വിചാരിച്ചതുപോലെ സാൻ ഗബ്രിയേല പിടിച്ചടക്കാൻ കഴിഞ്ഞിരുന്നില്ല. ബെയ്ൻസിസ്സ പീഠഭൂമിക്കുവേണ്ടിയുള്ള മുന്നേറ്റം സെപ്റ്റംബർ പകുതിയായപ്പോഴേക്കും ഏതാണ്ട് അവസാനിച്ച മട്ടായിരുന്നു. അതുപോലെത്തന്നെ 'സാൻ ഗബ്രിയേല'ക്കുവേണ്ടിയുള്ള പോരാട്ടവും അവസാനിച്ചു. എറ്റോറി മുന്നണിയിലേക്ക് മടങ്ങിപ്പോയ്ക്കഴിഞ്ഞിരുന്നു കുതിരകളെല്ലാം റോമിലേക്ക് പോയിക്കഴിഞ്ഞു. പിന്നീട് പന്തയങ്ങൾ ഉണ്ടായതുമില്ല. ക്രോവെൽ ഉം റോമിലേക്ക് പോയി. അവിടെനിന്നും അവർ അയാളെ അമേരിക്കയിലേക്ക് തിരിച്ചയക്കാനുള്ള ഏർപ്പാടുകൾ ചെയ്തു. പട്ടണത്തിൽ രണ്ടുതവണ യുദ്ധത്തിനെതിരായ കലാപങ്ങൾ ഉണ്ടായി.

പക്ഷേ ടൂറിനിലെ കലാപം വളരെയേറെ രൂക്ഷമായിരുന്നു. ക്ലബ്ബിൽ വെച്ച് പരിചയപ്പെട്ട ബ്രിട്ടീഷ് മേജർ ബെയ്ൻസിസ്സാ, പീഠഭൂമിയിൽ വെച്ച് ഇറ്റലിക്ക് ഏതാണ്ട് ഒരു ലക്ഷത്തിഅമ്പതിനായിരം സൈനികരെ നഷ്ടപ്പെട്ടിട്ടുണ്ടാകണം എന്നുപറഞ്ഞു. സാൻ ഗബ്രിയേലക്കുവേണ്ടിയുള്ള മുന്നേറ്റത്തിലും ഇപ്രകാരംതന്നെ അനേകാമായിരങ്ങൾ ബലികഴിക്കപ്പെട്ടിരുന്നുവെന്നും അദ്ദേഹം അറിയിച്ചു. കൂടാതെ കാർസോയിൽ നാൽപതിനായിരം പേരെയാണ് കുരുതികഴിച്ചത്. ഞങ്ങൾ ഓരോ ഡ്രിങ്കും എടുത്തു സംസാരിച്ചുകൊണ്ടിരുന്നു. ഇറ്റലിയുടെ ഈ വർഷത്തെ പോരാട്ടങ്ങൾ ഇവിടെ അവസാനിക്കുകയാണെന്ന് അദ്ദേഹം പറഞ്ഞു. ഇറ്റലി തനിക്ക് വിഴുങ്ങാനാവുന്നതിലേറെയാണ് കൊത്തിയിട്ടുള്ളത്. ഫ്ളാൻഡേർസ്-ൽ വെച്ച് നടക്കുന്ന ഏറ്റുമുട്ടലും പരാജയത്തിലേക്കാണ് നീങ്ങുന്നത്. ഈ ഇലപൊഴിയും കാലത്ത് അവർ മനുഷ്യരെ കൊലചെയ്തതുപോലെ വീണ്ടും തുടരുകയാണ് എങ്കിൽ അടുത്തൊരു വർഷംകൊണ്ട് സഖ്യകക്ഷികളുടെ

ആപ്പീസ് പൂട്ടിപ്പോകുമെന്ന് അദ്ദേഹം അഭിപ്രായപ്പെട്ടു. വാസ്തവത്തിൽ നമ്മളെല്ലാവരും കുടുങ്ങിയിരിക്കയാണ്. പക്ഷേ അക്കാര്യം തികച്ചും മനസ്സിലാക്കാത്തിടത്തോളം നമ്മൾക്ക് അത് ഒരു പ്രശ്നമാണെന്ന് തോന്നുകയില്ല. നമ്മൾ എല്ലാവരും തകർക്കപ്പെട്ടിരിക്കയാണ്. കാര്യമെന്താണെന്ന് വെച്ചാൽ നമ്മളത് തിരിച്ചറിയുന്നില്ല എന്നു മാത്രം. ആ വസ്തുത അവസാനമായി തിരിച്ചറിയുന്ന രാജ്യമായിരിക്കും യുദ്ധത്തിൽ ജയിക്കുക. ഞങ്ങൾ മറ്റൊരു ഡ്രിങ്ക് കൂടി കഴിച്ചു. ഞാൻ ആരുടെയെങ്കിലും കീഴിൽ ജോലിചെയ്യുന്ന ഉദ്യോഗസ്ഥനാണോ എന്നദ്ദേഹം തിരക്കി. 'അല്ല' പക്ഷേ അദ്ദേഹം ഒരു ഉദ്യോഗസ്ഥനാണ്. ക്ലബ്ബിൽ ഞങ്ങൾ തനിച്ചായിരുന്നു. പുറകിലെ വലിയ ലെതർ സോഫയിലിരുന്നാണ് ഞങ്ങൾ സംസാരിച്ചിരുന്നത്. അദ്ദേഹത്തിന്റെ ലെതർബൂട്ടുകൾ മിന്നിത്തിളങ്ങുന്നവിധം പോളിഷ് ചെയ്യപ്പെട്ടിരുന്നു. ഭംഗിയുള്ള ബൂട്ടുകളായിരുന്നു അവ. എല്ലാം നശിക്കാൻ പോവുകയാണെന്ന് അദ്ദേഹം പറഞ്ഞു. അവർ ഡിവിഷനുകളെപ്പറ്റി മാത്രമാണ് ചിന്തിക്കുന്നത്. ഡിവിഷനുകളെപ്പറ്റിയും, പിന്നെ മനുഷ്യരുടെ കായിക ശക്തിയെപ്പറ്റിയും ഡിവിഷനുകളെപ്പറ്റി വലിയ കോലാഹലങ്ങൾ ഉണ്ടാക്കും അവർ. പക്ഷേ മനുഷ്യരെ കൊല ചെയ്യുമ്പോൾ അവർ ഡിവിഷനുകളെപ്പറ്റി തലപുകയ്ക്കുന്നില്ല. എല്ലാവരും തകരുവാൻ തുടങ്ങുകയാണ്.

ജർമനിക്കാർ വിജയങ്ങൾ കൈവരിക്കുന്നു. എന്റെ ദൈവമേ അവരാണ് യഥാർത്ഥത്തിൽ സൈനികർ. നമ്മുടെ ചങ്ങാതി ജർമ്മൻകാരനും ഒരു സൈനികനാണ്. പക്ഷേ ഇപ്പോൾ അവരും കുടുങ്ങിക്കിടക്കുകയാണ്. നമ്മളെല്ലാവരും ഒന്നുപോലെ തകർന്നു തരിപ്പണമാകും. ഞാൻ റഷ്യയെപ്പറ്റി അദ്ദേഹത്തോട് ചോദിച്ചു. അവർ മുമ്പേ തന്നെ കുടുങ്ങിക്കിടപ്പാണ്. താമസിയാതെത്തന്നെ കാണാം, അവരും തകർന്നു പൊടിയുന്നത്. ആസ്ത്രിയക്കാരുടെ കാര്യവും ഇപ്രകാരം തന്നെയാണ്. അവർക്ക് കുറേക്കൂടി ജർമൻസേനാഡിവിഷനുകളെ കയ്യിൽ കിട്ടുകയാണെങ്കിൽ അവർ ഈ യുദ്ധം കടന്നുകൂടിയേക്കാം. ഈ വരുന്ന ഇലപൊഴിയും കാലത്തിൽ അവർ ആക്രമണത്തിന് മുതിരുമോ? തീർച്ചയായും അവർ അക്രമണത്തിനു മുതിർന്നെന്നു വരാം. ഇറ്റാലിയൻസ് അമ്പേ തകർന്നിരിക്കുന്നു. സകലർക്കും അറിയാം. ഇറ്റലിയുടെ കഥ കഴിഞ്ഞുവെന്ന്. ജർമൻ പട്ടാളം 'ട്രെന്റിനോ' വഴി കടന്നു വന്ന് 'വിസെൻസാ'യിലെ റെയിൽവേ പാളങ്ങൾ തകർക്കും. അപ്പോൾ പിന്നെ ഇറ്റലിക്കാരുടെ സ്ഥിതി എന്തായിത്തീരും? പതിനാറിൽ അവരിതിനായി ഒന്നു ശ്രമിച്ചതായിരുന്നു. ഞാൻ പറഞ്ഞു. പക്ഷേ ജർമനിയുമായിട്ടായിരിക്കില്ല. അതെ തീർച്ചയായും- ഞാൻ പറഞ്ഞു. പക്ഷേ അവർ അങ്ങനെ ചെയ്യാതിരിക്കാനും സാദ്ധ്യതയുണ്ട് അത് വളരെയേറെ എളുപ്പമാണ്. പക്ഷേ അവർ കുറച്ചുകൂടി സങ്കീർണമായിട്ട് ചെയ്യാനായിരിക്കും ശ്രമിക്കുക. എന്നിട്ട് രാജകീയമായിത്തന്നെ പൊട്ടിത്തകരാനും. 'എനിക്ക് പോകേണ്ടതുണ്ട് ഞാൻ പറഞ്ഞു. എനിക്ക് ആസ്പത്രിയിലേക്ക് തിരിച്ചുപോകണം.'ഗുഡ് ബൈ' അയാൾ പറഞ്ഞു. പിന്നീട് ഉത്സാഹപൂർവ്വം. 'എല്ലാ തരത്തിലുമുള്ള ഭാഗ്യങ്ങളും ആശംസിക്കുന്നു.' എന്നു പറഞ്ഞു. അദ്ദേഹത്തിന്റെ ലോകത്തെക്കുറിച്ചുള്ള നിരാശാവാദത്തിനും വ്യക്തിപരമായ

പ്രസന്നതക്കും തമ്മിൽ വളരെയേറെ വൈരുദ്ധ്യമുണ്ടെന്ന് എനിക്ക് തോന്നി.

ഞാൻ ഒരു ബാർബർ ഷാപ്പിൽക്കയറി ഒന്ന് ഷേവ് ചെയ്യിച്ചു. പിന്നെ ആശുപത്രിയിലേക്ക് നടന്നു. വളരെക്കാലത്തിനുശേഷം എനിക്ക് എന്റെ കാൽ തീർത്തും സുഖപ്പെട്ടതായി അനുഭവപ്പെട്ടു. മൂന്നുദിവസങ്ങൾക്കുമുമ്പ് ഞാൻ പരിശോധനക്കായി ചെന്നിരുന്നു. ഒസ്പഡേൻ മഗ്ഗിയോറിലെ ചികിത്സകൾ അവസാനിക്കുന്നതിനു മുമ്പായി മറ്റു ചില പരിശോധനകളും ചികിത്സകളും കൂടി മുഴുവനാക്കേണ്ടതുണ്ടെന്ന് അവർ പറഞ്ഞിരുന്നു. മുടന്താതിരിക്കാൻ പരിശീലിച്ചുകൊണ്ട് ഞാൻ റോഡിന്റെ അരികു ചേർന്നു നടന്നു. ഒരു കമാനത്തിന്റെ ചുവട്ടിൽനിന്നുകൊണ്ട് ഒരു പ്രായംചെന്ന മനുഷ്യൻ നിഴൽരൂപങ്ങൾ തയ്യാറാക്കി വെട്ടിയെടുത്ത് കൊടുത്തിരുന്നു. രണ്ടു പെൺകുട്ടികൾ അയാളുടെ മുമ്പിൽ 'പോസ്' ചെയ്തുകൊണ്ട് നിൽക്കുന്നുണ്ടായിരുന്നു. അവിടെനിന്നുകൊണ്ട് ഞാനയാളുടെ യജ്ഞം കാണാൻ ശ്രമിച്ചു. തല ഒരു വശത്തേക്ക് ചെരിച്ച് പിടിച്ച് പെൺകുട്ടികളെ ഉറ്റുനോക്കിക്കൊണ്ട് അയാൾ അതിവേഗം അവരുടെ നിഴൽരൂപങ്ങൾ വെട്ടിയെടുത്തുകൊണ്ടിരുന്നു. പെൺകുട്ടികൾ അമർത്തി ചിരിക്കുന്നുണ്ടായിരുന്നു. വെള്ളക്കടലാസിൽ ഒട്ടിക്കുന്നതിനുമുമ്പ് അയാൾ അതെടുത്ത് ഉയർത്തിക്കാട്ടി. പിന്നീടത് പെൺകുട്ടികൾക്ക് കൈമാറി.

'അവർ സുന്ദരികളായിരുന്നു' അയാൾ പറഞ്ഞു. 'താങ്കൾക്കും ഒന്ന് ആയിക്കൂടെ?'

പെൺകുട്ടികൾ ചിത്രത്തിലേക്ക് നോക്കി ചിരിച്ചുകൊണ്ട് നടന്നു നീങ്ങി. അവർ രണ്ടുപേരും കണ്ടാൽ തരക്കേടില്ലാത്ത പെൺകുട്ടികളായിരുന്നു. ആസ്പത്രിയുടെ എതിർവശത്തുള്ള വൈൻ ഷോപ്പിൽ ജോലിചെയ്യുന്നവളായിരുന്നു അതിലൊരുത്തി.

'എന്നാൽ ആയിക്കളയാം.' ഞാൻ പറഞ്ഞു.

'താങ്കൾ തൊപ്പി ഒന്ന് ഊരാമോ?'

'ഇല്ല തൊപ്പിയോടുകൂടിത്തന്നെ മതി'

'അപ്പോൾ അത് അത്രയ്ക്ക് ഭംഗിയുണ്ടാവില്ല' അയാൾ പറഞ്ഞു.

'പക്ഷേ' അയാൾ പൊടുന്നനെ ഉത്സാഹം ഭാവിച്ചു. അത് കുറേക്കൂടി 'മിലിട്ടറി' ആയിരിക്കും.

അയാൾ ഒരടുക്ക് കറുത്ത കടലാസ് വെട്ടി, അടരുകൾ വേർപെടുത്തി എന്റെ പാർശ്വരൂപത്തിന്റെ രേഖാചിത്രം വെട്ടിയെടുത്തു. പിന്നെ ഒരു കാർഡിൽ ഒട്ടിച്ച് അവ എന്റെ നേരെ നീട്ടി.

'എത്രയായി?' ഞാൻ ചോദിച്ചു.

'ഏയ് അതു സാരമില്ല.'

അയാൾ കൈവീശിക്കൊണ്ട് പറഞ്ഞു.

'ഞാനിതെന്റെ സന്തോഷത്തിന് നിങ്ങൾക്കുവേണ്ടി ചെയ്തതാണ്.'

'പ്ലീസ്' ഞാൻ കുറെ നാണ്യങ്ങളെടുത്തു. 'ഒരു സന്തോഷത്തിന്.' ഇല്ല-ഞാനിത് വെറുതെ ഒരു കൗതുകത്തിനു ചെയ്തുവെന്നേയുള്ളൂ. ഇത് നിങ്ങൾ നിങ്ങളുടെ പെൺകുട്ടിക്ക് കൊടുക്കൂ.'

'ഇനി നമ്മൾ കാണുന്നതുവരേക്കും നന്ദി.'

'ഇനി താങ്കളെ കാണുന്നതുവരേക്കും.'

ഞാൻ ആസ്പത്രിയുടെ നേർക്കു നടന്നു. എന്റെ പേരിൽ കുറേ കത്തുകൾ വന്നുകിടക്കുന്നുണ്ടായിരുന്നു. ഒരെണ്ണം തികച്ചും ഔദ്യോഗികമായുള്ളത്, കൂടാതെ കുറച്ച് കത്തുകൾ വേറെയും എനിക്ക് മൂന്നാഴ്ചത്തെ സുഖചികിത്സക്കുള്ള അവധി ലഭിച്ചിരിക്കുന്നു. അതിനുശേഷം മുന്നണിയിലേക്ക് മടങ്ങിച്ചെല്ലുകയും വേണം എന്നതായിരുന്നു ആദ്യത്തെ കത്തിൽ എഴുതിയിരുന്നത്. ഞാനത് ശ്രദ്ധാപൂർവ്വം വായിച്ചു. അപ്പോൾ അങ്ങനെയാണ് കാര്യങ്ങൾ. എന്റെ ചികിത്സാവിധികൾ പൂ ർണ്ണമാകുന്നതോടെയാണ് അവധി ആരംഭിക്കുന്നത്. അതായത് ഒക്ടോബർ നാലുമുതൽ. മൂന്നു ആഴ്ചകൾ എന്നു പറയുമ്പോൾ ഇരുപത്തൊന്നു ദിവസങ്ങൾ. അപ്പോൾ ഒക്ടോബർ ഇരുപത്തഞ്ചോടെ അവധി അവസാനിക്കും. തൽക്കാലം ആശുപത്രിയിലേക്ക് കയറുന്നില്ലെന്ന് ഞാനവരോട് പറഞ്ഞു. എന്നിട്ട് കുറച്ചപ്പുറത്തുള്ള ഒരു റെസ്റ്റോറന്റിൽ അത്താഴം കഴിക്കാൻ കയറി. അവിടെയിരുന്നു ഞാൻ എഴുത്തുകളും 'കൊറിയെർ ഡെല്ലാസെറാ'യും വായിച്ചു. കത്തുകളിലൊന്ന് എന്റെ മുത്തച്ഛന്റേതായിരുന്നു. കുടുംബവൃത്താന്തങ്ങളും ദേശാഭിമാനത്തിന്റെ പ്രോത്സാഹനങ്ങളും ഇരുനൂറ് ഡോളറിന്റെ ഒരു ഡ്രാഫ്റ്റും, പിന്നെ കുറെ വാർത്താശകലങ്ങളുടെ വെട്ടുകഷ്ണങ്ങളുമായിരുന്നു അതിൽ. ഞങ്ങളുടെ മെസ്സിലെ അച്ചന്റെ കത്തായിരുന്നു മറ്റൊന്ന്. തീർത്തും വിരസമായത്. മറ്റൊന്ന് ഫ്രെഞ്ച് എയർഫോഴ്സിൽ ജോലിചെയ്യുന്ന ഒരു പരിചയക്കാരന്റേതായിരുന്നു. താൻ ഒരു ഭ്രാന്തൻ സുഹൃദ്സംഘത്തിന്റെ കൂടെ കഴിച്ചുകൂട്ടിയ അനുഭവങ്ങളെപ്പറ്റി അയാൾ വർണിച്ചിരുന്നു. പിന്നൊന്ന് റിനാൾഡി എഴുതി അയച്ച ഒരു കുറിപ്പായിരുന്നു. എത്രകാലമാണിനിയും മിലാനിൽത്തന്നെ പതുങ്ങിക്കഴിയാൻ ഉദ്ദേശിക്കുന്നത് എന്നയാൾ ചോദിച്ചിരുന്നു, മറ്റു വൃത്താന്തങ്ങളെന്തെല്ലാമാണെന്നും. കുറേ ഫോണോഗ്രാഫുകളുടെ ലിസ്റ്റ് അയാൾ തയ്യാറാക്കി അയച്ചിരുന്നു, അവയെല്ലാം കൊണ്ടുവരാൻ ആവശ്യപ്പെടുകയും ചെയ്തു. ഞാൻ ഭക്ഷണത്തോടൊപ്പം ഒരു ചെറിയ കുപ്പി ഷിയാന്റി കഴിച്ചു. പിന്നീട് കാപ്പിയും അതിനുശേഷം ഒരു ഗ്ലാസ് കോണ്യാക്കു കൂടി കുടിച്ചുകൊണ്ട് ഞാൻ പത്രങ്ങൾ വായിച്ചുതീർത്തു. എഴുത്തുകൾ പോക്കറ്റിലിടുകയും പത്രങ്ങൾ മേശപ്പുറത്തു ടിപ്-നോടൊപ്പം വെച്ച് പുറത്തിറങ്ങുകയും ചെയ്തു. അസ്പത്രിയിൽ തിരിച്ചെത്തി മുറിയിൽക്കടന്ന് ഞാൻ വസ്ത്രങ്ങൾ മാറ്റി. ഒരു പൈജാമയും ഡ്രെസ്സിംഗ് ഗൗണും ധരിച്ചു. ബാൽക്കണിയിലേക്ക് തുറക്കുന്ന വാതിലിന്റെ കർട്ടൺ വലിച്ചുതാഴ്ത്തിയതിനുശേഷം കട്ടിലിലിരുന്നു ബോസ്റ്റൺ പത്രങ്ങൾ വായിച്ചു. തന്റെ പ്രിയപ്പെട്ട ചെറുക്കന്മാർക്കുവേണ്ടി മിസിസ് മെയേഴ്സ് ഇട്ടുപോയതായിരുന്നു ആ പത്രങ്ങൾ. 'അമേരിക്കൻ ലീഗിന്റെ' വിജയപതാക. 'ചിക്കാഗോ വൈറ്റ്

സോക്സ്' നേടി എന്നതായിരുന്നു ഒരു വാർത്ത. 'നാഷണൽ ലീഗി'ൽ 'ന്യൂയോർക്ക് ജയന്റ്സ്' മുന്നേറിക്കൊണ്ടിരിക്കുന്നു. ബോസ്റ്റൺ-നുവേണ്ടി കളിക്കുമ്പോൾ ബേബ് റൂത്ത് ഒരു ജലപാത്രമായി മാറി. മഹാവിരസങ്ങളായിരുന്നു പത്രങ്ങൾ.പഴയതും തദ്ദേശീയവും മാത്രമായ വാർത്തകൾ. യുദ്ധവാർത്തകൾ ആകട്ടെ മുഴുവൻ ട്രെയിനിംഗ് ക്യാംപുകളെപ്പറ്റിയായിരുന്നു. ഒരു ട്രെയിനിംഗ് ക്യാംപിലും അകപ്പെടാതിരിക്കാൻ കഴിഞ്ഞതിൽ എനിക്ക് സന്തോഷം തോന്നി. ബേസ്ബാൾ വാർത്തകൾ മാത്രമേ വായിക്കാവുന്നതായി ശേഷിച്ചിരുന്നുള്ളൂ. എനിക്കാകട്ടെ അതിൽ തരിമ്പും താൽപര്യമില്ലായിരുന്നു. പത്രങ്ങൾ കുറേയെണ്ണം ഒന്നിച്ച് കയ്യിൽക്കിട്ടുമ്പോൾ വായിക്കാനുള്ള താൽപര്യമേ നിശ്ശേഷം നശിക്കുന്നു. അവയെല്ലാം കാലം തെറ്റിയതായിരുന്നു. എങ്കിലും കുറച്ചുനേരം ഞാൻ അവ വായിച്ചു. യഥാർത്ഥത്തിൽ അമേരിക്ക യുദ്ധത്തിനിറങ്ങുക തന്നെ ചെയ്യുമോ എന്നും മേജർ ലീഗുകളുടെ കളികൾ നിർത്തിക്കളയുമോ എന്നൊക്കെ ഞാൻ ആലോചിച്ച് അത്ഭുതപ്പെട്ടു. ചിലപ്പോൾ അങ്ങനെ ചെയ്യില്ലായിരിക്കാം. മിലാനിൽ ഇപ്പോഴും കുതിരപ്പന്തയങ്ങൾ നടക്കുന്നുണ്ട്. യുദ്ധം ഇതിനുമപ്പുറം ഇനിയും മോശമാകാനില്ല എന്നുവരികിലും. ഫ്രാൻസിൽ അവർ കുതിരപ്പന്തയം നിർത്തിവെച്ചിരിക്കയാണ്. 'ജപ്പാലാക്ക്' ഞങ്ങളുടെ പന്തയക്കുതിര വന്നത് അവിടെനിന്നായിരുന്നുവല്ലോ. ഒമ്പതു മണിയാകുമ്പോഴേ കാതറിൻ ഡ്യൂട്ടിയിൽ പ്രവേശിക്കുകയുള്ളൂ ഞാനവൾ തറയിൽച്ചവിട്ടി നടന്നുവരുന്ന ശബ്ദം കേട്ടു. പിന്നീട് അവൾ ഹാളിലൂടെ കടന്നുപോയി. അവൾ മറ്റുള്ള മുറികളിലൊക്കെ കേറിയിറങ്ങി അവസാനം എന്റെയടുത്തെത്തി.

'ഞാനിത്തിരി വൈകിപ്പോയി ഓമനേ.' അവൾ പറഞ്ഞു.

'ഒരുപാട് ജോലികളുണ്ടായിരുന്നു. നിനക്കെങ്ങനെയിരിക്കുന്നു?'

ഞനെന്റെ കത്തുകളെപ്പറ്റിയും, അവധിയെപ്പറ്റിയും പറഞ്ഞു.

'അത് വളരെ സുന്ദരമായിരിക്കുന്നു.' അവൾ പറഞ്ഞു.

'അവധിക്ക് നിനക്കെവിടെപ്പോകാനാണ് താൽപര്യം?'

'എനിക്കെവിടെയും പോകേണ്ട. എനിക്കിവിടെ നിന്റെയടുത്ത് താമസിച്ചാൽ മതി.'

'എന്തൊരു വിഡ്ഢിത്തം നീ എവിടെയെങ്കിലും ഒരു സ്ഥലം തീരുമാനിക്കു. ഞാനും നിന്റെ കൂടെ വരാം.'

'അതെങ്ങനെ സാധിക്കും.'

'എനിക്കറിഞ്ഞുകൂടാ. പക്ഷേ ഞാൻ നിശ്ചയമായും വരും.'

'നിന്റെ കാര്യങ്ങൾ അതിശയകരം തന്നെ.'

'അല്ല. അങ്ങനെയല്ല. പക്ഷേ ഒന്നും നഷ്ടപ്പെടാനില്ലെന്നു കണ്ടാൽപിന്നെ ഈ ജീവിതം കൊണ്ടുനടക്കാൻ പ്രയാസമില്ല.'

നീ എന്താണ് പറഞ്ഞുകൊണ്ട് വരുന്നത്?

'ഒന്നുമില്ല, ചെറിയ ചെറിയ പ്രശ്നങ്ങൾ എത്രമാത്രം ഗൗരവതരമായിട്ടാണ് ഒരിക്കൽ തോന്നിയിരുന്നത് എന്ന് ചിന്തിക്കുകയായിരുന്നു ഞാൻ.'

'പക്ഷേ ഇക്കാര്യം കുറേ പ്രശ്നമാകുമെന്നാണ് എനിക്കു തോന്നുന്നത്.'

'ഇല്ല- പ്രശ്നമാകില്ല ഓമനേ. അത്യാവശ്യമാണെന്നുകണ്ടാൽ ഞാനിവിടെ നിന്ന് അങ്ങ് മാറിപ്പോകും അത്രതന്നെ. പക്ഷേ അത്രക്കൊന്നും വേണ്ടിവരില്ല എന്നാണ് എനിക്ക് തോന്നുന്നത്.'

'നമ്മൾ എവിടെയാണ് പോവുക?'

'എവിടേക്കായാലും എനിക്ക് പ്രശ്നമില്ല. നീയാഗ്രഹിക്കുന്ന എവിടേക്കും. പരിചയക്കാരാരുമില്ലാത്ത ഒരിടം അത്രയേ വേണ്ടൂ.'

'എങ്ങോട്ടേക്കാണ് പോകേണ്ടത് എന്നു നീ കണക്കാക്കുന്നേയില്ല?

'ഇല്ല ഏതു സ്ഥലവും എനിക്കിഷ്ടമാകും.'

'അവൾ എന്തോ കുറച്ചൊന്നു നിലതെറ്റിയിട്ടുണ്ടെന്ന് എനിക്ക് തോന്നി, അൽപം പിരിമുറുക്കത്തിലാണെന്നും.'

'എന്താണ് കാര്യം കാതറീൻ?'

'ഒന്നുമില്ല. ഒരു പ്രശ്നവുമില്ല.'

'ഉണ്ട്. എന്തോ ഒരു പ്രശ്നമുണ്ട്.'

'ഇല്ല. സത്യമായിട്ടും ഒന്നുമില്ല.

'എന്തോ കാര്യമുണ്ടെന്ന് എനിക്ക് തോന്നുന്നു. പറയൂ എന്റെയോമനേ. നിനക്കെന്നോട് പറയരുതോ?'

'അതൊന്നും അത്ര കാര്യമുള്ളതല്ല.'

'എന്നോടു പറയൂ.'

'എനിക്കത് പറയാൻ ആഗ്രഹമില്ല. അത് ചിലപ്പോൾ നിന്നെ വിഷമിപ്പിച്ചേക്കാം. അല്ലെങ്കിൽ സങ്കടപ്പെടുത്തിയേക്കാം'

'ഇല്ല- അങ്ങനെവരില്ല.'

'ഉറപ്പാണോ?എനിക്കീ കാര്യത്തിൽ ഒരു വിഷമവുമില്ല.

പക്ഷേ അത് നിന്നെ വിഷമിപ്പിച്ചേക്കുമോ എന്ന് ഞാൻ പേടിക്കുന്നു.'

'ഈ പ്രശ്നം നിന്നെ വിഷമിപ്പിക്കുന്നില്ലെങ്കിൽ, അത് എന്നേയും വിഷമിപ്പിക്കുകയില്ല.'

'എനിക്കിപ്പോഴും അത് പറയാൻ വയ്യ.'

'പറഞ്ഞോട്ടെ. കാതറീൻ.'

'പറേഞ്ഞ തീരൂ?'

'അതെ'

'എനിക്കൊരു കുഞ്ഞുണ്ടാകാൻ പോകുന്നു. ഓമനേ. മൂന്നുമാസമായി. നീ വിഷമിക്കുന്നില്ലല്ലോ, ഉവ്വോ? പ്ലീസ്, പ്ലീസ് വിഷമിക്കല്ലേ പൊന്നേ. നീ വിഷമിക്കാൻ പാടില്ല.'

'ഒരു കുഴപ്പവുമില്ല?'

'തീർച്ചയായും കുഴപ്പമുള്ള കാര്യമല്ല.'

'എല്ലാം ഞാൻ ശ്രമിച്ചുനോക്കി. എല്ലാം ഞാൻ എടുത്തും നോക്കി. ഒരു കാര്യവുമുണ്ടായില്ല.'

'ഞാനിതിനെപ്പറ്റി വിഷമിക്കുന്നതേയില്ല.'

'എനിക്ക് മറ്റു നിവൃത്തികളൊന്നുമില്ലാതായി ഓമനേ. ഞാനിതിനെപ്പറ്റി വേവലാതിപ്പെടുന്നേയില്ല. നീ ഒരിക്കലും ഇതിനെപ്പറ്റി വിഷമിക്കുകയോ പ്രയാസപ്പെടുകയോ ചെയ്യരുത്.'

'എനിക്ക് നിന്നെപ്രതിയുള്ള ഉൽകണ്ഠകളേയുള്ളൂ.'

'അതോ? അതിനെപ്പറ്റിയോർത്ത് വിഷമിക്കേണ്ട കാര്യമില്ല. മനുഷ്യർക്ക് കുട്ടികളുണ്ടാവുക എന്നത് സർവ്വസാധാരണമല്ലേ. എല്ലാവർക്കും കുട്ടികളുണ്ടാകും. അതൊരു സ്വാഭാവികമായ കാര്യമല്ലേ?'

'നിന്റെയൊരു കാര്യം. എപ്പോഴും നീയെന്ന അത്ഭുതപ്പെടുത്തുന്നു' 'ഇല്ല അങ്ങനെയൊന്നുമല്ല. പക്ഷേ നീയിക്കാര്യം സാരമാക്കരുത് നിന്നെ പ്രയാസപ്പെടുത്താതിരിക്കാൻ ഞാൻ പരമാവധി ശ്രമിച്ചുകൊള്ളാം. മുമ്പും ഞാൻ നിന്നെ കുറെ ബുദ്ധിമുട്ടിച്ചിട്ടുണ്ട്. പക്ഷേ ഇതുവരേക്കും ഞാനൊരു നല്ല പെണ്ണായിരുന്നില്ലേ? നീ അതിനെപ്പറ്റി അറിഞ്ഞിരുന്നതേയില്ലല്ലോ ഉവ്വോ?'

'ഇല്ല'

'മേലിലും അത് അങ്ങനെത്തന്നെയായിരിക്കും. നീ ഒന്നുകൊണ്ടും വിഷമിക്കാതെ ഇരുന്നാൽ മാത്രം മതി. എനിക്ക് മനസ്സിലാകുന്നുണ്ട് നീയിപ്പോൾ എന്തുമാത്രം വിഷമിക്കുന്നുവെന്ന്. നിർത്തിക്കൊള്ളൂ അത്. ഉടനെത്തന്നെ നിർത്തു അത്. നിനക്ക് ഒരു ഡ്രിങ്ക് എടുക്കണമോ ഓമനേ. എനിക്കറിയാം. ഒരു ഡ്രിങ്ക് എപ്പോഴും നിന്നെ പ്രസന്നനാക്കുമെന്ന്.'

'വേണ്ട. അതിന്റെയാവശ്യമില്ല. എനിക്ക് നല്ല ഉന്മേഷം തോന്നുന്നുണ്ട്. നീയൊരു അതിശയിപ്പിക്കുന്ന പെൺകുട്ടിയാണ്.'

'ഇല്ല. അങ്ങനെയൊന്നുമല്ല, പോകുന്നതെവിടേക്കാണെന്ന് നീ നിശ്ചയിക്കൂ ബാക്കിയെല്ലാ കാര്യങ്ങളും ഞാൻ ഏർപ്പാടാക്കിക്കൊള്ളാം. ഒക്ടോബറിൽ വളരെ മനോഹരമായിരിക്കാനിടയുള്ള ഒരു സ്ഥലമായിരിക്കണം അത് എന്നു മാത്രം. ആഘോഷപൂർവ്വമായ ഒരു സമയമായിരിക്കും അത്. പിന്നീട് നീ മുന്നണിയിലേക്ക് തിരിച്ചുപോയാൽ ഞാൻ എന്നും നിനക്കോരോ കത്തുകൾ എഴുതി അയക്കാം.

'അപ്പോഴൊക്കെ നീ എവിടെയായിരിക്കും.'

'എനിക്കറിഞ്ഞുകൂടാ. പക്ഷേ അത് ഗംഭീരമായ ഒരു സ്ഥലമായിരിക്കും. അക്കാര്യമൊക്കെ ഞാൻ നോക്കിക്കൊള്ളാം.'

കുറച്ചുനേരം ഞങ്ങൾ നിശ്ശബ്ദരായിരുന്നു. കാതറിൻ കിടക്കയിൽ ഇരിക്കുകയായിരുന്നു. ഞാനാവട്ടെ അവളെ കണ്ണു പറിക്കാനാവാത്തവിധം

നോക്കിക്കൊണ്ടിരുന്നു. പക്ഷേ ഞങ്ങൾ പരസ്പരം തൊട്ടിരുന്നില്ല. ആരെങ്കിലും അവിചാരിതമായി മുറിയിൽ പ്രവേശിക്കുമ്പോൾ ആളുകൾ സ്വയം ബോധവാന്മാരായി അകത്തിരിക്കുന്നതു പോലെയായിരുന്നു, അത്. ഒടുവിൽ അവൾ കൈനീട്ടി എന്റെ കൈകൾ പിടിച്ചു.

'നീ ദേഷ്യത്തിലൊന്നുമല്ലല്ലോ ഉവ്വോ ഓമനേ?'

'അല്ല.'

'കെണിയിലായിപ്പോയി എന്നു തോന്നുന്നില്ലല്ലോ?'

'ഉം കുറച്ചൊന്ന് പക്ഷേ അത് നീ കാരണമല്ല.'

'ഞാൻ നിന്നെ കെണിയിലാക്കി എന്നു പറയാനല്ല ഞാൻ ഉദ്ദേശിച്ചിരുന്നത്. നീയത്രക്ക് വിഡ്ഢിയാകരുത്.'

ഞാനുദ്ദേശിച്ചത് ആകെപ്പാടെ കെണിയിലായോ എന്നാണ്.

'ജീവശാസ്ത്രപരമായി നോക്കുകയാണെങ്കിൽ ഒരാൾ എല്ലായ്പ്പോഴും കെണിയിലാണ്.'

എന്റെ കയ്യിൽ നിന്നും പിടിവിടാതെ നിശ്ചലയായിരുന്ന് അവൾ ഏറെദൂരം ചിന്തകളിൽ മുന്നോട്ടുപോയി.

'എല്ലായ്പ്പോഴും' എന്നത് ഒരു നല്ല വാക്കല്ല.

'ക്ഷമിക്കു.'

'അത് കുഴപ്പമില്ല. പക്ഷേ നീ ഒരു കാര്യം മനസ്സിലാക്കണം. എനിക്കിതുവരെ ഒരു കുഞ്ഞുണ്ടായിട്ടില്ല. ഞാൻ ഒരാളേയും പ്രേമിച്ചിട്ടുപോലുമില്ല. നിനക്ക് എങ്ങനെയാണ് താൽപര്യം അതുപോലെയാകാൻ ഞാൻ ശ്രമിച്ചുകൊണ്ടിരിക്കുകയും ചെയ്തു. എന്നിട്ടിപ്പോൾ എല്ലായ്പ്പോഴും കെണിയിലാണെന്നു പറയുന്നു.'

'ഞാൻ വേണമെങ്കിൽ എന്റെ നാവ് മുറിച്ചുകളായം.' ഞാൻ ഉന്നയിച്ചു.

'ഓ എന്റെ ഓമനേ.' ചിന്തകളിൽ എവിടെ എത്തിച്ചേർന്നിരുന്നുവോ അവിടെ നിന്നും അവൾ തിരിച്ചുവന്നു.

'ഞാൻ പറയുന്നതൊന്നും നീ കണക്കിലെടുക്കേണ്ട.'

ഞങ്ങൾ വീണ്ടും ഒന്നിച്ചായി. വേറെ വേറെയാണെന്ന ആത്മബോധവും പോയി.

'വാസ്തവത്തിൽ നമ്മൾ രണ്ടുപേരും കാര്യങ്ങൾ തെറ്റിദ്ധരിക്കരുത്.'

'ഇല്ല- ഒരിക്കലുമില്ല.'

'പക്ഷേ മനുഷ്യരൊക്കെ അപ്രകാരം ചെയ്യുന്നു.'

ആദ്യം അവർ പരസ്പരം പ്രണയിക്കുന്നു. പിന്നീട് കൽപിച്ചുകൂട്ടിത്തന്നെ പരസ്പരം തെറ്റിദ്ധരിക്കുന്നു. പിന്നീട് പരസ്പരം പോരാടുന്നു. പൊടുന്നനെ അവർ രണ്ടുപേരും വേറെ വേറെ വ്യക്തികളായി മാറുന്നു.'

'നമ്മൾ ഒരിക്കലും പോരടിക്കുകയില്ല.'

'നമ്മൾ പോരടിക്കാൻ പാടില്ല. കാരണം ലോകത്തിൽ നമ്മൾ രണ്ടുപേരും തനിച്ചാണ് ഭൂമിയിൽ ശേഷിച്ച ബാക്കിയുള്ളവരെല്ലാം വേറെയും. നമുക്കിടയിൽ എന്തെങ്കിലും സംഭവിച്ചാൽ നമ്മളെന്ന സത്യം ഇല്ലാതെയാകും ലോകം നമ്മെ സ്വന്തമാക്കുകയും ചെയ്യും.

'അവർക്ക് ഒരിക്കലും നമ്മെ കിട്ടുകയില്ല' ഞാൻ പറഞ്ഞു. കാരണം നീയൊരു ധൈര്യശാലിയായ പെൺകുട്ടിയാണ്. ധൈര്യശാലികൾക്ക് ഒരിക്കലും ഒരാപത്തും നേരിടുകയില്ല.'

'പക്ഷേ അവരും തീർച്ചയായും മരിച്ചുപോകും.'

'പക്ഷേ ഒരിക്കൽ മാത്രം.'

'എനിക്കറിഞ്ഞുകൂടാ. ആരാണത് പറഞ്ഞത്?'

'ഭീരുക്കൾ ഓരായിരം തവണ മരിക്കുന്നു- ധൈര്യശാലി പക്ഷേ ഒരിക്കൽ മാത്രം - എന്നതോ?'

'ആ അതുതന്നെ. ആരാണത് പറഞ്ഞത്?'

'എനിക്കറിഞ്ഞുകൂടാ.'

'അപ്പറഞ്ഞ ആൾ ഭീരുവാകാനാണ് സാദ്ധ്യത.' അവൾ പറഞ്ഞു. 'മൂപ്പർക്ക് ഭീരുവിന്റെ കാര്യങ്ങളെപ്പറ്റി ധാരാളം അറിഞ്ഞെന്നു വരാം. പക്ഷേ ഒരു ധീരന്റെ കാര്യത്തെപ്പറ്റി ഒരു വസ്തും അറിഞ്ഞുകൂടാ. ഒരു ധീരൻ ബുദ്ധിമാനാണെന്നു വരികിൽ അയാൾ മിക്കവാറും രണ്ടായിരം വട്ടം മരിച്ചേക്കും. അതിനെപ്പറ്റി ആ മൂപ്പർ ഒന്നും പറയുന്നില്ലെന്നു മാത്രം.'

'എനിക്കറിഞ്ഞുകൂടാ. ഒരു ധീരന്റെ തലയ്ക്കുള്ളിൽ എന്തൊക്കെയാണ് നടക്കുന്നതെന്ന് ആർക്കും കാണാനാവില്ല.'

'ശരിയാണ്. ധീരൻ അപ്രകാരത്തിലാണ് അതെല്ലാം കൈകാര്യം ചെയ്യുന്നത്.'

'നീ വളരെ ആധികാരികമായി സംസാരിക്കുന്നു.'

'ശരിയാണ് ഓമനെ. അപ്പറഞ്ഞത് ഞാനർഹിക്കുന്നു.'

'നീ ഒരു ധീരയായ പെൺകുട്ടിയുമാണ്.'

'അല്ല' അവൾ പറഞ്ഞു. 'പക്ഷേ ഞാൻ അങ്ങനെയാകാൻ ആഗ്രഹിക്കുന്നു.'

'ഞാൻ ഒരു ധീരനല്ല.' ഞാൻ പറഞ്ഞു. 'എവിടെയാണ് എന്റെ സ്ഥാനമെന്ന് എനിക്ക് നല്ലവണ്ണം അറിയാം. അക്കാര്യം ബോധ്യപ്പെടാൻ മാത്രമുള്ള ലോകപരിചയം എനിക്കുണ്ട്. ഞാനൊരു ബേസ്ബോൾ കളിക്കാരനെപ്പോലെയാണ്. ഒറ്റയടിക്ക് ഇരുന്നൂറ്റിമുപ്പത് ബോളുകൾ ബാറ്റ് ചെയ്തിട്ടും താനൊരു മികച്ച കളിക്കാരനല്ല എന്ന ബോദ്ധ്യമുള്ള ഒരു പന്തുകളിക്കാരൻ.'

'എന്താണീ ഇരുന്നൂറ്റിമുപ്പത് എണ്ണം ബാറ്റ് ചെയ്യുന്ന പന്തുകളിക്കാരന്റെ ഉപമ?- എന്തായാലും അതു വളരെ നന്നായിരിക്കുന്നു.'

'ഓ അത്രക്ക് കേമമൊന്നുമല്ല അത്. അതൊരു ശരാശരിക്കാരന്റെ അടിയാണ് ബേസ് ബോളിൽ.'

'എന്നാലും ഒരു അടിക്കാരൻ തന്നെ. അവൾ എന്നെ ഒന്നു കുത്തിക്കൊണ്ടു പറഞ്ഞു.'

'നമ്മൾ രണ്ടുപേരും ഒരുപോലെ അഹങ്കാരികളാണെന്ന് ഞാൻ ഊഹിക്കുന്നു. പക്ഷേ നീയൊരു ധൈര്യശാലിതന്നെയാണ്.'

'അല്ല. പക്ഷേ അങ്ങനെയാകണമെന്ന് ഞാൻ പ്രതീക്ഷിക്കുന്നു.'

'നമ്മൾ രണ്ടുപേരും ധൈര്യശാലികളാണ്.' ഞാൻ പറഞ്ഞു. ഒരു ഡ്രിങ്ക് എടുക്കുകയാണെങ്കിൽ ഞാൻ വളരെയേറെ ധൈര്യശാലിയാകും.'

'നമ്മൾ രണ്ടുപേരും ഭയങ്കര നല്ല ആൾക്കാരാണ്.'

കാതറീൻ പറഞ്ഞു. അവൾ ചെന്നു അലമാര തുറന്നു കോണ്യാക്കും, ഗ്ലാസും എടുത്തുകൊണ്ടുവന്നുതന്നു.

'ഒരു ഡ്രിങ്ക് എടുക്കൂ ഓമനേ.' അവൾ പറഞ്ഞു. നീ ഗംഭീരമായി പെരുമാറുകതന്നെ ചെയ്തു.

'സത്യംപറഞ്ഞാൽ എനിക്കിതിന്റെ ആവശ്യമില്ലായിരുന്നു.'

'ഒരു ഡ്രിങ്ക് എടുക്കൂ.'

'ശരി ശരി' വെള്ളം കുടിക്കുന്ന ഗ്ലാസിൽ ഞാൻ മൂന്നിലൊരുഭാഗം കോണ്യാക് ഒഴിച്ചു എന്നിട്ട് ഒറ്റയടിക്ക് കുടിച്ചു.

'അതൊരു വലിയ ഡ്രിങ്ക് ആയിരുന്നു.' അവൾ പറഞ്ഞു. ബ്രാണ്ടി, ഹീറോകൾക്ക് പറഞ്ഞിട്ടുള്ളതാണെന്ന് ഒക്കെ എനിക്കറിയാം. പക്ഷേ നീയിത്രമാത്രം ഹീറോ ചമയേണ്ട ആവശ്യമില്ല.'

'യുദ്ധം അവസാനിച്ചാൽ നമ്മളെവിടെയാണ് പാർക്കുക?'

'ഒരു വൃദ്ധസദനത്തിലായിരിക്കാനാണ് സാദ്ധ്യത.' അവൾ പറഞ്ഞു. യുദ്ധം ഒരു ക്രിസ്മസ് ദിനത്തിൽ അവസാനിക്കുമെന്ന് കരുതി. മൂന്നുവർഷക്കാലം ഞാൻ പൊട്ടിപ്പെണ്ണിനെപ്പോലെകാത്തിരുന്നു. പക്ഷേ ഇപ്പോഴാകട്ടെ എന്റെ മകൻ ഒരു ലെഫ്റ്റനന്റ് കമാണ്ടർ ആകുന്നതുവരേക്കുമാണ് ഞാൻ കാത്തിരിക്കുക.

'ചിലപ്പോൾ അവൻ ഒരു ജനറൽ തന്നെയായേക്കാം.'

'ഇതൊരു നൂറ്റാണ്ടു യുദ്ധമായിത്തീരുകയാണെങ്കിൽ ഇപ്പറഞ്ഞ രണ്ടു പദവികൾക്കുവേണ്ടിയും അവന് ശ്രമിക്കാവുന്നതാണ്.'

'നിനക്കൊരു ഡ്രിങ്ക് കഴിച്ചുകൂടെ?'

'ഇല്ല. നിന്നെ അതെപ്പോഴും ആഹ്ലാദവാനാക്കുന്നു. പക്ഷേ ഓമനെ എന്നെയാവട്ടെ അത് എപ്പോഴും ഉന്മത്തയാക്കുന്നു.'

'നീ ഒരിക്കലും ബ്രാണ്ടി കുടിക്കുകയേയില്ല?'

'ഇല്ല ഓമനെ, ഞാനൊരു പഴഞ്ചത്തി കെട്ടിയോളാണ്.'

ഞാൻ കുനിഞ്ഞ് നിലത്തുനിന്ന് കുപ്പി പൊക്കിയെടുത്ത് ഒരു ഡ്രിങ്ക് കൂടിയൊഴിച്ചു.

'ഞാൻ പോയി നിന്റെ നാട്ടുകാരെയൊക്കെ ഒന്നുകൂടി ചെന്ന് നോക്കി യിട്ട് വരട്ടെ.' കാതറീൻ പറഞ്ഞു.

ഞാൻ പോയിവരുന്നതുവരേക്കും നിനക്ക് വേണമെങ്കിൽ പേപ്പറുകൾ വായിക്കാം.'

'നിനക്കിപ്പോൾ പോയേ തീരൂ.'

'ഇപ്പോൾ അല്ലെങ്കിൽ കുറച്ചുകഴിഞ്ഞാൽ.'

'ശരി എന്നാൽ ഇപ്പോൾത്തന്നെ പോകൂ.'

'കുറച്ചു കഴിഞ്ഞാൽ ഞാൻ തിരിച്ചെത്തും'

'അപ്പോഴേക്കും ഞാനീ പേപ്പറുകൾ തീർത്തേക്കാം.'

ഞാൻ പറഞ്ഞു.

22

ആ രാത്രി വളരെയേറെ തണുപ്പുള്ള ഒന്നായിരുന്നു. രാവിലെതൊട്ട് മഴയും തുടങ്ങി. ഒസ്പെഡേൽ മഗ്ഗിയോർ-ൽനിന്നും മടങ്ങുന്ന വഴി. മഴ കനത്തുപെയ്യുകയും ഞാനടിമുടി കുതിർന്നു പോവുകയും ചെയ്തിരുന്നു. മുറിയിലെത്തിയപ്പോഴും മഴ തിമിർത്തു പെയ്യുന്നുണ്ടായിരുന്നു. ബാൽക്കണിക്ക് പുറത്ത് മഴ അതിശക്തിയായി പെയ്തുവീഴുന്നത് ഞാൻ നോക്കിനിന്നു. ചില്ലുവാതിലുകളിൽ കാറ്റ് ആഞ്ഞുവീശിക്കൊണ്ടിരുന്നു. ഞാൻ വസ്ത്രം മാറ്റിയിട്ട് അൽപം ബ്രാണ്ടി കുടിച്ചു. പക്ഷേ ബ്രാണ്ടിക്ക് ഒരു രുചിയും തോന്നിയില്ല. രാത്രി എനിക്ക് ഛർദ്ദിക്കാൻ വരുന്നതുപോലെ തോന്നി. നേരം വെളുത്തു ബ്രേക്ക്ഫസ്റ്റിനുശേഷം എനിക്ക് മനംപുരട്ടൽ ഉണ്ടായി.

'അതിനെപ്പറ്റി ഒരു സംശയവും വേണ്ട' ഹൌസ് സർജൻ പറഞ്ഞു. 'ഇയാളുടെ കണ്ണിന്റെ വെള്ള കണ്ടില്ലേ മിസ്?'

മിസ് ഗേജ് അടുത്തുവന്നു നോക്കി. ഒരു കണ്ണാടി തന്ന് അവർ എന്നെക്കൊണ്ടും നോക്കിച്ചു. കണ്ണിന്റെ വെള്ള വല്ലാതെ മഞ്ഞച്ചിരുന്നു. അത് മഞ്ഞപ്പിത്തമായിരുന്നു. രണ്ടാഴ്ചക്കാലം ഞാൻ മഞ്ഞപ്പിത്തമായി കിടക്കയിൽ കഴിച്ചുകൂട്ടി. അക്കാരണം കൊണ്ടുതന്നെ സുഖചികിത്സക്കുവേണ്ടിയുള്ള എന്റെ അവധിക്കാലം നീണ്ടുപോവുകയും ഞങ്ങൾക്ക് ഒരുമിച്ചു കഴിയാൻ സാധിക്കാതെ വരികയും ചെയ്തു. 'ലാഗോ' മഗ്ഗീയോറിലുള്ള പാലാൻസയിലേക്ക് പോകുവാനായിരുന്നു ഞങ്ങൾ ഉദ്ദേശിച്ചിരുന്നത്. ഇലകൾ നിറം പകരാൻ തുടങ്ങുന്ന ഇലപൊഴിയും കാലം അവിടെ അതിമനോഹരമായിരുന്നു. അലസം നടക്കാനുള്ള ധാരാളം നടപ്പാതകളുണ്ടായിരുന്നു അവിടെ. പോരാത്തതിന് തടാകത്തിൽ ട്രൗട്ട് മത്സ്യവേട്ടക്കു വേണ്ടി തുഴയാനും പോകാമായിരുന്നു. സ്ട്രീസയേക്കാൾ മെച്ചപ്പെട്ട ഒരു സ്ഥലമായിരുന്നു പലാൻസ. കാരണം പാലാൻസയിൽ താരതമ്യേന ആൾക്കാർ കുറവായിരുന്നു. മിലാനിൽനിന്നും എളുപ്പമെത്താവുന്ന ദൂരത്താണ് സ്ട്രീസ. പക്ഷേ എപ്പോഴും അവിടെ ധാരാളം പരിചയക്കാരുണ്ടായെന്നുവരാം. പാലാൻസയിലാവട്ടെ സുന്ദരമായ ഒരു ഗ്രാമപ്രദേശമുണ്ട്. നിങ്ങൾക്ക് വേണമെങ്കിൽ

മുക്കുവർ താമസിക്കുന്ന ദ്വീപുകളിലേക്ക് തുഴഞ്ഞു പോകാവുന്നതുമാണ്. കൂട്ടത്തിൽ വലിയ ദ്വീപിൽ, നല്ലൊരു റസ്റ്റോറണ്ടും ഉണ്ടായിരുന്നു. പക്ഷേ ഞങ്ങൾക്കങ്ങോട്ടും പോകാനായില്ല.

ഞാൻ മഞ്ഞപ്പിത്തവുമായി കിടക്കയിൽ കഴിച്ചുകൂട്ടിയിരുന്ന ദിവസങ്ങളിൽ ഒന്നിൽ മിസ് വാൻ കാംപെൻ മുറിയിലേക്ക് കടന്നുവന്നു. എന്നിട്ട് അലമാര തുറന്നു നോക്കുകയും അതിനുള്ളിലെ ഒഴിഞ്ഞ കുപ്പികൾ കണ്ടുപിടിക്കുകയും ചെയ്തു. ഞാനപ്പോൾ, കാവൽക്കാരൻ വശം ഒരു ചുമട് കുപ്പികൾ താഴേക്ക് അയച്ചുകഴിഞ്ഞിട്ടേ ഉണ്ടായിരുന്നുള്ളൂ. അവർ അത് കണ്ടുകാണുമെന്ന് എനിക്ക് തോന്നി. അതിനാലാണ് ഈ വന്നുകേറിയുള്ള പരിശോധന. വെർമുത്തിന്റെയും മർസാലയുടേയും കാപ്രിയുടേയും കുറച്ചു കോണ്യാക്കിന്റേയും ഒഴിഞ്ഞ കുപ്പികളായിരുന്നു അധികവും. പിന്നെ കുറേ ഒഴിഞ്ഞ ഷിയാന്റി ഫ്ളാസ്ക്കുകളും, വെർമുത്തിന്റെ വലിയ കുപ്പികളും, പിന്നെ വൈക്കോൽ പൊതിഞ്ഞ ഷിയാന്റി ഫ്ളാസ്ക്കുകളുമാണ് കാവൽക്കാരൻ പുറത്തേക്ക് ചുമന്ന് കൊണ്ടുപോയത്. കുറേ ബ്രാണ്ടിക്കുപ്പികളാണ് പിന്നീട് ശേഷിച്ചിരുന്നത്. പിന്നെ കരടിയുടെ ആകൃതിയിലുള്ള ഒരു 'കുമ്മൽ' -ന്റെ കുപ്പിയും. ഇവയാണ് വാൻ കാംപെൻ കണ്ടുപിടിച്ചത്. കരടിയുടെ ആകൃതിയിലുള്ള കുമ്മൽ- കുപ്പിയാണ് അവളെ ഏറെ ക്ഷോഭിപ്പിച്ചതെന്ന് തോന്നി. ചന്തികുത്തിയിരുന്ന, മുൻകാലുകൾ ഉയർത്തിപ്പിടിച്ച്. സ്ഫടികത്തലയിൽ ഒരു കോർക്കുമണിഞ്ഞിരുന്ന കരടിക്കുപ്പിയുടെ അടിയിൽ കുറെ ഒട്ടുന്ന പരലുകൾ ശേഷിച്ചിരുന്നു. ഞാൻ ചിരിച്ചു.

'അത് കുമ്മൽ' ആയിരുന്നു. മുന്തിയ 'കുമ്മൽ' ഇത്തരം കരടിക്കുപ്പികളിലാണ് വരിക. ഇത് റഷ്യയിൽ നിന്നും വരുന്നതാണ്.'

'അതൊക്കെയും ബ്രാണ്ടിക്കുപ്പികളാണ് അല്ലേ?' മിസ് വാൻ കാംപെൻ ചോദിച്ചു.

'എനിക്കവ ഇവിടെക്കിടന്നുകൊണ്ട് കാണാൻ പറ്റുന്നില്ല.'

ഞാൻ പറഞ്ഞു. 'മിക്കവാറും അങ്ങനെയാവാനാണ് സാധ്യത'

'എത്രകാലമായി ഈ പരിപാടി തുടങ്ങിയിട്ട്?'

'ഞാൻ തന്നെയാണ് ഇവ വാങ്ങിക്കൊണ്ടുവന്നിട്ടുള്ളത്' ഞാൻ പറഞ്ഞു. 'ഇടയ്ക്കിടെ എന്നെ സന്ദർശിക്കാനെത്തുന്ന ഇറ്റാലിയൻ ഓഫീസർമാർക്കുവേണ്ടിയാണ് ഞാൻ ബ്രാണ്ടി കരുതിവെച്ചിരുന്നത്'

'നിങ്ങളും ഇത് കുടിക്കാറുണ്ടായിരുന്നില്ലേ?' അവൾ ചോദിച്ചു.

'ഞാനും ഇത് കുടിക്കാറുണ്ട്.'

'ബ്രാണ്ടി' അവൾ പറഞ്ഞു. 'ബ്രാണ്ടിയുടെ ഒഴിഞ്ഞ പതിനൊന്ന് കുപ്പികൾ പിന്നെ ആ കരടി ദ്രാവകവും.'

'കുമ്മൽ'

'ഇത് എടുത്തുകൊണ്ടുപോകാൻ ഞാൻ ഒരാളെ ഇങ്ങോട്ടയക്കുന്നുണ്ട്. ഒഴിഞ്ഞ കുപ്പികൾ ഇത്രതന്നെയല്ലേ ഉള്ളൂ.'

'തൽക്കാലം.'

'ഞാനാവട്ടെ നിങ്ങൾക്ക് മഞ്ഞപ്പിത്തം വന്നുപെട്ടല്ലോ എന്നോർത്ത് സഹതപിക്കുകയായിരുന്നു ഇതുവരെ. ആ സഹതാപമെല്ലാം നിങ്ങൾ വെറുതെ കളഞ്ഞു.'

'നന്ദി.'

'മുന്നണിയിലേക്ക് തിരിച്ചുപോകാൻ നിങ്ങൾക്ക് മനസ്സില്ല എന്നകാര്യം ഞാൻ മനസ്സിലാക്കുന്നു. പക്ഷേ നിങ്ങൾ കുറച്ചുകൂടി ബുദ്ധിപൂർവ്വം പ്രവർത്തിക്കേണ്ടതായിരുന്നു. ഈ മദ്യപാനംകൊണ്ട് വരുത്തിക്കൂട്ടിയ മഞ്ഞപ്പിത്തമല്ലാതെ.'

'എന്തുകൊണ്ടുള്ളതെന്ന്?'

'മദ്യപാനം കൊണ്ടുള്ളത്. ഞാൻ പറഞ്ഞത് നിങ്ങൾ കേൾക്കുന്നില്ലാ?'

ഞാനൊന്നും മിണ്ടിയില്ല.

'മറ്റൊരു രോഗം നിങ്ങൾക്ക് കണ്ടുപിടിക്കാനാകുന്നില്ലെങ്കിൽ ഈ മഞ്ഞപ്പിത്തം മാറിയാലുടൻ നിങ്ങൾക്ക് മുന്നണിയിലേക്ക് പോകേണ്ടതായി വരുമെന്ന് ഞാൻ ശങ്കിക്കുന്നു.' ഈ മനഃപൂർവ്വം വരുത്തിക്കൂട്ടിയ മഞ്ഞപ്പിത്തം, നിങ്ങളെ സുഖചികിത്സാ അവധിക്കു യോഗ്യനാക്കുമെന്ന് ഞാൻ വിശ്വസിക്കുന്നില്ല.'

'നിങ്ങൾ വിശ്വസിക്കുന്നില്ല?'

'ഞാൻ വിശ്വസിക്കുന്നില്ല.'

'നിങ്ങൾക്ക് എപ്പോഴെങ്കിലും മഞ്ഞപ്പിത്തം പിടിപെട്ടിട്ടുണ്ടോ മിസ് വാൻ കാംപെൻ?'

'ഇല്ല- പക്ഷേ ഞാനൊരുപാട് കണ്ടിട്ടുണ്ട്.'

'രോഗികൾ അതെങ്ങനെയാണ് ആസ്വദിക്കുന്നത് എന്ന് നിങ്ങൾ ശ്രദ്ധിച്ചിട്ടുണ്ടോ?'

'മുന്നണിയേക്കാൾ വളരെ മെച്ചമായിട്ടാകാനാണ് സാദ്ധ്യത.'

'മിസ് വാൻ കാംപെൻ' ഞാൻ പറഞ്ഞു.' തന്റെ ഗുഹ്യഭാഗങ്ങളിൽ ആഞ്ഞടിച്ച് സ്വയം പരിക്കേൽപിക്കാൻ ശ്രമിച്ച ഒരു വ്യക്തിയെപ്പറ്റി നിങ്ങളെപ്പോഴെങ്കിലും കേട്ടിട്ടുണ്ടോ?'

ഈ ശരിക്കുള്ള ചോദ്യത്തെ മിസ് വാൻ കാംപെൻ അവഗണിച്ചുകളഞ്ഞു. അത് അവഗണിക്കുകയോ അല്ലെങ്കിൽ മുറിവിട്ടുപോവുകയോ ചെയ്യാതെ അവർക്ക് വേറെ നിവൃത്തിയില്ലായിരുന്നു. മുറിവിട്ടു പോകാൻ അവർ ഒരുക്കമല്ലായിരുന്നു. കാരണം ദീർഘകാലമായി അവർ എന്നെ വെറുത്തിരുന്നു. ഇപ്പോൾ അവർ ആ വെറുപ്പ് വിറ്റു കാശാക്കുകയാണ്. 'മുന്നണിയിൽനിന്നും ഒഴിഞ്ഞുനിൽക്കാൻവേണ്ടി സ്വയം പരിക്കേൽപിച്ച് അയോഗ്യരാവാൻ ശ്രമിച്ചിട്ടുള്ള ഒട്ടനവധി പേരെ എനിക്കറിയാം.'

'ചോദ്യം അതായിരുന്നില്ല, ഞാനും കണ്ടിട്ടുണ്ട് കുറേ മനഃപൂർവ്വമുള്ള പരിക്കുകൾ. ഞാൻ ചോദിച്ചത് മറ്റൊന്നാണ്. തന്റെ ഗുഹ്യഭാഗങ്ങളിൽ ആഞ്ഞടിച്ച് പരിക്കേൽപിച്ചുകൊണ്ട് സ്വയം അയോഗ്യനാവാൻ ശ്രമിക്കുന്ന ആരേയെങ്കിലും പറ്റി നിങ്ങൾ ഒരിക്കലെങ്കിലും കേട്ടിട്ടുണ്ടോ എന്നാണ് എന്റെ ചോദ്യം. കാരണം മഞ്ഞപ്പിത്തത്തിനോട് ഏറെക്കുറെ അടുത്തുനിൽക്കുന്ന ഒരു അവസ്ഥാവിശേഷമാണിത് എന്നു ഞാൻ വിശ്വസിക്കുന്നു. അതുകൊണ്ടാണ് നിങ്ങൾക്കെപ്പോഴെങ്കിലും മഞ്ഞപ്പിത്തം വന്നിട്ടുണ്ടോ എന്ന് ഞാൻ ചോദിച്ചത് മിസ് കാംപെൻ. കാരണം...' മിസ് വാൻ കാംപെൻ തിടുക്കത്തിൽ മുറിവിട്ടുപോയി. കാരണം...? മാസ് ഗേജ് മുറിയിലേക്ക് കടന്നുവന്നു.

'നിങ്ങൾ എന്താണ് വാൻ കാംപെൻ- നോട് പറഞ്ഞത്?'

അവർ ആകെ ക്ഷോഭിച്ചിരിക്കുന്നു.'

'ഞങ്ങൾ ഇവിടെ അനുഭൂതികൾ താരതമ്യം ചെയ്യുകയായിരുന്നു. പ്രസവം എന്ന ഒരു അനുഭവത്തിലൂടെ അവർ കടന്നുപോയിട്ടുണ്ടോ എപ്പോഴെങ്കിലും എന്നു ചോദിക്കാൻ തുടങ്ങുകയായിരുന്നു ഞാൻ.'

'നിങ്ങൾ ഒരു വിഡ്ഢിയാണ്.' ഗേജ് പറഞ്ഞു. അവർ നിങ്ങളുടെ തലയാണ് നോട്ടമിട്ടിട്ടുള്ളത്.'

'അതെ അവർക്കെന്റെ തല കിട്ടിക്കഴിഞ്ഞിരിക്കുന്നു. ഞാൻ പറഞ്ഞു

'അവൾ എന്റെ അവധി എനിക്ക് നഷ്ടപ്പെടുത്തിക്കളഞ്ഞു. ഒരു പക്ഷേ അവളെന്നെ ഒരു പട്ടാളവിചാരണക്ക് വിധേയനാക്കാൻ ശ്രമിക്കുകയും ചെയ്തേക്കാം. അത്രക്ക് നീചയാണ് അവൾ.'

'അവർക്ക് ഒരിക്കലും നിന്നെ ഇഷ്ടപ്പെടാൻ കഴിഞ്ഞിട്ടില്ല.' ഗേജ് പറഞ്ഞു. 'ഇപ്പോൾ എന്തായിരുന്നു പ്രശ്നമുണ്ടായത്.?'

'അവർ പറയുന്നു ഞാൻ മനഃപൂർവ്വം കുടിച്ചുവരുത്തിയതാണീ മഞ്ഞപ്പിത്തം - മുന്നണിയിലേക്ക് തിരിച്ചുപോകാതിരിക്കാൻ വേണ്ടി.' പൂയ്' മിസ്ഗേജ് പറഞ്ഞു.'നിങ്ങളൊരിക്കലും ഒരു തുള്ളിപോലും കുടിക്കുകയില്ലെന്ന് വേണമെങ്കിൽ ഞാനാണയിടാം. എല്ലാവരും ആണയിട്ടേക്കും നിങ്ങളൊരു തുള്ളിപോലും കുടിക്കാറില്ലെന്ന്,'

'അവർ കുപ്പികൾ കണ്ടുപിടിച്ചു.'

'ഞാനൊരു നൂറുതവണ നിങ്ങളോട് പറഞ്ഞതാണ് അതവിടെ നിന്ന് മാറ്റാൻ. എവിടെയുണ്ടവ.?

'അലമാറയിൽ.'

നിങ്ങളുടെ വശം ഒരു സ്യൂട്ട് കേസ് കാണുമോ?'

'ഇല്ല. അതൊക്കെ ആ പൊക്കണസഞ്ചിയിൽ പെറുക്കിവെക്കു'

മിസ്ഗേജ്അതെല്ലാം സഞ്ചിയിൽ പെറുക്കിവെച്ചു.'ഞാനിത് പോർട്ടറെ ഏൽപിക്കാം' അവൾ അതു പറഞ്ഞുകൊണ്ട് വാതിൽക്കലേക്ക് നടന്നു.

'ഒരുമിനിറ്റ്' മിസ് വാൻ കാംപെൻ കടന്നുവന്നുകൊണ്ട് പറഞ്ഞു. 'ഈ കുപ്പികൾ ഞാൻ എടുത്തുകൊള്ളാം' കൂടെയുള്ള കാവൽക്കാരനോട് അവർ കൽപിച്ചു. 'ഇതെല്ലാം ചുമന്നുകൊണ്ടുപോകൂ പ്ലീസ്. എന്റെ റിപ്പോർട്ട് തയ്യാറാക്കുമ്പോൾ എനിക്കിതെല്ലാം ഡോക്ടറെ കാണിക്കേണ്ടതായിട്ടുണ്ട്.'

അവൾ ഹാളിലൂടെ കടന്നുപോയി; ചാക്കുചുമന്നു കൊണ്ട് പോർട്ടർ പുറകേയും. അയാൾക്കറിയാമായിരുന്നു ചാക്കിനുള്ളിൽ എന്താണെന്ന് പിന്നീട് വിശേഷിച്ചൊന്നും സംഭവിച്ചില്ല; എനിക്കന്റെ അവധി നഷ്ടപ്പെട്ടു എന്നതൊഴിച്ച്.

23

തിരിച്ച് മുന്നണിയിലേക്ക് പോകേണ്ടിയിരുന്ന അന്ന് രാത്രി 'ടൂറിൻ' ൽ നിന്നും പുറപ്പെടുന്ന രാത്രിവണ്ടിയിൽ ഒരു സീറ്റ് പിടിക്കുന്നതിനുവേണ്ടി ഞാൻ ആശുപത്രിയിലെ കാവൽക്കാരനെ അയച്ചു. മിലാനിൽനിന്നും തീവണ്ടി അർദ്ധരാത്രിയാണ് പുറപ്പെട്ടിരുന്നത്. തീവണ്ടി ടൂറിനിൽ നിന്നും പുറപ്പെട്ട് മിലാനിലെത്തുമ്പോൾ പത്തരമണിയോളമാകും. പിന്നീട് പുറപ്പെടുന്നതിനുമുമ്പായി ഏകദേശം ഒന്നൊരമണിക്കൂറോളം അത് മിലാനിൽ കിടക്കും. കാവൽക്കാരൻ അയാളുടെ ഒരു ചങ്ങാതിയേയും ഒപ്പം കൂട്ടിയിരുന്നു. അവധിക്കുവന്ന ഒരു മെഷീൻ ഗണ്ണർ ആയിരുന്നു അയാൾ. തൽക്കാലം ഒരു തുന്നൽക്കടയിലായിരുന്നു അയാൾ ജോലിചെയ്തിരുന്നത്.

രണ്ടുപേരുംകൂടി ഒത്തുശ്രമിച്ചാൽ തീർച്ചയായും ഒരു സീറ്റ് ഉറപ്പിക്കാമെന്ന് അവർ ഉറച്ചുവിശ്വസിച്ചു. പ്ലാറ്റ്ഫോം ടിക്കറ്റിനും മറ്റുമായി ഞാനവർക്കു പണം കൊടുത്തു. അവർ എന്റെ സാധനങ്ങൾ ചുമന്നുകൊണ്ടുപോവുകയും ചെയ്തു. ഒരു വലിയ പൊക്കണസഞ്ചിയും രണ്ടു തോൾസഞ്ചിയുമായിരുന്നു അവ.

ഏകദേശം അഞ്ചുമണിയായതോടെ ഞാൻ ആസ്പത്രിയോട് ഗുഡ്ബൈ പറഞ്ഞു പുറത്തിറങ്ങി. എന്റെ സാമാനങ്ങൾ നേരത്തേ കാവൽക്കാരന്റെ മുറിയിലേക്ക് മാറ്റിയിരുന്നു. പാതിരാത്രിക്ക് അൽപം മുമ്പായി സ്റ്റേഷനിലെത്തുമെന്നു ഞാൻ അയാളോട് പറഞ്ഞു. 'സിഞ്ഞോറിനോ' എന്നുറക്കെ വിളിച്ച് കാവൽക്കാരന്റെ ഭാര്യ കരഞ്ഞു. പിന്നീട് കണ്ണുകൾ അമർത്തിത്തുടച്ചുകൊണ്ടു എന്റെ കൈകൾ പിടിച്ചുകുലുക്കി, വീണ്ടും കരയാൻ തുടങ്ങി. ഞാനവളുടെ പുറത്ത്തട്ടിയപ്പോൾ പിന്നേയും അവൾ ഉറക്കെ കരഞ്ഞു. എന്റെ വസ്തുങ്ങളുടേയും ബൂട്ട്സിന്റേയുമെല്ലാം കേടുപാടുകൾ തീർത്തുതന്നിരുന്നത് അവളായിരുന്നു. തടിച്ച് ഉയരം കുറഞ്ഞ് വെളുത്ത മുടിയോടുകൂടിയ ഒരു സ്ത്രീയായിരുന്നു അവർ. വളരെ പ്രസന്നവതി. കരയുമ്പോൾ അവളുടെ മുഖം ആകെ നുറുങ്ങിപ്പോകുന്നതുപോലെ തോന്നി. പിന്നീട് ഞാൻ തെരുവിലേക്കിറങ്ങി, തിരിവിലെ വൈൻ ഷോപ്പിൽക്കയറി. ജനവാതിലിനരികെ കസേരയിൽ കാതറിനെ കാത്തുകൊണ്ട് ഇരുന്നു.

ഇരുട്ടും തണുപ്പും മൂടൽമഞ്ഞുമുള്ള സായാഹ്നം. കാപ്പിയുടേയും ഗ്രപ്പയുടേയും പണം കൊടുത്തശേഷം ഞാൻ പുറത്തേക്ക് നോക്കിക്കൊണ്ടിരുന്നു. ജനലിലൂടെ പുറത്തേക്ക് വീഴുന്ന വെളിച്ചത്തിൽ റോഡിലൂടെ അങ്ങോട്ടും ഇങ്ങോട്ടും പൊയ്ക്കൊണ്ടിരുന്ന ആളുകളെ എനിക്ക് കാണാമായിരുന്നു. കാതറിനെ കണ്ടപ്പോൾ ഞാൻ ജനവാതിൽച്ചില്ലിൽ പതുക്കെ കൊട്ടി. അവൾ നിന്നു, എന്നെ കണ്ടപ്പോൾ മന്ദഹസിച്ചു. ഞാൻ പുറത്തിറങ്ങി, അവളുടെയടുത്തേക്ക് ചെന്നു. അവൾ കരിനീല നിറത്തിലുള്ള കോട്ടും, മൃദുവായ ഒരു ഫെൽറ്റ് തൊപ്പിയുമാണ് ധരിച്ചിരുന്നത്. ഞങ്ങൾ രണ്ടുപേരും റോഡിന്റെ അരികുചേർന്ന് നടക്കാൻ തുടങ്ങി. വൈൻഷാപ്പുകളുടെ മുന്നിലൂടെ, ചന്തമൈതാനം മുറിച്ചുകടന്നു. തെരുവുകടന്നു കമാനം പിന്നിട്ട് ഒടുവിൽ പള്ളിമൈതാനത്തിലെത്തി. മൈതാനത്തിനോട് ചേർന്ന് സട്രീറ്റ് കാറുകളുടെ വഴിത്താരയുണ്ടായിരുന്നു. അതിനുമപ്പുറത്തായിട്ടായിരുന്നു പള്ളി. മൂടൽമഞ്ഞിലൂടെ നോക്കിയപ്പോൾ അത് വെളുത്തും, നനഞ്ഞും കാണപ്പെട്ടു. ഞങ്ങൾ ട്രാം പാളങ്ങൾ മുറിച്ചുകടന്നു. ഇടതുഭാഗത്തായിട്ടായിരുന്നു കടകൾ. കടകളുടെ ജനവാതിലുകളും കോണിപ്പടികളിലേക്കുള്ള കവാടവും പ്രകാശപൂരിതമായിരുന്നു. പള്ളിമൈതാനത്ത് പുകമഞ്ഞ് കട്ടപിടിച്ചുനിന്നിരുന്നു. പള്ളിയുടെ അരികത്തെത്തിയപ്പോൾ അത് വളരെ വലുതാണെന്നു കണ്ടു. കൽക്കെട്ടുകൾ മഞ്ഞുവീണു കുതിർന്നിരുന്നു.

'നിനക്ക് ഉള്ളിലേക്ക് കയറണമെന്നുണ്ടോ?'

'ഇല്ല.' കാതറിൻ പറഞ്ഞു. ഞങ്ങൾ പള്ളി പിന്നിട്ട് നടന്നുനീങ്ങി. മുന്നിൽ കണ്ട ഒരു കൽത്തൂണിന്റെ നിഴലിൽ ഒരു പട്ടാളക്കാരൻ തന്റെ പെൺകുട്ടിയോടൊപ്പം നിൽക്കുന്നതായി കണ്ടു. ഞങ്ങൾ അവരേയും കടന്നു മുന്നോട്ട് നീങ്ങിക്കൊണ്ടിരുന്നു.

'അവരും നമ്മെപ്പോലെയാണ്' ഞാൻ പറഞ്ഞു.

'നമ്മെപ്പോലെയാരും തന്നെ ഉണ്ടാവില്ല' കാതറിൻ പറഞ്ഞു. ഒരു സന്തോഷമുള്ള അർത്ഥത്തിലല്ല അവളത് പറഞ്ഞത്.

'അവർക്ക് പോകാൻ ഒരിടം ഉണ്ടായിരുന്നെങ്കിൽ എന്നു ഞാനാശിക്കുന്നു.'

'അതുകൊണ്ടൊന്നും ഒരു ഗുണവുമുണ്ടാകാൻ പോകുന്നില്ല.'

'അതൊന്നും എനിക്കറിഞ്ഞുകൂടാ. എല്ലാവർക്കും, എവിടെയെങ്കിലും ഒരിടം വേണ്ടതാണ്.'

'അവർക്ക് പള്ളിയുണ്ട്' കാതറിൻ പറഞ്ഞു. അപ്പോഴേക്കും ഞങ്ങൾ അവിടെ പിന്നിട്ടുകഴിഞ്ഞിരുന്നു. ഞങ്ങൾ പള്ളിമൈതാനത്തിന്റെ അങ്ങേയറ്റം മുറിച്ചുകടന്നു. എന്നിട്ട് ഒരു നിമിഷം നിന്ന് പള്ളിയുടെ നേരെ നോക്കി, മൂടൽമഞ്ഞിൽ അത് വളരെ സുന്ദരമായി കാണപ്പെട്ടു. ലെതർ ഉൽപന്നങ്ങൾ വിൽക്കുന്ന ഒരു കടയുടെ മുന്നിലായിരുന്നു. ഞങ്ങൾ നിന്നിരുന്നത്. ജനവാതിൽക്കൽ സവാരി ബൂട്ടുകളും ബാഗുകളും മഞ്ഞിലൂടെ തെന്നിപ്പോകാനുള്ള സ്കീ ബൂട്ടുകളും പ്രദർശിപ്പിച്ചിരുന്നു. ഓരോ സാധനങ്ങളും

വിട്ട് വിട്ട് പ്രത്യേകം പ്രത്യേകമായാണ് പ്രദർശനത്തിനു വെച്ചിരുന്നത്. നടുവിലായി ബാഗുകൾ അപ്പുറമിപ്പുറമായി സ്കീ ബൂട്ടുകളും, സവാരിബൂട്ടും തേഞ്ഞുപഴകിയ, എണ്ണയിട്ട് മിനുക്കിയ കുതിരജീനി പോലെയിരുന്നു ലെതർ. മഞ്ഞിയനിറമുള്ള പോളീഷിട്ട ലെതറിൽ വീണ് വൈദ്യുതിവെളിച്ചം വെട്ടിത്തിളങ്ങി.

'നമ്മൾക്ക് ഒരിക്കൽ സ്കീയിംഗിന് പോകണം'

'രണ്ടുമാസത്തിനുള്ളിൽ 'മ്യൂറെൻ'ൽ സ്കീയിംഗ് ആരംഭിക്കും.'

കാതറിൻ പറഞ്ഞു.

'നമുക്കവിടെപ്പോകാം'

'ശരി' അവൾ പറഞ്ഞു. ഞങ്ങൾ മറ്റുകടകളുടെ ജനവാതിലുകളും പിന്നിട്ട് ഒരു ഇടത്തെരുവിലേക്ക് തിരിഞ്ഞു.

'ഞാനീ വഴി വന്നിട്ടേയില്ല'

'ഈ വഴിയിലൂടെയായിരുന്നു ഞാൻ ആസ്പത്രിയിലേക്ക് പൊയ്ക്കൊണ്ടിരുന്നത്' ഞാൻ പറഞ്ഞു.

അതൊരു ഇടുങ്ങിയ തെരുവായിരുന്നു. ഞങ്ങൾ വലതുവശം ചേർന്നു നടന്നുകൊണ്ടിരുന്നു. ധാരാളം മനുഷ്യർ പുകമഞ്ഞിലൂടെ കടന്നുപോയ്ക്കൊണ്ടിരുന്നു. കടകളുടെ ജനവാതിലുകൾ വെളിച്ചത്തിൽ കുളിച്ചുനിന്നു. പ്രദർശനത്തിനായി ഒരു വലിയ കുമ്പാരം ചീസ് വെച്ചിരുന്ന ഒരു ജനവാതിൽക്കൽ ഞങ്ങൾ കുറച്ചുനേരം നിന്നു നോക്കി. പിന്നീട് ആയുധങ്ങൾ വിൽക്കുന്ന ഒരു കടയുടെ മുന്നിലെത്തിയപ്പോൾ ഞാൻ നിന്നു.

'ഒരു മിനിറ്റൊന്നു ഉള്ളിലേക്ക് വരൂ. എനിക്കൊരു തോക്കു വാങ്ങണം.'

'എന്തുതരം തോക്ക്?'

'ഒരു പിസ്റ്റൾ' ഞങ്ങൾ ഉള്ളിലേക്ക് കയറി. ഞാനെന്റെ ബെൽറ്റിന്റെ ബക്കിൾ അഴിച്ച്, ഒഴിഞ്ഞ തോക്കുറ കാണത്തക്കവിധത്തിൽ അത് മേശപ്പുറത്ത് വെച്ചു. രണ്ടു സ്ത്രീകളായിരുന്നു കൗണ്ടറിന്റെ പിന്നിൽ. അവർ ധാരാളം തോക്കുകൾ എടുത്തുകൊണ്ടുവന്നു കൗണ്ടറിൽ നിരത്തി. ബെൽറ്റിലെ തോക്കു സഞ്ചി തുറന്നു കാണിച്ചുകൊണ്ട് ഞാൻ പറഞ്ഞു. 'ഇതിന് പാകമാകുന്ന ഒന്നാണ് വേണ്ടത്'

അതൊരു നരച്ച ചാരനിറത്തിലുള്ള ലെതറിന്റെ തോക്കുറയായിരുന്നു. പട്ടണത്തിൽ നടക്കുമ്പോൾ ധരിക്കാനായി ഞാൻ ഒരു സെക്കന്റ് ഹാന്റ് ഹോൾസ്റ്റർ ആയിരുന്നു വാങ്ങിയിരുന്നത്.

'ഇവരുടെ കൈവശം നല്ല പിസ്റ്റൾ ഉണ്ടാകുമോ?' കാതറീൻ ചോദിച്ചു.

'എല്ലാം ഒരുപോലെത്തന്നെ.' ഞാനിതൊന്നു പരീക്ഷിച്ചാലോ' ഞാൻ ആ സ്ത്രീയോട് ചോദിച്ചു.

'ഷൂട്ട് ചെയ്തു നോക്കാൻ ഞങ്ങൾക്കിവിടെ സ്ഥലമില്ല.' അവൾ പറഞ്ഞു.

'ഇതൊരു ഒന്നാന്തരം സാധനമായിരിക്കും, ഇതിനെക്കൊണ്ട് നിങ്ങൾക്ക് അബദ്ധം സംഭവിക്കുകയില്ല.'

ഞാനതൊന്നു പൊട്ടിച്ചുനോക്കുകയും,ഗതിവേഗം പരീക്ഷിക്കാൻ പുറകോട്ട് വലിക്കുകയും ചെയ്തു. അതിന്റെ സ്പ്രിംഗുകൾ വളരെ ശക്തമായിരുന്നുവെങ്കിലും വളരെ ഭംഗിയായും മയത്തിലും പ്രവർത്തിച്ചിരുന്നു. ഉന്നം പിടിച്ചുകൊണ്ട് ഞാൻ അതൊന്നുകൂടെ പൊട്ടിച്ചു.

'ഈ പിസ്റ്റൾ ഒരിക്കൽ ഉപയോഗിച്ചതാണ്" ആ സ്ത്രീ പറഞ്ഞു. 'ഒരൊന്നാന്തരം വെടിവെപ്പുകാരനായ ഒരു ഓഫീസറുടേതായിരുന്നു ഇത്'

'നിങ്ങൾ ഇത് അയാൾക്ക് വിറ്റതാണോ?'

'അതെ.'

'എങ്ങനെയിത് തിരിച്ചുകിട്ടി?'

'അയാളുടെ ഓർഡർലിയുടെ കയ്യിൽ നിന്നും.'

'എന്റെ ഓർഡർലിയുടെ കയ്യിൽനിന്നും ചിലപ്പോൾ ഇത് വീണ്ടും തിരിച്ചുകിട്ടിയേക്കാം. ഞാൻ പറഞ്ഞു. 'എന്താണിതിന്റെ വില?' വളരെ തുച്ഛം.'

'ശരി എനിക്ക് രണ്ട് എക്സ്ട്രാ ക്ലിപ്പുകളും ഒരു പെട്ടി കാർട്ട്റിഡ്ജുകളും വേണം.'

കൗണ്ടറിന്റെ ചുവട്ടിൽ നിന്നും അവൾ അതൊക്കെയെടുത്തുകൊണ്ടുവന്നു.

'നിങ്ങൾക്കൊരു വാളിന്റെ ആവശ്യമുണ്ടാകുമോ ഇവിടെ ഉപയോഗിച്ചകുറെ വാളുകളുണ്ട്. വില വളരെ തുച്ഛം.'

'ഞാൻ പോകുന്നത് മുന്നണിയിലേക്കാണ്.' ഞാൻ പറഞ്ഞു.

'ഓ അത്രേയോ. അപ്പോൾ പിന്നെ നിങ്ങൾക്ക് വാളിന്റെ ആവശ്യം വരില്ല'

ഞാൻ പണം കൊടുത്തശേഷം പിസ്റ്റളിന്റെ മാഗസിൻ നിറച്ച് സ്ഥാനം ശരിപ്പെടുത്തി. പിന്നീടത് ഒഴിഞ്ഞ തോക്കുറയിൽ വെച്ചു. എക്സ്ട്രാ ക്ലിപ്പുകളും. കാർട്ട്റിഡ്ജുകളും ഹോൾസ്റ്ററിന്റെ വിള്ളലുകളിൽ നിക്ഷേപിച്ചശേഷം ബെൽട്ട് എടുത്ത് ധരിച്ചു ബക്കിൾ മുറുക്കി. ബെൽ റ്റിൽ തൂങ്ങിക്കിടന്നിരുന്ന പിസ്റ്റളിന് നല്ല ഭാരമുള്ളതായി തോന്നി. എന്നിരുന്നാലും ഒരു റെഗുലേഷൻ പിസ്റ്റൾ സ്വന്തമായി ഉണ്ടാവുക എന്നത് നല്ല കാര്യമാണ്. കാർട്ട്റിഡ്ജുകൾ എത്രവേണമെങ്കിലും എപ്പോഴും കിട്ടുമല്ലോ. 'ഇപ്പോൾ നമ്മൾ തികച്ചും സായുധരായി.' ഞാൻ പറഞ്ഞു.

'ഇക്കാര്യമാണ് മറക്കാതെ ചെയ്യണമെന്ന് ഞാനെപ്പോഴും ഓർത്തിരുന്നത്. എന്നെ ആശുപത്രിയിലേക്ക് കൊണ്ടുപോകുന്ന സമയത്ത് എന്റെ മറ്റേ പിസ്റ്റൾ ആരോ എടുത്തുകൊണ്ടുപോയി.'

ഇതൊരു നല്ല പിസ്റ്റൾ ആയിരിക്കുമെന്ന് നമുക്ക് പ്രത്യാശിക്കാം.'

'ഇനിയെന്തെങ്കിലും ആവശ്യമുണ്ടോ?' ആ സ്ത്രീ ചോദിച്ചു.

'ഒന്നുമില്ലെന്ന് വിശ്വസിക്കുന്നു.'

'ആ പിസ്റ്റളിന് ഒരു തുകൽചരടും കൂടിയുണ്ടായിരുന്നു.' അവൾ പറഞ്ഞു.

'അങ്ങനെയൊന്ന് ഉണ്ടായിരുന്നതായി ഞാൻ ശ്രദ്ധിച്ചിരുന്നു.'

അവർക്ക് ഇനിയും എന്തെങ്കിലുമൊക്കെ വാങ്ങിപ്പിക്കണമെന്നുണ്ടായിരുന്നു.

'നിങ്ങൾക്കൊരു വിസിൽ-ന്റെ ആവശ്യം വരില്ലേ?'

'വേണ്ടെന്നാണ് ഞാൻ കരുതുന്നത്.'

ആ സ്ത്രീ 'ഗുഡ് ബൈ' പറയുകയും ഞങ്ങൾ തെരുവിലെ അരികുപാതയിലേക്കിറങ്ങുകയും ചെയ്തു. കാതറിൻ ജനവാതിലിലൂടെ ഉള്ളിലേക്ക് നോക്കി. ആ സ്ത്രീ പുറത്തേക്ക് നോക്കി ഞങ്ങളെ കാണുകയും തലകുനിച്ച് വന്ദിക്കുകയും ചെയ്തു.

'ആ മരച്ചട്ടങ്ങളിലുറപ്പിച്ച കൊച്ചുകണ്ണാടികൾ എന്തിനുവേണ്ടിയുള്ളതാണ്?'

'പക്ഷികളെ ആകർഷിക്കാൻ. വയലുകളിൽ വെച്ച് അവർ ഈ കണ്ണാടികൾ കറക്കിക്കൊണ്ടിരിക്കും. വാനമ്പാടികൾ ഇതുകൊണ്ട് അടുത്തേക്ക് വരും, അപ്പോൾ ആ ഇറ്റലിക്കാർ അവയെ വെടിവെക്കും.

'ഇറ്റലിക്കാർ പൊതുവെ സരളപ്രകൃതരാണ്' കാതറീൻ പറഞ്ഞു.

'നിങ്ങൾ വാനമ്പാടികളെ വെടിവെക്കാറില്ല അല്ലേ? അമേരിക്കയിൽ?'

'ഇല്ലേയില്ല.'

ഞങ്ങൾ തെരുവ് മുറിച്ചുകടന്നു മറ്റേയരികിലുള്ള പാതയിലൂടെ നടത്തം തുടർന്നു.

'എനിക്കിപ്പോൾ കുറച്ച് സുഖം തോന്നുന്നു.' കാതറീൻ പറഞ്ഞു.

'നടത്തം തുടങ്ങിയ സമയത്ത് എനിക്ക് ഭയങ്കര വിഷമം തോന്നിയിരുന്നു'

'ഒരുമിച്ചാകുമ്പോൾ എപ്പോഴും നമുക്ക് സുഖം തോന്നുന്നു അല്ലേ?'

'നമ്മൾ എന്നും ഒരുമിച്ചു തന്നെയായിരിക്കും.'

'അതെ എപ്പോഴും ഒരുമിച്ചുതന്നെ. ഇന്ന് പാതിരാക്ക് ഞാൻ സ്ഥലം വിട്ടും എന്നതൊഴിച്ച്.'

'അതിനെപ്പറ്റിയൊന്നും ആലോചിക്കാതിരിക്കു ഓമനേ.'

'ഞങ്ങൾ തെരുവിലൂടെ മുന്നോട്ട് നടന്നുകൊണ്ടിരുന്നു. മൂടൽമഞ്ഞിൽ വെളിച്ചങ്ങളെല്ലാം മങ്ങി മഞ്ഞയായി മാറി.

നിനക്ക് ക്ഷീണം തോന്നുന്നില്ലേ?' കാതറീൻ ചോദിച്ചു.

'നിനക്കോ?'

'എനിക്ക് കുഴപ്പമില്ല. നടത്തം വളരെ രസമുള്ളതായി തോന്നുന്നു."പക്ഷേ ഒരുപാട് നേരം ഇതിങ്ങനെ തുടരാൻ അനുവദിച്ചുകൂടാ.'

'ഇല്ല'

ഞങ്ങൾ മറ്റൊരു ഇടത്തെരുവിലേക്ക് തിരിഞ്ഞു. അവിടെ വേണ്ടത്ര വെളിച്ചമില്ലായിരുന്നു. തെരുവാകെ ഇരുണ്ടുകിടന്നു. കുറച്ചിട നടന്നു, ഞാൻ നിന്നു; എന്നിട്ട് കാതറീനെ ഉമ്മവെച്ചു. ഉമ്മവെക്കുമ്പോൾ അവളുടെ കൈകൾ എന്റെ ചുമലിൽ ചുറ്റിക്കിടക്കുന്നത് ഞാൻ അറിഞ്ഞു. അവൾ എന്റെ കോട്ട് വലിച്ചുയർത്തി. ഞങ്ങളെ രണ്ടുപേരെയും അതിൽ പുതപ്പിച്ചു. ഞങ്ങൾ തെരുവിൽ ഒരു ഉയർന്ന മതിലിൽ ചാരിനിൽക്കുകയായിരുന്നു.

'നമുക്കെവിടെയെങ്കിലും ഒന്നുകൂടാം' ഞാൻ പറഞ്ഞു.

'നല്ലത്' കാതറിൻ പറഞ്ഞു. ഞങ്ങൾ ആ തെരുവിലൂടെത്തന്നെ നടന്നു. ഒടുവിൽ കുറേക്കൂടി വിസ്താരമുള്ള മറ്റൊരു തെരുവിലേക്കെത്തി. ഈ തെരുവിനോട് ചേർന്ന് ഒരു കനാൽ ഉണ്ടായിരുന്നു. കനാലിന്റെ മറുവശത്ത് ഒരു ഇഷ്ടികച്ചുമരും കെട്ടിടങ്ങളുമുണ്ടായിരുന്നു.

തെരുവിലൂടെ നടക്കെ, മുന്നിലായി ഒരു സ്ട്രീറ്റ് കാർ പാലം കടന്നുവരുന്നത് ഞങ്ങൾ കണ്ടു.

'പാലത്തിന്റെയടുത്തുവെച്ച് നമുക്കൊരു വണ്ടി പിടിക്കാം.'ഞാൻ പറഞ്ഞു.

മൂടൽമഞ്ഞിൽ, ഞങ്ങൾ പാലത്തിന്മേൽ കാത്തുനിന്നു. നിരവധി സ്ട്രീറ്റ് കാറുകൾ ആളുകളെ വഹിച്ചുകൊണ്ട് പോയ്ക്കൊണ്ടിരുന്നു. പന്നീടൊരു കുതിരവണ്ടി കടന്നുവന്നു. പക്ഷേ അതിൽ ഒരാൾ ഇരിക്കുന്നുണ്ടായിരുന്നു. മൂടൽമഞ്ഞ് മഴയായിമാറി പെയ്യാൻ തുടങ്ങി.

'നമ്മൾക്ക് നടക്കാം അല്ലെങ്കിൽ ഒരു ട്രാമിൽ കയറാം' കാതറീൻ പറഞ്ഞു.

'എന്തെങ്കിലുമൊരു വണ്ടി ഇപ്പോൾ വന്നേക്കാം. അതെല്ലാം ഇതിലൂടെയാണല്ലോ പോകുന്നത്' ഞാൻ പറഞ്ഞു.

'അതാ ഒന്നു വരുന്നുണ്ട്.' അവൾ പറഞ്ഞു.

ഡ്രൈവർ കുതിരകളെ നിർത്തി. മീറ്ററിലെ ലോഹചിഹ്നം താഴ്ത്തിയിട്ടു. വണ്ടിയുടെ മേൽപ്പുര മൂടിയിട്ടിരുന്നു. ഡ്രൈവറുടെ കോട്ടിൽ വെള്ളത്തുള്ളികളുണ്ടായിരുന്നു. അയാളുടെ വാർണീഷിട്ട തൊപ്പി നനഞ്ഞുമിന്നിയുമിരുന്നു. ഞങ്ങൾ വണ്ടിയുടെ പുറകിൽ കയറി ചേർന്നിരുന്നു. മുകൾഭാഗം അടഞ്ഞിരുന്നതിനാൽ വണ്ടിക്കുള്ളിൽ ഇരുട്ടായിരുന്നു.

'എവിടെപ്പോകണമെന്നാണ് നീ അയാളോട് പറഞ്ഞത്?'

'സ്റ്റേഷനിലേക്ക്. സ്റ്റേഷന്റെ എതിർഭാഗത്തായി ഒരു ഹോട്ടൽ ഉണ്ട്. നമുക്കവിടെ തങ്ങാം.'

'ഇങ്ങനെത്തന്നെയങ്ങു പോകാമെന്നോ? ലഗ്ഗേജ് ഒന്നുമില്ലാതെ?'

'അതെ' ഞാൻ പറഞ്ഞു.

ഇടത്തെരുവുകളിലൂടെ മഴയത്ത്, സ്റ്റേഷനിലേക്കുള്ള യാത്ര കുറച്ച് ദീർഘിച്ച ഒന്നുതന്നെയായിരുന്നു.

'നമ്മൾ ഡിന്നർ കഴിക്കുകയില്ലേ?' കാതറിൻ ചോദിച്ചു. എനിക്ക് വിശക്കുമെന്ന പേടിയുണ്ട്'

'നമുക്ക് നമ്മുടെ മുറിയിലിരുന്നു കഴിക്കാം'

'എനിക്ക് ഒന്നും ഇടാനില്ല. ഒരു നൈറ്റ്ഗൗൺ പോലും കരുതിയില്ല.'

'നമുക്കൊന്നു വാങ്ങാം.' ഞാൻ പറഞ്ഞു. എന്നിട്ട് ഡ്രൈവറെ വിളിച്ചു.

'വയ മൻസോണി'യിലേക്ക് വിട്ടു. അതുവഴി പോകാം.'

അയാൾ തലയാട്ടി. അടുത്ത തിരിവിലെത്തിയപ്പോൾ വണ്ടി ഇടത്തോട്ട് തിരിച്ചു. വീതിയുള്ള വലിയ തെരുവിലൂടെ പോകുമ്പോൾ കാതറീൻ ഒരു പറ്റിയ കട തിരഞ്ഞുകൊണ്ടിരുന്നു.

'ഇതാ ഒന്നു.' അവൾ പറഞ്ഞു. ഞാൻ ഡ്രൈവറെ വിളിച്ചു വണ്ടി നിർത്തിച്ചു. കാതറിൻ പുറത്തിറങ്ങി അരികുപാത മുറിച്ചുകടന്നു ഉള്ളിൽ ക്കയറി. ഞാൻ കാതറിനുവേണ്ടി കാത്തു വണ്ടിയിൽത്തന്നെയായിരുന്നു. മഴ അപ്പോഴും പെയ്യുന്നുണ്ടായിരുന്നു. നനഞ്ഞ തെരുവിന്റെ മണമുയർന്നു. കുതിരകളുടെ ആവിയുടേയും. അവൾ കയ്യിലൊരു പാക്കറ്റുമായി തിരിച്ചുവന്നു വണ്ടിയിൽ കയറി.

'ഞാനിന്ന് കുറച്ചൊന്നു ധാരാളിയായി ഓമനേ' അവൾ പറഞ്ഞു. 'പക്ഷേ ഇതൊരു സ്റ്റൈലൻ നൈറ്റ് ഗൗൺ തന്നെയാണ്.'

ഹോട്ടലിലെത്തിയപ്പോൾ ഞാൻ പുറത്തിറങ്ങി കാതറീനോട് വണ്ടിയിൽതന്നെ കാത്തിരിക്കാൻ പറഞ്ഞു. പിന്നീട് ഞാൻ ചെന്ന് മാനേജരോട് സംസാരിച്ചു. മുറികൾ ധാരാളം ഒഴിവുണ്ടായിരുന്നു. അതിനുശേഷം ഞാൻ തിരിച്ചുചെന്ന് ഡ്രൈവർക്ക് പണംകൊടുത്ത് അയാളെ തിരിച്ചയച്ചു. ഞങ്ങൾ രണ്ടുപേരും ഒന്നിച്ച് ഹോട്ടലിലേക്ക് നടന്നു. യൂണിഫോം ധരിച്ച പരിചാരകൻ ഒരു കൊച്ചുപയ്യനായിരുന്നു. അയാൾ കാതറിന്റെ കയ്യിലെ പൊതിക്കെട്ട് വാങ്ങിപ്പിടിച്ചു മാനേജർ കുനിഞ്ഞുവന്ദിച്ചുകൊണ്ട് ഞങ്ങളെ ലിഫ്റ്റിലേക്ക് നയിച്ചു. ലിഫ്റ്റിനുള്ളിൽ നിറയെ ചുവന്നു മിന്നുന്ന അലങ്കാരങ്ങളും പിച്ചളക്കെട്ടുകളുമുണ്ടായിരുന്നു. മാനേജരും ഞങ്ങളുടെ കൂടെ ലിഫ്റ്റിൽ മുകളിലേക്കു വന്നു.

'മോൺസിഞ്ഞോറും മദാമും മുറിയിൽവെച്ച് ഡിന്നർ കഴിക്കാൻ താല്പര്യപ്പെടുന്നുണ്ടോ?'

'അതെ നിങ്ങൾ മെനു മുകളിലേക്ക് കൊടുത്തയക്കാമോ?'

'താങ്കൾ ഡിന്നറിന് സ്പെഷ്യലായി എന്തെങ്കിലും താൽപര്യപ്പെടുന്നുണ്ടോ?'വേട്ടയിറച്ചിയോ? കേക്കോ മറ്റോ?'

ലിഫ്റ്റ് ഓരോ നിലയും പിന്നിടുമ്പോൾ ക്ലിക് എന്ന ശബ്ദം പുറപ്പെടുവിച്ചു. മൂന്നു നിലകൾ ഇതിനിടെ പിന്നിട്ടുകഴിഞ്ഞിരിക്കുന്നു. ഒരു ക്ലിക്ക് ശബ്ദത്തോടെ അത് അടുത്ത നിലയിൽ നിന്നു.

'വേട്ടയിറച്ചിയായിട്ട് എന്തുണ്ട്?'

'തിത്തിരിപ്പക്ഷി അല്ലെങ്കിൽ കാട്ടുകോഴി'

'ഒരു കാട്ടു കോഴി' ഞാൻ പറഞ്ഞു. ഞങ്ങൾ ഇടനാഴിയിലൂടെ നടന്നു, കാർപെറ്റ് തേഞ്ഞതായിരുന്നു. ഒരുപാട് വാതിലുകൾ. ഒരു വാതിലിനരികിൽ എത്തിയപ്പോൾ മാനേജർ നിന്നു. താഴ് തിരിച്ച് വാതിൽ തുറന്നു. അയാൾ പറഞ്ഞു.

'ഇതാ എത്തിക്കഴിഞ്ഞു. ഒരു മനോഹരമായ മുറി'

യൂണിഫോം ധരിച്ച പരിചാരകൻ പയ്യൻ പാക്കറ്റ് മുറിയുടെ നടുവിലെ മേശപ്പുറത്ത് വെച്ചു. മാനേജർ ചെന്നു കർട്ടനുകൾ തുറന്നിട്ടു.

'പുറത്ത് നല്ല മൂടൽമഞ്ഞുണ്ട്.' അയാൾ പറഞ്ഞു. മുറി മുഴുവൻ ചുവന്ന പട്ടുതുണികൊണ്ട് അലങ്കരിച്ചിരുന്നു. ധാരാളം മുഖക്കണ്ണാടികൾ, രണ്ട് കസേരകൾ സാറ്റിൻ കൊണ്ടു പൊതിഞ്ഞ വളരെ വലിയ മെത്ത ഒരു വാതിൽ ബാത്റൂമിലേക്ക് തുറക്കുന്നതാണ്.

'ഞാൻ മെനു കൊടുത്തയക്കാം' മാനേജർ പറഞ്ഞു. അയാൾ കുനിഞ്ഞ് വന്ദിച്ച് പുറത്തിറങ്ങിപ്പോയി.

ഞാൻ ജനവാതിലിൽക്കൽ ചെന്നുനിന്ന് പുറത്തേക്ക് നോക്കി. പിന്നെ ഒരു ചരട് വലിച്ച് ചുവന്ന പട്ടുതിരശ്ശീലകൾ താഴ്ത്തിയിട്ടു. കാതറീൻ കിടക്കയിലിരുന്നുകൊണ്ട് ചില്ലിൽ കൊത്തിയ അലങ്കാര വിളക്കുകൾ നോക്കിക്കാണുകയായിരുന്നു. അവൾ തലയിലെ തൊപ്പി എടുത്തുമാറ്റിയിരുന്നു. ലൈറ്റിന്റെ പ്രഭയിൽ അവളുടെ മുടി വെട്ടിത്തിളങ്ങി. ഒരു കണ്ണാടിയിൽ സ്വന്തം പ്രതിബിംബം നിഴലിക്കുന്നതു കണ്ടുകൊണ്ട് അവൾ കൈകൾ തലയിൽ വെച്ചു. മറ്റുള്ള മൂന്നു കണ്ണാടികളിലും എനിക്കവളെ കാണാമായിരുന്നു. അവൾ സന്തോഷവതിയായിരുന്നില്ല. അവളുടെ കോട്ട് കട്ടിലിലേക്ക് ഊർന്നുവീണു.

'എന്താണ് പ്രശ്നം ഓമനേ?'

'ഒരു വേശ്യയാണെന്ന തോന്നൽ ഇതിനുമുമ്പൊരിക്കലും എനിക്ക് ഉണ്ടായിട്ടില്ല.' അവൾ പറഞ്ഞു. ഞാൻ ജനവാതിലിന്റെ അരികിൽ ചെന്ന് തിരശ്ശീല ഒരു വശത്തേക്ക് മാറ്റിയിട്ട് പുറത്തേക്കു നോക്കി. ഇതിങ്ങനെയാണായിത്തീരുക എന്നത് ഞാനൊരിക്കലും സങ്കൽപിച്ചിരുന്നില്ല.

'നീയൊരു വേശ്യയല്ല.'

എനിക്കറിയാമത് ഓമനേ. പക്ഷേ ഒരു വേശ്യയാണെന്ന് തോന്നിപ്പോവുക അത്ര നല്ല അനുഭവമല്ല. അവളുടെ ശബ്ദം വിരസത പൂണ്ടതായിരുന്നു. വിരസവും, പരിഭവ പൂർണവും.

'നമുക്ക് കിട്ടാവുന്നതിൽവെച്ച് മുന്തിയ ഹോട്ടലാണിത്' ഞാൻ പറഞ്ഞു. ഞാൻ ജനവാതിലിലൂടെ പുറത്തേക്ക് നോക്കി. മൈതാനത്തിനപ്പുറം റെയിൽവേസ്റ്റേഷന്റെ വെളിച്ചങ്ങൾ കാണാമായിരുന്നു. തെരുവിലൂടെ കുതിരവണ്ടികൾ അപ്പോഴും പോയ്കൊണ്ടിരുന്നു. ഹോട്ടലിൽനിന്നുള്ള വെളിച്ചം നനഞ്ഞ പാതയിൽതട്ടി പ്രകാശിച്ചു.

'ഓ നരകം' ഞാൻ വിചാരിച്ചു. 'ഇവിടെ വെച്ച് ഇങ്ങനെ തർക്കിക്കേണ്ടതുണ്ടായിരുന്നോ?'

'ഒന്നിങ്ങോട്ടു വരൂ പ്ലീസ്' കാതറിൻ പറഞ്ഞു. ശബ്ദത്തിലെ നീരസം ഇപ്പോൾ പാടെ വിട്ടൊഴിഞ്ഞിരിക്കുന്നു.'ഇങ്ങോട്ട് വരൂ പ്ലീസ്, കണ്ടില്ലേ ഞാനിതാ വീണ്ടും നല്ല പെൺകുട്ടിയായിരിക്കുന്നു.' ഞാൻ കിടക്കയുടെ മുകളിലൂടെ അവളെ നോക്കി, അവൾ മന്ദഹസിക്കുകയായിരുന്നു.

ഞാൻ അവളുടെയരികിലെത്തി കട്ടിലിൽ ഒപ്പമിരുന്നു. അവളെ ചുംബിച്ചു.

'നീ എന്റെ സുന്ദരിപ്പെൺകുട്ടിയാണ്.'

'ഞാൻ തീർച്ചയായും നിന്റേത് മാത്രമാണ്.' അവൾ പറഞ്ഞു.

ഭക്ഷണം കഴിച്ചുതീർന്നപ്പോൾ ഞങ്ങൾക്ക് വളരെയേറെ പ്രസന്നത തോന്നി. ഞങ്ങൾക്ക് വളരെയേറെ ആഹ്ലാദം അനുഭവപ്പെട്ടു. കുറച്ചു സമയത്തിനുള്ളിൽതന്നെ ആ മുറി ഞങ്ങളുടെ സ്വന്തം വീടാണെന്ന് തോന്നാൻ തുടങ്ങി. ഹോസ്പിറ്റലിലെ എന്റെ മുറിയായിരുന്നു അതുവരെ ഞങ്ങളുടെ സ്വന്തം വീട്. അതേപോലെത്തന്നെ ഈ ഹോട്ടൽമുറിയും സ്വന്തമായി തോന്നാൻ തുടങ്ങി.

ഭക്ഷണം കഴിച്ചുകൊണ്ടിരുന്നപ്പോൾ എന്റെ കോട്ട്, കാതറിൻ തന്റെ ചുമലിൽ അണിഞ്ഞു. ഞങ്ങൾക്ക് വളരെയേറെ വിശന്നിരുന്നു. ഭക്ഷണം വളരെ സ്വാദിഷ്ഠമായിരുന്നു. ഞങ്ങൾ ഓരോ കുപ്പി 'കാപ്രിയും' പിന്നീട് 'സെയിന്റ്' എസ്റ്റഫേ'യും കുടിച്ചു.

ഞാൻ തന്നെയാണേറെ കുടിച്ചത്. കാതറീൻ കുറച്ചേ കുടിച്ചിരുന്നുള്ളുവെങ്കിലും അതവളെ ഭയങ്കരമായി ഉന്മേഷവതിയാക്കി.

കാട്ടുകോഴിയിറച്ചി, ഉരുളക്കിഴങ്ങ് സൂഫ്‌ളേ, പൂരി, ദിമറോൺ ഒരു സാലഡ്, പിന്നെ സബായിയോൺ എന്ന മധുരപലഹാരവും ഇതൊക്കെയായിരുന്നു ഡിന്നർ വിഭവങ്ങൾ. 'ഇതൊരു ഒന്നാന്തരം മുറിയാണ്.'കാതറിൻ പറഞ്ഞു. 'ഇതൊരു വളരെ മനോഹരമായ മുറിയാണ്. മിലനിൽ താമസിക്കാനെത്തുമ്പോഴൊക്കെ നമുക്കിവിടെ വന്നു താമസിക്കണം'

'ഇതൊരു കിറുക്കുപിടിച്ച മുറിയാണ്. പക്ഷേ വളരെ സുന്ദരം.'

'വ്യഭിചരിക്കുക എന്നത് വളരെ അത്ഭുതകരമായ ഒരു കാര്യം തന്നെയാണ്.' കാതറിൻ പറഞ്ഞു. 'അതിൽ മുഴുകുന്നവർക്കൊക്കെ നല്ല അഭിരുചിയുണ്ടെന്നു പറയാതെ വയ്യ.'

'ഈ ചുവന്ന പട്ട് കണ്ടില്ലേ? ഗംഭീരം അതെ, ഇതു തന്നെയാണിവിടെ വേണ്ടത്. കണ്ണാടികൾ എല്ലാം വളരെ ആകർഷകം.'

'നീയൊരു സുന്ദരിപ്പെണ്ണാണ്.'

ഇങ്ങനെയൊരു മുറിയിൽ കിടന്ന് രാവിലെ ഉറക്കമുണരുമ്പോൾ എങ്ങനെയാണത് അനുഭവപ്പെടുക എന്നെനിക്കറിയാനാവില്ല. പക്ഷേ സത്യമായും ഇതൊരു ഗംഭീര മുറിതന്നെയാണ്.'

ഞാൻ ഒരു ഗ്ലാസുകൂടി സെയിന്റ് എസ്തെഫെ ഒഴിച്ചു,

'ഇവിടെക്കിടന്ന് നമുക്ക് ശരിക്കുമെന്തെങ്കിലും പാപം ചെയ്യാൻ കഴിഞ്ഞിരുന്നെങ്കിൽ എന്ന് ഞാനാശിച്ചുപോകുന്നു.' കാതറീൻ പറഞ്ഞു. 'നമ്മൾ ചെയ്യുന്നതൊക്കെ വളരെ നിഷ്കളങ്കവും സരളവുമായ കാര്യങ്ങൾ മാത്രമായിപ്പോകുന്നു. എന്തെങ്കിലും അപരാധം നമുക്ക് ചെയ്യാനാകുമെന്ന് എനിക്ക് വിശ്വസിക്കാനേ കഴിയുന്നില്ല.

'നീയൊരു വളരെ ഉൽകൃഷ്ടയായ പെൺകിടാവാണ്.'

'എനിക്കാണെങ്കിൽ വിശപ്പുമാത്രമേ തോന്നുന്നുള്ളൂ. എനിക്കിതാ ഭയങ്കരമായി വിശക്കുന്നു.'

'നീയൊരു ചന്തം തികഞ്ഞ പാവം പെണ്ണാണ്.'

'അതെ ഞാനൊരു പാവം പെണ്ണാണ്. പക്ഷേ അത് നിനക്കൊഴികെ മറ്റാർക്കും മനസ്സിലായിട്ടില്ല.'

'നിന്നെ ആദ്യമായി കണ്ടുമുട്ടിയ കാലത്ത്, ഒരിക്കൽ നീയുമൊത്ത് ഹോട്ടൽ 'കാവർ' ൽ പോകുന്ന കാര്യം ചിന്തിച്ച് ചിന്തിച്ച് ഞാനൊരു വൈകുന്നേരം മുഴുവൻ ചിലവഴിച്ചു.' അതെങ്ങനെയിരിക്കുമെന്നോർത്ത് ഞാൻ അത്ഭുതപ്പെട്ടിരുന്നു.

'അപ്പോൾ നീയൊരു ധിക്കാരിപ്പയ്യനായിരുന്നു അല്ലേ?'

ഇത് കാവർ ഹോട്ടൽ അല്ലല്ലോ. ആണോ?

'അല്ല. അവർ നമ്മെ അവിടെ പ്രവേശിപ്പിക്കുകയില്ല.'

'എന്നെങ്കിലുമൊരിക്കൽ അവർ നമ്മെ പ്രവേശിപ്പിക്കുമായിരിക്കും. പക്ഷേ നോക്കൂ ഇതാണ് നമ്മൾ തമ്മിലുള്ള വ്യത്യാസം ഓമനേ. ഞാനൊരിക്കലും ഒരു കാര്യത്തിനെപ്പറ്റിയും ചിന്തിക്കുന്നില്ല.'

'ഒരിക്കലും ചിന്തിച്ചിട്ടില്ല?'

'ആ ഒരിത്തിരി.'

'ഓ നീയൊരു മനോഹരിയായ പെണ്ണാണ്.'

ഞാൻ ഒരു ഗ്ലാസ് വൈൻകൂടിയൊഴിച്ചു.

'ഞാനൊരു വളരെ പാവം പെൺകുട്ടിയാണ്.' കാതറീൻ പറഞ്ഞു.

'ആദ്യമെനിക്ക് അങ്ങനെയല്ല തോന്നിയിരുന്നത്. നീ ഒരു കിറുക്കത്തിപ്പെണ്ണാണെന്നാണ് ഞാൻ വിചാരിച്ചത്.'

'ഒരിത്തിരി കിറുക്കത്തിയായിരുന്നു ഞാൻ. പക്ഷേ വളരെ സങ്കീർണമായ രീതിയിലൊന്നുമല്ലായിരുന്നു എന്റെ കിറുക്ക്. ഞാൻ നിന്നെ ഒരിക്കലും ആശയക്കുഴപ്പത്തിലാക്കിയില്ല. ഉവ്വോ ഓമനേ?'

'വൈൻ എന്നുള്ളത് ഒരു ഗംഭീര സംഗതിയാണ്. അപ്രിയ സത്യങ്ങളെ മറക്കാൻ ഇത് നമ്മെ സഹായിക്കുന്നു.'

'അത് മനോഹരമായ ഒരു സംഗതിയാണ്. പക്ഷേ എന്റെ അച്ഛന് അത് കഠിനമായ വാതരോഗം സമ്മാനിച്ചു.'

'നിനക്കൊരു അച്ഛനുണ്ടോ?'

'ഉണ്ട്' കാതറിൻ പറഞ്ഞു. അദ്ദേഹത്തിന് വാതരോഗമുണ്ട്. നിനക്കൊരിക്കലും അദ്ദേഹത്തെ കണ്ടുമുട്ടേണ്ടതായി വരില്ല. നിനക്കുമില്ലേ ഒരച്ഛൻ?'

'ഇല്ല' ഞാൻ പറഞ്ഞു. 'ഒരു രണ്ടാനച്ഛൻ.'

'ഞാനയാളെ ഇഷ്ടപ്പെട്ടുമോ?'

'നീയൊരിക്കലും അയാളെ കണ്ടുമുട്ടാൻ പോകുന്നില്ല'

'നമുക്ക് വളരെ ആഹ്ലാദപൂർണമായ ഒരു സമയമാണ് കിട്ടിയിരിക്കുന്നത്. ഞാനിനി മേലാൽ മറ്റുള്ള ഒരു കാര്യത്തിലും ഒരു താൽപര്യവുമെടുക്കില്ല. ഞാനത്രമേൽ സന്തോഷമായി വിവാഹം ചെയ്യപ്പെട്ടിരിക്കയാണ്.'

വെയിറ്റർ കടന്നുവന്നു. പാത്രങ്ങളും മറ്റും എടുത്തുകൊണ്ടുപോയി. കുറച്ചു കഴിഞ്ഞപ്പോൾ ഞങ്ങൾ വളരെ നിശ്ചലരായിക്കിടന്നു. മഴ പെയ്തുകൊണ്ടിരിക്കുന്നത് ഞങ്ങൾക്ക് കേൾക്കാമായിരുന്നു. താഴെ തെരുവിൽ ഒരു മോട്ടോർ കാർ ഹോണടിച്ചു.

'പിന്നിൽ കേൾക്കുന്ന സദാ.'

തിരക്കിട്ടടുക്കുന്ന കാലത്തിന്റെ തേരൊച്ച.'

ഞാൻ പറഞ്ഞു.

'എനിക്കറിയാം ആ കവിത.' കാതറീൻ പറഞ്ഞു. അത് മാർവെൽന്റേതാണ്. അതൊരു പെൺകുട്ടിയെക്കുറിച്ചുള്ളതാണ്. ഒരു പുരുഷനോടൊത്തു ജീവിക്കാൻ കഴിയാതെപോയ ഒരു പെൺകുട്ടിയെക്കുറിച്ച്.

പിന്നീട് എന്റെ തലയിൽ കാര്യങ്ങളെല്ലാം സ്പഷ്ടമാകാൻ തുടങ്ങി. എനിക്ക് വസ്തുതകളെപ്പറ്റി സംസാരിക്കണമായിരുന്നു.

'എവിടെവെച്ചായിരിക്കും കുട്ടി ജനിക്കുക?'

'എനിക്കറിഞ്ഞുകൂടാ പക്ഷേ എനിക്ക് കണ്ടെത്താവുന്നതിൽ വെച്ച് ഏറ്റവും മികച്ച ഒരിടമായിരിക്കുമത്.'

'എങ്ങനെയാണ് നീയതെല്ലാം ഏർപ്പാടാക്കുക?'

'ഏറ്റവും മികച്ച രീതിയിൽ. അതിനെപ്പറ്റിയൊക്കെ ഉൽകണ്ഠപ്പെടാതിരിക്കു ഓമനേ. ഈ യുദ്ധം കഴിയുമ്പോഴേക്കും നമുക്ക് ഒരുപാട് കുട്ടികൾ ജനിച്ചേക്കും'

'എനിക്ക് പോകാനുള്ള സമയം ആയിത്തുടങ്ങുന്നു.'

എനിക്കറിയാം. ഇപ്പോൾത്തന്നെയാവാം. വേണമെങ്കിൽ'

'ഇല്ല.'

എന്നാൽ വിഷമിക്കാതിരിക്കു. ഓമനേ. ഇതുവരെ നീ ഒരു കുഴപ്പവുമില്ലാതെയിരുന്നു. ഇതാ ഇപ്പോൾ നോക്കു പരിഭ്രമിക്കാനും തുടങ്ങുന്നു.'

'ഞാൻ പരിഭ്രമിക്കയല്ല. എത്ര ദിവസങ്ങൾ കൂടുമ്പോഴാണ് നീയെഴുതുക?'

'എല്ലാ ദിവസവും അവർ അവിടെ നിങ്ങളുടെ കത്തുകൾ വായിക്കുമോ?'

'അത്രക്ക് ദ്രോഹിക്കാൻ മാത്രമുള്ള ഇംഗ്ലീഷൊന്നും അവിടെ ആർക്കും അറിയില്ല.'

'ഞാൻ അവരെ ആശയക്കുഴപ്പത്തിലാക്കുന്ന വിധത്തിൽ എഴുതാം.'

'പക്ഷേ വല്ലാതെ ആശയക്കുഴപ്പത്തിലാക്കുന്ന വിധത്തിലാകരുത്.'

'കുറച്ചൊന്നു കുഴക്കാൻ മാത്രം?'

'നമ്മളുടനെ പുറപ്പെടേണ്ടിയിരിക്കുന്നു എന്നു ഞാൻ ഭയപ്പെടുന്നു.'

'ഒരു പ്രശ്നവുമില്ല ഓമനേ.'

'ഈ സുന്ദരഭവനം വിട്ടുപോകുന്നതിൽ ഞാൻ സങ്കടപ്പെടുന്നു.'

'ഞാനും.'

'പക്ഷേ നമുക്ക് പോയേ തീരൂ.'

'ശരി നമ്മൾക്കിവിടെ ഇണങ്ങിപ്പാർക്കാൻ ഒരിക്കലും സമയം കിട്ടിയില്ല.'

'ഒരിക്കൽ നമുക്കത് സാധിക്കും.'

'നീ തിരിച്ചുവരുമ്പോഴേക്കും, മനോഹരമായ ഒരു വീട് ഞാൻ ഒരുക്കിവെക്കും.'

'ചിലപ്പോൾ ഞാനുടനെത്തന്നെ തിരിച്ചുവന്നേക്കാം.'

'ചിലപ്പോൾ നീ നിന്റെ പാദത്തിലൊരു ചെറിയ പരിക്കുമായി തിരിച്ചുവന്നേക്കാം.'

'അല്ലെങ്കിൽ കീഴ്ചെവിയിൽ.'

'വേണ്ട വേണ്ട- നിന്റെ ചെവികൾ ഇതേപടിയിരിക്കുന്നതാണ് എനിക്കിഷ്ടം.'

'അപ്പോൾ കാലിന്റെ കാര്യത്തിൽ അങ്ങനെയല്ലെന്നോ?'

'കാലിൽ നേരത്തെ മുറിവ് പറ്റിയതല്ലേ?'

'ഇപ്പോൾ സത്യമായും നമുക്ക് പോകേണ്ടിയിരിക്കുന്നു ഓമനെ.'

'ശരി ശരി. ആദ്യം നീ ഇറങ്ങു.'

24

താഴേക്കിറങ്ങുമ്പോൾ ഞങ്ങൾ ലിഫ്റ്റിൽ കയറിയില്ല പകരം കോണിപ്പടികൾ നടന്നിറങ്ങി. കോണിപ്പടികളിലെ കാർപെറ്റ് നരച്ചുതേഞ്ഞിരുന്നു. ഡിന്നർ, മുറിയിൽ കൊണ്ടുവന്നപ്പോഴേ ഞാനതിന്റെ പണം കൊടുത്തിരുന്നു. വെയിറ്റർ പുറത്തേക്കുള്ള വാതിലിനരികിൽ ഒരു കസേരയിൽ ഇരുക്കുന്നുണ്ടായിരുന്നു. എന്നെ കണ്ടയുടനെ അയാൾ ചാടിയെഴുന്നേറ്റു. ഞാനവനോടൊപ്പം ഒരു ഇടമുറിയിലേക്ക് കടക്കുകയും മുറിവാടക കൊടുക്കുകയും ചെയ്തു. വന്നപ്പോൾതന്നെ മനേജർക്ക് മുറിവാടക നൽകാൻ ഞാൻ തുടങ്ങിയതായിരുന്നു. പക്ഷേ എന്നെ ഒരു സ്നേഹിതനായിട്ടാണ് കാണുന്നതെന്നും വാടക മുൻകൂട്ടി അടയ്ക്കേണ്ടതില്ലെന്നുമായിരുന്നു അയാൾ പറഞ്ഞിരുന്നത് എന്നാൽ ജോലികഴിഞ്ഞ് പോകുമ്പോൾ അയാൾ ഈ വെയിറ്ററെ വാതിലിനരികിൽ കാവൽനിർത്താൻ മറന്നില്ല. പണമടയ്ക്കാതെ ഞാൻ പുറത്തുകടന്നേക്കാമെന്ന് അയാൾ ശങ്കിച്ചുകാണും. തന്റെ അടുത്ത സ്നേഹിതന്മാരോടും ചിലപ്പോൾ അയാൾ ഇപ്രകാരമായിരിക്കും പ്രവർത്തിക്കുക. യുദ്ധകാലത്ത് ഒരാൾക്ക് നിരവധി സ്നേഹിതന്മാർ ഉണ്ടായിരിക്കാൻ മതി.

ഞങ്ങൾക്കുവേണ്ടി ഒരു കുതിരവണ്ടി വിളിച്ചുകൊണ്ടുവരാൻ ഞാൻ വെയിറ്ററോട് ആവശ്യപ്പെട്ടു. എന്റെ കയ്യിലുണ്ടായിരുന്ന കാതറീന്റെ പാക്കറ്റ് വാങ്ങി കയ്യിലെടുത്തു, ഒരു കുടയുംകൊണ്ട് അയാൾ പുറത്തേക്കിറങ്ങിപ്പോയി. അയാൾ മഴയിലൂടെ തെരുവ് മുറിച്ചു കടന്നുപോകുന്നത് ഞങ്ങൾ ജനവാതിലിലൂടെ കണ്ടു. ഞങ്ങൾ ആ ഇടമുറിയിൽ ജനലിലൂടെ പുറത്തേക്ക് നോക്കിനിന്നു.

'ഇപ്പോഴെന്തു തോന്നുന്നു. കാറ്റ്?'

'ഉറക്കം വരുന്നു.'

'എനിക്കാകെ ഉള്ളു ശൂന്യമായതുപോലെ തോന്നുന്നു. വിശക്കുകയും ചെയ്യുന്നു.

'തിന്നാനെന്തെങ്കിലും നീ കരുതിയിട്ടുണ്ടോ?'

'ഉണ്ട് എന്റെ തോൾസഞ്ചിയിലുണ്ട്?.'

കുതിരവണ്ടി അടുത്തേക്ക് വരുന്നത് ഞാൻ കണ്ടു. ഗേറ്റിനരികിൽ വന്ന് അത് നിന്നു. മഴയത്ത്, കുതിരകളുടെ കഴുത്തും തലയും താഴേക്ക് തൂങ്ങിക്കിടന്നു. വെയിറ്റർ പുറത്തേക്കിറങ്ങി, കുട നിവർത്തി ഹോട്ടലിനുനേർക്ക് നടന്നുവന്നു. ഞങ്ങളവനെ വാതിൽക്കൽവെച്ച് കണ്ടുമുട്ടി. പിന്നീട് ഞങ്ങൾ കുടക്കീഴിൽ നനഞ്ഞ നടപ്പാതയിലൂടെ നടന്ന്, കടിഞ്ഞാണിട്ടു നിർത്തിയ കുതിരവണ്ടിക്കരികിലെത്തി. ഗട്ടറിലൂടെ വെള്ളം കുത്തിമറിഞ്ഞൊഴുകുന്നുണ്ടായിരുന്നു.

'താങ്കളുടെ പാക്കറ്റ് സീറ്റിലുണ്ട്' വെയിറ്റർ പറഞ്ഞു.

ഞങ്ങൾ വണ്ടിയിലേക്ക് കയറുന്നതുവരെ കുട ചൂടിത്തന്നുകൊണ്ട് അയാൾ ഒപ്പം നിന്നു. ഞാനയാൾക്ക് ടിപ്പ് നൽകി.

'ഒത്തിരി ഉപകാരം- ശുഭയാത്ര' അയാൾ പറഞ്ഞു.

വണ്ടിക്കാരൻ കടിഞ്ഞാണയർത്തി വണ്ടി നീങ്ങാൻ തുടങ്ങി. കുട ചൂടിക്കൊണ്ട് വെയിറ്റർ തിരിഞ്ഞു ഹോട്ടലിലേക്ക് മടങ്ങി.

ഞങ്ങൾ തെരുവിലൂടെ പോയി പിന്നെ ഇടത്തോട്ടു തിരിഞ്ഞു. കുറച്ചോടി. പിന്നീട് വലത്തോട്ടേക്ക് തിരിഞ്ഞു. സ്റ്റേഷന്റെ മുന്നിലെത്തി. ഒരു വിളക്കുതൂണിന്റെ ചുവട്ടിൽ കഷ്ടിച്ച് മഴകൊള്ളാത്തവിധത്തിൽ രണ്ട് കുതിരപ്പട്ടാളക്കാർ നിന്നിരുന്നു. അവരുടെ നനഞ്ഞ തൊപ്പികളിൽ തട്ടി വെളിച്ചം പ്രതിഫലിച്ചുകൊണ്ടിരുന്നു. സ്റ്റേഷന്റെ ഷെൽട്ടറിൽ നിന്നും ഒരു പോർട്ടർ പുറത്തേക്കിറങ്ങിവന്നു. മഴയെ പ്രതിരോധിക്കാൻ അയാൾ ചുമലുകൾ ഉയർത്തിപ്പിടിച്ചിരുന്നു.

'വേണ്ട' ഞാൻ പറഞ്ഞു.'നന്ദി എനിക്ക് നിങ്ങളെ ആവശ്യമില്ല' അയാൾ തിരിച്ച് കമാനത്തിനുചുവട്ടിലെ ഷെൽട്ടറിലേക്ക് കയറിപ്പോയി. ഞാൻ കാതറിന്റെ നേരെ തിരിഞ്ഞു. വണ്ടിയുടെ മേൽക്കട്ടിയുടെ നിഴലിലായിരുന്നു അവളുടെ മുഖം.

'നമുക്കിവിടെവെച്ച് ഗുഡ്ബൈ പറയേണ്ടിയിരിക്കുന്നു'

'എനിക്ക് ഉള്ളിലേക്ക് വരാൻ പറ്റില്ല?'

'ഇല്ല'

'ഗുഡ് ബൈ കാറ്റ്'

' നീ അയാളോട് ഹോസ്പിറ്റലിന്റെ പേര് പറയാമോ?'

'പറയാം'

ഞാൻ ഡ്രൈവർക്ക് ആശുപത്രിയുടെ പേരും മേൽവിലാസവും പറഞ്ഞുകൊടുത്തു. അയാൾ തലയാട്ടി.

'ഗുഡ് ബൈ' ഞാൻ പറഞ്ഞു. 'നിന്നേയും, കൊച്ചുകാതറിനേയും നല്ലപോലെ ശ്രദ്ധിക്കുക.'

'ഗുഡ് ബൈ -ഓമനേ'

'ഗുഡ് ബൈ' ഞാൻ പറഞ്ഞു. ഞാൻ മഴയത്തേക്കിറങ്ങിനിന്നു. വണ്ടി പുറപ്പെട്ടുകഴിഞ്ഞു. കാതറീൻ പുറത്തേക്ക് ചാഞ്ഞുനോക്കിക്കൊണ്ടിരുന്നു. വെളിച്ചത്തിൽ ഞാനവളുടെ മുഖം കണ്ടു. അവൾ മന്ദഹസിക്കുകയായിരുന്നു. അവൾ കൈകൾ വീശിക്കാട്ടി. വണ്ടി തെരുവിലൂടെ നീങ്ങിപ്പോയി. കാതറിൻ കാമാനത്തിന്റെ നേർക്ക് വിരൽ ചൂണ്ടിക്കാട്ടി. ഞാൻ തിരിഞ്ഞുനോക്കി. കുതിരപ്പടയാളികൾ രണ്ടുപേരേയും പിന്നെ കമാനവുമല്ലാതെ മറ്റൊന്നും കണ്ടില്ല. മഴയത്തുനിന്നും ഉള്ളിലേക്ക് കയറിനിൽക്കാനാണ് അവൾ ഉദ്ദേശിച്ചതെന്ന് എനിക്ക് മനസ്സിലായി. ഞാൻ ഉള്ളിലേക്ക് കയറിനിന്നുകൊണ്ട് കുതിരവണ്ടി വളവ് തിരിയുന്നത് നോക്കി. അതിനുശേഷം ഞാൻ സ്റ്റേഷനിലേക്ക് കയറുകയും പ്ലാറ്റ്ഫോമിലേക്ക് കടക്കുകയും ചെയ്തു.

ആസ്പത്രിയിലെ കാവൽക്കാരൻ എന്നെ നോക്കിക്കൊണ്ട് പ്ലാറ്റ്ഫോമിൽ നിൽക്കുന്നുണ്ടായിരുന്നു. ഞാൻ അവനെ പിന്തുടർന്നുകൊണ്ട് ട്രെയിനിൽ കയറി. ട്രെയിനിന്റെ ഉള്ളിൽ, യാത്രക്കാരെക്കൊണ്ട് മുറികളും ഇടനാഴികളും നടവഴികളും ഒക്കെ നിറഞ്ഞുകവിഞ്ഞിരുന്നു.

ആളുകളെ തിക്കിത്തിരക്കി വഴിയുണ്ടാക്കി ഞാൻ ഒരുവിധം ഒരു വാതിൽകടന്നു. മെഷീൻ ഗണ്ണർ ഇരുന്നിരുന്ന മൂലയിലെത്തി. എന്റെ സഞ്ചിയും തോൾബാഗുകളും അയാളുടെ തലക്കു മുകളിലെ റാക്കിൽ ഇരിക്കുന്നുണ്ടായിരുന്നു. കോറിഡോറിലും, കംപാർട്ട്മെന്റിലും ഇരുന്നിരുന്ന ആളുകൾ ഒന്നടങ്കം ഞങ്ങളെ നോക്കിക്കൊണ്ടിരുന്നു. നിൽക്കാൻ പോലും വേണ്ടത്ര സ്ഥലമില്ലാത്തതിനാൽ ആളുകൾക്കെല്ലാം ഈറ പിടിച്ചിരുന്നു. എനിക്കിരിക്കാൻ വേണ്ടി മെഷീൻഗണ്ണർ എഴുന്നേറ്റുനിന്നു. അപ്പോൾ ആരോ എന്റെ ചുമലിൽ തട്ടി. ഞാൻ തിരിഞ്ഞുനോക്കി. അതൊരു മെലിഞ്ഞുയരത്തിലുള്ള ആർട്ടില്ലറി ക്യാപ്റ്റൻ ആയിരുന്നു. അയാളുടെ താടിയെല്ലിനു കുറുകെ ഒരു നീളൻ മുറിവിന്റെ കലയുണ്ടായിരുന്നു. ചില്ലുമറക്കപ്പുറത്തുനിന്നു ഞങ്ങളെ തെല്ലുനേരം നോക്കിനിന്നതിനുശേഷമാണ് അയാൾ മുറിക്കുള്ളിലേക്ക് കടന്നു വന്നത്.

'നിങ്ങളെന്താണ് പറയുന്നത്?' ഞാൻ ചോദിച്ചു. ഞാൻ തിരിഞ്ഞുനിന്നു അയാളെ അഭിമുഖീകരിച്ചു. അയാൾക്ക് എന്നേക്കാൾ ഉയരമുണ്ടായിരുന്നു. തൊപ്പിയുടെ മേലറ്റത്തിന്റെ നിഴൽ വീണുകിടന്നിരുന്ന അയാളുടെമുഖം വളരെ മെലിഞ്ഞും ക്ഷീണിച്ചും കാണപ്പെട്ടു. മുറിവിന്റെ കലക്ക് അധികം പഴക്കമുണ്ടായിരുന്നില്ല. കംപാർട്ട്മെന്റിന്റെയുള്ളിലുണ്ടായിരുന്നവരെല്ലാം എന്നെത്തന്നെ നോക്കിക്കൊണ്ടിരുന്നു.

'നിങ്ങൾ അങ്ങനെ ചെയ്യാൻ പാടില്ല' അയാൾ പറഞ്ഞു.

'ഒരു പട്ടാളക്കാരനെക്കൊണ്ട് സീറ്റ് കാത്തുവെപ്പിച്ചപണി നിങ്ങൾ ചെയ്യാൻ പാടില്ലാത്തതാണ്.'

'ഞാനങ്ങനെ ചെയ്തുകഴിഞ്ഞു പോയല്ലോ.'

കുടിനീരിറക്കിയപ്പോൾ അയാളുടെ തൊണ്ടമുഴ മുകളിലേക്കും താഴേക്കും തെന്നിനീങ്ങുന്നത് ഞാൻ കണ്ടു. മെഷീൻ ഗണ്ണർ സീറ്റിൽ

നിന്നെഴുന്നേറ്റെങ്കിലും അവിടെത്തന്നെ നിന്നു. ചില്ലുതട്ടികക്കപ്പുറത്തുനിന്നും ആളുകൾ നോക്കുന്നുണ്ടായിരുന്നു. കംപാർട്ട്മെന്റിന്റെ ഉള്ളിലുണ്ടായിരുന്നവർ ആരും ഒരക്ഷരം മിണ്ടിയില്ല.

'ഈവിധം ചെയ്യാൻ നിങ്ങൾക്ക് യാതൊരവകാശവുമില്ല. നിങ്ങളെത്തുന്നതിനു മുമ്പ് രണ്ടുമണിക്കൂറായി ഞാനിവിടെ നിൽക്കുന്നു.'

'നിങ്ങൾക്കിപ്പോഴെന്താണ് വേണ്ടത്?'

'ആ സീറ്റ്'

' അതു തന്നെയാണ് എനിക്കും വേണ്ടത്.'

ഞാനയാളുടെ മുഖത്തേക്ക് സൂക്ഷിച്ചുനോക്കി. കംപാർട്ടുമെന്റിലുള്ളവർ മുഴുവൻ എനിക്കെതിരായിരിക്കുമെന്ന് ഞാൻ മനസ്സിലാക്കി. എനിക്കവരെ കുറ്റപ്പെടുത്താൻ തോന്നിയില്ല. ന്യായം അയാളുടെ പക്ഷത്താണ്. പക്ഷേ എനിക്ക് ആ സീറ്റ് കൂടിയേ തീരൂ. ഇത്രയുമായിട്ടും ആരും ഒന്നും മിണ്ടിയില്ല.

'ഓ നരകം' ഞാൻ വിചാരിച്ചു.

'ഇരിക്കൂ ഇരിക്കൂ സിഞ്ഞോർ കാപ്പിത്താനോ' ഞാൻ പറഞ്ഞു.

മെഷീൻ ഗണ്ണർ വഴിയിൽ നിന്നും മാറിനിന്നു. ഉയരക്കാരൻ ക്യാപ്റ്റൻ സീറ്റിലിരുന്നു. അയാൾ എന്റെ മുഖത്തേക്ക് നോക്കി. അയാളുടെ മുഖത്ത് വേദന നിഴലിച്ചിരുന്നു. എന്നിരുന്നാലും അയാൾ അവിടെത്തന്നെയിരുന്നു.'എന്റെ സാധനങ്ങൾ എടുക്കൂ' ഞാൻ മെഷീൻ ഗണ്ണറോട് പറഞ്ഞു. ഞങ്ങൾ അതെല്ലാമെടുത്ത് കംപാർട്ട്മെന്റിന്റെ പുറത്തെ കോറിഡോറിലേക്ക് നടന്നു. ട്രെയിൻ മനുഷ്യരെക്കൊണ്ട് നിറഞ്ഞിരിക്കുന്നു. ഒരു സീറ്റിന്റെ കാര്യം ഇനി ചിന്തിക്കുകയേ വേണ്ട എന്ന് എനിക്ക് മനസ്സിലായി. കാവൽക്കാരനും മെഷീൻഗണ്ണർക്കും ഞാൻ പത്ത് ലീറ വീതം നൽകി. അവർ കോറിഡോറിലൂടെ നടന്ന് പുറത്തിറങ്ങി. ജനവാതിലിലൂടെ നോക്കി എവിടെയെങ്കിലും പഴുതുണ്ടോ എന്നു നടന്നുനോക്കി. പക്ഷേ എവിടേയും ഒട്ടും സ്ഥലമുണ്ടായിരുന്നില്ല.

'ബ്രെസ്സിയ -യിൽ എത്തുമ്പോൾ ആരെങ്കിലും ഇറങ്ങുമായിരിക്കും.' കാവൽക്കാരൻ പറഞ്ഞു. 'മറിച്ച് കൂടുതലാളുകൾ കയറുകയാണ് ചെയ്യുക.' മെഷീൻ ഗണ്ണർ പറഞ്ഞു. ഞാനവരോട് ഗുഡ് ബൈ പറയുകയും കൈകൾ കുലുക്കുകയും ചെയ്തു. അവർ പോയി. അവർക്ക് രണ്ടുപേർക്കും ഭയങ്കര വിഷമമായി എന്ന് എനിക്ക് മനസ്സിലായി. ട്രെയിനിന്റെയുള്ളിൽ കോറിഡോറിൽ ഉള്ളവരെല്ലാം നിൽക്കുകതന്നെയായിരുന്നു. ട്രെയിൻ പുറപ്പെടാൻ തുടങ്ങുകയായിരുന്നു. പ്ലാറ്റ് ഫോമിലേയും സ്റ്റേഷൻ യാർഡിലേയും വെളിച്ചങ്ങൾ നീങ്ങിപ്പോകുന്നത് ഞാൻ കണ്ടു. അപ്പോഴും മഴ പെയ്യുന്നുണ്ടായിരുന്നു. താമസിയാതെ ജനവാതിൽച്ചില്ലുകൾ മഴവീണു നനയുകയും. പുറത്തുള്ളതൊന്നും കാണാൻ കഴിയാതാവുകയും ചെയ്തു. പിന്നീട് കോറിഡോറിന്റെ തറയിൽക്കിടന്ന് ഞാൻ ഉറങ്ങി. ആദ്യം തന്നെ ഞാനെന്റെ പണമടങ്ങിയ പോക്കറ്റ് ബുക്കും പേപ്പറുകളും എടുത്ത് ഷർട്ടിന്റെ ഉള്ളിലേക്കിട്ടിരുന്നു. അതെല്ലാം എന്റെ ഉൾക്കുപ്പായത്തിനിടയിൽ തങ്ങിക്കിടന്നു.

രാത്രി മുഴുവൻ ഞാൻ ഉറങ്ങി. ബ്രെസിയയിലും വേറോണയിലും വെച്ച് കുറേപേർ കൂടി കയറിയപ്പോൾ മാത്രം ഒന്നുണർന്നു. പക്ഷേ പെട്ടെന്ന് തന്നെ ഉറക്കത്തിലേക്ക് തിരികെ വീഴുകയും ചെയ്തു. തോൾസഞ്ചികളിലൊന്നിന്മേൽ ഞാൻ തലവെച്ചു. മറ്റേതിനെ ഞാൻ കൈകൾ കൊണ്ട് ചുറ്റിപ്പിടിച്ചു. ജനത്തിരക്കിന്റെ ആധിക്യം എനിക്ക് അറിയാൻ കഴിഞ്ഞിരുന്നു. എന്നെ ചവിട്ടാതെത്തന്നെ അവർ എന്റെ ചുറ്റും നടക്കുന്നതെല്ലാം ഞാനറിയുന്നുണ്ടായിരുന്നു. കോറിഡോറിന്റെ തറ മുഴുവൻ ഉറങ്ങുന്ന മനുഷ്യരെക്കൊണ്ട് നിറഞ്ഞിരുന്നു. ജനവാതിൽപ്പടിയിലും വാതിലിലും ചാരിക്കൊണ്ടും കുറേപ്പേർ നിന്നിരുന്നു. ട്രെയിനിൽ എപ്പോഴും തിരക്കായിരിക്കും.

25

ഇലപൊഴിയും കാലമായിരുന്നു അത്. മരങ്ങളെല്ലാം ഇല പൊഴിച്ച് നഗ്നമായി കാണപ്പെട്ടു. റോഡുകളെല്ലാം ചളിക്കളമായിരുന്നു. യുഡൈൻ-ൽ നിന്നും, ഗോറിസിയവരേയും ഞാനൊരു ചരക്കുലോറിയിലാണ് സഞ്ചരിച്ചത്. നിരവധി മറ്റു ചരക്കുലോറികളും ഞങ്ങളെ കടന്നുപോയി. ഞാൻ നാട്ടിൻപുറമാകെ നോക്കിക്കണ്ടു. മൾബറി മരങ്ങൾ ഇലപൊഴിഞ്ഞ് ഒഴിഞ്ഞ ശാഖകളുമായി നിന്നു. വയലുകളെല്ലാം ഇരുണ്ട് തവിട്ടുനിറത്തിലായി കാണപ്പെട്ടു. കൂമ്പാരമായിക്കിടന്നു. റോഡിൽ കുറേപേർ പണിയെടുത്തുകൊണ്ടുനിന്നിരുന്നു. അവർ ചക്രച്ചാലുകളിൽ ചെറു കല്ലുകളടക്കി, അടിച്ചുനിരപ്പാക്കിക്കൊണ്ടിരുന്നു. മരനിരകൾക്കിടയിൽ ഉടച്ച കൽച്ചീളുകളുടെ കൂമ്പാരങ്ങൾ കാണാമായിരുന്നു മലനിരകളിൽ നിന്നും തെന്നിയിറങ്ങിയ മൂടൽമഞ്ഞിലൂടെ ദൂരെ പട്ടണം കാണാമായിരുന്നു. ഞങ്ങൾ നദി കടന്നു മുന്നേറിക്കൊണ്ടിരുന്നു. നദിയിൽ വെള്ളം വളരെയേറെ പൊങ്ങിയിരുന്നു. മലകളിൽ മഴ പെയ്യുന്നുണ്ടാകാം. വീടുകളും, ഫാക്ടറികളും കർഷകഭവനങ്ങളും കടന്നു ഞങ്ങൾ പട്ടണത്തിൽ പ്രവേശിച്ചു. പട്ടണത്തിലെ കുറേക്കൂടി ഇടുങ്ങിയ തെരുവുകളിലൊന്നിൽ വെച്ച് ഞാനൊരു ബ്രിട്ടീഷ് റെഡ് ക്രോസ് ആംബുലൻസ് കണ്ടു. ഡ്രൈവർ എനിക്ക് പരിചിതനായിരുന്നില്ല. അയാൾ ഒരു കുർമ്പൻ തൊപ്പിധരിച്ചിരുന്നു. മുഖം വല്ലാതെ മെലിഞ്ഞും ഇരുണ്ടും കാണപ്പെട്ടു. ടൗൺ മേജറുടെ ഭവനത്തിന്റെ മുമ്പിലെ വലിയ മൈതാനത്തിനരികിൽവെച്ച് ഞാൻ ഇറങ്ങി. ഡ്രൈവർ എന്റെ പൊക്കണസഞ്ചിയെടുത്ത് എന്റെ കയ്യിൽ തന്നു. ഞാനത് ചുമലിലിട്ടുകഴിഞ്ഞപ്പോൾ മറ്റേ സഞ്ചികൾ അയാൾ വീശിയെറിഞ്ഞുതന്നു. പിന്നീട് ഞാൻ ഞങ്ങളുടെ വില്ലയുടെ നേർക്ക് നടന്നു. വീട്ടിലേക്കുള്ള തിരിച്ചുവരവിന്റെ ഉന്മേഷം എനിക്കനുഭവപ്പെട്ടില്ല.

മരങ്ങൾക്കിടയിലൂടെ കാണാവുന്ന വില്ലയുടെ നേർക്ക് നോക്കിക്കൊണ്ട് നനഞ്ഞ ചരൽപ്പാതയിലൂടെ ഞാൻ നടന്നു. ജാലകങ്ങളെല്ലാം അടച്ചുപൂട്ടിയ നിലയിൽ കാണപ്പെട്ടു. പക്ഷേ വാതിൽ തുറന്നുകിടന്നിരുന്നു. അകത്തുകടന്നപ്പോൾ മേജർ ഒരൊഴിഞ്ഞ മുറിയിൽ, മേശക്കരികിലായി

ഇരിക്കുന്നത് കണ്ടു. ചുമരുകളിൽ കുറേ ഭൂപടങ്ങളും എന്തൊക്കെയോ അച്ചടിച്ച കടലാസുകളും കാണാമായിരുന്നു.

'ഹലോ' അദ്ദേഹം പറഞ്ഞു.

'എങ്ങനെയിരിക്കുന്നു ഇപ്പോൾ'

അദ്ദേഹത്തിന്റെ മുഖം വയസ്സുചെന്നും വരണ്ടും കാണപ്പെട്ടു.

'സുഖമായിരിക്കുന്നു.' ഞാൻ പറഞ്ഞു.

'കാര്യങ്ങളെല്ലാം എങ്ങനെയിരിക്കുന്നു?'

'എല്ലാം അവസാനിച്ചുകഴിഞ്ഞു' അദ്ദേഹം പറഞ്ഞു.

'കിറ്റുകളെല്ലാം താഴെവെച്ച് ഒരു കസേരയിലിരിക്കൂ.'

ഞാൻ എന്റെ സാധനങ്ങളെല്ലാം താഴെവെച്ചു പിന്നെ എന്റെ തൊപ്പിയൂരി അതിന്മേൽ വെച്ചു. പോയി ചുമരിനരികിൽ നിന്നും ഒരു കസേര കൊണ്ടുവന്ന് ഡെസ്കിനരികിലിട്ടു അതിന്മേൽ ഇരുന്നു.

'വല്ലാതെ മോശമായ ഒരു വേനൽക്കാലമായിരുന്നു ഇത്'

മേജർ പറഞ്ഞു. 'ആരോഗ്യം വീണ്ടുകിട്ടിയോ?'

'ഉവ്വ്'

'നിങ്ങൾക്ക് കീർത്തിമുദ്ര എപ്പോഴെങ്കിലും ലഭിക്കുകയുണ്ടായോ?'

'അതെ. എനിക്ക് ഒന്നാന്തരം ചിലത് ലഭിച്ചു, വളരെയേറെ നന്ദി.'

'ഞാനൊന്നു കാണട്ടെ.'

ഞാൻ എന്റെ കോട്ടഴിച്ചുമാറ്റി അദ്ദേഹത്തിന് കാണാൻ പാകത്തിൽ നിന്നു.

'മെഡലോട്ടുകൂടിയ പെട്ടി ലഭിച്ചില്ലേ നിങ്ങൾക്ക്?'

'ഇല്ല. അതിന്റെ പേപ്പറുകൾ കിട്ടിയെന്നു മാത്രം.'

'പെട്ടികൾ പിന്നാലെയാണെത്തുക. കുറച്ചുസമയം പിടിക്കും.'

'ഞാനെന്തൊക്കെ പണികൾ ചെയ്യണമെന്നാണ് താങ്കൾ കരുതുന്നത്.?'

'കാറുകളെല്ലാം ദൂരെ പോയിരിക്കയാണ്. ആറെണ്ണം അങ്ങ് വടക്ക് 'കാപോറെറ്റോ'യിൽ ആണ്. 'കാപോറെറ്റോ' എവിടെയാണെന്ന് നിനക്കറിയാമല്ലോ?'

അറിയാം. എനിക്ക് കാപോറെറ്റോ ഓർമവന്നു. സമതലത്തിൽ സ്ഥിതി ചെയ്യുന്ന ഒരു വെളുത്ത പട്ടണമാണത്. ഒരു പള്ളിമണി മേടയോട്ടുകൂടിയത്. വളരെ വൃത്തിയും സുഖവുമുള്ള ഒരു കൊച്ചുപട്ടണം. മൈതാനത്തിൽ ഒരു ജലധാരയുമുണ്ട്.

'അവിടെ തങ്ങിയാണ് അവർ പണിയെടുത്തുകൊണ്ടിരിക്കുന്നത്. ധാരാളം ദീനക്കാർ ഉണ്ട് ഇപ്പോൾ. പോരാട്ടം ഏതാണ്ട് അവസാനിച്ച മട്ടാണ്.'

'മറ്റുള്ളവയെല്ലാം എവിടെയാണ്?'

'രണ്ടെണ്ടണ്ണം മലകളിലാണ് നാലെണ്ണം ഇപ്പോഴും ബെയ്ൻസിസ്സാ'യിലും പിന്നെയുള്ള രണ്ടെണ്ടണ്ണം, മൂന്നാം ആർമിയുടെ കൂടെ കാർസോയിൽ ആംബുലൻസ് സെക്ഷനിൽ.'

'ഞാൻ എന്തുവേണമെന്നാണ് താങ്കൾ കരുതുന്നത്?'

'താൽപര്യമെണ്ടങ്കിൽ ബെയ്ൻസിസ്സായിൽ പോയി അവിടെയുള്ള നാലു കാറുകൾ ഏറ്റെടുക്കാം കുറേക്കാലമായി 'ജിനോ'യാണ് അവിടെത്തെ ചുമതലകൾ ഏറ്റെടുത്ത് നടത്തുന്നത് നിങ്ങൾ അവിടത്തെ വിശേഷങ്ങളൊന്നും കണ്ടിട്ടില്ലല്ലോ. ഉവ്വോ?'

'ഇല്ല.'

'വളരെ മോശമായിരുന്നു അവിടെ കാര്യങ്ങൾ നമുക്ക് മൂന്നു കാറുകൾ നഷ്ടപ്പെട്ടു.'

'ഞാനിതിനെപ്പറ്റി കേട്ടിരുന്നു.'

'അതെ, റിനാൾഡി നിങ്ങൾക്ക് എഴുതിയിരുന്നു.'

'റിനാൾഡി എവിടെയുണ്ട്?'

'ഇവിടെ ആസ്പത്രിയിൽ. ഒരു വേനൽക്കാലവും, ഇലപൊഴിയും കാലവും അയാൾ ഇവിടെ ആസ്പത്രിയിൽത്തന്നെ കഴിച്ചുകൂട്ടി.'

' ഞാനത് വിശ്വസിക്കുന്നു.'

'വളരെ മോശമായിരുന്നു സ്ഥിതിഗതികൾ' മേജർ പറഞ്ഞു. 'എത്ര മോശമായിരുന്നു എന്നു നിങ്ങൾ പറഞ്ഞാൽ വിശ്വസിക്കുകയില്ല. പലപ്പോഴും, നിങ്ങൾക്ക് പരിക്കുപറ്റിയത് മഹാഭാഗ്യമായിപ്പോയെന്ന് എനിക്ക് തോന്നാറുണ്ട്.'

'എനിക്കറിയാം അത് ഭാഗ്യമായിപ്പോയെന്ന്'

'അടുത്തവർഷം ഇതിനേക്കാൾ മോശമായിരിക്കും സ്ഥിതിഗതികൾ' മേജർ പറഞ്ഞു.'ചിലപ്പോൾ അവരിപ്പോൾ ഒരു ഏറ്റുമുട്ടലിന് തുനിഞ്ഞേക്കാം. അവർ പറയുന്നു അവരാണ് അക്രമിക്കാൻ ഒരുങ്ങുന്നതെന്ന്. പക്ഷേ എനിക്കത് വിശ്വസിക്കാൻ കഴിയുന്നില്ല. കാര്യങ്ങൾ വളരെ വൈകിപ്പോയിരിക്കുന്നു. നിങ്ങൾ വരുന്നവഴി നദി കണ്ടില്ലേ?'

'കണ്ടു. ഇപ്പോൾത്തന്നെ വല്ലാതെ പൊങ്ങിയിരിക്കുന്നു.'

'അവർ ആക്രമിക്കും എന്ന് ഞാൻ വിശ്വസിക്കുന്നില്ല. മഴയും തുടങ്ങിക്കഴിഞ്ഞു. ഏറെ താമസിയാതെ മഞ്ഞു പൊഴിയാനും തുടങ്ങും നിങ്ങളുടെ രാജ്യക്കാരൊക്കെ എന്തു പറയുന്നു?. നിന്നെക്കൂടാതെ വേറെയും അമേരിക്കക്കാർ എത്തുമോ?'

'അമേരിക്ക പത്തുദശലക്ഷം പേരെ പരിശീലിപ്പിച്ചുതുടങ്ങിയിരിക്കുന്നു.'

'കുറേപ്പേരെ നമുക്ക് കിട്ടിയിരുന്നെങ്കിൽ എന്നു ഞാൻ ആശിക്കുന്നു.

പക്ഷേ ഫ്രെഞ്ചുകാർ മുഴുവനും അവരെ ആർത്തിപിടിച്ച് കൈക്കലാക്കും, ഇവിടെ ചിലപ്പോൾ നമുക്ക് ഒരാളെപ്പോലും കിട്ടിയെന്ന വരില്ല. ശരിശരി. ഇന്നുരാത്രി നിങ്ങളിവിടെ തങ്ങുക. എന്നിട്ട് നാളെ രാവിലെ ചെറിയ കാറും കൊണ്ടുപോയി, ജിനോയെ തിരിച്ചയക്കുക. റോഡ് പരിചയമുള്ള ആരെയെങ്കിലും ഞാൻ നിങ്ങളുടെ കൂടെ അയക്കാം. എല്ലാകാര്യങ്ങളും ജിനോ നിങ്ങളോട് പറയുന്നതായിരിക്കും. കുറച്ചുമാത്രമാണെങ്കിലും അവർ ഇപ്പോഴും ഷെല്ലിംഗ് നടത്തുന്നുണ്ട്. പക്ഷേ മിക്കവാറും ഏറ്റുമുട്ടലുകളെല്ലാം അവസാനിച്ചിരിക്കുന്നു. നിങ്ങൾക്ക് ബെയ്ൻസിസ്സാ കാണുകയും ചെയ്യാമല്ലോ.'

'അതുകാണുവാൻ കഴിയുന്നതിൽ എനിക്ക് ആഹ്ലാദമുണ്ട്. വീണ്ടും താങ്കളുടെ കൂടെയായിരിക്കാൻ സാധിച്ചതിലും എനിക്ക് ആഹ്ലാദമുണ്ട് സിഞ്ഞോർ മഗ്ഗിയോർ! അദ്ദേഹം മന്ദഹസിച്ചു.'അങ്ങനെ പറയാൻ തോന്നിയ സന്മനസ്സിന് നന്ദി. ഞാനീ യുദ്ധംകൊണ്ട് ക്ഷീണിച്ചിരിക്കുന്നു. ഒരിക്കൽ, പോകാൻ കഴിഞ്ഞിരുന്നുവെങ്കിൽ പിന്നീടൊരിക്കലും ഞാൻ തിരിച്ചുവരാൻ മുതിരില്ലെന്ന് വിചാരിക്കുന്നു.

'ഈ യുദ്ധം അത്രക്ക് മോശമാണോ?'

'അതെ. വളരെമോശം, കാര്യങ്ങൾ ഇനിയും വഷളാവാനും മതി. പോയി കഴുകിവൃത്തിയാകൂ എന്നിട്ട് നിങ്ങളുടെ ചങ്ങാതി റിനാൾഡിയെ കണ്ടുപിടിക്കൂ'

ഞാൻ പുറത്തിറങ്ങി, എന്റെ ബാഗുകളുമൊക്കെയെടുത്ത് കോണികയറി മുകളിലെ മുറിയിലെത്തി. റിനാൾഡി മുറിയിലുണ്ടാണ്ടയിരുന്നില്ല. പക്ഷേ അവന്റെ സാധനങ്ങളൊക്കെ അവിടെത്തന്നെയുണ്ടായിരുന്നു. ഞാൻ കിടക്കയിലിരുന്ന് എന്റെ കാലിലെ പട്ടീസ് അഴിച്ചുമാറ്റി. വലത്തെ കാലിലെ ഷൂസും ഊരി. എന്നിട്ട് ഞാൻ ചാഞ്ഞ് കിടക്കയിൽ കിടന്നു. ഞാൻ വല്ലാതെ ക്ഷീണിച്ചുപോയിരുന്നു. എന്റെ വലത്തെ കാൽ വേദനിക്കുവാൻ തുടങ്ങിയിരുന്നു. പിന്നീട് ഒരു കാലിലെ മാത്രം ഷൂസ് ഊരിമാറ്റി അങ്ങനെ കിടക്കുന്നതിൽ തകരാറുണ്ടെന്ന് തോന്നി ഞാൻ എഴുന്നേറ്റിരുന്നു. മറ്റേ ഷൂസിന്റെയും ലെയ്സ് അഴിച്ച് ഷൂസ് ഊരി നിലത്തിട്ട് വീണ്ടും കമ്പിളിയിലേക്ക് ചാഞ്ഞു കിടന്നു. ജനവാതിലുകൾ അടഞ്ഞുകിടന്നതിനാൽ മുറിക്കുള്ളിൽ ഒരു വീർപ്പുമുട്ടൽ തോ ന്നി. എങ്കിലും എഴുന്നേറ്റ് അവ തുറക്കാൻ, എന്റെ ക്ഷീണം എന്നെ അനുവദിച്ചില്ല. മുറിയുടെ ഒരു മൂലക്ക് എന്റെ സാധനങ്ങളെല്ലാം അടുക്കിവെച്ചിട്ടുള്ളത് ഞാൻ കണ്ടു. പുറത്ത് ഇരുട്ട്വീഴാൻ തുടങ്ങിയിരുന്നു. ഞാൻ കട്ടിലിൽ കിടന്നുകൊണ്ട് കാതറീനെപ്പറ്റിയോർക്കുകയും, റിനാൾഡിക്കുവേണ്ടി കാക്കുകയും ചെയ്തു. രാത്രി ഉറങ്ങുന്നതിനുമുമ്പ് മാത്രമല്ലാതെ, മറ്റൊരു സമയത്തും കാതറീനെ, ഓർക്കുകയില്ലെന്ന് തീരുമാനിക്കാൻ ശ്രമിക്കുകയായിരുന്നു ഞാൻ. പക്ഷേ ഇപ്പോൾ ഞാൻ വല്ലാതെ തളർന്നിരിക്കുന്നു. എനിക്ക് ഇപ്പോൾ മറ്റൊന്നും ചെയ്യുവാനുമാകില്ല. അതിനാൽ ഞാൻ ഉണർന്നുകിടന്നു കാതറീനെപ്പറ്റിയോർത്തു. റിനാൾഡി കടന്നുവരുമ്പോൾ ഞാനവളെപ്പറ്റിയോർത്തു കിടക്കുകയായിരുന്നു. അയാൾക്ക്

മാറ്റമൊന്നുമുണ്ടായിരുന്നില്ല. കുറച്ചൊന്നു മെലിഞ്ഞിട്ടുണ്ടെണ്ടന്നു മാത്രം.

'വെൽ ബേബി' അവൻ പറഞ്ഞു. ഞാൻ കിടക്കയിൽ എഴുന്നേറ്റിരുന്നു. അവൻ അടുത്തുവന്ന് എന്റെയരികിലിരുന്ന് എന്നെ കൈകൾകൊണ്ടു ചുറ്റിപ്പിടിച്ചു. 'എന്റെ ചങ്ങാതി ബേബി' അവൻ എന്റെ പുറത്ത് ആഞ്ഞടിച്ചു. ഞാനവന്റെ രണ്ടു കൈകളും പിടിച്ചുവെച്ചു.

'ഓ എന്റെ കുഞ്ഞേ നിന്റെ കാൽമുട്ടൊന്നു കാണട്ടെ ഞാൻ.'

'എനിക്കെന്റെ അടിക്കുപ്പായം അഴിക്കേണ്ടതായി വരും.'

'അഴിക്കു നിന്റെ അണ്ടർവെയേർസ്- ബേബി. നമ്മൾ ഇവിടെ സ്നേഹിതന്മാർ മാത്രമല്ലേ ഉള്ളൂ. എന്തുതരം പ്രവർത്തിയാണ് അവർ അതിൽ ചെയ്തതെന്ന് എനിക്കൊന്നു കാണണം.'

ഞാനെഴുന്നേറ്റുനിന്നു. എന്റെ അടിവസ്ത്രങ്ങൾ വലിച്ചൂരി മുട്ടുകാലിൽ ഘടിപ്പിച്ച 'നീ ബ്രേയ്സ്' വലിച്ചുമാറ്റി. റിനാൾഡി തറയിൽ മുട്ടുകുത്തിയിരുന്നു എന്റെ കാൽമുട്ടിൽ മൃദുവായി പിടിച്ച് ഒന്നു മുന്നിലേക്കും, പിന്നിലേക്കും വളച്ചു. അവൻ മൃദുവായി, മുറിവിന്റെ കലയിലൂടെ വിരലോടിച്ചു. തള്ളവിരലുകൾ കൂട്ടിപ്പിടിച്ചു മുട്ടുചിരട്ടയിൽ വെച്ച് കാൽമുട്ട് പതുക്കെ ഒന്നു ചുറ്റിച്ചു.

'പേശീചലനങ്ങൾ ഇത്രക്കേ സാദ്ധ്യമാകുന്നുള്ളൂ?'

'അതെ'

'നിന്നെ തിരിച്ചയച്ചത് ഒരു കൊടിയ അപരാധം തന്നെയാണ്. പേശീചലനങ്ങളുടെ സാദ്ധ്യതകൾ അവർ തികച്ചും മുഴുമിക്കേണ്ടതായിരുന്നു.'

'മുമ്പത്തേതിനേക്കാൾ എത്രയോ ഭേദപ്പെട്ടിരിക്കുന്നു ഇപ്പോൾ. മുമ്പ് ഇത് ഒരു മരപ്പലകപോലെ മരവിച്ചിരുന്നിരുന്നു.'

റിനാൾഡി അത് ഒന്നുകൂടി വളച്ചു. ഞാനവന്റെ കൈകൾ ശ്രദ്ധിച്ചു. ഒരു സർജനു ചേർന്ന ഒന്നാംതരം കൈകളായിരുന്നു അവന്റേത്. ഞാനവന്റെ തലയുടെ മുകൾവശത്തേക്ക് നോക്കി. അവന്റെ മുടി തിളങ്ങുന്നതും മിനുമിനുത്തതുമായിരുന്നു. അവൻ എന്റെ മുട്ടുകാൽ ഒന്നുകൂടി വളച്ചു.

'ഔച്ച്' ഞാൻ പറഞ്ഞു.

'മെഷീൻ ചികിത്സ കുറച്ചുകാലംകൂടി തുടരേണ്ടതായിരുന്നു.' റിനാൾഡി പറഞ്ഞു.

'ഇത് ഇപ്പോൾ മുമ്പത്തേക്കാൾ ഭേദപ്പെട്ടിരിക്കയാണ്.'

'എനിക്കറിയാം ബേബി. ഇക്കാര്യത്തെപ്പറ്റി നിനക്കറിയാവുന്നതിൽ കൂടുതലായി എനിക്കറിയാം.' അവൻ നിവർന്നു എന്നിട്ടു കട്ടിലിൽ ഇരുന്നു. 'കാൽമുട്ടിന്റെ കാര്യത്തിൽ മാത്രം അവർ നല്ല ഒരു പണി ചെയ്തുവെച്ചിട്ടുണ്ട്.' അവന്റെ കാൽമുട്ടു പരിശോധന ഏകദേശം കഴിഞ്ഞ മട്ടാണ്.

'ഇനി പറഞ്ഞാട്ടെ എല്ലാ കാര്യങ്ങളും.'

'ഒന്നും പറയാനായിട്ട് ഇല്ല. ഞാനവിടെ വളരെ ഒതുങ്ങി ശാന്തമായിട്ടാണ് കഴിഞ്ഞത്.' ഞാൻ പറഞ്ഞു.

'ഒരു വിവാഹിതനെപ്പോലെയാണ് നീയിപ്പോൾ പെരുമാറുന്നത്'

അവൻ പറഞ്ഞു. 'നിനക്കെന്താണു പറ്റിയത്.?'

'ഒന്നുമില്ല' ഞാൻ പറഞ്ഞു. 'നിനക്കെന്താണു പറ്റിയത്.?'

'ഈ യുദ്ധം എന്നെ കൊന്നുകൊണ്ടിരിക്കുന്നു.' റിനാൾഡി പറഞ്ഞു.

'ഇതെന്നെ വല്ലാതെ നിരാശനാക്കുന്നു.' അവൻ സ്വന്തം കൈകൾ മടക്കി തന്റെ കാൽമുട്ടിൽ വെച്ചു.

'ഓഹ്' ഞാൻ പറഞ്ഞു.

'എന്താണ് കാര്യം? എനിക്കെന്റെ മാനുഷിക ചോദനകൾപോലും നഷ്ടപ്പെട്ടു എന്ന് തോന്നുന്നുണ്ടോ?'

'ഇല്ല' നിനക്ക് നല്ല രസമുള്ള സമയമായിരുന്നുവെന്നു എനിക്ക് കാണാൻ കഴിയുന്നുണ്ട്. ഒന്നു പറയൂ അതിനെപ്പറ്റി എന്നോട്?

'വേനൽക്കാലം മുഴുവനും പിന്നെ ഇലപൊഴിയും കാലം മുഴുവനും ഞാൻ ഓപറേറ്റ് ചെയ്യുകതന്നെയായിരുന്നു. എല്ലാസമയവും ഞാൻ ജോലിചെയ്തുകൊണ്ടിരുന്നു. എല്ലാവരുടെ ജോലിയും ഞാൻ ഒറ്റക്ക് ചെയ്തു. ഏറ്റവും കട്ടപ്പമുള്ളത് അവർ എപ്പോഴും എനിക്കുവേണ്ടി നീക്കിവെച്ചു. ദൈവത്താണെ എന്റെ ബേബി ഞാനൊരു മിടുക്കനായ സർജനായി ക്കൊണ്ടിരിക്കുകയാണ്.'

'അതു വളരെ നന്നായി.'

'ഞാൻ ഒരിക്കലും ഒന്നും ചിന്തിക്കുന്നില്ല. ഇല്ല, ദൈവത്താണെ ഞാൻ ഒന്നും ചിന്തിക്കുന്നില്ല. ഞാൻ ഓപ്പറേറ്റ് ചെയ്യുന്നു.'

'അതു വളരെ നന്നായി'

'ഞാൻ ഒരിക്കലും ചിന്തിക്കുന്നില്ല. ഇല്ല. ദൈവത്താണെ ഞാൻ ഒന്നും ചിന്തിക്കുന്നില്ല. ഞാൻ ഓപ്പറേറ്റ് ചെയ്യുന്നു.'

'അത് ശരിയാണ്.'

' പക്ഷേ ഇപ്പോൾ, ബേബി, എല്ലാം അവസാനിച്ചു കഴിഞ്ഞു. ഞാനിപ്പോൾ ഓപ്പറേറ്റ് ചെയ്യുന്നില്ല. എല്ലാം നരകതുല്യമായി അനുഭവ പ്പെടുന്നു. ഇതൊരു പേടിപ്പിക്കുന്ന യുദ്ധം തന്നെയാണ്. ഞാനങ്ങനെ പറയുന്നത് നീ വിശ്വസിക്കുകതന്നെ വേണം. പക്ഷേ ഇപ്പോൾ നീ എനിക്ക് ഉന്മേഷം തരുന്നുണ്ട്. നീ ആ ഫോണോഗ്രാഫ് റെക്കോർഡുകൾ കൊണ്ടു വന്നിട്ടുണ്ടോ?'

'ഉണ്ട്'

അവയെല്ലാം ഒരു കടലാസിൽ പൊതിഞ്ഞ് ഒരു കാർഡ്ബോർഡ് പെട്ടിയിലാക്കി എന്റെ റക്ക്സാക്കിൽ വെച്ചിട്ടുണ്ടായിരുന്നു. പക്ഷേ അവയെല്ലാം പുറത്തെടുക്കാൻ എനിക്ക് തോന്നിയില്ല. കാരണം അത്രക്ക് ക്ഷീണിച്ചിരുന്നു ഞാൻ.

'നിനക്ക് ആകെപ്പാടെ സുഖം തോന്നുന്നില്ലേ ബേബി?'

'എനിക്ക് എല്ലാം നരകതുല്യമായി തോന്നുന്നു.'

'ഈ യുദ്ധം ഒരു നരകം തന്നെയാണ്' റിനാൾഡി പറഞ്ഞു.

'വന്നാട്ടെ. നമുക്ക് മത്തുപിടിക്കുന്നതുവരെ കുടിക്കാം. എന്നിട്ട് ഉന്മേഷ ചിത്തരായിരിക്കാം. ഉൽകണ്ഠകളുടേയും ഭീതികളുടേയും കോലം കത്തിച്ച് കളഞ്ഞ് ചാരം കൊണ്ടുകളയാം. അപ്പോൾ നമുക്കെല്ലാം ഗംഭീരമായിത്തോ ന്നും.'

'എനിക്ക് മഞ്ഞപ്പിത്തം പിടിപെട്ടിരുന്നു.' ഞാൻ പറഞ്ഞു.

'എനിക്ക് മത്തുപിടിക്കുന്നതുവരെ കുടിക്കാൻ പറ്റില്ല.'

ഓ ബേബി - ഇപ്പോൾ നീയെന്റെയടുത്താണല്ലോ മടങ്ങിയെത്തിയത്. വളരെ ഗൗരവചിത്തനായും ഒരു കരൾരോഗത്തോടെയും നീയെന്റെ അടുത്ത് മടങ്ങിയെത്തി. ഞാൻ വീണ്ടും പറയുന്നു ഈ യുദ്ധമെന്നുള്ളത് ഒരു ഭയാനകമായ സംഗതി തന്നെയാണ്. എന്തിനുവേണ്ടിയാണ് നമ്മൾ ഈ യുദ്ധം ഉണ്ടാക്കുന്നത്?

'നമുക്കോരോ ഡ്രിങ്ക് എടുക്കാം. എനിക്ക് തലക്ക് പിടിക്കുന്നതുവരേക്കും കുടിക്കാൻ പറ്റില്ല. എന്നിരുന്നാലും നമുക്കോരോ ഡ്രിങ്ക് എടുക്കാം.'

റിനാൾഡി മുറിക്കെതിരിലുള്ള വാഷ്ബേസിൻ-ന്റെ മുകളിലെ സ്റ്റാൻ ഡിൽ നിന്നും രണ്ടു ഗ്ലാസുകളും ഒരു കുപ്പി കോണ്യാക്കും എടുത്തുകൊണ്ടു വന്നുതന്നു.

'ഇത് ആസ്ട്രിയൻ കോണ്യാക് ആണ്. അവൻ പറഞ്ഞു. 'സെവൻസ്റ്റാർ, സാൻ ഗബ്രിയേലെയിൽ നിന്നും അവർ ആകെ പിടിച്ചെടുത്തത് ഇതാണ്.'

'നീയും അവിടെ പോയിരുന്നോ?.'

ഇല്ല. ഞാനെങ്ങോട്ടേക്കും പോയില്ല. ഞാനിവിടെത്തന്നെയായിരുന്നു. എല്ലാ സമയത്തും ഇവിടെത്തന്നെ, സദാ ഓപ്പറേറ്റ് ചെയ്തുകൊണ്ട്. ഇത് നോക്കു ബേബി- നീപല്ലുതേക്കുമ്പോൾ നോക്കാറുള്ള പഴയ കണ്ണാടി. നിന്നെ ഓർക്കാൻ വേണ്ടി ഞാനിത് സദാ ഇവിടെ സൂക്ഷിച്ചു.

'നിന്നെ പല്ലുതേക്കാൻ സ്വയം ഓർമിപ്പിക്കാൻ വേണ്ടി.'

'അല്ല എനിക്കതിന് എന്റെ സ്വന്തമായിട്ടുള്ള ഒന്ന് ഉണ്ടല്ലോ. നിന്നെ ഓർക്കാൻ വേണ്ടി മാത്രമായി ഞാനിതു സൂക്ഷിച്ചു. രാവിലെകളിൽ നീ നിന്റെ പല്ലുകളിൽ നിന്നും വില്ലറോസയെ ബ്രഷ് ചെയ്തു കളഞ്ഞിരുന്നത് ഓർക്കാൻ വേണ്ടി.അന്നേരമൊക്കെ നീ പ്രാകുകയും ശപിക്കുകയും ചെയ്തി രുന്നുവല്ലോ ഓരോ പ്രാവശ്യവും ആ കണ്ണാടിയിലേക്ക് നോക്കുമ്പോൾ നീ നിന്റെ മനസ്സാക്ഷിയെ ഒരു ടൂത്ത്ബ്രഷ്കൊണ്ട് ഉരച്ച് വൃത്തിയാക്കിയി രുന്നത് ഞാൻ ഓർമിച്ചിരുന്നു.'

അവൻ എന്റെയരികിലേക്ക് വന്നു.'ഒരു പ്രാവശ്യമെങ്കിലും എന്നെ ഉമ്മ വെക്കു. എന്നിട്ട് പറയൂ നീയൊരു ഗൗരവപ്രകൃതനായി മാറിയിട്ടില്ല എന്ന്.

'ഞാനൊരിക്കലും നിന്നെ ഉമ്മവെക്കുകയില്ല. നീയൊരു കുരങ്ങനാണ്.'

'എനിക്കറിയാം-എനിക്കറിയാം ഒരു സ്റ്റൈലൻ ആംഗ്ലോസാക്സൺ ചെറുക്കനാണ് നീയെന്ന്. നീയൊരു മനസ്സാക്ഷിയുള്ള പയ്യനാണെന്ന് എനിക്കറിയാം. ഞാൻ കാത്തിരുന്നു കണ്ടോളാം ഒരു സ്റ്റെറിലൻ ആംഗ്ലോ സാക്സൺ ഒരു ടൂത്ത് ബ്രഷുകൊണ്ട് ചൂളപ്പെണ്ണുങ്ങളുടെ കൂടെ കിടന്ന പാപം ഉരച്ചുകളയുന്നത്.'

'ഈ ഗ്ലാസിൽ കുറച്ച് കോണ്യാക് ഒഴിക്കൂ.'

ഞങ്ങൾ ഗ്ലാസുകൾ കൂട്ടിമുട്ടിച്ചു, എന്നിട്ട് കുടിച്ചു. റിനാൾഡി എന്റെ നേരെ നോക്കി പൊട്ടിച്ചിരിച്ചു.

'ഞാൻ നിന്നെ കുടിപ്പിച്ച് വെളിവില്ലാതാക്കും എന്നിട്ട് നിന്റെ കരൾ പുറത്തെടുത്ത് പകരം ഒരു ഒന്നാന്തരം ഇറ്റലിയൻ കരൾ വെച്ചുതരും. അങ്ങനെ നിന്നെ വീണ്ടുമൊരു ആൺകുട്ടിയാക്കും.'

ഞാൻ കുറേക്കൂടി കോണ്യാക്കിനുവേണ്ടി പലതവണ ഗ്ലാസ് നീട്ടി. പുറത്ത് നല്ല ഇരുട്ടായിക്കഴിഞ്ഞിരുന്നു. കോണ്യാക്കിന്റെ ഗ്ലാസുമെടുത്ത് ഞാൻ ജനലരികിൽ ചെന്നു നിന്ന് പുറത്തേക്ക് നോക്കി. മഴ തീർത്തും നിന്നുകഴിഞ്ഞിരുന്നു. പുറത്ത് തണുപ്പേറിവന്നു. മരത്തലപ്പുകളിൽ ഒരു മൂടൽമഞ്ഞ് തങ്ങിനിന്നിരുന്നു.

'ആ കോണ്യാക് ജനവാതിൽ വഴി പുറത്തേക്കൊഴിച്ച് കളയല്ലേ പൊന്നേ. നിനക്കത് കുടിക്കാൻ പറ്റുന്നില്ലെങ്കിൽ ഇങ്ങു തരൂ ഞാൻ കുടിച്ചുകൊള്ളാം.'

'പോ പോയി മുങ്ങിച്ചാക്' ഞാൻ പറഞ്ഞു. റിനാൾഡിയെ വീണ്ടും കാണാൻ കഴിഞ്ഞതിൽ എനിക്കതിയായ ആഹ്ലാദം തോന്നിയിരുന്നു. രണ്ടുവർഷത്തോളമായി അവൻ എന്നെ ഇങ്ങനെ കളിയാക്കുകയും ശല്യം ചെയ്യുകയും ചെയ്തുതുടങ്ങിയിട്ട്. എനിക്കതൊക്കെ എപ്പോഴും ഇഷ്ടമായിരുന്നു. ഞങ്ങൾക്ക് പരസ്പരം മനസ്സിലാക്കാൻ കഴിഞ്ഞിരുന്നു.

'നിന്റെ കല്യാണം കഴിഞ്ഞോ?' കിടക്കയിൽ ഇരുന്നുകൊണ്ട് അവൻ വിളിച്ചു ചോദിച്ചു. ജനവാതിലിനരികെയുള്ള ഭിത്തിയിൽ ചാരി നിൽക്കുകയായിരുന്നു. ഞാൻ.

'ഇതുവരേയും കഴിഞ്ഞില്ല'

'നീ പ്രണയത്തിലാണോ?'

'അതെ'

'ആ ഇംഗ്ലീഷ്കാരി പെൺകൊടിയുമായി?'

'അതെ'

'എന്റെ പാവം കുഞ്ഞേ' അവൾ നിനക്ക് നല്ലപോലെ ചേരുന്നവൾ തന്നെയാണോ?'

'തീർച്ചയായും.'

ഞാനുദ്ദേശിച്ചത് പ്രയോഗികതലത്തിൽ ചേരുമോ എന്നതാണ്?'

'ഷട്ട് അപ്.'

'ശരി. നിനക്കറിയാമല്ലോ. ഞാൻ അങ്ങേയറ്റം ലോലമായ മര്യാദകൾ പാലിക്കുന്നവനാണ്.' അവൾക്ക് നിന്നെ....'

'റിനിൽ' ഞാൻ പറഞ്ഞു. 'വായടക്കൂ പ്ലീസ്. നിനക്കിനിയും എന്റെ സ്നേഹിതനായിരിക്കണമെന്നുണ്ടെങ്കിൽ വായടക്കൂ.'

'എനിക്ക് നിന്റെ സ്നേഹിതനായിരിക്കണം. എന്നൊന്നുമില്ല. ഞാൻ നിന്റെ സ്നേഹിതനാണ്.'

'ശരി എന്നാൽ വായടക്കൂ.'

'ശരിശരി.'

ഞാൻ കട്ടിലിനരികിലേക്ക് ചെന്നു- അവന്റെയരികിൽ ഇരുന്നു.

അവൻ തന്റെ ഗ്ലാസ് കൈയിൽ പിടിച്ചുകൊണ്ട് തറയിലേക്ക് നോക്കിയിരിക്കുകയായിരുന്നു.

'നിനക്കറിയാമല്ലോ റിനിൽ അത് എങ്ങനെയാണെന്ന്.'

'ഓഹ് തീർച്ചയായും ജീവിതം മുഴുവൻ ഞാൻ ഇതുപോലെ വിശുദ്ധമായ കാര്യങ്ങളുമായിട്ടാണ് ഏറ്റുമുട്ടിക്കൊണ്ടിരുന്നത്. പക്ഷേ നിന്നോടൊപ്പമായിരുന്നപ്പോൾ അത്തരം പവിത്രമായ കാര്യങ്ങളുമായുള്ള കൂട്ടിമുട്ടൽ വളരെ കുറച്ചേ ഉണ്ടായിട്ടുള്ളൂ. എനിക്ക് തോന്നുന്നു, നിനക്കങ്ങനെയുള്ള പവിത്രമായ ബന്ധങ്ങൾ ഉണ്ടായേ തീരൂ എന്ന്.'

'നിനക്കത്തരം ബന്ധങ്ങൾ തീരെയില്ല?'

'ഇല്ല.'

'ഒന്നുപോലും?.'

'ഇല്ല.'

'അമ്മയോടും പെങ്ങന്മാരോടും പോലുമില്ലെന്നു പറയാനാവുമോ?'

'ഉണ്ടെങ്കിൽ അത് നിന്റെ പെങ്ങളോടൊപ്പമാണ്" റിനാൾഡി പെട്ടെന്ന് പറഞ്ഞു. ഞങ്ങൾ രണ്ടുപേരും പൊട്ടിച്ചിരിച്ചു.

'എന്റെ സൂപ്പർമാൻ ചങ്ങാതി.' ഞാൻ പറഞ്ഞു.

'എനിക്ക് ചിലപ്പോൾ നിന്നോട് അസൂയയായിരിക്കാം.'

റിനാൾഡി പറഞ്ഞു.

'ഇല്ല. നിനക്കസൂയയില്ല.'

'ഞാനതല്ല ഉദ്ദേശിച്ചത്. ഞാൻ മറ്റൊരു കാര്യമാണ് അർത്ഥമാക്കിയത്. ആട്ടെ, നിനക്ക് വിവാഹിതരായ ഏതെങ്കിലും സുഹൃത്തുക്കളുണ്ടോ?'

'ഉണ്ട്.' ഞാൻ പറഞ്ഞു.

'പക്ഷേ എനിക്കില്ല' റിനാൾഡി പറഞ്ഞു. 'ആ, വിവാഹിതരായ സ്നേഹിതർ പരസ്പരം സ്നേഹിക്കുന്നുണ്ടെങ്കിൽ.' ഒട്ടുമില്ല.

'എന്തുകൊണ്ടില്ല?'

'അവർ എന്നെ ഇഷ്ടപ്പെടുന്നില്ല.'

'എന്തുകൊണ്ട് ഇഷ്ടപ്പെടുന്നില്ല?'

'ഞാനാണ് ആ പാമ്പ്. തിരിച്ചറിവിന്റെ പാമ്പ്'

'നീയെല്ലാംകൂടെ കൂട്ടിക്കുഴയ്ക്കുന്നു. തിരിച്ചറിവിന്റെ ആപ്പിൾ എന്നതാണ്. ശരി'

'അല്ല. അത് ആ പാമ്പാണ്.' അവൻ കൂടുതൽ ഉന്മേഷവാനായിത്തീർന്നു.

'ഇത്രയാഴത്തിൽ ചിന്തിക്കാതിരിക്കുമ്പോഴാണ് നീ കൂടുതൽ നല്ലവനാകുന്നത്' ഞാൻ പറഞ്ഞു.

'ഞാൻ നിന്നെ സ്നേഹിക്കുന്നു ബേബി.' അവൻ പറഞ്ഞു.

'ഒരു മഹാനായ ഇറ്റലിയൻ തത്വചിന്തകനായി ഞാൻ വീർത്തുവീർത്തു വരുമ്പോൾ നീയെന്നെ കുത്തി കാറ്റഴിച്ചുവിടുന്നു. ശരിക്ക് പറഞ്ഞു ഫലിപ്പിക്കാൻ കഴിയാത്ത കുറേയേറെ മഹത്കാര്യങ്ങൾ എനിക്കറിയാം. എനിക്ക് നിന്നേക്കാൾ കൂടുതലറിയാം.'

'അതെ- നിനക്കറിയാം.'

'പക്ഷേ നിനക്കെപ്പോഴും മികച്ച അവസരങ്ങൾ കിട്ടുന്നു. നിനക്കൊരു മനസ്സാക്ഷിയുണ്ടായിട്ടുപോലും മികച്ച അവസരങ്ങൾ കിട്ടുന്നു.'

'ഞാനങ്ങനെ ചിന്തിക്കുന്നില്ല.'

'ഓഹ് അതെ- അതുതന്നെയാണ് സത്യം. ജോലിചെയ്തു കൊണ്ടിരിക്കുമ്പോൾ മാത്രമാണ് ഞാൻ സന്തോഷിക്കുന്നത്. അപ്പോൾ മാത്രം' അവൻ വീണ്ടും തറയിലേക്ക് ദൃഷ്ടിയുറപ്പിച്ചു.

'ഈ ചിന്തയൊക്കെ മാറിക്കിട്ടും.'

'ഇല്ല രണ്ടേരണ്ടു കാര്യങ്ങൾ മാത്രമാണ് എനിക്കിഷ്ടമായിട്ടുള്ളത്. ഒന്ന് എന്റെ ജോലിയെ പ്രതികൂലമായി ബാധിക്കുന്ന ഒരു കാര്യം രണ്ടാമത്തേതാകട്ടെ അരമണിക്കൂറോ ചിലപ്പോൾ പതിനഞ്ചു മിനിട്ടോ മാത്രം നീണ്ടുനിൽക്കുന്ന മറ്റൊന്ന്. ചിലപ്പോൾ അതിനേക്കാളും കുറച്ചുനേരം.'

'ചിലപ്പോൾ അതിനേക്കാളും വളരെയേറെ കുറച്ചുസമയം.'

'ഒരുപക്ഷേ ഞാനാകാര്യത്തിൽ കുറേക്കൂടി മെച്ചപ്പെട്ടിരിക്കാം കുഞ്ഞേ നിനക്കതറിയില്ലല്ലോ. പക്ഷേ ഈ രണ്ടുകാര്യങ്ങൾ മാത്രമേ എനിക്കിഷ്ടമായിട്ടുള്ളൂ. പിന്നെ എന്റെ ജോലിയും'

'ബാക്കിയുള്ളവയെല്ലാം നിനക്ക് വഴിയേ കിട്ടിക്കൊള്ളും.'

'ഇല്ല നമുക്ക് ഒരിക്കലും ഒന്നും കിട്ടുന്നില്ല. കിട്ടാനുള്ളത് എല്ലാം കിട്ടിക്കൊണ്ടാണ് നമ്മൾ ജനിച്ചുവീഴുന്നതുതന്നെ. പുതിയതായിട്ട് എന്തെങ്കിലും നമുക്കൊരിക്കലും കിട്ടുന്നില്ല. തികച്ചും മുഴമിപ്പിച്ചു കൊണ്ടാണ് നമ്മൾ തുടങ്ങുന്നതു തന്നെ ഒരു 'ലാറ്റിൻ' ആകാൻ കഴിയാത്തതിൽ നീ എപ്പോഴും അഭിമാനം കൊള്ളേണ്ടതാണ്.'

'ലാറ്റിൻ' എന്ന ഒരു യഥാർത്ഥ്യമേ നിലനിൽക്കുന്നില്ല. നീയിപ്പോൾ പറഞ്ഞത് ലാറ്റിൻ തത്വചിന്തയായിരിക്കാം.

'റിനിൻ- നീ നിന്റെ പോരായ്മകളെപ്പറ്റി വളരെയേറെ അഹങ്കരിക്കുന്നു.'

റിനാൾഡി മുഖമുയർത്തി എന്നെ നോക്കി, എന്നിട്ട് പൊട്ടിച്ചിരിച്ചു.

'നമുക്കീക്കളി നിർത്താം, ബേബി. ഇത്രയധികം ചിന്തിച്ച് ചിന്തിച്ച് ഞാൻ ക്ഷീണിച്ചുപോയിരിക്കുന്നു.' അവൻ മുറിയിലേക്ക് കടന്നുവന്നപ്പോഴേ ക്ഷീണിതനായിരുന്നുവെന്ന് ഞാൻ ഓർമിച്ചു.

'ഭക്ഷണം കഴിക്കേണ്ട സമയമായിത്തുടങ്ങി. നീ തിരിച്ചുവന്നതിൽ ഞാൻ വളരേയേറെ ആഹ്ലാദിക്കുന്നു. നീയെന്റെ ഏറ്റവും അടുത്ത കൂട്ടുകാരനാണ്. പിന്നെ എന്റെ യുദ്ധസഹോദരനും.'

'യുദ്ധസഹോദരന്മാർ എപ്പോഴാണ് ഭക്ഷണം കഴിക്കാൻ പോകുന്നത്?' ഞാൻ ചോദിച്ചു.

'ഉടനെത്തന്നെ' നമ്മൾ ഓരോ ഡ്രിങ്ക് കൂടി എടുക്കുന്നു. നിന്റെ കരളിനു വേണ്ടി.'

'സെയിന്റ് പോളിനെപ്പോലെ.'

'അവിടെ നിനക്ക് തെറ്റി അത് വൈനും ആമാശയവും എന്നതാണ്. നിങ്ങളുടെ ആമാശയത്തിനെക്കരുതി അൽപം വൈൻ സേവിച്ചുകൊള്ളുക.'

'കുപ്പിയിൽ എന്താണോ ശേഷിക്കുന്നത് എന്നുവെച്ചാൽ അത്...'

നീ പറയുന്ന ഏതൊരു കാര്യത്തിനും വേണ്ടി'

'ഇത് നിന്റെ പെണ്ണിനു വേണ്ടി' റിനാൾഡ് പറഞ്ഞു. അവൻ തന്റെ ഗ്ലാസ് നീട്ടിപ്പിടിച്ചു.

'ശരിശരി.'

'ഞാനൊരിക്കലും അവളെപ്പറ്റി മോശമായ കാര്യങ്ങൾ പറയില്ല.'

'നീ വല്ലാതെയങ്ങ്. പ്രയാസപ്പെടല്ലേ.'

അവൻ കോണ്യാക് ഒറ്റയടിക്ക് കുടിച്ചുതീർത്തു.

'ഞാനിപ്പോൾ ഒരു വിശുദ്ധനാണ്.' അവൻ പറഞ്ഞു. 'ഞാനിപ്പോൾ നിന്നെപ്പോലെയാണ് ബേബി. എനിക്കുമൊരു ഇംഗ്ലീഷുകാരിപ്പെൺകൊച്ചിനെക്കിട്ടും. കാര്യം പറയുകയാണെങ്കിൽ നിന്റെ പെണ്ണിനെ ആദ്യം അറിഞ്ഞത് ഞാനാണ്. പക്ഷേ അവൾക്ക് ഒരിത്തിരി ഉയരം കൂടിപ്പോയി. തന്നിലുമുയരം കൂടിയ പെണ്ണ് ഒരു പെങ്ങളാവാനേ കൊള്ളൂ.'

അവൻ ആരെയോ ഉദ്ധരിച്ചുകൊണ്ട് പറഞ്ഞു.

'നിനക്ക് ഒരു മനോഹരമായ നിഷ്കളങ്ക മനസ്സാണുള്ളത്.' ഞാൻ പറഞ്ഞു.

'അല്ലേ? അത് നേരല്ലേ? അതുകൊണ്ടാണ് അവരെല്ലാം എന്നെ റിനാൾഡോ പ്യൂരിസ്സമോ എന്ന് വിളിക്കുന്നത്.'

'റിനാൾഡോ സ്പോർച്ചിസ്സിമോ.'

'വന്നാട്ടെ ബേബി എന്റെ മനസ്സ് വിശുദ്ധമായിരിക്കെത്തന്നെ നമുക്ക് താഴെ പോയി ഭക്ഷണം കഴിക്കാം.'

ദേഹം കഴുകി വന്ന ഞാൻ മുടിചീകുകയും, പിന്നീട് ഞങ്ങൾ കോണിപ്പടികളിറങ്ങി താഴെച്ചെല്ലുകയും ചെയ്തു. റിനാൾഡിക്ക് കുറച്ചൊന്നു മത്തുപിടിച്ചിരുന്നു. ഭക്ഷണമുറിയിൽ, ഭക്ഷണം തയ്യാറായിക്കഴിഞ്ഞിട്ടില്ലായിരുന്നു.

'ഞാൻ പോയി കുപ്പിയെടുത്തുകൊണ്ടുവരാം.' റിനാൾഡി പറഞ്ഞു.. അവൻ കോവണിപ്പടികൾ കയറിപ്പോയി. ഞാൻ മേശക്കരികെതന്നെയിരുന്നു. അവൻ കുപ്പിയുമായി വന്നപ്പോൾ ഞങ്ങൾ അരഗ്ലാസുവീതം കോണ്യാക് തംബ്ലറിൽ ഒഴിച്ചു 'കുറച്ചധികമായിപ്പോയി' ഞാൻ പറഞ്ഞു. ഗ്ലാസ് കയ്യിലെടുത്ത് അതിലൂടെ ഞാൻ മേശപ്പുറത്തിരിക്കുന്ന വിളക്കിലേക്ക് നോക്കി.

'ഇത്.'

ഒഴിഞ്ഞ വയറിനു വേണ്ടി പറഞ്ഞിട്ടുള്ളതല്ല. ഇതൊരു അതിശയിപ്പിക്കുന്ന സാധനംതന്നെയാണ്. ആമാശയത്തെയാകമാനം കത്തിച്ചാമ്പലാക്കിക്കളയുന്നതാണിത്. ഇതിനേക്കാൾ മോശമായിട്ട് മറ്റൊന്നുമില്ല.'

'ശരി ശരി'

'ദിനം തോറും ആത്മനാശം' റിനാൾഡി പറഞ്ഞു.'ഇതു വയറിനെ ഒന്നാകെ നശിപ്പിക്കുന്നു. കൈകൾക്ക് വിറയൽ വരുത്തുന്നു. ഒരു സർജന് പറ്റിയ സാധനംതന്നെ.'

'നിങ്ങളിത് ശുപാർശചെയ്യാറുണ്ടോ?'

'ഹൃദയപൂർവ്വം. ഞാൻ മറ്റൊന്നും ശുപാർശ ചെയ്യാറില്ല.'

അതങ്ങ് കുടിക്കു ബേബി. എന്നിട്ട് ഛർദ്ദി വരുന്നതിനായി നോക്കിപ്പാർത്തിരിക്കു'

'ഞാൻ അരഗ്ലാസ് അകത്താക്കി. ഹാളിൽ നിന്നും ഓർഡർലി സൂപ്പ് റെഡിയായിരിക്കുന്നു, എന്നു വിളിച്ചു പറയുന്നത് എനിക്ക് കേൾക്കാനായി.'

മേജർ കടന്നുവന്നു, എല്ലാവരോടുമായി ഒന്നു തലയാട്ടിയശേഷം ഇരുന്നു. മേശക്കരികിൽ അദ്ദേഹം വളരെ ചെറുതായി കാണപ്പെട്ടു.

'നമ്മളിത്രയും പേരേ ഉള്ളോ?' അദ്ദേഹം ചോദിച്ചു. ഓർഡലി സൂപ്പ്മാത്രം മേശപ്പുറത്തുവെച്ചു. മേജർ ഒരു പ്ലേറ്റ് നിറയെ കോരിയെടുത്തു.

'നമ്മൾ മാത്രം' റിനാൾഡി പറഞ്ഞു.'അച്ചൻ വരുന്നില്ലെങ്കിൽ നമ്മൾ ഇത്രയും പേർ മാത്രം. ഫ്രെഡറികോ സ്ഥലത്തെത്തിയിട്ടുണ്ട് എന്നറിഞ്ഞാൽ മൂപ്പർ ഇവിടെ എത്തേണ്ടതാണ്"

'അച്ചൻ എവിടെപ്പോയി?'ഞാൻ ചോദിച്ചു.

'അയാളിപ്പോൾ 307'-ൽ ആണ്" മേജർ പറഞ്ഞു. അദ്ദേഹം തിരക്കിട്ട് സൂപ്പ് കോരിക്കഴിക്കാൻ തുങ്ങി. പിന്നീട് അദ്ദേഹം തന്റെ ചുണ്ടും വായയും തുടച്ചു. മുകളിലേക്ക് പരിച്ചുവെച്ച മീശയും വളരെ ശ്രദ്ധാപൂർവ്വം തുടച്ചു.

'അയാൾ ഇങ്ങെത്തുമെന്നാണ് തോന്നുന്നത്. ഞാനവരെ വിളിച്ചു പറഞ്ഞിരുന്നു. നീയിവിടെ എത്തിയ കാര്യം അയാളെ അറിയിക്കുവാനായിട്ട്.'

'മെസ്സിലെ പഴയ ബഹളങ്ങളെയോർക്കുമ്പോൾ നഷ്ടബോധം തോന്നുന്നു.'

ഞാൻ പറഞ്ഞു.

'അതെ- ഇപ്പോൾ ഇവിടെ മൂകമായി'

'ഞാൻ ബഹളക്കാരനാകം'റിനാൾഡി പറഞ്ഞു.

'കുറച്ച് വൈൻ കുടിക്കു എന്റികോ' മേജർ പറഞ്ഞു. അത് പറയാൻ അദ്ദേഹം ഇംഗ്ലീഷ് വാക്കാണുപയോഗിച്ചത്. അദ്ദേഹം എന്റെ ഗ്ലാസ് നിറച്ചു. സ്പഗറ്റി മേശപ്പുറത്തെത്തിയപ്പോൾ ഞങ്ങൾ എല്ലാവരും കൊണ്ടുപിടിച്ചു. ഞങ്ങൾ സ്പാഗറ്റി അവസാനിപ്പിക്കുമ്പോഴാണ് അച്ചൻ കടന്നുവന്നത്. അച്ചൻ പഴയതുപോലെത്തന്നെയിരുന്നു. മെലിഞ്ഞ്, ഇരുണ്ട് കൈപ്പിടിയിലൊതുക്കാവുന്നയത്രയും ചെറുതായി. ഞാൻ എഴുന്നേറ്റുനിന്നു. ഞങ്ങൾ പരസ്പരം കൈകൾ കുലുക്കി. പിന്നീട് അച്ചൻ തന്റെ കൈ എന്റെ ചുമലിൽ വെച്ചു.

'നീയെത്തിയെന്നു കേട്ടപാടെ ഞാൻ ഓടി വന്നു' അച്ചൻ പറഞ്ഞു.

'ഇരുന്നാട്ടെ' മേജർ പറഞ്ഞു. 'നിങ്ങൾ വൈകിയിരിക്കുന്നു'

'ഗുഡ് ഈവ്നിംഗ് പ്രീസ്റ്റ്' റിനാൾഡി ഇംഗ്ലീഷ് വാക്കുപയോഗിച്ചുകൊണ്ട് പറഞ്ഞു.

അച്ചനെ ഇരയിട്ട് പിടിച്ചുകൊണ്ടിരുന്ന ക്യാപ്റ്റന്റെ കയ്യിൽനിന്നാണ് ഇവർ ഈ ഇംഗ്ലീഷ് പഠിച്ചിരിക്കുന്നത്. ആ ക്യാപ്റ്റന് അൽപം ഇംഗ്ലീഷ് വശമായിരുന്നു.

'ഗുഡ് ഈവ്നിംഗ് റിനാൾഡി.' അച്ചൻ പറഞ്ഞു. ഓർഡർലി അച്ചനു വേണ്ടി സൂപ്പുകൊണ്ടുവന്നുവെങ്കിലും താൻ സ്പാഗറ്റിയിൽനിന്നാണ് കഴിക്കാനാരംഭിക്കുന്നതെന്ന് അച്ചൻ അറിയിച്ചു.

'സുഖം തന്നെ' ഞാൻ പറഞ്ഞു. 'ഇവിടെ കാര്യങ്ങൾ എങ്ങനെയിരുന്നു?'

'കുറച്ച് വൈൻ നിങ്ങളുടെ ആമാശയത്തെപ്രതി സേവിക്കു.' അത് സെന്റ് പോൾ ആണ്. നിങ്ങൾക്കറിയാമല്ലോ'

'അതെ എനിക്കറിയാം.' അച്ചൻ വിനയപൂർവ്വം പറഞ്ഞു.

റിനാൾഡി അച്ചന്റെ ഗ്ലാസ് നിറച്ചു.

'ഈ സെന്റ് പോൾ ഉണ്ടല്ലോ.' റിനാൾഡി പറഞ്ഞു. 'ഈ സെന്റ് പോളാണ് എല്ലാ കുഴപ്പങ്ങളും ഉണ്ടാക്കുന്നത്. മൂപ്പർ ആളൊരു കളിക്കാരനും ഓടിച്ചിട്ട് പിടുത്തക്കാരനുമായിരുന്നു.'

അച്ചൻ എന്റെ നേരെ നോക്കി മന്ദഹസിച്ചു. ഈ ഇരയിടലിൽ അച്ചൻ കൊത്തുന്നില്ലെന്ന് എനിക്ക് കാണാമായിരുന്നു.

'സെന്റ് പോളുണ്ടല്ലോ ഒരു പന്തുകളിക്കാരനും പെൺപിടിയനുമായി രുന്നു.' റിനാൾഡി വീണ്ടും പറഞ്ഞു.

'പിന്നെ മൂപ്പരുടെ ചൂട് ഒക്കെ ആറിത്തണുത്തപ്പോൾ ഇതൊന്നും ശരിയല്ലാ എന്നായി മൂപ്പരുടെ പറച്ചിൽ. അയാളുടെ കാര്യങ്ങളെല്ലാം അവസാനിച്ചപ്പോൾ അയാൾ ഇപ്പോഴും ചൂടുപിടിച്ച് നടക്കുന്ന നമുക്കു വേണ്ടി ഓരോ നിയമങ്ങളുമങ്ങുണ്ടാക്കി. ഇത് സത്യമല്ലേ ഫ്രെഡറികോ?' മേജർ മന്ദഹസിച്ചു. ഞങ്ങളെല്ലാവരും ഇറച്ചി സ്റ്റ്യൂ കഴിക്കുകയായിരുന്നു.

'ഇരുട്ട് വീണുകഴിഞ്ഞാൽ പിന്നെ ഞാൻ ഒരു പുണ്യവാളനെപ്പറ്റിയും ചർച്ച ചെയ്യില്ല' ഞാൻ പറഞ്ഞു. സ്റ്റ്യൂവിൽ നിന്നും മുഖമുയർത്തി അച്ചൻ എന്റെ നേരെ നോക്കി മന്ദഹസിച്ചു.

'അതാ- നോക്കണേ അവനിതാ അച്ചന്റെ പക്ഷം ചേരുന്നു.'

റിനാൾഡി പറഞ്ഞു. എവിടെപ്പോയി ആ പഴയ, നല്ല ഇരയിട്ടു പിടുത്ത ക്കാർ? കാവൽകാന്റി എവിടെപ്പോയി.? ബ്രൂണി എവിടെപ്പോയി? സെസറ എവിടെപ്പോയി? ആരുടേയും പിൻബലമില്ലാതെ ഞാനൊറ്റക്ക് ഇരയിട്ട് പിടിക്കേണമോ ഈ അച്ചനെ?'

'അയാൾ ഒരു നല്ല പ്രീസ്റ്റ് ആണ്.' മേജർ പറഞ്ഞു.

'ഇയാൾ ഒരു നല്ല പ്രീസ്റ്റ് ആണ്' റിനാൾഡി പറഞ്ഞു.'പക്ഷേ അപ്പോഴും ഇയാൾ ഒരച്ചൻ തന്നെയാണ്. ഞാൻ മുമ്പത്തെപ്പോലെ മെസ്സിനെ കോലാ ഹലഭരിതമാക്കാൻ ശ്രമിക്കുകയാണ്. എനിക്ക് ഫെഡറികോവിനെ സന്തോഷവാനാക്കണമെന്നുണ്ട്. നിങ്ങൾ നരകത്തിൽപ്പോകട്ടെ അച്ചാ.

മേജർ, റിനാൾഡിയെ ശ്രദ്ധിക്കുന്നുണ്ടെന്നുള്ളത് എനിക്ക് കാണാമാ യിരുന്നു. അവന് മത്തുപിടിച്ചിട്ടുണ്ടെന്ന് അദ്ദേഹത്തിന് മനസ്സിലായിരുന്നു. അവന്റെ മെലിഞ്ഞ മുഖം ആകെ വിളറിവെളുത്തുപോയിരുന്നു. വെളുത്ത നെറ്റിത്തടത്തിനുനേരെ അവന്റെ ചീകിവെച്ച മുടി വല്ലാതെ കറുത്തു കാണ പ്പെട്ടു.

'അതൊന്നും സാരമില്ല റിനാൾഡോ' അച്ചൻ പറഞ്ഞു. അതൊന്നും സാരമില്ല.'

'നിങ്ങൾ 'ശരിയാണ് ' പോയ് തുലയ് നരകത്തിൽ പോ. റിനാ ൾഡി പറഞ്ഞു. 'ഈ സംഗതികൾ മുഴുവനും നരകത്തിൽ പോകട്ടെ' അവൻ കസേരയിലേക്ക് ചാഞ്ഞിരുന്നു.

'അവൻ വല്ലാത്ത ഒരു പിരുമുറുക്കത്തിലാണ്. കൂടാതെ അവൻ ഭയങ്ക രമായി ക്ഷീണിച്ചിരിക്കുന്നു.' മേജർ എന്നോടു പറഞ്ഞു.

അദ്ദേഹം തന്റെ ഇറച്ചിസ്റ്റ്യൂ അവസാനിപ്പിച്ചു. പിന്നീട് ഒരു കഷ്ണം ബ്രെ ഡ്കൊണ്ട് ചാറ് തുടച്ചെടുത്തു.

'എനിക്കൊരു ചുക്കുമില്ല.' റിനാൾഡി മേശയിലിരിക്കുന്ന എല്ലാവരോടു മായി പറഞ്ഞു. 'ഈ നശിച്ച സംഗതികളൊക്കെ പണ്ടാരമടങ്ങിപ്പോകട്ടെ.' അവൻ ധിക്കാര പൂർവ്വം ചുറ്റും നോക്കി അവന്റെ കണ്ണുകളിൽ നീരസം കത്തിനിന്നു. മുഖം വിളറിവെളുത്തു പോയിരുന്നു.

ഞാൻ പറഞ്ഞു. 'ഈ നശിച്ച സംഗതികളൊക്കെ പണ്ടാരമടങ്ങി പോകട്ടെ.'

'വേണ്ട, വേണ്ട' റിനാൾഡി പറഞ്ഞു. 'നീയങ്ങനെ പറയാൻ പാടില്ല. നീയങ്ങനെ പറയാൻ പാടില്ല. ഞാൻ പറയുന്നു നീയങ്ങനെ പറയാൻ പാടില്ലെന്ന്. വരണ്ടുണങ്ങിപ്പോയ ഒന്നാണ് നീ. ശൂന്യമായിപ്പോയ ഒന്ന്. അല്ലാതെ മറ്റൊന്നുമല്ല. അതല്ലാതെ മറ്റൊന്നുമല്ല നീയെന്ന് ഞാൻ നിന്നോട് പറയുന്നു.#േ മറ്റൊരു നശിച്ച സാധനവുമല്ല നീ. എനിക്കറിയാം എപ്പോഴാണ് ജോലി നിർത്തേണ്ടതെന്ന്.'

അച്ചൻ തന്റെ തല കുലുക്കി. ഓർഡർലി വന്നു സ്റ്റ്യൂവിന്റെ പാത്രങ്ങൾ എടുത്തുകൊണ്ടുപോയി.

'നിങ്ങളെന്തിനാണ് ഇന്ന് ഇറച്ചി കഴിക്കുന്നത്?' റിനാൾഡി അച്ചന്റെ നേരെ തിരിഞ്ഞു.

'നിങ്ങൾക്കറിഞ്ഞുകൂടാ ഇന്ന് വെള്ളിയാഴ്ചയാണെന്ന്?'

'ഇന്ന് വ്യാഴാഴ്ചയാണ്ടണ്' അച്ചൻ പറഞ്ഞു.

'അത് നുണയാണ്. ഇന്ന് വെള്ളിയാഴ്ചയാണ്. നിങ്ങളിന്ന് നമ്മുടെ കർത്താവിന്റെ ശരീരമാണ് കഴിക്കുന്നത്. ഇത് ദൈവത്തിന്റെ ഇറച്ചി യാണ്. എനിക്കറിയാം, ഇത് കൊല്ലപ്പെട്ട ആസ്ട്രിയക്കാരന്റേതാണ്. അതാണ് നിങ്ങളിപ്പോൾ തിന്നുന്നത്.'

'വെളുത്ത ഇറച്ചി ഓഫീസർമാരുടേതാണ്' ഞാൻ ഒരു പഴയ തമാശ മുഴുവനാക്കിക്കൊണ്ട് പറഞ്ഞു.

റിനാൾഡി പൊട്ടിച്ചിരിച്ചു. അവൻ തന്റെ ഗ്ലാസ് നിറച്ചു.

'ഞാൻ പറയുന്നതൊന്നും സാരമാക്കേണ്ട' അവൻ പറഞ്ഞു.

'എനിക്കൊരിത്തിരി കിറുക്ക് പിടിച്ചിരിക്കുന്നു.'

'നീ തീർച്ചയായും ഒരു അവധിയിൽ പ്രവേശിക്കേണ്ടതാണ്.' അച്ചൻ പറഞ്ഞു.

മേജർ അച്ചന്റെ നേരെ തലകുലുക്കി. റിനാൾഡി അച്ചനെ നോക്കി.

'എനിക്കൊരു അവധി കിട്ടേണ്ടതാണെന്ന് നിങ്ങൾ വിചാരിക്കുന്നു?'

'മേജർ വീണ്ടും അച്ചന്റെ നേരെ തലകുലുക്കിക്കാണിച്ചു. റിനാൾഡി അച്ചനെത്തന്നെ നോക്കുകയായിരുന്നു.

'നിന്റെ ഇഷ്ടം പോലെ മാത്രം' അച്ചൻ പറഞ്ഞു. 'നിനക്കു വേണമെന്നി ല്ലെങ്കിൽ വേണ്ട.'

'പോയ് തുലയ്' റിനാൾഡി പറഞ്ഞു.

'അവരെപ്പോഴും എന്നെമാത്രം ഒഴിവാക്കാൻ ശ്രമിക്കുന്നു. ഓരോ രാത്രിയിലും അവർ എന്നെ ഒഴിവാക്കാൻ ശ്രമിക്കുന്നു. അപ്പോഴൊ ക്കെ ഞാനവരോട് മല്ലിടും. എനിക്കതുണ്ടെങ്കിലെന്താ അത് എല്ലാവർക്കും ഉണ്ട് ഈ ലോകം മുഴുവനും അത് ഉണ്ട്.' ഒരു പ്രസംഗം

നടത്തുകയാണെന്നമട്ടിൽ അവൻ തുടർന്നു. 'തുടക്കത്തിൽ അത് ഒരു മുഖക്കുരുവിന്റെ വലിപ്പമേ ഉണ്ടാകൂ. പിന്നീട് ചുമലുകൾക്കിടയിലായി നമ്മൾ ഒരു തടിപ്പ് കണ്ടെത്തുന്നു. അതിനുശേഷം പിന്നെ നമ്മൾ ഒന്നും കാണുന്നതേയില്ല. അപ്പോൾ നമ്മൾ നമ്മുടെ വിശ്വാസം മെർക്കുറിയിൽ അർപ്പിക്കുന്നു.'

'അല്ലെങ്കിൽ സാൽവർസാനിൽ' മേജർ ശാന്തനായി ഇടയിൽക്കയറി പറഞ്ഞു.

'അതും ഒരു മെർക്കുറിയൻ ഉൽപന്നം തന്നെ.' റിനാൾഡി പറഞ്ഞു. അയാൾ വളരെയേറെ ഉത്തേജിതനായിത്തീർന്നു.

'ഇതിനേക്കാളൊക്കെ രണ്ടിരട്ടി വിലമതിക്കുന്ന മറ്റൊന്നിനെപ്പറ്റി എനിക്കറിയാം. എന്റെ ചങ്ങാതിമാരായ അച്ചന്മാരെ! 'അവൻ തുടർന്നു.'നിങ്ങൾക്ക് അതൊരിക്കലും കിട്ടുകയില്ല. പക്ഷേ ബേബി, നിനക്കത് കിട്ടും. ആ സാധനം, വ്യാവസായികമായ ഒരു അത്യാഹിതമാണ് വളരെ ലളിതമായ ഒരു വ്യാവസായിക അത്യാഹിതം.'

ഓർഡർലി മധുരപലഹാരവും, കാപ്പിയും കൊണ്ടുവന്നു. ഉറച്ച സോസോട്ടുകൂടിയ ബ്ലാക്ക് ബ്രെഡ് പുഡ്ഡിംഗ് ആയിരുന്നു മധുരപദാർത്ഥം. വിളക്ക് കരിന്തിരി കത്തിപുകയാൻ തുടങ്ങിയിരുന്നു. കറുത്തപുക ചിമ്മിനിക്കുള്ളിലേക്ക് ഇറങ്ങി പൊയ്ക്കൊണ്ടിരുന്നു.

'ഈ വിളക്ക് എടുത്തുകൊണ്ടു പോകൂ. രണ്ട് മെഴുകുതിരികൾ കൊണ്ടുവരൂ.' മേജർ പറഞ്ഞു. ഓരോ സോസറിൽ ഉറപ്പിച്ചുവെച്ച നിലയിൽ ഓർഡർലി രണ്ടു മെഴുകുതിരികൾ കൊണ്ടു വന്നു. എന്നിട്ട് വിളക്ക് ഊതിക്കെടുത്തി എടുത്തുകൊണ്ടുപോവുകയും ചെയ്തു. റിനാ ൾഡി ഇപ്പോൾ കുറെ ശാന്തനായിരിക്കുന്നു. അയാൾക്ക് യാതൊരു കുഴപ്പവുമില്ല, എന്നു തോന്നി. ഞങ്ങൾ ഇരുന്ന് കുറച്ചുനേരംകൂടി സംസാരിച്ചു. കാപ്പി കുടിച്ച ശേഷം ഞങ്ങളെല്ലാവരും പുറത്തെ ഹാളിലേക്കിറങ്ങി.

'നിനക്ക് അച്ചനോട് സംസാരിക്കണം എന്നുണ്ടാകും.എനിക്ക് ടൗൺ വരെ ഒന്നു പോകേണ്ടിയിരിക്കുന്നു.' റിനാൾഡി പറഞ്ഞു.

'ഞാൻ നിന്നെ കാണുന്നുണ്ട് ഫ്രെഡി' റിനാൾഡി പറഞ്ഞു.'തീർച്ചയായും. ഞാൻ പറഞ്ഞു.'നേരം വൈകുന്നതിനുമുമ്പേ വരൂ' അവൻ ഒരു ഗോഷ്ഠി കാണിച്ചുകൊണ്ട് വാതിൽ തുറന്നു പുറത്തേക്കിറങ്ങി. മേജർ ഞങ്ങളോടൊപ്പം നിൽക്കുന്നുണ്ടായിരുന്നു. 'അവൻ വല്ലാതെ തളർന്നിട്ടുണ്ട് ഈ അധിക ജോലിഭാരം കാരണമാകാം' അദ്ദേഹം പറഞ്ഞു. 'അവനും സിഫിലിസ് ഉണ്ടെന്ന് അവൻ വിചാരിക്കുന്നു. ഞാൻ പക്ഷേ അത് വിശ്വസിക്കുന്നില്ല. ഒരു പക്ഷേ ഉണ്ടായെന്നും വരാം. അവൻ തന്നെത്താൻ ചികിത്സിക്കുന്നുമുണ്ട്. ഗുഡ് നൈറ്റ്.' 'എന്റികോ, നിങ്ങൾ നാളെ വെളിച്ചം വീഴുന്നതിനുമുമ്പേ തന്നെ പോകും അല്ലേ?'

'അതെ'

'എന്നാൽ ഗുഡ്ബൈ' അദ്ദേഹം പറഞ്ഞു. ഗുഡ് ലക്ക് നിങ്ങളെ പെഡ്യൂറ്റ്സി വിളിച്ചുണർത്തിക്കൊള്ളും. അയാളും നിങ്ങളോടൊപ്പം വരുന്നുണ്ട്.'

'ഗുഡ് ബൈ. സിഞ്ഞോർ മഗ്ഗിയോർ'

'ഗുഡ് ബൈ. അവർ ഒരു ആസ്ട്രിയൻ മുന്നേറ്റത്തെപ്പറ്റി സംസാരിക്കുന്നുണ്ട്. പക്ഷേ ഞാനത് വിശ്വസിക്കുന്നില്ല. അങ്ങനെയൊന്നുണ്ടാവുകയില്ലെന്നാണ് ഞാൻ പ്രതീക്ഷിക്കുന്നത്. കാര്യങ്ങളെല്ലാം ജിനോ പറയും നിങ്ങളോട് ഇപ്പോൾ ടെലഫോൺ ശരിയായി പ്രവർത്തിക്കുന്നുണ്ട്.'

'ഞാൻ പതിവായി വിളിച്ചുകൊള്ളാം.'

'അങ്ങനെത്തന്നെ ചെയ്യൂ പ്ലീസ്' പിന്നെ റിനാൾഡിയെ ഇത്രയേറെ ബ്രാണ്ടി കുടിക്കാൻ അനുവദിക്കരുത്.'

'ഞാൻ ശ്രമിക്കാം.'

'ഗുഡ്നൈറ്റ് പ്രീസ്റ്റ്.'

'ഗുഡ്നൈറ്റ് സിഞ്ഞോർ മഗ്ഗിയോർ'

അദ്ദേഹം തന്റെ ഓഫീസിലേക്ക് പോയി.

26

ഞാൻ വാതിൽക്കൽ ചെന്ന് പുറത്തേക്ക് നോക്കി. മഴ നിന്നിരിക്കുന്നു. പക്ഷേ ഒരു മൂടൽമഞ്ഞ് കാണുന്നുണ്ട്.

'നമുക്ക് മുകളിലേക്ക് പോകാം.?' ഞാൻ അച്ചനോട് ചോദിച്ചു.

'എനിക്ക് പക്ഷേ വളരെ കുറച്ചുനേരമേ ഇരിക്കാൻ പറ്റൂ'

'ശരി വന്നാട്ടെ'

ഞങ്ങൾ കോണികയറി എന്റെ മുറിയിലെത്തി. ഞാൻ ചെന്ന് റിനാൾഡിയുടെ കട്ടിലിൽ കിടന്നു. ഓർഡർലി വിരിച്ചൊരുക്കി എന്റെ കട്ടിലിൽ അച്ചനും ഇരുന്നു. മുറിക്കുള്ളിൽ നല്ല ഇരുട്ടായിരുന്നു.

'പറയൂ സത്യത്തിൽ നിങ്ങൾക്ക് എങ്ങനെയിരിക്കുന്നു.?' അച്ചൻ ചോദിച്ചു.

'എനിക്ക് ഇപ്പോൾ കുഴപ്പമൊന്നുമില്ല. ഈ രാത്രി എന്തുകൊണ്ടോ പക്ഷേ എന്നെ തളർത്തിക്കളയുന്നു.'

'ഞാനും ക്ഷീണിതനാണ്. ഒരു കാരണവുമില്ലാതെത്തന്നെ.'

'യുദ്ധത്തെപ്പറ്റി എന്തുപറയുന്നു?'

'അധികം താമസിയാതെത്തന്നെ അത് അവസാനിക്കുമെന്നു തോന്നുന്നു. എന്തുകൊണ്ട് എന്നൊന്നും എനിക്ക് പറയാനാവില്ല. പക്ഷേ എനിക്കങ്ങനെ തോന്നുന്നു.'

'എങ്ങനെയാണ് അത് നിങ്ങൾക്ക് അനുഭവപ്പെടുന്നത്?'

'നിങ്ങൾ കാണുന്നില്ലേ നിങ്ങളുടെ മേജർ എത്രമാത്രം മാറിപ്പോയെന്ന്! വളരെ സൗമ്യനായി മാറിയില്ലേ? ധാരാളം മനുഷ്യർ ഇപ്രകാരം മാറിപ്പോകുന്നുണ്ട്.

'ആ മാറ്റത്തിന്റെ അനുഭവം എനിക്കും തോന്നുന്നുണ്ട്.'

'ഭീകരമായ ഒരു കൊടും വേനലാണ് ഇക്കഴിഞ്ഞു പോയത്.'

അച്ചൻ പറഞ്ഞു. അച്ചന് കുറേക്കൂടി തന്റേടം വെച്ചിട്ടുണ്ടെണ്ടന്ന് എനിക്ക് തോന്നി.

'അത് എത്തരമൊരു വേനലായിരുന്നുവെന്ന് നി ങ്ങൾ പറഞ്ഞാൽ വിശ്വസിക്കുകയില്ല. അതറിയണമെങ്കിൽ നിങ്ങൾ ഇവിടെ ഉണ്ടാകണമായിരുന്നു. വളരെയേറെപ്പേർ യുദ്ധമെന്താണെന്ന് ശരിക്കും തിരിച്ചറിഞ്ഞു. ഈ വേനലിൽ ഒരിക്കലും യുദ്ധമെന്തെന്ന് മനസ്സിലാക്കുകയില്ലെന്ന് ഞാൻ പ്രതീക്ഷിച്ചിരുന്ന ഓഫീസർമാർ പോലും ഇപ്പോഴത് തിരിച്ചറിയുന്നുണ്ട്.'

'ഇനി എന്താണ് സംഭവിക്കുക?' ഞാൻ വെറുതെ കമ്പിളിമേൽ തടവിക്കൊണ്ടിരുന്നു.

'എനിക്കറിഞ്ഞുകൂടാ. പക്ഷേ ഇതിനിയുമേറെക്കാലം മുന്നോട്ടുപോകുമെന്ന് ഞാൻ വിശ്വസിക്കുന്നില്ല.'

'അപ്പോഴെന്താണുണ്ടാവുക?'

' അവർ ഏറ്റുമുട്ടൽ നിർത്തിയേക്കും'

'ആര്?'

'ഇരുകൂട്ടരും'

'ഞാനുമങ്ങനെ പ്രതീക്ഷിക്കുന്നുണ്ട്.' ഞാൻ പറഞ്ഞു.

'പക്ഷേ നിങ്ങളത് വിശ്വസിക്കുന്നില്ല അല്ലേ?'

'ഇരുപക്ഷവും ഒരുപോലെ ഒരേനേരത്ത് പോരാട്ടം നിർത്തുമെന്ന് ഞാൻ വിശ്വസിക്കുന്നില്ല,

'ഞാനുമങ്ങനെ വിശ്വസിക്കുന്നില്ല. അങ്ങനെ വിശ്വസിക്കുന്നത് അതിമോഹമാണ്. പക്ഷേ മനുഷ്യരിലെല്ലാം കാണപ്പെടുന്ന ഈ മാറ്റം, യുദ്ധമിനിയും അധികകാലം നീണ്ടുനിൽക്കില്ല എന്ന് വിശ്വസിക്കാൻ എന്നെ പ്രേരിപ്പിക്കുന്നു.'

'ഈ വേനൽക്കാലത്ത് ആരാണ് ജയിച്ചത്?'

'ആരുമില്ല.'

'ജയിച്ചത് ആസ്ത്രിയക്കാരാണ്.' ഞാൻ പറഞ്ഞു. 'സാൻ ഗബ്രിയേലെയെ കീഴടക്കാനുള്ള നമ്മുടെ ഏറ്റുമുട്ടലിനെ അവർ ശരിക്കും പ്രതിരോധിച്ചു. അവരാണ് ജയിച്ചത്. അവർ യുദ്ധം നിർത്താൻ ഒരുങ്ങുകയുമില്ല.'

'നമുക്ക് അനുഭവപ്പെടുന്ന ഈ തോന്നൽ, അവരും അനുഭവിക്കുന്നുണ്ടെന്നു വരുകിൽ, അവർ ഈ യുദ്ധം അവസാനിപ്പിച്ചേക്കാം.'

'ജയിച്ചുകൊണ്ടിരിക്കുന്ന വേളയിൽ ആരും അത് നിർത്തുകയില്ല,'

'നിങ്ങളെന്നെ നിരുത്സാഹപ്പെടുത്തുന്നു.'

'ഞാൻ വിചാരിക്കുന്നതല്ലേ എനിക്ക് പറയാനാവൂ?'

'അപ്പോൾ ഇതിങ്ങനെ തുടർന്നുകൊണ്ടിരിക്കും എന്നാണോ നിങ്ങൾ ചിന്തിക്കുന്നത്? ഇതിനൊരവസാനമുണ്ടാവുകയില്ലേ?'

'എനിക്കറിഞ്ഞുകൂടാ വിജയങ്ങൾ നേടിയെടുത്തുകൊണ്ടിരിക്കുമ്പോൾ ആസ്ട്രിയൻസ് യുദ്ധം നിർത്താൻ തയ്യാറാവില്ല എന്ന മാത്രം എനിക്ക് ചിന്തിക്കാനാകും. പരാജയത്തിലാണ് ഒരാൾ യഥാർത്ഥത്തിൽ ക്രിസ്ത്യാനിയാവുക.'

'ബോസ്നിയൻസ് ഒഴിച്ചുള്ള ആസ്ട്രിയക്കാരത്രയും ക്രിസ്ത്യാനികളാണല്ലോ.'

'സാങ്കേതികമായ അർത്ഥത്തിലല്ല ഞാൻ ക്രിസ്ത്യാനി എന്ന് ഉദ്ദേശിച്ചത്. ഗെത്ശമെൻ തോട്ടത്തിൽ നിന്നും പത്രോസ്, കർത്താവിനെ രക്ഷിച്ചിരുന്നുവെങ്കിൽ എന്താണുണ്ടാവുക?'

'അവൻ അപ്പോഴും പഴയതുപോലെത്തന്നെ തുടർന്നേനെ.'

'ഞാൻ അപ്രകാരം കരുതുന്നില്ല.'

'നിങ്ങൾ വീണ്ടുമെന്നെ ചകിതനാക്കുന്നു.' അച്ചൻ പറഞ്ഞു. 'ഞാൻ വിശ്വസിക്കുകയും പ്രാർത്ഥിക്കുകയും ചെയ്യുന്നു. എന്തെങ്കിലുമൊന്നു സംഭവിക്കാൻ വേണ്ടി ഞാൻ പ്രാർത്ഥിക്കുന്നു. അത് വളരെ അടുത്തെത്തിയെന്ന ഒരു തോന്നൽ എനിക്കനുഭവപ്പെടുന്നു.'

'എന്തെങ്കിലുമൊന്ന്, താമസിയാതെ സംഭവിച്ചേക്കാം.' ഞാൻ പറഞ്ഞു.'പക്ഷേ ആ സംഭവിക്കുന്നത് നമുക്ക് മാത്രമായിരിക്കും..

നമ്മൾ വിചാരിക്കുന്നതുപോലെത്തന്നെയാണ് അവരും വിചാരിക്കുന്നതെങ്കിൽ, തകരാറൊന്നുമുണ്ടാകില്ല. പക്ഷേ അവർ നമ്മെ തോൽപിച്ചുകളഞ്ഞുവല്ലോ. അതിനാൽ അവരുടെ ചിന്തകൾ മറ്റു തരത്തിലായിരിക്കും.'

'പട്ടാളക്കാരിൽ ഭൂരിഭാഗവും ചിന്തിക്കുന്നത് ഇപ്രകാരംതന്നെയാണ്. അത് അവർ തോൽപിക്കപ്പെട്ടു എന്നതുകൊണ്ട് മാത്രമല്ല.'

'അവർ തുടക്കത്തിലേ തോൽപിക്കപ്പെട്ടുപോയവരാണ്. കൃഷിയിടങ്ങളിൽ നിന്നും പിടിച്ചിറക്കി. പട്ടാളക്യാമ്പുകളിലേക്ക് വലിച്ചിഴക്കപ്പെട്ടപ്പോഴേ അവർ തോറ്റുപോയിരുന്നു. തുടക്കത്തിലേ പരാജിതരായതുകൊണ്ടാണ് കർഷകത്തൊഴിലാളികൾക്ക് ഇത്രമാത്രം തിരിച്ചറിവ് വന്നത്. അവരെ അധികാരത്തിലേറ്റൂ. അവർ എത്രമാത്രം ബുദ്ധിമാന്മാരാണെന്ന് തിരിച്ചറിയൂ.'

അച്ചൻ കുറച്ചുനേരത്തേക്ക് ഒന്നും മിണ്ടിയില്ല. അയാൾ ആലോചിക്കുകയായിരുന്നു.

'ഇപ്പോൾ ഞാനും നിരാശയിലാണ്.' ഞാൻ പറഞ്ഞു. 'അതുകൊണ്ടാണ് ഞാനിത്തരം കാര്യങ്ങളെപ്പറ്റി അധികം ചിന്തിക്കാത്തത്. ഞാനൊന്നും മുൻകൂട്ടി ആലോചിക്കുന്നില്ല. എന്നിട്ടും സംസാരിക്കാൻ തുടങ്ങുമ്പോൾ ആലോചിക്കാതെത്തന്നെ എന്റെ മനസ്സിൽ ആണ്ടുകിടക്കുന്ന കാര്യങ്ങളെപ്പറ്റി ഞാൻ പറഞ്ഞു തുടങ്ങുന്നു.'

'ഞാൻ ഒരു കാര്യത്തെപ്പറ്റി പ്രത്യാശിക്കുന്നു.'

'പരാജയം?'

'അല്ല. അതിനേക്കാൾ മെച്ചമായ മറ്റൊന്ന്.'

അതിനേക്കാൾ മെച്ചമായ മറ്റൊന്നുമില്ല. വിജയം എന്നതൊഴിച്ച് അതാവട്ടെ ഇതിനേക്കാൾ വഷളാണെന്ന് വന്നേക്കാം.'

'വളരെക്കാലത്തോളം ഞാൻ വിജയം എന്നതിൽ പ്രത്യാശവെച്ചു.'

'ഞാനും.'

'ഇപ്പോഴെന്താണ് വേണ്ടതെന്ന് എനിക്കറിഞ്ഞുകൂടാ.'

'ഒന്നല്ലെങ്കിൽ മറ്റൊന്ന്. ഏതെങ്കിലുമൊന്ന് കൂടിയേ തീരൂ.'

'വിജയം എന്നതിൽ ഞാനിനിമേൽ വിശ്വസിക്കുകയില്ല.'

'ഞാൻ വിശ്വസിക്കുകയില്ല. പക്ഷേ ഞാൻ പരാജയത്തിലും വിശ്വസിക്കുന്നില്ല. അതാണ് മെച്ചമെന്നിരിക്കിലും.'

'പിന്നെ നിങ്ങളെന്തിലാണ് വിശ്വസിക്കുന്നത്'

'ഉറക്കത്തിൽ' ഞാൻ പറഞ്ഞു. അച്ചൻ ഉടനെയെഴുന്നേറ്റു.

'ഇത്രനേരം ഇരുന്നതിൽ ഞാൻ ഖേദിക്കുന്നു. പക്ഷേ നിങ്ങളോടിങ്ങനെ സംസാരിച്ചിരിക്കാൻ ഞാനതിയായി ഇഷ്ടപ്പെടുന്നു.'

'വീണ്ടും സംസാരിക്കാൻ സാധിച്ചതിൽ എനിക്ക് ആഹ്ലാദമുണ്ട് ഉറക്കം എന്നതുകൊണ്ട് ഞാനുദ്ദേശിച്ചത് നിഷ്ക്രിയത എന്ന അർത്ഥത്തിലാണ്.'

'ഞങ്ങൾ എഴുന്നേറ്റുനിന്ന് ആ ഇരുട്ടിൽ പരസ്പരം കൈകൾ കുലുക്കി.'

'ഞാനിപ്പോൾ '307' -ൽ ആണ് ഉറങ്ങാറ്.'' അച്ചൻ പറഞ്ഞു.

'എനിക്ക് അതിരാവിലെ പോസ്റ്റ്- ലേക്ക് പുറപ്പെടണം.'

'തിരിച്ചുവരുമ്പോൾ ഞാൻ വന്നു കണ്ടുകൊള്ളാം.'

'താഴേക്ക് ഒപ്പം വരേണ്ടതില്ല.' അച്ചൻ പറഞ്ഞു.'നിങ്ങൾ തിരിച്ചുവന്നു എന്നത് വളരെയധികം സന്തോഷമുള്ള കാര്യമാണ്. നിങ്ങൾക്കത് അങ്ങനെയായിരിക്കുകയില്ല. എന്നാൽപോലും അച്ചൻ തന്റെ കൈ എന്റെ ചുമലിൽ വെച്ചു.

'എനിക്കും അങ്ങനെത്തന്നെയാണ്.' ഞാൻ പറഞ്ഞു.

'ഗുഡ്നൈറ്റ്.'

'ഗുഡ്നൈറ്റ്- സിയാവ്വ'

'സിയാവ്വ' ഞാൻ പറഞ്ഞു. എനിക്ക് സത്യത്തിൽ ഭയങ്കരമായി ഉറക്കം വരുന്നുണ്ടായിരുന്നു.

27

ഇടക്കെപ്പോഴോ റിനാൾഡി കടന്നുവന്നപ്പോൾ ഞാനൊന്നുണർന്നിരുന്നു.

അവൻ സംസാരിക്കാൻ മുതിരാത്തതിനാൽ ഞാൻ വീണ്ടും ഉറക്കത്തിലേക്ക് ആണ്ടുപോയി. രാവിലെ വെട്ടം വീഴുന്നതിനുമുമ്പ് ഞാനുണർന്നു, വസ്ത്രം ധരിച്ച് പോവുകയും ചെയ്തു. ഞാനിറങ്ങുന്ന സമയത്ത് റിനാൾഡി പൂണ്ട ഉറക്കത്തിലായിരുന്നു.

ഞാനിതിനുമുമ്പൊരിക്കലും ബെയ്ൻസിസ്സാ പ്രദേശം കണ്ടിട്ടുണ്ടായിരുന്നില്ല. എനിക്ക് പരിക്കുപറ്റിയ നദിക്കുമപ്പുറത്തെ ഒരിക്കൽ ആസ്ട്രിയക്കാരുടേതായിരുന്ന ആ മലഞ്ചെരിവുകളിലേക്ക് പോവുകയെന്നത് എനിക്ക് തെല്ല് വിചിത്രമായിത്തോന്നി. ചെങ്കുത്തായ റോഡായിരുന്നു; നിറച്ചും ട്രക്കുകളും റോഡ് വെട്ടിയതിനുമപ്പുറം മൂടൽമഞ്ഞ് പുതച്ച വനങ്ങളും, കിഴക്കാംതൂക്കായ കുന്നുകളും കാണാമായിരുന്നു. തിടുക്കത്തിൽ കീഴടക്കപ്പെട്ട കാടുകൾ വെട്ടിനിരപ്പാക്കി കഴിഞ്ഞിട്ടുണ്ടായിരുന്നില്ല. കുന്നുകൾക്കുമപ്പുറം പാത തെളിഞ്ഞുകിടക്കുന്നിടത്തൊക്കെ പനമ്പുതട്ടികൾ കൊണ്ടുള്ള മറകളുണ്ടായിരുന്നു, വശങ്ങളിലും മുകളിലും. റോഡ് ചെന്ന് അവസാനിച്ചത് ഒരു തകർന്ന പട്ടണത്തിലായിരുന്നു. അതിനും കുറേ അപ്പുറത്തായിരുന്നു അതിർത്തിരേഖകൾ. ചുറ്റുപാടുമായി കുറേ പീരങ്കിപ്പടത്താവളങ്ങൾ കാണാനുണ്ടായിരുന്നു. പട്ടണത്തിലെ വീടുകളെല്ലാം നിശ്ശേഷം തകർക്കപ്പെട്ടിരുന്നുവെങ്കിലും കാര്യങ്ങളെല്ലാം. ഭംഗിയായി സംവിധാനം ചെയ്യപ്പെട്ടിരുന്നു; എല്ലായിടത്തും ചൂണ്ടുപലകകളും ഒക്കെയായി. ഞങ്ങൾ ജിനോയെ കണ്ടുപിടിച്ചു. അയാൾ ഞങ്ങൾക്ക് അൽപം കാപ്പി ഏർപ്പാടാക്കിത്തന്നു. പിന്നീട് ഞാൻ അവനോടൊപ്പം കുറെ സ്ഥലങ്ങളെല്ലാം സന്ദർശിക്കുകയും, നിരവധി പേരെ പരിചയപ്പെടുകയും ചെയ്തു. സെയ്ൻസിസ്സായിൽ നിന്നും കുറേയകലത്തായി റവ്നെയിൽ തങ്ങിയാണ് ബ്രിട്ടീഷ് ആംബുലൻസ് പ്രവർത്തിക്കുന്നതെന്ന് ജിനോ പറഞ്ഞു. അയാൾക്ക് ബ്രിട്ടീഷുകാരോട് ഭയങ്കര ആരാധനയായിരുന്നു. ഇപ്പോഴും ചില്ലറ ഷെല്ലിംഗുകൾ നടക്കുന്നുണ്ടെന്ന് അവൻ പറഞ്ഞു. അധികമാർക്കും കാര്യമായ പരിക്കുകളില്ല. മഴ

തുടങ്ങിയതിനാൽ, ദീനക്കാർ കുറേപേരെ കാണാനിടയുണ്ടെന്ന് അവൻ പറഞ്ഞു. ആസ്ട്രിയക്കാർ ഒരുപക്ഷേ ഒരാക്രമണത്തിന് മുതിർന്നേക്കാം. പക്ഷേ താനത് വിശ്വസിക്കുന്നില്ല. നമ്മുടെ പക്ഷത്തുനിന്നും ഒരാക്രമണം തുടങ്ങാൻ സാദ്ധ്യതയുണ്ട്. പക്ഷേ അതിനു തക്കതായ പുതിയ സൈനിക യൂണിറ്റുകൾ ഒന്നും എത്തിക്കാണാത്തതിനാൽ അതിനുള്ള സാദ്ധ്യതയും ഇല്ലെന്നാണ് വിശ്വസിക്കേണ്ടിയിരിക്കുന്നത്. ഭക്ഷണത്തിന്റെ കാര്യം വളരെ പരുങ്ങലിലാണ്. ഒരു മുഴുനീളൻ ഭക്ഷണം ഗോറിസിയയിൽ ചെന്നാൽ കിട്ടുമല്ലേ. എന്നോർത്ത് താൻ വളരെയേറെ സന്തോഷിക്കുന്നു. ഏതുതരം ഭക്ഷണമാണ് നിങ്ങൾ അത്താഴത്തിന് കഴിച്ചത്? ഞാനതിനെ പ്പറ്റി പറഞ്ഞപ്പോൾ അത് വളരെയധികം വിസ്മയിപ്പിക്കുന്ന ഒന്നാണെ ന്ന് അവൻ പറഞ്ഞു. പുഡ്ഡിംഗ് -ന്റെ കാര്യം പറഞ്ഞപ്പോൾ പ്രത്യേകിച്ച് അവന് വളരെയേറെ മതിപ്പുതോന്നി. ഞാനതിനെപ്പറ്റി വളരെയൊന്നും വിശദീകരിച്ചില്ല. അതൊരു പുഡ്ഡിംഗ് മാത്രമാണെന്ന് പറഞ്ഞു. അത് സാധാരണ ബ്രെഡ് പുഡ്ഡിംഗിനേക്കാൾ കേമമായ എന്തോ ഒരു വിശിഷ്ട പദാർത്ഥമായിട്ടാണ് അവൻ കരുതുന്നത് എന്ന് തോന്നി.

തനിക്കറിയാമോ, താനെവിടേക്കാണ് പോകാൻ തുടങ്ങുന്നതെന്ന്? എനിക്കറിഞ്ഞുകൂടെന്ന് ഞാൻ പറഞ്ഞു. പക്ഷേ കാറുകളിൽ ചിലതെല്ലാം 'കാപോറെറ്റോ'വിലാണെന്ന് ഞാൻ സൂചിപ്പിച്ചു. താൻ ആ വഴിക്കായിരി ക്കും പോകുന്നതെന്ന് പ്രതീക്ഷിക്കുന്നു. അതൊരു മനോഹരമായ കൊച്ചു പട്ടണമാണ്. ദൂരേക്ക് നീണ്ടുനീണ്ടു പോകുന്ന മലനിരകൾ തന്നെ ഹഠാദാ കർഷിക്കുന്നു.

ജിനോ നല്ലൊരു ചുറുചുറുക്കുള്ള പയ്യനായിരുന്നു. എല്ലാവർക്കും അവനെ ഭയങ്കര ഇഷ്ടമാണെന്നു തോന്നി. ശരിയായ നരകം സാൻഗ്ര ബ്രിയേലെയിൽ വെച്ച് കണ്ടുവെന്നു അവൻ പറഞ്ഞു. 'ലോം' പട്ടണത്തി നപ്പുറത്തെ പോരാട്ടം വളരെ മോശമായിട്ടാണ് കലാശിച്ചത്. ടെർനോവ മലയിടുക്കിലെ കാടുകളിലുടനീളം ആസ്ട്രിയൻ പട്ടാളം ഭയങ്കരമായ വെടിക്കോപ്പുകൾ സജ്ജീകരിച്ചിട്ടുണ്ടെന്ന് അവൻ പറഞ്ഞു. തങ്ങളുടെ താവളത്തിന്റെ മുകളിലായി, മലനിരകളിലും അവർ സൈന്യത്തെ വിന്യ സിച്ചിട്ടുണ്ട്. രാത്രികളിൽ അവർ ഷെല്ലുകളെറിഞ്ഞ് റോഡുകൾ തകർത്തു കളയുന്നു. ഇതൊന്നും പോരാത്തതിന് നാവികസേനയുടെ ഒരു പീരങ്കിപ്പ ടയും വന്നുചേർന്നിട്ടുണ്ട്. അവർ ശരിക്കും തന്നെ വിറളി പിടിപ്പിക്കുന്നു. അവരുടെ ഷെല്ലിംഗിന്റെ പ്രത്യേക വക്രപഥങ്ങൾ പെട്ടെന്ന് തിരിച്ചറിയാം. പൊട്ടുന്നതിന്റെയും വന്നുവീഴുന്നതിന്റേയും അലർച്ചകൾ ഏകദേശം ഒരേ സമയത്തുതന്നെ കേൾക്കാം. ഒരേ സമയം രണ്ട് പീരങ്കികളാണ് അവർ പൊട്ടിക്കുക. ആദ്യത്തേതിന്റെ തൊട്ടുപിന്നാലെത്തന്നെ രണ്ടാമത്തേതും ചിതറിത്തെറിക്കുന്ന ശകലങ്ങളാകട്ടെ ഒരു പരപ്പ് ഉണ്ടായിരിക്കും. ഒരു ഷെൽ ശകലം അവൻ എനിക്ക് കാണിച്ചുതന്നു. ഒരടിനീളത്തിൽ ഒരു കഷ്ണം ലോഹശകലം. അറ്റം മിനുസമായി പിളർന്നിരിക്കുന്നു. ബാബിറ്റിംഗ് മെറ്റൽ പോലെ തോന്നിച്ച കാഴ്ചയിൽ.

'പക്ഷേ അവ അത്രക്ക് ഫലപ്രദമാണെന്ന് തോന്നുന്നില്ല.' ജിനോ പറഞ്ഞു.'പക്ഷേ അവർ വല്ലാതെ പേടിപ്പിച്ചുകളഞ്ഞു. ഒച്ച കേൾക്കുമ്പോൾ അത് നമ്മെ മാത്രം ഉന്നം വെച്ച് വരികയാണെന്ന് തോന്നിപ്പോകും. ബൂം എന്നൊരൊച്ച, തൊട്ടുപിന്നാലെ അലർച്ചയും പൊട്ടിത്തെറിയും, പരിക്കുക ളൊന്നും പറ്റുന്നില്ല എന്നുള്ളത് നേരുതന്നെ. പക്ഷേ പേടിപ്പിച്ച് കൊന്നാൽ കാര്യം തീർന്നല്ലോ.

ഞങ്ങളുടെ താവളത്തിനെതിരിലുള്ള അതിർത്തിരേഖകളിൽ അവർ കുറേ ക്രൊയേഷ്യൻ സൈനികരെ വിന്യസിച്ചിട്ടുണ്ടെന്ന് ജിനോ പറഞ്ഞു. ക്രൊയേഷ്യൻസും പിന്നെ കുറെ മഗ്യാർസും ആക്രമണത്തിന് വിധേയ രാകാവുന്ന നിലയിലാണിപ്പോഴും നമ്മുടെ സൈന്യത്തിന്റെ വിന്യാസം. വയർലസ്സുകൾ പ്രവർത്തിക്കുന്നില്ല. പിൻതിരിഞ്ഞുമാറാൻ സുരക്ഷിതമായ ഒരിടവുമില്ല. പീഠഭൂമിയിലുടനീളമുള്ള ചെറുമലകൾ പ്രതിരോധത്തിനു പറ്റിയ മേഖലകളാണ് പക്ഷേ, പ്രതിരോധത്തിനുതകും വിധത്തിലുള്ള യാതൊരു തയ്യാറെടുപ്പുകളും ഇതുവരെ അവിടെ ഉണ്ടായിട്ടില്ല. ബെയ്ൻസിസ്സായെപ്പ റ്റി മൊത്തത്തിൽ നിങ്ങൾക്ക് എന്തഭിപ്രായമാണുള്ളത്?

ഞാനിവിടം കുറേക്കൂടി സമനിരപ്പായ ഒരിടമാണെന്നാണ് പ്രതീക്ഷിച്ചി രുന്നത്. ഏതാണ്ട് പീഠഭൂമിപോലെ. ഇതുപോലെ ഇടമുറിഞ്ഞ് കിടക്കുന്ന ഒരു പർവതപ്രദേശമാണിതെന്ന് ഞാൻ കരുതിയിരുന്നില്ല.

'ആൾട്ടോ പിയാനോ' ജിനോ പറഞ്ഞു. 'പക്ഷേ പിയാനോ അല്ല' ഞങ്ങൾ തിരിച്ച് അവൻ താമസിച്ചിരുന്ന ഒരു വീടിന്റെ നിലവറയിലേക്ക് - പോയി.

ഈ പ്രദേശം മുകൾഭാഗം പരന്നും, കുറച്ച് കുഴിവുള്ള ഒരു ഇടുങ്ങിയ മലഞ്ചെരിവായിരുന്നുവെങ്കിൽ നന്നായിരുന്നേനെ.'

ഞാൻ പറഞ്ഞു.'കുറേ ചെറിയ മലനിരകളേക്കാൾ, അത്തരത്തിലുള്ള ഒരു പ്രദേശമാണ് പിടിച്ചുനിൽക്കാൻ കൂടുതൽ നല്ലത്. സമതലത്തിൽ വെച്ചുള്ള പോരാട്ടത്തേക്കാൾ ഒട്ടും കഠിനല്ല മലയിൽ വെച്ചുള്ളവയും.' ഞാൻ വാദിച്ചു.

'അത് ആ മലനിരകളുടെ സ്വഭാവത്തെ ആശ്രയിച്ചിരിക്കും' അവൻ പറഞ്ഞു.'സാൻ ഗബ്രിയേലെയുടെ കഥതന്നെ നോക്കൂ'

'ശരിയാണ്' ഞാൻ പറഞ്ഞു. 'അവർ ബുദ്ധിമുട്ടിലായത് മലയുടെ മുകൾത്തട്ടിലെ സമനിരപ്പിൽ വെച്ചാണ്. മുകൾപ്പരപ്പിലേക്ക് അവർക്ക് പെട്ടെന്ന്തന്നെ എളുപ്പത്തിൽ ചെന്നെത്താനായി.'

'അത്രയൊളുപ്പത്തിലൊന്നുമല്ല.' അവൻ പറഞ്ഞു.

'അതെ.' ഞാൻ പറഞ്ഞു. 'പക്ഷേ അതിനൊരു പ്രത്യേകതയുണ്ട്. കാരണം അതൊരു മലമുടി എന്നതിനേക്കാൾ ഒരു ദുർഗ്ഗം എന്നു പറയാ വുന്ന ഒന്നായിരുന്നു. ആസ്ട്രിയക്കാർ അവിടെ വർഷങ്ങളായി ശാക്തീകരി ച്ചുകൊണ്ടിരിക്കയായിരുന്നു.'

യുദ്ധത്തിനിടയ്ക്ക്, ഏതെങ്കിലും വിധത്തിലുള്ള ചലനം ഉണ്ടാക്കാൻ സാദ്ധ്യമായ സ്ഥലങ്ങളെപ്പറ്റി പൊതുവെ സന്ദർഭോചിതമായി സംസാരിക്കാം എന്നേ ഞാനർത്ഥമാക്കിയിരുന്നുള്ളൂ. ഒന്നിനുപിറകെ ഒന്ന് എന്ന മട്ടിൽ സ്ഥിതിചെയ്യുന്ന മലനിരകളിലൂടെയുള്ള അതിർത്തി രേഖകൾ ഒരുതരത്തിൽ പറഞ്ഞാൽ നിഷ്ഫലങ്ങളാണ്. കാരണം അത് എപ്പോൾ വേണമെങ്കിലും മാറ്റിമറിക്കാവുന്നതാണ്. സൈനിക ശാക്തീകരണം, മലകളിൽവെച്ചാണെങ്കിൽ വളരെ ദുർഘടമായേക്കും. കൂടാതെ പട്ടാളക്കാർ താഴെയുള്ള കുന്നിൽ നിരകളിലേക്ക് വേണ്ടതിലേറെ വെടിവെച്ചെന്നു വരാം. വ്യൂഹത്തിന്റെ പാർശ്വനിരയാണ് പിൻവാങ്ങുന്നതെങ്കിൽ ചിലപ്പോൾ ഏറ്റവും മികച്ച സൈനികർ, കൊടുമുടികളിൽ ഉപേക്ഷിക്കപ്പെട്ടും ഒറ്റപ്പെട്ടും പോയേക്കാം. മലനിരകളിൽ വെച്ച് നടക്കുന്ന ഒരു യുദ്ധത്തിൽ എനിക്ക് വിശ്വാസമില്ല. ഞാനിക്കാര്യത്തെപ്പറ്റി ധാരാളം ആലോചിച്ചിട്ട് തന്നെയാണ് പറയുന്നത്.'

'നിങ്ങൾക്ക് മുമ്പിൽ ഒരു മലയതിർത്തി വന്നുപെട്ടാൽ നിങ്ങളെന്താണ് ചെയ്യാൻ പോകുന്നത്?' അവൻ ചോദിച്ചു.

'ഇതുവരേയും ഞാനക്കാര്യത്തെപ്പറ്റി ആലോചിച്ചിട്ടില്ല. ഞാൻ പറഞ്ഞു. ഞങ്ങൾ രണ്ടുപേരും പൊട്ടിച്ചിരിച്ചു. 'പക്ഷേ' ഞാൻ പറഞ്ഞു.'പണ്ടത്തെ ക്കാലത്ത് ആസ്ട്രിയൻസ് എപ്പോഴും 'വെറോണ'യിലെ ചതുരക്കളത്തിൽ വെച്ച് അടിച്ച് അടിച്ചോടിക്കപ്പെട്ടിരുന്നു, താഴെ സമതലത്തിലിറങ്ങിവരാൻ അവരെ അനുവദിക്കും, എന്നിട്ട് അവിടെ വെച്ച് തോൽപിച്ച് ഓടിക്കും. അങ്ങനെയായിരുന്നു അത്.'

'അതെ' ജിനോ പറഞ്ഞു. 'അത് പക്ഷേ ഫ്രെഞ്ചുകാരായിരുന്നു. നിങ്ങൾ ഒരന്യരാജ്യത്തിന്റെ മണ്ണിൽവെച്ചാണ് പോരാടുന്നതെങ്കിൽ പട്ടാളത്തിന്റെ പ്രശ്നങ്ങൾ വളരെ വ്യക്തമായും എളുപ്പമായും പരിഹരിക്കാൻ സാധിക്കും.'

'അതെ' ഞാനാപ്പറഞ്ഞതിനോട് യോജിച്ചു. നിങ്ങളുടെ സ്വന്തം രാജ്യത്തിന്റെ മണ്ണിൽ വെച്ചാകുമ്പോൾ, നിങ്ങൾക്ക് അത് ഇത്രമേൽ ശാസ്ത്രീയമായി പരിഹരിക്കാൻ കഴിയുകയില്ല.'

'പക്ഷേ റഷ്യക്കാർക്കത് കഴിഞ്ഞു. നെപ്പോളിയനെ കെണിയിലാക്കാൻ സാധിച്ചു.'

'അതെ പക്ഷേ അവർക്ക് വിസ്തൃതമായ ഒരു ഭൂപ്രദേശമുണ്ടായിരുന്നു. നിങ്ങൾ ഇവിടെ ഇറ്റലിയിൽ വെച്ചാണ് നെപ്പാളിയനെ കുടുക്കാൻ ശ്രമിക്കുന്നതെങ്കിൽ. നിങ്ങൾ അവസാനം പിൻവാങ്ങി എത്തിപ്പെടുക 'ബ്രിണ്ടിസി' യിലായിരിക്കും.

'ഒരു ഭയങ്കര സ്ഥലമാണത്' ജിനോ പറഞ്ഞു. നിങ്ങൾ എപ്പോഴെങ്കിലും പോയിട്ടുണ്ടോ അവിടെ?'

'അവിടെ തങ്ങിയിട്ടില്ല.'

കാര്യം പറഞ്ഞാൽ ഞാനൊരു രാജ്യഭക്തനൊന്നുമല്ല പക്ഷേ 'ബ്രിണ്ടിസി'യേയോ, ടാറാന്റോയെയോ സ്നേഹിക്കാൻ എനിക്കൊരിക്കലും കഴിഞ്ഞിട്ടില്ല.'

'നിങ്ങൾ ബെയ്ൻസിസ്സായെ സ്നേഹിക്കുന്നുണ്ടോ?' ഞാൻ ചോദിച്ചു.

'ഈ മണ്ണ് പവിത്രമാണ്.' അവൻ പറഞ്ഞു. പക്ഷേ ഇവിടെ കുറച്ച് ഉരുളക്കിഴങ്ങുകൂടി വിളഞ്ഞിരുന്നുവെങ്കിൽ എന്നു ഞാൻ ആഗ്രഹിച്ചുപോവുകയാണ്. കേൾക്കണോ ഞങ്ങളിവിടെ ആദ്യം വന്നകാലത്ത് ആസ്ട്രിയക്കാർ നട്ട ഉരുളക്കിഴങ്ങു പാടങ്ങൾ എമ്പാടും ഉണ്ടായിരുന്നു ഇവിടെ.'

'ഭക്ഷണത്തിന് അത്രക്ക് ക്ഷാമമുണ്ടോ സത്യത്തിൽ?'

'എന്റെ കാര്യം പറയാമല്ലോ. എനിക്കൊരിക്കലും വേണ്ടത്ര കഴിക്കാൻ കിട്ടിയിരുന്നില്ല. പക്ഷേ ഞാനൊരു പെരുംതീറ്റക്കാരനാണ്. എന്നാലോ എനിക്ക് പട്ടിണികിടക്കേണ്ടതായും വന്നിട്ടില്ല. ഭക്ഷണക്രമം ഒരു ശരാശരി കണക്കിലാണ്. അതിർത്തിയിലെ റെജിമെന്റിന് ഇഷ്ടംപോലെ നല്ല ഭക്ഷണം കിട്ടുന്നുണ്ട്. പിന്നണിയിലുള്ളവർക്ക് പക്ഷേ അത്രയൊന്നും കിട്ടുന്നില്ല. എവിടെയൊക്കെയോ എന്തൊക്കെയോ പ്രശ്നങ്ങൾ ഉണ്ട്. എല്ലാവർക്കും ഇഷ്ടംപോലെ ഭക്ഷണം കിട്ടേണ്ടതാണ് വാസ്തവത്തിൽ.'

'വമ്പൻ സ്രാവുകൾ അത് മറ്റെവിടെയോ വിറ്റു കാശാക്കുന്നതാകും.'

'അതെ. അവർ അതിർത്തിയിലെ ബറ്റാലിയനുകൾക്ക് വേണ്ടതിലേറെ കൊടുക്കുന്നു. തൊട്ടുപിന്നിലുള്ളവർക്കോ ഒരിക്കലും ഒന്നും വേണ്ടത്ര ലഭിക്കുന്നില്ല. ആസ്ട്രിയക്കാർ നട്ട ഉരുളക്കിഴങ്ങത്രയും അവർ തിന്നുതീർത്തു. പിന്നെ കാട്ടിലെ ചെസ്റ്റ്നട്ട് കായകളും. അവർ പിന്നണിയിലുള്ളവർക്കും നല്ല ഭക്ഷണം കൊടുക്കേണ്ടതാണ്. ഞങ്ങളൊക്കെ വലിയ തീറ്റക്കാരാണ്. ഇഷ്ടംപോലെ ഭക്ഷണം എല്ലാവർക്കും ഏർപ്പാടാക്കിയിട്ടുണ്ടെന്നുള്ള കാര്യം എനിക്കുറപ്പാണ്. പട്ടാളക്കാർക്ക് വേണ്ടത്ര തിന്നാൻ ഇല്ലാതിരിക്കുക എന്നത് വളരെ മോശമായ ഒരു അവസ്ഥയാണ്. ഒരാൾ ചിന്തിക്കുന്ന രീതിയെപ്പോലും അത് വ്യത്യസ്തമാക്കും എന്നുള്ള സത്യം നിങ്ങൾക്കറിയാമോ?'

'അതെ' ഞാൻ പറഞ്ഞു. ഈ രീതിയിൽ നിങ്ങൾക്ക് ഒരിക്കലും ഒരു യുദ്ധം ജയിക്കാനാവില്ല. എന്നാലോ നിഷ്പ്രയാസം തോൽപിക്കപ്പെടാൻ സാധിക്കുകയും ചെയ്യും.'

'തോൽവികളെപ്പറ്റി നമുക്ക് സംസാരിക്കാതിരിക്കാം. ഇതല്ലാതെ ത്തന്നെ വേണ്ടത്രയുണ്ട് തോൽവിയെപ്പറ്റിയുള്ള സംസാരങ്ങൾ. ഈ വേനലിൽ ചെയ്തുവെച്ച കാര്യങ്ങൾ ഇപ്പോൾ വ്യർത്ഥമാകാൻ അനുവദിച്ചുകൂടാത്തതാണ്.'

ഞാൻ ഒന്നും മിണ്ടിയില്ല. പവിത്രം, മഹനീയം, ത്യാഗം, പിന്നെ വ്യർത്ഥഭാവം തുടങ്ങിയ വാക്കുകൾ എല്ലാ കാലത്തും എന്നെ അമ്പരപ്പിച്ചിരുന്നു. ഞങ്ങൾ ഈ വാക്കുകൾ കേട്ടിട്ടുണ്ട്. പെരുമഴയത്ത്, ചെവിയെത്താത്ത അകലത്ത് ഒറ്റപ്പെട്ടുനിൽക്കുമ്പോൾ, ആരെങ്കിലും വളരെയുറക്കെ വിളിച്ചുപറയുമ്പോൾ ഞങ്ങളീ വാക്കുകൾ കേട്ടിട്ടുണ്ട്.ഞങ്ങളീ വാക്കുകൾ

വായിച്ചിട്ടുമുണ്ട്. പരസ്യം പതിക്കുന്നവർ കാലഹരണപ്പെട്ട വിജ്ഞാപന ങ്ങളുടെ പുറത്ത് പുതിയ വിജ്ഞാപനങ്ങൾ ആഞ്ഞടിച്ച് ഒട്ടിച്ച് മാറുമ്പോൾ വളരെക്കാലത്തോളമായി ഞങ്ങൾ ഇത് വായിക്കാറുണ്ട്. പക്ഷേ ഞാനിതു വരേയും പവിത്രമായ യാതൊന്നിനേയും കണ്ടുമുട്ടിയിട്ടില്ല. മഹനീയമായ കാര്യങ്ങൾ എന്നു വിശേഷിപ്പിച്ചവയിൽ ഒന്നും എനിക്കൊരു മഹത്വവും കണ്ടെത്തുവാൻ കഴിഞ്ഞിട്ടില്ല. ത്യാഗങ്ങളെക്കുറിച്ച് പറയുമ്പോൾ എനിക്ക് ചിക്കാഗോയിലെ കാലിച്ചന്തകളെപ്പറ്റി ഓർമ്മ വന്നിരുന്നു. കുഴിച്ചുമൂടുവാ നല്ലാതെ ഇറച്ചികൊണ്ട് ഇനി യാതൊന്നും ചെയ്യുവാനില്ല എന്നവസ്ഥ. കേൾക്കാനേ ഇഷ്ടപ്പെടാത്ത ഒട്ടനവധി വാക്കുകൾ വേറെയുമുണ്ട്. ഒടുവിൽ ഏതെങ്കിലും സ്ഥലങ്ങളുടെ പേരുകൾക്കുമാത്രമേ അന്തസ്സുള്ളൂ എന്നു തോന്നിപ്പോകും. അല്ലെങ്കിൽ ചില അക്കങ്ങൾക്ക്, അല്ലെങ്കിൽ ചില പ്രത്യേക തീയതികൾക്ക്. ഇപ്പറഞ്ഞവയും, ചില സ്ഥലനാമങ്ങളും മാത്രമേ ആകെ നിങ്ങൾക്ക് പറയാനായിട്ടുള്ളൂ. ഈ വാക്കുകൾക്കു മാത്രമേ എന്തെങ്കിലും അർത്ഥമുള്ളൂ.

ഗ്രാമത്തിന്റെ പേരുകൾ, റോഡുകളുടെ അക്കങ്ങൾ, നദികളുടെ നാമങ്ങൾ, റെജിമെന്റിന്റെ നമ്പറുകൾ, നാളുകൾ തുടങ്ങിയ ദൃഢപദ ങ്ങളോട് താരതമ്യപ്പെടുത്തുമ്പോൾ, അമൂർത്ത പദങ്ങളായ മഹനീയത, അഭിമാനം, ധീരത, അല്ലെങ്കിൽ ശൂന്യത തുടങ്ങിയവയെല്ലാം അശ്ലീലപദ ങ്ങളായി മാറിപ്പോകുന്നു. ജിനോ ഒരു സ്വരാജ്യാഭിമാനിയാണ്. ഞങ്ങളെ തമ്മിൽ വേർതിരിക്കുന്ന എന്തൊക്കെയോ കാര്യങ്ങൾ അവന്റെ പക്ഷ ത്തുണ്ട്. എന്നിരുന്നാലും അവൻ ഒരു ഒന്നാന്തരം ചെറുപ്പക്കാരനാണ്. ഒരു ദേശഭക്തനായിപ്പോയി എന്നകാര്യം എനിക്ക് മനസ്സിലാക്കാവുന്ന തേയുള്ളൂ. കാരണം അവൻ ജനിച്ചതേ ഒരു സ്വദേശാഭിമാനിയായിട്ടാണ്. കാറിൽ, അവൻ പെഡ്രുറ്റ്സിയോടൊപ്പം ഗോറിയസിലേക്ക് മടങ്ങിപ്പോയി.

പകൽ മുഴുവൻ കൊടുങ്കാറ്റ് വീശിക്കൊണ്ടിരുന്നു. കാറ്റ് മഴയെ ഓടിച്ചു കൊണ്ടുവന്നു പെയ്യിച്ചു. നോക്കുന്നിടത്തെല്ലാം കെട്ടിക്കിടക്കുന്ന വെള്ളവും ചേറും. ഇടിഞ്ഞുപൊളിഞ്ഞുവീണ വീടുകളുടെ കുമ്മായക്കട്ടകൾ മഴയത്ത് കിടന്നു കുതിർന്നു ചാരനിറം പൂണ്ടും കാണപ്പെട്ടു. വൈകുന്നേരമായതോടെ മഴക്കൊരു ശമനം വന്നു. രണ്ടാംനമ്പർ പോസ്റ്റിൽനിന്നും നോക്കുമ്പോൾ നനഞ്ഞീറനായ, ഒഴിഞ്ഞുകിടക്കുന്ന ശരത്കാല നാട്ടിൻപുറത്താകമാനം കാണാൻ കഴിഞ്ഞിരുന്നു. കുന്നിൽ തലപ്പുകളിൽ മേഘങ്ങൾ തങ്ങിക്കിട ന്നു. റോഡിലുടനീളമുണ്ടായിരുന്ന പനമ്പുതട്ടികൾ മഴകൊണ്ട് കുതിർന്നു. അവയിൽനിന്നും വെള്ളം ഇറ്റുവീണുകൊണ്ടിരുന്നു. അസ്തമയത്തിനു തൊട്ടുമുമ്പിലായി സൂര്യൻ വന്ന് ഒന്നെത്തിനോക്കിപ്പോയി. മലയിടുക്കി നുമപ്പുറത്തായി കാണപ്പെട്ട ഇലപൊഴിഞ്ഞകാട് ഒരു നിമിഷം സൂര്യപ്ര കാശമേറ്റ് ഒന്ന് തിളങ്ങി. മലയിടുക്കിലെ കാടുകളിലുടനീളം ആസ്ട്രിയൻ പീരങ്കികൾ വിന്യസിക്കപ്പെട്ടിരുന്നു. പക്ഷേ വളരെ കുറച്ച് എണ്ണം മാത്രമേ വെടിയുതിർത്തിരുന്നുള്ളൂ. നോക്കിയിരിക്കെ പൊടുന്നനെ അതിർത്തിരേഖ ക്കടുത്തുള്ള ഒരു തകർന്ന കർഷകഭവനത്തിന്റെ മുകളിലെ ആകാശത്തിൽ

ഷാർപ്നൽ-ന്റെ വൃത്താകൃതിയിലുള്ള പുകച്ചുരുളുകൾ ഉയർന്നുപൊങ്ങി. മദ്ധ്യത്തിൽ മഞ്ഞകലർന്ന വെളുത്ത നിറത്തിലുള്ള ശോഭയോടുകൂടിയ മൃദുവായ പുകച്ചുരുളുകൾ. മിന്നലിന്റെ ശോഭ നിങ്ങൾക്ക് കാണാം. പിന്നെ പൊട്ടിത്തെറിയുടെ ശബ്ദം നിങ്ങൾക്ക് കേൾക്കാം. പിന്നീട് പുകയുടെ ഉരുളൻ പന്തുകൾ ആകൃതിന ഷ്ടപ്പെട്ട്. അന്തരീക്ഷത്തിൽ അലിഞ്ഞു പോകുന്നതും കാണാം. തകർന്നടിഞ്ഞ വീടുകളുടെ അവശിഷ്ടങ്ങളിൽ ധാരാളം ഇരുമ്പ് ഷാർപ്നലിന്റെ ഗോളങ്ങൾ കാണാമായിരുന്നു. ഒരിക്കൽ ഞങ്ങളുടെ പോസ്റ്റ് ആയി പ്രവർത്തിച്ചിരുന്ന ഒരു പൊളിഞ്ഞ വീടിന്റെയ രികിലുള്ള റോഡിലും അത്തരം ഗോളങ്ങൾ കാണാമായിരുന്നു.

അന്നത്തെ സായാഹ്നത്തിൽ പക്ഷേ അവർ ഞങ്ങളുടെ സ്റ്റേഷന്റെ പരിസരത്തിലേക്ക് വീണ്ടും ഷെല്ലുകൾ എറിഞ്ഞില്ല. ഞങ്ങൾ രണ്ടു കാറുകൾ നിറയെ പരിക്കേറ്റവരെ എടുത്ത്, നനഞ്ഞ പനമ്പുതട്ടികളുടെ മറവുള്ള റോഡിലൂടെ മലയിറങ്ങിപ്പോയി. അസ്തമിക്കുന്ന സൂര്യന്റെ അവസാ നരശ്മികൾ പനമ്പുതട്ടികളുടെ ഇടയിലുള്ള വിടവിലൂടെ കയറിവന്നു. പീന്നീട് കുന്നുകളുടെ സംരക്ഷണത്തിലുള്ള തെളിഞ്ഞ റോഡിലൂടെ നീങ്ങാൻ തുട ങ്ങിയപ്പോഴേക്കും സൂര്യൻ പൂർണമായും അസ്തമിച്ചുകഴിഞ്ഞിരുന്നു. ഞങ്ങൾ തട്ടികളുടെ മറയില്ലാത്ത തെളിഞ്ഞ റോഡിലൂടെ ഇറങ്ങി അവസാനം ഒരു തുറസ്സിലെത്തി പിന്നീട് വീണ്ടും തട്ടികളുടെ ചതുരൻ കമാനത്തിലേക്ക് കടന്നു. അപ്പോൾ മഴ പെയ്യാനാരംഭിച്ചു.

രാത്രി വീണ്ടും അതിശക്തിമായി കാറ്റ് വീശാനാരംഭിച്ചു. വെളുപ്പിന് മൂന്നുമണിയായപ്പോഴേക്കും മഴ, തകിട് കനത്തിൽ വീഴാൻ തുടങ്ങി. ആ സമയത്ത് വെടിവെപ്പിന്റെ ശബ്ദം കേൾക്കാൻ തുടങ്ങി. മലകൾക്കിടയിലെ ചെറിയ പുൽമൈതാനം മുറിച്ചുകടന്ന്. കാടുകൾക്കിടയിലെ വിടവിലൂടെ ഞങ്ങളുടെ അതിർത്തിരേഖ ലംഘിച്ച് ക്രൊയേഷ്യൻസ് ഇപ്പുറത്തേക്ക് നുഴഞ്ഞുകയറി. കനത്ത മഴയിൽ, കൂരിരുട്ടിൽ അവർ ശക്തമായി ഏറ്റുമുട്ടി. രണ്ടാം അതിർത്തിരേഖയിലെ പേടിച്ചുപോയ പട്ടാളക്കാർ പ്രത്യാക്രമണം നടത്തി അവരെ തുരത്തിയോടിച്ചു കനത്ത മഴയിൽ ഷെല്ലിങ്ങുകളുടേയും റോക്കറ്റിന്റേയും മിന്നൽ തെളിഞ്ഞുകൊണ്ടിരുന്നു. അതിർത്തിയിലുടനീളം മെഷീൻഗണ്ണിന്റേയും റൈഫിളിന്റേയും ഗർജ്ജനം മുഴങ്ങിക്കൊണ്ടിരുന്നു. ആ രാത്രി അവർ വീണ്ടും തിരിച്ചുവരികയുണ്ടായില്ല. സ്ഥിതിഗതികൾ കുറെയൊക്കെ ശാന്തമായി. പക്ഷേ അങ്ങു ദൂരത്തായി വടക്കുഭാഗത്ത് ഭയങ്കര വെടിവെപ്പിന്റെ കോലാഹലങ്ങൾ ഞങ്ങൾക്ക് കേൾക്കാമായി രുന്നു.

പോസ്റ്റിലേക്ക് പരിക്കേറ്റവരുടെ വരവ് തുടങ്ങിക്കഴിഞ്ഞു. ചിലരെ സ്ട്രെച്ചറിൽ ചുമന്നാണ് കൊണ്ടുവന്നത്. ചിലർ നടന്നുതന്നെ വന്നു. അവരെല്ലാവരും നനഞ്ഞുകുതിർന്നിരുന്നു. വീടിന്റെ സെല്ലാറി (നിലവറ) ലാണ് ഡ്രെസ്സിംഗ് സ്റ്റേഷൻ പ്രവർത്തിച്ചിരുന്നു. അവിടെനിന്നിറക്കി ക്കൊണ്ടുവന്നവരിൽ സ്ട്രെച്ചറിൽ കിടത്തിയവരെ മാത്രം രണ്ടു കാറുക ളിലായി എടുത്ത് ഞങ്ങൾ യാത്ര പുറപ്പെട്ടു. രണ്ടാമത്തെ ആംബുലൻസ്

കാറിന്റെ വാതിൽ അടച്ച് തഴുതിട്ടുമ്പോൾ, മുഖത്ത് വീണുകൊണ്ടിരുന്ന മഴ പൊടുന്നനെ മഞ്ഞായിമാറുന്നത് ഞാനറിഞ്ഞു. മഞ്ഞുശകലങ്ങൾ മഴയോടൊപ്പം കനത്തിലും വേഗത്തിലും പെയ്തിറങ്ങിക്കൊണ്ടിരുന്നു.

പുലർന്ന് വെളിച്ചമായപ്പോഴേക്കും, മഞ്ഞുവീഴ്ച നിന്നിരുന്നുവെങ്കിലും ശക്തിയേറിയ കാറ്റ് വീശിക്കൊണ്ടുതന്നെയിരുന്നു. നനഞ്ഞ തറയിൽ വീണ മഞ്ഞ് അതിവേഗം ഉരുകിയൊലിച്ചുപോയി. നോക്കിയിരിക്കെ വീണ്ടും മഴ അമർന്നു പെയ്യാൻ തുടങ്ങി. വെളിച്ചം വീണതിനുശേഷം വീണ്ടുമൊരു ഏറ്റുമുട്ടൽകൂടി ഉണ്ടായി.

എങ്കിലും അതത്ര വിജയപ്രദമായിരുന്നില്ല. പകൽ മുഴുവൻ ഞങ്ങൾ ഒരാക്രമണം പ്രതീക്ഷിച്ചുകഴിഞ്ഞുവെങ്കിലും അസ്തമയം കഴിയുന്നതുവരെ അങ്ങനെയൊന്ന് ഉണ്ടായില്ല. മലയിടുക്കിലുടനീളമുള്ള കാടുകളിൽ ആസ്ട്രിയൻ പീരങ്കിപ്പട വളരെ ഗാഢമായി വിന്യസിക്കപ്പെട്ടിരുന്നു. വെടിപൊട്ടാനാരംഭിച്ചതും ആ ഭാഗത്തുനിന്നായിരുന്നു. ഞങ്ങളുടെ താവളത്തിന്റെ തെക്കുഭാഗത്തായിരുന്നു ആ കാടുകൾ. ഡ്രെസ്സിംഗ് സ്റ്റേഷന്റെ നേർക്കായി ഒരു പീരങ്കിയാക്രമണം ഉണ്ടാകുമെന്ന് ഞങ്ങൾ പേടിച്ചു. പക്ഷേ അങ്ങനെയൊന്നുണ്ടായില്ല. ഗ്രാമത്തിന്റെ പിൻവശത്തുള്ള വയലുകളിൽ നിന്നും വെടിയുണ്ടകൾ ചീറിപ്പായുന്ന ശബ്ദം കേൾക്കാമായിരുന്നു. ഞങ്ങളുടെ പക്ഷത്തുനിന്നും കുതിച്ചുപോകുന്ന ഷെല്ലുകളുടെ മൂളൽ തികച്ചും സാന്ത്വനിപ്പിക്കുന്നതായിരുന്നു.

പിന്നീട് തെക്കുഭാഗത്തെ പ്രത്യാക്രമണം തികച്ചും പരാജയമായിരുന്നുവെന്നു ഞങ്ങൾ കേട്ടു. അന്നു രാത്രി മുഴുവൻ ആസ്ട്രിയൻ പക്ഷത്തുനിന്നും മറ്റൊരാക്രമണവുമുണ്ടായില്ല. പക്ഷേ അവർ അതിർത്തിവലയം ഭേദിച്ച് വടക്കോട്ടേക്ക് നീങ്ങുന്നുണ്ടെന്ന് ഞങ്ങൾ അറിഞ്ഞു. അന്നുരാത്രിതന്നെ കുറേയേറെച്ചെന്നപ്പോൾ, ഉടനെ ഒരു പിൻവാങ്ങലിനുള്ള ഒരുക്കങ്ങൾ തുടങ്ങണമെന്നുള്ള നിർദ്ദേശം കിട്ടി. പോസ്റ്റിലുണ്ടായിരുന്ന ക്യാപ്റ്റൻ എന്നോട് വിവരങ്ങൾ പറഞ്ഞു. ബ്രിഗേഡ്- ൽ നിന്നാണ് അയാൾ ഈ വാർത്തയറിഞ്ഞത്.

കുറച്ചുനേരം കഴിഞ്ഞപ്പോൾ, ടെലിഫോണിന്റെയരികിൽ നിന്നും ഇറങ്ങിവന്ന്. അപ്പറഞ്ഞതൊരു നുണയായിരുന്നുവെന്ന് അയാൾ എന്നോട് പറഞ്ഞു. ഒരു കാരണവശാലും, എന്തുതന്നെ സംഭവിച്ചാലും ബെയ്ൻസിസ്സ അതിർത്തിരേഖയിൽ നിന്നുമുള്ള പിടി വിടരുതെന്ന് ബ്രിഗേഡിന് സന്ദേശം കിട്ടിക്കഴിഞ്ഞു എന്ന് അയാൾ അറിയിച്ചു. അതിർത്തിവലയം ഭേദിച്ചുകഴിഞ്ഞു എന്ന വാർത്തയെപ്പറ്റി ഞാനയാളോട് പറഞ്ഞു. ആസ്ട്രിയൻ സൈന്യം അതിർത്തി ലംഘിച്ച് 27-ാം സൈനികയൂണിറ്റിനെ കീഴ്പെടുത്തി 'കാപോറെറ്റോ'യിലേക്കു കടന്നുതുടങ്ങിയെന്ന വാർത്ത താൻ ബറ്റാലിയനിൽവെച്ച് കേട്ടുവെന്ന് ക്യാപ്റ്റൻ തന്നെ പറഞ്ഞു. വടക്കുവശത്തായി ഭീകരമായ ഒരേറ്റുമുട്ടൽ നടന്നുകൊണ്ടിരിക്കുകയായിരുന്നു പകൽ മുഴുവനും.

'അവിടത്തെ തന്തയില്ലാത്തവന്മാർ അവരെ ഇങ്ങോട്ട് കടക്കാൻ അനുവദിക്കുകയാണെങ്കിൽ നമ്മുടെ കാര്യം പോക്കാകും.'

ക്യാപ്റ്റൻ പറഞ്ഞു.

'ഇപ്പോൾ ആക്രമണം നടത്തുന്നത് ജെർമൻകാരാണ്.' മെഡിക്കൽ ഓഫീസർമാരിൽ ഒരാൾ പറഞ്ഞു. 'ജെർമൻകാർ' എന്ന വാക്കുതന്നെ പേടിക്കേണ്ട ഒന്നാണെന്ന് എല്ലാവർക്കും അറിയാമായിരുന്നു. ജെർമൻ കാരുമായുള്ള ഒരു കച്ചവടത്തിനും ഞങ്ങൾ തയ്യാറായിരുന്നില്ല.

'അവിടെ ജെർമന്റെ പതിനഞ്ച് ഡിവിഷനുകളുണ്ട്.'

മെഡിക്കൽ ഓഫീസർ പറഞ്ഞു. 'അവർ അതിർത്തി ലംഘിച്ചുകഴിഞ്ഞി രിക്കുന്നു. നമ്മളിവിടെ കുടുങ്ങിപ്പോകും എന്നാണ് തോന്നുന്നത്.'

'ബ്രിഗേഡിൽ നിന്നുള്ള അറിയിപ്പ് മറിച്ചാണ്. അവർ പറയുന്നു ഈ ഭാഗത്തെ അതിർത്തിരേഖ ഏതുവിധേനയും സംരക്ഷിക്കേണ്ടതാണെന്ന്. സ്ഥിതിഗതികൾ മോശമായേക്കാവുന്ന വിധത്തിൽ അവർ അതിർത്തി കൈയ്യേറിയിട്ടില്ലെന്നാണ് നമ്മെ അറിയിച്ചിട്ടുള്ളത്. മോണ്ട് മഗ്ഗീയോർ തൊട്ടുള്ള മലനിരകളിലെ അതിർത്തി നമുക്ക് കോക്കണ്ടതുണ്ടത്രെ.'

'അവരീ വാർത്ത എവിടെനിന്നാണ് അറിഞ്ഞത്?'

'ഡിവിഷനിൽനിന്നും.'

'ഉടനെ ഒരു പിൻവാങ്ങലിനുവേണ്ടി ഒരുങ്ങണമെന്ന വാർത്തയും ഡിവിഷനിൽ നിന്നാണല്ലോ വന്നത്.'

'ആർമി കോർപസ് ന്റെ കീഴിലാണ് ഞങ്ങൾ ജോലി ചെയ്യുന്നത്.'

ഞാൻ പറഞ്ഞു. 'പക്ഷേ ഇവിടെ ഇപ്പോൾ ഞാൻ ജോലി ചെയ്യുന്നത് നിങ്ങളുടെ കീഴിലാണ്. നിങ്ങൾ പോകാൻ പറയുകയാണെങ്കിൽ സ്വാഭാ വികമായി ഞാൻ പോകേണ്ടതുമാണ്. പക്ഷേ ഒരു കാര്യം ഓർഡറുകൾ വളച്ചുകെട്ടില്ലാത്തവിധത്തിൽ ചൊവ്വേ ആയിരിക്കണം.'

'നമ്മളിവിടെത്തന്നെ തങ്ങിക്കൊള്ളണമെന്നാണ് ഓർഡറുകൾ. നിങ്ങൾ പരിക്കേറ്റവരെ ക്ലിയറിംഗ് സ്റ്റേഷനിൽ എത്തിക്കണം.'

'ചിലപ്പോൾ ക്ലിയറിംഗ് സ്റ്റേഷനിൽ നിന്ന് അവരെയെടുത്ത് ഫീൽഡ് ഹോസ്പിറ്റലിൽ എത്തിക്കേണ്ടതായും വന്നേക്കാം.' ഞാൻ പറഞ്ഞു. 'പറയൂ - ഞാനിതേവരെ ഒരു പിൻവാങ്ങൽ കണ്ടിട്ടേയില്ല - ഒരു പിൻവാങ്ങൽ ഉണ്ടാവുകയാണെങ്കിൽ നമ്മളെങ്ങനെയാണ് പരിക്കുപറ്റിയവരെ മുഴുവൻ ഒഴിപ്പിക്കുക?'

'അവരെ മുഴുവൻ ഒഴിപ്പിക്കാനാവുകയില്ല. കൊണ്ടുപോകാനാവുന്നിട ത്തോളം കൊണ്ടുപോകുക. ബാക്കിയുള്ളവരെ ഉപേക്ഷിക്കുക.'

'ആംബുലൻസ് കാറുകളിൽ ഞാനെന്താണ് കൊണ്ടുപോകേണ്ടത്?

'ആസ്പത്രി ഉപകരണങ്ങൾ.'

'ശരി' ഞാൻ പറഞ്ഞു.

പിറ്റേന്നത്തെ രാത്രിയിൽ പിൻവാങ്ങൽ ആരംഭിച്ചു. ജർമൻകാരും ആസ്ട്രിയൻകാരും അതിർത്തികൾ ഭേദിച്ചുകഴിഞ്ഞുവെന്ന വാർത്ത

ഞങ്ങൾ കേട്ടു. അവർ താഴ്‌വാരങ്ങളിലേക്കിറങ്ങി സിവിഡേലിന്റേയും യുഡൈൻ-ന്റേയും നേരെ കടന്നുവരുന്നുണ്ടെന്നും ഞങ്ങളറിഞ്ഞു. പിൻവാങ്ങൽ വളരെയേറെ അച്ചടക്കത്തോടുകൂടിയായിരുന്നു നീങ്ങിക്കൊണ്ടിരുന്നത്. അച്ചടക്കത്തോടെയും നനഞ്ഞും ഉദാസീനമായും. രാത്രി - തിരക്കുള്ള റോഡിലൂടെ സാവധാനത്തിൽ നീങ്ങിക്കൊണ്ടിരിക്കുമ്പോൾ ഞങ്ങൾ മഴയത്ത് മാർച്ച് ചെയ്തു നീങ്ങുന്ന സൈനിക യൂണിറ്റുകളെ എമ്പാടും കടന്നുപോയി. കൂടാതെ പീരങ്കികൾ, കുതിരകൾ വലിക്കുന്ന വാഗണുകൾ, കോവർകഴുതകൾ, മോട്ടോർ ട്രക്കുകൾ, എല്ലാം മുന്നണിയിൽനിന്നും അകന്നു പോകുന്നവ. ഒരു മുന്നേറ്റത്തിലുള്ളതിനേക്കാൾ കവിഞ്ഞുള്ള അച്ചടക്കരാഹിത്യം ഒന്നും പിൻവാങ്ങലിലും കാണാനായില്ല.

അന്നു രാത്രി ഞങ്ങൾ ഫീൽഡ് ഹോസ്പിറ്റലുകളിൽ നിന്നും ആൾക്കാരെ ഒഴിച്ചുകൊണ്ടുപോകുന്ന ജോലിയിൽ മുഴുകി. പീഠഭൂമിയിലെ തകർന്നുവീഴാതെ ശേഷിച്ചിരുന്ന ഗ്രാമങ്ങളിലായിരുന്നു ഫീൽഡ് ഹോസ്പിറ്റലുകൾ പ്രവർത്തിച്ചിരുന്നത്. ഞങ്ങൾ മുറിവേറ്റവരെ മലയിറക്കിക്കൊണ്ടുവന്നു. നദിക്കരയിലെ 'പ്ലാവ'യിൽ കൊണ്ടുചെന്നാക്കി. പിറ്റേന്നു മുഴുവൻ പെരുമഴയത്ത് 'പ്ലാവ'യിലുള്ള ക്ലിയറിംഗ് സ്റ്റേഷനുകളിൽ നിന്നും ഫീൽഡ് ഹോസ്പിറ്റലുകളിൽ നിന്നും ആൾക്കാരെ എടുത്തുകൊണ്ടുപോയ്ക്കൊണ്ടിരുന്നു. മഴ വിടാതെ പെയ്തുകൊണ്ടിരുന്നു. ബെയ്ൻസിസ്സ-യിൽ തമ്പടിച്ചിരുന്ന പട്ടാളം കനത്ത ഒക്ടോബർ മഴയിൽ നദിമുറിച്ചുകടന്നു പീഠഭൂമിയുടെ ചുരം ഇറങ്ങിക്കൊണ്ടിരുന്നു. കഴിഞ്ഞുപോയ വസന്തത്തിൽ മഹത്തായ വിജയങ്ങൾക്ക് ആരംഭം കുറിച്ചിരുന്ന നദീതടം ഇപ്പോൾ അവർ നിരുന്മേഷമായി മുറിച്ചുകടന്നു. പിറ്റേന്ന് നട്ടുച്ചയോടെ ഞങ്ങൾ ഗോറിസിയ-യിൽ തിരിച്ചെത്തി. മഴ നിന്നിരുന്നു പട്ടണം മിക്കവാറും ശൂന്യമായി കാണപ്പെട്ടു. ഞങ്ങൾ തെരുവീഥിയിലേക്ക് കടന്നപ്പോൾ, അവർ, പട്ടാളക്കാരുടെ വേശ്യപ്പുരയിലെ പെൺകുട്ടികളെ ഒരു ട്രക്കിൽ കയറ്റിക്കൊണ്ടിരിക്കുന്നതായി കണ്ടു. അവർ ആകെ ഏഴ് പെൺകുട്ടികളുണ്ടായിരുന്നു. എല്ലാവരും തൊപ്പിയും കോട്ടും ധരിച്ച് കൈയ്യിൽ ഒരു സൂട്ട്കേസും പിടിച്ചിരുന്നു. രണ്ടുപേർ കരയുന്നുണ്ടായിരുന്നു. മറ്റുള്ളവരുടെ കൂട്ടത്തിൽ ഒരുത്തി ഞങ്ങളുടെ നേരെ നോക്കി മന്ദഹസിച്ചു. പിന്നെ നാവ് പുറത്തേക്കിട്ട് ചലിപ്പിച്ചുകാണിച്ചു. അവൾക്ക് തടിച്ച വീതിയേറിയ ചുണ്ടുകളുണ്ടായിരുന്നു; നന്നേ കറുത്ത കണ്ണുകളും.

ഞാൻ കാർ നിർത്തിച്ചെന്ന് അവരുടെ 'മേട്രൺ' നോട് സംസാരിച്ചു. ഓഫീസർമാരുടെ വേശ്യപ്പുരയിലെ പെൺകിടാങ്ങൾ രാവിലെത്തന്നെ സ്ഥലംവിട്ടു കഴിഞ്ഞുവെന്നു അവൾ പറഞ്ഞു. എവിടേക്കാണവർ പോകുന്നത്? കോൺഗ്ലിയാനോ വിലേക്ക്, അവൾ പറഞ്ഞു. ട്രക്ക് പുറപ്പെട്ടു. തടിച്ച ചുണ്ടുള്ള പെണ്ണ് ഞങ്ങളുടെ നേരെ നാവ് പുറത്തേക്കിട്ട് ചലിപ്പിച്ചുകാട്ടി. മേട്രൺ കൈവീശി. കരഞ്ഞുകൊണ്ടിരുന്നിരുന്ന പെൺപിള്ളേർ കരഞ്ഞുകൊണ്ടുതന്നെയിരുന്നു. മറ്റു പെൺകുട്ടികൾ താൽപര്യപൂർവ്വം ടൗണിനുനേരെ നോക്കിക്കൊണ്ടിരുന്നു. ഞാൻ കാറിലേക്ക് തിരിച്ചുചെന്നു.

'നമ്മളും അവരോടൊപ്പം പോകേണ്ടതായിരുന്നു' ബോണെല്ലോ പറഞ്ഞു. 'അതൊരു രസികൻ യാത്രയാകുമായിരുന്നു.'

'നമ്മൾക്കും ഒരു നല്ല യാത്രയായിരിക്കും.' ഞാൻ പറഞ്ഞു.

'നമ്മൾക്ക് നരകം പിടിച്ച യാത്രയായിരിക്കും.'

'അതുതന്നെയാണ് ഞാനുദ്ദേശിച്ചതും.' ഞാൻ പറഞ്ഞു.

ഞങ്ങൾ ഞങ്ങളുടെ 'വില്ല'യുടെ നടപ്പാതയിലേക്ക് തിരിഞ്ഞു.

'മെരുങ്ങാത്ത പെൺകുഞ്ഞുങ്ങൾ കയറിവരുമ്പോൾ ഞാൻ അവിടെ ഉണ്ടാകേണ്ടതായിരുന്നു.'

'അവർ അനുവദിക്കുമെന്നാണോ നീ കരുതുന്നത്?'

'തീർച്ചയായും. സെക്കന്റ് ആർമിയിലെ എല്ലാവർക്കും ആ മേടയണെ അറിയാം.'

ഞങ്ങൾ വില്ലയുടെ മുൻവശത്തെത്തി.

'മദർ സുപ്പീരിയർ' എന്നാണ് അവളെയെല്ലാവരും വിളിച്ചിരുന്നത്.

ബോണെല്ലോ പറഞ്ഞു. 'പക്ഷേ പെൺകുട്ടികൾ പുതിയതാണ് കേട്ടോ. ഈ പിൻവാങ്ങലിനുതൊട്ടുമുമ്പേയായിരിക്കും അവർ എത്തിയിരിക്കുക.'

'അവർക്കിതൊരു സമയം തന്നെയായിരിക്കും.'

'ഞാൻ പറയുന്നു അവർക്കിതൊരു സമയംതന്നെയായിരിക്കുമെന്ന്' ഒറ്റപ്പെനി കൊടുക്കാതെ എനിക്കൊന്ന് കൂടെക്കിടക്കേണമെന്നുണ്ടായിരുന്നു. ഈ ഗവൺമെന്റ് നമ്മെ....

'കാറ് പുറത്തേക്ക് കൊണ്ടുപോയി മെക്കാനിക്കുകളെക്കൊണ്ട് നോക്കിക്കൂ.' ഞാൻ പറഞ്ഞു. 'ഓയിൽ മാറ്റണം ഡിഫറൻഷ്യൻ ചെക്ക് ചെയ്യുകയും വേണം. പിന്നെ പെട്രോൾ നിറച്ച് കഴിഞ്ഞതിനുശേഷം തിരിച്ചു വന്നു കുറച്ചുനേരം ഉറങ്ങാൻ ശ്രമിക്കൂ.'

'ഉവ്വ് സിഞ്ഞോർ ടെനെന്റി.'

വില്ല ശൂന്യമായിക്കിടന്നു. ആസ്പത്രിയോടൊപ്പം റിനാൾഡിയും പോയിക്കഴിഞ്ഞിരുന്നു. സ്റ്റാഫ് കാറിൽ ആസ്പത്രിയുദ്യോഗസ്ഥരേയും എടുത്ത് മേജറും പോയിക്കഴിഞ്ഞു. എനിക്ക് വേണ്ടി എഴുതിവെച്ച ഒരു കുറിപ്പ് ജനവാതിൽപ്പടിമേൽ നിന്നും കിട്ടി. കാറുകൾ നിറക്കാനും, ഹാളിൽകൂട്ടിയിട്ട സാധനങ്ങൾ എടുത്ത് കാറിലിട്ട് 'പോർസിനോൺ' ലേക്ക് നീങ്ങാനുമായിരുന്നു നിർദ്ദേശം. മെക്കാനിക്കുകൾ എല്ലാം സ്ഥലംവിട്ടുകഴിഞ്ഞിരുന്നു. ഞാൻ പുറത്തിറങ്ങി ഗാരേജിലേക്ക് നടന്നു. ഞാനിവിടെ നിൽക്കുമ്പോൾത്തന്നെ മറ്റു രണ്ടുകാറുകളും എത്തിച്ചേർന്നു ഡ്രൈവർമാർ പുറത്തിറങ്ങി. വീണ്ടും മഴ പെയ്യാനാരംഭിച്ചു.

'എനിക്ക് വല്ലാതെ ഉറക്കം വരുന്നു. പ്ലാവയിൽ നിന്നും ഇങ്ങോട്ട് ഡ്രൈവ് ചെയ്യുന്ന സമയത്തിനകം ഞാൻ മൂന്നുതവണ ഉറങ്ങിപ്പോയി. പിയാനി പറഞ്ഞു. 'ഇനി നമ്മൾ എന്താണ് ചെയ്യാൻ പോകുന്നത്' ടെനെന്റി?'

'നമ്മൾ ഓയിൽ ചേഞ്ച് ചെയ്യുന്നു, ഗ്രീസിടുന്നു, നിറക്കുന്നു. പിന്നെ എടുത്ത് വില്ലയുടെ മുൻവാതിലിൽ കൊണ്ടുപോയി നിർത്തി ഇവിടെ അവർ ഇട്ടുപോയ സാമാനങ്ങൾ നിറക്കുന്നു.'

'എന്നിട്ട് അപ്പോൾത്തന്നെ നമ്മൾ പുറപ്പെടുമോ?'

'ഇല്ല നമ്മൾ മൂന്നുമണിക്കൂർനേരം കിടന്നുറങ്ങും.'

'ക്രൈസ്റ്റ്, ഉറങ്ങുകയെന്നത് എന്തൊരു സന്തോഷമുള്ള കാര്യം.

ബോണെല്ലോ പറഞ്ഞു. 'ഡ്രൈവ് ചെയ്യുമ്പോൾ കണ്ണടഞ്ഞു പോവുകയായിരുന്നു.'

'തന്റെ കാർ എങ്ങനെയിരിക്കുന്നു ഐമോ?' ഞാൻ ചോദിച്ചു.

'അതിന് കുഴപ്പമൊന്നുമില്ല.'

'എനിക്കൊരു മങ്കിസ്പ്യൂട്ട് തരൂ. ഓയിൽ-ന്റെ കാര്യത്തിൽ ഞാനും ഒരു കൈ സഹായിക്കാം.'

'താങ്കളത് ചെയ്യേണ്ട ടെനെന്റി' ഐമോ പറഞ്ഞു 'അതൊന്നും കാര്യമായി ചെയ്യാനില്ല. -താങ്കൾ പോയി താങ്കളുടെ സാധനങ്ങൾ പാക്ക് ചെയ്തുകൊള്ളൂ.'

'എന്റെ സാധനങ്ങളെല്ലാം നേരത്തേ പാക്ക് ചെയ്തുകഴിഞ്ഞു.'

ഞാൻ പറഞ്ഞു 'ഞാനെന്നാൽ പോയി അവരിവിടെ ഇട്ടുപോയ സാധനങ്ങൾ പുറത്തേക്ക് ചുമന്നുകൊണ്ടുവെക്കാം.'

'റെഡിയായിക്കഴിഞ്ഞാൽ നിങ്ങൾ കാറുകൾ മുൻവാതിലിനരികിലേക്കു കൊണ്ടുവരൂ'

താമസിയാതെ അവർ കാറുകൾ മുൻവാതിലനരികിൽ കൊണ്ടുവന്നു നിർത്തി. ഹാളിൽ കൂട്ടിയിട്ടിരുന്ന ആസ്പത്രിയുപകരണങ്ങൾ ഞങ്ങളെല്ലാവരും ചേർന്ന് കാറിനുള്ളിൽ നിറച്ചു. എല്ലാം കയറ്റിക്കഴിഞ്ഞപ്പോൾ, നടപ്പാതയിലെ മരങ്ങൾക്കുചുവട്ടിൽ കാറുകൾ വരിയായി നിർത്തിയിട്ടു. പിന്നീട് ഞങ്ങൾ ഉള്ളിലേക്ക് കയറി.

'അടുക്കളയിൽ തീ പൂട്ടി നിങ്ങളുടെ സാധനങ്ങളെല്ലാം ഉണക്കിയെടുക്കൂ.' ഞാൻ പറഞ്ഞു.

'എനിക്കിപ്പോൾ ഉണങ്ങിയ തുണികളൊന്നും വേണമെന്നില്ല.'

പിയാനി പറഞ്ഞു.'എനിക്ക് ഒന്നുറങ്ങുകയേ വേണ്ടൂ'

'ഞാൻ മേജറുടെ കിടക്കയിൽക്കിടന്നാണ് ഉറങ്ങാൻ പോകുന്നത്.' ബോണെല്ലോ പറഞ്ഞു

'അത് നമ്മുടെ മീൻമോറന്റെ മുറിയാണ്.' പിയാനിപറഞ്ഞു.

'നിങ്ങൾ രണ്ടും അവിടെ ഉറങ്ങൂ' ഞാൻ പറഞ്ഞു.'ഞാൻ നിങ്ങളെ വിളിച്ചുണർത്തിക്കൊള്ളാം.'

'ടെനെന്റി! താങ്കളും കുറച്ചധികം നേരം ഉറങ്ങിപ്പോയാൽ നമ്മളെ വിളിച്ചുണർത്തുന്നത് ആസ്റ്റ്രിയൻസ് ആയേക്കും' ബോണെല്ലോ പറഞ്ഞു.

'ഞാനുറങ്ങുന്നില്ല.' ഞാൻ പറഞ്ഞു. 'അയ്മോ എവിടെപ്പോയി.'

'അവൻ കിച്ചനിലുണ്ട്.'

'ശരി ഉറങ്ങിക്കോളൂ' ഞാൻ പറഞ്ഞു.

'ഞാനുറങ്ങുകയാണ്' പിയാനിപറഞ്ഞു. ഞാനിന്ന് പകൽ മുഴുവൻ ഇരുന്നുറങ്ങുകയായിരുന്നു. എന്റെ തലയുടെ മുകൾഭാഗം മുഴുവൻ കണ്ണുകളിലേക്കിറങ്ങി വരികയാണ്.'

'തന്റെ ബൂട്ട്സ് ഊരിക്കളയൂ' ബോണെല്ലോ പറഞ്ഞു. 'ഇത് നമ്മുടെ മീൻ മോറന്റെ കിടക്കയാണ്.'

'മീൻ മോറൻനെ ഞാൻ വിലവെക്കുന്നില്ല' പിയാനി കിടക്കയിൽ മലർന്നുകിടന്നു. അവൻ ചേറിൽക്കുഴഞ്ഞ ബൂട്ടുകൾ പുറത്തേക്ക് നീട്ടിപ്പിടിച്ചു. കൈത്തണ്ടയിൽ തലചായ്ച്ച ഞാൻ കിച്ചനിലേക്ക് ചെന്നു. ഐമോ സ്റ്റൗവിൽ തീ പൂട്ടിക്കഴിഞ്ഞിരുന്നു. വെള്ളം നിറച്ച കെറ്റിൽ തീക്കുമുകളിൽ വെച്ചിട്ടുണ്ട്.

'ഞാൻ അൽപം പാസ്റ്റാ തയ്യാറാക്കാമെന്നു വിചാരിച്ചു.'

അവൻ പറഞ്ഞു. 'ഉണർന്നുകഴിഞ്ഞാൽ നമുക്കെല്ലാവർക്കും വിശന്നേക്കും.'

'തനിക്കുറക്കം വരുന്നില്ലേ. ബർത്തലോമിയോ?'

'അത്രക്ക് ഉറക്കം വരുന്നൊന്നുമില്ല. വെള്ളം തിളച്ചുകഴിഞ്ഞാൽ അതങ്ങനെത്തന്നെ ഇട്ടുപോകും. തീ കത്തിക്കഴിഞ്ഞു തീർന്നാൽ അടുപ്പ് താനെ കെട്ടുകൊള്ളും.'

'നീ കുറച്ചുറങ്ങുന്നതായിരിക്കും നല്ലത്' ഞാൻ പറഞ്ഞു. 'നമുക്ക് ചീസും കുരങ്ങിറച്ചിയും തിന്നാമല്ലോ!'

'ഇതാണ് നല്ലത്' അവൻ പറഞ്ഞു. ' ആ രണ്ടു അരാജകവാദികൾക്കും ചൂടുള്ള എന്തെങ്കിലും കൊടുക്കുന്നതായിരിക്കും നല്ലത്. താങ്കൾ പോയുറങ്ങു ടെനെന്റി'

'മേജറുടെ മുറിയിൽ ഒരു ബെഡ്ഡ് ഒഴിവുണ്ട്.'

'എങ്കിൽ താങ്കൾ അവിടെയുറങ്ങൂ.'

'ഇല്ല. ഞാനെന്റെ മുകളിലെ മുറിയിൽ പോയി ഉറങ്ങിക്കൊള്ളാം. താനൊരു ഡ്രിങ്ക് എടുക്കുന്നോ ബർത്തൊലോമിയോ?'

'പുറപ്പെടാൻ നേരത്ത് മതി ടെനെന്റി. ഇപ്പോഴതുകൊണ്ട് ഒരു ഗുണവുമുണ്ടാകില്ല.'

'നീ മൂന്നു മണിക്കുറിനുള്ളിൽ ഉണരുകയും, ഞാൻ നിന്നെ വിളിക്കാതിരിക്കുകയും ചെയ്യുകയാണെങ്കിൽ എന്നെവന്നുണർത്തണം കേട്ടോ?'

'എനിക്കൊരു വാച്ചില്ലല്ലോ ടെനെന്റി'

'മേജറുടെ മുറിയിലെ ഭിത്തിയിൽ ഒരു ക്ലോക്കുണ്ട്.'

'ശരി.'

ഡൈനിംഗ് റൂമും, ഹാളും കടന്ന്, മുകളിലേക്കുള്ള മാർബിൾ പടികൾ കയറി ഞാൻ, റിനാൾഡിയൊടൊപ്പം കഴിഞ്ഞിരുന്ന എന്റെ മുറിയിലെത്തി. ജനവാതിൽക്കലെത്തി ഞാൻ പുറത്തേക്ക് നോക്കി, നേരം ഇരുട്ടിത്തുടങ്ങിയിരുന്നു. വരിയായി നിർത്തിയിട്ട കാറുകൾ മരങ്ങൾക്ക് താഴെനിന്ന് മഴകൊള്ളുന്നത് ഞാൻ കണ്ടു. മരങ്ങളിൽ നിന്ന് വെള്ളം ധാരയായി വീണുകൊണ്ടിരുന്നു. പുറത്ത് ഭയങ്കര തണുപ്പായിരുന്നു. ഇലകൾ പൊഴിഞ്ഞുപോയ ശാഖകളിൽ വെള്ളത്തുള്ളികൾ പറ്റിപ്പിടിച്ചു നിന്നു. ഞാൻ റിനാൾഡിയുടെ കട്ടിലിലേക്ക് തിരിച്ചുചെന്നു കിടക്കയിൽ വീണ് ഉറക്കത്തിന് എന്നെ വിട്ടുകൊടുത്തു.

യാത്ര പുറപ്പെടുന്നതിനുമുമ്പ് ഞങ്ങൾ അടുക്കളയിലിരുന്നു ഭക്ഷണം കഴിച്ചു. ഒരു ബേസിനിൽ ഐമോ സ്പഗറ്റി എടുത്തുകൊണ്ടുവന്നു. അതിന്റെ മുകളിൽ ഉള്ളിയും, ടിന്നിലടച്ചുവരുന്ന ഇറച്ചിയും അരിഞ്ഞിട്ടിരുന്നു. ഞങ്ങൾ മേശക്കുചുറ്റുമിരുന്ന് രണ്ടു കുപ്പി വൈൻ കുടിച്ചു വില്ലയുടെ നിലവറയിൽ അവശേഷിച്ചവയായിരുന്നു ആ കുപ്പികൾ. പുറത്ത് നല്ലതുപോലെ ഇരുട്ടായിക്കഴിഞ്ഞിരുന്നു. മഴ അപ്പോഴും പെയ്യുന്നുണ്ടായിരുന്നു. മേശക്കരികിലിരുന്ന പിയാനി അപ്പോഴും ഉറക്കം തൂങ്ങുന്നുണ്ടായിരുന്നു.

'ഒരു മുന്നേറ്റത്തിനേക്കാൾ എനിക്കിഷ്ടം ഒരു പിൻവാങ്ങലാണ്' ബോണല്ലോ പറഞ്ഞു. 'പിൻവാങ്ങലിൽ നമ്മൾ 'ബാർബെറ' കുടിക്കുന്നു.'

'ഇപ്പോൾ നമ്മളിത് കുടിക്കുന്നു. നാളെ ചിലപ്പോൾ മഴവെള്ളമായിരിക്കും കുടിക്കുക' എമോ പറഞ്ഞു

നാളെ നമ്മൾ യുഡൈൻ-ൽ ആയിരിക്കുമല്ലോ. നാളെ നമ്മൾ ഷാംപേയ്ൻ ആണ് കുടിക്കുക. അവിടെയാണല്ലോ അലസന്മാർ താമസിക്കുന്നത് 'ഉണർന്നാട്ടെ പിയാനി' 'അറിയുമോ നാളെ യുഡൈൻ-ൽ വെച്ച് നമ്മൾ ഷാംപേൻ കുടിക്കാൻ പോകുന്നു.'

'ഞാനുണർന്നുതന്നെയാണിരിക്കുന്നത്'പിയാനി പറഞ്ഞു.

ബർത്തോ, തനിക്ക് അൽപം ടൊമാറ്റോ സോസ് കിട്ടിയില്ലേ'

'ഒട്ടും ഉണ്ടായിരുന്നില്ല' ഐമോ പറഞ്ഞു.

'നമ്മൾ യുഡൈൻ-ൽ വെച്ച് ഷാംപേൻ കുടിക്കുമല്ലോ.'

അവൻ തന്റെ ഗ്ലാസ്സിൽ ചുവന്നു തെളിഞ്ഞ ബാർബെരാ ഒഴിച്ചു.

'താങ്കൾ വേണ്ടത്ര കഴിച്ചുവോ ടെനെന്റി?' ഐമോ ചോദിച്ചു.

'ഒരുപാട് കഴിച്ചു, എനിക്കാ കുപ്പി തരൂ ബർത്തൊലോമിയോ'

'എല്ലാവർക്കും ഓരോ കുപ്പിവീതം കാറിൽ എടുത്തുവെക്കാൻ മാത്രം ഞാൻ കരുതിവെച്ചിട്ടുണ്ട്. ഐമോ പറഞ്ഞു.

'താൻ ഒട്ടും ഉറങ്ങിയില്ലേ?'

'നാളെ നമ്മൾ രാജാവിന്റെ കിടക്കയിലാണ് ഉറങ്ങുക.' ബോണെല്ലോ പറഞ്ഞു. അവനാകെ രസം പിടിച്ചിരിക്കുന്നു.

'ഞാൻ രാജ്ഞിയുടെ കൂടെ കിടക്കും' ബോണെല്ലോ പറഞ്ഞു.

ഈ തമാശ ഞാനാസ്വദിക്കുന്നുണ്ടോ എന്നു കാണാൻ അവൻ എന്നെ ഒന്നു നോക്കി.

'ഷട്ട് അപ്' ഞാൻ പറഞ്ഞു. 'നിനക്ക് വല്ലാതെ കിറുക്ക് പിടിച്ചിരിക്കുന്നു; ഒരു തുള്ളി അകത്തു ചെന്നപ്പോഴേക്കും' പുറത്ത് മഴ ശക്തിയായി പെയ്യാൻ തുടങ്ങി. ഞാനെന്റെ വാച്ചിൽ നോക്കി. സമയം ഒമ്പതരമണി കഴിഞ്ഞിരിക്കുന്നു.

'നീങ്ങാനുള്ള സമയമായി' ഞാൻ അതു പറഞ്ഞുകൊണ്ടെഴുന്നേറ്റു.

'താങ്കൾ ആരുടെ കൂടെയാണ് സഞ്ചരിക്കാൻ പോകുന്നത് ടെനെന്റി' ബോണെല്ലോ ചോദിച്ചു.

'ഐമോയോടൊപ്പം' അതിനുശേഷം നിന്റെ കൂടെ. ഒടുവിൽ പിയാനിയൊടൊപ്പം നമ്മൾ കോർമോൺലേക്കുള്ള റോഡിലൂടെയാണ് പോകാൻ തുടങ്ങുന്നത്.

'ഇടക്ക് ഉറങ്ങിപ്പോകുമോ എന്നാണ് എന്റെ പേടി' പിയാനി പറഞ്ഞു.

'ശരി. എന്നാൽ ഞാൻ നിന്റെ കൂടെ ഇരിക്കാം. പിന്നെ ബോണെല്ലോ ഒടുവിൽ ഐമോ.'

'അതാണ് നല്ല വഴി' പിയാനി പറഞ്ഞു.'കാരണം എനിക്ക് വല്ലാതെ ഉറക്കം വരുന്നു.'

എങ്കിൽ കുറച്ചുനേരം ഞാൻ ഡ്രൈവ് ചെയ്യാം. നീ കുറച്ചു നേരം ഉറങ്ങിക്കോളൂ.'

'വേണ്ട- ഉറങ്ങിപ്പോവുകയാണെങ്കിൽ ഉണർത്താൻ ആരെങ്കിലും അരികിലുണ്ടായാൽ മതി എനിക്ക്. ഞാൻ ഡ്രൈവ് ചെയ്തു കൊള്ളാം.

'ഞാൻ നിന്നെ ഉണർത്തിക്കൊള്ളാം. വിളക്കുകൾ അണയ്ക്കുബർത്തോ.'

'അതങ്ങനെത്തന്നെ കിടക്കട്ടെയെന്ന് വെക്കാം.' ബോണെല്ലോ പറഞ്ഞു.

'നമുക്കിനി ഈ സ്ഥലംകൊണ്ട് യാതൊരു കാര്യവുമില്ല.'

'എന്റെ മുറിയിൽ ചെറിയൊരു ട്രങ്കുപെട്ടി ഇരിക്കുന്നുണ്ട്' ഞാൻ പറഞ്ഞു. 'അത് താഴേക്കെടുത്തുകൊണ്ടുവരാൻ ഒന്നു സഹായിക്കാമോ പിയാനി?'

'ഞങ്ങൾ എടുത്തുകൊണ്ടുവരാം' പിയാനി പറഞ്ഞു.'വന്നാട്ടെ ആൽഡോ' അവൻ ബോണെല്ലോയൊടൊപ്പം ഹാൾ കടന്നുപോയി. അവർ കോണിപ്പടികൾ കേറുന്ന ശബ്ദം എനിക്ക് കേൾക്കാമായിരുന്നു.'

'ഇതൊരു കൊള്ളാവുന്ന സ്ഥലമായിരുന്നു.' ബർത്തൊലോമിയോ ഐമോ പറഞ്ഞു. അവൻ രണ്ടുകുപ്പി വൈനും അരയളവ് ചീസും സ്വന്തം തോൾസഞ്ചിയിലിട്ടു. ഇതുപോലെ നല്ല സ്ഥലം വേറെയൊരിടത്തും ഉണ്ടാവുകയില്ല. ഈ പിൻവാങ്ങൽ എങ്ങോട്ടേക്കാണ് നീങ്ങുന്നത് ടെനെന്റി?'

'ടാഗ്ലിയാമെന്റോക്കമപ്പുറത്തേക്കാണെന്നാണ് അവർ പറയുന്നത്.'

ആസ്പത്രിയും സെക്ടറും പോർസിനോൺ'ൽ ആയിരിക്കും.

'പോർസിനോൺനെപ്പറ്റി എനിക്കറിഞ്ഞുകൂടാ.' ഞാൻ പറഞ്ഞു.

'ഞാനിതിലേക്കൂടെ കടന്നുപോയിട്ടുണ്ടെന്നുമാത്രം.'

'ഓ അതൊരു സ്ഥലമാണെന്ന് പറയാൻ മാത്രമൊന്നുമില്ല.'

28

പട്ടണത്തിലൂടെ നീങ്ങിക്കൊണ്ടിരിക്കെ, അത് മഴയിലും ഇരുട്ടിലും നിശ്ശേഷം ശൂന്യമായതുപോലെ കാണപ്പെട്ടു. പ്രധാന തെരുവിലൂടെ മാർച്ചുചെയ്തു നീങ്ങുന്ന സൈനിക വ്യൂഹങ്ങളും, പീരങ്കിപ്പടയാളികളുമൊഴിച്ച് തെരുവുകളെല്ലാം ജനശൂന്യമായിരുന്നു. മറ്റു തെരുവീഥികളിലൂടെ വന്നുകൊണ്ടിരുന്നിരുന്ന ട്രക്കുകളും, കുതിരവണ്ടികളും മെയിൻ റോഡിൽ വന്നു ലയിച്ചു. തുകൽ ഊറക്കിടുന്ന ശാലകൾ പിന്നീട് ഞങ്ങൾ മെയിൻ റോഡിലെത്തിയപ്പോൾ പിൻവാങ്ങലിന്റെ ശരിയായ രൂപം ഞങ്ങൾക്ക് കാണാനായി. മാർച്ച് ചെയ്തുനീങ്ങുന്ന സൈനികട്രൂപ്പുകൾ, മോട്ടോർ ട്രക്കുകൾ, കുതിരകൾ വലിക്കുന്ന വണ്ടികൾ, പീരങ്കികൾ, പീരങ്കികൾ വഹിക്കുന്ന വലിയ ലോറി ഇതെല്ലാം ചേർന്ന് വളരെ സാവധാനം മാത്രം നീങ്ങുന്ന വിസ്താരമേറിയ ഒരണി റോഡിലൂടെ നീങ്ങിപ്പോവുകയാണ്. ഞങ്ങൾ സാവധാനത്തിലാണെങ്കിലും, ക്രമമായി മുന്നോട്ട് നീങ്ങിക്കൊണ്ടിരുന്നു. മഴ പെയ്യുന്നുണ്ടായിരുന്നു. ഞങ്ങളുടെ കാറിന്റെ റേഡിയേറ്റർ കാപ്പ്, അടുത്തുള്ള ട്രക്കിന്റെ ടെയിൽ ബോർഡിൽ ഏകദേശം മുട്ടി, മുട്ടിയില്ല എന്ന മട്ടിലായിരുന്നു നീക്കം. ട്രക്കിൽ വളരെ ഉയരത്തിൽ സാധനങ്ങൾ നിറച്ച് കെട്ടിയിരുന്നു. ഒരു കാൻവാസ് കൊണ്ട് മൂടുകയും ചെയ്തിട്ടുണ്ട്. അങ്ങനെ പോകെ പെട്ടെന്ന് ട്രക്ക് നിന്നു അതോടെ ഞങ്ങളുടെ, പിന്നിലെ മുഴുവൻ വ്യൂഹവും നിന്നു. പിന്നീടത് വീണ്ടും പുറപ്പെട്ടു. ഞങ്ങൾ കുറച്ച് ദൂരം മുന്നോട്ട് നീങ്ങി. അതിനുശേഷം വീണ്ടും നിന്നു. ഞാൻ കാറിൽ നിന്നിറങ്ങി മുന്നോട്ടു നടന്നു. ട്രക്കുകളുടേയും, കുതിരവണ്ടികളുടേയും കുതിരകളുടെ നനഞ്ഞ കഴുത്തിന്റെ അടിയിലൂടെയും ഇടയിലൂടെ കുറേദൂരം നടന്നു. ഗതാഗതതടസ്സത്തിന് കാരണമായ വസ്തുത പിന്നേയും എത്രയോ മുന്നിലായിരുന്നു. ഞാൻ റോഡിൽ നിന്നും മാറി ഒറ്റയടിപ്പാലത്തിലൂടെ തോടുകടന്നു വയലിലേക്കിറങ്ങി. മരങ്ങൾക്കിടയിലൂടെ അനക്കമറ്റുനിൽക്കുന്ന വ്യൂഹത്തെ എനിക്ക് കാണാമായിരുന്നു. അപ്പോഴും മഴ പെയ്യുന്നുണ്ടായിരുന്നു. വയൽ മുറിച്ചുനടന്നുകൊണ്ട് ഞാൻ കുറച്ചുദൂരം മുന്നോട്ടു നീങ്ങി. ഏകദേശം ഒരു മൈൽ നടന്നുകാണും. വാഹനനിര അനങ്ങാൻ തുടങ്ങിയിരുന്നില്ല. നിർത്തിയിട്ട

വാഹനങ്ങളുടെ മറ്റേ വശത്തുകൂടെ സൈന്യം നടന്നുനീങ്ങുന്നുണ്ടായിരുന്നു. ഞാൻ തിരിച്ച് കാറിനരികിലെത്തി. ഈ കുരുക്ക് യുഡൈൻ വരെ നീണ്ടുനിന്നേക്കാം. സ്റ്റിയറിംഗിന് മുകളിലേക്ക് ചാഞ്ഞ് കിടന്ന് പിയാനി ഉറക്കമായിരുന്നു.

ഞാനും അവന്റെ അരികിലേക്ക് കയറിയിരുന്നു ഉറങ്ങി. കുറേ മണിക്കൂറുകൾക്കുശേഷം, തൊട്ടുമുന്നിലെ ട്രക്കിന്റെ ഗിയർ നീങ്ങുന്ന ശബ്ദം കേട്ട് ഞാനുണർന്നു. പിന്നെ പിയാനിയെ വിളിച്ചുണർത്തി. ഞങ്ങൾ പുറപ്പെട്ടു. കുറച്ചുവാരകൾ നീങ്ങിക്കഴിഞ്ഞപ്പോൾ പിന്നെയും നിർത്തി. വീണ്ടും കുറച്ചുകൂടി മുന്നോട്ടേക്ക് പോയി. മഴ അപ്പോഴും പെയ്യുന്നുണ്ടായിരുന്നു.

അൽപനേരത്തിനുള്ളിൽ വാഹന നിര വീണ്ടും അനക്കമറ്റു നിൽപ്പായി. രാത്രി വളർന്നുകൊണ്ടിരുന്നു. ഞാൻ കാറിൽ നിന്നിറങ്ങി പിന്നിലേക്ക് അയ്മോയേയും ബോണെല്ലോയേയും കാണുവാൻ വേണ്ടി നടന്നു. ബോണെല്ലോയുടെ കാറിൽ സാർജന്റുമാരായ രണ്ട് എഞ്ചിനീയർമാർ ഇരിക്കുന്നുണ്ടായിരുന്നു. ഞാൻ കടന്നുചെന്നപ്പോൾ അവർ ഒന്നന്തിച്ചു.

'പാലത്തിന്റെ മേൽ എന്തോ പണിയാനായി നിർത്തിപ്പോയതായിരുന്നു ഇവരെ' ബോണെല്ലോ പറഞ്ഞു. 'ഇവർക്ക് പിന്നീട് ഇവരുടെ യൂണിറ്റിനെ കണ്ടുപിടിക്കാനായില്ല. അതിനാൽ ഞാനവർക്കൊരു സവാരികൊടുക്കാമെന്നു വിചാരിച്ചു.'

'സാർ ലെഫ്റ്റനന്റ്, താങ്കളുടെ അനുമതിയോടെ മാത്രം.'

'അനുമതി ലഭിച്ചിരിക്കുന്നു.' ഞാൻ പറഞ്ഞു.

'ഈ ലെഫ്നന്റ് ഒരു അമേരിക്കക്കാരനാണ്' ബോണെല്ലോ പറഞ്ഞു. 'ഇദ്ദേഹം ആർക്കുവേണമെങ്കിലും ഒരു സവാരി അനുവദിക്കും.'

സാർജന്റുമാരിൽ ഒരാൾ പുഞ്ചിരിച്ചു. ഞാൻ തെക്കേ അമേരിക്കയിൽ നിന്നോ, വടക്കേ അമേരിക്കയിൽ നിന്നോ, വന്ന ഇറ്റാലിയനാണോ എന്ന് മറ്റേയാൾ ബോണെല്ലോയോട് ചോദിച്ചു.

'ഇദ്ദേഹം ഒരു ഇറ്റാലിയനല്ല. ഒരു വടക്കേ അമേരിക്കൻ ഇംഗ്ലീഷു വംശജനാണ്.'

സാർജന്റുമാർ വിനയം ഭാവിച്ചുവെങ്കിലും, അപ്പറഞ്ഞത് അവർ വിശ്വസിക്കുന്നില്ലെന്ന് എനിക്ക് മനസ്സിലായി. ഞാനവരെ അവിടെവിട്ട് വീണ്ടും പുറകിലേക്ക് നടന്നു ഐമോയുടെയരികിലെത്തി. അവന്റെ കൂടെ രണ്ടു പെമ്പിള്ളേർ ഉണ്ടായിരുന്നു സീറ്റിൽ. ഐമോയാകട്ടെ സീറ്റിന്റെ ഒരു മൂലയിലിരുന്നു പുകവലിക്കുകയായിരുന്നു.

'ബർത്തോ ബർത്തോ' ഞാൻ വിളിച്ചു. അവൻ പൊട്ടിച്ചിരിച്ചു.

'ഇവരോടൊന്ന് സംസാരിച്ചാട്ടെ ടെനെന്റി: അവൻ കയ്യെടുത്ത് ഒരു പെൺകുട്ടിയുടെ തുടയിൽ വെച്ച് സൗഹാർദ്ദപുരസ്സരം ഒന്നമർത്തി. പെൺകുട്ടി തന്റെ ഷാളുകൊണ്ട് ഒന്നുകൂടെ മുറുകെ പുതച്ചു എന്നിട്ട് അവന്റെ കയ്യെടുത്ത് മാറ്റി.'

'ഹേയ്' അവൻ പറഞ്ഞു. 'ടെനെന്റിയോട് നിങ്ങളുടെ പേര് പറഞ്ഞാട്ടെ-നിങ്ങളെന്താണിവിടെ ചെയ്യുന്നതെന്നും' പെൺകുട്ടി എന്നെ രൂക്ഷമായി നോക്കി. മറ്റേ പെൺകിടാവാകട്ടെ മുഖമുയർത്തിയതുപോലുമില്ല. എന്നെ രൂക്ഷമായി നോക്കിയവൾ തദ്ദേശഭാഷയിൽ എന്തോ പറഞ്ഞു. എനിക്കൊരക്ഷരം പോലും മനസ്സിലായില്ല. അവൾ ഒരു തടിച്ചിരുണ്ട പതിനാറുകാരിയായിരുന്നു.

'സോറെല്ലാ?' ഞാൻ മറ്റവളെ ചൂണ്ടിക്കാട്ടി ചോദിച്ചു.

അവൾ തലയാട്ടി, എന്നിട്ടൊന്നു മന്ദഹസിച്ചു.

'ശരി' ഞാൻ പറഞ്ഞു എന്നിട്ടവളുടെ കാൽമുട്ടിൽ മെല്ലെയൊന്നുതട്ടി. ഞാൻ തൊട്ടയിടം അവൾ ദൃഢമാക്കുന്നത് എനിക്ക് അനുഭവപ്പെട്ടു. അവളുടെ സഹോദരിയാവട്ടെ ഒരിക്കൽപോലും മുഖമുയർത്തിയില്ല. അവൾക്ക് ഒരു വയസ്സിന്റെ ഇളപ്പം കണ്ടേക്കാം. ഐമോ വീണ്ടും തന്റെ കൈയ്യെടുത്ത് മൂത്തവളുടെ തുടയിൽ വെച്ചു. അവൾ അത് തട്ടിമാറ്റി. ഐമോ അവളെ നോക്കി പൊട്ടിച്ചിരിച്ചു.

'നല്ല ആൾ' അവൻ സ്വന്തം നെഞ്ചിനുനേരെ ചൂണ്ടിക്കാട്ടി പറഞ്ഞു. 'നല്ല ആൾ അവൻ എന്റെ നേരെ ചൂണ്ടിക്കാട്ടി.'നിങ്ങൾ പേടിക്കേണ്ട' പെൺകുട്ടി അവനെ രൂക്ഷമായി നോക്കി. രണ്ടു കാട്ടുപക്ഷികളെപ്പോലെ തോന്നിച്ചു അവരെ.

'എന്നെ ഇഷ്ടമില്ലെങ്കിൽപ്പിന്നെ എന്തിനാണ് എന്റെ കൂടെ സഞ്ചരിക്കുന്നത്?' ഐമോ ചോദിച്ചു. 'കേറിക്കൊള്ളൂ എന്നു ഞാൻ ആംഗ്യകാണിച്ച അന്നിമിഷം തന്നെ രണ്ടുംകൂടി ചാടിക്കയറി'അവൻ തിരിഞ്ഞു പെൺകുട്ടിയോട് പറഞ്ഞു. പേടിക്കേണ്ട. ' -----ന്റെ അപകടമുണ്ടാകില്ല'. ഒരു അശ്ലീല പദമാണ് അവൻ ഉപയോഗിച്ചത്.'--------- സ്ഥലമില്ല' പെൺകുട്ടിക്ക് ആ പദവും, കാര്യങ്ങളുമെല്ലാം മനസ്സിലായിരിക്കുന്നു. എന്നു ഞാൻ കണ്ടു. വളരെയേറെ പേടിച്ചരണ്ട കണ്ണുകളോടെ അവൾ അവനെ നോക്കിക്കൊണ്ടിരുന്നു. അവൾ ഷാളുകൊണ്ട് ഒന്നു കൂടെവരിഞ്ഞുമുറുക്കി.

'കാറ് നിറഞ്ഞിരിക്കുന്നു.' ഐമോ പറഞ്ഞു. ------ന്റെ അപകടമുണ്ടാകില്ല.------ ന് സ്ഥലമില്ല. പെൺകുട്ടി ഒന്നുകൂടി മുറികിയിരുന്നു. ഓരോപ്രാവശ്യവും അവൻ ആ വാക്ക് ഉച്ചരിക്കുമ്പോഴും അവൾ സ്വയം അൽപമൊന്നു മുറുകി. അങ്ങനെയിരുന്ന് അവനെ നോക്കിക്കൊണ്ടു പെൺകുട്ടി പൊട്ടിക്കരഞ്ഞു. അവളുടെ ചുണ്ടുകൾ വിതുമ്പുന്നതും ഉരുണ്ട കവിളിലൂടെ കണ്ണുനീർ ഇറ്റുവീഴുന്നതും ഞാൻ കണ്ടു. സഹോദരി മുഖമുയർത്താതെതന്നെ അവളുടെ കൈകൾ ചേർത്തു പിടിച്ചു. അവർ ഒന്നുകൂടെ ചേർന്നിരുന്നു. അതുവരേക്കും ഉഗ്രശീലയായിരുന്നവൾ ഇപ്പോൾ ഏങ്ങലടിക്കാൻ തുടങ്ങിയിരിക്കുന്നു.

'എനിക്ക് തോന്നുന്നു ഞാനവളെ പേടിപ്പിച്ചുവെന്ന്' ഐമോ പറഞ്ഞു.' ഞാനവളെ പേടിപ്പിക്കാൻ ഉദ്ദേശിച്ചിരുന്നില്ല' ബർത്തൊലോമിയോ തന്റെ സഞ്ചി പുറത്തേക്കെടുത്തു. എന്നിട്ട് രണ്ടുകഷ്ണം ചീസ് മുറിച്ചെടുത്തു.'ഇതാ അവൻ പറഞ്ഞു- 'ഇനി കരച്ചിൽ നി ർ ത്തു.'

മൂത്തവൾ തല കുലുക്കി, കരച്ചിൽ തുടർന്നുകൊണ്ടിരുന്നു. ഇളയവൾ ചീസ് വാങ്ങിച്ച് കുറേശ്ശെ തിന്നാൻ തുടങ്ങി. കുറച്ചുകഴിഞ്ഞപ്പോൾ ഇളയവൾ രണ്ടാമത്തെ കഷ്ണം മൂത്തവൾക്ക് കൊടുത്തു. എന്നിട്ടവർ രണ്ടുപേരും അത് തിന്നു. മൂത്തവൾ അപ്പോഴും ചെറുതായി ഏങ്ങലടിക്കുന്നുണ്ടായിരുന്നു.

'കുറച്ചുകഴിഞ്ഞാൽ അവൾ ശരിയായിക്കൊള്ളും' ഐമോ പറഞ്ഞു. പെട്ടന്ന് അവന് തലയിൽ ഒരു ബുദ്ധി മിന്നി.

'കന്യക? അവൾ തൊട്ടടുത്തിരിക്കുന്നവളോട് ചോദിച്ചു. അവൾ തല തന്റെ ഭയങ്കമായി കുലുക്കി.'

'അതും കന്യക?' അവൻ സഹോദരിയെ ചൂണ്ടിക്കാട്ടി ചോദിച്ചു. പെൺകിടാങ്ങൾ രണ്ടും തലയാട്ടി. മൂത്തവൾ അവരുടെ ഭാഷയിൽ എന്തോ പറയുകയും ചെയ്തു.

'അതുകൊണ്ടൊരു കുഴപ്പവുമില്ല ബർത്തൊലാമിയോ പറഞ്ഞു. അതു കൊണ്ടൊരു കുഴപ്പവുമില്ല.'

പെൺപിള്ളേർക്ക് രണ്ടിനും സ്വൽപം ജീവൻ വന്നപോലെയായി. പെണ്ണുങ്ങളെ രണ്ടിനേയും ഐമോയുടെ കൂടെയിരിക്കാൻ വിട്ടു ഞാൻ തിരിച്ച് പിയാനിയുടെ കാറിന്റെയടുത്തേക്ക് നടന്നു. വാഹനങ്ങളുടെ നിര അനങ്ങാൻ തുടങ്ങിയിരുന്നില്ല. പക്ഷേ അരികിൽകൂടി സൈനികവ്യൂഹം നീങ്ങിക്കൊണ്ടിരുന്നിരുന്നു. മഴ അപ്പോഴും അതിശക്തമായി പെയ്തുകൊണ്ടിരുന്നു. കാറുകളുടെ വയറിംഗ് നനഞ്ഞതിനാലായിരിക്കാം ഈ തടസ്സം എന്നു ഞാൻ ചിന്തിച്ചു. അല്ലെങ്കിൽ മനുഷ്യരോ കുതിരകളോ ഉറങ്ങിപ്പോവുന്നതുകൊണ്ടുമാകാം. പക്ഷേ എല്ലാവരും ഉണർന്നിരിക്കുമ്പോൾ തന്നെ മഹാനഗരങ്ങളിൽ ഗതാഗതക്കുരുക്കുകൾ ഉണ്ടാവാറുണ്ടല്ലോ. മോട്ടോർ വാഹനങ്ങളും, കുതിരകളും ഇടകലർന്ന് പോകുന്നതുകൊണ്ടാകാനും മതി. നീങ്ങുന്ന സമയത്ത് ഇവർ ഇരുകൂട്ടരും പരസ്പരസഹായത്തിന് ഒരിക്കലും സന്നദ്ധരാകുന്നില്ലല്ലോ. കൃഷിക്കാരുടെ വണ്ടികളും ഇടയിലുണ്ട്. അവർ ഈ അവസ്ഥയെ തെല്ലും ലഘൂകരിക്കുന്നില്ല. നല്ല ഒന്നാന്തരം രണ്ടു പെൺകൊച്ചുങ്ങളാണ് ഐമോയുടെ കൂടെ ഇരിക്കുന്നത്. ഒരു പിൻവാങ്ങൽ, തീർച്ചയായും ആണുങ്ങൾ തൊടാത്ത കന്യകമാർക്ക് പറഞ്ഞിട്ടുള്ളതല്ല. ശരിയായ കന്യകമാർ- വളരെ മതബോധമുള്ളവരാകാനാണ് സാദ്ധ്യത. യുദ്ധമില്ലാത്ത അവസരമായിരുന്നുവെങ്കിൽ ഞങ്ങളെല്ലാവരും ഇപ്പോൾ കിടക്കയിൽ കിടന്നു തിമർത്തേനെ. കിടക്കയിലായിരുന്നുവെങ്കിൽ ഞാനെന്റെ തല കിടക്കയിൽ ചേർത്തുവെച്ചേനെ. കിടക്കയും ഭക്ഷണവും ബെഡ് ആൻഡ് ബോർഡ് കിടക്കയിൽ ഒരു മരപ്പലക പോലെ എന്നാകുമോ ഉദ്ദേശിച്ചത്? കാതറിൻ ഇപ്പോൾ കിടക്കയിലായിരിക്കും. മിനുമിനുത്ത ഒരു ഷീറ്റ് താഴെയും മറ്റൊന്നു മുകളിലും. ചിലപ്പോൾ അവൾ ഉറങ്ങിയിട്ടുണ്ടാകില്ല. ചിലപ്പോൾ അവൾ എന്നെയോർത്ത്, എന്നെയോർത്തങ്ങനെ കിടക്കുന്നുണ്ടാവും ഉടലിന് ഏതു വശം വെച്ചാണ് അവൾ കിടക്കുന്നുണ്ടായിരിക്കുക? 'വീശുക, വീശുക പടിഞ്ഞാറൻ കാറ്റേ!' നേരാണ് പടിഞ്ഞാറൻ കാറ്റു വീശുകതന്നെ ചെയ്തു. പക്ഷേ അത് കൊണ്ടുവന്നത് ആ

ചെറിയ മഴയല്ല. അത് കൊണ്ടുവന്നത്. പെരുമഴയാണ് പെരുമഴയാണ് പെയ്യുന്നത്. രാത്രി മുഴുവൻ പെരുമഴ തന്നെ, നിനക്കറിയാമായിരുന്നു അത് - ഈ പെയ്തുവീഴുന്നത് അന്നത്തെ ആ മഴയാണ്. നീ കാണുന്നില്ലേ ഈ മഴ? ക്രൈസ്റ്റ് ഇതാ എന്റെ പ്രണയിനി എന്റെ പ്രണയിനി, എന്റെ കൈവലയത്തിനുള്ളിൽ. ഞാനിതാ എന്റെ കിടക്കയിൽ തിരിച്ചെത്തിയിരിക്കുന്നു. ഇതാ എന്റെ സർവ്വസ്വവുമായ പ്രണയിനി- കാതറീൻ. ഇതാ എന്റെ ഓമന, എന്റെ മേൽ മഴയായി പെയ്തുവീഴുന്നു. കാറ്റേ കാറ്റേ അവളെ എന്റെ കൈകളിലേക്ക് വീശിക്കൊണ്ടുതരിക. നേരാണ് ഞങ്ങൾ ഇപ്പോൾ ആ കാറ്റിനുള്ളിലാണ്. എല്ലാവരുമെല്ലാവരും അതിനുള്ളിൽ പെട്ടുപോയിരിക്കുന്നു. ആ ചെറിയ മഴക്ക് ഈ കാറ്റിനെ ശാന്തമാക്കാൻ കഴിയില്ല. 'ഗുഡ്നൈറ്റ് കാതറീൻ' ഞാൻ ഉറക്കെ പറഞ്ഞു.'നിനക്ക് നല്ലതുപോലെ ഉറങ്ങാനാവട്ടെ എന്നു ഞാൻ ആശംസിക്കുന്നു. ഇങ്ങനെ കിടക്കുന്നത് വല്ലാതെ വിഷമിപ്പിക്കുന്നു വെങ്കിൽ മറ്റേവശം തിരിഞ്ഞുകിടക്കു' ഞാൻ പറഞ്ഞു. 'ഞാൻ നിനക്ക് കുറച്ച് തണുത്ത വെള്ളംകൊണ്ടുവന്നുതരട്ടെ. കുറച്ച് സമയത്തിനുള്ളിൽ നേരം വെളുക്കും അപ്പോൾ നിനക്ക് സുഖമാകും. അവൻ നിന്നെ കഷ്ടപ്പെടുത്തുന്നുണ്ടോ? ഞാൻ വ്യസനിക്കുന്നു കുറച്ചുനേരം ഉറങ്ങാൻ ശ്രമിക്കൂ എന്റെയോമനേ.'

'ഞാൻ ഉറങ്ങുകതന്നെയായിരുന്നു. ഈ നേരമത്രയും' അവൾ പറഞ്ഞു. നീ ഉറക്കത്തിൽ ഉറക്കെ സംസാരിക്കുകയായിരുന്നു ഇതുവരെ.' നിനക്കെന്തുപറ്റി? കുഴപ്പമൊന്നുമില്ലല്ലോ?'

'കാതറീൻ നീ ശരിക്കും എന്റെയരികിലുണ്ടോ?'

'പിന്നല്ലാതെ! ഞാനിവിടെ ഞാനിവിടെത്തന്നെയുണ്ട്. ഞാനെങ്ങോട്ടേക്കും പോവുകയില്ല. ഇതൊന്നും നമ്മുടെ പ്രണയത്തിൽ യാതൊരു വ്യത്യാസവുമുണ്ടാക്കുന്നില്ല.'

'നീയെന്തൊരു മനോഹരിയായ ഓമനയാണ്. രാത്രിയാകുമ്പോൾ നീയെന്നെവിട്ട് പൊയ്ക്കളയുമോ.'

ഒരിക്കലുമില്ല. ഞാൻ നിന്നെവിട്ടു പോയ്ക്കളയുകയില്ല. ഞാനെപ്പോഴും നിന്റെയരികിലുണ്ടായിരിക്കും. നിനക്ക് എപ്പോഴാണ് വേണ്ടതെന്നുവെച്ചാൽ അപ്പോൾ ഒക്കെ ഞാനിവിടെയുണ്ടാകും.'

'--------'ഞാൻ തുടങ്ങി.

'ഞാനൊന്നു മയങ്ങിപ്പോയി'ഞാൻ പറഞ്ഞു. നേരം പുലർച്ചെ മൂന്നുമണി കഴിഞ്ഞിരുന്നു. ഞാൻ സീററിന്റെയടിയിലേക്ക് കൈയെത്തിച്ച് ബാർബരായുടെ ഒരു കുപ്പി വലിച്ചെടുത്തു.

'നിങ്ങൾ ഉറക്കത്തിൽ ഉറക്കെ സംസാരിച്ചു.' പിയാനി പറഞ്ഞു.

'ഞാൻ ഒരു സ്വപ്നം കാണുകയായിരുന്നു - ഇംഗ്ലീഷിൽ.'

മഴ ഒന്നു പതുക്കെയായി. ഞങ്ങൾ മുന്നോട്ട് നീങ്ങിക്കൊണ്ടിരുന്നു വെളിച്ചം വീശുന്നതിനുമുമ്പ് തന്നെ ഞങ്ങൾ പിന്നേയും കുടുങ്ങി. വെട്ടം

വീണപ്പോൾ ഞങ്ങൾ അൽപമുയരത്തിലുള്ള ഒരു പ്രദേശത്താണെന്ന് മനസ്സിലായി. അവിടെ നിന്നു നോക്കിയപ്പോൾ മുമ്പിൽ കണ്ണെത്താദൂരത്തോളം പിൻവാങ്ങലിന്റെ വ്യൂഹം നീണ്ടുകിടക്കുന്നതായി കണ്ടു. അരിച്ചുനീങ്ങുന്ന പട്ടാളക്കാരെയൊഴിച്ച് ബാക്കിയെല്ലാം നിശ്ചലമായികാണപ്പെട്ടു. ഞങ്ങൾ വീണ്ടും നീങ്ങാൻ തുടങ്ങി. പക്ഷേ പകൽവെളിച്ചത്തിൽ ഈ നീക്കത്തിന്റെ പോക്കുകണ്ടപ്പോൾ, യുഡൈൻ...ൽ എത്തണമെങ്കിൽ മറ്റെന്തെങ്കിലും വഴി കണ്ടുപിടിക്കേണ്ടതാണെന്ന് എനിക്ക് മനസ്സിലായി. മെയിൻ റോഡിൽ നിന്നുമിറങ്ങി മറ്റേതെങ്കിലും അപ്രധാനപാതകളിലൂടെ നാട്ടിൽപുറപ്രദേശങ്ങൾ മുറിച്ചുകടന്നാലല്ലാതെ യുഡൈൻ-ൽ എത്തുകയില്ല എന്നു എനിക്ക് ബോദ്ധ്യമായി.

രാത്രിനേരത്ത് കുറേ കൃഷിക്കാരുടെ സംഘവും വ്യൂഹത്തിൽ വന്നു ചേർന്നു. ലയിച്ചിരുന്നു. ഗ്രാമത്തിലെ ഇടപ്പാതകളിലൂടെ വീട്ടുസാമാനങ്ങൾ നിറച്ച വണ്ടികളിലായിരുന്നു അവർ വന്നുചേർന്നത്. അവരുടെ വണ്ടികളിൽ കിടക്കകളുടെ ഇടയിൽ കുത്തിച്ചാരിവെച്ചിരിക്കുന്ന നിലക്കണ്ണാടികൾ ഉണ്ടായിരുന്നു. കോഴികളും താറാക്കളും വണ്ടിയോട് ചേർന്ന് കെട്ടിവെച്ചിരിക്കുകയാണ്. ഞങ്ങളുടെ തൊട്ടുമുന്നിലുള്ള വണ്ടിയിൽ ഒരു തുന്നൽമെഷീൻ മഴകൊണ്ട് ഇരിക്കുന്നുണ്ടായിരുന്നു. ഏറ്റവും വിലപിടിപ്പുള്ള സാധനങ്ങൾതന്നെ അവർ കൂടെ എടുത്തിട്ടുള്ളത്. ചില വണ്ടികളിൽ, മഴയത്ത് കുനിപ്പിടിച്ചിരിക്കുന്ന സ്ത്രീകളുടെ സംഘത്തേയും കണ്ടു. മറ്റുള്ളവരാകട്ടെ വണ്ടിയോട് ചേർന്ന് നടന്നുകൊണ്ടിരുന്നു. നീങ്ങുന്ന വാഗണുകളുടെ അടിയിൽക്കൂടി നൂണ്ടുപോകുന്ന നായ്ക്കളും വന്നുചേർന്നിട്ടുണ്ടിപ്പോൾ വ്യൂഹത്തിൽ. റോഡ് മുഴുവൻ ചേറിൽ പൂണ്ടിരുന്നു. അരികെയുള്ള തോടുകളിലെല്ലാം വെള്ളം വല്ലാതെ പൊങ്ങിയിരുന്നു. പാതയോരത്തെ മരങ്ങൾക്കപ്പുറത്തായി മുറിച്ചുകടക്കാനാവാത്തവിധം നനഞ്ഞു കുതിർന്നു കുഴഞ്ഞ ചെളിനിറഞ്ഞ വയലുകൾ കാണാമായിരുന്നു. ഞാൻ വീണ്ടും കാറിൽ നിന്നിറങ്ങി മുന്നോട്ടു നടന്നു. എവിടെയെങ്കിലും നാട്ടിൻപുറം മുറിച്ചു കടന്നുപോകുന്ന ഒരു അപ്രധാന റോഡ് കാണുന്നുണ്ടോ എന്നു നോക്കിക്കൊണ്ട് ഞാൻ തെല്ലു ദൂരം നടന്നു. അത്തരം ഇടറോഡുകൾ കുറേയുണ്ടെന്ന് എനിക്ക് അറിയാമായിരുന്നു. എവിടെയെങ്കിലും എത്താതെപോകുന്ന പാതകൾകൊണ്ട് കാര്യമില്ല. എനിക്കപ്പോൾ ഒന്നും ഓർമ വന്നില്ല. കാറിലിരുന്നുകൊണ്ട് അതിവേഗം കടന്നുപോയിരുന്നപ്പോൾ അത്തരം പാതകളെല്ലാം ഒരുപോലെ തോന്നിച്ചിരുന്നു. എവിടെയെങ്കിലും എത്തിച്ചേരണമെന്നുണ്ടെങ്കിൽ അത്തരം ഒരു വഴി കണ്ടു പിടിച്ചേ തീരൂ എന്ന് എനിക്ക് മനസ്സിലായി. പിന്തുടർന്നുവരുന്ന ആസ്ട്രിയൻ സൈന്യം എവിടെയെത്തി എന്ന് യാതൊരു പിടിയുമില്ല. കാര്യങ്ങൾ എങ്ങനെയാണെന്നതിനെപ്പറ്റി ആർക്കുമൊന്നുമറിയില്ല. മഴ മാറിയാലുടൻ വിമാനങ്ങൾ പ്രത്യക്ഷപ്പെടുമെന്ന് എനിക്ക് ഉറപ്പുണ്ടായിരുന്നു. അങ്ങനെയാണെങ്കിൽ ഈ പിൻവാങ്ങൽ വ്യൂഹം മൊത്തത്തിൽ നാമവശേഷമാകും. ഒന്നോ രണ്ടോ കുതിരകൾ ചാവുകയോ ഒന്നോ രണ്ടോ ആളുകൾ തങ്ങളുടെ ട്രക്കുകൾ ഉപേക്ഷിക്കുകയോ ചെയ്താൽ വീണ്ടും ഈ അണിനീങ്ങൽ

തീർത്തും സ്തബ്ധമായേക്കും.

ഇപ്പോൾ മഴ പെയ്യുന്നത് വളരെ ശക്തമായല്ല. കുറച്ച് നേരത്തിനുള്ളിൽ വെയിൽ തെളിഞ്ഞേക്കും എന്നെനിക്ക് തോന്നി. ഞാൻ റോഡിന്റെ വക്കിലൂടെ വീണ്ടും കുറച്ച് മുന്നോട്ട് നടന്നു. പാടങ്ങൾക്കിടയിലൂടെ വടക്കോട്ട് തിരിഞ്ഞുപോകുന്ന ഒരു ചെറിയ ഇടറോഡ് ഞാൻ കണ്ടെത്തി. അതിന്റെ ഇരുവശങ്ങളിലും മരങ്ങളുടെ നിരയുണ്ടായിരുന്നു. ഈ വഴി പിന്തുടരുകയാണ് നല്ലതെന്ന് ഞാൻ തീരുമാനിച്ചു. തിരക്കിട്ട് പുറകോട്ട് നടന്നു ഞാൻ കാറുകളുടെയടുത്തെത്തി. ആ വഴിക്ക് തിരിയണമെന്ന് ഞാൻ പിയാനിയോട് പറഞ്ഞുറപ്പിച്ചു. പിന്നെയും പുറകോട്ട് നടന്നു ബോണെല്ലോയോടും ഐമോയൊടും വിവരം പറഞ്ഞു.

'ആ വഴിക്ക് പോയി എവിടെയുമെത്തുന്നില്ലെങ്കിൽ നമുക്ക് ചുറ്റി വീണ്ടും ഈ മെയിൽ റോഡിൽത്തന്നെ വന്നു ചേരാം, ഞാൻ പറഞ്ഞു.

'ഇവരെയെന്തുചെയ്യണം?'ബോണെല്ലോ ചോദിച്ചു. അവന്റെ രണ്ടു സാർജന്റുകളും അവനോടൊപ്പം സീറ്റിൽ ഇരിക്കുന്നുണ്ടായിരുന്നു. അവർ മുഖം വടിച്ചിരുന്നില്ല. എങ്കിലും തികച്ചും മിലിട്ടറി ഭാവം കൈവിട്ടിരുന്നില്ല.

'ഇരിക്കട്ടെ,. തള്ളണമെങ്കിൽ ഉതകും' ഞാൻ പറഞ്ഞു.

ഞാൻ ഐമോയുടെയടുത്തേക്ക് നടന്നു. നമ്മൾ നാട്ടിൻപുറപ്രദേശം മുറിച്ചുകടക്കാൻ പോകുന്നു എന്നു അവനോട് പറഞ്ഞു.

'അപ്പോഴെന്റെ കന്യകാകുടുംബമോ?' ഐമോ ചോദിച്ചു

പെൺപിള്ളേർ രണ്ടുപേരും ഉറക്കമായിരുന്നു.

'അവരെക്കൊണ്ട് കാര്യമുണ്ടാകുമെന്നു തോന്നുന്നില്ല. നീ വണ്ടിതള്ളാൻ പറ്റിയ രണ്ടുപേരെയായിരുന്നു കണ്ടുപിടിക്കേണ്ടിയിരുന്നത്.'

'അവർ അവിടെ പിന്നിലിരുന്നോട്ടെ. ഇഷ്ടംപോലെ സ്ഥലമുണ്ടല്ലോ?" 'നിനക്കവരെ വേണമെങ്കിൽ അങ്ങനെത്തന്നെയിരിക്കട്ടെ.' ഞാൻ പറഞ്ഞു.'നല്ല വീതിയുള്ള പുറകുഭാഗം ഉള്ള ആരെയെങ്കിലും വേറെ കിട്ടുമോ എന്നു നോക്കൂ.

'റൈഫിൾഷൂട്ടുകാർ' അവർക്കാണ് ഏറ്റവും വീതിയുള്ള പുറകുവശം അവർ അത് അളന്നുനോക്കാറുമുണ്ട്. താങ്കൾക്കെങ്ങിനെയിരിക്കുന്നു ടെനെന്റി?'

'സുഖം. തനിക്കോ ഐമോ?'

'സുഖം, പക്ഷേ വല്ലാതെ വിശക്കുന്നു.'

ആ റോഡിൽക്കൂടി പോയാൽ എന്തെങ്കിലും കിട്ടിയേക്കും. അന്നേരം നമുക്ക് വണ്ടിനിർത്തി കഴിക്കാം.

'താങ്കളുടെ കാലിനെങ്ങിനെയിരിക്കുന്നു ടെനന്റി?'

'സുഖം' ഞാൻ പറഞ്ഞു. പടിയിൽക്കയറിനിന്ന് മുന്നോട്ട് നോക്കിയപ്പോൾ പിയാനിയുടെ കാറ് ആ ചെറിയ സൈഡ്-റോഡിലേക്ക്

തിരിയുന്നതായിക്കണ്ടു. പിന്നീടതിലേ മുന്നോട്ടുനീങ്ങിക്കൊണ്ടിരുന്നപ്പോൾ ഒഴിഞ്ഞ ശാഖകളുമായി നിൽക്കുന്ന മരക്കൂട്ടങ്ങൾക്കിടയിലൂടെ കാറ് തെളിഞ്ഞും മാഞ്ഞും കാണപ്പെട്ടു. ബോണെല്ലോയും പ്രധാനപാതതിരിഞ്ഞ് പിയാനിയെ പിന്തുടർന്നു. വഴി കണ്ടുപിടിച്ചുകൊണ്ട് നീങ്ങുന്ന പിയാനിയുടെ കാറിനെ പിന്തുടർന്ന് ഞങ്ങളുടെ രണ്ട് ആംബുലൻസ്കാറുകളും മുന്നോട്ട് നീങ്ങി. മരനിരകൾ അതിരിടുന്ന ഒരു ഇടുങ്ങിയ റോഡായിരുന്നു അത്. നേരെചെല്ലുന്നത് ഒരു കർഷകഗൃഹത്തിലേക്കായിരുന്നു. പിയാനിയുടേയും ബോണെല്ലോയുടേയും വാഹനങ്ങൾ കളപ്പുരമുറ്റത്ത് നിർത്തിയിട്ടിരിക്കുന്നതായി ഞങ്ങൾ കണ്ടു. ഉയരം കുറഞ്ഞ, നീളൻ മുൻഭാഗം, വാതിലിനോട് ചേർന്ന് പന്തലിട്ട് പടർത്തിയ മുന്തിരിവള്ളി. മുറ്റത്തുതന്നെയായിരുന്നു കിണർ. റേഡിയേറ്ററിൽ ഒഴിക്കാൻ പിയാനി ഒരു തൊട്ടി വെള്ളം കോരി. ലോ ഗിയറിൽ പോയിക്കൊണ്ടിരുന്നതിനാൽ അത് തിളച്ചുമറിയുന്നുണ്ടായിരുന്നു.

ഉപേക്ഷിക്കപ്പെട്ടതുപോലെയുള്ള അന്തരീക്ഷം. ഞാൻ തിരിഞ്ഞ് റോഡിലേക്ക് നോക്കി. ഈ കർഷകഗൃഹം ഒന്നിത്തിരി ഉയർന്നസ്ഥലത്തായതിനാൽ, ഞങ്ങൾക്ക് ചുറ്റുമുള്ള പ്രദേശം മുഴുവനും കാണാമായിരുന്നു. റോഡും അതിർവേലികളും വയലുകളും പിന്നെ പിൻവാങ്ങൽ വ്യൂഹം നീങ്ങിക്കൊണ്ടിരിക്കുന്ന പ്രധാന റോഡിന്റെയരികിലെ മരക്കൂട്ടങ്ങളും കാഴ്ചയിൽപെട്ടു.

സാർജന്റുമാർ രണ്ടുപേരും വീടുമുഴുവൻ പരതുന്നുണ്ടായിരുന്നു. പെൺപിള്ളേർ രണ്ടും ഉണർന്ന് മുറ്റവും കിണറും വീടിനോട് ചേർന്നു നിർത്തിയിട്ടിരുന്ന ആംബുലൻസുകാറുകളും സാകൂതം നോക്കിയിരുന്നു. മൂന്നു ഡ്രൈവർമാരും കിണറിനരികിൽ നിന്നിരുന്നു. സാർജന്റുമാരിൽ ഒരുവൻ ഒരു ക്ലോക്കും താങ്ങിപ്പിടിച്ച് പുറത്തേക്കുവന്നു.

'തിരിച്ചുകൊണ്ടുപോയ് വെക്കു' ഞാൻ പറഞ്ഞു. അവൻ എന്നെയൊന്നു നോക്കി അകത്തേക്കുകയറിപ്പോയി. പിന്നെ വെറും കയ്യാലെ തിരിച്ചുവന്നു.

'എവിടെപ്പോയി നിന്റെ കൂടെയുള്ളവർ?' ഞാൻ ചോദിച്ചു.

'അവൻ മറപ്പുരയിൽ പോയി.' അവൻ ആംബുലൻസിന്റെ സീറ്റിൽ കയറിയിരുന്നു. അവനെ അവിടെയെങ്ങാൻ ഉപേക്ഷിച്ച് ഞങ്ങൾ കടന്നുകളയുമോ എന്നവൻ ഭയപ്പെട്ടിരുന്നതുപോലെ.

'ബ്രേക്ക്ഫസ്റ്റിനെപ്പറ്റി എന്തു പറയുന്നു ടെനെന്റീ?' ബോണെല്ലോ ചോദിച്ചു.'നമ്മൾക്കെന്തെങ്കിലും തിന്നാമായിരുന്നു. അതിന് അത്രമാത്രം സമയമൊന്നുമെടുക്കില്ല.'''മറ്റേ വശത്തേക്ക് നീണ്ടുകിടക്കുന്ന ഈ റോഡ് നമ്മെ എവിടെയെങ്കിലും എത്തിക്കുമെന്ന് നിങ്ങൾക്ക് തോന്നുന്നുണ്ടോ?'

'തീർച്ചയായും.'

'ശരി! എന്നാൽ നമുക്കെന്തെങ്കിലും ഭക്ഷിച്ചുകളയാം.'

പിയാനിയും ബോണെല്ലോയും വീടിനുള്ളിലേക്ക് പ്രവേശിച്ചു.

'വന്നാട്ടെ' ഐമോ പെൺപിള്ളേരെ ക്ഷണിച്ചു. താഴെയിറങ്ങാൻ സഹായിക്കുന്നതിനായി അവൻ കൈകൾ നീട്ടിക്കാണിച്ചു. മൂത്തവൾ തലയാട്ടി. അവർ ഒരു ആളൊഴിഞ്ഞ വീട്ടിലേക്കും വരുന്നില്ല. അവർ ഞങ്ങൾ ഉള്ളിലേക്ക് പോകുന്നത് നോക്കിയിരുന്നു.

'വലിയ കട്ടപ്പക്കാരാണ്.' ഐമോ പറഞ്ഞു. ഞങ്ങൾ രണ്ടുപേരും ചേർന്ന് വീടിന്റെ ഉള്ളിലേക്ക് കടന്നു. വിശാലവും ഇരുണ്ടതും ഉപേക്ഷിക്കപ്പെട്ടതിന്റെ തോന്നലുളവാക്കുന്നതുമായിരുന്നു വീടിന്റെ ഉൾവശം. ബോണെല്ലോയും പിയാനിയും അടുക്കളയിലായിരുന്നു.

'തിന്നാൻ കാര്യമായിട്ടൊന്നുമില്ല.' പിയാനി പറഞ്ഞു. അവർ തീർത്തും വെളുപ്പിച്ചിട്ടാണ് പോയിട്ടുള്ളത്. ബോണെല്ലോ കനത്ത അടുക്കളമേശമേൽ വെച്ച് ഒരു വലിയ കട്ട ചീസ് മുറിച്ചു കഷ്ണങ്ങളാക്കി.

'ചീസ് എവിടെയായിരുന്നു?'

'നിലവറയിൽ. പിയാനി വൈനും ആപ്പിളും കൂടി കണ്ടെടുത്തിട്ടുണ്ട്.'

'അപ്പോൾ ഒരു രസികൻ ബ്രേക്ഫാസ്റ്റ് ആയി'

ചൂരൽവള്ളികൊണ്ടു പൊതിഞ്ഞ ഒരു വലിയ വൈൻഭരണിയുടെ അടപ്പ് പിയാനി തുറന്നു. അവൻ അത് ഒരു വലിയ ചെമ്പുതളികയിലേക്ക് ചെരിച്ചൊഴിച്ചു നിറച്ചു.

'മണത്തുനോക്കുമ്പോൾ വലിയ കുഴപ്പമില്ല' അവൻ പറഞ്ഞു.

'കുറച്ച് കോപ്പകൾ കൊണ്ട്വരൂ ബെർത്തോ'

സാർജന്റുമാർ രണ്ടുപേരും ഉള്ളിലേക്കു കടന്നുവന്നു.

'കുറച്ച് ചീസ് കഴിച്ചാട്ടെ സാർജന്റ്സ്'

'ഞങ്ങൾക്കുടനെ പോകണം' ഒരുവൻ പറഞ്ഞു. അവർ തങ്ങളുടെ ചീസ് തിന്നുകയും വൈൻ കുടിക്കുകയും ചെയ്തു.

'നമ്മൾക്കുടനെ പോകാം. വിഷമിക്കേണ്ട.' ബോണല്ലോ പറഞ്ഞു.

'ഒരു ആർമി നീങ്ങിപ്പോകുന്നത് അതിന്റെ വയറുകളിലാണ്'

ഞാൻ പറഞ്ഞു.

'എന്തോന്ന്?'

സാർജന്റ് ചോദിച്ചു.

'തിന്നുകയാണ് മെച്ചം എന്ന്.'

'പക്ഷേ സമയം വിലപിടിച്ചതാണ്.'

എനിക്ക് തോന്നുന്നു ഈ തന്തയില്ലാത്തവന്മാർ നേരത്തേ തന്നെ എന്തോ ഭക്ഷണം കഴിച്ചിട്ടുണ്ടെന്ന് പിയാനി പറഞ്ഞു. അവർ ഞങ്ങളെ ഭയങ്കരമായി വെറുത്തിരുന്നു എന്നത് സ്പഷ്ടം.

'നിങ്ങൾക്ക് വഴി അറിയാമോ?' ഒരുത്തൻ എന്നോട് ചോദിച്ചു.

'ഇല്ല' ഞാൻ പറഞ്ഞു. അവർ പരസ്പരം നോക്കി.

'നമ്മൾ വേഗം പുറപ്പെടുകയാണ് നല്ലത്.' ഒന്നാമൻ പറഞ്ഞു.

'നമ്മൾ പുറപ്പെടുകയാണ്' ഞാൻ പറഞ്ഞു. ഞാൻ ഒരു കപ്പുകൂടി ആ ചുവന്ന വൈൻ കുടിച്ചു. ചീസിനും ആപ്പിളിനും ശേഷം വൈനിന് അപാര രുചി തോന്നി.

'ചീസ് എടുത്തോളൂ' ഞാൻ പറഞ്ഞു. വലിയ വൈൻ ഭരണിയും ചുമന്ന് ബോണെല്ലോ പുറത്തേക്കുവന്നു.

'എടുക്കാനാവാത്ത വിധം വലുതാണത്' ഞാൻ പറഞ്ഞു.

അവൻ സങ്കടത്തോടെ ഭരണിയിൽ നോട്ടമുറപ്പിച്ചു. 'എനിക്കുമതു തോന്നി' അവൻ പറഞ്ഞു. 'നമ്മുടെ കയ്യിലെ പാത്രങ്ങളെല്ലാം എനിക്കെടുത്തുതരൂ. ഞാനതിലെല്ലാം വൈൻനിറച്ചു വെക്കാം.' അവൻ ഞങ്ങളുടെ ഭക്ഷണപാത്രങ്ങളിലെല്ലാം നിറച്ചു. ഇടക്ക് അൽപം വൈൻ കല്ലുപാകിയ മുറ്റത്ത് തൂവിപ്പോയി. പിന്നെയവൻ അതെടുത്ത് വാതിലിന്റെ തൊട്ടുപിറകിൽ കൊണ്ടുപോയി വെച്ചു. 'വാതിൽ പൊളിച്ചുമാറ്റേണ്ടിവരും ആസ്ട്രിയക്കാർക്ക് വൈൻ കിട്ടണമെങ്കിൽ.'

'ശരി നമുക്കിനി നീങ്ങാം.' ഞാൻ പറഞ്ഞു. 'പിയാനിയും ഞാനും മുന്നിൽ പോകാം.' എഞ്ചിനീയർമാർ രണ്ടും ബോണെല്ലോയുടെയരികിൽ ഇരിപ്പുറപ്പിച്ചിരുന്നു. പെൺപിള്ളർ ആപ്പിളും ചീസും കഴിക്കുകയായിരുന്നു. ഐമോ പുകവലിച്ചുകൊണ്ടിരുന്നു. ഞങ്ങൾ ആ ഇടുങ്ങിയ റോഡിലൂടെ പുറപ്പെട്ടുപോയി. ഞാൻ തിരിഞ്ഞു പുറകെവരുന്ന മറ്റു രണ്ടു കാറുകളേയും കർഷകഗൃഹത്തേയും നോക്കി. അതൊരു നല്ല വീടായിരുന്നു. ഉയരം കുറഞ്ഞ് വളരെ ഉറപ്പോടെ പണികഴിപ്പിച്ച ഒന്ന് കിണറ്റിനരികിലേ ഇരുമ്പു പണിത്തരങ്ങളും ഒന്നാന്തരമായിരുന്നു. മുന്നിലേക്ക് നോക്കുമ്പോൾ റോഡ് വളരെ ഇടുങ്ങിയും ചേറുകുഴഞ്ഞതുമായി കാണപ്പെട്ടു. രണ്ടതിരുകളിലും ഉയരമുള്ള കുറ്റിക്കാടിന്റെ വേലി. പിറകിലെ കാറുകൾ വലിയ അകലമില്ലാതെ ഞങ്ങളെ പിന്തുടർന്നു.

29

ഉച്ചയോടെ ഞങ്ങൾ ഒരു ചേറിൽ കുഴഞ്ഞ റോഡിൽ കുടുങ്ങിപ്പോയി. കണക്കുകൂട്ടി നോക്കിയപ്പോൾ ഞങ്ങൾ ഏകദേശം, പത്തു കിലോ മീറ്റർ അകലെയായിരുന്നു; യുഡൈൻ- ൽ നിന്നും. ഉച്ചയാകുന്നതിനുമു മ്പുതന്നെ മഴ നിലച്ചിരുന്നു. ഇതിനിടെ മൂന്നുപ്രാവശ്യം ഞങ്ങൾ വിമാനം ഇരമ്പുന്ന ഒച്ച കേൾക്കുകയുണ്ടായി. മൂന്നു പ്രാവശ്യം അവർ ഞങ്ങളുടെ തലകൾക്കുമുകളിലൂടെ കടന്നുപോയി. ഇടത്ത് ഭാഗത്തായി മെയിൻ റോഡിൽ ബോംബു വീഴുന്നതിന്റെ ശബ്ദം ഞങ്ങൾ കേട്ടിരുന്നു. ഞങ്ങൾ അപ്രധാന റോഡുകളുടെ ഒരു വലയത്തിലൂടെയായിരുന്നു നീങ്ങിയത്. ചിലപ്പോഴൊക്കെ ചില റോഡുകൾ ഞങ്ങളെ എവിടെയുമെവിടെയുമെത്തി ക്കാതെ കുഴപ്പത്തിലാക്കി. അപ്പോഴൊക്കെയും തിരിഞ്ഞു മറ്റൊരു റോഡി ലേക്കെത്താൻ ഞങ്ങൾക്ക് കഴിഞ്ഞു. അങ്ങിനെ ഞങ്ങൾ യുഡൈൻ- ലേക്ക് അരിച്ചരിച്ചെത്തുകയായിരുന്നു. ഞങ്ങൾക്ക് വഴിതെറ്റിയപ്പോൾ മറ്റൊരു റോഡിലേക്ക് തിരിയാൻ പിന്നോട്ടെടുക്കുമ്പോൾ ഐമോയുടെ കാറ് റോഡിന്റെ അതിരിലെ കുഴഞ്ഞ ചേറിൽ പെട്ടുപോയി. ചളിയിൽ പൂണ്ട ചക്രങ്ങൾ തിരിഞ്ഞുതിരിഞ്ഞു കുറേക്കൂടി ആഴങ്ങളിലേക്ക് ഇറങ്ങി. അവസാനം വാഹനം അതിന്റെ ഡിഫറൻഷ്യലിൽ കുത്തിയിരിപ്പായി. ഇനി ചെയ്യാനുള്ളത് ചക്രങ്ങളുടെ മുൻവശത്ത് കുഴിയെടുത്ത് അതിൽ കുറ്റിക്കാടുകളും, കമ്പും നിറച്ച്, ചെയിനിന് ഒരു പിടുത്തം കിട്ടാൻ വേണ്ടി ശ്രമിക്കുക എന്നുള്ളതാണ്. അതിനുശേഷം കാറ് തള്ളി റോഡിലേക്ക് കയറ്റാവുന്നതാണ്. ഞങ്ങളെല്ലാവരും ഇറങ്ങി കാറിന്റെ ചുറ്റിലും വന്നു നിന്നു. രണ്ട് സാർജന്റുമാരും ഇറങ്ങിവന്നു ചക്രങ്ങൾ പരിശോധിച്ചു. പിന്നീടവർ ആരോടും ഒരക്ഷരം മിണ്ടാതെ റോഡിലൂടെ മുന്നോട്ട് നടക്കാൻ തുടങ്ങി. ഞാൻ അവരുടെ പുറകെചെന്നു.

'വന്നാട്ടെ കുറച്ച് കാട് വെട്ടിയിടൂ.'

'വേഗം വരൂ' ഞാൻ പറഞ്ഞു. 'കുറച്ച് കുറ്റിക്കാടുകൾ വെട്ടിയിടൂ.'

'ഞങ്ങൾക്ക് പോകണം' അവൻ വീണ്ടും പറഞ്ഞു. മറ്റേയാൾ ഒന്നും

മിണ്ടിയില്ല. അവർക്ക് പുറപ്പെടാൻ തിടുക്കമുള്ളതുപോലെ തോന്നി. അവർ എന്റെ നേരെ നോക്കിയതേയില്ല

'കാറിലേക്ക് തിരിച്ചുവരാനും കുറ്റിക്കാടുകൾ വെട്ടിയിടാനും ഞാൻ നിങ്ങളോട് ആജ്ഞാപിക്കുന്നു.' ഞാൻ പറഞ്ഞു. എന്നോട് സംസാരിച്ചവൻ തിരിഞ്ഞു നിന്നു. 'ഞങ്ങൾക്ക് പോയേ തീരൂ. കുറച്ചുനേരത്തിനുള്ളിൽ നിങ്ങളുടെ കഥകഴിയും. നിങ്ങൾക്ക് ഞങ്ങളോട് ആജ്ഞാപിക്കാനുള്ള അധികാരമില്ല. നിങ്ങൾ ഞങ്ങളുടെ ഓഫീസറല്ല.'

'ഞാൻ ആജ്ഞാപിക്കുന്നു നിങ്ങളോട് കാട് വെട്ടിയിടാൻ.' ഞാൻ പറഞ്ഞു. അവർ തിരിഞ്ഞ് വീണ്ടും നടക്കാൻ തുടങ്ങി.

'നിൽക്കു' ഞാൻ വിളിച്ചു പറഞ്ഞു. അവർ ചേറിൽ കുഴഞ്ഞ റോഡിലൂടെ നടത്തം തുടർന്നു. അപ്പുറമിപ്പുറം കുറ്റിക്കാടിന്റെ അതിർവേലികളുണ്ടായിരുന്നു. 'ഞാൻ നിങ്ങളോട് നിൽക്കാൻ കൽപിക്കുന്നു' ഞാൻ വീണ്ടും ഉറക്കെ വിളിച്ചുപറഞ്ഞു. അവർ കുറേക്കൂടി വേഗത്തിൽ നടക്കാൻ തുടങ്ങി ഞാൻ എന്റെ തോക്കിന്റെ സഞ്ചിതുറന്നു പിസ്റ്റൾ എടുത്തു, എന്നോട് ഏറെ സംസാരിച്ചവന്റെ നേർക്ക് ഉന്നം പിടിച്ചു എന്നിട്ട് കാഞ്ചി വലിച്ചു. എനിക്ക് ഉന്നം തെറ്റിപ്പോയി. അവർ രണ്ടുപേരും ഓടാൻ തുടങ്ങി. ഞാൻ മൂന്നുതവണ നിറയൊഴിച്ചു. ഒരാൾ വീഴുകയും ചെയ്തു. മറ്റേയാൾ കുറ്റിക്കാടിന്റെ വേലി പൊളിച്ച് ഓടി കൺമുന്നിൽ നിന്നും മറഞ്ഞു. ഞാൻ വേലിക്കിടയിലൂടെ, അവൻ വയലിനു കുറുകെ ഓടിപ്പോകുന്നതുകണ്ട് ഒന്നുകൂടെ വെടിവെച്ചു. പിസ്റ്റളിൽ നിന്നും ഉണ്ട തീർന്നതിന്റെ ക്ലിക് ശബ്ദം കേട്ടു. ഞാൻ മറ്റൊരു തിര ഇട്ടു. അപ്പോഴേക്കും രണ്ടാമത്തെ സാർജന്റ് വെടി കൊള്ളാവുന്നാവാത്തവിധം അത്ര അകലെയെത്തിയെന്നു കണ്ടു. അവൻ വയലുകളുടെ വിദൂരമായ അറ്റത്തെത്താനായി തല കുനിച്ചു പിടിച്ച് ഓടിയ കലുകയായിരുന്നു. ഞാൻ പിസ്റ്റളിന്റെ ഒഴിഞ്ഞ ക്ലിപ്, റീലോഡ് ചെയ്യാൻ തുടങ്ങി. ബോണെല്ലോ ഓടി അടുത്തുവന്നു.

'ചെന്ന് അവന്റെ കഥകഴിക്കാൻ എന്നെ അനുവദിക്കണം' അവൻ പറഞ്ഞു. ഞാനെന്റെ പിസ്റ്റൾ അവനെയേൽപിച്ചു. ഒരു എഞ്ചിനീയർ സാർജന്റ് മുഖം കുത്തി വഴിയിലങ്ങനെ വീണു കിടക്കുന്നു. ബോണല്ലോ അവന്റെയരികിലെത്തി കുനിഞ്ഞു പിസ്റ്റൾ അവന്റെ തലയോട് ചേർത്തു പിടിച്ചു ട്രിഗ്ഗർ വലിച്ചു. ഉണ്ടയൊന്നും പൊട്ടിയില്ല; 'അതിന്റെ കൊത്തി നീക്ക്' ഞാൻ പറഞ്ഞു. അവൻ കൊത്തി, നീക്കിയശേഷം രണ്ടുപ്രാവശ്യം നിറയൊഴിച്ചു. പിന്നീട് സാർജന്റിന്റെ കാലുകളിൽ പിടിച്ച് വലിച്ച് ഒരരികിലേക്ക്, കുറ്റിക്കാടിനുതൊട്ടടുത്തേക്ക് നീക്കിയിട്ടു. അവൻ തിരിച്ചുവന്നു. പിസ്റ്റൾ എന്നെ തിരികെ ഏൽപിച്ചു.

'പട്ടിയുടെ മകൻ' അവൻ പറഞ്ഞു. അവൻ സാർജന്റിന്റെ നേരെ നോക്കി.'ഞാൻ ഷൂട്ട് ചെയ്തത് കണ്ടില്ലേ ടെനെന്റി?'

'നമ്മൾക്ക് പെട്ടെന്നുതന്നെ കുറ്റിക്കാടുകൾ വെട്ടിയിടേണ്ടതുണ്ട് ഞാൻ പറഞ്ഞു. 'മറ്റവന്റെ കാലിൽ ഉണ്ട കൊള്ളിക്കാൻ എനിക്ക്

കഴിഞ്ഞിട്ടുണ്ടാകുമോ?'

'എനിക്ക് തോന്നുന്നില്ല.' ഐമോ പറഞ്ഞു. അയാൾ ഒരു പിസ്റ്റളിന്റെ റേഞ്ചിനുമപ്പുറത്തായിരുന്നു.'

'വൃത്തികെട്ട ചെറ്റ' പിയാനി പറഞ്ഞു. ഞങ്ങളെല്ലാവരും ചേർന്ന് കമ്പും ശാഖകളും വെട്ടിയിട്ടു. കുടുങ്ങിപ്പോയ കാറിലുണ്ടായിരുന്ന സകലതും എടുത്ത് പുറത്തിട്ടു. ചക്രങ്ങളുടെ മുൻവശത്തായി ബോണല്ലോ കുഴിയെടുക്കുന്നുണ്ടായിരുന്നു. എല്ലാം തയ്യാറായിക്കഴിഞ്ഞപ്പോൾ ഐമോ കാറ് സ്റ്റാർട്ട് ചെയ്തു ഗിയറിട്ടു. ചക്രങ്ങൾ ചേറിലും ചില്ലയിലും കമ്പിലുമായി ഉരുളാൻ തുടങ്ങി. ഞങ്ങളുടെ സന്ധികളെല്ലാം വേർപെടുത്തുന്നതുവരെ ഞങ്ങൾ ഉന്തിക്കൊണ്ടിരുന്നു. കാറ് നിന്നേടത്തുനിന്നും ഒരിഞ്ചുപേലും അനങ്ങിയില്ല.

'മുന്നോട്ടും പിന്നോട്ടുമായി ഒന്നു ആട്ടിനോക്കു ഐമോ.' ഞാൻ പറഞ്ഞു. അവൻ എഞ്ചിൻ റിവേഴ്സിലിട്ടു, പിന്നെ മുന്നോട്ടും. ചക്രങ്ങൾ ആഴത്തിൽ പൂണ്ടുപോയി. കാറ് പിന്നീട് അതിന്റെ ഡിഫറൻഷ്യൽ-ൽ തന്നെ ഇരിപ്പായി. ചക്രങ്ങൾ കുഴിയിൽക്കിടന്നു വെറുതെ കറങ്ങി, ഞാൻ നിവർന്നുനിന്നു.

'ഒരു കയറുകെട്ടി വലിച്ചുനോക്കാം.' ഞാൻ പറഞ്ഞു.

'അതിനെക്കൊണ്ടെന്തെങ്കിലും കാര്യമുണ്ടാകും എന്നു തോന്നുന്നില്ല ടെനെന്റി. നമുക്ക് നേരെ മുന്നിൽ നിന്നും വലിക്കാനും പറ്റില്ലല്ലോ.'

'ശ്രമിച്ചുനോക്കാം.' ഞാൻ പറഞ്ഞു. 'മറ്റൊരു തരത്തിലും ഇവളെ പൊക്കാൻ പറ്റില്ല.'

പിയാനിയുടേയും ബോണല്ലോയുടെയും കാറുകൾക്ക് നേരെ മുന്നോട്ട് നീങ്ങാനുള്ള ഇടയേ ആ ഇടുങ്ങിയ പാതയിലുണ്ടായിരുന്നുള്ളൂ. ഞങ്ങൾ രണ്ടുകാറുകളിൽ നിന്നും താഴെയിറങ്ങി, തിരിച്ചുവന്നു. ഐമോയും പുറത്തിറങ്ങി. പെൺപിള്ളേർ രണ്ടും വഴിയുടെ മുൻഭാഗത്ത് ഏകദേശം നാൽപതുവാര ദൂരത്തിൽ ഒരു കയ്യാലമേൽ ഇരിക്കുകയായിരുന്നു.

'താങ്കളെന്തുപറയുന്നു. ടെനെന്റി?' ബോണെല്ലോ ചോദിച്ചു.

'ഒന്നുകൂടെ കുഴിച്ച് കുറേക്കൂടി കുറ്റിക്കാടുകൾ വെട്ടിയിടാം.' ഞാൻ പറഞ്ഞു. ഞാൻ പാതയിലൂടെ നോക്കി. ഇത് എന്റെ കുറ്റമാണ്. ഞാനാണ് ഇവരെ ഇതിലേക്കെത്തിച്ചത്. സൂര്യൻ മേഘങ്ങൾക്കിടയിൽ നിന്നും മിക്കവാറും പുറത്തുവന്നു. സാർജന്റിന്റെ ശരീരം ഇപ്പോഴും വേലിക്കരികിൽ കിടക്കുന്നു. 'നമുക്കാ ചങ്ങാതിയുടെ കോട്ടും പുറംകുപ്പായവും എടുത്ത് കുഴിയിലിടാം' ഞാൻ പറഞ്ഞു.

'ബോണെല്ലോ പോയി അവയെടുത്തുകൊണ്ടുവന്നു. ഞാൻ വീണ്ടും കുറ്റിക്കാടുകൾ വെട്ടിയിടാനാരംഭിച്ചു. ഞാൻ അവന്റെ പുറംകോട്ട് രണ്ടായിക്കീറി ചക്രത്തിന്റെ അടിയിലെ ചെളിയിൽ ഇട്ടു. പിന്നീട് വീലുകൾക്ക് പിടുത്തം കിട്ടാൻ വെട്ടിയിട്ട കുറ്റിക്കാടിന്റെ ഒരു കൂനയും ഇട്ടു. ഐമോ സീറ്റിൽ കയറിയിരുന്നു സ്റ്റാർട്ട് ചെയ്യുമ്പോൾ തള്ളാൻ തയ്യാറായി ഞങ്ങൾ കാത്തുനിന്നു.

ചക്രങ്ങൾ തിരിയാൻ തുടങ്ങി. ഞങ്ങളാണെങ്കിൽ തള്ളിത്തള്ളി നടുവൊടിഞ്ഞു. കാര്യമൊന്നുമുണ്ടായില്ല.

'അതിന്റെ കാര്യം കഴിഞ്ഞു.?' 'കാറിൽ നിന്നും നിനക്കെന്തെങ്കിലും എടുക്കാനുണ്ടോ ബർത്തോ?'

ഐമോയും ബോണല്ലോയുംകൂടി കയറിച്ചെന്ന് ചീസും, രണ്ട് കുപ്പി വൈനും, ഐമോയുടെ കോട്ടും പുറത്തേക്ക് കൊണ്ടുവന്നു. ചക്രത്തിന്റെ പുറകിൽ കുത്തിയിരുന്ന് ബോണെല്ലോ സാർജന്റിന്റെ കോട്ടിന്റെ പോക്കറ്റുകൾ പരിശോധിച്ചു.

'ആ കോട്ട് വലിച്ചെറിയുകയാണ് നല്ലത്' ഞാൻ പറഞ്ഞു.

'ബർത്തോയുടെ കന്യകമാരെ എന്തുചെയ്യാനാണ് ഭാവം?'

'അവർക്ക് പുറകിൽ കൂടാം. പിയാനി പറഞ്ഞു. നമ്മളും വളരെ ദൂരമൊന്നും മുന്നോട്ടു പോകുമെന്നു തോന്നുന്നില്ല.'

ഞാൻ ആംബുലൻസിന്റെ പിൻവാതിൽ തുറന്നുകൊടുത്തു.

'വരൂ' ഞാൻ പറഞ്ഞു..'ഉള്ളിലേക്ക് കയറൂ' പെൺപിള്ളേർ രണ്ടു പേരും കയറി ഒരു മൂലയിൽ പോയി ഇരുന്നു. അവർ വെടിവെപ്പിന്റെ കാര്യമൊന്നും അറിഞ്ഞ മട്ടില്ല. ഞാൻ റോഡിലേക്ക് നോക്കി. തന്റെ മുഷിഞ്ഞ നീളൻ അടിക്കാലുറ ധരിച്ച് സാർജന്റ് വേലിയരികിൽ കിടന്നു. ഞാൻ പിയാനിയുടെ കൂടെ കയറി ഞങ്ങൾ വീണ്ടും പുറപ്പെട്ടു.

ഞങ്ങൾ വയൽ മുറിച്ചു കടക്കാമെന്നു തീരുമാനിച്ചു. പാത വയലിൽ ച്ചെന്നു ചേരുന്നിടത്തുവെച്ച് ഞാൻ ഇറങ്ങി മുന്നോട്ടു നടന്നു. ഈ വയൽ മുറിച്ചുകടക്കാൻ കഴിഞ്ഞാൽ മറുഭാഗത്ത് ഒരു റോഡുണ്ട്. പക്ഷേ വയൽ മുറിച്ച കടക്കാനാകുമെന്നു തോന്നുന്നില്ല. കാറുകൾക്ക് നീങ്ങിപ്പോകാനാവാത്തവിധം കുഴഞ്ഞ ചേറാണ് വയൽ മുഴുവനും. അവസാനം പൂർണമായും അവ നിന്നുകഴിഞ്ഞപ്പോൾ, ഞങ്ങൾ ഇറങ്ങി. ചക്രങ്ങൾ തിണ്ടിൽത്തട്ടി തിരിഞ്ഞു നിശ്ചലമായി. ഞങ്ങൾ അവയെ വയലിലുപേക്ഷേ#ിച്ച് കാൽനടയായി യുഡൈൻ- ലേക്ക് തിരിച്ചു.

വയൽകടന്നു അക്കരെയുള്ള റോഡിൽ പ്രവേശിച്ചപ്പോൾ ഞാൻ പെൺകുട്ടികളെ വിളിച്ചു. 'ഈ റോഡ് എതിരിലേക്ക് തിരിഞ്ഞ് മെയിൻ റോഡിലെത്തിച്ചേരും. നിങ്ങൾക്ക് നിങ്ങളുടെ ആൾക്കാരുടെയരികിൽ തിരിച്ചുചെല്ലാം.' ഞാൻ പറഞ്ഞു.

അവർ എന്റെനേരെ മിഴിച്ചുനോക്കി. ഞാനെന്റെ പോക്കറ്റ് ബുക്ക് തുറന്നു ഇരുവർക്കും പത്തുപത്ത് ലീറവീതം കൊടുത്തു.

'പോയ്ക്കോളൂ.' ഞാൻ കൈചൂണ്ടിക്കൊണ്ട് പറഞ്ഞു.

'സുഹൃത്തുക്കൾ! കുടുംബം!'

അവർക്കതു മനസ്സിലായില്ല. പക്ഷേ പണം അവർ മുറുകെ പിടിച്ചു. നടന്ന് നീങ്ങുന്നതിനിടയിൽ അവർ പലപ്രാവശ്യം തിരിഞ്ഞുനോക്കി. ഞാനെങ്ങാനും ചെന്ന് ആ പണം തിരികെ വാങ്ങുമെന്ന് ഭയപ്പെട്ടതു പോലെ. അവർ റോഡിലൂടെ അകന്നുപോകുന്നത് ഞാൻ നോക്കിനിന്നു. ഷാളുകൾകൊണ്ട് ആകെ പൊതിഞ്ഞ്, ഇടക്കിടെ ആശങ്കയോടെ തിരിഞ്ഞുനോക്കിക്കൊണ്ട് പെൺകുട്ടികൾ നടന്നുനീങ്ങി.

ഡ്രൈവർമാർ മൂന്നുപേരും പൊട്ടിച്ചിരിക്കുകയായിരുന്നു.

'ഞാനും ആ വഴിക്ക് പോവുകയാണെങ്കിൽ താങ്കൾ എനിക്കെന്തു തരും ടെനെന്റീ?' ബോണെല്ലോ ചോദിച്ചു.

'പിടിക്കപ്പെടുകയാണെങ്കിൽ ഒരു കൂട്ടം ആൾക്കാരുടെ നടുവിൽ വെച്ചാകുന്നതാണ് അവർക്ക് നല്ലത്.' ഞാൻ പറഞ്ഞു.

'എനിക്കൊരു ഇരുന്നൂറ് ലീറ തന്നേക്കു ഞാൻ നേരെ തിരിഞ്ഞു ആസ്ട്രിയയിലേക്ക് പൊയ്ക്കൊള്ളാം.' ബോണെല്ലോ പറഞ്ഞു.

'അവർ അത് നിന്റെ കയ്യിൽ നിന്നും പിടിച്ചുവാങ്ങും.' പിയാനി പറഞ്ഞു.

'ചിലപ്പോൾ യുദ്ധം വേഗം കഴിഞ്ഞേക്കാം.' ഐമോ പറഞ്ഞു. ഞങ്ങൾ കഴിയുന്നത്ര വേഗത്തിൽ റോഡിലൂടെ നടക്കുകയായിരുന്നു. സൂര്യൻ മേഘങ്ങൾക്കിടയിൽ നിന്നും പുറത്തുകടക്കാൻ ശ്രമിച്ചുകൊണ്ടിരുന്നു. റോഡിനരികിൽ നിറയെ മൾബറി മരങ്ങൾ ഉണ്ടായിരുന്നു. മരങ്ങൾക്കിടയിലൂടെ ഞങ്ങളുടെ വലിയ വാൻ ഘടിപ്പിച്ചകാറുകൾ വയലിൽ കുടുങ്ങിക്കിടക്കുന്നത് കാണാമായിരുന്നു. പിയാനിയും തിരിഞ്ഞുനോക്കി.

അവർക്ക് അവ കിട്ടണമെങ്കിൽ പുതിയ ഒരു റോഡുതന്നെ പണിയേണ്ടിവരും' അവൻ പറഞ്ഞു.

'നമുക്കോരോ സൈക്കിൾ കിട്ടിയിരുന്നെങ്കിൽ എന്നു ഞാൻ ദൈവത്തോട് അപേക്ഷിക്കുകയാണ്' ബോണല്ലോ പറഞ്ഞു.

'അമേരിക്കയിൽ അവർ സൈക്കിളിൽ സഞ്ചരിക്കുമോ?' ഐമോ ചോദിച്ചു.

'അവർക്കതു ശീലമാണ്.'

'ഇവിടെ ഇപ്പോഴും അതൊരു വലിയ കാര്യമാണ്.' ഐമോ പറഞ്ഞു.

'ഒരു സൈക്കിളെന്നു പറഞ്ഞാൽ അതൊരു ഗംഭീര സംഗതിതന്നെയാണ്.'

'ഞാൻ ദൈവത്തോട് അപേക്ഷിക്കുന്നു. നമുക്ക് സൈക്കിൾ ഉണ്ടായിരുന്നുവെങ്കിൽ എന്ന്' ബോണെല്ലോ പറഞ്ഞു.

'ഞാനൊരു വലിയ നടത്തക്കാരനല്ല.'

'അക്കേൾക്കുന്നത് വെടിയൊച്ചയാണോ?' ഞാൻ ചോദിച്ചു. കുറേയകലത്തു നിന്നായി വെടിപൊട്ടുന്ന ശബ്ദം കേൾക്കുന്നതുപോലെ എനിക്ക് തോന്നി.

'എനിക്കറിഞ്ഞുകൂടാ.' ഐമോ പറഞ്ഞു. എന്നിട്ട് അവൻ കാതോർത്തു.

'അതുതന്നെയാണെന്നു തോന്നുന്നു.' ഞാൻ പറഞ്ഞു.

'ആദ്യമായി നമ്മൾ കണ്ടുമുട്ടുക കുതിരപ്പട്ടാളത്തെയാകും.' പിയാനി പറഞ്ഞു.

'അവർക്ക് കുതിരസേനയുണ്ടെന്ന് എനിക്ക് തോന്നുന്നില്ല.'

'ക്രൈസ്റ്റ്, അവർക്കതു ഉണ്ടാകാതിരിക്കട്ടെ' ബോണെല്ലോ പറഞ്ഞു. 'എനിക്ക് അവരുടെ കുന്തത്തിൽ കോർക്കപ്പെടുന്നത് അത്ര ഇഷ്ടമുള്ള കാര്യമല്ല.'

'താങ്കൾ ശരിക്കും ആ സാർജന്റിനെ വെടിവെച്ചുവോ ടെനെന്റി?'

പിയാനി ചോദിച്ചു. ഞങ്ങൾ അതിവേഗം നടന്നുനീങ്ങുകയായിരുന്നു.

'ഞാനാണവനെ കൊന്നത്.' ബോണെല്ലോ പറഞ്ഞു. 'ഞാനീ യുദ്ധത്തിൽ ഇതുവരേയും ഒരാളെയും കൊന്നിരുന്നില്ല. ജീവിതകാലം മുഴുവൻ ഒരു സാർജന്റിനെ കൊല്ലുവാൻ വേണ്ടി ഞാൻ കൊതിക്കുകയായിരുന്നു.'

'നീ അവനെ കൊന്നത് അവൻ ഇരുന്നു തന്നതുകൊണ്ടല്ലേ.'പിയാനി പറഞ്ഞു. 'നീയവനെ കൊല്ലുമ്പോൾ അവൻ ഉയരത്തിൽ അതിവേഗം പറക്കുകയൊന്നുമായിരുന്നില്ലല്ലോ.'

'അതൊന്നും കണക്കാക്കേണ്ട. എനിക്ക് ജീവിതകാലം മുഴുവൻ ഓർക്കാനുള്ള ഒരു സംഗതിയാണത്. ഞാൻ ആ ------ സാർജന്റിനെ കൊല്ലുക തന്നെ ചെയ്തു.'

'കുമ്പസാരിക്കുമ്പോൾ നീ അച്ചനോട് എന്താണ് പറയുക?' ഐമോ ചോദിച്ചു.

'ഞാൻ പറയും. ആശീർവദിക്കു അച്ചാ ഞാനൊരു സാർജന്റിനെ കൊന്നു എന്ന്.'

അവരെല്ലാവരും പൊട്ടിച്ചിരിച്ചു.

'ഇവൻ ഒരു അരാജകവാദിയാണ്' പിയാനി പറഞ്ഞു.'ഇവൻ പള്ളിയിൽ പോകാറില്ല.'

'പിയാനി! നീയുമൊരു അരാജകവാദിയാണ്' ബോണെല്ലോ പറഞ്ഞു.

'നിങ്ങളെല്ലാവരും അരാജകവാദികളാണോ?' ഞാൻ ചോദിച്ചു.

'അല്ല ടെനെന്റി, ഞങ്ങൾ സോഷ്യലിസ്റ്റുകളാണ്. ഞങ്ങൾ 'ഇമോള'യിൽ നിന്നുള്ളവരാണ്.'

'താങ്കൾ ഒരിക്കലും ഇമോളയിൽ പോയിട്ടില്ല.?'

'ഇല്ല'

'ക്രൈസ്റ്റ്, അതൊരു ഗംഭീരസ്ഥലംതന്നെയാണ് ടെനെന്റി. യുദ്ധം കഴിഞ്ഞാൽ താങ്കൾ അങ്ങോട്ടുവരണം. അപ്പോൾ ഞങ്ങൾ ഒരു കൂട്ടം കാണിച്ചുതരാം'

'നിങ്ങളെല്ലാവരും സോഷ്യലിസ്റ്റുകളാണോ?'

'ഒന്നൊഴിയാതെ.'

'അതൊരു നല്ല പട്ടണമാണോ?'

'വിസ്മയിപ്പിക്കുന്നത്!. താങ്കൾ ഒരിക്കലും അത്തരം ഒരു പ്രദേശം കണ്ടിട്ടുണ്ടാവില്ല.'

'എങ്ങനെയാണ് നിങ്ങളൊക്കെ സോഷ്യലിസ്റ്റുകളായി മാറിയത്?'

'ഞങ്ങൾ എല്ലാവരും സോഷ്യലിസ്റ്റുകളാണ്. ഓരോരുത്തരും ഓരോ സോഷ്യലിസ്റ്റുകളാകുന്നു. ഞങ്ങൾ എല്ലാകാലത്തും സോഷ്യലിസ്റ്റുകളായിരുന്നു.'

'താങ്കൾ വരണം ടെനെന്റി. ഞങ്ങൾ താങ്കളേയും ഒരു സോഷ്യലിസ്റ്റ് ആക്കിത്തരാം.'

മുന്നിൽ റോഡ് ഇടത്തേഭാഗത്തേക്കായി തിരിഞ്ഞു. അതിനപ്പുറം ഒരു ചെറുകുന്നും, കല്ലുകൾ അടുക്കിക്കെട്ടിയ ഒരു മതിലും ഒരു ആപ്പിൾപഴത്തോട്ടവുമുണ്ടായിരുന്നു. റോഡ്, കുന്നുകയറാൻ തുടങ്ങിയതോടെ അവരെല്ലാവരും സംസാരം നിർത്തി.

ഞങ്ങൾ എല്ലാവരും ചേർന്ന് അതിവേഗം പോയ്ക്കൊണ്ടിരുന്നു. കാലത്തിനെതിരെ.

30

പിന്നീട് ഞങ്ങൾ, പുഴയിലേക്ക് നയിക്കുന്ന ഒരു റോഡിലെത്തി. പാലത്തിലേക്ക് പോകുന്നവഴിക്ക് ഉപേക്ഷിക്കപ്പെട്ട വാഹനങ്ങളുടെ ഒരു നീണ്ട നിര കാണാമായിരുന്നു. പരിസരത്തെങ്ങും ആരെയും കാണാനുണ്ടായിരുന്നില്ല. പുഴയിൽ വെള്ളം വളരെയേറെ പൊങ്ങിയിരുന്നു. പാലം നടുവിൽ വെച്ച് തകർക്കപ്പെട്ടിരുന്നു. കല്ലിന്റെ കമാനം പുഴയിൽ വീണുകിടന്നതിന്റെ മുകളിൽക്കൂടി ഇരുണ്ട് കലങ്ങിയ മലവെള്ളം ഒഴുകിക്കൊണ്ടിരുന്നു. ഞങ്ങൾ തീരത്തുകൂടെ അക്കരെപ്പറ്റാൻ പറ്റിയ ഒരിടം അന്വേഷിച്ചുകൊണ്ട് നടന്നു. കുറച്ചുകൂടി മുകൾഭാഗത്തായി ഒരു റെയിൽവേ പാലം ഉണ്ടായിരുന്നുവെന്നു എനിക്കറിയാമായിരുന്നു. അതിലൂടെ അക്കരെ കടക്കാമെന്ന് ഞാൻ വിചാരിച്ചു. വഴി കൂടുതൽ നനവും ചേറുമുള്ളതായിത്തീർന്നു. ഞങ്ങൾ സൈനികരെയാരേയും കണ്ടില്ല. വെറും ഉപേക്ഷിക്കപ്പെട്ട ട്രക്കുകളും ചരക്കുകളും മാത്രം. തീരത്തുടനീളം മറ്റ് യാതൊന്നുമുണ്ടായിരുന്നില്ല. ആരേയും കാണാനുമില്ല. നനഞ്ഞുകുതിർന്ന കുറ്റിക്കാടുകളും ചേറിൽകുഴഞ്ഞ തീരവും മാത്രം. ഞങ്ങൾ കരയിലൂടെ മുന്നേറിക്കൊണ്ടിരുന്നു. അവസാനം ആ റെയിൽവേപാലം ഞങ്ങൾ കണ്ടുപിടിച്ചു.

'എന്തൊരു സുന്ദരൻ പാലം.' ഐമോ പറഞ്ഞു.

അതൊരു നീളൻ ഇരുമ്പുപാലമായിരുന്നു. മിക്കവാറും കാലങ്ങളിൽ വരണ്ടുകിടക്കുന്ന ഒരു നദിക്കുമുകളിലായി നിർമ്മിക്കപ്പെട്ട ഒരു പാലം.

'ആരെങ്കിലും ഇത് ചിതറിച്ചു കളയുന്നതിനുമുമ്പായി നമുക്ക് പെട്ടെന്നു തന്നെ കടന്നുപോകാം.' ഞാൻ പറഞ്ഞു.

'ഇതു തകർക്കാൻ ഇവിടെയാരും തന്നെയില്ല' പിയാനി പറഞ്ഞു.

'എല്ലാവരും പോയ്ക്കഴിഞ്ഞിരിക്കുന്നു.

'അതിൽ ചിലപ്പോൾ കുഴിബോംബു വെച്ചിട്ടുണ്ടാകും.' ബോണെല്ലോ പറഞ്ഞു. 'ടെനെന്റി താങ്കൾ ആദ്യം കടക്കൂ.'

ഈ അരാജകവാദി പറയുന്നത് കേട്ടാട്ടെ.' ഐമോ പറഞ്ഞു.

അവനെക്കൊണ്ടുതന്നെ ആദ്യം അത് ചെയ്യിക്കൂ.'

'ഞാൻ പോകാം' ഞാൻ പറഞ്ഞു. 'ഒരൊറ്റയാളുടെ ഭാരം കൊണ്ടു മാത്രം കുഴിബോംബുകൾ പൊട്ടുകയില്ല.'

'കണ്ടില്ലേ.' പിയാനി പറഞ്ഞു. 'ഇതിനാണ് തലമണ്ട എന്നു പറയുക.'

നിനക്കെന്താണ് ഇപ്രകാരമുള്ള തലമണ്ടയില്ലാത്തത് അരാജകവാദി?'

'എനിക്കിത്തരം തലമണ്ടയുണ്ടായിരുന്നെങ്കിൽ ഞാനിവിടെയല്ല ഉണ്ടാവുക.' ബോണെല്ലോ. പറഞ്ഞു.

'അതു വളരെ നന്നായി ടെനെന്റി.' ഐമോ പറഞ്ഞു.

'അതു വളരെ നല്ലതുതന്നെ.' ഞാൻ പറഞ്ഞു. ഞങ്ങളിപ്പോൾ പാലത്തിന്റെ വളരെയടുത്ത് എത്തിയിരിക്കുന്നു. ആകാശം വീണ്ടും മേഘങ്ങളാൽ നിറഞ്ഞു കറുത്തിരുണ്ടു. ചെറുതായി മഴ ചാറാനും തുടങ്ങി. പാലം വളരെ നീളത്തിലും ദൃഢമായും കാണപ്പെട്ടു. ഞങ്ങൾ റെയിൽവേ ബണ്ടിലേക്ക് കയറി.

'ഓരോരുത്തരായി വരൂ.'ണ്ടു ഞാൻ പറഞ്ഞു. എന്നിട്ട് പാലത്തിലേക്ക് കയറി. നിരപ്പലകകളിലും, പാളത്തിലും സ്ഫോടകവസ്തുക്കളുടെ 'ട്രിപ് വയറുകൾ' കാണാനുണ്ടോ എന്നു ഞാൻ സസൂക്ഷ്മം പരിശോധിച്ചു. പക്ഷേ ഒന്നുംതന്നെ കാണാനുണ്ടായിരുന്നില്ല. നിരത്തിയ അഴികൾക്കിടയിലൂടെ അതിവേഗം ഒഴുകിപ്പോകുന്ന കലങ്ങിയ വെള്ളം കാണാമായിരുന്നു. നനഞ്ഞുകുതിർന്നുകിടന്നിരുന്ന പ്രദേശങ്ങൾക്കപ്പുറം എനിക്ക് ദൂരെ മഴയിൽ കുതിരുന്ന 'യുഡൈൻ' കാണാമായിരുന്നു. പാലത്തിന്റെ മുകളിൽ നിന്നും ഞാൻ തിരിഞ്ഞുനോക്കി. തെല്ലുദൂരെയായി പുഴക്കുമുകളിൽ മറ്റൊരു പാലമുണ്ടായിരുന്നു. ഞാനതു നോക്കിനിൽക്കെത്തന്നെ മണ്ണിന്റെ നിറമുള്ള ഒരു മഞ്ഞ മോട്ടോർക്കാർ അതിലൂടെ കടന്നുപോയി. പാലത്തിന്റെ അരികുകൾ ഉയർന്നിരുന്നതിനാൽ കാറിന്റെ ബോഡി ഒരിക്കൽ ദൃശ്യമാവുകയും പിന്നെ കാഴ്ചയിൽനിന്നും മായുകയും ചെയ്തു. പക്ഷേ ഞാൻ ഡ്രൈവറുടേയും അയാളോടൊപ്പം മുൻസീറ്റിൽ ഇരുന്നിരുന്ന വ്യക്തിയുടേയും പുറകിലെ സീറ്റിലുണ്ടായിരുന്ന മറ്റു രണ്ടാളുകളുടേയും തലകൾ വ്യക്തമായി കണ്ടിരുന്നു. അവരെല്ലാവരും ജെർമൻ ഹെൽമെറ്റുകൾ ആണ് ധരിച്ചിരുന്നത്. കാറ് പിന്നീട് പാലം കടക്കുകയും മരങ്ങളുടേയും ഉപേക്ഷിക്കപ്പെട്ട വാഹനങ്ങളുടേയും ഇടയിലേക്ക് പ്രവേശിച്ച് അപ്രത്യക്ഷമാവുകയും ചെയ്തു. ഞാൻ പാലം കടക്കുകയായിരുന്ന ഐമോയുടെ നേർക്ക് കൈവീശികാണിച്ചു. പിന്നെ മറ്റുള്ളവരോടും കടന്നുവരാൻ അടയാളം കാണിച്ചു. ഞാൻ താഴേക്ക് ചാടിയിറങ്ങി റെയിൽവേ എമ്പാങ്ക്മെന്റിന്റെ ബണ്ടിനുതാഴെയായി പതുങ്ങിയിരുന്നു. ഐമോയും എന്നോടൊപ്പം ചേർന്നു.

'നിങ്ങൾ ആ കാറ് കണ്ടില്ലേ?' ഞാൻ ചോദിച്ചു.

'ഇല്ല ഞങ്ങൾ താങ്കളെത്തന്നെ നോക്കിനിൽക്കുകയായിരുന്നു.'

'മുകൾ ഭാഗത്തുള്ള പാലത്തിലൂടെ ഒരു ജെർമൻ സ്റ്റാഫ് കാർ കടന്നു പോയി.'

'സ്റ്റാഫ് കാറോ?'

'അതെ.'

'പരിശുദ്ധമറിയമേ.'

മറ്റുള്ളവരും വന്നുചേർന്ന ഞങ്ങളെല്ലാവരും ബണ്ടിന്റെ പുറകിലെ ചേറിൽ പതുങ്ങിയിരുന്നു. പാലത്തിന്മേലുള്ള റെയിൽവേ പാളങ്ങളും മരനിരകളും തോട്ടും റോഡും ഞങ്ങൾക്ക് കാണാമായിരുന്നു.

'കുടുങ്ങിപ്പോയി നമ്മൾ എന്നു കരുതുന്നുണ്ടോ ടെനെന്റി?'

'എനിക്കറിഞ്ഞുകൂടാ ഒരു ജെർമൻ സ്റ്റാഫ് കാർ റോഡിലൂടെ പോയി യെന്നുമാത്രം എനിക്കറിയാം.'

'താങ്കൾക്ക് തലക്ക് ഓളമൊന്നുമില്ലല്ലോ ടെനെന്റി? എന്തെങ്കിലും മായാക്കാഴ്ചകൾ കാണുന്നുണ്ടോ തലയിൽ?'

'തമാശകളയൂ ബോണെല്ലോ?'

'ഒരു ഡ്രിങ്ക് എടുക്കുന്നതിനെപ്പറ്റി എന്തു പറയുന്നു.?' പിയാനി ചോദിച്ചു.

'കുടുങ്ങിപ്പോയിയെന്നു വന്നാലും ഒരു ഡ്രിങ്ക് എടുക്കുന്നതുകൊണ്ട് കുഴപ്പ മൊന്നുമില്ലല്ലോ' ഞാൻ പാത്രം കൊളുത്തിൽ നിന്നെടുത്ത് അടുപ്പ് തുറന്നു.

'നോക്കു! നോക്കു! ഐമോ അത്രയും പറഞ്ഞുകൊണ്ട് റോഡിലേക്ക് കൈചൂണ്ടി. കൽപാലത്തിന്റെ മുകളിലൂടെ ജെർമൻ ഹെൽമെറ്റുകൾ നീങ്ങി പ്പോകുന്നത് കാണാമായിരുന്നു. കുറച്ച് മുന്നോട്ടേക്ക് ആഞ്ഞു സുഗമമായി നീങ്ങിപ്പോയിക്കൊണ്ടിരിക്കുകയാണ്; ഏതാണ്ട് അതിമാനുഷികമായി. അവർ പാലത്തിൽ നിന്നും പുറത്തുവന്നപ്പോൾ ഞങ്ങൾ അവരെ ശരിക്കും കണ്ടു. അവർ ബൈസിക്കിൾ സൈന്യത്തിൽപ്പെട്ട യുവാക്കളായിരുന്നു. ആദ്യത്തെ രണ്ടുപേരുടെ മുഖം ഞാൻ വ്യക്തമായി കണ്ടു. ചുവന്നു തുടുത്ത് ആരോഗ്യം തുളുമ്പുന്ന ചെറുപ്പക്കാർ. അവരുടെ ഹെൽമെറ്റുകൾ നെറ്റിത്തട ത്തിലേക്ക് ചാഞ്ഞുകിടന്നു. ചെറുതോക്കുകൾ സൈക്കിളിന്റെ ഫ്രെയിമിൽ ക്ലിപ്പിട്ട് മുറുക്കി വെച്ചിരുന്നു. ബോംബു സ്റ്റിക്കുകളുടെ പിടികൾ അവരുടെ ബെൽറ്റിൽ നിന്നും താഴേക്ക് തൂങ്ങിക്കിടന്നു. അവർ ധരിച്ചിരുന്ന ഹെൽ മെറ്റുകളും ചാരനിറത്തിലുള്ള യൂണിഫോമുകളും നനഞ്ഞിട്ടുണ്ടായിരുന്നു. അവർ വളരെയെളുപ്പത്തിൽ മുമ്പിലേക്കും, വശങ്ങളിലേക്കും നോക്കിക്കൊ ണ്ട് അങ്ങ് നീങ്ങിപ്പോയി. ആദ്യം രണ്ടുപേർ, പിന്നെ ഒരൊറ്റ വരിയായി നാലുപേർ, വീണ്ടും രണ്ട്, പിന്നീട് ഏകദേശം ഒരു ഡസനോളം പിന്നീട് മറ്റൊരു ഡസൻ അതിനുശേഷം രണ്ടുപേർ അവസാനം ഒരാൾ. അവർ പരസ്പരം സംസാരിച്ചിരുന്നില്ല. പക്ഷേ സംസാരിച്ചിരുന്നുവെങ്കിലും ഞങ്ങൾ ക്ക് കേൾക്കാൻ കഴിയുമായിരുന്നില്ല. കാരണം പുഴയൊഴുകുന്ന ശബ്ദം തന്നെ. അവർ കാഴ്ചയിൽ നിന്നും മറഞ്ഞു.

'പരിശുദ്ധ മറിയമേ' ഐയ്മോ പറഞ്ഞു.

'അത് ജെർമൻകാരായിരുന്നു.' പിയാനി പറഞ്ഞു.

'അവർ ആസ്ട്രിയക്കാരല്ല.'

'എന്തുകൊണ്ടാണ് ഇവരെ തടയാൻ ഇവിടെ ആരുമില്ലാതെ പോയത്? ഞാൻ ചോദിച്ചു. എന്തുകൊണ്ടാണ് നമ്മുടെ കൂട്ടർ ഈ പാലം തകർക്കാത്തത്? എന്തുകൊണ്ടാണ് ഈ റെയിൽവേ ബണ്ടിലുടനീളം മെഷീൻ ഗണ്ണുകൾ വിന്യസിക്കപ്പെടാതെ പോയത്?'

'താങ്കൾ തന്നെ പറഞ്ഞുതരൂ ടെനെന്റി'- ബോണെല്ലോ പറഞ്ഞു.

എനിക്ക് വളരെയേറെ ദേഷ്യം വന്നു.

'ഈ നശിച്ച ഏർപ്പാടുകൾ മുഴുവനും പ്രാന്താണ്. നോക്കണേ താഴെ അവർ വളരെച്ചെറിയ ഒരു പാലം തകർത്തിട്ടിരിക്കുന്നു. എന്നിട്ട് മെയിൻ റോഡിലുള്ള പാലം വെറുതെയിട്ടിരിക്കുന്നു. എവിടെപ്പോയി എല്ലാവരും? ഇവരെ തടഞ്ഞുനിർത്താൻ അവർ ശരിക്കും ശ്രമിക്കേണ്ടതല്ലേ?'

'താങ്കൾതന്നെ പറഞ്ഞു തരൂ ടെനെന്റി' ബോണെല്ലോ പറഞ്ഞു.

ഞാൻ വായമൂടി മിണ്ടാതെയിരുന്നു. ഇത് എന്നെ സംബന്ധിക്കുന്ന കാര്യങ്ങളല്ല. മൂന്ന് ആംബുലൻസുകളോട്ടുമൊപ്പം 'പോർഡിനോൺ'-ൽ എത്തുക എന്നത് മാത്രമേ ഞാൻ ചെയ്യേണ്ടതുള്ളൂ. ആ കൃത്യത്തിൽ ഞാൻ പരാജയപ്പെട്ടിരിക്കുന്നു. ചിലപ്പോൾ എനിക്ക് യുഡൈൻ-ൽ പോലും എത്തിച്ചേരാനാവുമെന്ന് തോന്നുന്നില്ല. നാശം - എനിക്കതിന് സാധിക്കില്ല. അനങ്ങാതെയങ്ങനെയിരിക്കുകയേ ചെയ്യാനുള്ളൂ. പിന്നെ വെടികൊള്ളാതെയും പിടിക്കപ്പെടാതെയുമിരിക്കുക.

'താൻ ഒരു പാത്രം തുറന്നിരുന്നുവല്ലോ?' ഞാൻ പിയാനിയോട് ചോദിച്ചു. അവൻ അത് എന്റെ കയ്യിൽത്തന്നു. ഞാനൊരു നീണ്ട ഡ്രിങ്ക് എടുത്തു.

'നമ്മളിപ്പോൾത്തന്നെ പുറപ്പെടേണ്ടിയിരിക്കുന്നു' ഞാൻ പറഞ്ഞു.

'പക്ഷേ ധൃതികൂട്ടേണ്ട കാര്യമില്ല; നിങ്ങൾക്ക് എന്തെങ്കിലും കഴിക്കണമെന്നുണ്ടോ?'

'ഇത് തങ്ങാൻ പറ്റിയ ഒരിടമല്ല' ബോണെല്ലോ പറഞ്ഞു.

'ശരി' എന്നാൽ നമുക്ക് പുറപ്പെട്ടുകളയാം.

'നമ്മൾ ഈ വശത്തുകൂടെത്തന്നെയാണോ നീങ്ങേണ്ടത്? കാഴ്ചയിൽ നിന്നും മറഞ്ഞ്?'

'നമുക്ക് റെയിൽ പാളത്തിലൂടെത്തന്നെ നീങ്ങാം. അവർ പാലത്തിൽ കൂടെയേ വരൂ. നമുക്കവരെ കാണാനാകുന്നതിനുമുമ്പ് അവർ നമ്മുടെ മേൽ ചാടിവീഴാതിരിക്കാൻ നമുക്ക് പാളത്തിലേക്ക് കയറി നടക്കാം.'

ഞങ്ങൾ റെയിൽപാളത്തിലൂടെ നടന്നു. ഇരുവശങ്ങളിലുമായി മഴകൊണ്ട് നനഞ്ഞ സമതലം കണ്ണെത്താദൂരത്തോളം പരന്നുകിടന്നു. സമതലങ്ങൾക്കെതിരായി യുഡൈൻ-ലെ കുന്നുകൾ കാണാമായിരുന്നു. കുന്നിൽപുറത്തെ കോട്ടയുടെ മേൽപുരകൾ തകർന്നുവീണു കിടന്നിരുന്നു. പള്ളിമേടയും ഘടികാര ഗോപുരവും വ്യക്തമായി കാണാമായിരുന്നു. വയലിലുടനീളം മൾബെറി മരങ്ങളുണ്ടായിരുന്നു. കുറേ ദൂരം മുമ്പിലായി റെയിൽ പാളങ്ങൾ ഇളക്കിയെടുത്തതായി കാണപ്പെട്ടു. നിരപ്പലകകൾ

കുഴിച്ചെടുത്ത് റെയിൽവേ ബണ്ടിന്റെ താഴെ ചേറിലേക്ക് വലിച്ചെറിഞ്ഞിരിക്കയാണ്.

'കുനിയൂ, കുനിയൂ' ഐമോ പറഞ്ഞു. ഞങ്ങൾ ബണ്ടിനരികെ വീണ്ടെ പതുങ്ങിയിരുന്നു. ബൈസിക്കിൾ സേനയുടെ മറ്റൊരു വ്യൂഹം റോഡിൽക്കൂടി കടന്നുപോവുകയായിരുന്നു. ഞാൻ വരമ്പിലൂടെ എത്തിനോക്കി അവർ നീങ്ങിപ്പോകുന്നത് നോക്കിനിന്നു.

'അവർ നമ്മെ കണ്ടിരിക്കുന്നു. എന്നിട്ടും അവർ പൊയ്ക്കളഞ്ഞു.' ഐമോ പറഞ്ഞു.

'കുറച്ചും കൂടി മുന്നോട്ടു പോയാൽ അവർ നമ്മെ കൊന്നോളും ടെനെൻറി' ബോണല്ലോ പറഞ്ഞു.

'അവർക്ക് നമ്മെ ആവശ്യമില്ല' ഞാൻ പറഞ്ഞു. 'മറ്റെന്തിന്റേയോ പുറകെയാണവർ. പക്ഷേ ഓർക്കാപ്പുറത്ത് അവർ നമ്മുടെ മേൽ ചാടിവീഴുകയാണെങ്കിൽ അത് അങ്ങേയറ്റം അപകടമായിരിക്കും.'

'ഞാനിതിലെ താഴെയിറങ്ങി അവരുടെ കൺവെട്ടത്തുനിന്നും മറഞ്ഞ് നടക്കാനാണ് പോകുന്നത്' ബോണെല്ലോ പറഞ്ഞു.

'ശരി. ഞങ്ങൾ റെയിൽപാളത്തിലൂടെയാണ് നടക്കുന്നത്.'

'നമ്മൾക്ക് കടന്നുപോകാനാകുമെന്ന് താങ്കൾ വിശ്വസിക്കുന്നുണ്ടോ?' ഐമോ ചോദിച്ചു.

'തീർച്ചയായും. അവർ ഒരുപാട് ആൾക്കാരൊന്നുമില്ല. നമുക്ക് രാത്രിയായാൽ ഇരുട്ടിലൂടെ മുന്നേറ്റം'

ആ സ്റ്റാഫ് കാർ എന്താണ് ചെയ്തുകൊണ്ടിരിക്കുന്നത്?'

'ദൈവത്തിനറിയാം.' ഞാൻ പറഞ്ഞു. ഞങ്ങൾ പാളത്തിലൂടെത്തന്നെ നടന്നുകൊണ്ടിരുന്നു. കുഴഞ്ഞ ചേറിൽക്കൂടെ നടന്നുമടുത്ത ബോണെല്ലോ അവസാനം ബണ്ടിന്റെ അടിയിൽനിന്നും കേറി ഞങ്ങളോടൊപ്പം നടക്കാൻ തുടങ്ങി. ഇനിയങ്ങോട്ട് റെയിൽപാളങ്ങൾ ഹൈവേയിൽ നിന്നും അകന്ന് തെക്കോട്ട് നീളുകയാണ്. അതിനാൽ തുടർന്ന്, റോഡിലെന്താണ് നടക്കുന്നത് എന്നു ഞങ്ങൾക്ക് കാണാൻ പറ്റാതെ വരുമെന്നായി. ഒരു ചെറുകനാലിനു മുകളിലുള്ള പാലം തകർക്കപ്പെട്ടനിലയിൽ ഞങ്ങൾ കണ്ടെത്തി. പക്ഷേ അതിന്റെ കമാനങ്ങളുടെ അരികിൽ അവശേഷിച്ചിരുന്ന അഴികളിൽച്ചവിട്ടി ഞങ്ങൾ അക്കരെ പറ്റി ഞങ്ങളുടെ മുൻഭാഗത്തുനിന്നെവിടെനിന്നോ വെടിയൊച്ചകൾ കേൾക്കാമായിരുന്നു.

ഞങ്ങൾ കനാലിനുമപ്പുറത്തേക്ക് നീളുന്ന പാളത്തിൽക്കൂടിത്തന്നെ യാത്ര തുടർന്നു. വെള്ളം കെട്ടിനിൽക്കുന്ന വയലുകൾക്കപ്പുറത്തെ പട്ടണത്തിലേക്കാണ് പാളങ്ങൾ പൊയ്ക്കൊണ്ടിരുന്നത്. മറ്റൊരു റെയിൽവേ പാളത്തിന്റെ രേഖകൾ ഞങ്ങൾക്ക് മുന്നിലായി കാണപ്പെട്ടു. നേരെ വടക്കുഭാഗത്തായിട്ടാണ് മുൻപ് ഞങ്ങൾ സൈക്കിൾ സേനക്കാരെ കണ്ട പ്രധാന റോഡ്. തെക്കുഭാഗത്തായി ഒരു ചെറിയ ശാഖാറോഡ് ഇരുഭാഗങ്ങളിലും

മരക്കൂട്ടങ്ങൾ അതിരിടുന്ന വയലിനെ മുറിച്ചു നീങ്ങിയിരുന്നു. തെക്കോട്ടേക്ക് നീളുന്ന ഈ ചെറു റോഡിനെ പിന്തുടരുകയാണ് ബുദ്ധി എന്ന് എനിക്ക് തോന്നി. ഇതിലേപോയാൽ പട്ടണത്തിനെ ചുറ്റിപ്പോകുന്ന പാതയിലൂടെ, നാട്ടിൻപുറ പ്രദേശങ്ങൾ മുറിച്ചു കടന്ന് നേരെ കാംപോ ഹൊർമിയ-യിലേക്കെത്താനാകും. പിന്നീട് മെയിൻ റോഡിലൂടെ ടാഗ്ലിയാമെന്റോയിലേക്ക് എത്താം. യുഡൈൻന്റെയുമപ്പുറത്തേക്ക് നീളുന്ന അപ്രധാന റോഡുകളിലൂടെ പോകാൻ കഴിയുകയാണെങ്കിൽ പിൻവാങ്ങൽ വ്യൂഹത്തിന്റെ പ്രധാന രേഖയെ ഒഴിവാക്കാനുമാകും. സമതലത്തിലുടനീളം ഇത്തരം ചെറുറോഡുകൾ ഉണ്ടെന്നുള്ള വസ്തുത എനിക്കറിയാമായിരുന്നു. ഞാൻ താഴെ എമ്പാക്ക്മെന്റിലേക്കിറങ്ങി.

'വരൂ' ഞാൻ പറഞ്ഞു. ചെറിയ റോഡിലേക്കിറങ്ങി. അതുവഴി പട്ടണത്തിന്റെ തെക്കുഭാഗം വഴി മുന്നേറാമെന്നായിരുന്നു എന്റെ കണക്കുകൂട്ടൽ. ഞങ്ങൾ എല്ലാവരും ബണ്ടിന്റെ താഴേക്കിറങ്ങി. അപ്പോൾ ചെറുറോഡിൽനിന്നും ഒരു വെടിയുണ്ട ഞങ്ങളെ ലക്ഷ്യമാക്കി ചീറിവന്നു. ബുള്ളറ്റ് റെയിൽവേ ബണ്ടിലെ ചളിയിൽ തറഞ്ഞുപുതഞ്ഞു.

'തിരിച്ചുകയറൂ' ഞാൻ ഉറക്കെ വിളിച്ചു പറഞ്ഞു. ഞാൻ ബണ്ടിനുമുകളിലേക്കു കയറാൻ ശ്രമിച്ചു. ചേറിൽ തെന്നി വീണുപോയി. ഡ്രൈവർമാരും എന്നെ പിന്തുടർന്നു. കഴിയുന്നത്ര വേഗത്തിൽ പാളത്തിലേക്ക് തിരിച്ചു കയറാൻ ഞാൻ ശ്രമിച്ചു. ചെറുറോഡിലെ പൊന്തക്കാടുകളിൽനിന്നും രണ്ടു വെടിയുണ്ടകൾ കൂടി ചീറിയെത്തി. പാളം മുറിച്ചുകടന്നുകൊണ്ടിരുന്ന ഐമോ പെട്ടെന്ന് ഒരു വശത്തേക്ക് വെട്ടിത്തിരിഞ്ഞ്, നിലതെറ്റിമുഖം കുത്തി വീണു. ഞങ്ങൾ അവനെ പാളം മുറിച്ച് മറ്റൊരു ഭാഗത്തേക്ക് വലിച്ചെടുത്തു. എന്നിട്ട് അവനെ തിരിച്ചുകിടത്തി. 'തല ഉയരമുള്ള സ്ഥലത്തേക്ക് വെച്ചു കിടത്തു' ഞാൻ പറഞ്ഞു. പിയാനി അവനെ അപ്രകാരം കിടത്തി. ബണ്ടിന്റെയരികിലെ കുഴഞ്ഞ ചേറിൽ ഐമോ നിവർന്നുകിടന്നു. അവന്റെ കാലുകൾ, ചെരിവിൽ, താഴേക്കായി നീക്കിവെക്കപ്പെട്ടു. അവൻ ക്രമരഹിതമായി രക്തം നിശ്വസിച്ചു കൊണ്ടിരുന്നു. പെരുമഴയത്ത് ഞങ്ങൾ മൂവരും അവന്റെ മേലേക്ക് ചാഞ്ഞ് മണ്ണിൽ മുട്ടുകുത്തിയിരുന്നു. പിൻവശത്ത് കഴുത്തിന്റെ താഴെയായിട്ടാണ് അവന് വെടിയേറ്റിരുന്നത്. ഉണ്ട മുകളിലേക്ക് നീങ്ങി വലതുകണ്ണിലൂടെ പുറത്തേക്ക് വന്നിരുന്നു. രണ്ടുതുളകളിലേയും രക്തസ്രാവം നിർത്താൻ ഞാൻ ശ്രമിച്ചുകൊണ്ടിരിക്കെത്തന്നെ ഐമോ മരിച്ചു. പിയാനി അവന്റെ തലയെടുത്തു നേരെ വെച്ചു. പിന്നീട് ഒരു കഷ്ണം എമർജൻസി ഡ്രെസ്സിംഗ്കൊണ്ട് മൂടച്ചു. എന്നിട്ട് മാറിനിന്നു.

'തന്തയില്ലാത്തവന്മാർ' അവർ പറഞ്ഞു.

'അവർ ജെർമൻകാർ ആയിരുന്നില്ല.' ഞാൻ പറഞ്ഞു.

'ആ ഭാഗത്ത് ജെർമൻകാർ ഉണ്ടാകാൻ സാദ്ധ്യതയില്ല.

'ഇറ്റാലിയൻസ്'' പിയാനി പറഞ്ഞു. ആ വാക്ക് ഒരു ശാപം പോലെയാണ് അവൻ ഉച്ചരിച്ചത്. 'ഇറ്റാലിയാനി' ബോണെല്ലോ ഒന്നും

മിണ്ടിയില്ല. അവൻ ഐമോയുടെയരികിൽ, അവനെ നോക്കാതിരിക്കാൻ ശ്രമിച്ചുകൊണ്ട് മുട്ടുകുത്തിയിരിക്കയായിരുന്നു. താഴേക്കുരുണ്ടുപോയിരുന്ന ഐമോയുടെ തൊപ്പിയെടുത്ത് പിയാനി അവന്റെ മുഖത്ത് വെച്ചു. എന്നിട്ട് അവൻ തന്റെ പാത്രത്തിന്റെ കൊളുത്തഴിച്ചു. പിയാനി ആ പാത്രം ബോണെല്ലോക്ക് നീട്ടി. പക്ഷേ ബോണെല്ലോ അത് സ്വീകരിച്ചില്ല. 'വേണ്ട' അവൻ പറഞ്ഞു. എന്നിട്ടവൻ എന്റെ നേരെ തിരിഞ്ഞു. 'നമ്മൾ പാളത്തിലൂടെ നടന്നിരുന്നപ്പോൾ ഏതു നിമിഷവും അത് സംഭവിക്കുമായിരുന്നു.' 'ഇല്ല' ഞാൻ പറഞ്ഞു.'നമ്മൾ വയൽ മുറിച്ചുകടക്കാൻ ശ്രമിച്ചതുകൊണ്ടാണ് അങ്ങനെ സംഭവിച്ചത്.' ബോണെല്ലോ തല കുലുക്കി. 'ഐമോ മരിച്ചു' അവൻ പറഞ്ഞു. 'അടുത്തത് ആരാണ് ടെനെന്റി? നമ്മളിപ്പോൾ എവിടേക്കാണ് പോകുന്നത്?'

'വെടിവെച്ചത് ഇറ്റലിക്കാരാണ്" ഞാൻ പറഞ്ഞു. 'അവർ ജെർമൻകാരായിരുന്നില്ല.'

'ജെർമൻകാരായിരുന്നുവെങ്കിൽ അവർ നമ്മളെ എല്ലാവരേയും വകവരുത്തിയേനെ.' ബോണെല്ലോ പറഞ്ഞു.

'ഇപ്പോൾ നമ്മൾ ജർമൻകാരേക്കാളുമേറെ ഇറ്റലിക്കാരെ പേടിക്കേണ്ടിയിരിക്കുന്നു.' ഞാൻ പറഞ്ഞു. 'അണിയുടെ പിൻഭാഗം കാക്കുന്ന ഗാർഡുമാർക്ക് എല്ലാറ്റിനേയും പേടിയാണ്. ജർമൻകാർക്കാവട്ടെ അവർ എന്താണ് ലക്ഷ്യം വെക്കുന്നതെന്ന് തികച്ചുമറിയാം.'

'താങ്കൾ ശരിയാവണ്ണം മനസ്സിലാക്കിത്തന്നു ടെനെന്റി.' ബോണെല്ലോ പറഞ്ഞു.

'നമ്മളിപ്പോൾ എങ്ങോട്ടു പോകും?' പിയാനി ചോദിച്ചു.

' ഇരുട്ടാകുന്നതുവരെ എവിടെയെങ്കിലും മറഞ്ഞുകിടക്കാം. തെക്കോട്ടേക്ക് നീങ്ങാൻ കഴിഞ്ഞിരുന്നെങ്കിൽ നന്നാകുമായിരുന്നു.'

'ചെയ്തത് ശരിയാണെന്ന് സമർത്ഥിക്കാൻ അവർ നമ്മെയെല്ലാവരേയും വെടിവെച്ച് വീഴ്ത്തിയെന്നുവരാം' ബോണെല്ലോ പറഞ്ഞു.

'ഞാനെന്തായാലും അവരെ പരീക്ഷിക്കാൻ തയ്യാറല്ല'

'നമ്മൾ യുഡൈനോട് ഏറ്റവും അടുത്തുകിടക്കുന്ന ഒരു സങ്കേതം കണ്ടെത്തണം. എന്നാൽ രാത്രിയിരുളുമ്പോൾ നമുക്ക് ഇരുട്ടിന്റെ മറപറ്റി നീങ്ങാം.'

'എന്നാൽ നമ്മൾക്ക് പുറപ്പെടാം.' ബോണെല്ലോ പറഞ്ഞു.

ഞങ്ങൾ റെയിൽവേ ബണ്ടിലൂടെ വടക്കുവശത്തേക്കായി ഇറങ്ങി ഞാൻ തിരിഞ്ഞുനോക്കി. ബണ്ടിനോട് ഒരു കോൺ സൃഷ്ടിച്ചുകൊണ്ട് ഐമോ ചേറിൽ കിടന്നു. കൈകൾ രണ്ടും വശങ്ങളിലേക്ക് വെച്ച് കിടന്നപ്പോൾ അവൻ തീരെ ചെറിയ ഒരാളായി എനിക്ക് തോന്നി. പട്ടീസു ചുറ്റിയ കാലുകളിലെ ബൂട്ടുകൾ ചേർത്തു വെച്ചിരുന്നു. മുഖത്തിന്റെ മുകളിൽ തൊപ്പി ചായ്ച്ചുവെച്ചിരുന്നു. അവൻ തീർത്തും മരിച്ചതായിത്തന്നെ കാണപ്പെട്ടു. മഴ

വീണ്ടും ശക്തമായി. എനിക്ക് അറിയാവുന്ന ഏതൊരാളേയുമെന്നപോലെ അവനേയും ഞാൻ ഇഷ്ടപ്പെട്ടിരുന്നു. എന്റെ പോക്കറ്റിൽ അവന്റെ പേപ്പറുകൾ കിടന്നിരുന്നു. എനിക്ക് അവന്റെ കുടുംബത്തെ വിവരമറിയിക്കേണ്ടതുണ്ട്.

വയലുകൾക്കെതിരായി ഒരു കർഷകഗൃഹം ഉണ്ടായിരുന്നു. വീടിനുചുറ്റും നിറയെ മരങ്ങളുണ്ട് കൃഷിയാവശ്യങ്ങൾക്കുള്ള മറ്റു എടുപ്പുകളും വീടിനെതിരെയായി നിർമ്മിക്കപ്പെട്ടിരുന്നു. തൂണുകളിൽ നാട്ടിനിർത്തിയിട്ടുള്ള ഒരു മട്ടുപ്പാവ് രണ്ടാം നിലയിൽ ഉണ്ടായിരുന്നു.

'നമ്മൾക്ക് കുറച്ചുകലം വിട്ട് നടക്കാം.' ഞാൻ പറഞ്ഞു.

'ഞാൻ മുമ്പേ പൊയ്ക്കൊള്ളാം.' ഞാനാ കർഷകഭവനത്തിലേക്ക് നടക്കാൻ തുടങ്ങി. വയലിലൂടെ ഒരു നടപ്പാത വീടുവരേക്കും നീളുന്നുണ്ടായിരുന്നു.

വയൽ മുറിച്ചുകടക്കേ വീടിനോട് ചേർന്ന മരക്കൂട്ടങ്ങളിൽ നിന്നോ അല്ലെങ്കിൽ വീട്ടിന്റെയുള്ളിൽ നിന്നുതന്നെയോ ആരെങ്കിലും വെടിവെക്കാൻ സാദ്ധ്യതയുണ്ടെന്നുള്ള വസ്തുത ഞാൻ ഓർത്തതേയില്ല. ഞാൻ വീടിനെ വളരെ വ്യക്തമായി കണ്ടുകൊണ്ട് മുന്നോട്ട് നടന്നു. രണ്ടാം നിലയിലെ ബാൽക്കണി ലയിക്കുന്നത് കളപ്പുരയുടെ മേൽക്കൂരയിലേക്കായിരുന്നു തൂണുകൾക്കിടയിലൂടെ വൈക്കോൽ തുരുമ്പുകൾ പുറത്തേക്ക് തെറിച്ചു നിന്നു. മുറ്റം കല്ലുപാകിയതായിരുന്നു. മരങ്ങളിൽ നിന്നെല്ലാം. മഴത്തുള്ളികൾ ഇറ്റിവീണുകൊണ്ടിരുന്നു. ഇരട്ടചക്രമുള്ള ഒരൊഴിഞ്ഞ വണ്ടി, തണ്ടുകൾ മുകളിലേക്കുയർത്തിയനിലയിൽ മഴയത്ത് കിടന്നിരുന്നു. ഞാൻ മുറ്റം മുറിച്ചു കടന്നു, മട്ടുപ്പാവിനു താഴെയുള്ള ഷെൽട്ടറിൽ അൽപനേരം നിന്നു. വീടിന്റെ വാതിൽ തുറന്നുകിടന്നിരുന്നു. ഞാൻ അതിലൂടെ ഉള്ളിലേക്ക് കടന്നു. ഉള്ളിൽ ഭയങ്കര ഇരുട്ടായിരുന്നു. ബോണെല്ലോയും പിയാനിയും എന്നെ പിന്തുടർന്ന് അകത്തേക്ക് വന്നു. ഞാൻ പിൻഭാഗത്തെ അടുക്കളയിലേക്ക് കയറി. വലിയ അടുപ്പുകളിൽ തീപൂട്ടിയതിന്റെ ചാരം നിറഞ്ഞുകിടന്നു. മുകളിൽ തൂക്കിയിട്ടിരുന്ന പാത്രങ്ങളെല്ലാം കാലിയായിരുന്നു.

'നമ്മൾക്ക് കളപ്പുരയിൽ പോയി കിടക്കാം.' ഞാൻ പറഞ്ഞു.

'തിന്നാൻ പറ്റിയ എന്തെങ്കിലും കണ്ടുപിടിക്കാൻ കഴിയുമെന്ന് നിനക്ക് തോന്നുന്നുണ്ടോ പിയാനി? ഉണ്ടെങ്കിൽ അതുമെടുത്ത് കളപ്പുരയിലേക്ക് വരാമോ?'

'ഞാൻ നോക്കാം.' പിയാനി പറഞ്ഞു.

'ഞാനും പോയി നോക്കാം.' ബോണെല്ലോ പറഞ്ഞു.

'ശരി' ഞാൻ പറഞ്ഞു. 'ഞാൻ പോയി കളപ്പുരയിൽ ചെന്നു നോക്കാം.' താഴെ കാലിതൊഴുത്തിൽ നിന്നും കയറിപ്പോകുന്ന ഒരു കൽകോവണി ഞാൻ കണ്ടെത്തി. പുറത്തെ മഴയിൽനിന്നും വ്യത്യസ്തമായി തൊഴുത്തിന്റെ ഉൾഭാഗം ഉണങ്ങിയും സുഖകരവുമായി തോന്നി. കന്നുകാലികളെല്ലാം തന്നെ പോയ്ക്കഴിഞ്ഞിരുന്നു. ഒരു പക്ഷേ വീട്ടുകാർ പുറപ്പെട്ടുപോകുമ്പോൾ

അഴിച്ചുവിട്ടതാകാനും മതി.ണ്ട തൊഴുത്തിന്റെ മുകളിലുള്ള കളപ്പുരയിൽ പാതിയോളം നിറഞ്ഞ് വൈക്കോലുണ്ടായിരുന്നു. മേൽക്കൂരയിലായി രണ്ടു ജനവാതിലുകളും. ഒന്ന് മരപ്പലകകൾ കൊണ്ട്ണ്ട അടച്ച് ഭദ്രമാക്കിയിട്ടുണ്ട്. ചരിവിന് താഴെയായി ഇടുങ്ങിയതും വടക്കോട്ടു തുറക്കുന്നതുമായിരുന്നു മറ്റേ ജനവാതിൽ. താഴെയുള്ള കന്നുകാലികൾക്ക് വൈക്കോൽ എറിഞ്ഞു കൊടുക്കാനായി തറയിൽ ഒരു തുറസ്സുണ്ടായിരുന്നു. താഴെ വാതിലിനോട് ചേർന്ന് തുലാക്കട്ടകൾ നിരത്തിയിരുന്നു. അവിടെയായിരിക്കാം. വൈക്കോൽ വണ്ടികൾ വന്നുനിൽക്കുക. മുകളിലേക്ക് വൈക്കോൽ കറ്റകൾ എറിഞ്ഞുകൊടുത്തിരുന്നത് ഈ തുറസ്സിലൂടെയാകും. മേൽക്കൂരയിൽ മഴയുടെ താളം കേട്ടു. അറയിൽ വൈക്കോലിന്റെ ഗന്ധം തങ്ങിനിന്നു. താഴേക്കിറങ്ങിയപ്പോൾ, തൊഴുത്തിൽനിന്നും ഉണങ്ങിയ ചാണകത്തിന്റെ വൃത്തിയുള്ള മണമുയർന്നു. ജനവാതിലിലുറപ്പിച്ച ഒരു മരപ്പലക ഇളക്കി മാറ്റിയാൽ തെക്കേ ജനവാതിലിലൂടെ മുറ്റം കാണാം. മറ്റേ ജനവാതിൽ തുറക്കുന്നത് വടക്കുവശത്തെ വയലുകളിലേക്കാണ്. പുറത്തേക്ക് ചാടണമെങ്കിൽ ഒന്നുകിൽ ജനൽവഴി മേൽപ്പുരയിലേക്ക് കയറി താഴേക്കു ചാടാം. അല്ലെങ്കിൽ, കോണിപ്പടികൾ അപ്രായോഗികമാണെന്നുവരികിലും വൈക്കോൽ എറിഞ്ഞുകൊടുക്കുന്ന തുറസ്സിലൂടെ ഇറങ്ങിയോടാം. അതൊരു വലിയ കളപ്പുരയായിരുന്നു. ആരെങ്കിലും അടുത്തുവരുന്ന ഒച്ച കേട്ടാൽ വേണമെങ്കിൽ വൈക്കോലിന്റെയുള്ളിൽ ഒളിച്ചിരിക്കാം, അതൊരു ഒന്നാന്തരം ഒളിസ്ഥലമായിരുന്നു. ആരും ആക്രമിക്കില്ലെന്നു വന്നാൽ ഞങ്ങൾക്ക് തെക്കേവശത്തുകൂടെ കടന്നുപോകാം. ജർമൻകാർ അവിടെ ഉണ്ടായിരിക്കുക എന്നത് അസാദ്ധ്യമായിരുന്നു. അവർക്ക് വടക്കുള്ള 'സിവിഡേൽ'-ൽ നിന്നുള്ള റോഡുവഴി മാത്രമേ വരാൻ സാധിക്കുകയുള്ളു. തെക്കുഭാഗത്തുനിന്നും മുന്നേറാൻ അവർക്ക് കഴിയുമായിരുന്നില്ല, അവരേക്കാൾ അപകടകാരികൾ ഇപ്പോൾ ഇറ്റലിക്കാരാണ്. ഇറ്റലിക്കാർ ഭയപരവശരാണ്. എന്തുകണ്ടാലും വെടിവെക്കുമെന്ന ഒരു സ്ഥിതിയിലാണ് അവർ. തലേന്നുരാത്രി ഒരു കിംവദന്തി പരന്നിരുന്നു- വടക്കുനിന്നുള്ള പിൻവാങ്ങൽ വ്യൂഹത്തിൽ, ഇറ്റാലിയൻ യൂണിഫോമണിഞ്ഞ ജർമൻ പട്ടാളക്കാർ നുഴഞ്ഞുകയറയിട്ടുണ്ടെണ്ടന്ന്. ഞാനത് വിശ്വസിച്ചിരുന്നില്ല. ഇത്തരം വാർത്തകൾ യുദ്ധകാലങ്ങളിൽ പതിവാണ്. ഇത് ശത്രുസൈന്യത്തിന്റെ കുതന്ത്രമാണ്. അവരെ ആശയക്കുഴപ്പത്തിലാക്കാൻ ജെർമൻ യൂണിഫോമിൽ ഒരു ഇറ്റലിക്കാരനും പോയതായി കേട്ടിട്ടില്ല. ഒരുപക്ഷേ ഇപ്രകാരം സംഭവിക്കുന്നുണ്ടാകും. പക്ഷേ അതത്ര എളുപ്പമല്ല. ജർമൻകാർ അങ്ങനെ ചെയ്യുമെന്നു ഞാൻ വിശ്വസിക്കുന്നില്ല. അവർക്കങ്ങനെ ചെയ്യേണ്ട കാര്യമില്ല. ഞങ്ങളുടെ പിൻവാങ്ങലിനെ ആശയക്കുഴപ്പത്തിലാക്കേണ്ട കാര്യം അവർക്കില്ല. കാരണം ഇതിന് സേനയുടെ വലിപ്പക്കൂടുതലും റോഡുകളുടെ പരിമിതിയും മാത്രം മതി. ആരും ആജ്ഞകൾ കൊടുത്തിരുന്നില്ല, ജർമൻകാരൊഴികെ. എന്നിട്ടും ജർമൻകാരെന്ന് തെറ്റിദ്ധരിച്ച് അവർ ഞങ്ങളെ വെടിവെച്ചു. അവർ ഐമോയെ വെടിവെച്ചു വീഴ്ത്തി. വൈക്കോലിന്റെ മണം സുഖകരമായിരുന്നു. കളപ്പുരയിലെ വൈക്കോലിനുള്ളിലെ

ഈ കിടപ്പ് എന്റെ ജീവിതത്തിന്റെ ഇടക്കുള്ള കുറേ വർഷങ്ങളെ എടുത്തുകൊണ്ടുപോയി. അന്നൊക്കെ ഞങ്ങൾ വൈക്കോലിൽ കിടന്നു സംസാരിച്ചുകൊണ്ട് ചുമരിലെ ത്രികോണവിടവിലൂടെ ചേക്കേറാൻ വരുന്ന കുരുവികളെ എയർ-റൈഫിൾ ഉപയോഗിച്ച് വീഴ്ത്തുമായിരുന്നു. കളപ്പുര യൊക്കെ പൊയ്പ്പോയിക്കഴിഞ്ഞിരിക്കുന്നു. ഒരു വർഷം മുമ്പ് അവർ ഹെംലോക് വനങ്ങൾ മുഴുവൻ വെട്ടിക്കളഞ്ഞു. ശേഷിക്കുന്നത് മരക്കുറ്റികളും, ഉണങ്ങി യമരത്തലപ്പുകളും ചില്ലകളും പാഴ്ച്ചെടികളും മാത്രം. ഒരിക്കൽ സമൃദ്ധമായ കാടുണ്ടായിരുന്നിടത്ത് ഇപ്പോൾ ഇതാണ് സ്ഥിതി. നിങ്ങൾക്കൊരു തിരിച്ചുപോക്കില്ല. മുന്നോട്ട് പോകുന്നില്ലെങ്കിൽ എന്തു സംഭവിക്കും? നിങ്ങൾ ഒരിക്കലും മിലാൻ കാണുകയില്ല. ഇനി എത്തിയാൽത്തന്നെ എന്താണുണ്ടാവുക? വടക്കുഭാഗത്ത്, യുഡൈനിൽ നിന്നും വെടിയൊച്ചകൾ കേൾക്കുന്നുണ്ടായിരുന്നു. മെഷീൻഗണ്ണുകളുടെ ഗർജ്ജനങ്ങൾ. ഷെല്ലിംഗ് ഉണ്ടായിരുന്നില്ല. അത് മറ്റൊരു കാര്യം. അവർ റോഡിലുടനീളം സൈന്യ ങ്ങളെ നിർത്തിയിട്ടുണ്ടാകും. വൈക്കോൽപ്പുരയുടെ അർദ്ധവെളിച്ചത്തിൽ ഞാൻ താഴേക്കുനോക്കിയപ്പോൾ പിയാനി വൈക്കോൽ വലിച്ചുകയറ്റുന്ന സ്ഥലത്ത് നിൽക്കുന്നത് കണ്ടു. കയ്യിൽ ഒരു നീളൻ സോസേജും, എന്തോ നിറച്ച ഒരു ഭരണിയും കക്ഷത്തിൽ രണ്ടു വൈൻ കുപ്പികളും. 'കയറിവരൂ' ഞാനവനോട് പറഞ്ഞു.'അവിടെ ഒരു കോണിയുണ്ട്.' കൈയിലുള്ള സാധ നങ്ങൾ വാങ്ങിപ്പിടിച്ചെങ്കിൽ മാത്രമേ അവന് കയറിവരാൻ കഴിയുകയുള്ളൂ എന്ന് എനിക്ക് അപ്പോൾത്തന്നെ മനസ്സിലായി. ഞാൻ താഴെയിറങ്ങി. വൈക്കോലിൽ കിടന്നതുകൊണ്ടാകാം തലക്കൊരു കനം തോന്നി. ഞാൻ ഏതാണ്ട് ഉറങ്ങിപ്പോയിരുന്നു.

'ബോണെല്ലോ എവിടെ?'ഞാൻ ചോദിച്ചു.

'എല്ലാം ഞാൻ പറയാം.' പിയാനി പറഞ്ഞു.

ഞങ്ങൾ കോണികയറി മുകളിലെത്തി. പിയാനി തന്റെ കത്തിയെടുത്ത് വൈൻകുപ്പിയുടെ അടപ്പു കുത്തിത്തുറന്നു.

'ഇത് മെഴുകുവെച്ച് ഒട്ടിച്ചിരിക്കയാണ്.' അവൻ പറഞ്ഞു. 'നല്ലതായിരി ക്കണം' അവൻ ഒന്നു മന്ദഹസിച്ചു.

'ബോണെല്ലോ എവിടെപ്പോയി?' ഞാൻ ചോദിച്ചു.

പിയാനി എന്റെ നേർക്കൊന്നു നോക്കി.

'അവൻ പൊയ്ക്കളഞ്ഞു. ടെനെന്റി' അവൻ പറഞ്ഞു.'അവന് ഒരു തടവു പുള്ളിയായി പിടികൊടുക്കണമെന്നാണ് ഉദ്ദേശം.'

ഞാൻ ഒന്നുംതന്നെ പറഞ്ഞില്ല.

'നമ്മൾ കൊല്ലപ്പെട്ടുപോകുമെന്ന് അവൻ പേടിച്ചു.' വൈനിന്റെ കുപ്പി കയ്യിൽ പിടിച്ച് ഞാൻ നിശ്ശബ്ദനായി ഇരുന്നു.

'താങ്കൾക്കറിയുമോ ടെനെന്റി ഈ യുദ്ധത്തിൽ, ഞങ്ങൾ ആരും തന്നെ വിശ്വസിക്കുന്നില്ല.'

'പിയാനി താനെന്തുകൊണ്ട് പോയില്ല?'

'എനിക്ക് താങ്കളെ ഒറ്റക്കാക്കിപ്പോകാൻ ഇഷ്ടമില്ലായിരുന്നു'

'അവൻ എങ്ങോട്ടേക്കാണ് പോയതെന്നറിയാമോ?'

'എനിക്കറിഞ്ഞുകൂടാ. ടെനെന്റി, അങ്ങുപൊയ്ക്കളഞ്ഞു.'

'ശരി' താൻ ആ സോസേജ് ഒന്നു മുറിക്കാമോ?'

ആ അർദ്ധവെളിച്ചത്തിൽ അവൻ എന്നെ സൂക്ഷിച്ചുനോക്കി. നമ്മൾ സംസാരിച്ചുകൊണ്ടിരിക്കുമ്പോൾ തന്നെ ഞാനത് മുറിച്ചിരുന്നുവല്ലോ.' അവൻ പറഞ്ഞു.

ഞങ്ങൾ ആ വൈക്കോലിലിരുന്നു. സോസേജ് കഴിക്കുകയും വൈൻ കുടിക്കുകയും ചെയ്തു.

അവരിതൊരു കല്യാണത്തിനോ മറ്റോ വേണ്ടി സൂക്ഷിച്ചുവെച്ചിരുന്ന വൈൻ ആയിരിക്കാം. വളരെ പഴകിയതിനാൽ അതിന്റെ നിറം നഷ്ടമാവാൻ തുടങ്ങിയിരുന്നു.

'നീ ഈ ജനവാതിലിൽക്കൂടി പുറത്തേക്ക് നോക്കിയിരിക്കണം ലൂയിഗി. ഞാൻ പോയി മറ്റേ ജനവാതിൽക്കൽ കാത്തിരിക്കാം.'

ഓരോ കുപ്പിയിൽനിന്നും കുടിച്ചുകൊണ്ടിരിക്കുകയായിരുന്നു ഞങ്ങൾ. എന്റെ കുപ്പിയുമെടുത്ത് ഞാൻ മറുഭാഗത്തെ ഇടുങ്ങിയ ജനവാതിൽക്കൽ ചെന്നു; വൈക്കോലിൽ കമിഴ്ന്നുകിടന്നു, ജനവാതിലിലൂടെ നനഞ്ഞ നാട്ടിൻ പുറപ്രദേശങ്ങളിലേക്ക് നോക്കിയിരുന്നു. എന്താണ് ഞാൻ കാണാൻവേണ്ടി പ്രതീക്ഷിച്ചത് എന്നെനിക്കറിഞ്ഞുകൂടായിരുന്നു. നനഞ്ഞുകുതിർന്ന വയലുകളും, ഇലകൾ പൊഴിച്ച മൾബെറി മരങ്ങളും, മഴപെയ്യുന്നതുമല്ലാതെ ഞാൻ മറ്റൊന്നും കണ്ടില്ല. ഞാൻ വൈൻ കുടിച്ചുകൊണ്ടിരുന്നു. പക്ഷേ അതുകൊണ്ടൊരു ഗുണവും തോന്നിയില്ല. അവർ അത് വേണ്ടതിലേറെ ക്കാലം സൂക്ഷിച്ചതിനാലാവും അതിന്റെ നിറവും ഗുണവും നഷ്ടപ്പെട്ടിരുന്നു. വൈൻ കട്ടപിടിക്കാൻ തുടങ്ങിയിരുന്നു. പുറത്ത് ഇരുട്ട് വീഴുന്നത് ഞാൻ നോക്കിയിരുന്നു. വളരെ വേഗം ഇരുട്ടായിക്കൊണ്ടിരുന്നു. മഴയും ഇരുട്ടുമുള്ള ഒരു രാത്രിയാകാനാണ് സാദ്ധ്യത. ഈ ഇരുട്ടിൽ ഇനിയും പുറത്തേക്ക് നോക്കിയിരിക്കുന്നതുകൊണ്ട് ഒരു കാര്യവുമില്ല. ഞാൻ പിയാനിയുടെ അടുത്തേക്ക് ചെന്നു. അവൻ കിടന്നുറങ്ങുകയായിരുന്നു. അവനെ ഉണർത്താതെ ഞാൻ കുറച്ചുനേരം അവന്റെയരികിലിരുന്നു. അവനൊരു വലിയ മനുഷ്യനായിരുന്നു. കനത്ത ഉറക്കമാണ് ഉറങ്ങിയിരുന്നത്. അൽപനേരം കഴിഞ്ഞപ്പോൾ ഞാനവനെ വിളിച്ചുണർത്തി, ഞങ്ങൾ പുറപ്പെട്ടു.

അതൊരു വല്ലാത്ത വിചിത്രമായ രാത്രിയായിരുന്നു. എന്താണ് ഞാൻ പ്രതീക്ഷിച്ചിരുന്നത് എന്നകാര്യം എനിക്കുതന്നെ അറിഞ്ഞുകൂടായിരുന്നു. ഒരുപക്ഷേ മരണമാകാം അല്ലെങ്കിൽ ഇരുട്ടിൽ നിന്നൊരു വെടി. അതുമല്ലെങ്കിൽ ഒരു ഓടിപ്പോക്ക് പക്ഷേ യാതൊന്നും ഉണ്ടായില്ല. ഒരു ജർമൻ ബറ്റാലിയൻ കടന്നുപോയപ്പോൾ. ഞങ്ങൾ മെയിൻ റോഡിനരികിലെ

ഒരു ചാലിനരികെ പതുങ്ങിക്കിടന്നു. അവർ നീങ്ങിക്കഴിഞ്ഞതിനുശേഷം ഞങ്ങൾ എഴുന്നേറ്റ് റോഡ് ക്രോസ് ചെയ്തു വടക്കോട്ടേക്ക് നടന്നു. ജർമൻ സൈന്യത്തെ ഞങ്ങൾ രണ്ടു പ്രാവശ്യം കടന്നു പോയി. പക്ഷേ മഴയത്ത് അവർ ഞങ്ങളെ കണ്ടില്ല. ഞങ്ങൾ ടൗണിന്റെ വടക്കുഭാഗത്തേക്ക് നീങ്ങി. വഴിയിൽ ഒരു ഇറ്റാലിയനെപ്പോലും കണ്ടില്ല. പിന്നീട് കുറച്ചുദൂരം ചെന്നപ്പോൾ, ഞങ്ങൾ പിൻവാങ്ങലിന്റെ പ്രധാന ഒഴുക്കിൽ ചെന്നുചേർന്നു. അവരോടൊപ്പം രാത്രിമുഴുവൻ, മഴയത്ത് നടന്നു ടാഗ്ലിയാമെന്റേവിന്റെ നേർക്ക് നീങ്ങി. ഇത് ഇത്രയും ഭീമാകാരമായ ഒരു പിൻവാങ്ങൽ വ്യൂഹമാണെന്ന് ഞാനറിഞ്ഞിരുന്നില്ല. മുഴുവൻ രാജ്യവും ആർമിയോടൊപ്പം നീങ്ങിക്കൊണ്ടിരിക്കയാണ്. ഞങ്ങൾ രാത്രി മുഴുവൻ നടന്നു. കാൽ വല്ലാതെ വേദനിക്കാൻ തുടങ്ങിയിരുന്നു. ക്ഷീണവും തോന്നി. എങ്കിലും ഞങ്ങൾ വേഗത്തിൽത്തന്നെ മുന്നേറിക്കൊണ്ടിരുന്നു. ഒരു വിഡ്ഢിയായിരുന്നു ബോണെല്ലോ എന്നെനിക്ക് തോന്നി. സ്വയം തടവുപുള്ളിയാകാൻ വിട്ടുകൊടുത്ത ബോണെല്ലോ തീർച്ചയായും ഒരു വിഡ്ഢിയാണ്. ഞങ്ങൾ ഇതിനിടെ രണ്ട് ബറ്റാലിയൻ ആർമികളെ പിന്നിട്ടിരുന്നു. ഒരപകടവും ഉണ്ടായില്ല. ഐയ്മോ മരിച്ചുപോയി എന്നതൊഴിച്ച് മറ്റ് പ്രശ്നങ്ങളൊന്നും ഉണ്ടായിരുന്നില്ല, ആരും ഞങ്ങളെ റെയിൽപാളത്തിലൂടെ നടന്നിരുന്നപ്പോൾ ഉപദ്രവിച്ചില്ല. ഞങ്ങൾ തീർത്തും ദൃശ്യപഥത്തിലായിരുന്നിട്ടുപോലും വെടിയുണ്ട വന്നത് തികച്ചും അപ്രതീക്ഷിതവും അകാരണവുമായിട്ടായിരുന്നു. ബോണെല്ലോ ഇപ്പോൾ എവിടെയായിരിക്കുമെന്ന് ഞാൻ ആലോചിച്ചു.

'എങ്ങനെയിരിക്കുന്നു ടെനെന്റി' പിയാനി ചോദിച്ചു. ഞങ്ങൾ വാഹനങ്ങളും പട്ടാളക്കാരും നിറഞ്ഞ ഒരു റോഡിന്റെ അരികിലൂടെ പോവുകയായിരുന്നു. 'സുഖം തന്നെ' ഞാൻ പറഞ്ഞു.

'ഞാനീ നടത്തംകൊണ്ട് ക്ഷീണിച്ചു.'

'നമുക്കിപ്പോൾ ചെയ്യാവുന്നത് ഈ നടക്കൽ മാത്രമാണ്. വിഷമിക്കേണ്ട കാര്യമില്ല.'

'ബോണെല്ലോ ഒരു വിഡ്ഢിയായിരുന്നു.'

'നേരാണ്. അവൻ ഒരു വിഡ്ഢിയായിരുന്നു.'

'അവന്റെ കാര്യത്തിൽ താങ്കൾ എന്താണ് ചെയ്യാൻ പോകുന്നത്. ടെനെന്റി?'

'എനിക്കറിഞ്ഞുകൂടാ.'

'നോക്കൂ, ഈ യുദ്ധമിങ്ങനെ തുടരുകയാണെങ്കിൽ അവർ അവന്റെ കുടുംബത്തെ കഠിനമായി ഉപദ്രവിച്ചെന്നുവരാം.'

'ഈ യുദ്ധമിനിയുമിങ്ങനെ തുടരുകയില്ല' ഒരു പട്ടാളക്കാരൻ പറഞ്ഞു. നമ്മൾ വീട്ടിൽ പോകുന്നു. യുദ്ധം അവസാനിച്ചിരിക്കുന്നു.

'നമ്മളെല്ലാവരും വീട്ടിൽ പോകുന്നു'

'അതെ എല്ലാവരും വീട്ടിൽ പോകുന്നു.'

'വന്നാട്ടെ ടെനെന്റി.' പിയാനി പറഞ്ഞു. അവന് അവരെ ഒഴിവാക്കി കടന്നുപോകണമെന്നുണ്ടായിരുന്നു.

'ടെനെന്റി? ആരാണ് ടെനെന്റി? ഓഫീസർമാർ തുലയട്ടെ'

പിയാനി എന്റെ കയ്യിൽ പിടിച്ചു. 'ഞാനിനി താങ്കളുടെ പേര് പറഞ്ഞു വിളിക്കുകയായിരിക്കും നല്ലത് അവൻ പറഞ്ഞു.

'അവർ പ്രശ്നമുണ്ടാക്കാൻ ശ്രമിച്ചുകൊണ്ടിരിക്കും. അവർ ഇതിനിടെ കുറച്ച് ഓഫീസർമാരെ വധിച്ചുകഴിഞ്ഞിരിക്കുന്നു.'

ഞങ്ങൾ അതിവേഗം അവരെ കടന്നു മുമ്പോട്ടു പോയി.

'ബോണെല്ലോയുടെ കുടുംബത്തിന് പ്രശ്നമുണ്ടാക്കുന്ന വിധത്തിലുള്ള റിപ്പോർട്ട് ഞാനയക്കുകയില്ല, ഞാൻ ഞങ്ങൾ തുടങ്ങിവെച്ച സംസാരത്തിലേക്കുതന്നെ മടങ്ങി.

'യുദ്ധം കഴിയുകയാണെങ്കിൽ പ്രശ്നമൊന്നുമുണ്ടാകാൻ വഴിയില്ല. പക്ഷേ ഇത് അവസാനിക്കുമെന്ന് എനിക്ക് വിശ്വാസമില്ല. സംഭവിക്കാവുന്നതിനുമപ്പുറമുള്ള ഒരു നല്ല കാര്യമാണത്.'

'താമസിയാതെ നമുക്കത് അറിയാൻ സാധിച്ചേക്കും.' ഞാൻ പറഞ്ഞു.

'അവരൊക്കെ യുദ്ധം അവസാനിച്ചെന്നു കരുതുന്നു. പക്ഷേ ഞാനങ്ങനെ വിശ്വസിക്കുന്നില്ല.'

'എവൈവാ ലോ പേസ്' ഒരു പട്ടാളക്കാരൻ ഉറക്കെ വിളിച്ചുപറഞ്ഞു. 'നമ്മൾ വീട്ടിൽ പോകുന്നു.'

'എല്ലാവരും. വീട്ടിൽ പോവുകയായിരുന്നെങ്കിൽ കൊള്ളാമായിരുന്നു.' പിയാനി പറഞ്ഞു. താങ്കൾക്കും വീട്ടിൽ പോകാൻ ഇഷ്ടമല്ലേ?'

'തീർച്ചയായും.'

'നമ്മളൊരിക്കലും വീട്ടിൽ പോവുകയുണ്ടാവില്ല. ഇത് അവസാനിച്ചുവെന്ന് ഞാൻ കരുതുന്നില്ല.'

'ആൻഡിയാമോ ആ കാസാ' മറ്റൊരു പട്ടാളക്കാരൻ വിളിച്ചു പറഞ്ഞു.

'അവർ അവരുടെ റൈഫിളുകൾ എറിഞ്ഞുകളയുന്നു.' പിയാനി പറഞ്ഞു. മാർച്ചുചെയ്തുപോകുന്ന വഴിയിൽ അവരതെടുത്ത് താഴെയിടുന്നു. എന്നിട്ടവർ അട്ടഹസിക്കുന്നു.'

'അവർ അവരുടെ റൈഫിളുകൾ സൂക്ഷിക്കേണ്ടതാണ്.'

'റൈഫിളുകൾ വലിച്ചെറിഞ്ഞുകഴിഞ്ഞാൽ അവർക്ക് തങ്ങളെക്കൊണ്ട് യുദ്ധം ചെയ്യിക്കാനാവില്ലെന്ന് ഇവർ കരുതുന്നു.'

രാത്രി, ഇരുട്ടിയും, മഴയിലും, നീങ്ങിക്കൊണ്ടിരിക്കുമ്പോൾ ട്രൂപ്പിൽ പലരുടേയും പക്കൽ അപ്പോഴും റൈഫിൾ ഉണ്ടെന്നുള്ളത് ഞങ്ങൾ കണ്ടു. അവരുടെ പുറം കോട്ടിന്റെ ഉള്ളിൽ അവ ഉയർന്നുനിൽക്കുന്നത് കാണാമായിരുന്നു.

'നിങ്ങൾ ഏത് ബ്രിഗേഡ് ആണ്?' ഒരു ഓഫീസർ വിളിച്ചു ചോദിച്ചു.

'ബ്രിഗാത്താ സൈ പേസ്' ആരോ ഉറക്കെ വിളിച്ചു പറഞ്ഞു,

'സമാധാന സേന.'

ഓഫീസർ ഒന്നും പറഞ്ഞില്ല.

'എന്താണയാൾ പറയുന്നത്.? ആ ഓഫീസർ എന്താണ് പറയുന്നത്?'

'ഓഫീസർമാർ തുലയട്ടെ- എവൈലാ ലാ പേസ്'

'വന്നാട്ടെ' പിയാനി പറഞ്ഞു.

ഞങ്ങൾ ഉപക്ഷിക്കപ്പെട്ട രണ്ട് ബ്രിട്ടീഷ് ആംബുലൻസ് കാറുകളെ കടന്നുപോയി.

'ഇവർ ഗോറിസിയയിൽ നിന്നുള്ളവരാണ്. എനിക്കാ കാറുകൾ കണ്ടാലറിയാം.

'അവർ നമ്മേക്കാൾ കുറേക്കൂടി മുമ്പോട്ടെത്തി.'

'പക്ഷേ അവർ മുമ്പേ പുറപ്പെട്ടിരുന്നു.'

'ഡ്രൈവർമാർ എവിടെപ്പോയോ എന്തോ?'

'മുമ്പിൽ എവിടെയെങ്കിലും കാണുമായിരിക്കും.'

'ജെർമൻകാർ യുഡൈൻ-ന്റെ വെളിയിൽ നിൽക്കുകയാണ്. ഇപ്പോകുന്നവരെല്ലാം തന്നെ പുഴ കടന്നു നീങ്ങും.'

'അതെ, അതുകൊണ്ടുതന്നെയാണ് ഈ യുദ്ധം തുടരുമെന്ന് ഞാൻ കരുതുന്നത്.' പിയാനി പറഞ്ഞു.

'ജെർമൻകാർ പിന്തുടർന്നു വന്നേക്കും' ഞാൻ പറഞ്ഞു.

'അവർ എന്താണോ ഇതുവരേയായിട്ടും എത്താത്തത് എന്നാണ് ഞാൻ ചിന്തിക്കുന്നത്.'

'എനിക്കറിഞ്ഞുകൂടാ. ഇത്തരം യുദ്ധങ്ങളെപ്പറ്റി എനിക്കൊന്നും അറിഞ്ഞുകൂടാ.'

'അവർ അവരുടെ വാഹനങ്ങൾക്കുവേണ്ടി കാത്തുനിൽക്കുകയായിരിക്കും.'

'എനിക്കറിഞ്ഞുകൂടാ.' പിയാനി പറഞ്ഞു.

തനിച്ചായപ്പോൾ പിയാനി വളരെ മൃദുഭാഷിയായിത്തീർന്നിരിക്കുന്നു. നേരത്തെ അവരോടൊപ്പമായിരുന്നപ്പോൾ അവൻ ഒരു പരുക്കൻ സംസാരക്കാരനായിരുന്നു.

'നീ വിവാഹിതനാണോ ലൂയിഗി?'

'താങ്കൾക്കറിയാമല്ലോ ഞാൻ വിവാഹിതനാണ്.'

'അതുകൊണ്ടാണോ ഒരു തടവുപുള്ളിയായി നീ പിടികൊടുക്കാത്തത്?'

'അതൊരു കാരണം. താങ്കൾ വിവാഹിതനാണോ ടെനെന്റി?'

'അല്ല'

'ബോണല്ലോയും വിവാഹിതനല്ല.'

'ഒരാൾ വിവാഹിതനാണ് എന്നതിനെപ്പറ്റി നമുക്കൊന്നും പറയാനാവില്ല. ഒരു വിവാഹിതൻ സ്വന്തം ഭാര്യയുടെയരികിൽ തിരിച്ചെത്താൻ തിടുക്കപ്പെടുമെന്നാണ് വിചാരിക്കേണ്ടത് ഞാൻ പറഞ്ഞു. ഭാര്യമാരെപ്പറ്റി സംസാരിക്കുന്നതിൽ എനിക്ക് സന്തോഷം തോന്നി.

'അതെ.'

'താങ്കളുടെ പാദം എങ്ങനെയിരിക്കുന്നു.?'

'വേണ്ടത്ര വ്രണങ്ങളുണ്ട്.

നേരം വെളുക്കുന്നതിനുമുമ്പ് ഞങ്ങൾ ടാഗ്ലിയാമെന്റോയുടെ കരയിലെത്തി. പിന്നേയും നടന്നു ഞങ്ങൾ നിറഞ്ഞൊഴുകുന്ന പുഴയുടെ മുകളിലെ പാലത്തിനടുത്തെത്തി. ഈ പാലം മുറിച്ചുകടന്നുവേണം. പിൻവാങ്ങലിന്റെ ഗതാഗതം മുഴുവൻ അക്കരെയെത്താൻ.

'ഈ പുഴക്കരെവെച്ച് അവർക്ക്, അവരെ പിടികൂടാൻ സാധിക്കേണ്ടതാണ്.'

ഇരുട്ടിൽ വെള്ളം ഒരുപാട് പൊങ്ങിയിട്ടുണ്ടെന്ന് തോന്നി. വളരെവീതിയിൽ, ചുഴിക്കുത്തോടെ പുഴ ഒഴുകിക്കൊണ്ടിരുന്നു. മുക്കാൽ മൈലോളം നീളമുണ്ടായിരുന്ന നദിക്കു കുറുകെയുള്ള മരപ്പാലത്തിന് മറ്റു സീസണുകളിൽ ചരൽവരികളിൽ അമർന്ന് ഒഴുകിയിരുന്ന ഒരു നീർച്ചാലായിരുന്നു പുഴ. ഇപ്പോഴാവട്ടെ അത് പാലത്തിന്റെ മരയഴികളിൽ മുട്ടാറായിരിക്കുന്നു. ഞങ്ങൾ കരയിലൂടെ നടന്നു പാലം മുറിച്ചുകടക്കുന്നവരുടെ കൂട്ടത്തിലെത്തി. മഴയിലൂടെ, വളരെ സാവധാനം, പുഴയിൽ നിന്നും ഏതാനും അടി മാത്രമുയരത്തിൽ ഞങ്ങൾ ജനങ്ങൾക്കിടയിൽ തിങ്ങിഞെരുങ്ങി മരപ്പാലത്തിലൂടെ നീങ്ങി. തൊട്ടുമുന്നിൽ ഒരു ആർട്ടിലറി ഡിവിഷന്റെ സ്ഫോടകവസ്തുക്കളുടെ പേടകവും നീങ്ങുന്നുണ്ടായിരുന്നു. സ്വതന്ത്രമായി അടിവെച്ച് നടക്കാനാവാത്തതിനാൽ വളരെയേറെ ക്ഷീണം തോന്നിയ ഞാൻ പുഴയെ നോക്കി. സാധാരണ പാലം കടക്കുമ്പോഴുണ്ടാകാറുള്ള ആഹ്ളാദം ഇപ്പോൾ അനുഭവപ്പെട്ടില്ല. പകൽ നേരത്ത് ഒരു വിമാനം ഇവിടെ ബോംബു വർഷിക്കുകയാണെങ്കിൽ എങ്ങനെയിരിക്കും സ്ഥിതി എന്നു ഞാൻ ആലോചിക്കാൻ ശ്രമിച്ചു.

'പിയാനി' ഞാൻ വിളിച്ചു.

'ഞാനിവിടെയുണ്ട് ടെനെന്റ്' അവൻ ഈ കുരുക്കിൽ പെട്ട് തെല്ല് മുന്നിലായിരുന്നു. ആരും സംസാരിക്കുന്നുണ്ടായിരുന്നില്ല. എത്രയും വേഗത്തിൽ പാലം മുറിച്ചുകടക്കാനാണ് എല്ലാവരുടേയും ശ്രമം. അതുമാത്രമേ സർവ്വരും ചിന്തിച്ചിരുന്നുള്ളൂ. ഏതാണ്ട് പാലം കടക്കാറായി ഞങ്ങൾ. അങ്ങ് പാലത്തിന്റെ മറ്റേയറ്റത്ത് ഓഫീസർമാരും, കുതിരപ്പടയാളികളും രണ്ടു വശത്തുമായി നിന്നിരുന്നു. അവർ കടന്നു പോകുന്നവരുടെ മുഖത്തേക്ക് ടോർച്ച് അടിക്കുന്നുണ്ട്. അവരുടെ നിഴൽ രൂപങ്ങൾ ചക്രവാളത്തിനെതിരെ

ഇരുണ്ടുകാണപ്പെട്ടു. അരികിലെത്താറായപ്പോൾ ഓഫീസർമാരിൽ ഒരാൾ ഞങ്ങളൊടൊപ്പം നടന്നിരുന്ന ഒരാളുടെ നേരെ കൈചൂണ്ടുന്നതായി കണ്ടു. ഒരു കുതിരപ്പടയാളി പിന്നാലെ ചെന്ന് അയാളുടെ കൈ കടന്നു പിടിച്ചു. അയാളെ റോഡിൽ നിന്നും അൽപം മാറ്റിക്കൊണ്ടുപോയി നിർത്തി. ഞങ്ങൾ നടന്ന ഏകദേശം അവരുടെ മുമ്പിലായി എത്തി. നീങ്ങിപ്പോകുന്ന എല്ലാവരുടേയും മുഖം ഓഫീസർമാർ നിശിതമായി പരിശോധിച്ചിരുന്നു. ചിലപ്പോൾ പരസ്പരം സംസാരിച്ചു. മറ്റുചിലപ്പോഴാവട്ടെ അവർ മുന്നിൽ കയറി നിന്നു. ആൾക്കാരുടെ മുഖത്തേക്ക് ടോർച്ചടിച്ചു. ഞങ്ങൾ എതിരി ലെത്തുന്നതിനുമുമ്പ് അവർ മറ്റൊരാളേയും കൂടി പിടികൂടി. ഞാനയാളുടെ മുഖം കണ്ടു. അയാളൊരു ലെഫ്റ്റനന്റ് കേണലായിരുന്നു. പെട്ടിയിൽ ഉറപ്പിച്ച നക്ഷത്ര ചിഹ്നങ്ങൾ അയാളുടെകുപ്പായ കൈയിൽ തെളിഞ്ഞു കണ്ടു. മുടിയാകെ നരച്ചിരുന്നു. തടിച്ച് ഉയരംകുറഞ്ഞ ഒരാളായിരുന്നു അത്. ഒരു കുതിരപ്പടയാളി അയാളെ ഓഫീസർമാരുടെ നിരയുടെ പുറ കിലേക്ക് വലിച്ചുമാറ്റി. അവരുടെ എതിരിലെത്തിയപ്പോൾ ചിലർ എന്നെ ചുഴിഞ്ഞുനോക്കുന്നത് ഞാൻ ശ്രദ്ധിച്ചു. ഒരുത്തൻ എന്റെ നേരെ കൈചൂണ്ടി കുതിരപ്പടയാളിയോട് എന്തോ സംസാരിക്കുന്നത് ഞാൻ കണ്ടു. കുതിരപ്പ ടയാളി എന്റെ നേർക്ക് വന്നുകൊണ്ടിരുന്നു അയാളുടെ കൈകൾ എന്റെ കോളറിൽ മുറുകുന്നത് എനിക്കനുഭവപ്പെട്ടു.

'എന്താണ് നിന്റെ പ്രശ്നം?' ഞാൻ ചോദിച്ചു.എന്നിട്ട് അവന്റെ മുഖത്ത് ആഞ്ഞടിച്ചു.തൊപ്പിയുടെ താഴെ അവന്റെ മുഖവും, മുകളിലേക്ക് പിരിച്ച മീശയും കവിളിലേക്കൊഴുകുന്ന ചോരച്ചാലും ഞാൻ കണ്ടു. മറ്റൊരു പടയാളി ജനക്കൂട്ടത്തിനിടയിൽക്കൂടി ഞെരുങ്ങി ഞങ്ങളുടെയരികിലെത്തി, 'നിനക്കെന്തിന്റെ കുഴപ്പമാണ്?' ഞാൻ ചോദിച്ചു. അവൻ ഉത്തരമൊന്നും പറഞ്ഞില്ല. എന്നെ കീഴ്പെടുത്താൻ ഒരവസരം നോക്കി നിൽക്കുകയായി രുന്നു അവൻ. ഞാൻ കൈ പുറകിലേക്കിട്ട് എന്റെ പിസ്റ്റൾ അഴിച്ചെടുക്കാൻ ശ്രമിച്ചു.

'നിനക്കറിഞ്ഞുകൂടെ. ഒരോഫീസറുടെ ദേഹത്ത് തൊടാൻ നിനക്ക് അധികാരമില്ലെന്ന്?'

മറ്റേ പടയാളി പിറകിലെത്തി എന്റെ കൈകൾ പിടിയിലൊതുക്കി. പിന്നെ കുഴയിൽനിന്നും പറിഞ്ഞുപോകുന്ന വിധത്തിൽ എന്റെ കൈകൾ പിടിച്ച് വലിച്ചു. ഞാനപ്പോൾ അവന്റെ നേരെ തിരിഞ്ഞു. ആ തക്കത്തിൽ ആദ്യം വന്നവൻ എന്റെ കഴുത്തിൽ പിടിമുറുക്കി. ഞാൻ അവന്റെ മുഴങ്കാ ലിൻ ഒരു തൊഴി കൊടുത്തു. പിന്നെ ഇടം കാൽമുട്ടുകൊണ്ട് അവന്റെ അരക്കെട്ടിൽ ആഞ്ഞു ചവിട്ടുകയും ചെയ്തു.

'ചെറുക്കാൻ ശ്രമിക്കുന്നുവെങ്കിൽ വെടിവെച്ചു വീഴ്ത്തു' ആരോ വിളിച്ചുപറ യുന്നത് ഞാൻ കേട്ടു.

'എന്താണിതിന്റെയർത്ഥം?' ഞാൻ ഒച്ചയിടാൻ ശ്രമിച്ചു. പക്ഷേ എന്റെ ശബ്ദം വളരെ ദുർബ്ബലമായി. അവർക്ക് എന്നെ റോഡരികിലേക്ക് മാറ്റി നിർത്താൻ കഴിഞ്ഞു.

'എതിർക്കാൻ ശ്രമിക്കുന്നുവെങ്കിൽ വെടിവെച്ചുവീഴ്ത്തു' ഒരു ഓഫീസർ പറഞ്ഞു.

'അവനെ പുറകിലേക്ക് കൊണ്ടുവരൂ' മറ്റൊരാൾ വിളിച്ചുപറഞ്ഞു.

'ആരാണ് നിങ്ങൾ?'

'അത് നിങ്ങൾക്കുടനെ മനസ്സിലാകും.'

'ആരാണ് നിങ്ങൾ.'

'യുദ്ധപോലീസ്'' മറ്റൊരാൾ പറഞ്ഞു.

'നിങ്ങളെന്തുകൊണ്ടാണ് എന്നോട് മാറിനിൽക്കാൻ പറയാത്തത്?' എന്തുകൊണ്ടാണ് നിങ്ങൾ ഈ വിമാനക്കാരിലൊരുവനെ എന്റെമേൽ കൈവെക്കാൻ അനുവദിച്ചത്.?

അവർ ഒന്നും പറഞ്ഞില്ല. അവർക്ക് ഒന്നും പറയേണ്ട കാര്യമില്ല. അവർ യുദ്ധപോലീസുകാരാണ്.

'ഇവനെ മറ്റുള്ളവരുടെ അരികിലേക്ക് കൊണ്ടുപോകൂ.'

ഒന്നാം ഓഫീസർ വിളിച്ചു പറഞ്ഞു.

'നോക്കൂ ഇവൻ ഇറ്റാലിയൻ സംസാരിക്കുന്നത് വേറെ ഉച്ചാരണത്തിലാണ്.'

'നീയും അങ്ങനെത്തന്നെയല്ലേ പറയുന്നത്. തന്തയില്ലാത്തവനെ' ഞാൻ പറഞ്ഞു.

'ഇവനെ മറ്റുള്ളവരുടെയരികിലെത്തിക്കൂ' ഒന്നാം ഓഫീസർ വീണ്ടും പറഞ്ഞു. അവർ എന്നെ റോഡിനുതാഴെ പുഴയോരത്തെ വയലിൽ നിന്നിരുന്ന ഒരു കൂട്ടം ആളുകളുടെ അടുത്തേക്ക് വലിച്ചിഴച്ചു. മുന്നോട്ട് നീങ്ങുമ്പോൾ, നിറയൊഴിക്കുന്ന ശബ്ദം ഞാൻ കേട്ടു. റൈഫിളുകളിൽ നിന്നുള്ള വെടിയൊച്ചയും, പൊട്ടലിന്റെ ശബ്ദവും വേറിട്ടു കേൾക്കാമായിരുന്നു.

അവിടെ നാല് ഓഫീസർമാർ ഒരുമിച്ചുകൂടിനിന്നിരുന്നു. അവരുടെ മുമ്പിൽ അപ്പുറവുമിപ്പുറവുമായി ഓരോ കുതിരപ്പടയാളിയുടെ കാവലിനു കീഴിൽ ഒരു മനുഷ്യനും തൊട്ടരികിൽത്തന്നെ ഒരു കൂട്ടം മനുഷ്യരും കുതിരപ്പടയാളികളുടെ കാവലിനുകീഴിൽത്തന്നെ നിന്നിരുന്നു. വേറെ നാലും കുതിരപ്പടയാളികൾ തങ്ങളുടെ തോക്കുകളിൽച്ചാരി, ചോദ്യം ചെയ്യുന്ന ഓഫീസർമാരുടെയരികിൽ നിന്നിരുന്നു. അവർ വീതിയുള്ള തൊങ്ങൽ ത്തൊപ്പി ധരിച്ച കുതിരപ്പടയാളികളാണ്. എന്നെ തള്ളിമാറ്റിയവനും അക്കൂട്ടത്തിലുണ്ടായിരുന്നു. ഓഫിസർമാരുടെ മുന്നിൽ നിന്നിരുന്ന ആ മനുഷ്യനെ ഞാൻ നോക്കി. അത് ആ തടിച്ചുയരം കുറഞ്ഞ നരച്ചമുടിക്കാരൻ ലെഫ്റ്റനന്റ് ആയിരുന്നു. ചോദ്യം ചെയ്യുന്ന ഓഫീസർമാർ അക്കാര്യത്തിൽ വേണ്ടത്ര വൈദഗ്ധ്യമുള്ളവരായിരുന്നു. വേണ്ടത്ര കഴിവും ആ അറപ്പില്ലായ്മയും അവർക്കുണ്ട്. വെടിവെക്കാനും, വെടികൊള്ളുന്നതിൽനിന്നും ഒഴിഞ്ഞു നിൽക്കാനുമുള്ള ആ സാമർത്ഥ്യവും അവർ പ്രകടിപ്പിച്ചിരുന്നു.

'നിങ്ങളുടെ ബ്രിഗേഡ്?'

അയാളതിനുമറുപടി പറഞ്ഞു.

റെജിമെന്റ്?

അയാളതിനും ഉത്തരം പറഞ്ഞു.

'എന്തുകൊണ്ടാണ് നിങ്ങൾ നിങ്ങളുടെ റെജിമെന്റിൽ നിന്നും മാറി ഒറ്റക്കായിപ്പോയത്?'

അയാളതിനും മറുപടി പറഞ്ഞു.

'അറിയില്ലേ? ഒരോഫീസർ എപ്പോഴും തന്റെ ട്രൂപ്പിനോടൊപ്പം ആയി രിക്കണമെന്ന്?'

'അയാൾക്കതും അറിയാം.'

അത്രതന്നെ. മറ്റൊരു ഓഫീസർ സംസാരിക്കാനാരംഭിച്ചു. നീയും നിന്നെപ്പോലുള്ളവരും നമ്മുടെ പിതൃരാജ്യത്തിന്റെ പവിത്രമണ്ണിൽ കിരാ തന്മാരെ അഴിഞ്ഞാടാൻ അനുവദിക്കുന്നു.'

'ഞാൻ നിങ്ങളോട് ക്ഷമ യാചിക്കുന്നു.'

'നിന്നെപ്പോലുള്ളവരുടെ വഞ്ചന നിമിത്തം വിജയത്തിന്റെ ഫലങ്ങൾ നമുക്ക് നഷ്ടമായിക്കൊണ്ടിരിക്കുന്നു,'

'താങ്കൾ എപ്പോഴെങ്കിലും ഒരു പിൻവാങ്ങൽ അനുഭവിച്ചിട്ടുണ്ടോ?' ലെഫ്റ്റനന്റ് കേണൽ ചോദിച്ചു.

'ഇറ്റലി ഒരിക്കലും പിൻവാങ്ങുകയില്ല.'

ഞങ്ങൾ പെരുമഴയുടെ കീഴിൽ ഇതെല്ലാം കേട്ടുകൊണ്ടു നിന്നു. തെല്ലുമാറി, ചോദ്യം ചെയ്യുന്ന ഓഫീസർമാരേയും തടവുപുള്ളിയേയും അഭിമുഖീകരിച്ചുകൊണ്ടാണ് ഞങ്ങൾ നിന്നിരുന്നത്.

'എന്നെ വെടിവെക്കുന്നുവെങ്കിൽ' ലെഫ്റ്റനന്റ് കേണൽ പറഞ്ഞു.

'ഈ ചോദ്യം ചെയ്യൽ നിർത്തി പെട്ടെന്നുതന്നെ വേണം പ്ലീസ്.'ഈ ചോദ്യം ചെയ്യൽ പരമ വിഡ്ഢിത്തമാണ്.' അയാൾ സ്വയം കുരിശടയാളം വരച്ചു. ഓഫീസർമാർ എല്ലാവരും കൂടിനിന്ന് എന്തോ സംസാരിച്ചു. ഒന്നാമൻ ഒരു നോട്ട്പാഡിൽ എന്തോ കുറിച്ചു.

'സ്വന്തം ട്രൂപ്പിനെ ഉപേക്ഷിച്ചു. വെടിവെച്ചു കൊല്ലാൻ ഉത്തരവായി.' അയാൾ പറഞ്ഞു.

രണ്ടു കുതിരപ്പടയാളികൾ ലെഫ്റ്റനന്റ് കേണലിനെ നദീതീരത്തേ ക്ക് കൂട്ടിക്കൊണ്ടു പോയി. അയാൾ മഴയിലൂടെ നടന്നുനീങ്ങി. തൊപ്പി ധരിക്കാത്ത നരച്ച വൃദ്ധൻ, ഇരുഭാഗത്തും ഓരോ കുതിരപ്പടയാളിയുടെ അകമ്പടിയോടെ! അവർ അയാൾക്ക് നേരെ തോക്കുചൂണ്ടുന്നത് ഞാൻ കണ്ടില്ല. പക്ഷേ വെടിപൊട്ടുന്ന ശബ്ദം ഞാൻ കേട്ടു. ഇപ്പോൾ മറ്റൊരാളെ ചോദ്യ ചെയ്യുകയാണ്. ഇയാളും തന്റെ ട്രൂപ്പിൽനിന്നും വേർപെട്ടുപോയ ഒരു ഓഫീസറാണ്. ഒരു വിശദീകരണത്തിനുള്ള അവസരം അവർ അയാൾക്ക് നൽകിയിട്ടില്ല. അവർ നോട്ട്പാഡിൽ എഴുതിയ ശിക്ഷാവിധി

വായിച്ചപ്പോൾ അയാൾ പൊട്ടിക്കരഞ്ഞു. അയാളെ പുഴക്കരയിലേക്ക് കൊണ്ടുപോകുമ്പോഴും അയാൾ ഉറക്കെ കരഞ്ഞുകൊണ്ടിരുന്നു. അപ്പോഴേക്കും അവർ മറ്റൊരാളെ ചോദ്യം ചെയ്യാൻ തുടങ്ങിയിരുന്നു. തൊട്ടുമുമ്പിൽ ചോദ്യം ചെയ്തയാളെ വെടിവെച്ച് വീഴ്ത്തുമ്പോഴേക്കും അടുത്തയാളെ ചോദ്യം ചെയ്യുക എന്നതായിരുന്നു. അവരുടെ രീതി. ഇങ്ങനെയാകുമ്പോൾ അവർക്ക് ഏറെയൊന്നും ചെയ്യാനുണ്ടായിരുന്നില്ല. ചോദ്യം ചെയ്യപ്പെടാൻവേണ്ടി കാത്തുനിൽക്കണമോ അതോ രക്ഷപ്പെടാൻ ശ്രമിക്കണമോ എന്താണ് വേണ്ടതെന്നറിയാതെ ഞാൻ നിന്നു. അവരുടെ കണ്ണിൽ ഞാനൊരു ഇറ്റാലിയൻ യൂണിഫോം ധരിച്ച ജർമൻകാരനാണ്. എങ്ങനെയാണ് അവർ പദ്ധതിയിടുന്നതെന്ന് എനിക്ക് മനസ്സിലാക്കാം. അവരെല്ലാവരും രാജ്യഭക്തിയുള്ള ചെറുപ്പക്കാരാണ്. അവർ തങ്ങളുടെ പിതൃരാജ്യത്തെ കാക്കുകയാണ്. ടാഗ്ലിയാമെന്റോയമപ്പുറത്ത് ഒരു രണ്ടാം ആർമി പുനർനിർമിക്കപ്പെടുകയാണ്. മേജർ റാങ്കിലും അതിനും മുകളിലുള്ള റാങ്കിലുമുള്ള, ട്രൂപ്പിൽനിന്ന് വേർപെട്ട ഓഫീസർമാരെ മുഴുവൻ അവർ വധിക്കുകയാണ്. ഇറ്റാലിയൻ യൂണിഫോമിട്ട ജർമൻ നുഴഞ്ഞുകയറ്റക്കാരെ ഒന്നടങ്കം അവർ കൈകാര്യംചെയ്യുകയാണ്. അവർ സ്റ്റീൽ ഹെൽമറ്റുകൾ ധരിച്ചിരുന്നു. ഞങ്ങളുടെ കൂട്ടത്തിൽ ആകെ രണ്ടു പേർക്കേ സ്റ്റീൽ ഹെൽമറ്റുകൾ ഉണ്ടായിരുന്നുള്ളൂ. ഏതാനും ചില കുതിരപ്പടയാളികൾക്കും സ്റ്റീൽ ഹെൽമറ്റുണ്ട്. മറ്റുള്ള പടയാളികൾ ആ വീതിത്തൊപ്പികളാണ് ധരിച്ചിരുന്നത്. അത്തരക്കാരെ ഞങ്ങൾ 'വായുവിമാനങ്ങൾ എന്നാണ് വിളിച്ചിരുന്നത്. ഞങ്ങൾ മഴയത്തുതന്നെ നിന്നു. ഓരോരുത്തരെയായി ചോദ്യം ചെയ്യുകയും അതിനുശേഷം വെടിവെച്ചുകൊല്ലുവാനായി കൊണ്ടുപോവുകയും ചെയ്തുകൊണ്ടിരുന്നു. ഇതുവരേക്കും ചോദ്യം ചെയ്ത എല്ലാവരേയും അവർ വധിച്ചു കഴിഞ്ഞു. ആ ചോദ്യം ചെയ്യലിൽ, മനോഹരമായ ഒരു നിർമമതയുണ്ട്; നീതിക്കുവേണ്ടിയുള്ള ഒരു അർപ്പണബോധവും. അവർ മരണത്തിന്റെ വിൽപനക്കാരനാണ്. മരണത്തിന്റെ കുടിലത അനുഭവിക്കേണ്ട ആവശ്യമില്ലാത്തവർ. ഇപ്പോഴവർ അതിർത്തിസൈന്യത്തിലെ തികഞ്ഞ കേണൽ പദവിയുള്ള ഒരു ഓഫീസറെയാണ് ചോദ്യംചെയ്തുകൊണ്ടിരിക്കുന്നത്. മൂന്നു ഓഫീസർമാരെക്കൂടി പുതുതായി കൊണ്ടുവന്നു ഞങ്ങളോടൊപ്പം നിർത്തിയിട്ടുണ്ട്.

അയാളുടെ റെജിമെന്റ് എവിടെയായിരുന്നു.? ഞാൻ കുതിരപ്പടയാളികളെ നോക്കി. അവർ പുതുതായി വന്ന തടവുകാരെ സൂക്ഷിച്ചുനോക്കിനിൽക്കുകയായിരുന്നു. മറ്റുള്ളവരാകട്ടെ കേണലിനെ നോക്കിക്കൊണ്ടുനിന്നു. ഞാനൊന്നു കുനിഞ്ഞു. രണ്ടു മനുഷ്യരെ തള്ളിമാറ്റി നദിയിലേക്ക് ഓടി. തലക്ക് വെടിയേൽക്കാതിരിക്കാൻ ഞാൻ നദിയിലേക്ക് എടുത്തുചാടി. വെള്ളം ഒരു വലിയ ഒച്ചയോടെ ഉയർന്നുതെറിച്ചു. പരമാവധി വെള്ളത്തിൽ മുങ്ങിക്കിടക്കാൻ ഞാൻ ശ്രമിച്ചുകൊണ്ടിരുന്നു. ഒഴുക്കിൽ ഞാൻ ചുഴ്ന്നുപോയി. ഇനിയൊരിക്കലും മുകളിലേക്കുയരാൻ പറ്റില്ല എന്നു തോന്നിക്കുന്ന നിമിഷം വരേയും ഞാൻ വെള്ളത്തിനടിയിൽത്തന്നെ കിടന്നു. മുകളിലേക്കുയർന്നപാടെ ഒരു നിമിഷം നിന്നു, ആഞ്ഞുശ്വാസം വലിച്ചുകൊണ്ട്

ഞാൻ പിന്നേയും അടിയിലേക്ക് ഊളിയിട്ടു. ധരിച്ചിരുന്ന ബൂട്ട്സും, വസ്ത്രങ്ങളും എന്നെ വെള്ളത്തിനടിയിൽ കുറേ നേരംകൂടി തങ്ങാൻ പ്രാപ്തനാക്കി. വെള്ളത്തിന് കഠിനമായ തണുപ്പായിരുന്നു. രണ്ടാമതും മുകളിലേക്കുയർന്നപ്പോൾ ഒരു കഷ്ണം മരപ്പലക എന്റെ മുന്നിലായി ഒഴുകിനീങ്ങുന്നത് ഞാൻ കണ്ടു. ഒരു കൈകൊണ്ട് ഞാനതിനെ വലിച്ചടുപ്പിച്ചു; എന്നിട്ട് തല അതിനുപിന്നിൽ ഒളിപ്പിച്ചു. അതിന്റെ മുകളിൽക്കൂടി തിരിഞ്ഞുനോക്കാൻ ഞാൻ ശ്രമിച്ചില്ല. എനിക്ക് കര കാണണമെന്നില്ലായിരുന്നു. ഓടിക്കൊണ്ടിരുന്ന സമയത്തും പിന്നീട് ഒന്നാംവട്ടം മുങ്ങിനിവർന്നപ്പോഴും ഞാൻ പിറകിൽ വെടിയൊച്ചകൾ കേട്ടിരുന്നു. വെള്ളത്തിന്റെ മേൽപരപ്പിൽ തൊട്ടുതൊട്ടില്ലെന്ന മട്ടിൽ ഒഴുകിയിരുന്നപ്പോഴും എനിക്ക് വെടിപൊട്ടുന്ന ശബ്ദം കേൾക്കാമായിരുന്നു. ഇപ്പോൾ ശബ്ദമൊന്നും കേൾക്കാനില്ല. മരക്കഷ്ണം ഒഴുക്കിൽ ഊഞ്ഞാലാടിക്കൊണ്ടിരുന്നു. ഞാനത് ഒരു കൈകൊണ്ട് മുറുകെ പിടിച്ചു. കുറച്ചുനേരം കഴിഞ്ഞ് ഞാൻ തിരിഞ്ഞു കരയിലേക്ക് നോക്കി. അത് വളരെ വേഗം അകന്നകന്ന് പോകുന്നതായി തോന്നി. ഒഴുക്കിൽ ധാരാളം തടിക്കഷ്ണങ്ങൾ വന്നുചേർന്നു. പൊന്തക്കാടുകൾ പൊങ്ങിക്കിടക്കുന്ന ഒരു ചെറുദ്വീപിനെ കടന്നു ഞങ്ങൾ മുന്നോട്ടു നീങ്ങിക്കൊണ്ടിരുന്നു. രണ്ടുകൈകൾകൊണ്ടും ഞാൻ മരപ്പലക മുറുകെ പിടിച്ച്, എന്നെ തള്ളിക്കൊണ്ടുപോകാൻ ഞാൻ ഒഴുക്കിന് എന്നെ വിട്ടുകൊടുത്തു. ഇപ്പോൾ കര കാഴ്ചയിൽനിന്നും പൂർണമായി മറഞ്ഞു കഴിഞ്ഞു.

31

ഒഴുക്കിന് വേഗം കൂടുകയാണെങ്കിൽ എത്രനേരം വെള്ളത്തിൽക്കിടന്നുവെന്നു നമുക്ക് ഒരുപക്ഷേ മനസ്സിലാക്കാൻ സാധിച്ചില്ലെന്നു വരും. ചിലപ്പോൾ കുറേ നേരം ആയെന്നുതോന്നും അല്ലെങ്കിൽ കുറച്ചുനേരമേ ആയിട്ടുള്ളൂ എന്നും തോന്നും. വെള്ളത്തിന് ഭയങ്കര തണുപ്പായിരുന്നു. വെള്ളപ്പൊക്കത്തിൽ ധാരാളം സാധനങ്ങൾ ഒഴുകിവന്നു. എനിക്ക് ഒരു വലിയ മരക്കഷ്ണത്തിൽ പിടിമുറുക്കാൻ കഴിഞ്ഞു. താടി അതിന്മേൽ അമർത്തി ഞാൻ ഐസുപോലെ തണുത്ത വെള്ളത്തിൽ കിടന്നു. രണ്ടു കൈകൾ കൊണ്ടും ഞാൻ മരപ്പലക അമർത്തിപിടിച്ചു. തണുപ്പുകൊണ്ട് കോച്ചിവലിക്കൽ ഉണ്ടാകുമോ എന്നു ഞാൻ ഭയപ്പെട്ടു. കരയിലേക്ക് ഒഴുകിനീങ്ങാൻ കഴിഞ്ഞിരുന്നെങ്കിൽ എന്നു ഞാൻ ആഗ്രഹിച്ചു. സാവധാനം ഞങ്ങൾ ഒരു വളവ് തിരിഞ്ഞു മുന്നോട്ട് നീങ്ങി. നേരം പുലർന്നുതുടങ്ങിയിരുന്നു. കരയിലെ കുറ്റിക്കാടുകൾ ദൃശ്യമായിത്തുടങ്ങി.കുറേ മുന്നിലായി പൊന്തക്കാടുകളുടെ മറ്റൊരു ചെറുദ്വീപ് കണ്ടു. ഒഴുക്ക് കരയുടെ നേർക്കായി ശക്തിപ്പെട്ടു. ബൂട്ട്സും വസ്ത്രങ്ങളും അഴിച്ചുമാറ്റി കരയുടെ നേർക്ക് നീന്തിയാലോ എന്നു ഞാൻ ആലോചിച്ചു. ഒടുവിൽ അത് വേണ്ടെണ്ടന്നു വെച്ചു. എങ്ങനെയെങ്കിലും കരയിലെത്തണമെന്നല്ലാതെ മറ്റൊരു ചിന്തയും എനിക്കില്ലായിരുന്നു. പക്ഷേ നഗ്നപാദനായി ഏതെങ്കിലും കരക്കടിഞ്ഞാൽ എനിക്കത് ദോഷകരമായി ഭവിക്കുമെന്നും ഞാൻ ആശങ്കപ്പെട്ടു. ഏതുവിധേനയെങ്കിലും എനിക്ക് മെസ്ട്രെയിൽ എത്തിയേ തീരൂ.

കര അരികിലേക്ക് നീങ്ങിവരുന്നത് ഞാൻ നോക്കിക്കൊണ്ടിരുന്നു. തീരം വീണ്ടും അകലുകയും പിന്നെ വീണ്ടും അടുക്കുകയും ചെയ്തു. ഒഴുക്കിന്റെ ശക്തി കുറഞ്ഞു. ഇപ്പോൾ തീരം വളരെ അടുത്താണ്. വില്ലോ മരപ്പൊന്തകളിലെ ചെറു ചില്ലകൾ എനിക്ക് കാണാൻ കഴിഞ്ഞു. മരക്കഷ്ണം മെല്ലെ തെന്നിനീങ്ങി, അപ്പോൾ കര വീണ്ടും എന്റെ പുറകിലായി. ഞങ്ങൾ ഒരു നീർച്ചുഴിയിൽ അകപ്പെട്ടുവെന്ന് എനിക്ക് മനസ്സിലായി ഞങ്ങൾ

സാവകാശം ചുറ്റിത്തിരിഞ്ഞു. പിന്നെയും തീരം അരികിൽ കണ്ടപ്പോൾ ഒരു കൈകൊണ്ട് മരപ്പലക മുറുക്കെപിടിച്ചു. മറ്റേ കൈകൊണ്ട് തുഴഞ്ഞ് ഞാൻ തീരത്തോടടുക്കുവാൻ ശ്രമിച്ചു. പക്ഷേ കരയോടടുക്കാൻ ഒട്ടും സാധിച്ചില്ല. നീർച്ചുഴിയിൽ നിന്നും പുറന്തള്ളപ്പെട്ടുപോകുമോ എന്നു ഞാൻ ഭയന്നു. പിടി വിടാതെത്തന്നെ കാൽകൊണ്ട് മരപ്പലകയുടെ അരികിലമർത്തി ഞാൻ ശക്തമായ് കരയിലേക്ക് കുതിച്ചു. എനിക്ക് പൊന്തക്കാടുകൾ കാണാമായിരുന്നു. എത്ര ശക്തമായി ആഞ്ഞുകുതിച്ചിട്ടും ഊക്കിൽ നീന്തിയിട്ടും ഒഴുക്ക് ഞങ്ങളെ അകലേക്ക് നീക്കിക്കൊണ്ടുപോയി. ബൂട്ടിന്റെ ഭാരംകൊണ്ട് മുങ്ങിപ്പോയേക്കുമോ എന്നു ഞാൻ ഭയന്നു. ഒഴുക്കിനെതിരെ ശക്തിയിൽ കുതിച്ചുകൊണ്ട് ഞാൻ പോരാടി. തലയുയർത്തി നോക്കിയപ്പോൾ കര അടുത്തേക്ക് നീങ്ങിവരുന്നതായി ഞാൻ കണ്ടു. ഊക്കിൽ തുടിക്കുകയും നീന്തുകയും ചെയ്യുന്നത് ഞാൻ നിർത്തിയില്ല. ഒരു വില്ലോമരത്തിന്റെ ചില്ലയിൽ പിടികിട്ടി. ഞാനതിൽ തൂങ്ങിക്കിടന്നു. അതിൽ വലിഞ്ഞു അപ്പുറത്തേക്ക് ചാടാനുള്ള കരുത്ത് അപ്പോഴെനിക്കില്ലായിരുന്നു. പക്ഷേ ഇനിയും മുങ്ങിപ്പോകാനിടയില്ലെന്ന് എനിക്കുറപ്പായി. ആ മരപ്പലകയിൽ പിടികിട്ടിയില്ലായിരുന്നുവെങ്കിൽ മുങ്ങിച്ചത്തുപോകുമായിരുന്നു എന്നുള്ള ബോധം എനിക്കപ്പോഴില്ലായിരുന്നു. എന്റെ നെഞ്ചും വയറും ഭയങ്കരമായി വേദനിച്ചു. ഉള്ളാകെ ശൂന്യമായതുപോലെ തോന്നി. വില്ലോ മരത്തിന്റെ ശാഖയിൽ പിടിച്ചുതൂങ്ങി ഞാൻ കുറച്ചുനേരം കാത്തിരുന്നു ഛർദ്ദിയുടെ തോന്നൽ മാറിയപ്പോൾ ഞാൻ വില്ലോമരക്കൂട്ടങ്ങൾക്കിടയിലേക്ക് വലിഞ്ഞുചാടി. എന്നിട്ട് ചില്ലകളെ ചുറ്റിപ്പിടിച്ച് ഞാൻ കുറച്ചുനേരം അനങ്ങാതിരുന്നു. പിന്നീട് മരച്ചില്ലകളെ വകഞ്ഞുമാറ്റി തീരത്തേക്ക് ഇഴഞ്ഞുചെന്നു. ആ അർദ്ധ പകൽവെളിച്ചത്തിൽ ഞാൻ ചുറ്റും ആരേയും കണ്ടില്ല. മഴ അപ്പോഴും പെയ്യുന്നുണ്ടായിരുന്നു. മണൽത്തിട്ടയിൽ മലർന്നുകിടന്നു ഞാൻ പുഴയേയും മഴയേയും കേട്ടു കൊണ്ടിരുന്നു.

കുറച്ചു കഴിഞ്ഞ് ഞാനെഴുന്നേറ്റു നദിക്കരയിലൂടെ പുറപ്പെട്ടു. 'ലാറ്റിസാന'യിൽ എത്തുന്നതുവരെ പുഴയിൽ വേറെ പാലങ്ങളില്ലെന്ന് എനിക്കറിയാമായിരുന്നു. 'സാൻവിറ്റോ'യുടെ എതിരിലാണ് എത്തിയിരിക്കുന്നതെന്ന് ഞാനൂഹിച്ചു. എന്താണിനി വേണ്ടതെന്ന് ഞാൻ ആലോചിച്ചു. നേരെ മുന്നിലായി നദിയിലേക്ക് ഒഴുകിയെത്തുന്ന ഒരു നീർച്ചാലുണ്ടായിരുന്നു. ഞാൻ അതിന്റെ സമീപത്തേക്ക് നടന്നു. ഇത്രയും നേരമായിട്ടും ഞാനൊരു മനുഷ്യജീവിയേയും കണ്ടില്ലായിരുന്നു. നീർച്ചാലിനരികിലെ പൊന്തക്കാടിനുള്ളിൽ അൽപസമയം ഇരുന്നു. പിന്നീട് എന്റെ ഷൂസുകൾ അഴിച്ചുമാറ്റി ഉള്ളിലെ വെള്ളം വാർത്തുകളഞ്ഞു. പിന്നെ ഞാനെന്റെ കോട്ടൂരി ഉള്ളിലെ പോക്കറ്റിൽ സൂക്ഷിച്ചിരുന്ന, എന്റെ പണവും പേപ്പറുകളും അടങ്ങിയ പേഴ്സ് പുറത്തെടുത്തു. എല്ലാം നനഞ്ഞു കുതിർന്നിരുന്നു. കോട്ടിലെ വെള്ളം പിഴിഞ്ഞു. ട്രസേഴ്സ് ഊരി അതും പിഴിഞ്ഞു. അതിനുശേഷം ഷർട്ടും അടിവസ്ത്രങ്ങളും ഊരിയെടുത്തു പിഴിഞ്ഞു തന്നെത്താൻ ആഞ്ഞടിക്കുകയും തിരുമ്മുകയും ചെയ്തതിനുശേഷം ഞാൻ വസ്ത്രങ്ങൾ വീണ്ടും ധരിച്ചു. എന്റെ തൊപ്പി നഷ്ടപ്പെട്ടുപോയിരുന്നു. വീണ്ടും കോട്ടെടുത്തു

ധരിക്കുന്നതിനുമുമ്പ് അതിന്റെ കയ്യിൽ തുന്നിപ്പിടിപ്പിച്ച നക്ഷത്രങ്ങൾ പറിച്ചെടുത്ത് പണത്തോടൊപ്പം ഉള്ളിലെ പോക്കറ്റിലിട്ടു. പണമാകെ നനഞ്ഞുകുതിർന്നിരുന്നുവെങ്കിലും അവക്ക് കുഴപ്പമില്ലായിരുന്നു. ഞാൻ പണം എണ്ണിനോക്കി. മൂവായിരത്തിലധികം ലീറെ ഉണ്ടായിരുന്നു. വസ്ത്രങ്ങളെല്ലാം നനഞ്ഞ് ഒട്ടിപ്പിടിച്ചുകൊണ്ടിരുന്നു. കൈത്തണ്ടയിൽ ആഞ്ഞടിച്ച് ഞാൻ രക്തപ്രവാഹം കൂട്ടാൻ നോക്കി. ഞാൻ വൂളൻ അടിവസ്ത്രങ്ങളാണ് ധരിച്ചിരുന്നത്, നടന്നുകൊണ്ടിരിക്കുകയാണെങ്കിൽ എനിക്ക് തണുപ്പുകൊണ്ടുള്ള ബുദ്ധിമുട്ടുകൾ ഉണ്ടാവാനിടയില്ലെന്നു ഞാനൂഹിച്ചു. അവർ എന്റെ പിസ്റ്റൾ പിടിച്ചെടുത്തിരുന്നു. ഒഴിഞ്ഞ തോക്കിൻചട്ട ഞാനെന്റെ കോട്ടിനുള്ളിൽ ഒളിപ്പിച്ചു. എനിക്ക് പുറം കോട്ട് ഉണ്ടായിരുന്നില്ല. അതിനാൽ മഴകൊള്ളുമ്പോൾ ഭയങ്കരമായ തണുപ്പുതോന്നി. ഞാൻ കനാലിന്റെ അരികിലൂടെ നടക്കാനാരംഭിച്ചു. അപ്പോഴേക്കും നേരം നന്നായി പുലർന്നിരുന്നു. നനഞ്ഞു കുതിർന്നു മൂകവും ഉദാസീനവുമായ നാട്ടിൻപുറഭൂപ്രകൃതി. വയലുകൾ ശൂന്യമായും നനഞ്ഞുമിരുന്നു. അങ്ങകലെയായി സമതലത്തിൽ ഒരു പള്ളിമണിമേട ഉയർന്നുവരുന്നതായി എനിക്ക് കാണാമായിരുന്നു. നടന്നുനടന്നു ഞാൻ ഒരു റോഡിൽ എത്തിച്ചേർന്നു. കുറേ മുമ്പിലായി കുറച്ച് സൈനികർ മാർച്ച് ചെയ്തു അടുത്തേക്ക് വരുന്നത് ഞാൻ കണ്ടു. ഞാൻ റോഡരികിലൂടെ മുടന്തിനീങ്ങി അവർ എന്നെ ശ്രദ്ധിക്കുകപോലും ചെയ്തില്ല. അവർ ഒരു മെഷീൻഗൺ ഡിറ്റാച്ച്മെന്റ് ട്രൂപ്പായിരുന്നു. നദിക്കരയിലേക്കാണ് അവർ നീങ്ങിക്കൊണ്ടിരുന്നത്. ഞാൻ റോഡിൽക്കൂടിത്തന്നെ നടന്നു മുന്നോട്ടു നീങ്ങി.

ആ പകൽ ഞാനാ വെനീഷ്യൻ സമതലം മുറിച്ചുകടന്നു. കടൽനിരപ്പിന് താഴെയായിരുന്നു ആ പ്രദേശം. മഴക്കാലത്ത് അതൊന്നുകൂടെ നിരപ്പം വിരസവുമായിത്തീർന്നിരുന്നു. സമുദ്രത്തിലേക്ക് നീങ്ങുന്ന വഴിയിൽ നിറയെ ഉപ്പുചതുപ്പുകൾ ആയിരുന്നു. പാതകൾ വളരെ കുറവും, ഉള്ളവയെല്ലാം അഴിമുഖത്തേക്കും തുടർന്നു കടലിലേക്കുമായിരുന്നു. ഗ്രാമം മുറിച്ചുകടക്കണമെങ്കിൽ കനാൽ തീരത്തുകൂടി പോകേണ്ടതായി വന്നു. ഞാൻ വടക്കുനിന്നും തെക്കോട്ടേക്കാണ് പോയ്ക്കൊണ്ടിരുന്നത്. ഇതിനിടെ ഞാൻ രണ്ടു റെയിൽ പാളങ്ങളും കുറേ റോഡുകളും മുറിച്ചു കടന്നിരുന്നു. ഞാൻ മറ്റൊരു റെയിൽപാളത്തിനരികിൽ ചെന്നുചേരുന്ന ഒരു പാതയുടെ അറ്റത്തെത്തി. ആ റെയിൽ പാളങ്ങൾ പൊയ്ക്കൊണ്ടിരുന്നത് ചതുപ്പുനിലങ്ങൾക്കരികിലൂടെയായിരുന്നു. അത് വെനീസിൽ നിന്നും 'ടീയ്സ്റ്റെ'യിലേക്ക് പോകുന്ന പ്രധാനപാതയായിരുന്നു. ഉയരത്തിൽ ദൃഢമായി പണിത റെയിൽവേ ബണ്ടും ഇരട്ടപ്പാതകളും, പാളത്തിൽ കുറച്ചൊന്നുമാറി ഒരു ഫ്ളാഗ്സ്റ്റേഷനും കാണപ്പെട്ടു. പട്ടാളക്കാർ അവിടെ കാവൽ നിൽക്കുന്നുണ്ട്. ഞാൻ നിൽക്കുന്നിടത്തുനിന്നും കുറേ മുന്നിലായി ചതുപ്പിലേക്ക് ഒഴുകുന്ന ഒരു അരുവിക്കുമുകളിൽ ഒരു പാലമുണ്ടായിരുന്നു. ഒരു കാവൽപട്ടാളക്കാരനെ പാലത്തിന്റെ മുകളിലും കാണാൻ കഴിഞ്ഞു. മുമ്പേ വടക്കോട്ടേക്ക് വയലുകൾ മുറിച്ചുകടക്കുമ്പോൾ കുറെയകലെയായി സമതലത്തിലൂടെ ഒരു തീവണ്ടി കടന്നുപോകുന്നത് ഞാൻ കണ്ടിരുന്നു. ചിലപ്പോൾ

'പോർട്ടോഗ്രൂവാറോ'യിൽ നിന്നും ഒരു തീവണ്ടി വന്നേക്കാമെന്ന് ഞാൻ പ്രതീക്ഷിച്ചു. ബണ്ടിനരികിൽ ഒളിച്ചു കിടന്ന് ഞാൻ ഇരുവശത്തുമുള്ള കാവൽക്കാരെ നിരീക്ഷിച്ചു. ഇപ്പോഴെനിക്ക് പാളത്തിന്റെ ഇരുഭാഗങ്ങളിലും ദൃഷ്ടി പായിക്കാം. പാലത്തിന്റെ മുകളിലെ കാവൽക്കാരൻ ഞാൻ കിടന്ന ദിശയിലേക്ക് കുറച്ചുദൂരം നടന്നുവന്നു. പിന്നീട് തിരിച്ച് പാലത്തിന്റെ നേരെത്തന്നെ നടന്നുപോയി. എനിക്ക് വിശക്കുന്നുണ്ടായിരുന്നു. ഞാനവിടെ അനങ്ങാതെ തീവണ്ടിക്കായി കാത്തുകിടന്നു.

ഞാൻ നേരത്തെ കണ്ട തീവണ്ടി വളരെ നീളമുള്ളതും, വളരെ പതുക്കെ പോകുന്നതുമായിരുന്നു. അതിൽ നിഷ്പ്രയാസം ചാടിക്കേറാൻ സാധിക്കുമെന്നത് ഉറപ്പായിരുന്നു. അത് പോയ്ക്കഴിഞ്ഞു. മറ്റൊന്നുവരാൻ സാദ്ധ്യതയില്ലെന്ന് ഞാൻ നിരാശപ്പെടാൻ തുടങ്ങുമ്പോൾ ഒരു വണ്ടി അകലെനിന്നും വരുന്നത് കണ്ടു. അടുത്തുവരുന്ന എഞ്ചിൻ ക്രമേണ വലുതായും, വണ്ടിയുടെ വേഗത കുറഞ്ഞും വന്നു. ഞാൻ പാലത്തിൽ നിന്നിരുന്ന കാവൽക്കാരനെ നോക്കി. അയാൾ പാലത്തിനരികിൽ, തൊട്ടപ്പുറത്തെ റെയിൽപ്പാളത്തിലൂടെയായിരുന്നു നടന്നിരുന്നത്. ട്രെയിൻ കടന്നുപോകുമ്പോൾ അതിനാൽ അയാളുടെ ദൃഷ്ടിപഥത്തിൽ നിന്നും, ഞാൻ മറഞ്ഞുവെന്നുവരാം. എഞ്ചിൻ അടുത്തെത്തുന്നത് ഞാൻ ശ്രദ്ധിച്ചുകൊണ്ടേണ്ടയിരുന്നു. ട്രെയിനിന് വളരെയധികം ബോഗികളുണ്ടായിരുന്നു. കാവൽപ്പട്ടാളം കാണുമെന്നുള്ള കാര്യം ഉറപ്പാണ്. അവർ ഏതുഭാഗത്തായിരിക്കുമെന്ന് ഞാൻ നോക്കിക്കൊണ്ടിരുന്നു. പക്ഷേ അവരുടെ കണ്ണിൽപ്പെടാതെ നോ ക്കേണ്ടതുകൊണ്ട് ആ ശ്രമം ഫലിച്ചില്ല. എഞ്ചിൻ ഞാൻ കിടക്കുന്ന സ്ഥലത്തിന്റെ തൊട്ടുമുമ്പിൽ എത്തി അത് ലെവൽട്രാക്കിൽ കിതച്ചും പുകതുപ്പിയും പൊയ്ക്കൊണ്ടിരുന്നപ്പോൾ എഞ്ചിനീയർ കടന്നുപോ കുന്നത് ഞാൻ കണ്ടു. ഞാനെഴുന്നേറ്റ് കടന്നുപോകുന്ന ബോഗികളുടെ അരികിൽ ചെന്നുനിന്നു. കാവൽക്കാരുടെ കണ്ണിൽപ്പെട്ടാൽത്തന്നെ ഞാൻ പാളത്തിനരികിൽ നിൽക്കുന്ന ഒരാൾ എന്നതിൽക്കവിഞ്ഞൊന്നും സംശയിക്കാനിടയില്ല. പൂട്ടിട്ടുമുറുക്കിയ അനവധി ചരക്കുവാഗണുകൾ കടന്നുപേയി.'ഗോൺഡ്സോല' എന്നിവർ വിളിക്കുന്ന ഒരുതുറന്ന വാഗൺ നീങ്ങിവരുന്നത് ഞാൻ ശ്രദ്ധിച്ചു. അതാകെ കാൻവാസുകൊണ്ട് പൊതിഞ്ഞിരുന്നു. അത് മുന്നിൽ നിന്നും ഏതാണ്ട് നീങ്ങിത്തീരുന്നതുവരെ ഞാൻ അനങ്ങാതെ നിന്നു. പിന്നീട് ഒറ്റച്ചാട്ടത്തിന് ഞാൻ പുറകില കൈവരിയിൽ പിടുത്തമിട്ടു. പിന്നീട് ഉള്ളിലേക്ക് വലിഞ്ഞുകയറി. ഞാൻ ഈ ഗോണ്ടോലയുടേയും തൊട്ടടുത്ത ചരക്കുബോഗിയുടേയും ഇടയിലെ ഷെൽട്ടറിലേക്ക് ഇഴഞ്ഞുനീങ്ങി. എന്നെ ആരെങ്കിലും കണ്ടതായി തോന്നിയില്ല. ഞാൻ കൈവരിയിൽ പിടിമുറുക്കി കുനിഞ്ഞു പതുങ്ങിയിരുന്നു. എന്റെ കാലുകൾ കപ്ലിങ്ങിൽ തൊട്ടിരുന്നു. ഞങ്ങൾ ഇപ്പോൾ ഏതാണ്ട് പാലത്തിന്റെ എതിരിലെത്തി. എനിക്ക് കാവൽക്കാരനെ ഓർമ്മ വന്നു. കടന്നുപോയ്ക്കൊണ്ടിരുന്നപ്പോൾ അയാൾ എന്നെ നോക്കി. അതൊരു കൊച്ചുപയ്യനായിരുന്നു. ഹെൽമറ്റ് പാകമല്ലാത്തവിധം വലുതായിരുന്നു. ഞാൻ അവനെ പുച്ഛത്തിലൊന്നു നോക്കി. അവൻ മുഖം തിരിച്ചുകളഞ്ഞു. വണ്ടിയിലെ എന്തോ പണിക്ക് നിയോഗിക്കപ്പെട്ട

ഓരാളാവാം ഞാൻ എന്നേ അവൻ കരുതിയിട്ടുണ്ടാവുകയുള്ളൂ. ഞങ്ങൾ പാലം കടന്നുപോയി.

പിന്നീട് കാൻവാസുകൾ എങ്ങനെയാണ് ബന്ധിച്ചിരിക്കുന്നതെന്ന് ഞാൻ നിരീക്ഷിച്ചു. ബ്രാക്കറ്റുകൾ കയറിട്ട് കോർത്തു കെട്ടിയിരിക്കുകയാണ്. ഞാൻ എന്റെ കത്തിയെടുത്ത് കെട്ടുകൾ മുറിച്ചുകളഞ്ഞു. എന്നിട്ട് ഉള്ളിലേക്ക് കൈകൾ കടത്തി നോക്കി. മഴകൊണ്ട് മുറുകിപ്പോയ കാൻവാസിനടിയിൽ എന്തോ പെങ്ങിനിൽക്കുന്നുണ്ടെന്ന് എനിക്ക് കാണാമായിരുന്നു. വളരെ കടുപ്പമുള്ള എന്തോ ഒന്ന്. ചരക്കു ബോഗിയിൽ എന്റെ തൊട്ടുമുമ്പിൽ, ഒരു ഗാർഡ് നിന്നിരുന്നു. അയാൾ മുന്നിലേക്കാണ് നോക്കിനിന്നിരുന്നത്. കൈവരിയിൽ നിന്നും പിടുത്തം വിട്ട് ഞാൻ കാൻവാസിനടിയിലേക്ക് ഊളിയിട്ടു. എന്റെ നെറ്റി എന്തിലോ ചെന്ന് ശക്തമായി ഇടിച്ചു. അവിടം ഭയങ്കരമായി മുഴച്ചതും രക്തം ഒഴുകുന്നതും എനിക്ക് അനുഭവപ്പെട്ടു. പക്ഷേ ഞാൻ വീണ്ടും മുന്നിലേക്കിഴഞ്ഞ് നിവർന്നുകിടന്നു. പിന്നീട് ഞാൻ വട്ടംതിരിഞ്ഞ് കാൻവാസിന്റെ കെട്ടുകൾ മുറുക്കി.

ഞാൻ കാൻവാസിനടിയിൽ തോക്കുകളൊടൊപ്പം കിടന്നു. തോക്കുകൾക്ക് എണ്ണയുടേയും ഗ്രീസിന്റേയും പുതുമയുള്ള മണമായിരുന്നു. കാൻവാസിൽ വീഴുന്ന മഴയുടെ താളം കേട്ടുകൊണ്ട് ഞാൻ കിടന്നു കടന്നുപോകുമ്പോൾ ബോഗികൾ പാളത്തിൽ ക്ലിക്ക് ശബ്ദമുണ്ടാക്കി കടന്നുവന്നിരുന്ന ചെറിയ വെളിച്ചത്തിന്റെ പാളിയിൽ ഞാൻ കിടന്നിടത്തുകിടന്നുകൊണ്ട് തോക്കുകളെ കണ്ടു. ഓരോന്നിനും അതതിന്റേതായ കാൻവാസ് പുറംചട്ടയുണ്ടായിരുന്നു. ഇത് മൂന്നാം ആർമിയിൽ നിന്നും അയക്കപ്പെട്ടവയാവാം. നെറ്റി ഇടിച്ചിടത്ത് നീരുവന്നു വീർത്തിരുന്നു. രക്തം കട്ടപിടിക്കാൻ വേണ്ടി ഞാൻ അനങ്ങാതെ കിടന്നു. പിന്നെ മുറിവിലെ ഒഴിച്ചുള്ള രക്തക്കട്ടകൾ ഞാൻ പൊളിച്ചെടുത്തു മുറിവ് വലിയ പ്രശ്നമുള്ളതല്ലായിരുന്നു. എന്റെ കയ്യിൽ ഉറുമാൽ ഇല്ലായിരുന്നു. കാൻവാസിന്റെയറ്റത്തു നിന്നും തുള്ളിയിടുന്ന വെള്ളംകൊണ്ട് ഞാൻ ഉണങ്ങിയ രക്തക്കറ തുടച്ചു വൃത്തിയാക്കി. പിന്നീട് കുപ്പായക്കയ്യാൽ തുടച്ചുണക്കി. സംശയിക്കപ്പെടുന്ന വിധത്തിൽ കാണപ്പെടരുത് എന്നുണ്ടായിരുന്നു എനിക്ക് 'മെസ്ട്രെയി' ൽ എത്തുന്നതിനുമുമ്പ് വണ്ടിയിൽ നിന്നും ചാടേണ്ടതുണ്ടെന്ന് ഞാൻ കണക്കുകൂട്ടി. കാരണം അവിടെവെച്ച് തോക്കിന്റെ സുരക്ഷാപരിശോധനകൾ ഉണ്ടായെന്നുവരാം. നഷ്ടപ്പെട്ടുത്താനോ മറന്നുപോകാനോ മാത്രം അവർക്കിപ്പോൾ തോക്കുകളില്ല. എനിക്ക് ഭയങ്കരമായി വിശക്കുന്നുണ്ടായിരുന്നു.

32

ഗോണ്ടോലയുടെ വെറും നിലത്ത് തോക്കുകൾക്കൊപ്പം തണുത്തും, വിശന്നും ഞാൻ പതിഞ്ഞുകിടന്നു. കുറേക്കഴിഞ്ഞ് തിരിഞ്ഞ്മറിഞ്ഞ് കൈത്തണ്ടയിൽ തലവെച്ച് ഞാൻ കമിഴ്ന്നുകിടന്നു. എന്റെ കാൽമുട്ട് അനക്കാനാവാത്തവിധം മരവിച്ചുപോയിരുന്നു, എങ്കിലും, ഇതുവരേക്കും വലിയ കുഴപ്പമൊന്നുമുണ്ടായില്ല. വാലന്റീനി ഒരൊന്നാന്തരം പണിയാണതിൽ ചെയ്തുവെച്ചിട്ടുള്ളത്. പിൻവാങ്ങൽയജ്ഞത്തിന്റെ പകുതിയും ഞാൻ നടന്നാണ് പിന്നിട്ടത്. ടാഗ്ലിയാമെന്റോ നദി നീന്തിക്കടന്നതും ഈ കാൽമുട്ടുകൊണ്ടുതന്നെ. ഇതിപ്പോൾ വാലന്റീനിയുടെ കാൽമുട്ടാണ്. തീർച്ചയായും മറ്റേ കാൽമുട്ട് എന്റേയും. ഡോക്ടർമാർ നിങ്ങളുടെ ശരീരത്തിൽ ഇങ്ങനെ പണിയും. പിന്നീട് അത് നിങ്ങളുടെ ശരീരമല്ലാതായിത്തീരും അതിനുശേഷം ശരീരം നിങ്ങളുടേതാവില്ല. അത് അവരുടെ ശരീരമായിത്തീരും. പക്ഷേ തല എന്റേതാണ്. വയറിന്റെയുള്ളും എന്റേതാണ്. അവിടെ ഭയങ്കരമായി വിശക്കുന്നുണ്ട്. അത് അതിനെത്തന്നെ കയറിപ്പിടിക്കുന്നതുപോലെ എനിക്ക് തോന്നി, തല എന്റേതാണ്. പക്ഷേ കാര്യമൊന്നുമില്ല. അതിനെക്കൊണ്ട് ചിന്തിക്കാനുമാകുന്നില്ല. ഓർമിക്കാനല്ലാതെ, അതും ഒരുപാട് ഓർമിക്കാനും ആകുന്നില്ല.

കാതറിനെപ്പറ്റി എനിക്ക് ഓർമിക്കാനാകുമായിരുന്നു. പക്ഷേ ഒരിക്കൽ കൂടി കാണുമെന്ന പ്രതീക്ഷയില്ലാതെ അവളെപ്പറ്റി ചിന്തിച്ചാൽ എനിക്കു പ്രാന്തുപിടിക്കുമെന്ന് തോന്നി. ഞാനവളെപ്പറ്റി ഒത്തിരിയൊന്നും ചിന്തിക്കില്ല. വളരെ കുറച്ചുമാത്രം ചിന്തിക്കും. ഈ ഗേണ്ടോല സാവധാനത്തിൽ, ക്ലിക്ക് ശബ്ദമുണ്ടാക്കി നീങ്ങിക്കൊണ്ടിരിക്കുമ്പോൾ ഞാനവളെപ്പറ്റി കുറച്ചുമാത്രം ചിന്തിക്കും. കാൻവാസിന്റെ വിള്ളലിലൂടെ അരിച്ചെത്തുന്ന ഇത്തിരി വെളിച്ചത്തിൽ,. ഈ വെറും നിലത്ത് അവളോടൊപ്പം കിടക്കുന്നത് ഞാൻ ഓർക്കും. ഈ നിലം വളരെ പരുക്കനും കട്ടത്തതുമാണ്. ഒന്നും ചിന്തിക്കാനാവാതെ ഇവിടെ കിടക്കുക എന്ന അവസ്ഥയും, പരുക്കനും

കടുത്തതുമാണ്; ദീർഘനേരം നനഞ്ഞുകുതിർന്ന വസ്ത്രങ്ങളോടെ. ഈ ഉറച്ച തറ മാത്രം മെല്ലെ മെല്ലെ നീങ്ങിപ്പോകുന്നു.

ഒറ്റക്കായിപ്പോയി, തീർത്തും ഒറ്റക്ക് കൂട്ടിനാരുമില്ലാതെ, നനഞ്ഞ വസ്ത്രങ്ങൾ, കൈവല്യത്തിൽ കാമിനിയില്ല. കടുത്ത തണുത്ത വെറും നിലം.

ഈ ബോഗിയുടെ പരുക്കൻ നിലത്തെ നിങ്ങൾക്ക് പ്രണയിക്കാനാവില്ല. കാൻവാസ് പുറം ചട്ടയണിഞ്ഞ തോക്കുകളെ നിങ്ങൾക്ക് പ്രണയിക്കാനാവില്ല. വാസ്‌ലൈനിട്ടു മിനുക്കിയ ലോഹത്തിന്റെ മണത്തെ നിങ്ങൾക്ക് പ്രണയിക്കാനാവില്ല. മഴ ചോരുന്ന കാൻവാസിനെ നിങ്ങൾക്ക് പ്രണയിക്കാനാവില്ല. പക്ഷേ കാൻവാസിന്റെ അടിയിൽ കിടക്കുക എന്നത് വളരെ സുഖമുള്ള കാര്യമാണ്. തോക്കുകളുടെ കൂടെ കിടക്കുക എന്നത് വളരെ സുഖമുള്ള കാര്യമാണ്. പക്ഷേ നിങ്ങൾ പ്രണയിക്കുന്നത് മറ്റൊരാളെയാണ്. പ്രണയിക്കുന്നുവെന്ന് നടിക്കേണ്ട ആവശ്യമില്ലാത്ത വിധത്തിൽ ഇപ്പോഴും പ്രണയിക്കുന്നു. നിങ്ങൾക്കതെല്ലാം വളരെ സുതാര്യമായും വ്യക്തമായും ഉദാസീനമായും കാണാം. എന്നാൽ അത്രക്കും ഉദാസീനമായല്ല. അത്രയേറെ സ്പഷ്ടമോ, ശൂന്യമായോ അല്ല ഒഴിഞ്ഞ വയറിൽ കമിഴ്ന്നു കിടക്കുമ്പോൾ എല്ലാം പൊള്ളയായി കാണുന്നു. ഒരു സൈന്യം കടന്നുവരുന്നു. മറ്റൊന്നു പിൻവാങ്ങുന്നു. നിങ്ങൾക്ക് നിങ്ങളുടെ ആൾക്കാർ നഷ്ടപ്പെട്ടു. നിങ്ങൾക്ക്നിങ്ങളുടെ വാഹനങ്ങൾ നഷ്ടപ്പെട്ടു. തീപിടുത്തത്തിൽ തന്റെ ചരക്കുകൾ നഷ്ടപ്പെട്ട മേൽനോട്ടക്കാരനെപ്പോലെയാണത്. എന്തുചെയ്യാം? അയാൾക്ക് ഇൻഷൂറൻസ് പരിരക്ഷയില്ല. നിങ്ങൾ അതിൽനിന്നെല്ലാം പുറത്താക്കപ്പെട്ടു. നിങ്ങൾക്കിനിമേൽ കടപ്പാടുകളില്ല. മറ്റൊരു ഉച്ചാരണശൈലിയിലാണ് നിങ്ങൾ സംസാരിക്കുന്നത് എന്ന കുറ്റമാരോപിച്ച് നിങ്ങൾ തീപിടുത്തത്തിനുശേഷം മേൽനോട്ടക്കാരെ വെടിവെച്ചുവീഴ്ത്തുകയാണെങ്കിൽ, വീണ്ടും വ്യാപാരം ആരംഭിക്കുമ്പോൾ നിങ്ങൾ അവരെ പ്രതീക്ഷിക്കരുതിനിയും. അവർ മറ്റെവിടെയെങ്കിലും തൊഴിലന്വേഷിക്കട്ടെ- വേറെ എവിടെയെങ്കിലും തൊഴിലുണ്ടെങ്കിൽ മാത്രം. പോലീസിന് അവരെ പിടികിട്ടുന്നില്ലെങ്കിൽ മാത്രം.

പുഴയിൽ നീന്തിക്കൊണ്ടിരുന്നപ്പോൾ എന്റെ അമർഷമെല്ലാം കഴുകിപ്പോയി. എന്റെ കടപ്പാടുകൾ കഴുകിപ്പോയി.. അതിനുമെത്രയോ മുമ്പ് കുതിരപ്പടയാളി എന്റെ കോളറിൽ പിടുത്തമിട്ടപ്പോഴേ അതെല്ലാം തീർന്നുപോയിരുന്നു. പുറം വേഷങ്ങളെപ്പറ്റി ഞാനത്രക്കൊന്നും ഉൽകണ്ഠപ്പെടുന്നില്ല-പക്ഷേ ഇപ്പോൾ ഈ യൂണിഫോം അഴിച്ചുമാറ്റാൻ ഞാൻ താൽപര്യപ്പെടുന്നു. ഞാൻ എന്റെ നക്ഷത്രങ്ങളെ എടുത്തുമാറ്റിക്കഴിഞ്ഞു. അത് പക്ഷേ തൽക്കാലസൗകര്യത്തിനുവേണ്ടിയായിരുന്നു. അതിനിമേൽ ആദരവിന്റെ കീർത്തിമുദ്രയല്ല. എനിക്കിതിനോടൊന്നും വിരോധമുണ്ടായിട്ടല്ല. പക്ഷേ ഞാനിതിൽനിന്നൊക്കെ പുറത്തുകടന്നിരിക്കുന്നു. എല്ലാവർക്കും ഞാൻ ഭാഗ്യം നേരുന്നു. അവിടെ നല്ല മനുഷ്യരുണ്ടായിരുന്നു. ധൈര്യശാലികളുണ്ടായിരുന്നു. ശാന്തശീലരുണ്ടായിരുന്നു. വകതിരിവുള്ളവർ ഉണ്ടായിരുന്നു. എല്ലാവരും ഇത് അർഹിക്കുന്നുണ്ട്. പക്ഷേ ഇനിമേൽ അത് എന്റെ

കളിയല്ല ഈ നശിച്ച തീവണ്ടി മെസ്ട്രെയിൽ എത്തിയിരുന്നുവെങ്കിൽ എനിക്ക് ഭക്ഷണം കഴിക്കുകയും ചിന്തിക്കാതിരിക്കുകയും ചെയ്യാമായിരുന്നു. എനിക്കീ കളി നിർത്തേണ്ടതുണ്ട്.

അവരെന്നെ വെടിവെച്ചുകൊന്നുവെന്നു പിയാനി അവരോട് പറഞ്ഞേക്കും. വെടിവെച്ചുവീഴ്ത്തുന്നവരുടെ പോക്കറ്റുകൾ പരിശോധിച്ച് അവർ പേപ്പറുകൾ പുറത്തെടുത്തിരുന്നു. പക്ഷേ എന്റെ പേപ്പറുകൾ അവർക്ക് ഒരിക്കലും കിട്ടുകയില്ല. ഞാൻ മുങ്ങിമരിച്ചുവെന്ന് അവർ പറഞ്ഞേക്കും. അമേരിക്കയിൽ അവർ എന്നെപ്പറ്റി എന്താണ് കേൾക്കാൻ പോകുന്നതെന്ന് ഞാൻ ആശങ്കപ്പെട്ടു. പരിക്കുകളാലും മറ്റു കാരണങ്ങളാലും മരിച്ചു. മെസ്സിലെ അച്ചന് എന്ത് സംഭവിച്ചിട്ടുണ്ടാകും എന്നു ഞാൻ ആലോചിച്ചു. പിന്നെ റിനാൾഡി. അവൻ മിക്കവാറും പോർഡിനോൺ-ൽ ഉണ്ടാകും വീണ്ടും പിൻവാങ്ങൽ പുറകോട്ട് നീങ്ങിയിട്ടില്ലെങ്കിൽ മാത്രം ഇനി ഞാനൊരിക്കലും അവരെയൊന്നും കാണുകയുണ്ടാവില്ല. ആ ജീവിതം അവസാനിച്ചുകഴിഞ്ഞു. അവന് സിഫിലിസ് ഉണ്ടെന്ന് ഞാൻ വിശ്വസിക്കുന്നില്ല. തക്കസമയത്ത് ചികിത്സിക്കുകയാണെങ്കിൽ അതത്ര മാരകമല്ല; എന്നാണവർ പറയുന്നത്. പക്ഷേ അവൻ വല്ലാതെ പരിഭ്രാന്തനാണ്. എനിക്കാണ് അങ്ങനെ സംഭവിച്ചതെങ്കിൽ ഞാനും പരിഭ്രമിച്ചേനെ. ആരായാലും പരിഭ്രമിക്കും.

ചിന്തിക്കാൻവേണ്ടി നിർമിക്കപ്പെട്ടതല്ല ഞാൻ. ഞാൻ സൃഷ്ടിക്കപ്പെട്ടത് തിന്നാൻ വേണ്ടിയാണ്. എന്റെ ദൈവമേ അത് നേരാണ്. തിന്നാനും കുടിക്കാനും പിന്നെ കാതറിനോടൊപ്പം കിടക്കാനുമാണ് ഞാൻ സൃഷ്ടിക്കപ്പെട്ടിട്ടുള്ളത്. ഒരു പക്ഷേ ഇന്നുരാത്രി, ഇല്ല അത് സാദ്ധ്യമായെന്നു വരില്ല. പക്ഷേ തീർച്ചയായും നാളെ രാത്രി. പിന്നെ നല്ല ഭക്ഷണം, നല്ല ബെഡ്ഷീറ്റുകൾ ഇനിയൊരിക്കലും ഒരുമിച്ചല്ലാതെ പുറത്തിറങ്ങുകയില്ല. മിക്കവാറും പെട്ടെന്നുതന്നെ പോകേണ്ടിവരും, അവളെന്നോടൊപ്പം വരും, എനിക്കുറപ്പാണ് അവൾ എന്നോടൊപ്പം വരും. ഇക്കാര്യം ചിന്തിക്കാൻ പറ്റിയതു തന്നെ. ഞാനിവിടെക്കിടന്നു ആലോചിച്ചു. എങ്ങോട്ടേക്കാണ് പോവുക. പോകുവാൻ പറ്റിയ സ്ഥലങ്ങൾ ഇഷ്ടം പോലെയുണ്ട്.

33

അതിരാവിലെ വെളിച്ചം വീഴുന്നതിനു തൊട്ടുമുമ്പ് ട്രെയിൻ മിലാനിലെ സ്റ്റേഷനിൽ സാവധാനത്തിൽ അടുത്തപ്പോൾ ഞാൻ ഇറങ്ങി. പാളം മുറിച്ചുകടന്നു. ഞാൻ കെട്ടിടങ്ങൾക്കിടയിലൂടെ പുറത്തെ തെരുവിലേക്ക് കടന്നു. ഒരു വൈൻകട തുറന്നിരുന്നു. ഞാനൊരു കാപ്പി കുടിക്കാനായി അവിടെ കയറി. പുലർകാലത്തിന്റേതായ ഒരു മണമുണ്ടായിരുന്ന അന്തരീക്ഷത്തിൽ. അടിച്ചുവാരിക്കൂട്ടിയ ചണ്ടിചപ്പിലകളുടെയും കാപ്പിഗ്ലാസിലെ സ്പൂണുകളുടെയും, കൂടാതെ വൈൻ ഗ്ലാസുകൾ സൃഷ്ടിച്ച നനവിന്റെ വൃത്തങ്ങളുടെയും മണം. കൗണ്ടറിന്റെ പിന്നിൽ കടയുടെ ഉടമസ്ഥൻ നിന്നിരുന്നു. ഒരു മേശക്കരികിൽ രണ്ടു പട്ടാളക്കാർ ഇരുന്നു കുടിക്കുന്നുണ്ടായിരുന്നു. ഞാൻ കൗണ്ടറിനരികെ നിന്നുകൊണ്ടുതന്നെ ഒരു ഗ്ലാസ് കാപ്പിയും ഒരു കഷ്ണം ബ്രെഡും കഴിച്ചു. കാപ്പി പാലൊഴിച്ച് വെളുപ്പിച്ചിരുന്നു. ഗ്ലാസിലെ പാൽപ്പാട ഞാൻ ഒരു കഷ്ണം ബ്രെഡുകൊണ്ട് വടിച്ചെടുത്തു. ഉടമസ്ഥൻ എന്റെ നേരെ നോക്കി. 'നിങ്ങളൊരു ഗ്ലാസ് ഗ്രപ്പാ കുടിക്കുന്നോ?'

'വേണ്ട നന്ദി'

'എന്റെ വക' അയാൾ ഒരു ചെറിയ ഗ്ലാസിൽ ഗ്രപ്പാ ഒഴിച്ച് ഗ്ലാസ് എന്റെ നേരെ നീക്കി.

'മുന്നണിയിൽ എന്താണ് സംഭവിച്ചുകൊണ്ടിരിക്കുന്നത്.?'

'എനിക്കറിഞ്ഞുകൂടാ'

പട്ടാളക്കാരുടെ നേർക്ക് കൈചൂണ്ടി അയാൾ പറഞ്ഞു.

'അവറ്റകൾ കുടിച്ചിട്ടുണ്ട്' എനിക്കത് അറിയാമായിരുന്നു. അവർ തികച്ചും മത്തരായതുപോലെയാണ് കാണപ്പെട്ടത്.

'എന്നോടു പറയൂ' അയാൾ പറഞ്ഞു' എന്താണ് മുന്നണിയിൽ സംഭവിക്കുന്നത്.?'

'എനിക്ക് അവിടത്തെ കാര്യങ്ങളെപ്പറ്റിയറിയില്ല.'

'നീ കെട്ടിടങ്ങൾക്കിടയിലൂടെ വരുന്നത് ഞാൻ കണ്ടിരുന്നു. നീ ട്രെയി നിറങ്ങി വന്നതല്ലേ?'

'ഒരു ഗംഭീര പിൻവാങ്ങലാണ് നടക്കുന്നത്'

'ഞാൻ പേപ്പർ വായിക്കുന്നുണ്ട്. എന്തു സംഭവിച്ചു? അത് അവസാനിച്ചു കഴിഞ്ഞോ? ഞാനത് വിശ്വസിക്കുന്നില്ല.'

അയാൾ ഒരു ചെറിയ കുപ്പിയിൽനിന്നും ഗ്രപ്പ ഗ്ലാസിൽ നിറച്ചു.

'നിങ്ങൾ കുഴപ്പത്തിലാണെങ്കിൽ' അയാൾ പറഞ്ഞു. 'എനിക്ക് നിങ്ങളെ രക്ഷപ്പെടുത്താനാകും'

' ഞാൻ കുഴപ്പത്തിലല്ല'

'കുഴപ്പത്തിലാണെങ്കിൽ നിങ്ങൾക്ക് ഇവിടെ എന്നൊടൊപ്പം കഴിയാം.'

'ഇവിടെ എവിടെയാണൊരാൾ തങ്ങുക?'

'ഈ കെട്ടിടത്തിൽ, കുറേ പേർ ഇവിടെ താമസിക്കുന്നുണ്ട്. കുഴപ്പത്തിൽ പ്പെട്ടവരൊക്കെ ഇവിടെ പാർക്കുന്നുണ്ട്!!

'കുറേ പേരുണ്ടോ കുഴപ്പത്തിലായവർ?'

'അത് കുഴപ്പത്തിന്റെ ഗൗരവം പോലിരിക്കും. നിങ്ങൾ ഒരു തെക്കെ അമേരിക്കനാണോ?'

'അല്ല'

'സ്പാനിഷ് സംസാരിക്കുമോ?'

'കുറേശ്ശേ'

അയാൾ കൗണ്ടർ തുടച്ചുവൃത്തിയാക്കിക്കൊണ്ടിരുന്നു.

' രാജ്യം വിട്ടുപോവുക എന്നത് ഇക്കാലത്ത് വളരെയേറെ പ്രയാസമുള്ള കാര്യാണ്. പക്ഷേ അതത്രക്ക് അസാദ്ധ്യമല്ല.'

'എനിക്ക് രാജ്യം വിടാൻ ആഗ്രഹമില്ല.'

'നിങ്ങ്ൾക്കിവിടെ എത്രകാലം വേണമെങ്കിലും താമസിക്കാം. ഞാനെത്തരം ഒരു മനുഷ്യനാണെന്ന് നിങ്ങൾക്കപ്പോൾ മനസ്സിലാകും.'

'എനിക്കിന്നു രാവിലെത്തന്നെ പോകേണ്ടതുണ്ട്. എനിക്ക് പക്ഷേ തിരിച്ചുവരണമെന്ന ഒരു അവസ്ഥയുണ്ടായാൽ ഞാനീ മേൽവിലാസം ഓർമ്മിച്ചോളാം.'

'അയാൾ തലകുലുക്കി' നിങ്ങളൊരിക്കലും തിരിച്ചുവരില്ല. നിങ്ങളുടെ സംസാരത്തിൽ നിന്നും എനിക്കത് മനസ്സിലായി. ഞാൻ വിചാരിച്ചു നിങ്ങൾ ശരിക്കും കുഴപ്പത്തിലാണെന്ന്.'

'ഞാൻ കുഴപ്പത്തിലല്ല. പക്ഷേ ഒരു സ്നേഹിതന്റെ മേൽവിലാസം ഞാൻ വളരെയധികം വിലമതിക്കുന്നു.'

ഞാൻ ഒരു പത്ത് ലീറാ നോട്ട് കൗണ്ടറിൽ വെച്ചു. കാപ്പിയുടെ വില യായിട്ട്.

'എന്റെ കൂടെ ഒരു ഗ്രപ്പാ കഴിക്കൂ' ഞാൻ പറഞ്ഞു.

'അതിന്റെയാവശ്യമില്ല.'

'എന്നാലും ഒന്നു കഴിക്കൂ.'

അയാൾ രണ്ടു ഗ്ലാസുകൾ നിറച്ചു.

'ഒരു കാര്യം ഓർമയിൽ വെക്കൂ.' അയാൾ പറഞ്ഞു. ഇങ്ങോട്ടേക്ക് പോരൂ. മറ്റുള്ളവർ നിങ്ങളെ വഹിക്കാൻ ഇടവരുത്തുന്നതാണ്. ഇവിടെയാകുമ്പോൾ നിങ്ങൾ സുരക്ഷിതനായിരിക്കും.'

'എനിക്കുറപ്പുണ്ട്'

'നിങ്ങൾക്കുറപ്പാണോ?'

'അതെ'

അയാൾ അൽപം ഗൗരവത്തിലായി.' എന്നാൽ ഞാനൊരു കാര്യം പറയാം ആ കോട്ട് ധരിച്ചുകൊണ്ട് നിങ്ങൾ പുറത്തിറങ്ങരുത്.'

'എന്തുകൊണ്ട്?'

'കോട്ടിൻകയ്യിലെ സ്റ്റാറുകൾ മുറിച്ചുമാറ്റിയ അടയാളം വളരെ വ്യക്തമാണ്. ആ ഭാഗത്തെ തുണിയുടെ നിറം മാറിയിരിക്കുന്നു.' ഞാനൊന്നും മിണ്ടിയില്ല.

'നിങ്ങളുടെ കയ്യിൽ രേഖകളില്ലെങ്കിൽ എനിക്കത് സംഘടിപ്പിക്കാനാകും.'

'എന്ത് രേഖകൾ?'

' അവധിയുടെ രേഖകൾ.'

'എനിക്കതിന്റെയാവശ്യമില്ല. എന്റെ കയ്യിൽ മതിയായ രേഖകളുണ്ട്.'

'ശരി ശരി' അയാൾ പറഞ്ഞു. 'പക്ഷേ നിങ്ങൾക്കേതെങ്കിലും തരത്തിലുള്ള രേഖകൾ ആവശ്യമുണ്ടെങ്കിൽ എനിക്കത് തരാൻ കഴിയും.'

'എത്രവരും അത്തരം കടലാസുകൾക്ക്?'

'എത്തരം കടലാസുകൾ എന്നതിനെ ആശ്രയിച്ചിരിക്കുമത്.

വില വളരെ മിതമാണെന്ന്.'

'ഇപ്പോൾ എനിക്കതിന്റെ ആവശ്യമില്ല' അയാൾ തന്റെ ചുമലുകൾ കുലുക്കി,

'എനിക്ക് കുഴപ്പമൊന്നുമില്ല' ഞാൻ പറഞ്ഞു.

പുറത്തേക്ക് കടക്കാൻ നേരം അയാൾ വീണ്ടും പറഞ്ഞു.

'ഒരു കാര്യം ഓർമവെക്കൂ. ഞാൻ നിങ്ങളുടെ സ്നേഹിതനാണ്.'

'ശരി '

'വീണ്ടും കാണാം.' അയാൾ പറഞ്ഞു.

'ഗുഡ്' ഞാൻ പറഞ്ഞു.

പുറത്തിറങ്ങി ഞാൻ സ്റ്റേഷൻ പരിസരം ഒഴിവാക്കി നടക്കാൻ തുടങ്ങി. അവിടെ ധാരാളം മിലിട്ടറി പോലീസുകാർ ഉണ്ടായിരുന്നു. ചെറിയ പാർക്കിന്റെ അറ്റത്തുനിന്നും ഞാനൊരു കുതിരവണ്ടി വിളിച്ചു. ഡ്രൈവർക്ക് ആസ്പത്രിയുടെ മേൽവിലാസം കൊടുത്തു. ആസ്പത്രിയിലെത്തിയിട്ട് ഞാൻ കാവൽക്കാരന്റെ പാർപ്പിടത്തിലേക്ക് പോയി. അയാളുടെ ഭാര്യ എന്നെ കണ്ട് ഓടിവന്നു കെട്ടിപ്പിടിച്ചു. കാവൽക്കാരൻ എന്റെ കൈപിടിച്ചു കുലുക്കി,

'താങ്കൾ തിരിച്ചുവന്നുവോ? താങ്കൾ സുരക്ഷിതനാണല്ലോ'

'അതെ'

'ബ്രേക്ഫാസ്റ്റ് കഴിച്ചുവോ?

'ഉവ്വ്'

എങ്ങനെയിരിക്കുന്നു ടെനെന്റീ സുഖമല്ലേ?' ഭാര്യചോദിച്ചു.

'സുഖം തന്നെ.'

'ഞങ്ങളുടെ കൂടെയിരുന്നു അൽപം ബ്രേക്ഫാസ്റ്റ് കഴിക്കുകയില്ലേ?'

'ഇല്ല- നന്ദി. പറയൂ മിസ് ബാർക്‌ലി ഇപ്പോൾ ആശുപത്രിയിലില്ലേ?'

'മിസ് ബാർക്‌ലി?'

'ആ ഇംഗ്ലീഷുകാരി ലേഡി നഴ്സ്'

'താങ്കളുടെ പെൺകുട്ടി' ഭാര്യപറഞ്ഞു. അവൾ എന്റെ കൈയിൽ തട്ടി പുഞ്ചിരിച്ചു.

'ഇല്ല' പോർട്ടർ പറഞ്ഞു. 'അവർ പോയി' എന്റെ ഹൃദയം ഇടിഞ്ഞു പോയി. 'നിങ്ങൾക്കുറപ്പാണോ?'

'ഞാനുദ്ദേശിക്കുന്നത് ആ സ്വർണമുടിക്കാരി ഇംഗ്ലീഷുകാരി പെൺകൊടിയെയാണ്.'

'എനിക്കുറപ്പാണ് അവർ സ്ട്രീസയിലേക്ക് പോയിരിക്കയാണ്.'

'എന്നാണ് പോയത്?'

രണ്ടുദിവസം മുമ്പ് മറ്റേ ഇംഗ്ലീഷ് ലേഡിയോടൊപ്പം.'

'ഗുഡ്' ഞാൻ പറഞ്ഞു. 'നിങ്ങൾ എനിക്കുവേണ്ടി ഒരു കാര്യം ചെയ്യണം. എന്നെ കണ്ടകാര്യം നിങ്ങൾ ആരോടും മിണ്ടരുത്. ഇത് വളരെ പ്രധാനമാണ്.'

'ഞാൻ ആരോടും പറയില്ല.'

കാവൽക്കാരൻ പറഞ്ഞു. ഞാനവന് ഒരു പത്തുലീറ നോട്ട് നീട്ടി. അയാളത് തള്ളിമാറ്റി.

'ഞാൻ സത്യം ചെയ്യുന്നു ഞാനാരോടും പറയില്ല.' അയാൾ പറഞ്ഞു. 'എനിക്ക് പണമൊന്നും വേണ്ട'

'താങ്കൾക്കുവേണ്ടി ഞങ്ങളെന്താണ് ചെയ്യേണ്ടത് സിഞ്ഞോർ ടെനെന്റീ?' അയാളുടെ ഭാര്യ ചോദിച്ചു.

'ഇത്രമാത്രം' ഞാൻ പറഞ്ഞു.

'ഞങ്ങൾ ഊമകളായി ഇരുന്നോളാം.' കാവൽക്കാരൻ പറഞ്ഞു.' താങ്കൾക്കുവേണ്ടി മറ്റെന്തെങ്കിലും ചെയ്യേണ്ടതുണ്ടെങ്കിൽ അറിയിക്കുമോ?'

'അതെ' ഞാൻ പറഞ്ഞു. 'ഗുഡ് ബൈ. വീണ്ടും കാണാം.'

അവർ വാതിൽപ്പടിയിൽ എന്നെ നോക്കിക്കൊണ്ടു നിന്നു. ഞാൻ വണ്ടിയിൽക്കയറി ഡ്രൈവർക്ക് സിമ്മോൺസ്-ന്റെ മേൽവിലാസം കൊടുത്തു എനിക്ക് പരിചയമുള്ള ഒരു സംഗീത വിദ്യാർത്ഥിയാണ് സിമ്മോൺസ്.

ടൗണിൽ നിന്നും കുറേമാറി 'പോർട്ടാ മജന്ത'യിലേക്കുള്ള വഴിയിലാണ് സിമ്മൺസ് താമസിച്ചിരുന്നത്. ചെന്നപ്പോൾ അവൻ കിടക്കയിൽനിന്നും എഴുന്നേറ്റിരുന്നില്ല. എന്നു കണ്ടു.

'നിങ്ങൾ വളരെ നേർത്തെ ഉണർന്നു- ഹെന്റി' അവൻ പറഞ്ഞു.

'ഞാൻ അതിരാവിലെയുള്ള ട്രെയിനിൽ ഇറങ്ങിവന്നതാണ്'

'എന്താണ് ഈ പിൻവാങ്ങൽ? നിങ്ങൾ മുന്നണിയിലായിരുന്നുവോ! ഒരു സിഗരറ്റ് വലിക്കുന്നോ അതാ അത് മേശപ്പുറത്തെ പെട്ടിയിലുണ്ട്'

അതൊരു വലിയ മുറിയായിരുന്നു. ചുമരോട് ചേർന്നാണ് കട്ടിൽ അങ്ങേയറ്റത്ത് ഒരു പിയാനോ, പിന്നെ ഒരു ഡ്രെസ്സറും മേശയും ഞാൻ കട്ടിലിനരികിലെ കസേരയിലിരുന്നു. തലയിണയിൽ ചാരിയിരുന്നു സിമ്മൺസ് പുകവലിച്ചു.

'ഞാനൊരു കുരുക്കിലാണ് സിം' ഞാൻ പറഞ്ഞു.

'ഞാനും' അവൻ പറഞ്ഞു. 'ഞാനെല്ലാഴ്പ്പോഴും കടത്തിലാണ് നിങ്ങൾ ഒരു സിഗരറ്റ് വലിക്കുന്നില്ലേ?'

'ഇല്ല' ഞാൻ പറഞ്ഞു 'സ്വിറ്റ്സർലണ്ടിലേക്ക് കടക്കുന്നതിന്റെ നടപടികൾ എങ്ങനെയാണ്.?'

'നിങ്ങൾക്കുവേണ്ടിയോ? ' ഇറ്റാലിയൻസ് നിങ്ങളെ രാജ്യംവിടാൻ അനുവദിക്കുകയില്ല.'

'അതെ അതെനിക്കറിയാം. സ്വിസ്സുകാരോ? അവരീക്കാര്യത്തിൽ എങ്ങനെയാണ് പ്രവർത്തിക്കുക?

'അവർ നിങ്ങളെ പ്രവേശിപ്പിക്കും.'

'അതുമെനിക്കറിയാം. പക്ഷേ അതിന്റെ രീതികൾ എങ്ങനെയാണ്?'

'ഒന്നുമില്ല, വളരെ ലളിതം, നിങ്ങൾക്കെവിടെ വേണമെങ്കിലും പോകാം. ആദ്യം അത് നിങ്ങൾ ഔദ്യോഗികമായി അറിയിക്കണമെന്നേയുള്ളൂ. എന്തുപറ്റി! നിങ്ങൾ പോലീസിന്റെ പിടിയിൽനിന്നും രക്ഷപ്പെട്ടോടുകയാണോ?'

'അത് ഇപ്പോഴും ഉറപ്പായിട്ടില്ല.'

'എന്നോട് പറയണമെന്നില്ലെങ്കിൽ വേണ്ട. പക്ഷേ അത് കേൾക്കാൻ രസമുള്ള കാര്യമായിരിക്കുമെന്നു തോന്നുന്നു. ഇവിടെയാണെങ്കിൽ ഒന്നും

സംഭവിക്കുന്നില്ല. ഞാനാണെങ്കിൽ 'പിയാസെൻസ്'യിൽ വെച്ച് ഒരു ഭയങ്കര പരാജയമായിത്തീർന്നു.'

'ഞാൻ അതിയായി വ്യസനിക്കുന്നു.'

'ഓ അങ്ങനെത്തന്നെ. ഞാനാകെ താറുമാറായിപ്പോയി. ഞാൻ നന്നായി പാടുകയൊക്കെ ചെയ്തു. ഞാനിവിടെ 'ലിറികോ'യിൽ വെച്ച് ഒന്നുകൂടെ ശ്രമിക്കണമെന്ന് വിചാരിക്കുന്നു.'

'നിങ്ങൾ വളരെയേറെ മര്യാദ പാലിക്കുന്നു. ആകെപ്പാടെ മോശമായ അവസ്ഥയിലൊന്നുമല്ലല്ലോ നിങ്ങൾ? ആണോ?

'എനിക്കറിഞ്ഞുകൂടാ.'

'എന്നോട് പറയുന്നില്ലെങ്കിൽ വേണ്ട. എങ്ങനെയാണ് നിങ്ങൾ ആ നശിച്ച മുന്നണിയിൽനിന്നും ഇവിടെയെത്തിയത്?

'എനിക്ക് തോന്നുന്നു ഞാനതിൽ നിന്നെല്ലാം ഒഴിവായിക്കഴിഞ്ഞുവെന്ന്.'

'നല്ല പയ്യൻ' എനിക്കറിയാമായിരുന്നു. നിങ്ങളൽപം ബുദ്ധിയുള്ള കൂട്ടത്തിലാണെന്ന്. എനിക്ക് ഏതെങ്കിലും വിധത്തിൽ നിങ്ങളെ സഹായിക്കാനാകുമോ?'

'നീ ഭയങ്കര തിരക്കിലാണല്ലോ?'

'ഒരു തിരക്കുമില്ല. എന്റെ പ്രിയപ്പെട്ട ഹെന്റി. ഒരു തിരക്കുമില്ല എന്തെങ്കിലും ചെയ്യാൻ കഴിയുന്നത് എനിക്ക് സന്തോഷമുള്ള കാര്യമാണ്.'

'നീ ഏകദേശം എന്റെ വലുപ്പം തന്നെയാണ്. നീ ഒരു കാര്യം ചെയ്യുമോ പുറത്തുപോയി എനിക്ക് കുറച്ച് സിവിലിയൻ ഡ്രെസ്സുകൾ വാങ്ങിത്തരാമോ? എനിക്ക് വസ്ത്രങ്ങളുണ്ട്. പക്ഷേ അതൊക്കെ റോമിലാണ്.'

'റോമിൽ?' നിങ്ങൾ അവിടെയാണ് താമസിച്ചിരുന്നത്?' അതൊരു വൃത്തികെട്ട സ്ഥലമാണ്. നിങ്ങളെങ്ങെനെയാണ് അവിടെ കഴിഞ്ഞുകൂടുന്നത്.?'

'എനിക്കൊരു ആർക്കിടെക്റ്റ് ആകണമായിരുന്നു.'

'അതിനുപറ്റിയ സ്ഥലമേയല്ല അത്. വസ്ത്രമൊന്നും വാങ്ങേണ്ട. നിങ്ങൾക്കു വേണ്ട വസ്ത്രങ്ങളെല്ലാം ഞാൻ തന്നുകൊള്ളാം. നിങ്ങൾ ഒരു വൻവിജയമായേക്കാവുന്ന വിധത്തിൽ ഞാൻ നിങ്ങളെ തയ്യാറാക്കിത്തരാം. ആ ഡ്രെസ്സിംഗ് റൂമിലേക്ക് പോകൂ. അവിടെ ഒരു അലമാരയുണ്ട്. എന്താണ് വേണ്ടതെന്നുവെച്ചാൽ എടുത്തുകൊള്ളുക എന്റെ പൊന്നുചങ്ങാതി. വസ്ത്രം വാങ്ങേണ്ട കാര്യമില്ല.'

'വാങ്ങുകയാണ് നല്ലതെന്നു തോന്നുന്നു- സീം'

'എന്റെ പൊന്നു ചങ്ങാതി, പുറത്തുപോയി വാങ്ങിക്കൊണ്ടുവരുന്നതിനേക്കാൾ എനിക്കെളുപ്പം ഇതാണ്. നിങ്ങളുടെ കയ്യിൽ പാസ്പോർട്ട് ഉണ്ടോ? പാസ്പോർട്ടില്ലാതെ അധികദൂരം പോകാനൊക്കില്ല.

'അതെ എന്റെ പാസ്പോർട്ട് ഇപ്പോഴും എന്റെ കൈവശമുണ്ട്'

'എന്നാൽ ചെന്ന് ഡ്രെസ് ചെയ്യൂ. പ്രിയപ്പെട്ട ചങ്ങാതി എന്നിട്ട് നമുക്ക് ആ പഴയ ഹെൽവിഷിയ -യിലേക്ക് പോകാം.'

'അത് അത്രക്ക് ലളിതമല്ല. എനിക്കാദ്യം സ്ലീസയിലേക്ക് പോകേണ്ടി യിരിക്കുന്നു.'

'വളരെ നല്ലത് എന്റെ പ്രിയചങ്ങാതി. ഒരു ബോട്ടു തുഴഞ്ഞ് അക്കരെ പ്പോകൂ.ഈ പാട്ടുകച്ചേരിയുടെ ശ്രമത്തിലല്ലായിരുന്നുവെങ്കിൽ ഞാനും നിങ്ങളോടൊപ്പം വന്നേനെ. തീർച്ചയായും വന്നേനെ.'

'സ്വരസ്ഥാനം മാറ്റി പാടാൻ ഒന്നു ശ്രമിക്കാവുന്നതാണ്'

'ഞാനിനിയും സ്വരസ്ഥാനം മാറ്റി പരിശീലിക്കേണ്ടതാണ്.' എനിക്ക് മികച്ച നിലയിൽ പാടാൻ കഴിവുണ്ട്. അതാണതിലെ വിചിത്രമായ സംഗതി.'

'നിനക്ക് നല്ല പോലെ പാടാനാകുമെന്നു എനിക്ക് വേണമെങ്കിൽ ബെറ്റ് വെക്കാം.'

അവർ കട്ടിലിൽ മലർന്നു കിടന്ന് ഒരു സിഗരറ്റ് വലിച്ചു.

'അങ്ങനെ ഒരുപാടൊന്നും ബെറ്റ് വെക്കേണ്ട ആവശ്യമില്ല. പക്ഷേ എനിക്ക് പാടാനാകും. അതൊരു നശിച്ച തമാശ തന്നെയാണ്. പക്ഷേ എനിക്ക് ഒന്നാന്തരമായി പാടാൻ കഴിയും. പാടാനെനിക്ക് ഇഷ്ടവുമാണ്. ഇതൊന്നു കേട്ടു നോക്കൂ. 'ആഫ്രിക്കാനാ'- അവൻ അലറിപ്പാടിയപ്പോൾ അവന്റെ കഴുത്ത് വീർത്തുവന്നു. ഞരമ്പുകൾ എഴുന്നുനിന്നു.

കണ്ടില്ലേ. എനിക്ക് പാടാൻ കഴിയും.' അവൻ പറഞ്ഞു.

'അവർക്കത് ഇഷ്ടമായാലും കൊള്ളാം ഇല്ലെങ്കിലും കൊള്ളാം.'

ഞാൻ ജനവാതിലിലൂടെ പുറത്തേക്ക് നോക്കി 'താഴെച്ചെന്ന് വണ്ടി ക്കാരനെ പറഞ്ഞുവിടട്ടെ.'

'വേഗം പോയി വരൂ ചങ്ങാതീ എന്നിട്ട് നമുക്ക് ബ്രേക്ഫാസ്റ്റ് കഴിക്കാം.' അവൻ കട്ടിലിൽ നിന്നിറങ്ങി നിവർന്നു നിന്നു.

ശ്വാസം ആഞ്ഞുവലിച്ചു. കുനിഞ്ഞും നിവർന്നുമുള്ള വ്യായാമം തുടങ്ങി. ഞാൻ താഴെയിറങ്ങിച്ചെന്ന് വണ്ടിക്കാരനെ പണം കൊടുത്തു പറഞ്ഞു വിട്ടു.

34

സിവിലിയൻ വസ്ത്രത്തിൽ ഞാനൊരു പ്രച്ഛന്ന വേഷക്കാരനെപ്പോലെ തോന്നിച്ചു. ഞാൻ യൂണിഫോം ധരിച്ചുതുടങ്ങിയിട്ട് വളരെക്കാലമായിരുന്നു. സ്വന്തം വസ്ത്രത്തിനുള്ളിൽ പിടിച്ചുവെക്കപ്പെട്ടതുപോലയുള്ള ആ അനുഭവത്തിൽ നിന്ന് സ്വതന്ത്രമായപ്പോൾ എനിക്കെന്തുകൊണ്ടോ ഒരു നഷ്ടബോധം തോന്നി. അനങ്ങുമ്പോൾ ശബ്ദിക്കുന്നവിധം ടൗസേർസ് അയഞ്ഞതായിരുന്നു. ഞാൻ മിലാനിലെ സ്റ്റേഷനിൽ ചെന്ന് സ്ട്രീസൻയിലേക്ക് ടിക്കറ്റെടുത്തു. കൂടാതെ പോയി ഒരു പുതിയ തൊപ്പിയും വാങ്ങി. സിമ്മിന്റെ തൊപ്പി എനിക്ക് പാകമായിരുന്നില്ല. പക്ഷേ അവന്റെ വസ്ത്രങ്ങൾ ഒന്നാന്തരമായിരുന്നു. അവയ്ക്കെല്ലാം ഒരു പുകയില മണമുണ്ടായിരുന്നു. ഞാൻ കംപാർട്ട്മെന്റിൽ ജനലിനരികിൽ പുറത്തേക്ക് നോക്കിയിരുന്നു. പുതിയതൊപ്പി വല്ലാതെ പുതിയതായും വസ്ത്രങ്ങൾ അതിനിണങ്ങാതെ വളരെ പഴയതായും എനിക്കനുഭവപ്പെട്ടു. ജനലിലൂടെ നനഞ്ഞ് ഉദാസീനമായ 'ലംബാർഡ്" നാട്ടിൻപുറ ഭൂപ്രകൃതി കാണാമായിരുന്നു. നനഞ്ഞ് ഉദാസീനമായ ഒരു ദുഃഖഭാവം എനിക്ക് സ്വയം അനുഭവപ്പെട്ടു. കംപാർട്ട്മെന്റിൽ കുറേ വൈമാനികർ ഉണ്ടായിരുന്നു. അവർ എന്നെ കാര്യമായി ഗണിച്ചിരുന്നില്ല. കൂടാതെ ഈ പ്രായത്തിലുള്ള ഒരു സിവിലിയൻ എന്ന നിലക്ക് എന്നെ കുറേശ്ശേ പരിഹസിക്കാനും മുതിർന്നിരുന്നു. എനിക്ക് അപമാനിക്കപ്പെട്ടതുപോലെ തോന്നിയതുമില്ല. മുമ്പായിരുന്നെങ്കിൽ ഞാനവർക്ക് കണക്കിന് കൊടുത്തേനെ. ചിലപ്പോൾ ഒരു കയ്യാങ്കളിക്കും മുതിരുമായിരുന്നു.'ഗല്ലാറ്റ്" എത്തിയപ്പോൾ അവരെല്ലാവരും ഇറങ്ങിപ്പോയി. ഒറ്റക്കായപ്പോൾ എനിക്ക് ആഹ്ലാദം തോന്നി. എന്റെ കൈവശം വർത്തമാനപത്രങ്ങൾ ഉണ്ടായിരുന്നു. പക്ഷേ എനിക്കവയൊന്നും വായിക്കണമെന്നില്ലായിരുന്നു. കാരണം എനിക്ക് യുദ്ധത്തെപ്പറ്റി ഒന്നുമെന്നും അറിയാൻ ആഗ്രഹമില്ലായിരുന്നു. ഞാൻ യുദ്ധത്തിനെ മറക്കാൻ പോവുകയാണ്. ഞാൻ എനിക്കുവേണ്ടി മാത്രമായി ഒരു സമാധാനക്കരാർ ഉണ്ടാക്കിയിട്ടുണ്ട്. കുറേക്കഴിഞ്ഞപ്പോൾ എനിക്ക് മടുപ്പിക്കുന്ന ഏകാന്തത തോന്നി. വണ്ടി സ്ട്രീസായിൽ എത്തിയപ്പോൾ എനിക്ക് ആശ്വാസം തോന്നി.

സ്റ്റേഷനിൽ, ഞാൻ ഹോട്ടലുകളിൽ നിന്നുമെത്തിയ പോർട്ടർമാരെ പ്രതീക്ഷിച്ചു. പക്ഷേ ആരുമുണ്ടായിരുന്നില്ല. സീസൺ കഴിഞ്ഞിട്ട് കുറച്ചു നാളുകളായി. അതിനാൽ ട്രെയിനിൽ നിന്നിറങ്ങുന്നവരെ സ്വീകരിക്കാൻ ആരുമുണ്ടായിരുന്നില്ല. ഞാൻ ബാഗുമെടുത്ത് ഇറങ്ങി. അത് വാസ്തവത്തിൽ സിമ്മിന്റെ ബാഗാണ്, തീരെ കനം കുറഞ്ഞത്. രണ്ട് ഷർട്ടുകളല്ലാതെ മറ്റൊന്നും അതിൽ ഉണ്ടായിരുന്നില്ല. ട്രെയിൻ നീങ്ങിപ്പോകുന്നതു നോക്കി ഞാൻ സ്റ്റേഷന്റെ മേൽക്കൂരക്കുതാഴെ കുറച്ചുനേരം നിന്നു മഴ അപ്പോഴും പെയ്യുന്നുണ്ടായിരുന്നു. കുറേക്കഴിഞ്ഞ് ഞാൻ സ്റ്റേഷനിൽ ഒരാളോട് ഏതെങ്കിലും ഹോട്ടലുകൾ തുറന്നുപ്രവർത്തിക്കുന്നുണ്ടോ എന്ന് അന്വേഷിച്ചു. 'ഗ്രാന്റ് ഹോട്ടൽ ദെസ് ഐൽസ് ബൊറോമീസ്'ഉം മറ്റു ചില ചെറുകിട ഹോട്ടലുകളും വർഷം മുഴുവൻ തുറന്നുപ്രവർത്തിക്കുന്നുണ്ടെന്ന് അയാൾ അറിയിച്ചു. ഞാൻ എന്റെ ബാഗ് കയ്യിലെടുത്ത് ഐൽസ് ബോറേമീസ്നു നേരെ പുറപ്പെട്ടു. തെരുവിലൂടെ ഒരു കുതിരവണ്ടി വരുന്നതുകണ്ട് ഞാൻ ഡ്രൈവർക്ക് അടയാളം കൊടുത്തു. ഹോട്ടലിൽ ചെന്നുചേരുന്നത് ഒരു കുതിരവണ്ടിയിലായിരിക്കുകയാണ് നല്ലത്. ഞങ്ങൾ ഹോട്ടൽ കവാടം കഴിഞ്ഞ് ഉള്ളിലേക്ക് പ്രവേശിച്ചു. ഒരു പരിചാരകൻ കുടയുമായി ഓടിയെത്തി. വളരെ വിനയപൂർവ്വമായ പെരുമാറ്റം. ഞാൻ ഒരു നല്ല മുറി തന്നെ തിരഞ്ഞെടുത്തു. വളരെ വലിയ ഒരു മുറി, തികച്ചും ലളിതം. ജനവാതിലുകൾ തടാകത്തിന് അഭിമുഖം. തടാകത്തിനു മുകളിൽ ആകാശത്തിലെ മേഘങ്ങളുടെ നിഴൽ വീണുകിടന്നിരുന്നു. വെയിലുണ്ടായിരുന്നെങ്കിൽ തടാകം കൂടുതൽ മനോഹരമായിരുന്നേനെ.'ഞാനെന്റെ ഭാര്യയെ പ്രതീക്ഷിക്കുന്നുണ്ട്, ഞാൻ പറഞ്ഞു. ഒരു വലിയ ഇരട്ടക്കട്ടിലാണുള്ളത്. ഒരു ദമ്പതീസ്പെഷൽ. സാറ്റിൻ വിരിപ്പിട്ടത്. വളരെ ആഡംബരപൂർണമായ ഒരു ഹോട്ടലായിരുന്നു അത്. ഞാൻ നീളൻ ഹാളുകൾ കടന്ന്, വീതിയുള്ള കോണിപ്പടികൾ ഇറങ്ങി. വീണ്ടും ചില മുറികൾ പിന്നിട്ട് ബാറിലെത്തി. ബാർമാനെ എനിക്ക് മുമ്പേ പരിചയമുണ്ടായിരുന്നു. ഒരു ഉയർന്ന സ്റ്റൂളിലിരുന്നു ഞാൻ ഉപ്പു ചേർത്ത് വറുത്ത ആൽമണ്ട പരിപ്പുകളും പൊട്ടെറ്റോ ചിപ്സും കൊറിച്ചു. മാർട്ടീനി വളരെ തണുത്തതും നനവില്ലാത്തതുമായി അനുഭവപ്പെട്ടു.

'താങ്കൾ ഇവിടെ ഈ ഹോട്ടലിൽ എന്തു ചെയ്യുന്നു?' എനിക്ക് രണ്ടാമത് ഒരു മാർട്ടീനി കൂടി തയ്യാറാക്കി കഴിഞ്ഞപ്പോൾ ബാർമാൻ ചോദിച്ചു.

'ഞാൻ ലീവിലാണ്, ആരോഗ്യം വീണ്ടെടുക്കാനുള്ള അവധി.'

'ഇവിടെ വേറെയാരും ഇല്ല. എന്തിനാണീ ഹോട്ടൽ തുറന്നു പ്രവർത്തിക്കുന്നതെന്ന് എനിക്കറിഞ്ഞുകൂടാ.'

'നിങ്ങളീ സീസണിൽ മീൻപിടുത്തത്തിന് പോയിരുന്നുവോ?'

'ഞാൻ ചില സുന്ദരൻ സാധനങ്ങളെ ഈയിടെ പിടിച്ചിരുന്നു. ഈ സീസണിൽ നിങ്ങൾക്ക് നല്ല സുന്ദരൻ സാധനങ്ങളെ പിടിക്കാൻ സാധിക്കും.'

'ഞാനയച്ചുതന്നിരുന്ന പുകയില നിങ്ങൾ കൈപ്പറ്റിയിരുന്നോ?'

'അതെ താങ്കൾക്ക് എന്റെ കാർഡ് കിട്ടിയിരുന്നില്ലേ?'

ഞാൻ ചിരിച്ചു.

അയാൾ പറഞ്ഞേൽപിച്ച പുകയില എനിക്ക് കിട്ടിയിരുന്നില്ല. പൈപ്പിൽ നിറയ്ക്കുന്ന തരം അമേരിക്കൻ പുകയിലക്കുവേണ്ടിയാണ് അയാൾ പറഞ്ഞിരുന്നത്. പക്ഷേ എന്റെ അമേരിക്കൻ ബന്ധുക്കൾ അത് അയച്ചുതരുന്ന പതിവ് നിർത്തിയിരുന്നു. അല്ലെങ്കിൽ അത് എവിടെയോ തടഞ്ഞുവെച്ചതിനാലുമാകാം. എങ്ങനെയായാലും അതൊരിക്കലും എത്തിച്ചേർന്നില്ല.

'ഞാനത് മറ്റെവിടുന്നെങ്കിലും സംഘടിപ്പിക്കാം'- ഞാൻ പറഞ്ഞു.

'ടൗണിൽ വെച്ച് നിങ്ങൾ രണ്ടു ഇംഗ്ലീഷ് പെൺകൊടിമാരെ കണ്ടിരുന്നുവോ? അവർ മിനിഞ്ഞാന്ന് ഇവിടെ എത്തിക്കാണേണ്ടതാണ്.

'അങ്ങനെയൊരു കൂട്ടർ ഈ ഹോട്ടലിൽ ഇല്ല.'

'ആ പെൺകുട്ടികൾ നെഴ്സുമാർ ആണ്'

'ഓർക്കുന്നു. രണ്ടു നെഴ്സുമാരെ ഞാൻ കണ്ടിട്ടുണ്ടായിരുന്നു.

'ഒരു നിമിഷം നിൽക്കണേ. അവരെവിടെയാണ് താമസിക്കുന്നതെന്ന് ഞാനിപ്പോൾത്തന്നെ അറിഞ്ഞുവരാം.'

'അവരിൽ ഒരാൾ എന്റെ ഭാര്യയാണ്.' ഞാൻ പറഞ്ഞു.'അവളെ കാണുവാൻ വേണ്ടിയാണ് ഞാൻ വന്നിട്ടുള്ളത്.'

'മറ്റവൻ എന്റെ ഭാര്യയും.'

'ഞാൻ താമശ പറയുകയല്ല.'

'എന്റെ വിഡ്ഢിത്തം ക്ഷമിക്കു.' അയാൾ പറഞ്ഞു.'ഞാനത് മനസ്സിലാക്കിയിരുന്നില്ല.'

അയാൾ അപ്പോൾത്തന്നെ ഇറങ്ങിപ്പോയി. കുറച്ചുനേരത്തേക്ക് വന്നതുമില്ല. ഞാൻ ഒലിവു പഴങ്ങളും ഉപ്പുചേർത്ത് വറുത്ത ആൽമണ്ട പരിപ്പുകളും പൊട്ടെറ്റോ ചിപ്സും കഴിച്ചുകൊണ്ട് ബാറിന്റെ പുറകിലെ കണ്ണാടിയിൽ എന്റെ സിവിൽഡ്രസ്സ് ധരിച്ച പ്രതിബിംബത്തേയും നോക്കിയിരുന്നു. പിന്നീട് ബാർടെണ്ടർ തിരികെ വന്നു.

'അവർ സ്റ്റേഷന്റെയടുത്തുള്ള ഹോട്ടലിലാണ് താമസിക്കുന്നത്.' അയാൾ പറഞ്ഞു.

'കുറച്ച് സാന്റ്വിച്ചുകൾ കഴിച്ചാലോ?'

'ഞാൻ വിളിച്ചുപറഞ്ഞു വരുത്തിക്കാം. താങ്കൾക്കറിയാമല്ലോ ഈ ഹോട്ടലിൽ ഇപ്പോൾ യാതൊന്നുമില്ല. ഇവിടെ മനുഷ്യരാരുമില്ല.'

'സത്യമായും ഇവിടെ ആരുമില്ലേ?'

'വളരെ കുറച്ചുപേർ മാത്രം.'

ഇതിനകം സാന്റ്വിച്ചുകൾ വന്നുചേർന്നു. ഞാൻ മൂന്നെണ്ണം കഴിച്ചു.

കൂടെ രണ്ട് മാർട്ടീനിയും. ഇതുപോലെ രുചികരമായതും പുതിയതുമായ ഒന്നും ഇന്നേവരെ കഴിച്ചിട്ടില്ലെന്നു തോന്നി. അവ എന്നെ തികച്ചും പരിഷ്കൃതനാക്കി. ഇക്കാലത്തിനിടെ ഞാൻ വേണ്ടതിലേറെ ചുവന്ന വൈനും ബ്രെഡും ചീസും നന്നായിത്തന്നെ കാപ്രിയും ഗ്രപ്പയും അകത്താക്കിയിട്ടുണ്ടായിരുന്നു. സുഖകരമായ മഹാഗണിയിൽ നിർമിതമായ കൗണ്ടറിനു മുന്നിലെ ബാർസ്റ്റൂളിൽ ഞാനിരുന്നു. വെള്ളോടിൽ നിർമ്മിച്ച ഫ്രെയിമുകളും മൊട്ടുകളും കണ്ണാടികളും ഒക്കെ അത്യന്തം സന്തോഷകരമായിത്തോന്നി. ഞാൻ എന്നെ യാതൊന്നും ചിന്തിക്കാൻ അനുവദിച്ചില്ല. ബാർമാൻ എന്നോടെന്തോ ചോദിക്കുന്നുണ്ടായിരുന്നു,

'യുദ്ധത്തിനെപ്പറ്റി ഒന്നും സംസാരിച്ചുപോകരുത്.' ഞാൻ പറഞ്ഞു.യുദ്ധം മറ്റെവിടെയോ, വളരെ ദൂരെയാണ്. ചിലപ്പോൾ ഒരു യുദ്ധം തന്നെ ഉണ്ടായെന്നു വരില്ല. ഇവിടെ യുദ്ധമില്ല. എന്നെ സംബന്ധിച്ചിടത്തോളം യുദ്ധങ്ങളെല്ലാം അവസാനിച്ചുവെന്ന് എനിക്ക് ബോദ്ധ്യമായി. പക്ഷേ ഇപ്പോഴും അത് അവസാനിച്ചുവെന്ന തോന്നൽ എനിക്ക് വന്നിട്ടില്ല കുഴിമടിയനായ ഒരു കൊച്ചുപയ്യൻ, വീട്ടിലിരുന്നു കൊണ്ട് ഇന്നനേരത്ത് സ്കൂളിൽ ഇന്നതൊക്കെയായിരിക്കും നടക്കുക എന്ന് സങ്കൽപിക്കുന്നതുപോലെയുള്ള ഒരു അനുഭവത്തിൽ കൂടിയാണ് ഞാൻ കടന്നുപോയ്ക്കൊണ്ടിരുന്നത്.

കാതറീനും ഹെലൻ ഫെർഗ്യൂസനും അത്താഴം കഴിക്കാൻ തുടങ്ങുന്ന വേളയിലാണ് ഞാനവരുടെ ഹോട്ടലിലെത്തിയത്. ഹാളിൽ നി ന്നുതന്നെ, മേശക്കരികിലിരിക്കുന്ന അവരെ ഞാൻ കണ്ടു കഴിഞ്ഞിരുന്നു. കാതറീന്റെ മുഖം എന്റെ ദൃശ്യപരിധിക്കപ്പുറമായിരുന്നു. അവളുടെ മുടിയും, കവിളും ചന്തം തികഞ്ഞ കഴുത്തും ചുമലുകളും മാത്രമേ എനിക്ക് കാണാൻ കഴിഞ്ഞിരുന്നുള്ളൂ. ഫെർഗ്ഗുസനാണ് സംസാരിച്ചുകൊണ്ടിരുന്നത്. ഞാൻ കടന്നുചെന്നപ്പോൾ അവർ അമ്പരന്ന് സംസാരം നിർത്തി.

'മൈ ഗോഡ്" അവൾ പറഞ്ഞു.

' ഹലോ' ഞാൻ പറഞ്ഞു.

'അയ്യോ ഇത് നീയാണോ? കാതറിൻ വിസ്മയിച്ചുപോയി. അവളുടെ മുഖം പ്രകാശിച്ചു. ഇത് സത്യമാണെന്ന് വിശ്വസിക്കാനാവാത്തവിധം അവൾ സന്തോഷത്തിലായി. ഞാനവളെ ഉമ്മവെച്ചു. എന്നിട്ട് മേശക്കരികിൽ അവളുടെയടുത്തിരുന്നു.

'നിങ്ങളാകെ അലങ്കോലപ്പെട്ടിരിക്കുന്നു.' ഫെർഗ്ഗുസൻ പറഞ്ഞു.

നിങ്ങളിവിടെയെന്തു ചെയ്യുന്നു. ഭക്ഷണം കഴിച്ചുവോ?'

'ഇല്ല' വിളമ്പുകാരിപ്പെൺകുട്ടി, ഭക്ഷണവുമായി വന്നപ്പോൾ എനിക്കും കൂടി ഒരു പ്ലേറ്റ് കൊണ്ടുവരുവാൻ ഞാനവളോട് പറഞ്ഞു. ഈനേരമത്രയും കാതറീൻ എന്നെത്തന്നെ നോക്കിക്കൊണ്ടിരിക്കയായിരുന്നു. അവളുടെ കണ്ണുകൾ സന്തോഷം കൊണ്ട് തിളങ്ങി.

'ഈ മഫ്റ്റിയിൽ നിങ്ങളെന്താണിവിടെ ചെയ്യുന്നത്?' ഫെർഗ്ഗുസൻ ചോദിച്ചു.

'ഞാനിപ്പോൾ ഒളിവിലാണ്.'

'നിങ്ങളെന്തോ കുഴപ്പത്തിൽപ്പെട്ടിരിക്കുന്നു.'

'സമാധാനിക്കു ഫെർഗീ കുറച്ചെങ്കിലുമൊന്ന് സമാധാനപ്പെടൂ.'

'നിങ്ങളെ ഇങ്ങനെ കാണുമ്പോൾ എനിക്ക് സമാധാനപ്പെടാൻ സാധിക്കുന്നില്ല. നിങ്ങളീ പെൺകുട്ടിയേയും കുഴപ്പത്തിൽ ചാടിച്ചകാര്യമൊക്കെ എനിക്കറിയാം. നിങ്ങളെ കാണുക എന്നത് ഒരു സമാധാനം തരുന്ന കാര്യമല്ല.'

കാതറിൻ എന്നെ നോക്കി മന്ദഹസിച്ചു. മേശക്കടിയിൽവെച്ച് പാദങ്ങൾ കൊണ്ട് എന്നെ സ്പർശിച്ചു.

'എന്നെ ആരും കുഴപ്പത്തിൽ ചാടിച്ചതല്ല ഫെർഗി. ഞാനെന്റെ തന്നെ കുഴപ്പങ്ങളിൽ സ്വയം ചെന്നുപെട്ടുകയായിരുന്നു.' കാതറീൻ പറഞ്ഞു.

'എനിക്കിത് കണ്ട് കയ്യുംകെട്ടി നിൽക്കാനാവില്ല.' ഫെർഗൂസൺ പറഞ്ഞു. ഇയാൾ, ഇയാളുടെ ഇറ്റാലിയൻ കുബുദ്ധികൊണ്ട് നിന്നെ നശിപ്പിക്കുകയല്ലാതെ മറ്റൊന്നും ചെയ്യുന്നില്ല. അമേരിക്കക്കാർ ഇറ്റലിക്കാരേക്കാൾ വഷളന്മാരാണ്.'

'സ്കോച്ചുകാരാണ് പിന്നെ വലിയ സന്മാർഗവാദികൾ' കാതറീൻ പറഞ്ഞു.

'ഞാനതല്ല അർത്ഥമാക്കിയത്. ഞാനുദ്ദേശിച്ചത് ഇയാളുടെ ഇറ്റാലിയൻ കൗശലം എന്നാണ്'

'ഞാനൊരു കൗശലക്കാരനാണെന്നാണോ ഫെർഗീ?'

'തീർച്ചയായും. നിങ്ങൾ കൗശലക്കാരനേക്കാൾ വഷളനാണ്. നിങ്ങൾ ഒരു സർപ്പത്തിനെപ്പോലെയാണ്. ഇറ്റാലിയൻ യൂണിഫോമണിഞ്ഞ ഒരു സർപ്പം. ചുമലിൽ ഒരു പുറംകോട്ടുണ്ടെന്നുമാത്രം.'

'ഞാനിപ്പോൾ അണിഞ്ഞിട്ടുള്ളത് ഇറ്റാലിയൻ യൂണിഫോമല്ല.'

'അത് നിങ്ങളുടെ നീചത്തരത്തിന് മറ്റൊരു ഉദാഹരണം. ഇക്കഴിഞ്ഞ വേനൽക്കാലം മുഴുവൻ നിങ്ങൾ ഈ പെൺകുട്ടിയോട് പ്രണയം നടിച്ചു. എന്നിട്ട് അവളെ ഗർഭിണിയാക്കി. പിന്നെ നിങ്ങൾ ചെറ്റത്തരം കാണിച്ച് കടന്നുകളഞ്ഞു.'

ഞാൻ കാതറീനെ നോക്കി പുഞ്ചിരിച്ചു. അവളും മന്ദഹസിച്ചു.

'ഞങ്ങൾ രണ്ടുപേരും ചേർന്നു ചെറ്റത്തരം കാണിച്ചു കടന്നുകളയാനാണ് പോകുന്നത്.' കാതറീൻ പറഞ്ഞു.

'നിങ്ങൾ രണ്ടുപേരും ഒരച്ചിൽ വാർത്തവർ തന്നെ.'അവർ പറഞ്ഞു.

'ഞാൻ നിന്നെയോർത്തു ലജ്ജിക്കുന്നു മിസ് കാതറീൻ ബാർക്‌ലീ നിനക്ക് തെല്ലും നാണമില്ല. മാനാഭിമാനചിന്തയുമില്ല.' നീയും അയാളെപ്പോലെ ഒരു നീചയായി മാറിയിരിക്കുന്നു.'

'അരുത് ഫെർഗീ' കാതറീൻ പറഞ്ഞു. എന്നിട്ടവളുടെ കൈത്തണ്ടയിൽ ചെറുതായി തട്ടി. ' എന്നെയിങ്ങനെ കുറ്റപ്പെടുത്തല്ലേ, നിനക്കറിയാമല്ലോ. നമ്മൾ ചങ്ങാതിമാരാണെന്ന്.'

'നിന്റെ കൈമാറ്റ' ഫെർഗ്ഗുസൻ പറഞ്ഞു. അവളുടെ മുഖമാകെ ചുമന്നു പോയിരുന്നു. 'നിനക്കൊരു തരിമ്പെങ്കിലും ലജ്ജയുണ്ടായിരുന്നുവെങ്കിൽ പോട്ടെന്നുവെക്കാമായിരുന്നു. വയറ്റിലുണ്ടായിട്ട് എത്രമാസം ആയോ എന്തോ? ദൈവത്തിനറിയാം. നീയൊരു തമാശയായിട്ട് കരുതുന്നു? എന്നിട്ട് നിന്നെ വളച്ച് ഈസ്ഥിതിയിലാക്കിയവൻ വന്നപ്പോഴാകട്ടെ ഭയങ്കര ചിരിയും സന്തോഷവും നിനക്കൊരു ലജ്ജയുമില്ല. ഒരു സങ്കടവുമില്ല.' അവൾ പൊട്ടിക്കരയാൻ തുടങ്ങി. കാതറിൻ അടുത്തുചെന്ന് അവളെ ചുറ്റിപ്പിടിച്ചു. അവളങ്ങനെ ഫെർഗ്ഗുസനെ സമാശ്വസിപ്പിച്ചുകൊണ്ട് നിന്നപ്പോൾ ഞാൻ അവളുടെ ശരീരവടിവിന് മാറ്റമൊന്നും വന്നിട്ടില്ലെന്ന് കണ്ടുപിടിച്ചു.

'ഞാനൊന്നും കണക്കാക്കുന്നില്ല.' ഫെർഗ്ഗുസൻ ഏങ്ങലടിച്ചു-

'ഇതൊക്കെ ഭയങ്കരമായിപ്പോയി.'

'പോട്ടെ പോട്ടെ, ഫെർഗി' കാതറിൻ ആവളുടെ പുറത്തുതട്ടി. 'ശരിയാണ് ഞാൻ തീർത്തും ലജ്ജിക്കേണ്ടതാണ്. കരയരുത് പൊന്നു ഫെർഗീ കരയല്ലേ എന്റെ പൊന്നു ഫെർഗീ'

'ഞാൻ കരയുകയൊന്നുമല്ല' ഫെർഗി തേങ്ങിക്കരഞ്ഞു.

'ഞാൻ കരയുകയല്ല. നീ ചെന്നുപെട്ട ഈ ഭയങ്കര കുഴപ്പത്തിനെപ്രതി മാത്രം.' അവൾ എന്നെ നോക്കി. 'ഞാൻ നിങ്ങളെ വെറുക്കുന്നു' അവൾ പറഞ്ഞു. 'അവൾക്ക്, എന്നെക്കൊണ്ട് നിങ്ങളെ വെറുക്കാതിരിപ്പിക്കാനാവുകയില്ല. വൃത്തികെട്ട അമേരിക്കൻ ഇറ്റാലിയൻ ചെറ്റ! അവളുടെ കണ്ണുകളും മൂക്കും കരച്ചിൽകൊണ്ട് ചുവന്നു വീർത്തു.'

കാതറീൻ എന്നെ നോക്കി മന്ദഹസിച്ചു.

'എന്റെ തോളിൽ കൈച്ചുറ്റി നിന്ന് നീ അയാളെ നോക്കി ചിരിക്കരുത്.'

'ഫെർഗീ നീ കാരണമില്ലാതെ ഇങ്ങനെ പെരുമാറരുത്'

'എനിക്കതറിയാം' ഫെർഗ്ഗുസൻ വീണ്ടും തേങ്ങിക്കരഞ്ഞു.' നീ ഞാൻ പറയുന്നതൊന്നും കാര്യമാക്കരുത്. നിങ്ങൾ രണ്ടുപേരുമതേ. ഞാൻ വല്ലാതെ തകിടം മറഞ്ഞിരിക്കുന്നു. ഞാൻ ബുദ്ധിശൂന്യമായാണ് പെരുമാറുന്നത്. എനിക്കതറിയാം എനിക്ക് നിങ്ങൾ രണ്ടുപേരും സന്തോഷിച്ചു കാണണമെന്നേയുള്ളൂ'

'ഞങ്ങൾ വളരെ സന്തോഷത്തിലാണ്.' കാതറീൻ പറഞ്ഞു.

'നീയെന്തൊരു ഓമനയാണ് ഫെർഗീ?'

ഫെർഗ്ഗുസൻ വീണ്ടും പൊട്ടിക്കരഞ്ഞു. 'നീ ഈ നിലയിലായിരിക്കുമ്പോൾ എനിക്ക് സന്തോഷിക്കാനാവില്ല. നിങ്ങൾക്കെന്താ? വിവാഹിതരായിക്കൂടെ? നിങ്ങൾക്ക് വേറെ ഭാര്യയൊന്നുമില്ലല്ലോ, ഉണ്ടോ?'

'ഇല്ല' ഞാൻ പറഞ്ഞു. കാതറീൻ പൊട്ടിച്ചിരിച്ചു.

'ചിരിക്കാനുള്ള കാര്യമല്ല ഞാൻ പറഞ്ഞത്.' ഫെർഗ്ഗുസൻ പറഞ്ഞു.

'ഇക്കൂട്ടരിൽ ധാരാളം പേർക്ക് മറ്റു ഭാര്യമാരുണ്ട്.'

'ഞങ്ങൾ വിവാഹിതരായിക്കൊള്ളാം ഫെർഗീ' കാതറീൻ പറഞ്ഞു.

'അത് നിന്നെ സന്തോഷിപ്പിക്കുമെങ്കിൽ'

'എന്നെ പ്രീതിപ്പെടുത്താനായിട്ട് വേണ്ട. നിങ്ങൾക്ക് കല്യാണം കഴിക്കേണ്ടതാണ് എന്ന് തോന്നുന്നെങ്കിൽ മാത്രം മതി.'

'ഇതുവരേയും ഞങ്ങൾക്ക് തിരക്കായിരുന്നു.'

'അതെ. അതെനിക്കറിയാം. കുട്ടികളെ ഉണ്ടാക്കുന്ന തിരക്ക്.'

അവളിനിയും പൊട്ടിക്കരഞ്ഞേക്കുമോയെന്ന് ഞാൻ പേടിച്ചു. അതിനു പകരം അവൾ ഏറെ കഠിനഹൃദയയായി.

'ഇന്നു രാത്രി തന്നെ നീ ഇയാളോടൊപ്പം പോയേക്കുമെന്ന് ഞാൻ കരുതുന്നു.'

'അതെ' കാതറീൻ പറഞ്ഞു. 'ഇവന് എന്നെ വേണമെന്നു വരികിൽ'

'അപ്പോൾ എന്റെ കാര്യമോ?'

'ഇവിടെ തനിച്ച് പാർക്കാൻ നിനക്ക് പേടിയുണ്ടോ?

'അതെ എനിക്ക് പേടിയാണ്.'

'എന്നാൽ ഞാൻ നിന്റെ കൂടെത്തന്നെ തങ്ങാം'

'വേണ്ട. അയാളുടെ കൂടെത്തന്നെ പോയ്ക്കോ. ഇപ്പോൾത്തന്നെ പൊയ്ക്കോ നിങ്ങളെ രണ്ടിനേയും കാണുന്നതേ എനിക്കിഷ്ടമല്ല.'

'നമ്മൾക്ക് ഭക്ഷണം കഴിക്കുന്നത് മുഴുമിക്കാം.'

'വേണ്ട- ഇപ്പോൾത്തന്നെ പോയ്ക്കോ.'

'ഫെർഗീ വെറുതെ പ്രശ്നമുണ്ടാക്കല്ലേ.'

'ഇപ്പോൾത്തന്നെ കടന്നുപോകൂ രണ്ടുപേരും. ഉടനെ സ്ഥലം വിട്ടു.'

'എന്നാൽ നമുക്ക് പൊയ്ക്കളയാം.' ഞാൻ പറഞ്ഞു. ഫെർഗിയെക്കൊണ്ട് എനിക്ക് മടുത്തിരുന്നു.

'കണ്ടില്ലേ! നിങ്ങൾക്കപ്പോൾ ഉടനെ പോകണമെന്നാണ് അല്ലേ. ഈ ഭക്ഷണം ഒന്നിച്ചു കഴിക്കാൻപോലും നിൽക്കാതെ നിങ്ങൾക്ക് എന്നെ ഉപേക്ഷിച്ചു പോകണമെന്നാണ്. ഇറ്റാലിയൻ തടാകങ്ങൾ സന്ദർശിക്കുക എന്നത് എന്റെ എക്കാലത്തേയും ആഗ്രഹമായിരുന്നു. നോക്കൂ, അതിപ്പോൾ എങ്ങനെ പര്യവസാനിച്ചുവെന്ന് 'ഓഹ് ഓഹ്' അവൾ തേങ്ങിക്കരഞ്ഞുകൊണ്ട് കാതറീനെ നോക്കി വീർപ്പുമുട്ടി.

'നമ്മളെല്ലാവരും ഭക്ഷണം കഴിയുന്നതുവരെ ഒന്നിച്ചിരിക്കാം.' കാതറീൻ പറഞ്ഞു. 'എന്നിട്ട് നിനക്ക് ഞാൻ ഇവിടെ തങ്ങുകയാണ്ണ്ടവേണ്ടതെങ്കിൽ

ഞാനിവിടെ നിന്നോടുകൂടെത്തന്നെ ഇരിക്കാം. ഞാൻ നിന്നെ തനിച്ചാക്കു കയില്ല, ഫെർഗീ.'

'വേണ്ട വേണ്ട നിങ്ങളൊരുമിച്ച് പോകണം എന്നുതന്നെയാണ് ഞാനും ആഗ്രഹിക്കുന്നത്' അവൾ കണ്ണുകൾ അമർത്തിത്തുടച്ചു.

'ഞാൻ ഒരു കാരണവുമില്ലാതെ നിങ്ങളെ ബുദ്ധിമുട്ടിച്ചു. ഞാൻ പറയുന്നതൊന്നും സാരമാക്കേണ്ട.'

വിളമ്പുകാരി പെൺകുട്ടി ഈ കരച്ചിൽ കണ്ട് അന്തംവിട്ടുപോയിരുന്നു. അടുത്തയിനം ഭക്ഷണവുമായി വന്നപ്പോൾ, സ്ഥിതിഗതികൾ മെച്ചപ്പെട്ടുവെന്നുകണ്ട് അവളും ആശ്വസിച്ചതായി തോന്നി.

ഹോട്ടൽമുറിയിലെ രാത്രി. മുറിയുടെ പുറത്തെ ഹാൾ ആളൊഴിഞ്ഞുകിടന്നു. ഞങ്ങളിരുവരും ഷൂസുകൾ പുറത്ത് അഴിച്ചുവെച്ചിരുന്നു. മുറിയിലെ കാർപെറ്റ് കനത്തതും, പതുപതുത്തതുമായിരുന്നു. ജനവാതിലിനുപുറത്ത് മഴ പെയ്തുകൊണ്ടിരുന്നു. മുറിയാകട്ടെ ആർഭാടരഹിതവും സുഖകരവും, പ്രസാദപൂർണ്ണവുമായിരുന്നു.

വെളിച്ചമണഞ്ഞപ്പോൾ, മൃദുലങ്ങളായ വിരിപ്പുകളും സുഖപൂർണമായ മെത്തയും ആവേശത്തെ തൊട്ടുണർത്തി. സ്വന്തം വീട്ടിൽ തിരിച്ചെത്തിയതുപോലെയായി ഞങ്ങൾ രണ്ടു പേർക്കും. രാത്രികളിൽ ഒന്നുറങ്ങിയുണരുമ്പോൾ ഒറ്റക്കായിപ്പോയിയെന്ന തോന്നൽ ഇനിയൊരിക്കലും ഉണ്ടാവില്ല. കാരണം അരികിൽ മറ്റേയാൾ എപ്പോഴും ഉണ്ടായിരിക്കും. അവൾ ദൂരെ കണ്ണെത്താത്ത ദൂരത്തിലല്ല. അരികിൽ തൊട്ടടുത്ത്. അതിനപ്പുറമുള്ള മറ്റെല്ലാകാര്യങ്ങളും അയഥാർത്ഥമായിതോന്നി. തളർന്നു പോയപ്പോൾ ഞങ്ങൾ വീണ്ടും ഉറങ്ങി. ഉണരുമ്പോൾ ഒപ്പം മറ്റേ ആളും ഉണർന്നു. അതിനാൽ ഒരിക്കലും തനിച്ചായിയെന്നു തോന്നുകയില്ല. പലപ്പോഴും ഒരു പുരുഷൻ ഒറ്റക്കിരിക്കാൻ ആഗ്രഹിച്ചേക്കാം. പലപ്പോഴും, ഒരു പെൺകുട്ടി ഒറ്റക്കിരിക്കാൻ ആഗ്രഹിച്ചേക്കാം. അവർ ഗാഢമായി പ്രണയിക്കുന്നവരാണെങ്കിൽ ഇക്കാര്യത്തെച്ചൊല്ലി അവർ പരസ്പരം അസൂയപ്പെട്ടേക്കാം. പക്ഷേ സത്യമായിട്ടും എനിക്ക് പറയാനാവും ഞങ്ങൾക്കൊരിക്കലും അങ്ങനെ തോന്നിയിരുന്നില്ല എന്ന്. ഒരുമിച്ചായിരിക്കുമ്പോൾ ഞങ്ങളിരുവരും ഒരുമിച്ച് തനിച്ചായി ഒറ്റക്ക് മറ്റുള്ളവരിൽനിന്നെല്ലാമകന്ന്. ജിവിതത്തിൽ ഈയൊരവസരത്തിലേ എനിക്ക് ഇങ്ങനെയൊരവസ്ഥ സാദ്ധ്യമായിട്ടുള്ളൂ. ധാരാളം പെൺകുട്ടികളുടെ കൂടെ ഞാൻ കിടന്നിട്ടുണ്ട്. പക്ഷേ അപ്പോഴെല്ലാം ഞാനെന്നുള്ള യാഥാർത്ഥ്യം തനിച്ചുതന്നെയായിരുന്നു. ഏറ്റവും ഏകാന്തത തോന്നിയിട്ടുള്ളതും അത്തരം സന്ദർഭങ്ങളിലായിരുന്നു. പക്ഷേ കാതറീന്റെ കൂടെയിരിക്കുമ്പോൾ ഒരു നിമിഷംപോലും ഒറ്റക്കായിപ്പോയി എന്നു ഞങ്ങൾക്ക് തോന്നിയിട്ടില്ല. ഒരിക്കൽപോലും ഞങ്ങൾ പേടിക്കുകയും ചെയ്തില്ല. എനിക്കറിയാം രാത്രി എന്നത് പകൽപോലെയല്ല എന്നുള്ള സത്യം. രണ്ടവസ്ഥകളിലേയും കാര്യങ്ങളെല്ലാം വ്യത്യസ്തമാണ്. രാത്രിയിലെ സംഗതികൾ പകൽനേരത്ത് വിശദീകരിക്കാനാവില്ല. കാരണം പകൽ നേരം അവ അയഥാർത്ഥങ്ങളായി മാറുന്നു. ഏകാന്തത എന്ന അനുഭവം

ആരംഭിച്ചുകഴിഞ്ഞാൽ, ഒറ്റപ്പെട്ടുപോയവർക്ക് രാത്രിയെന്നത് ഭയങ്കരമായ ഒരവസ്ഥയാണ്. പക്ഷേ കാതറീനോടൊപ്പമാകുമ്പോൾ രാത്രിയെന്നത് ഒരു പേടിപ്പെടുത്തുന്ന അവസ്ഥയും സൃഷ്ടിക്കുന്നില്ല. മറിച്ച് അത് കുറേക്കൂടെ ആഹ്ലാദകരമാകുന്നു. മനുഷ്യർ ഒരുപാട് സാഹസികതകൾ ഭൂമിയിലേക്ക് കൊണ്ടുവന്നു. പക്ഷേ ആ ധൈര്യത്തിനെ ലോകം തകർത്തുകളയുന്നു. അതിനുവേണ്ടി ലോകം അവരെ വെച്ചേക്കില്ല. തകർന്നുപോയേടത്തുനിന്നും വീണ്ടും കുറേപ്പേർ കരുത്തരായി ഉയിർത്തെഴുന്നേൽക്കും. അവരേയും ലോകം ഇല്ലായ്മചെയ്യും. ധീരരേയും സൗമ്യരേയും നല്ലവരേയും എല്ലാം പക്ഷഭേദമില്ലാതെ അത് വകവരുത്തുന്നു. ഇപ്പറഞ്ഞ ഒരു കൂട്ടത്തിലും നിങ്ങൾ പെടുന്നില്ലെങ്കിലും, നിങ്ങൾ വധിക്കപ്പെടും. പക്ഷേ അത് അത്ര ധൃതിപിടിച്ചല്ലെന്നു മാത്രം.

അടുത്ത പ്രഭാതത്തിൽ ഉറക്കമുണർന്നത് ഞാനോർമ്മിക്കുന്നു. കാതറീൻ അപ്പോഴും ഉറങ്ങുകയായിരുന്നു. ഇനി വാതിലിൽക്കൂടി വെയിൽ കടന്നുവന്നിരുന്നു. മഴ രാത്രിയിൽ എപ്പോഴോ നിന്നിരുന്നു. ഞാൻ കിടക്കയിൽനിന്നിറങ്ങി ജാലകത്തിനു സമീപം ചെന്നുനിന്നു, തൊട്ടുതാഴെ പൂന്തോട്ടമായിരുന്നു. നഗ്നമെങ്കിലും സുന്ദരമായി വിന്യസിക്കപ്പെട്ട പൂന്തോട്ടം. ചരൽ വിരിച്ച നടപ്പാതകൾ, തടാകത്തിനോട് ചേർന്ന് കമ്പതിൽ. വെയിൽകൊണ്ട് തിളങ്ങുന്ന തടാകം, അങ്ങകലെ മലനിരകൾ. ഞാൻ ജനവാതിലിലൂടെ പുറത്തേക്ക് നോക്കിനിന്നു. തിരിഞ്ഞുനോക്കിയപ്പോൾ കാതറീൻ ഉണർന്നുകിടന്ന് എന്നെത്തന്നെ നോക്കുന്നതായി കണ്ടു.

'എങ്ങനെയിരിക്കുന്നു ഓമനേ?' അവൾ പറഞ്ഞു. 'ഇന്നത്തെ ദിവസം മനോഹരമായിത്തോന്നുന്നില്ലേ?'

'നിനക്കെങ്ങനെയുണ്ട്?'

'വളരെ സുഖം തോന്നുന്നു. നല്ല സുന്ദരൻ രാത്രിയായിരുന്നു അല്ലേ?'

'നിനക്ക് ബ്രേക്ഫാസ്റ്റ് കഴിക്കേണ്ടേ?'

അവൾക്ക് ബ്രേക്ഫാസ്റ്റ് വേണമായിരുന്നു; എനിക്കും. ഞങ്ങൾ രണ്ടുപേരും കിടക്കയിലിരുന്ന് പ്രാതൽ കഴിച്ചു. ജനവാതിലിലൂടെ നവംബർ സൂര്യവെളിച്ചം കടന്നുവന്നുകൊണ്ടിരുന്നു. എന്റെ മടിയിൽ ഞാൻ ബ്രേക്ഫാസ്റ്റ് ട്രേ-വിലങ്ങനെ വെച്ചു.

'നിനക്ക് ന്യൂസ്പേപ്പർ വേണമെന്നില്ലേ? ആസ്പത്രിയിലായിരുന്നപ്പോൾ നിനക്കെപ്പോഴും ന്യൂസ്പേപ്പർ വേണമായിരുന്നു.

'വേണ്ട' ഞാൻ പറഞ്ഞു. 'എനിക്കിപ്പോൾ ന്യൂസ്പേപ്പർ ആവശ്യമില്ല.'

'അതിനെപ്പറ്റി വായിക്കാൻപോലും ഇഷ്ടപ്പെടാത്തവിധത്തിൽ അത്രയ്ക്കും മോശമായിരുന്നോ ആ അനുഭവങ്ങൾ?'

'എനിക്കതിനെപ്പറ്റി വായിക്കാൻ ഇഷ്ടമില്ല.'

'അപ്പോഴൊക്കെ ഞാനും ഒപ്പമുണ്ടായിരുന്നെങ്കിൽ എനിക്കും നിന്നോടൊപ്പം ആ അനുഭവങ്ങളിലൂടെ കടന്നുപോകാമായിരുന്നു.'

'അതൊക്കെ അടുക്കും ചിട്ടയിലും ഓർമിച്ചെടുക്കാനായാൽ ഞാൻ അതെല്ലാം നിന്നോട് പറയുന്നതായിരിക്കും.'

'യൂണിഫോമില്ലാതെ നിന്നെ കണ്ടാൽ അവർ നിന്നെ അറസ്റ്റ് ചെയ്യുകയില്ലേ?'

'അവർ എന്നെ വെടിവെച്ചേക്കാം.'

'അങ്ങനെയെങ്കിൽ നമുക്കിവിടെനിന്നും മാറാം. നമുക്ക് ഈ രാജ്യമേ വിട്ടു പോകാം.'

'ഞാനും അതിനെപ്പറ്റി കുറേയൊക്കെ ആലോചിച്ചുവെച്ചിട്ടുണ്ട്'

'നമുക്ക് പുറത്തുചാടാം ഓമനേ. ഇതെല്ലാം നിസ്സാരമെന്നു തള്ളി.വലിയ അപകടം വരുത്തിവെക്കരുത്. എന്നോടു പറയൂ., മിസ്ട്രയിൽ നിന്നും നീ എങ്ങനെയാണ് മിലാനിലെത്തിയത്?'

'ഞാൻ ട്രെയിനിൽ വന്നു. ഞാനപ്പോൾ യൂണിഫോമിലായിരുന്നു.'

'അപ്പോഴും നീ അപകടത്തിലായിരുന്നില്ലേ?'

'അത്രക്കില്ല. പഴയ ഒരു യാത്രാനുമതിപത്രമുണ്ടായിരുന്നു എന്റെ കൈവശം. അതിൽ ഞാൻ ചില്ലറ തിരുത്തുകൾ വരുത്തി, മിസ്ട്രിയിൽ വെച്ച്.'

'ഓമനേ! ഇവിടെവെച്ചാകുമ്പോൾ നീ എപ്പോൾവേണമെങ്കിലും അറസ്റ്റ് ചെയ്യപ്പെടാനുള്ള സാദ്ധ്യതയുണ്ട് എനിക്കത് ആലോചിക്കാനേ വയ്യ. ഇവിടെയിങ്ങനെ തങ്ങുക എന്നത് വിഡ്ഢിത്തമാണ്. അവർ അഥവാ നിന്നെ പിടികൂടുകയാണെങ്കിൽ എങ്ങോട്ടാണ് നിന്നെ കൊണ്ടു പോവുക?'

'നമുക്കതിനെപ്പറ്റിയൊക്കെ തൽക്കാലം ചിന്തിക്കാതിരിക്കാം. അതോക്കെ ആലോചിച്ചാലോചിച്ച് എനിക്ക് മടുത്തിരിക്കുന്നു.'

'നിന്നെ അറസ്റ്റുചെയ്യാൻ വന്നാൽ നീയെന്തു ചെയ്യും?'

'ഞാനവരെ വെടിവെച്ചു വീഴ്ത്തും.'

'കണ്ടില്ലേ, എന്തൊരു വിഡ്ഢിത്തമാണ് നീ പറയുന്നതെന്ന്. ഈ ഹോട്ടലിന്റെ പുറത്തുകടക്കാൻ ഞാൻ നിന്നെ അനുവദിക്കില്ല നമ്മൾ, ഇവിടെനിന്നും പോകുന്നതുവരേക്കും'

'നമ്മളെവിടേക്കാണ് പോകാൻ പോകുന്നത്?'

'ഇങ്ങനെ അധീരനാവല്ലേ ഓമനേ. എവിടേക്കാണെന്നു നീ ഒന്നു പറഞ്ഞാൽ നമ്മളവിടെ പോവുകതന്നെ ചെയ്യും. പക്ഷേ താമസംകൂടാതെ എവിടേക്കാണെന്ന് ഒന്നു തീരുമാനിക്കൂ.'

' തടാകത്തിനക്കരെയാണ് സ്വിറ്റ്സർലണ്ട് നമുക്കങ്ങോട്ട് പോകാം.'

'അത് മനോഹരമായിരിക്കും.'

'പുറത്ത് മേഘങ്ങൾ ഉരുണ്ടുകൂടാൻ തുടങ്ങിയിരുന്നു. വെയിൽ മങ്ങി തടാകം ഇരുണ്ടു.

'എന്നുമിങ്ങനെ കുറ്റവാളികളെപ്പോലെ കഴിയാൻ എനിക്ക് വയ്യ.' ഞാൻ പറഞ്ഞു.

'ഓമനേ ഇങ്ങനെ മനസ്സ് മടുക്കല്ലേ. ഒരു കുറ്റവാളിയെപ്പോലെ നീ ജീവിക്കാൻ തുടങ്ങിയത് ഇതാ ഇപ്പോഴല്ലേ. ഇനിമേൽ നമ്മളൊരിക്കലും കുറ്റവാളികളെപ്പോലെ ജീവിക്കുകയില്ല. നമ്മൾക്ക് ഒരു രസികൻ ജീവിതം ജീവിക്കണം.'

'എനിക്ക് സ്വയം ഒരു കുറ്റവാളിയെപ്പോലെ തോന്നുന്നു. ഞാനെന്റെ സ്വന്തം ആർമിയെ ഉപേക്ഷിച്ചു.'

'ഓമനേ ദയവായി വകതിരിവോടെ സംസാരിക്കു. ഇതെങ്ങനെയാണ് ഉപേക്ഷിക്കലാവുക? ഇത് വെറും ഇറ്റാലിയൻ ആർമിയല്ലേ?' ഞാൻ പൊട്ടി ച്ചിരിച്ചുപോയി. 'നീയൊരു മിടുക്കിപ്പെണ്ണാണ്.'

'നമുക്ക് കുറച്ചുനേരംകൂടി കിടക്കയിൽത്തന്നെ കിടക്കാം. കിടക്കയിലാകുമ്പോൾ എനിക്ക് എല്ലാം വളരെ സുന്ദരമായി തോന്നുന്നു.'

കുറച്ചുനേരത്തിനുശേഷം കാതറിൻ പറഞ്ഞു.'ഇപ്പോൾ നിനക്ക് ഒരു കുറ്റവാളിയേപ്പോലെ തോന്നുന്നുണ്ടോ? ഉവ്വോ?'

'ഇല്ല' ഞാൻ പറഞ്ഞു. 'നിന്റെ കൂടെക്കിടക്കുമ്പോൾ ഒന്നും തോ ന്നു ന്നില്ല.'

'നീ അങ്ങനത്തെ ഒരു പൊട്ടച്ചെറുക്കനാണ്.' അവൾ പറഞ്ഞു. ഞാൻ നിന്നെ പക്ഷേ കാത്തുകൊള്ളാം. എനിക്ക് ഗർഭകാല മനം പുരട്ടൽ ഇല്ല എന്നുള്ളത് ഒരു ഗംഭീരസംഗതിയല്ലേ ഓമനേ?'

'അത് ഗംഭീരമായി'

'എത്രനല്ല ഒരു കെട്ട്യോളെയാണ് നിനക്ക് കിട്ടിയിട്ടുള്ളത് എന്നതിനെപ്പറ്റി നീയൊരിക്കലും എന്നെ പ്രശംസിക്കുന്നില്ല. പക്ഷേ ഞാൻ ഒന്നും കാര്യമാക്കുന്നില്ല. ആർക്കും അറസ്റ്റ് ചെയ്യാനാവാത്ത ഒരു സ്ഥലത്തേക്ക് നിന്നെ ഞാൻ കൊണ്ടുപോകും. പിന്നെ നമ്മളൊരുമിച്ച് മനോഹരമായ ഒരു ജീവിതം ജീവിക്കും.'

'നമ്മൾക്കെന്നാൽ ഉടനെ അങ്ങോട്ടേക്ക് പോകാം.'

'നമ്മൾ പോകും ഓമനേ. നീ ആഗ്രഹിക്കുന്ന ഏതൊരു സ്ഥലത്തേക്കും ഞാൻ കൂടെവരും.'

'നമുക്ക് തൽക്കാലം ഒന്നിനെപ്പറ്റിയും ചിന്തിക്കാതിരിക്കാം.

'ശരി'

35

കാതറീൻ തടാകതീരത്തിലൂടെ നടന്ന് ആ ചെറിയ ഹോട്ടലിൽ ഫെർഗ്ഗുസനെ കാണുവാൻ വേണ്ടി പോയപ്പോൾ ഞാൻ ബാറിൽപ്പോയി പത്രങ്ങൾ വായിച്ചു. ബാറിൽ ഇരിക്കാൻ വളരെ സുഖമുള്ള ലെതർ കസേരകളുണ്ടായിരുന്നു. ബാർമാൻ കടന്നുവരുന്നതുവരെ ഞാന വയിലൊന്നിലിരുന്നു പത്രം വായിച്ചു. പട്ടാളം ടാഗ്ലിയോമെന്റോവിലും താവളമടിച്ചിരുന്നില്ല. അവർ പിയാവേയിലേക്ക് പിൻവാങ്ങിക്കൊണ്ടിരുന്നു. ഞാൻ പിയാവേ-യെ ഓർമിച്ചു. മുന്നണിയിലേക്ക് പോയിരുന്നപ്പോൾ സാൻസോണയിൽ കൂടിയാണ് റെയിൽപാളം കടന്നു പൊയ്ക്കൊണ്ടിരുന്നത്. പാത വളരെ ആഴത്തിലും ഇടുങ്ങിയതുമായതിനാൽ ട്രെയിനുകൾ വളരെ സാവധാനത്തിലാണ് നീങ്ങിയിരുന്നത്. താഴ്ന്നിരപ്പിൽ കൊതുകുകൾ താവളമടിച്ച ചതുപ്പുകളും കനാലുകളുമാണ്. മനോഹരമായ 'വില്ല'കളുമുണ്ട്. ആ ഭാഗങ്ങളിൽ. യുദ്ധം തുടങ്ങുന്നതിനുമുമ്പ് കോർട്ടിനാ ഡി. ആംപിറ്റ്സോ' യിലേക്ക് പോകുന്നവഴി ഞാൻ കുറെ മണിക്കൂറുകൾ ആ കുന്നിൻപുറങ്ങളിലൂടെ കറങ്ങിനടന്നിട്ടുണ്ട്. പിയാവേ ആ ഭാഗങ്ങളിലൂടെ ഒരു ട്രൗട്ട് മത്സ്യങ്ങളുടെ അരുവി പോലെയാണ് ഒഴികിയിരുന്നത്; അതിവേഗത്തിൽ പാറകളുടെ നിഴലിൽ ആഴം കുറഞ്ഞ ചെറുതടാകങ്ങളും കുളങ്ങളുമായി. കാഡോറിൽ വെച്ച് റോഡ് പിയാവേയിൽനിന്നും തിരിഞ്ഞു പോകും. അത്രയും മുകളിലെത്തി പട്ടാളം എങ്ങനെ വീണ്ടും താഴെ സമതലത്തിലേക്ക് കടക്കുമെന്ന് വിചാരിച്ച് ഞാൻ അത്ഭുതംകൊണ്ടു. ബാർമാൻ കടന്നുവന്നു.

'കൗണ്ട് ഗ്രെഫി താങ്കളെ അന്വേഷിക്കുന്നുണ്ട്' അയാൾ പറഞ്ഞു.

'ആര്?'

'കൗണ്ട് ഗ്രെഫി. ഓർക്കുന്നില്ലേ? കഴിഞ്ഞപ്രാവശ്യം താങ്കളിവിടെ വന്നപ്പോൾ പരിചയപ്പെട്ട വൃദ്ധനെ?'

'അദ്ദേഹമിവിടെയുണ്ടോ?'

'അദ്ദേഹം തന്റെ അനന്തരവളോടൊപ്പം ഇവിടെ താമസിക്കുന്നുണ്ട്.

താങ്കളിവിടെയുണ്ടെന്നുള്ള കാര്യം ഞാൻ അദ്ദേഹത്തോട് പറഞ്ഞു. താങ്കളോടൊപ്പം ബില്യാർഡ്സ് കളിക്കണമെന്ന് അദ്ദേഹം താൽപര്യപ്പെടുന്നു.'

'അദ്ദേഹമെവിടെയുണ്ട്?'

'ആൾ എങ്ങനെയിരിക്കുന്നു.?'

'എന്നത്തേക്കാളും ചെറുപ്പമായിരിക്കുന്നു. ഇതിലെ രാത്രി അത്താഴത്തിനുമുമ്പ് അദ്ദേഹം മൂന്ന് ഷാംപേൻ കോക്ടെയ്ലുകൾ കഴിച്ചു.

'അദ്ദേഹത്തിന്റെ ബില്യാർഡ്സ് കളിയെങ്ങനെ?'

'ഒന്നാന്തരം മൂപ്പർ എന്നെ തോൽപ്പിച്ചുകളഞ്ഞു. താങ്കളിവിടെയുണ്ടെന്നുള്ള കാര്യം പറഞ്ഞപ്പോൾ മൂപ്പർക്ക് വളരെ സന്തോഷമായി. മൂപ്പരുടെ കൂടെ കളിക്കാൻ പറ്റിയ ആരുംതന്നെ ഇവിടെയില്ല.'

കൗണ്ട് ഗ്രെഫിക്ക് വയസ്സ് തൊണ്ണൂറ്റിനാലാണ്.

'മെറ്റെർനിഷ' ന്റെ സമകാലികനായിരുന്നു അദ്ദേഹം. നരച്ച മുടിയും താടിമീശയും പിന്നെ സുന്ദരമായ പെരുമാറ്റ ശീലങ്ങളും രാജ്യതന്ത്രപരമായ സേവനങ്ങൾ അദ്ദേഹം ഒരുപോലെ ഇറ്റലിക്കുവേണ്ടിയും ആസ്ട്രിയക്കുവേണ്ടിയും അനുഷ്ഠിച്ചിട്ടുണ്ട്. അദ്ദേഹത്തിന്റെ ജന്മദിനവിരുന്നുകൾ മിലനിലെ ഏറ്റവും ഗംഭീരമായ സമൂഹവിരുന്നുകളിൽ ഒന്നാണ്. അദ്ദേഹം താൻ നൂറുവയസ്സുവരെ ജീവിക്കുമെന്ന് നിശ്ചയിച്ചിട്ടുണ്ട്. വളരെ ഒഴുക്കോടും തന്മയത്വത്തോടുമാണ് തന്റെ തൊണ്ണൂറ്റിനാലു വയസ്സിന്റെ ബലഹീനതകൾക്ക് വിരുദ്ധമായി അദ്ദേഹം ബില്യാർസ് കളിച്ചുകൊണ്ടിരുന്നത്. ഒരിക്കൽ സീസൺ കഴിഞ്ഞ ഒരു സമയത്ത് ഞാൻ സ്ട്രീസ സന്ദർശിച്ചപ്പോൾ അദ്ദേഹത്തെ കണ്ട് പരിചയപ്പെടുകയും ഞങ്ങൾ ഒന്നിച്ച് ബില്യാർഡ്സ് കളിക്കുകയും ചെയ്തിരുന്നു. ഒപ്പമിരുന്ന് ഷാംപേനും കുടിച്ചിരുന്നു. അതൊരു ഗംഭീര പരിപാടിയായിരുന്നു. അദ്ദേഹം നൂറിൽ പതിനഞ്ചു പോയിന്റോടെ എന്നെ തോൽപിച്ചു. 'നിങ്ങളെന്തുകൊണ്ടാണ് അദ്ദേഹമിവിടെയുള്ള കാര്യം മുമ്പേ പറയാത്തത്?'

'ഞാനതു മറന്നു.'

'വേറെയാരൊക്കെയുണ്ടിവിടെ?'

'താങ്കൾക്ക് പരിചയമുള്ള മറ്റാരുമില്ല. എല്ലാവരുംകൂടി കഷ്ടിച്ച് ഒരു ആറാളു കാണും.'

'നിങ്ങളിപ്പോൾ എന്തു ജോലിയാണ് ചെയ്തുകൊണ്ടിരിക്കുന്നത്?'

'ഒന്നുമില്ല.'

'എങ്കിൽ ചൂണ്ടയിടാൻ എന്നൊടൊപ്പം വരൂ.'

'ഒരു മണിക്കൂറു നേരത്തേക്ക് എനിക്ക് വരാൻ കഴിയും.'

'വന്നാട്ടെ. ചൂണ്ടയും കൊണ്ടു വരൂ.

ബാർമാൻ ഒരു കോട്ട് ധരിച്ചുകൊണ്ടുവന്നു. ഞങ്ങൾ പുറത്തിറങ്ങി ഒരു തോണിപിടിച്ചു. ബാർമാനെ അമരത്തിരുത്തി ഞാൻ തുഴഞ്ഞുകൊണ്ടിരുന്നു.

ചൂറ്റകപ്പിയും ഈയക്കട്ടികളും ഘടിപ്പിച്ച ചൂണ്ടച്ചരട് ഞാൻ തടാകത്തിലേക്കിട്ടു. ട്രൗട്ട് മത്സ്യങ്ങളെയാണ് ഞങ്ങൾ പ്രതീക്ഷിച്ചിരുന്നത്. ഞങ്ങൾ കരയോടു ചേർന്നാണ് തുഴഞ്ഞുകൊണ്ടിരുന്നത്. ബാർമാൻ മുന്നോട്ടേക്കാഞ്ഞ് ചൂണ്ടച്ചരടിൽ ഇടെക്കിടെ വലിച്ചുകൊണ്ടിരുന്നു. താടാകത്തിൽനിന്നു നോക്കുമ്പോൾ സ്ട്രീസ വളരെ വിജനവും ഉപേക്ഷിക്കപ്പെട്ടതുപോലെയും തോന്നിച്ചു. നഗ്നശിഖരങ്ങളോടുകൂടിയ മരങ്ങളുടെ ഒരു നീണ്ട നിര കാണാമായിരുന്നു. ഞങ്ങൾ 'ഇസോള ബെല്ല' മുറിച്ചു കടന്നു, ഭിത്തിക്കരികിലോളം ചെന്നു. അവിടെ തടാകം ചെങ്കുത്തായും ആഴമുള്ളതായും കാണപ്പെട്ടു. പാറക്കെട്ടുകൾക്കൊണ്ടുള്ള കൽഭിത്തി വെള്ളത്തിലേക്ക് ചരിഞ്ഞിറങ്ങുന്നത് വ്യക്തമായി കാണാമായിരുന്നു. കൽഭിത്തി മുക്കുവരുടെ ദ്വീപ്‌വരെ നീണ്ടു കിടന്നു. സൂര്യൻ മേഘങ്ങളുടെ നിഴലിൽ മാഞ്ഞപ്പോൾ വെള്ളം ഇരുണ്ടതും തണുപ്പുള്ളതും ശാന്തവുമായി കാണപ്പെട്ടു. ഞങ്ങളുടെ ചൂണ്ടയിൽ ഒരു മീനും ഇതുവരെ കൊത്തിയിരുന്നില്ല. ഉപരിതലത്തിലേക്ക് ഉയർന്നുവരുന്ന മത്സ്യങ്ങളുടെ അലയടിവൃത്തങ്ങൾ വെള്ളത്തിൽ ഇടക്കിടെ തെളിഞ്ഞു കണ്ടു. ഞങ്ങൾ മുക്കുവ ദ്വീപിന്റെ എതിരിലോളം തുഴഞ്ഞെത്തി. അവിടെ തോണിക്കാർ കയറ്റിയിട്ട തോണികൾക്കരികിലിരുന്നു വല നന്നാക്കുന്നുണ്ടായിരുന്നു.

'നമുക്ക് കുടിക്കാൻ എന്തെങ്കിലും കിട്ടുമോ?'

'നോക്കാം.'

ഞാൻ കല്ലുകെട്ടിയുണ്ടാക്കിയ പടവിലേക്ക് തോണിയടുപ്പിച്ചു. ബാർമാൻ ചൂണ്ടച്ചരട് വലിച്ച് തോണിയുടെ ഉള്ളിലേക്കിട്ടു. ചൂറ്റകപ്പി തോണിയുടെ വക്കിലും കൊളുത്തിയിട്ടു. ഞാൻ കരയിലിറങ്ങി തോണി ബന്ധിച്ചു. ഞങ്ങൾ ഒരു ചെറിയ കഫേയിലേക്കു കയറി. വിരിയിടാത്ത ഒരു മരമേശക്കരികെയിരുന്നു. ഞാൻ വെർമൂത്തിന് ഓർഡർ കൊടുത്തു.

'താങ്കൾ തുഴഞ്ഞ് ക്ഷീണിച്ചുവോ?'

'ഇല്ല.'

'മടങ്ങുമ്പോൾ ഞാൻ തുഴഞ്ഞോളാം.'

'എനിക്ക് തുഴച്ചിൽ ഇഷ്ടമാണ്'

'ചൂണ്ടച്ചരട് ഒന്നു മാറ്റിപ്പിടിക്കാം. നിങ്ങൾ പിടിക്കുകയാണെങ്കിൽ ചിലപ്പോൾ അത് ഭാഗ്യം കൊണ്ടുവന്നേക്കും.'

'ശരി'

'പറയൂ യുദ്ധം എങ്ങനെ പോകുന്നു.?'

'നശിച്ചത്'

'എനിക്ക് പോകേണ്ടതായി വരില്ല. എനിക്ക് നല്ല വയസ്സായിരിക്കുന്നു കൗണ്ട് ഗ്രെഫിയെപ്പോലെ.

'ഒരു പക്ഷേ അങ്ങനെ വയസ്സായാലും പോകേണ്ടി വന്നേക്കാം.'

'വരുന്ന വർഷം അവർ എന്റെ തരക്കാരെ വിളിച്ചുവെന്നു വരാം.

എങ്കിലും ഞാൻ പോവുകയില്ല.'

'നിങ്ങൾ എന്തുചെയ്യും.?'

'ഞാൻ നാടുവിട്ടുപോകും. അപ്പോഴെനിക്ക് പോകേണ്ടി വരില്ല. ഞാൻ അബിസ്സീനിയൻ യുദ്ധത്തിൽ പങ്കെടുത്തിട്ടുണ്ട്.

'നിക്സ്' -ൽ വെച്ച്, നിങ്ങളെന്തിനാണ് യുദ്ധത്തിൽ ചേർന്നത്.?'

'എനിക്കറിഞ്ഞുകൂടാ. ഒരു വിഡ്ഢിയായിരുന്നു ഞാൻ.'

'ഒരു വെർമുത്തുകൂടി കഴിക്കൂ.'

'ശരി'

മടങ്ങുമ്പോൾ ബാർമാനാണ് തുഴഞ്ഞത്. ഞങ്ങൾ തീരത്തോടടുത്ത് സ്ട്രീസക്ക മപ്പുറത്തേക്കും, തിരിച്ചും ചൂണ്ടയിട്ടുകൊണ്ട് തുഴഞ്ഞു. മുറുകിയ ചൂണ്ടക്കയറിൽ പിടിച്ച് ചുറ്റുകപ്പിയിലെ ചലനങ്ങൾ അറിഞ്ഞ്, ഇരുണ്ട നവംബർ വെള്ളത്തിലേക്കും ഉപേക്ഷിക്കപ്പെട്ടതുപോലെ കിടന്നിരുന്ന തീരത്തിലേക്കും നോക്കിക്കൊണ്ട് ഞാൻ അനങ്ങാതെയിരുന്നു. തുഴ നീളത്തിൽ വീശിയെറിഞ്ഞുകൊണ്ട് ബാർമാൻ തുഴഞ്ഞു കൊണ്ടിരുന്നു. തോണി മുന്നിലേക്ക് ആയുന്നതിനനുസരിച്ച് ചൂണ്ടക്കയർ കമ്പനം കൊണ്ടു. ഒരിക്കൽ എനിക്ക് കയറിൽ ഒരു പിടച്ചിൽ അനുഭവപ്പെട്ടു. കയർ മുറുക്കി ദൃഢമാക്കി. എന്നിട്ട് പുറകോട്ടക്ക് ഒന്നു പിടഞ്ഞു. ആഞ്ഞുവലിച്ചപ്പോൾ എനിക്ക് ട്രൗട്ട് മത്സ്യത്തിന്റെ പിടക്കുന്ന ഭാരം അറിയാൻ കഴിഞ്ഞു. സ്വല്പനേരത്തിനകം കയർ വീണ്ടും കമ്പനംകൊണ്ടു. എനിക്ക് അവനെ നഷ്ടപ്പെട്ടുകഴിഞ്ഞിരുന്നു.

'അവൻ വളരെ വലുതാണെന്നു തോന്നിയോ?'

'വളരെ വലുത്'

'ഒരിക്കൽ ഞാനൊറ്റക്ക് മീൻ പിടിക്കാൻ പോയപ്പോൾ ഞാൻ കയർ എന്റെ പല്ലിന്നിടയിലൂടെ വലിച്ചുപിടിച്ചു. മീൻ കൊത്തിവലിച്ചപ്പോൾ എന്റെ വായ ആകപ്പാടെ പുറത്തേക്ക് വന്നതുപോലെയായി.'

'തനിച്ച് പോകുമ്പോൾ ചൂണ്ടക്കയർ കാലിൽ ചുറ്റുകയായിരുന്നു നല്ലത്.' ഞാൻ പറഞ്ഞു. 'അപ്പോൾ നിങ്ങൾക്ക് ആ വലിച്ചിൽ അറിയാനാകും പല്ലും നഷ്ടപ്പെടാതെ കഴിക്കാം.'

ഞാൻ വെള്ളത്തിൽ കയ്യിട്ടുനോക്കി. ഭയങ്കര തണുപ്പുണ്ടായിരുന്നു വെള്ളത്തിന്.ഞങ്ങൾ ഏകദേശം ഹോട്ടലിന് അഭിമുഖമായിയെത്തി.

'എനിക്കിപ്പോൾത്തന്നെ ഉള്ളിലേക്ക് പോകണം.' ബാർമാൻ പറഞ്ഞു.

'പതിനൊന്നു മണിക്ക് എനിക്ക് ബാറിലെത്തി പണി തുടങ്ങേണ്ടതുണ്ട്.'

'ശരി'

ഞാൻ ചൂണ്ടച്ചരട് വലിച്ച് അതിന്റെ ഇരുവശങ്ങളിലുമുണ്ടായിരുന്ന ചെറിയ വടികളിൽ ചുറ്റിവെച്ചു. ബാർമാൻ തോണിയെ ഒന്നു വെട്ടിച്ച് കൽഭിത്തിക്കരികിലെ പഴതിൽ നിർത്തി ചങ്ങലകൊണ്ട് പൂട്ടിക്കെട്ടി.

'താങ്കൾക്കിത് എപ്പോൾ വേണമെങ്കിലുമെടുക്കാം.' അയാൾ പറഞ്ഞു. 'താക്കോൽ ചോദിച്ചാൽ മാത്രം മതി.'

'നന്ദി'

ഞാൻ ഹോട്ടലിലേക്ക് കടന്നു, ബാറിലേക്ക് കയറിച്ചെന്നു. രാവിലെത്തന്നെ അത്രയും നേരത്തെ എനിക്ക് മറ്റൊരു ഡ്രിങ്ക് ആവശ്യമില്ലാതിരുന്നതിനാൽ ഞാൻ ഞങ്ങളുടെ മുറിയിലേക്ക് തിരിച്ചുപോയി. പരിചാരിക കിടക്കയും മറ്റും ഒതുക്കിവെച്ച് അപ്പോൾ പോയതേ ഉണ്ടായിരുന്നുള്ളു. കാതറീൻ വന്നിട്ടുണ്ടായിരുന്നില്ല. ഞാൻ കിടക്കയിൽക്കിടന്നു ഒന്നും ആലോചിക്കാതിരിക്കാൻ ശ്രമിച്ചു.

കാതറീൻ തിരിച്ചുവന്നപ്പോൾ വീണ്ടും കാര്യങ്ങളെല്ലാം പഴയതുപോലെ ശരിയായെന്നു തോന്നി. 'താഴെ ഫെർഗ്ഗുസൻ ഇരിക്കുന്നുണ്ട്.' അവൾ പറഞ്ഞു. 'അവൾ ലഞ്ച് കഴിക്കാൻ വന്നതാണ്.'

'എനിക്കറിയാമായിരുന്നു. നിനക്കതൊന്നും ഒരു പ്രശ്നമാവില്ലെന്ന്' കാതറീൻ പറഞ്ഞു.

'ഇല്ല' ഞാൻ പറഞ്ഞു.

'എന്താണ് പ്രശ്നം ഓമനെ?'

'എനിക്കറിഞ്ഞുകൂടാ.'

'എനിക്കറിയാം. നിനക്ക് മറ്റൊന്നും ഇവിടെ ചെയ്യാനില്ല. ആകെ നിനക്കുള്ളത് ഞാൻ മാത്രമാണ്. ആ ഞാനാവട്ടെ നിന്നെയിവിടെയിട്ട് പോവുകയും ചെയ്തു.'

'അത് സത്യമാണ്.'

'ക്ഷമിക്കു ഓമനെ. നിനച്ചിരിക്കാതെ ഒന്നും ചെയ്യാനില്ലെന്ന അവസ്ഥ വരുന്നത് ഭയങ്കര കഷ്ടമാണ്.

'എന്റെ ജീവിതം മുഴുവൻ സർവ്വസംഗതികളുംകൊണ്ട് നിറഞ്ഞതായിരുന്നു. ഞാൻ പറഞ്ഞു.'ഇപ്പോൾ നീയെന്റെയരികിലില്ലെന്നുവന്നാൽ ലോകത്തിൽ മറ്റൊന്നും എനിക്ക്‌വേണ്ടി ശേഷിക്കുന്നില്ല എന്ന് തോന്നിപ്പോകുന്നു.'

'പക്ഷേ ഞാൻ എപ്പോഴും നിന്റെകൂടെയുണ്ടല്ലോ. ഞാനാകെ രണ്ടു മണിക്കൂർ നേരത്തേക്കല്ലേ വിട്ടുപോയുള്ളു.? നിനക്ക് മറ്റൊന്നുംതന്നെ ചെയ്യാനില്ലായിരുന്നോ?'

'ഞാൻ ബാർമാന്റെ കൂടെ മീൻവേട്ടക്ക് പോയി.'

'നല്ല രസമല്ലായിരുന്നോ?'

'വളരെ.'

'ഞാൻ അടുത്തില്ലെങ്കിൽ എന്നെപ്പറ്റി വിചാരപ്പെടാതിരിക്കു'

'മുന്നണിയിലായിരിക്കുമ്പോൾ ഞാൻ അങ്ങനെ ചെയ്യാൻ ശ്രമിച്ചിരുന്നു. പക്ഷേ അവിടെ എന്തെങ്കിലുമൊക്കെ പണികൾ ചെയ്യാൻകാണുമായിരുന്നു.'

'നഷ്ടപ്പെട്ട ഒന്നിനോടൊപ്പം ഒഥല്ലോ' അവൾ കളിയാക്കി.

'ഒഥല്ലോ ഒരു കറുമ്പനായിരുന്നു. മാത്രമല്ല ഞാൻ അസൂയാലുവുമല്ല. ഞാൻ നിന്നെ പ്രണയിക്കുന്നു. അതിനപ്പുറമൊന്നുമില്ല.'

'നീ ഒരു നല്ല ചെറുക്കനെപ്പോലെ ഫെർഗ്ഗുസനോട് മര്യാദയോടെ പെരുമാറുമോ?'

ഞാനെപ്പോഴും അവളോട് സ്നേഹത്തോടെയേ പെരുമാറിയിട്ടുള്ളൂ. - അവൾ എന്നെ ശപിക്കുന്ന നേരത്തൊഴിച്ച്

'അവളോട് ദയവു കാണിക്കൂ. ആലോചിച്ചുനോക്കൂ. നമുക്കെന്തെല്ലാം ഭാഗ്യങ്ങൾ കിട്ടിയിരിക്കുന്നു. അവൾക്കാവട്ടെ ഒന്നും തന്നെയില്ല.'

'നമുക്ക് കിട്ടിയ ഭാഗ്യങ്ങൾ അവൾ വേണ്ടെന്ന് വെച്ചിട്ടാണെന്നാണ് തോന്നുന്നത്.'

'നിനക്കൊന്നും അറിഞ്ഞുകൂടാ. എന്റെ ഓമനേ. നീ അങ്ങനെയുള്ള ഒരു ബുദ്ധിമാൻ പയ്യനാണ്.'

'ഞാനവളോട് നന്നായിത്തന്നെ പെരുമാറിക്കൊള്ളാം.'

'നീ അങ്ങനെ ചെയ്യുമെന്ന് എനിക്കറിയാം. നീ അങ്ങനെയൊരു ഓമനയാണ്.'

'അതിനുശേഷം അവളിവിടെ തങ്ങുകയും മറ്റുമില്ലല്ലോ ഉവ്വോ?'

'ഇല്ല. ഞാനവളെ ഒഴിവാക്കിക്കൊള്ളാം.'

'എന്നിട്ട് നമ്മളിവിടെ മുറിയിലേക്ക് തിരിച്ചുവരും.'

'തീർച്ചയായും. അല്ലാതെ മറ്റെന്താണ് എനിക്ക് വേണ്ടത്.?'

ഞങ്ങൾ താഴെയിറങ്ങിച്ചെന്ന് ഫെർഗ്ഗുസനോടൊപ്പം ഭക്ഷണം കഴിച്ചു. ഹോട്ടലിന്റെയും ഡൈനിംഗ് ഹാളിന്റെയും ആഢംബരം കണ്ട് ഫെർഗ്ഗുസന് വളരെയധികം മതിപ്പുതോന്നി. ഞങ്ങൾ രണ്ടുകുപ്പി കാപ്രിയുമടക്കമുള്ള ഒരു ഗംഭീരൻ ലഞ്ച് കഴിച്ചു. കൗണ്ട്ഗ്രെഫി കടന്നുവന്നു. ഞങ്ങളെ വന്ദിച്ചു. അദ്ദേഹത്തിന്റെ അനന്തരവൾക്ക് എന്റെ മുത്തശ്ശിയുടെ ഛായ തോന്നി. അവർ അദ്ദേഹത്തോടൊപ്പം വന്നിരുന്നു. ഫെർഗ്ഗുസനോടും കാതറീനോടും ഞാനദ്ദേഹത്തെപ്പറ്റി സംസാരിച്ചു. ഫെർഗ്ഗുസന് എന്നെപ്പറ്റിയുള്ള മതിപ്പ് ഇരട്ടിച്ചു. ഹോട്ടൽ വളരെ വലുതും ആഢംബരപൂർണവും വിജനവുമായിരുന്നുവെങ്കിലും ഭക്ഷണം മേൽത്തരമായിരുന്നു സുഖം പകരുന്ന വൈനും. ഒടുവിൽ വൈൻ ഞങ്ങളെയെല്ലാവരേയും സന്തുഷ്ടരാക്കി. കാതറീൻ സദാ പ്രസന്നവതിയായി കാണപ്പെട്ടു. ഫെർഗ്ഗുസനും കുറച്ചൊന്നു ഉന്മേഷവതിയായി. എനിക്കും വളരെ സന്തുഷ്ടി തോന്നി. ഭക്ഷണത്തിനുശേഷം ഫെർഗ്ഗുസൻ തന്റെ ഹോട്ടലിലേക്ക് മടങ്ങിപ്പോയി.'ഞാനൊരിത്തിരിനേരം കിടക്കാൻ പോകുന്നു.' അവൾ പറഞ്ഞു.

നേരം ഉച്ചതിരിഞ്ഞുതുടങ്ങിയ സമയം ആരോ ഞങ്ങളുടെ വാതിലിലൊന്നു മുട്ടി.

'ആരാണ്?' അത് ബാർമാനായിരുന്നു.

'കൗണ്ട് ഗ്രെഫി, താങ്കൾ അദ്ദേഹത്തോടൊപ്പം ബില്യാർഡ്സ് കളിക്കാൻ താൽപര്യപ്പെടുന്നുവോ എന്നന്വേഷിക്കുന്നു.'

ഞാൻ വാച്ചിൽ നോക്കി. അതുപക്ഷേ ഞാനുരി തലയിണക്കീഴിൽ വെച്ചിരിക്കുകയായിരുന്നു.

'നിനക്ക് പോയേതീരൂ' ഓമനേ' - കാതറീൻ ഒച്ചതാഴ്ത്തി ചോദിച്ചു.'

'പോവുകയാണ് നല്ലതെന്ന് വിചാരിക്കുന്നു.' വാച്ചിൽ സമയം നാലേ കാലായിരുന്നു.

'കൗണ്ട് ഗ്രെഫിയോട് പറയൂ ഞാൻ അഞ്ചുമണിക്ക് ബില്യാർഡ്സ് റൂമിൽ കാണുമെന്ന്'

അഞ്ചുമണിയാകാൻ പതിനഞ്ചുമിനിട്ടുള്ളപ്പോൾ ഞാൻ കാതറീനെ ഉമ്മവെച്ചുകൊണ്ട് കിടക്കയിൽ നിന്നെഴുന്നേറ്റു. ബാത്റൂമിൽ ഡ്രസ്സ് ചെയ്യാനായി കയറി. കണ്ണാടിയിൽ നോക്കിക്കൊണ്ട് ടൈ മുറുക്കുമ്പോൾ സിവിലിയൻ ഡ്രെസ്സിൽ എനിക്ക് ഞാൻ തികച്ചും അപരിചിതനായിത്തോന്നി. കുറച്ചുകൂടി ഷർട്ടുകളും സോക്സുകളും വാങ്ങേണ്ട കാര്യം എന്നെത്തന്നെ ഞാൻ ഓർമിപ്പിച്ചു.

'നീ തിരിച്ചുവരാൻ വളരെ നേരം എടുക്കുമോ?' കാതറീൻ ചോദിച്ചു. കിടക്കയിൽ, അവൾ കുറേക്കൂടി മനോഹരിയായി കാണപ്പെട്ടു.

'ആ ബ്രഷ് ഒന്നെടുത്തുതരാമോ?' അവൾ ചോദിച്ചു.

അവൾ മുടി ബ്രഷ് ചെയ്യുന്നത് ഞാൻ നോക്കിനിന്നു. തലമുടിയുടെ ഭാരം ഒരു ഭാഗത്തേക്കാക്കാൻ വേണ്ടി അവർ തല ഉയർത്തിപ്പിടിച്ചിരുന്നു. പുറത്ത് ഇരുട്ടാവാൻ തുടങ്ങിയിരുന്നു. കട്ടിലിന്റെ തലക്കലുണ്ടായിരുന്ന ലൈറ്റിന്റെ വെളിച്ചത്തിൽ അവളുടെ തലമുടിയും കഴുത്തും ചുമലുകളും പ്രകാശിച്ചു. ഞാൻ അടുത്തുചെന്ന് അവളെ വീണ്ടും ഉമ്മവെച്ചു. ബ്രഷോടുകൂടി അവളുടെ കൈകൾ കവർന്നു. അവൾ തലയിണയിലേക്ക് തലചായ്ച്ചു. അപ്പോൾ ഞാനവളുടെ കഴുത്തിലും ചുമലുകളിലും ഉമ്മവെച്ചു. അവളോടുള്ള പ്രേമത്തിന്റെ ആധിക്യംകൊണ്ട് എനിക്ക് തലചുറ്റുന്നതുപോലെ തോന്നി.

'എനിക്ക് പോകണമെന്നു തോന്നുന്നില്ല.'

'നിന്നെ വിടാൻ എനിക്ക് തോന്നുന്നില്ല.'

'എന്നാൽ ഞാൻ പോകുന്നില്ല.'

'പോകണം. കുറച്ചു നേരത്തേക്കല്ലേ പോയിട്ട് വേഗം തിരിച്ചുവരൂ.'

'നമുക്ക് ഡിന്നർ ഇവിടെ മുറിയിൽ വെച്ച് കഴിക്കാം,'

'വേഗം പോയിവരൂ'

കൗണ്ട്ഗ്രെഫിയെ ഞാൻ ബില്യാർഡ്സ് മുറിയിൽ വെച്ച് കണ്ടുമുട്ടി. അദ്ദേഹം പന്തുകൾ തട്ടി പരിശീലിക്കുകയായിരുന്നു. മേശക്കു മുകളിലുള്ള

ലൈറ്റിന്റെ വെളിച്ചത്തിൽ, അദ്ദേഹം വീണടിഞ്ഞു പോയേക്കും എന്നു തോന്നിപ്പിക്കുംവിധം ദുർബ്ബലനായി കാണപ്പെട്ടു. വെളിച്ചത്തിൽ നിന്നും തെല്ലുമാറി ഒരു കൊച്ചു കാർഡ് ടേബിൾ ഉണ്ടായിരുന്നു. അതിന്മേൽ വെള്ളികൊണ്ടുണ്ടാക്കിയ ഒരു ഐസ് ബക്കറ്റ് വെച്ചിരുന്നു. ബക്കറ്റിനു ള്ളിലെ ഷാംപേൻ കുപ്പികളുടെ കഴുത്തും കോർക്കും പുറത്തേക്ക് കാണാ മായിരുന്നു. ഞാൻ കടന്നുചെന്നപ്പോൾ അദ്ദേഹം നിവർന്ന് എന്റെയരികി ലേക്ക് നടന്നുവന്ന് കൈനീട്ടി 'താങ്കൾക്ക് വരാൻ തോന്നിയതിൽ വളരെ സന്തോഷം എന്റെ കൂടെ കളിക്കാൻ തയ്യാറായ സന്മനസ്സിന് നന്ദി'

'എന്നോട് ആവശ്യപ്പെടാൻ കാണിച്ച സൗമനസ്യത്തിന് നന്ദി'

'താങ്കൾ തീർത്തും ആരോഗ്യവാനല്ലോ.?' അവർ പറഞ്ഞു.

'' 'ഐസോൺസോ'യിൽ വെച്ച് താങ്കൾക്ക് പരിക്കേറ്റുവെന്നും ഇപ്പോൾ തീർത്തും സുഖപ്പെട്ടുവെന്നും പ്രതീക്ഷിക്കുന്നു.''

'ഞാനിപ്പോൾ തികച്ചും ആരോഗ്യവാനാണ്. അങ്ങേക്ക് സുഖം തന്നെ യല്ലേ?'

'ഓഹ് എനിക്കെപ്പോഴും സുഖം തന്നെ. പക്ഷേ എനിക്ക് വയസ്സായി ക്കൊണ്ടിരിക്കുന്നു. എനിക്കിപ്പോൾ വാർദ്ധക്യ ലക്ഷണങ്ങൾ തിരിച്ചറി യാൻ കഴിയുന്നു.'

'എനിക്കത് വിശ്വസിക്കാൻ കഴിയുന്നില്ല'

''അതെ. താങ്കൾക്കൊന്നു കേൾക്കണോ? എനിക്കിപ്പോൾ ഇറ്റാലിയൻ ഭാഷ സംസാരിക്കാൻ എളുപ്പമായി വരുന്നു. ഞാൻ എന്നെത്തന്നെ അത് കർശനമായി പരിശീലിപ്പിച്ചിരുന്നു. പക്ഷേ ഈയിടെയായി വല്ലാതെ ക്ഷീണിതനാകുമ്പോൾ ഇറ്റാലിയനിൽ സംസാരിക്കാൻ താരതമ്യേന എളു പ്പമായിവരുന്നു എന്നു ഞാൻ കണ്ടുപിടിച്ചു. അപ്പോഴെനിക്ക് തീർച്ചയായി എനിക്ക് വയസ്സായിക്കൊണ്ടിരിക്കയാണെന്ന്''

'നമുക്ക് ഇറ്റാലിയനിൽ സംസാരിക്കാം. ഞാനും ഒരൽപം ക്ഷീണിത നാണ്.

'ഓഹ്. നിങ്ങൾ വാസ്തവത്തിൽ ക്ഷീണിതനാകുമ്പോൾ, ഇംഗ്ലീഷ് സംസാരിക്കുക എന്നതാവും എളുപ്പമായിത്തീരുക.'

'അമേരിക്കൻ'

'അതെ അമേരിക്കൻ. താങ്കൾ ദയവായി അമേരിക്കൻ സംസാരിക്കൂ. അതൊരു ആഹ്ലാദം തുളുമ്പുന്ന ഭാഷയാണ്.

'ഞാനിവിടെ അമേരിക്കക്കാരെ കാണുന്നുപോലുമില്ല.'

'താങ്കൾ അമേരിക്കക്കാരെ 'മിസ്' ചെയ്യുന്നു. ഒരാൾ എപ്പോഴും തന്റെ നാട്ടുകാരെ മിസ് ചെയ്യുന്നു. പ്രത്യേകിച്ചും നാട്ടുകാരികളെ. ആ അനുഭവ ത്തെപ്പറ്റി എനിക്ക് നന്നായിട്ടറിയാം. നമുക്ക് കളിക്കാമോ? അതോ താങ്കൾ വല്ലാതെ തളർന്നിരിക്കുന്നുവോ?'

'എനിക്ക് സത്യത്തിൽ ക്ഷീണമൊന്നുമില്ല. ഞാൻ അതൊരു തമാശക്ക് പറഞ്ഞെതന്നേയുള്ളൂ. അങ്ങ് എനിക്ക് തരാൻ പോകുന്ന ഹാൻഡികാപ്പ് ഇളവിന്റെ ഔദാര്യം എങ്ങനെയാണ്?

'താങ്കൾ ഈയിടെയായി കളിക്കാറുണ്ടായിരുന്നോ.?'

'ഒട്ടുമില്ല'

'താങ്കൾ വളരെ നന്നായി കളിക്കാറുണ്ട്. നൂറിന് പത്തുപോയിന്റാ യാലോ?'

'താങ്കൾ എന്നെ വളരെ നന്നായി പുകഴ്ത്തുന്നു.'

'പതിനഞ്ച്?'

'അതു നന്നായിരിക്കും. എന്നിരുന്നാലും അങ്ങ് എന്നെ തോൽപിക്കു മെന്നുറപ്പാണ്.'

'നേരായിരിക്കും. പക്ഷേ താങ്കൾ എന്നെ തോൽപിക്കുകയായിരുന്നെ ങ്കിൽ നന്നായേനേ.'

'നമ്മൾ ഒരു പന്തയത്തിനുവേണ്ടി കളിക്കണോ? അങ്ങ് പന്തയം വെച്ച് കളിക്കുന്നതിൽ തൽപരനായിരുന്നുവല്ലോ!'

'അതാണ് നല്ലതെന്ന് ഞാൻ കരുതുന്നു.'

'ശരി ഞാൻ താങ്കൾക്ക് പതിനെട്ട് പോയിന്റിന്റെ ഇളവ് തരുന്നു. ഒരു പോയിന്റീന് ഒരു ഫ്രാങ്ക് എന്ന നിരക്കിൽ കളിക്കാം. എന്തു പറയുന്നു.'

അദ്ദേഹം മനോഹരമായി കളിച്ചുകൊണ്ടിരുന്നു. ഹാൻഡികാപ്പ് ഇളവിന്റെ ഔദാര്യമുണ്ടായിരുന്നിട്ടുപോലും, അമ്പതിൽ എത്തിയപ്പോൾ ഞാൻ വെറും നാലുപോയിന്റിനേ മുന്നിട്ടുനിന്നിരുന്നുള്ളൂ. ഭിത്തിയിലെ ഒരു ബട്ടണിൽ കൗണ്ട്ഗ്രഫി വിലമർത്തി. അത് ബാർമാനെ വിളിക്കാനുള്ള ബെല്ലായിരുന്നു.

'ഒരു കുപ്പിയെടുത്തു തുറക്കു പ്ലീസ്' അദ്ദേഹം പറഞ്ഞു. പിന്നെ തിരിഞ്ഞ് എന്നോടായി 'നമുക്ക് കുറച്ച് ഉത്തേജകം സേവിക്കാം.' വൈൻ ഐസുപോലെ തണുത്തതും, ഒട്ടും വെള്ളമയം ചേരാത്തതും സ്വാദിഷ്ടവു മായിരുന്നു.

'നമുക്ക് ഇറ്റാലിയനിൽ സംസാരിക്കാൻ തുടങ്ങിയാലോ? താങ്കൾക്ക് അത് ബുദ്ധിമുട്ടാകുമോ? ഈയിടെയായി ഇതെന്റെ ഒരു ദൗർബല്യമായി ത്തീർന്നിരിക്കുന്നു.'

ഞങ്ങൾ കളിതുടർന്നു, ഇടക്കിടെ വൈൻ നുണഞ്ഞും, ഇറ്റാലിയിനിൽ സംസാരിച്ചും.സംസാരം വാസ്തവത്തിൽ വളരെ കുറവായിരുന്നു. കളിയിൽ ബദ്ധശ്രദ്ധരായിരുന്നു ഞങ്ങളിരുവരും തന്നെ.കൗണ്ട്ഗ്രെഫി നൂറ് പോയിന്റ് തികച്ചു. ഹാൻഡികാപ്പിന്റെ ഇളവുണ്ടായിട്ടുപോലും എനിക്ക് തൊണ്ണൂറ്റിനാലേ എടുക്കാൻ കഴിഞ്ഞുള്ളൂ. അദ്ദേഹം പുഞ്ചിരിച്ചുകൊണ്ട് എന്റെ ചുമലിൽ കൊട്ടി. 'ഇനി നമ്മൾ അടുത്ത കുപ്പിയും തുറക്കും, താങ്കൾ എന്നോട് യുദ്ധത്തെപ്പറ്റി സംസാരിക്കും.'

ഞാൻ ഇരിക്കുന്നതുവരെ അദ്ദേഹം കാത്തുനിന്നു.

'മറ്റെന്തിനെപ്പറ്റിയും സംസാരിക്കാൻ ഞാൻ തയ്യാറാണ്.' ഞാൻ പറഞ്ഞു.

'അപ്പോൾ താങ്കൾക്കതിനെപ്പറ്റി സംസാരിക്കാൻ ഇഷ്ടമില്ലേ? താങ്കൾ ഇപ്പോൾ എന്താണ് വായിച്ചുകൊണ്ടിരിക്കുന്നത്?'

'പറയത്തക്കതായി ഒന്നുമില്ല. ഞാനൊരിത്തിരി അരസികനാണെന്ന് ശങ്കിക്കുന്നു,'

'അങ്ങനെയല്ല. പക്ഷേ ഒരാൾ എന്തെങ്കിലും വായിച്ചേ തീരൂ.'

'ഈ യുദ്ധകാലത്ത് എന്തൊക്കെയാണ് എഴുതിവരുന്നത്.?'

'ബാർബ്യൂസ്സേ എന്ന പേരുള്ള ഒരു ഫ്രെഞ്ചുകാരന്റെ വകയായുള്ള 'ലെ ഫിയു' എന്നൊരു സാധനമുണ്ട്. കൂടാതെ മിസ്റ്റർ ബ്രിറ്റ്ലിംഗ്-ന്റെ 'സീ ത്രൂ ഇറ്റ്' എന്ന ഒന്നുമുണ്ട്

'സീ ത്രൂ ഇറ്റ്? ഇല്ല. അയാൾ ഒന്നും കാണുന്നില്ല.'

'എന്താണ് പറയുന്നത്?'

ഹി ഡസിന്റ് സീ ത്രൂ ഇറ്റ്. ഈ പുസ്തകങ്ങൾ മുമ്പ് ആസ്പത്രിയിലു ണ്ടായിരുന്നു.

'അപ്പോൾ താങ്കളത് വായിച്ചിരുന്നു, അല്ലേ?'

'അതെ. പക്ഷേ ഒരു ഗുണവുമുള്ളതല്ല.'

'ഇംഗ്ലീഷ് ഇടത്തരക്കാരെപ്പറ്റിയുള്ള നല്ലൊരു പഠനമാണ് ബ്രിറ്റ്ലിംഗി ന്റെ കൃതിയെന്ന് ഞാൻ വിശ്വസിക്കുന്നു.'

'അത്തരം ഇടത്തരക്കാരൻ ആത്മാവിനെപ്പറ്റി എനിക്കൊന്നുമറി ഞ്ഞുകൂടാ.'

'പാവം പയ്യൻ. നമുക്കൊന്നും ആത്മാക്കളെപ്പറ്റി ഒരു ചുക്കുമറിയില്ല. താങ്കൾ ഒരു വിശ്വാസിയാണോ?'

'രാത്രിയിൽ മാത്രം.'

കൗണ്ട്ഗ്രെഫി വിരലുകൾകൊണ്ട് ഗ്ലാസ് കറക്കി മന്ദഹസിച്ചിരുന്നു.

'വയസ്സു ചെല്ലുമ്പോൾ ഞാൻ കുറേക്കൂടി ഭക്തനായിത്തീരുമെന്ന് സ്വയം പ്രതീക്ഷിച്ചു. പക്ഷേ എന്തുകൊണ്ടോ അങ്ങനെയല്ലാതായി.' അദ്ദേഹം പറഞ്ഞു.'അതൊരു പരമസങ്കടകരമായ കാര്യമാണ്.'

'അങ്ങ് അങ്ങയുടെ മരണശേഷവും ജീവിക്കാനാഗ്രഹിക്കുന്നുവോ?' ചോദിച്ചു കഴിഞ്ഞയുടൻ, മരണത്തെപ്പറ്റി പറഞ്ഞ് വിഡ്ഢിത്തമായിപ്പോയി എന്ന് എനിക്ക് തോന്നി. പക്ഷേ അദ്ദേഹം അത് കണക്കാക്കിയില്ല. എന്നെനിക്ക് മനസ്സിലായി.

'അക്കാര്യം ഈ ജീവിതത്തെ ആശ്രയിച്ചിരിക്കും. ഈ ജീവിതം വളരെ ആഹ്ലാദകരമാണ്. എനിക്ക് എന്നേക്കും ജീവിക്കണമെന്നാണ് മോഹം.'

അദ്ദേഹം പുഞ്ചിരിച്ചു. 'ഞാനത്രത്തോളം എത്തിക്കഴിഞ്ഞിരിക്കുന്നു.'

ഞങ്ങൾ ആ പതുപതുത്ത ലെതർ കസേരയിൽ ഇരിക്കുകയായിരുന്നു. ഞങ്ങൾക്കിടയിലെ ചെറുമേശയിൽ ഐസ് ബക്കറ്റിൽ വെച്ച ഷാംപേൻ കുപ്പികളും ഗ്ലാസുകളും ഇരുന്നു.

'താങ്കൾ എന്റെ പ്രായത്തോളം ജീവിക്കുകയാണെങ്കിൽ നിങ്ങൾക്ക് പല കാര്യങ്ങളും വിചിത്രമായി അനുഭവപ്പെടും.'

'അങ്ങേക്ക് വയസ്സായെന്ന് കണ്ടാൽ തോന്നുകയില്ല.' 'വാസ്തവത്തിൽ ശരീരത്തിനാണ് വയസ്സാകുന്നത്. ചിലപ്പോൾ എനിക്ക് തോന്നാറുണ്ട് ഒരു ചോക്കുപൊട്ടിക്കുന്നതുപോലെ എന്റെ വിരലുകൾ പൊട്ടിക്കാൻ കഴിഞ്ഞേക്കുമെന്ന് ആത്മാവിന് ഒരിക്കലും വാർദ്ധക്യമെന്ന ഒരവസ്ഥയില്ല. ഒരിക്കലും, അതിന്റെ വിവേകം കൂടിവരികയുമില്ല.'

'അങ്ങ് വളരെ വിവേകശാലിയാണ്.'

'ഒരിക്കലുമല്ല. അത് ഒരു ഭീമൻ അബദ്ധമാണ്. വൃദ്ധർക്ക് വിവേകം കൂടുമെന്നുള്ളത് ഒരു പരമാബദ്ധമാണ്. വയസ്സാകുന്നതിനനുസരിച്ച് അവർക്കൊരിക്കലും ബുദ്ധി വർദ്ധിക്കുകയില്ല. പക്ഷേ അവർ കൂടുതൽ ശ്രദ്ധാലുക്കളായെന്നുവരും.'

'ഒരു പക്ഷേ വിവേകമെന്ന് പറയുന്നത് ഇതുതന്നെയാവാം.'

'അത് പക്ഷേ ഒരു തീർത്തും വിരസമായ വിവേകമാണ്. ആട്ടെ താങ്കൾ ഏറ്റവുമധികം വിലമതിക്കുന്നത് എന്താണ്?'

'ഞാൻ പ്രേമിക്കുന്ന വ്യക്തിയെ'

'എന്റെ കാര്യത്തിലും അങ്ങനെത്തന്നെ. എന്നെ സംബന്ധിച്ചിടത്തോളം ഇത് തീർച്ചയായും വിവേകമല്ല. താങ്കൾ ജീവിതം എന്ന സത്യത്തിനെ വിലമതിക്കുന്നുവോ?'

'അതെ.'

'ഞാനും അങ്ങനെത്തന്നെ കാരണം എനിക്കിനി ആകെയുള്ളത് അത് മാത്രമാണ്. പിന്നെ പിറന്നാൾ പാർട്ടികൾ നൽകുകയും.' അദ്ദേഹം പൊട്ടിച്ചിരിച്ചു. താങ്കൾ എന്നേക്കാളും ബുദ്ധിമാകാനാണ് സാദ്ധ്യത. കാരണം താങ്കൾ പിറന്നാൾവിരുന്നുകൾ കൊടുക്കുന്നില്ലല്ലോ.'

ഞങ്ങൾ രണ്ടുപേരും വൈൻ കുടിച്ചുകൊണ്ടിരുന്നു.

'സത്യത്തിൽ അങ്ങ് യുദ്ധത്തിനെപ്പറ്റി എന്തു കരുതുന്നു.?'

'പരമ വിഡ്ഢിത്തമാണെന്ന് കരുതുന്നു.'

'ഒടുവിൽ ആരാണ് യുദ്ധം ജയിക്കുക?'

'ഇറ്റലി'

'എന്തുകൊണ്ട്?'

'കാരണം അത് താരതമ്യേന ചെറുപ്പമായ രാജ്യമാണ്.'

'ചെറുപ്പക്കാരായ രാജ്യങ്ങളാണോ എപ്പോഴും യുദ്ധത്തിൽ ജയിക്കുക?'

'ഒരു കാലം വരെ അവർ ജയിച്ചുകൊണ്ടിരിക്കും.'

'പിന്നീടെന്തു സംഭവിക്കും'

'അവർ മുതിർന്നു വയസ്സുചെന്ന രാജ്യങ്ങളായിത്തീരും.'

'എന്നിട്ടും അങ്ങുപറയുന്നു അങ്ങ് ബുദ്ധിമാനല്ലെന്ന്.'

'എന്റെ കൊച്ചുപയ്യാ, ഇത് ബുദ്ധിയല്ല. മറിച്ച് വക്രബുദ്ധിയാണ്.'

'ഇത് വളരെ ബുദ്ധിപരമാണെന്നാണ് എനിക്ക് തോന്നുന്നത്.'

'അങ്ങനെ പ്രത്യേകിച്ച് ബുദ്ധിപരമല്ല. ഇതിന് വിരുദ്ധമായിട്ടുള്ള ഉദാഹരണങ്ങളും എനിക്ക് എടുത്തുകാണിക്കാനാകും. പക്ഷേ ഇതത്ര മോശമുള്ള കാര്യമല്ല. നമ്മൾ ഷാംപേൻ മുഴുവൻ തീർത്തുവോ?'

മിക്കവാറും.

'നമ്മൾക്കിനി കുറച്ചുകൂടി കുടിക്കണമോ? എനിക്ക് ഡിന്നറിന് ഡ്രസ്സ് ചെയ്യേണ്ടതുണ്ട്.

'നമുക്ക് നിർത്തുകയാണ് നല്ലതെന്ന് ഞാൻ വിചാരിക്കുന്നു.

'ഉറപ്പാണോ ഇനിയും വേണ്ടെന്ന്?'

'ശരി' അദ്ദേഹം എഴുന്നേറ്റുനിന്നു.

'ഞാൻ താങ്കൾക്ക് വളരെ ഭാഗ്യവും സന്തോഷവും ആരോഗ്യവും ആശംസിക്കുന്നു.'

'നന്ദി. അങ്ങ് നീണാൾ വാഴാൻ ഞാൻ ആശംസിക്കുന്നു.'

'നന്ദി. ഞാൻ നീണാൾ ജീവിക്കുമെന്നു പ്രതീക്ഷിക്കുന്നു. താങ്കൾ എപ്പോഴെങ്കിലും ഒരു വിശ്വാസിയായി മാറുകയാണെങ്കിൽ ഞാൻ മരിച്ചുവെന്നറിഞ്ഞാൽ എനിക്കുവേണ്ടി പ്രാർത്ഥിക്കണം. അനവധി സ്നേഹിതന്മാരോട് ഞാനിപ്രകാരം ആവശ്യപ്പെട്ടിട്ടുണ്ട്. ഞാൻ സ്വയം ഒരു ഭക്തനായി മാറുമെന്ന് ഞാനിത്രകാലവും പ്രതീക്ഷിച്ചു. പക്ഷേ അങ്ങനെ സംഭവിച്ചില്ല. അദ്ദേഹം വിഷാദപൂർവ്വം ഒന്നു മന്ദഹസിച്ചെന്നു തോന്നി. ഒരുപാട് ചുളിവുകളും രേഖകളുമുള്ള ഒരു മുഖമായിരുന്നതിനാൽ അതൊരു മന്ദഹാസമാണെന്നു തീർത്തുപറയാൻ സാധിക്കുമായിരുന്നില്ല.

'ഒരു പക്ഷേ അങ്ങ് ഭാവിയിൽ ഒരു വിശ്വാസിയായിത്തീർന്നേക്കാം. എങ്ങനെയായാലും ഞാൻ അങ്ങേക്കുവേണ്ടി പ്രാർത്ഥിക്കും.'

'വിശ്വാസിയാകാൻ വേണ്ടി ഞാനിത്രയുംകാലം കാത്തിരുന്നു. നടന്നില്ല. എന്റെ കുടുംബക്കാർ മുഴുവൻ വിശ്വാസികളായിട്ടാണ് മരിച്ചത്.. പക്ഷേ എന്റെ കാര്യത്തിൽമാത്രം അങ്ങനെ സംഭവിച്ചില്ല.

'അതിനു സമയമായിട്ടില്ലാത്തതുകൊണ്ടാകാം.'

'ഒരു പക്ഷേ വല്ലാതെ വൈകിയതിനാലുമാകാം. ചിലപ്പോൾ ഞാനെന്റെ മതപരമായ വികാരങ്ങളെ അതിജീവിച്ചതിനാലുമാകാം.'

'എന്റെ വിശ്വാസം പ്രത്യക്ഷമാകുന്നത് രാത്രികാലങ്ങളിൽ മാത്രമാണ്.'

'അത് താങ്കൾ പ്രണയത്തിലായതുകൊണ്ടായിരിക്കാം. ഒരു കാര്യം മറക്കരുത് പ്രണയം എന്നത് ഒരു മതപരമായ അനുഭവമാണ്.'

'അങ്ങ് അങ്ങനെ വിശ്വസിക്കുന്നു വോ?'

'തീർച്ചയായും.' അദ്ദേഹം മേശക്കരികിലേക്ക് ഒരു ചുവട് വെച്ചു.

'എന്നോടു കൂടെ കളിക്കാൻ കാണിച്ച സൗമനസ്യത്തിന് നന്ദി.'

'എനിക്കതിൽ അതിയായ സന്തോഷമുണ്ട്.'

'നമുക്കൊരുമിച്ച് കോണിപ്പടികൾ കയറി മുകളിലേക്ക് പോകാം.'

36

കൊടുങ്കാറ്റുള്ള ഒരു രാത്രിയായിരുന്നു അത്. ജാലകപ്പടികളിൽ മഴ ചുഴറ്റിയടിച്ചു വീഴുന്ന ശബ്ദം കേട്ട് ഞാനുണർന്നു. തുറന്നിട്ട ജനവാതിലിലൂടെ മഴ അകത്തേക്ക് വീശിപ്പെയ്തു. ഇതിനിടയിൽ ആരോ വാതിലിൽ മുട്ടുന്ന ഒച്ച കേട്ടു.

കാതറീനെ ഉണർത്താതിരിക്കാൻ ഞാൻ കാലടികൾ അമർത്താതെ വാതിലിനരികെ എത്തി കതകു തുറന്നു. അത് ബാർമാനായിരുന്നു. അയാൾ മേൽക്കോട്ടു പുതച്ചിരുന്നു; നനഞ്ഞുകുതിർന്ന തൊപ്പി കയ്യിലും.

'എനിക്ക് താങ്കളോടൊരു കാര്യം പറയുവാനുണ്ട് ടെനെന്റി'

'എന്തുകാര്യം?'

'വളരെ അടിയന്തിരപ്രധാനമായ ഒന്ന്.'

ഞാൻ ചുറ്റുമൊന്നു നോക്കി. ഞങ്ങളുടെ മുറി ഇരുട്ടിലായിരുന്നു. ജനവാതിലിലൂടെ വീണുകൊണ്ടിരുന്ന മഴവെള്ളം അകത്ത് താളം കൊട്ടാൻ തുടങ്ങിയിരുന്നു.

'ഉള്ളിലേക്ക് കയറിവരൂ' ഞാൻ പറഞ്ഞു. ഞാനയാളെ ബാത്റൂമിലേക്ക് കൊണ്ടുപോയി കതകടച്ചശേഷം ലൈറ്റ് തെളിച്ചു. എന്നിട്ട് ബാത്ത് ടബ്ബിന്റെ വക്കിൽപ്പോയി ഇരുന്നു.

'എന്താണ് പ്രശ്നം എമിലിയോ? നീയെന്തെങ്കിലും കുഴപ്പത്തിൽച്ചെന്നു പെട്ടുവോ?'

'ഇല്ല ടെനെന്റി. ഞാനല്ല, താങ്കളാണ് പ്രശ്നത്തിൽ.'

'നേരോ?'

'അവർ നാളെ രാവിലെ താങ്കളെ അറസ്റ്റ് ചെയ്യാൻ വരുന്നു.'

'അതെയോ?'

'ഞാനിക്കാര്യം പറയാനാണ് ഓടിവന്നത്. ഞാൻ പട്ടണത്തിൽ പോയിരുന്നു. അവിടെ ഒരു കഫേയിലിരുന്നു. അവർ സംസാരിക്കുന്നത് ഞാൻ കേട്ടു.'

'മനസ്സിലായി'

അയാൾ നനഞ്ഞുകുതിർന്ന കോട്ടും വെള്ളമിറ്റിവീഴുന്ന തൊപ്പിയുമായി അങ്ങനെ നിന്നു.

'എന്തിനാണവർ എന്നെ അറസ്റ്റുചെയ്യാൻ വരുന്നത്?'

'യുദ്ധത്തിന്റെ കാര്യവുമായി ബന്ധപ്പെട്ട്.'

'അതെന്താണെന്ന് നിനക്കറിയാമോ?'

'ഇല്ല, പക്ഷേ ഒന്ന് ഞാൻ മനസ്സിലാക്കിയിട്ടുണ്ട്. പണ്ട് താങ്കൾ ഇവിടെ വന്നത് യൂണിഫോമിലായിരുന്നുവെന്നും, ഇപ്പോൾ അങ്ങനെയല്ലെന്നുമുള്ള കാര്യം. അതവർക്കും മനസ്സിലായിട്ടുണ്ട്. ഈ പിൻവാങ്ങൽ ആരംഭിച്ച തോടെ അവർ കണ്ണിൽക്കണ്ടവരെയെല്ലാം പിടികൂടുന്നു.'

ഞാൻ നിന്ന് ഒരു നിമിഷമാലോചിച്ചു.

'എന്നെ കൊണ്ടുപോകാൻ അവർ എപ്പോഴാണ് എത്തുക?'

'രാവിലെ- സമയം കൃത്യമറിയില്ല.'

'ഞാനെന്തുവേണമെന്നാണ് നിങ്ങൾ പറയുന്നത്?' അയാൾ തന്റെ തൊപ്പി കൊണ്ടുപോയി വാഷ്ബൗളിൽ വെച്ചു. അതിൽനിന്ന് വെള്ളമിറ്റി തറയാകെ നനഞ്ഞിരുന്നു.

'കാരണം കൂടാതെയുള്ള അറസ്റ്റാണെങ്കിൽ ഒന്നും പേടിക്കാനില്ല. പക്ഷേ ഇക്കാലത്ത് അറസ്റ്റ്ചെയ്യപ്പെടുക എന്ന കാര്യം അത്ര ലഘുവായ ഒന്നല്ല.'

'എനിക്ക് പിടികൊടുക്കാതെ കഴിക്കണമെന്നുണ്ട്.'

'അങ്ങനെയെങ്കിൽ താങ്കൾ ഉടനെ സ്വിറ്റ്സർലണ്ടിലേക്ക് പോകണം.'

'എങ്ങനെ പോകും?'

'എന്റെ തോണിയിൽക്കയറി.'

'കൊടുങ്കാറ്റാണ്.'

'കൊടുങ്കാറ്റിന്റെ തീവ്രത കുറഞ്ഞുതുടങ്ങി, തടാകം കുറച്ചൊന്ന് അശാന്തമായെന്നും വരാം. പക്ഷേ പേടിക്കാനില്ല.'

'എപ്പോഴാണ് പുറപ്പെടേണ്ടത്.?'

'ഉടനെ. അവർ അതിരാവിലെ വന്നെന്നുവരും.'

'ബാഗുകളും മറ്റും.?'

'പെട്ടെന്ന് പാക്ക് ചെയ്യാം. ലേഡിയെ വിളിച്ചുണർത്തി തയ്യാറാക്കു. ബാക്കിയെല്ലാം. എനിക്ക് വിട്ടുതരൂ.'

'നിങ്ങൾ എവിടെയാണ് കാത്തുനിൽക്കുക?'

'ഇവിടെത്തന്നെ ഹാളിൽ നിൽക്കുന്നതു കണ്ടാൽ അത് പിന്നീട് പ്രശ്നമായേക്കാം.'

ഞാൻ ബാത്റൂമിന്റെ വാതിൽ തുറന്നടച്ചു. കാതറീൻ ഉണർന്നു കിടക്കുകയായിരുന്നു.

'എന്താണ് കാര്യം ഓമനേ?'

'പേടിക്കാനൊന്നുമില്ല കാറ്റ്' ഞാൻ പറഞ്ഞു.'ഉടനെത്തന്നെ എഴുന്നേറ്റ് ഡ്രെസ് ചെയ്യൂ. നമ്മൾ സ്വിറ്റ്സർലണ്ടിലേക്ക് പോകുന്നു. ഒരു തോണിയിൽ ക്കയറി തുഴഞ്ഞ് നിനക്കിഷ്ടപ്പെട്ടുമോ?'

'നിനക്കിഷ്ടമാണോ?'

' ഇല്ല. എനിക്ക് കിടക്കയിൽ നിന്നോടൊപ്പം കിടക്കാനാണ് ഇഷ്ടം.'

'എന്താണ് സംഭവിച്ചുകൊണ്ടിരിക്കുന്നത്.?'

'അവർ അതിരാവിലെ എന്നെ അറസ്റ്റ് ചെയ്യാൻ വരുമെന്ന് ബാർമാൻ പറയുന്നു.'

'അയാൾക്ക് വട്ടൊന്നുമില്ലല്ലോ?'

'ഇല്ല.'

'എങ്കിൽ എളുപ്പമാകട്ടെ ഓമനേ- വേഗം ഉടുപ്പുകൾ മാറ്റൂ. നമുക്ക് ഉടനെ പുറപ്പെടാം.' അവൾ കിടക്കയിൽത്തന്നെ ഇരുന്നു. അവളുടെ ഉറക്കച്ചടവ് വിട്ടിരുന്നില്ല.

'ബാത്റൂമിൽ ആരാണ്.? ബാർമാനാണോ?'

'അതെ'

'എങ്കിൽ ഞാൻ അങ്ങോട്ടേക്ക് കയറുന്നില്ല. നീ കുറച്ചുനേരം തിരിഞ്ഞു നിൽക്കാമോ ഓമനേ. ഞാനീ ഡ്രെസ്സൊന്നും മാറ്റട്ടെ.'

'നൈറ്റ് ഗൗൺ ഊരിയപ്പോൾ ഞാനവളുടെ വെളുത്ത മുതുകും ചുമലുകളും കണ്ടു. ഞാൻ വേഗം നോട്ടം മാറ്റി.

ഗർഭം സ്പഷ്ടമായതോടെ അവളെ ഇപ്രകാരം ഞാൻ കാണുന്നത് അവൾക്ക് ഇഷ്ടമില്ലാതെ വന്നിരുന്നു. ജനൽച്ചില്ലുകളിൽ മഴയുടെ താളം കേട്ടുകൊണ്ട് ഞാനും വേഗത്തിൽ ഉടുപ്പുകൾ ധരിച്ചു. ബാഗിൽ വെക്കാൻ കാര്യമായിട്ടൊന്നുമുണ്ടായിരുന്നില്ല,

'എന്റെ ബാഗിൽ ഇനിയും ധാരാളം സ്ഥലമുണ്ട് കാറ്റ്. നിനക്കെന്തെങ്കിലും വെക്കണമെന്നുണ്ടെങ്കിൽ....

'എന്റെ പാക്കിംഗ് കഴിഞ്ഞു.' അവർ പറഞ്ഞു.'ഡാർലിംഗ് ഞാനൊ രു മന്ദബുദ്ധിയാണ്. ഈ ബാർമാൻ ഈ നേരത്ത് ബാത്റൂമിൽ എന്താണ് ചെയ്യുന്നതെന്ന് എനിക്ക് തീരെ മനസ്സിലാകുന്നില്ല

'ശ്... ശ്.. ബാഗുകൾ താഴേക്കെത്തിക്കാൻ കാത്തിരിക്കുകയാണ് അയാൾ.'

'അയാളൊരു വളരെ നല്ല മനുഷ്യനാണ്.'

'അയാൾ എന്റെ പഴയ ചങ്ങാതിയാണ്.' ഞാൻ പറഞ്ഞു. 'ഞാനൊരിക്കൽ അയാൾക്ക് പൈപ്പ് പുകയിലെ അയച്ചുകൊടുത്തിട്ടുണ്ട്.'

ഞാൻ ചെന്ന് ജനവാതിലിലൂടെ പുറത്തേക്ക് നോക്കി. എനിക്ക് തടാകം കാണാൻ കഴിഞ്ഞില്ല. ഇരുട്ടും മഴയും മാത്രം. പക്ഷേ കാറ്റ് ദുർബലമായിരുന്നു.

'ഞാൻ തയ്യാറായിക്കഴിഞ്ഞു ഓമനേ' കാതറീൻ പറഞ്ഞു. ഞാൻ ബാത്ത്റൂമിന്റെ വാതിലിനരികിലെത്തി.

'ബാഗുകൾ റെഡിയായി എമിലിയോ' ഞാൻ പറഞ്ഞു. അയാൾ കടന്നു വന്നു രണ്ടു ബാഗുകളുമെടുത്തു.

'നിങ്ങൾ ഒരു നല്ല മനുഷ്യനാണ്. തക്കനേരത്ത് ഞങ്ങളെ സഹായിക്കാൻ സന്മനസ്സുണ്ടായല്ലോ.' കാതറീൻ പറഞ്ഞു.

'അതൊന്നും കാര്യമാക്കേണ്ട ലേഡി.' ബാർമാൻ പറഞ്ഞു.

സഹായിക്കാൻ കഴിയുന്നതിൽ എനിക്ക് സന്തോഷമേ ഉള്ളൂ. അല്ലെങ്കിൽ ഒരു പക്ഷേ ഞാനും പ്രശ്നത്തിൽ പെട്ടേക്കാം.'

'ശ്രദ്ധിക്കൂ' അയാൾ എന്റെ നേർക്ക് തിരിഞ്ഞു. ഈ ബാഗുകളുമായി ഞാൻ വേലക്കാരുടെ കോണിപ്പടിയിറങ്ങിച്ചെന്ന് ബോട്ടിൽ കൊണ്ടുപോയി വെക്കാം. നിങ്ങൾ നടക്കാനിറങ്ങുന്നതുപോലെ പുറത്തേക്ക് കടന്നാൽ മതി.'

'നടക്കാൻ പറ്റിയ മനോഹര രാത്രിതന്നെ.'

'സമ്മതിച്ചു, ഇതൊരു ഗുണമില്ലാത്ത രാത്രിതന്നെയാണെന്ന്'

'കുടയൊന്ന് കൈവശമുള്ളതിനാൽ ഞാൻ സന്തോഷിക്കുന്നു. കാതറീൻ പറഞ്ഞു.

ഞാൻ ഹാളിലൂടെ നടന്ന്, കനത്തിൽ കാർപെറ്റ് വിരിച്ച കോണിപ്പടികളിറങ്ങി താഴെച്ചെന്നു. കോണിപ്പടിക്കു ചുവട്ടിൽ ഒരു ഡെസ്കിനു പുറകിലായി, ഒരു പോർട്ടർ ഇരുന്നിരുന്നു. ഞങ്ങളെ അന്നേരത്ത് കണ്ട് അയാൾ അതിശയം കൂറി.

'താങ്കൾ പുറത്തിറങ്ങാൻ പോവുകയൊന്നുമല്ലല്ലോ സാർ?'

അയാൾ ചോദിച്ചു.

'അതെ' ഞാൻ പറഞ്ഞു. 'ഞങ്ങൾ തടാകതീരത്തിലൂടെ നടന്ന് കൊടുങ്കാറ്റ് കാണാൻ പോകുന്നു.'

'താങ്കളുടെ കയ്യിൽ കുടയില്ലല്ലോ, ഉണ്ടോ?'

'ഇല്ല. പക്ഷേ ഈ കോട്ടിൽ വെള്ളമിറങ്ങുകയില്ല.'

അയാൾ സംശയപൂർവ്വം എന്റെ കോട്ടിലേക്ക് നോക്കി.

'ഞാൻ ഒരു കുട കൊണ്ടുവന്നുതരാം സാർ. പക്ഷേ അത് കുറച്ചൊന്നു വലിയതാണ്.'

അയാൾ പോയി ഒരു കുട കൊണ്ടുവന്നു. ഞാനയാൾക്ക് ഒരു പത്ത് ലീറയുടെ നോട്ട് കൊടുത്തു.

'വളരെ നന്ദി സാർ' അയാൾ പറഞ്ഞു. പിന്നെ ചെന്ന് വാതിൽ തുറന്നു പിടിച്ചു. ഞങ്ങൾ പുറത്തേക്കിറങ്ങുമ്പോൾ അയാൾ കാതറീനെ നോക്കി പുഞ്ചിരിച്ചു, കാതറീൻ തിരിച്ചും.

'പുറത്തെ കൊടുങ്കാറ്റിൽ ഒരുപാടുനേരം തങ്ങരുതേ സർ, ലേഡി' അയാൾ ഇംഗ്ലീഷിൽ പദങ്ങൾ അതുപോലെത്തന്നെ മൊഴിമാറ്റം നടത്തിയാണ് സംസാരിക്കുന്നത്.

തീരത്തിൽ നിന്നും അകന്ന് തടാകത്തിലാണ് കാറ്റ് വീശിക്കൊണ്ടിരുന്നത്, തണുപ്പുള്ളതും ഈറനുമായ നവംബർ കാറ്റ്. മലകളിൽ മഞ്ഞുവർഷം തുടങ്ങിക്കാണണം. ജെട്ടിയിൽ നിരനിരയായി നിർത്തിയ ചെയിനിട്ടു പൂട്ടിയ തോണികളെ കടന്ന് ഞങ്ങൾ ബാർമാന്റെ തോണിക്കരികിലേക്ക് നടന്നു. കൽഭിത്തികൾക്കരികെ വെള്ളം ഇരുണ്ട നിറത്തിൽ കാണപ്പെട്ടു. മരക്കൂട്ടങ്ങളൾക്കിടയിൽ നിന്നും ബാർമാൻ പുറത്തേക്ക് വന്നു.

'ബാഗുകൾ തോണിയിൽ വെച്ചിട്ടുണ്ട്- അയാൾ പറഞ്ഞു.

'നിങ്ങളുടെ തോണിയുടെ വില നൽകേണ്ടതായിട്ടുണ്ടല്ലോ'

'താങ്കളുടെ കൈവശം പണം എത്രത്തോളമുണ്ട്.'

'അധികമില്ല.'

'എങ്കിൽ എന്റെ പണം പിന്നീട് അയച്ചുതന്നാൽ മതിയാകും.. അതുകൊണ്ട് കുഴപ്പമില്ല.'

'എത്ര?'

'താങ്കൾക്കിഷ്ടമുള്ളത്.'

'പറയൂ എത്ര?'

'താങ്കൾ സുരക്ഷിതമായി എത്തുകയാണെങ്കിൽ അഞ്ഞൂറ് ഫ്രാങ്ക് അയക്കൂ. അപകടമൊന്നും കൂടാതെ എത്തിക്കഴിഞ്ഞാൽ താങ്കൾക്ക് ആ തുക അത്ര വലിയ പ്രശ്നമാകില്ല.'

'ശരി'

'ഇതാ സാന്റ്‌വിച്ചുകൾ.' അയാൾ എന്നെ ഒരു പാക്കറ്റ് ഏൽപിച്ചു.

'ഇതും കൂടി- ബാറിൽ ശേഷിച്ചതെല്ലാം ഞാനിങ്ങുകൊണ്ടുപോന്നു. ഇതൊരു കുപ്പി ബ്രാണ്ടിയാണ് മറ്റേത് ഒരു കുപ്പി വൈൻ ഞാനതെല്ലാം എന്റെ ബാഗിൽ വെച്ചു.

'ഇതിനെല്ലാമുള്ള പണം ഞാനിപ്പോൾത്തന്നെ തരാം.'

'ശരി എന്നാൽ ഒരമ്പത് ലീറ തരൂ'

'ഞാനത്രയും പണം അയാൾക്ക് കൊടുത്തു.

'ബ്രാണ്ടി വളരെ നല്ലയിനമാണ്.' അയാൾ പറഞ്ഞു. 'ലേഡിക്ക് കൊടുക്കുന്നതിൽ പേടിക്കേണ്ട അവരിനി തോണിയിൽ കയറിയിരിക്കയാണ് നല്ലത്.' അയാൾ തോണി പിടിച്ചുനിർത്തി കൽഭിത്തിക്കെതിരെ അത് വെള്ളത്തിൽ പൊങ്ങുകയും താഴുകയും ചെയ്തുകൊണ്ടിരുന്നു.

തോണിയിലേക്കിറങ്ങാൻ, കാതറീനെ ഞാൻ കൈപിടിച്ച് സഹായിച്ചു. അവൾ അമരത്തിരുന്ന പിന്നെ തന്റെ പുറംകോട്ട് എടുത്ത് മൂടിപ്പുതച്ചു.

'എങ്ങോട്ടേക്കാണ് നീങ്ങേണ്ടതെന്ന് താങ്കൾക്കറിയാമോ?'

'തടാകം മുറിച്ച് മുന്നോട്ട്'

'എത്ര ദൂരമുണ്ടെന്ന് അറിയാമോ?'

'ലൂയിനോയും കടന്ന്,'

'ലൂയിനോ കടന്നുകഴിഞ്ഞാൽ കാണിറോ, പിന്നെ കാനോബിയോ, പിന്നെ ട്രാൻസാനോ. ബ്രിസ്സാഗോ പിന്നിട്ട് നീങ്ങുന്നതുവരെ നിങ്ങൾ സ്വിറ്റ്സർലണ്ടിൽ എത്തുകയില്ല. അതിനുമുമ്പ് നിങ്ങൾക്ക് മോണ്ട് തമാറ കടന്നുപോകേണ്ടതുണ്ട്.'

'ഇപ്പോൾ നേരമെത്രയായി?' കാതറീൻ ചോദിച്ചു.

'പതിനൊന്നുമണിയായതേയുള്ളൂ.' ഞാൻ പറഞ്ഞു. നിർത്താതെ തുഴഞ്ഞാൽ രാവിലെ ഏഴുമണിയോടെ നിങ്ങളവിടെയെത്തും.

'അതത്രയും അകലത്താണോ?'

'മുപ്പത്തഞ്ച് കിലോമീറ്റർ ദൂരമുണ്ട്.'

'ഈ മഴയത്തെങ്ങനെ പോകും. ഒരു വടക്കുനോക്കി വേണ്ടതായിരുന്നു.'

അതിന്റെയാവശ്യമില്ല. നേരെ ഇസോള ബെല്ലയിലേക്ക് തുഴയുക. അവിടുന്ന് പിന്നെ കാറ്റിനോടൊപ്പം നീങ്ങി അക്കരയിലെത്തി 'ഇസോള മാദ്രെ'യിലേക്ക് വിടുക. അതിനുശേഷം കാറ്റ് നിങ്ങളെ നേരെ പല്ലൻസാ യിലേക്ക് കൊണ്ടുപോകും. അവിടെ നിങ്ങൾക്ക് തീരത്തെ വെളിച്ചങ്ങൾ കാണാം. പിന്നെ കരയോടു ചേർന്ന് അങ്ങനെ മുന്നോട്ട് നീങ്ങുക.'

'കാറ്റിന്റെ ഗതി മാറിയാലെന്തു ചെയ്യും.?'

'ഇല്ല' അയാൾ പറഞ്ഞു. ഈ കാറ്റ് ഇതേപോലെ മൂന്നു ദിവസങ്ങൾ തുടർച്ചയായി വീശും. ഇത് മോട്ടെറോണെയിൽ നിന്നും നേരിട്ട് വീശുന്ന കാറ്റാണ്. വെള്ളം മുക്കിക്കളയാൻ അതിലൊരു പാട്ട വെച്ചിട്ടുണ്ട്.'

'തോണിയുടെ വിലയായിട്ട് ഞാൻ കുറച്ചെന്തെങ്കിലും തരണമെന്ന് വിചാരിക്കുന്നു.'

'വേണ്ട- അതിന്റെയാവശ്യമില്ല. ഞാൻ ഒന്നു ഭാഗ്യം പരീക്ഷിക്കട്ടെ എത്തിക്കഴിഞ്ഞാൽ കഴിയുന്നത്രയും അയക്കൂ.'

'ശരി'

'നിങ്ങൾ മുങ്ങിപ്പോയേക്കാം. എന്നൊന്നും ഞാൻ കരുതുന്നില്ല.'

'വളരെ നല്ലത്.'

'കാറ്റിനോടൊപ്പം നീങ്ങി മുന്നോട്ടു പോയ്ക്കൊണ്ടിരുന്നാൽ മതി-

'ശരി' ഞാൻ തോണിയിലേക്കിറങ്ങി.

'താങ്കൾ ഹോട്ടലിന്റെ വാടക ഏൽപിച്ചിട്ടുണ്ടോ?'

'ഉണ്ട്. മുറിയിൽ ഒരു കവറിലിട്ട് വെച്ചിട്ടുണ്ട്'

'ശരി. ഗുഡ് ലക്ക് ടെനെന്റി.'

'ഗുഡ് ലക്ക് എമിലിയോ- ഞങ്ങൾ നിങ്ങളോട് ഒരുപാട് നന്ദിയുള്ളവരായിരിക്കാം.'

'താങ്കൾ അഥവാ മുങ്ങിപ്പോവുകയാണെങ്കിൽ എന്നോട് അത്രയൊന്നും നന്ദി കണ്ടെന്നുവരില്ല.'

'അയാൾ എന്താണ് പറയുന്നത്.' കാതറിൻ ചോദിച്ചു.

അയാൾ നമുക്ക് ഭാഗ്യമാശംസിക്കുകയാണ്.

'ഗുഡ് ലക്ക്'- കാതറീൻ പറഞ്ഞു.'വളരെയധികം നന്ദി'

'നിങ്ങൾ തയ്യാറായല്ലോ.'

'അതെ.'

അയാൾ ഒന്നു കുനിഞ്ഞു തോണിയെ ആഞ്ഞുതള്ളി.

ഞാൻ തുഴയെടുത്ത് ആഞ്ഞുകുത്തി. പിന്നെ അയാളോട് കൈവീശി. ബാർമാൻ തിരിച്ചും കൈവീശിക്കാണിച്ചു. ഹോട്ടലിൽ നിന്നുള്ള വെളിച്ചങ്ങൾ ഞങ്ങൾക്ക് കാണാമായിരുന്നു. ഞാൻ നേരെ മുന്നിലേക്ക്, മുന്നിലേക്ക് മാത്രമായിട്ട് തുഴയാൻ തുടങ്ങി. ഹോട്ടലിൽ നിന്നുള്ള വെളിച്ചങ്ങൾ ക്രമേണ കണ്ണിൽ നിന്നും മറഞ്ഞു. തടാകം കുറച്ചൊന്നു പ്രക്ഷുബ്ധമായിരുന്നെങ്കിലും ഞങ്ങൾ കാറ്റിനോടൊപ്പം പൊയ്ക്കൊണ്ടിരുന്നു.

37

കനത്തഇരുട്ടിലൂടെ ഞാൻ തുഴഞ്ഞുകൊണ്ടേയിരുന്നു. കാറ്റ് മുഖത്തു വന്ന്ടിക്കുന്നുണ്ടായിരുന്നു. മഴ തൽക്കാലം ശമിച്ചിരുന്നുവെങ്കിലും ചിലപ്പോൾ കാറ്റിനോടൊപ്പം വന്ന തുള്ളിപ്പോയി. കണ്ണിൽകുത്തിയാലറിയാത്ത ഇരുട്ട്, കാറ്റിനാണെങ്കിൽ കഠിനമായ തണുപ്പും. അമരത്തിലിരുന്നിരുന്ന കാതറീനെ എനിക്ക് കാണാമായിരുന്നുവെങ്കിലും വെള്ളത്തിൽ തുഴ വീഴുന്നതെവിടെയെന്ന് എനിക്ക് കാണാൻ കഴിഞ്ഞിരുന്നില്ല. തുഴകൾക്ക് നല്ല നീളമുണ്ടായിരുന്നു. പക്ഷേ അവയിൽ കൈപ്പിടിയിൽ നിന്നും തെന്നിപ്പോകാതിരിക്കാനുള്ള തോൽക്കഷണം. പിടിപ്പിച്ചിട്ടുണ്ടായിരുന്നില്ല. ഞാനൊന്നുയർന്ന് മുന്നിലേക്കാഞ്ഞ് വെള്ളത്തിൽ സ്ഥാനം നിജപ്പെടുത്തി. എന്നിട്ട് തുഴയാഞ്ഞെറിഞ്ഞ് വലിച്ച് എന്നേക്കൊണ്ടാവും വിധത്തിൽ തുഴഞ്ഞുകൊണ്ടിരുന്നു. കാറ്റ് ഞങ്ങളോടൊപ്പമായിരുന്നതിനാൽ ഞാൻ തുഴകളെ വിശ്രമിക്കാനനുവദിച്ചില്ല. കൈ വള്ളകൾ കുമളിച്ച് പൊട്ടുമെന്ന് എനിക്കറിയാമായിരുന്നു. ആ അപകടസന്ധി കഴിയുന്നത്ര നീട്ടിവെക്കാൻ ഞാനാഗ്രഹിച്ചു. തോണിക്ക് ഭാരം കുറവായതിനാൽ ആയാസരഹിതമായി തുഴഞ്ഞുപോകാൻ സാധിച്ചു. ഇരുണ്ട വെള്ളത്തിലൂടെ ഞാനതിനെ വലിച്ചു കൊണ്ടു പോയ്ക്കൊണ്ടിരുന്നു. എനിക്കൊന്നും കാണാൻ സാധിച്ചിരുന്നില്ല. താമസിയാതെ 'പല്ലൻസ' ക്കെതിരിലെത്തുമെന്ന് ഞാൻ പ്രതീക്ഷിച്ചു.

പക്ഷേ ഞങ്ങൾക്കൊരിക്കലും 'പല്ലെൻഡ' കാണുവാൻ സാധിച്ചില്ല. തടാകത്തിലൂടെ നീങ്ങുമ്പോൾ കാറ്റ് മുന്നിലേക്കായതിനാൽ, ഇരുട്ട് മൂടിയിരുന്നു. പല്ലെൻസായെ ഞങ്ങൾക്ക് കാണാൻ കഴിഞ്ഞില്ല. അവിടുത്തെ വെളിച്ചങ്ങൾ ഞങ്ങളുടെ ദൃഷ്ടിയിൽപ്പെട്ടില്ല. തീരത്തോടുചേർന്ന് കുറേക്കൂടി മുന്നോട്ടു നീങ്ങിയപ്പോൾ ഞങ്ങൾക്ക് പക്ഷേ 'ഇൻട്റാ'യിലെ വെളിച്ചങ്ങൾ കാണാൻ കഴിഞ്ഞു. പിന്നീട് വളരെ നേരത്തോളം ഞങ്ങൾക്ക് വെളിച്ചങ്ങളൊന്നുംതന്നെ കാണാൻ കഴിഞ്ഞില്ല. തീരപ്രദേശങ്ങളും കാണാൻ കഴിഞ്ഞില്ല. തിരമാലകളുടെ ചാഞ്ചാട്ടത്തോടൊപ്പം ഞാൻ നിർത്താതെ

തുഴഞ്ഞുകൊണ്ടിരുന്നു. ചിലപ്പോൾ തിരമാലകൾ, തോണിയെ എടുത്തു യർത്തുമ്പോൾ എനിക്ക് തുഴകളെ വെള്ളത്തിൽ മുട്ടിക്കാനാവാതെ വന്നു. തടാകം ക്രമേണ അശാന്തമാവാൻ തുടങ്ങി. പക്ഷേ ഞാൻ തുഴയൽ തുടർ ന്നുകൊണ്ടിരുന്നു. പെട്ടന്ന് ഞങ്ങൾ നിനച്ചിരിക്കാതെ കരയിലെ പാറക്കൂട്ട ങ്ങൾക്കരികിൽ ചെന്നെത്തി. തിരമാലകൾ പാറക്കൂട്ടങ്ങളിൽ ഉയരത്തിൽ ആഞ്ഞടിക്കുകയും പിൻവാങ്ങുകയും ചെയ്തുകൊണ്ടിരുന്നു. ഞാൻവലത്തേ തുഴക്കോലിൽ ഊന്നൽകൊടുത്തുകൊണ്ട് ആഞ്ഞുവലിച്ചു. മറ്റേ തുഴകൊണ്ട് വെള്ളത്തിനെ പിന്നോട്ട് തള്ളി. കുറച്ചൊന്നു കഴിഞ്ഞപ്പോൾ ഞങ്ങൾ പാറ ക്കൂട്ടങ്ങളിൽനിന്നും നീങ്ങി തടാകത്തിലേക്ക് വീണ്ടും കടന്നു. പാറക്കൂട്ടങ്ങൾ അകന്നകന്നുപോയി. ഞങ്ങൾ മുന്നോട്ട് കുതിച്ചുകൊണ്ടിരുന്നു.

'നമ്മൾ പല്ലൻസാ തടാകം മുറിച്ചു കടന്നു കഴിഞ്ഞു.' ഞാൻ കാതറീനോട് പറഞ്ഞു.

'നമ്മൾ കടന്നു കഴിഞ്ഞു. നമ്മൾക്കത് കാണാൻ സാധിച്ചില്ല.'

'ഓമനേ നിനക്കെങ്ങനെയിരിക്കുന്നു.?'

'ഒരു കുഴപ്പവുമില്ല.'

'കുറച്ചു നേരത്തേക്ക് ഞാൻ കൈകളിലെടുക്കാം തുഴകൾ.'

'വേണ്ട എനിക്ക് ബുദ്ധിമുട്ടില്ല.'

'പാവം ഫെർഗൂസൻ കാതറിൻ പറഞ്ഞു.- 'രാവിലെ അവൾ തമ്മളെ ത്തിരഞ്ഞു ഹോട്ടലിലെത്തുമ്പോൾ കാണാതെ നിരാശപ്പെടും.'

'ഞാനക്കാര്യത്തെച്ചൊല്ലിയല്ല വേവലാതിപ്പെടുന്നത്.' ഞാൻ പറഞ്ഞു.

'കസ്റ്റംസ് ഗാർഡുമാരുടെ കണ്ണിൽപ്പെടാതെ, വെളിച്ചം വീഴുന്നതിനു മുമ്പ് തടാകത്തിന്റെ സ്വിസ് ഭാഗത്തേക്ക് കടക്കാനാകുമോ എന്നതാണ് എന്റെ ഉൽകണ്ഠ.'

'ഇനിയുമൊരുപാട് ദൂരമുണ്ടോ?'

ഇവിടെനിന്നിനിയും മുപ്പതിലേറെ കിലോമീറ്ററുകൾ

രാത്രിമുഴുവൻ ഞാൻ തുഴഞ്ഞുകൊണ്ടിരുന്നു. അവസാനം തുളകളെ കൈപ്പിടിയിലൊതുക്കാനാകാത്തവിധം ഇരുകൈകളും പൊട്ടിവ്രണപ്പെ ട്ടു. ഇതിനിടെ ഞങ്ങൾ പലപ്രാവശ്യം തീരത്തേക്ക് ഇടിച്ചുകയറിയിരുന്നു. കാരണം ഉൾത്തടാകത്തിലായിരിക്കുമ്പോൾ ദിക്കറിയാതെ അലയേണ്ടി വരികയും അതിനാൽ സമയനഷ്ടം വരികയും ചെയ്യുമെന്ന് ഞാൻ ഭയപ്പെ ട്ടിരുന്നു. ചിലപ്പോൾ ഞങ്ങൾ കരയോട് വളരെ ചേർന്ന് തീരത്തിലെ മരക്കൂട്ടങ്ങളും, അതിനിടയിലൂടെ നീങ്ങിപ്പോകുന്ന റോഡും പുറകിലെ മലകളുമൊക്കെ വ്യക്തമായി കാണാവുന്ന വിധത്തിൽ തുഴഞ്ഞു നീങ്ങി. മഴ നിശ്ശേഷം നിന്നിരുന്നു. മേഘക്കൂട്ടങ്ങളെ കാറ്റ് അടിച്ച് പറത്തിയകറ്റി യതിനാൽ ചന്ദ്രൻ പുറത്തുവന്നു പ്രകാശിച്ചു. തിരിഞ്ഞുനോക്കിയപ്പോൾ 'കാസ്റ്റാഗ്നോല'യിലെ ന#ീണ്ടിരുണ്ട പാറക്കൂട്ടങ്ങളെ കാണാൻക ഴിഞ്ഞു. ആ പാറക്കൂട്ടങ്ങളിൽ ചെന്നലയടിച്ചിരുന്നു. തിരമാലകളുടെ

വെള്ളത്തൊപ്പിയണിഞ്ഞ തടാകം അങ്ങകലെ മഞ്ഞുമലകൾക്കിടയിൽ പ്രകാശിച്ചിരുന്ന മുഴുതിങ്കൾ. അൽപനേരത്തിനുള്ളിൽത്തന്നെ വീണ്ടും നിലാവിന്റെ മുകളിൽ ഇരുണ്ട മേഘങ്ങൾ ഇഴഞ്ഞു. മലകളും തടാകവും വീണ്ടും കാഴ്ചയിൽനിന്നും മറഞ്ഞുപോയി. പക്ഷേ ഇരുട്ടിന് മുമ്പത്തേക്കാൾ കനംകുറവ് തോന്നി. അതിനാൽ ഞങ്ങൾക്ക് തീരം കാണുവാൻ സാധിച്ചു. എനിക്ക് വളരെ വ്യക്തമായി തീരപ്രദേശങ്ങൾ കാണുവാൻ കഴിഞ്ഞിരുന്നു. പാലൻസാ റോഡിലുടനീളം പാറാവ് നിർത്തിയിരുന്ന കോസ്റ്റ്ഗാർഡുകളുടെ ദൃഷ്ടിയിൽപ്പെടാതിരിക്കാൻ ഞാൻ കുറച്ചൊന്ന് തടാകത്തിലേക്ക് ഉൾവലിഞ്ഞു. വീണ്ടും നിലാവ് തെളിഞ്ഞപ്പോൾ എനിക്ക് കരയിലെ മലഞ്ചെരിവുകളിൽ സ്ഥിതിചെയ്തിരുന്ന വെളുത്ത നിറത്തിലുള്ള വില്ലകളും മരങ്ങൾക്കിടയിലുള്ള വെളുത്തനിറത്തിലുള്ള റോഡും കാണാൻ കഴിഞ്ഞു. ഈ നേരമത്രയും ഞാൻ തുഴയുകയായിരുന്നു.

കുറച്ചങ്ങോട്ട് നീങ്ങിയപ്പോൾ തടാകത്തിന് വീതികൂടിക്കൂടി വന്നു. അക്കരെ മലനിരകളുടെ പാദത്തിലായി കുറച്ചു വെളിച്ചങ്ങൾ പ്രത്യക്ഷപ്പെട്ടു. അത് 'ലൂയിനോ' ആയിരിക്കുമെന്ന് എനിക്ക് തോന്നി. അക്കരെ മലനിരകൾക്കിടയിൽ ഒരു വരമ്പുപോലെ ഉയർന്നുനിൽക്കുന്ന ഒരിടം തെളിഞ്ഞുകണ്ടു. അത് ലൂയിനോ തന്നെയായിരിക്കണം. ഞാൻ ചിന്തിച്ചു. അത് ലൂയിനോ തന്നെയാണെങ്കിൽ, ഞങ്ങൾ സമയം ഒട്ടും പാഴാക്കിയിട്ടില്ലെന്നുറപ്പിക്കാം. ഞാൻ തുഴകളെ വെള്ളത്തിലേക്കാഴ്ത്തി വലിച്ചുകൊണ്ട് സീറ്റിലേക്ക് ചാരി. തുഴച്ചിൽകൊണ്ട് ഞാൻ വളരെ, വളരെ ക്ഷീണിച്ചുപോയിരുന്നു. എന്റെ കൈത്തണ്ടകളും ചുമലും പുറവുമെല്ലാം കഠിനമായി വേദനിച്ചു. ഉള്ളംകൈകൾ പൊട്ടി വ്രണപ്പെട്ടു.

'ഞാൻ കുട തുറന്നു പിടിച്ചിരിക്കാം.' കാതറീൻ പറഞ്ഞു. അത് നിവർത്തിപ്പിടിച്ചാൽ നമുക്ക് കാറ്റിനോടൊത്തു നിഷ്പ്രയാസം നീങ്ങാം.'

'നിനക്ക് ഒന്നു തുഴയാമോ?'

'പറ്റുമെന്നു തോന്നുന്നു.'

'നീ തുഴകളെടുത്ത് കൈകൾക്ക് കീഴിൽവെച്ച് തോണിയുടെ അരികുചേർന്ന് തുഴയെറിഞ്ഞ്, ചുക്കാൻ പിടിച്ച് അനങ്ങാതെ ഇരുന്നാൽ മതി. ഞാൻ കുട നിവർത്തിപ്പിടിച്ച് ഇരുന്നോളാം.'

ഞാൻ തിരിച്ച് അമരത്തുചെന്ന് തുഴകൾ എങ്ങനെയാണ് പിടിക്കേണ്ടത് എന്നു കാണിച്ചുകൊടുത്തു. പിന്നീട് പോർട്ടർ തന്ന വലിയ കുട നിവർത്തി അണിയത്തിനു അഭിമുഖമായിരുന്നു. കുടക്കാലിന്റെ ഇരുവശത്തേക്കും കാലുകളിട്ടു പിടിയിൽ മുറുകെ പിടിച്ചുകൊണ്ടാണ് ഞാനിരുന്നത്. കുടയുടെ പിടിയിലെ പിടുത്തം നഷ്ടപ്പെടാതിരിക്കാൻ വേണ്ടി ഞാനത് സീറ്റിൽ കൊളുത്തിയിട്ടു. കുടക്കുള്ളിൽ പൂർണമായി കാറ്റുനിറഞ്ഞു. വളരെ ശ്രമപ്പെട്ട് ഞാൻ കുടയുടെ രണ്ടരികുകളിലും ബലമായി പിടിച്ചു. ശക്തിയിൽ വലിച്ചുപിടിച്ചിരുന്നപ്പോൾ തോണി അതിവേഗം കുതിച്ചുപായുന്നതായി എനിക്കനുഭവപ്പെട്ടു.

'വളരെ മനോഹരമായി നമ്മൾ മുന്നോട്ട് പോവുകയാണ്' കാതറീൻ പറഞ്ഞു. എനിക്ക് പക്ഷേ കുടയുടെ വാരിയെല്ലുകൾ മാത്രമേ കാണാൻ കഴിഞ്ഞിരുന്നുള്ളൂ. കുടയാകെപ്പാടെ കാറ്റിൽ വലിഞ്ഞുമുറുകി. ആ വലിച്ചിലിൽ ഞങ്ങൾ അതിവേഗം നീങ്ങിപ്പോകുന്നുണ്ട് എന്നെനിക്ക് തോന്നി. ഞാൻ എന്റെ കാലുകളെ കൊളുത്തുകളിൽ ബന്ധിച്ചു. അങ്ങനെ പോകെ, പെട്ടന്ന് കുടയുടെ ബക്കിൾ വീണു. അതിന്റെ ഒരു ഇല്ലി എന്റെ നെറ്റിയിൽ ശക്തമായി വന്നിടിച്ചു. ശക്തമായ കാറ്റിൽ വളഞ്ഞു താഴേക്ക് മടങ്ങുന്ന അതിന്റെ മുകൾഭാഗത്തെ ശീലയെ ഞാൻ വാരിപ്പിടിക്കാൻ ശ്രമിച്ചു. പൊടുന്നനെ കുട പിടുത്തം വിട്ട് അകംപുറം മറിഞ്ഞ്, പിടിയുടെ ഇരുവശത്തേക്കും കാലുകളിട്ട് കവച്ചിരുന്ന എന്റെതലയിലേക്ക് കാറ്റുനിറഞ്ഞ ശീലയോടെ പൊട്ടിച്ചാടിവീണു. ഞാൻ അതിന്റെ പിടിയുടെ കൊളുത്ത് സീറ്റിൽ നിന്നും വേർപെടുത്തി. കുടയെ അണിയത്തുപേക്ഷിച്ച് കാതറീന്റെയരികിലേക്ക്, തുഴ കയ്യിലെടുക്കേണ്ടതിനായി നീങ്ങി. അവൾ പൊട്ടിപ്പൊട്ടി ചിരിക്കുകയായിരുന്നു. അവൾ എന്റെ കൈകൾ കടന്നുപിടിച്ച് ചിരിതുടർന്നുകൊണ്ടേയിരുന്നു.

'എന്താണ് കാര്യം?' ഞാൻ തുഴകൾ കയ്യിലെടുത്തു.

'നീയാ സാധനവും പിടിച്ചിരിക്കുന്നത് ഒന്നു കാണേണ്ട കാഴ്ചയായിരുന്നു.'

'എനിക്കും തോന്നി.'

'പിണങ്ങല്ലേ ഓമനേ അത് ഭയങ്കര തമാശയായിരുന്നു.' നിനക്ക് ഏതാണ്ട് ഇരുപതടി വീതിയുണ്ടെന്നു തോന്നി. കുടയുടെ രണ്ടരികും വിരിച്ചു പിടിച്ചിരുന്നപ്പോൾ വളരെ സ്നേഹവാനുമാണെന്നും എനിക്ക് തോന്നി. അവൾ ചിരിയടക്കാനാവാതെ വീർപ്പുമുട്ടി.

'ഇനി ഞാൻ തുഴഞ്ഞോളാം.'

'നീ തെല്ലൊന്നു വിശ്രമിക്കൂ. എന്നിട്ട് ഒരു ഡ്രിങ്ക് എടുക്കൂ. ഇന്നത്തെ രാത്രി ഒരു ഗംഭീര രാത്രിയാണ്. പോരാത്തതിന് നമ്മൾ ഒരു പാടു ദൂരം പിന്നിട്ടുകഴിഞ്ഞു.'

'എനിക്കീ തോണി തിരമാലകളുടെ ചുഴിയിൽപ്പെടാതെ നോക്കേണ്ടതുണ്ട്.'

'ഞാൻ നിനക്കൊരു ഡ്രിങ്ക് ശരിയാക്കിത്തരാം. അത് കഴിച്ച് കുറച്ചു നേരം വിശ്രമിക്കൂ ഓമനേ'

ഞാൻ തുഴകൾ കയ്യിലെടുത്തു ഞങ്ങൾ കുറച്ചുദൂരം കാറ്റിനൊപ്പം അങ്ങനെപോയി. കാതറിൻ ബാഗുതുറക്കുകയായിരുന്നു. അവൾ ബ്രാ ണ്ടിക്കുപ്പി എന്റെ കയ്യിൽത്തന്നു. പോക്കറ്റ് കത്തികൊണ്ട് ഞാനതിന്റെ കോർക്ക് വലിച്ചൂരി എന്നിട്ട് ഒരു നീണ്ട കവിൾ കുടിച്ചു. അത് നല്ല മിനുസവും ചൂടുമുള്ള ഒന്നായിരുന്നു. അതിന്റെ ചൂട് ശരീരമെങ്ങും വ്യാപിച്ചു. എനിക്കാകെപ്പാടെ ഇളം ചൂടും ഉന്മേഷവും തോന്നി.

'ഇത് സുന്ദരമായ ബ്രാണ്ടിയാണ്.' ഞാൻ പറഞ്ഞു. ചന്ദ്രൻ വീണ്ടും മേഘങ്ങളുടെ പുറകിൽ മാഞ്ഞുവെങ്കിലും എനിക്ക് തീരം വ്യക്തമായി

കാണാമായിരുന്നു. മറ്റൊരു പാറക്കൂട്ടം ഞങ്ങൾക്ക് മുമ്പിലായി വളരെ നീളത്തിൽ നീണ്ടുകിടന്നിരുന്നു.

'നിനക്ക് വല്ലാതെ തണുപ്പടിക്കുന്നുണ്ടോ കാറ്റ്?'

' എനിക്ക് വളരെ ഉന്മേഷം തോന്നുന്നു. ഒരിത്തിരി മരവിപ്പ് ഉണ്ടെന്നു മാത്രം.'

'ആ വെള്ളം കുറേ കോരിക്കളയൂ. എന്നാൽ നിനക്ക് നിന്റെ കാൽപാദങ്ങൾ താഴെ വെക്കാം.'

ഞാൻ തുഴയേറുകളുടെ ശബ്ദവും തകരപ്പാട്ടകൊണ്ട് അമരത്തെ വെള്ളത്തിൽ മുക്കി വെള്ളം കോരിക്കളയുന്ന ശബ്ദവും കേട്ടുകൊണ്ട് നിശ്ശബ്ദനായിരുന്നു തുഴഞ്ഞു.

'ആ തകരപ്പാട്ട ഒന്നു തരാമേ?' ഞാൻ ചോദിച്ചു. 'എനിക്കിത്തിരി വെള്ളം കുടിക്കണം.'

'അത് വല്ലാതെ വൃത്തികേടായിരിക്കുന്നു.'

'അതു കുഴപ്പമില്ല. ഞാനതു കഴുകിക്കൊള്ളാം.' കാതറിൻ അത് തോണിക്കുപുറത്തേക്ക് കുനിഞ്ഞുകൊണ്ട് കഴുകിയെടുക്കുന്ന ശബ്ദം ഞാൻ കേട്ടു. പിന്നീട് അതിൽ വെള്ളം നിറച്ച് അവൾ എന്റെ കയ്യിൽത്തന്നു. ബ്രാണ്ടി കുടിച്ചതിനാലാവാം എനിക്ക് ഭയങ്കരമായ ദാഹം തോന്നി. വെള്ളം ഐസുപോലെ തണുത്തിരുന്നു. അതിനാൽ എനിക്കെന്റെ പല്ലുകൾ കോച്ചിവേദനിച്ചു. ഞാൻ തീരത്തിന്റെ നേർക്കു നോക്കി. ഞങ്ങൾ ആ നീളൻ പാറക്കെട്ടുകളോട് അടുത്തുക്കൊണ്ടിരിക്കുകയായിരുന്നു. ഉൾത്തടാകത്തിന്റെ ഭാഗത്തായി മുമ്പിൽ വെളിച്ചങ്ങൾ കണ്ടു.

'നന്ദി' ഞാൻ അത് പറഞ്ഞുകൊണ്ട് പാട്ട തിരികെയേൽപിച്ചു.

'എന്നും എപ്പോഴും സ്വാഗതം' കാതറീൻ പറഞ്ഞു. 'വേണമെങ്കിൽ ഇനിയും ധാരാളം തരാം.'

'നിനക്കെന്തെങ്കിലും കഴിക്കണമെന്നു തോന്നുന്നില്ലേ?'

'ഇല്ല. കുറച്ചുനേരം കൂടിക്കഴിഞ്ഞാൽ എനിക്ക് ഭയങ്കരമായി വിശക്കും. അതുവരേക്കും നമ്മൾക്ക് സൂക്ഷിച്ചുവെക്കാം.'

'ശരി-'

ദൂരെനിന്നു പാറക്കെട്ടുകളുടെ ഒരു നീളൻ നിരയായി തോന്നിച്ചിരുന്ന ഭാഗം വാസ്തവത്തിൽ കരയുടെ ഒരു തലപ്പായിരുന്നു. അത് കടന്നുപോകുവാൻവേണ്ടി ഞാൻ ഉൾത്തടാകത്തിലേക്ക് കുറച്ചൊന്നു നീങ്ങി. ഇപ്പോൾ തടാകം വീതികുറഞ്ഞു സ്വൽപം ഇടുങ്ങിയതായിത്തീർന്നു. ചന്ദ്രൻ വീണ്ടും മേഘങ്ങളുടെയിടയിൽ നിന്നും പുറത്തുവന്നു. സൂക്ഷിച്ച് നിരീക്ഷിക്കുകയാണെങ്കിൽ കസ്റ്റംസ് ഗാർഡുമാർക്ക് ഒരു പൊട്ടുപോല, തടാകത്തിൽ നീങ്ങുന്ന ഞങ്ങളെ കാണാമായിരുന്നു.

'നിനക്കെങ്ങനെയിരിക്കുന്നു കാറ്റ്?' ഞാൻ ചോദിച്ചു.

'എനിക്ക് കുഴപ്പമൊന്നുമില്ല. നമ്മളിപ്പോഴെവിടെയെത്തി?'

'ഇനി ഏതാണ്ട് എട്ട് മൈലിൽ കൂടില്ല എന്നാണെനിക്ക് തോന്നുന്നത്.'

'അപ്പോൾ ഇനിയുമൊരുപാട്ട ദൂരം തുഴയേണ്ടതുണ്ട്. എന്റെ പാവം ഓമനേ നീയേപ്പോഴേക്കും മരിച്ചുപേകും.'

'ഇല്ല- എനിക്കൊരു പ്രയാസവുമില്ല - കൈവെള്ള പൊട്ടിയെന്നുമാത്രം.' ഞങ്ങൾ തടാകത്തിലൂടെ മുന്നോട്ട് നീങ്ങിക്കൊണ്ടിരുന്നു. വലത്തെ തീരത്തിൽ, മലനിരകൾക്കിടയിൽ ഒരു വിടവ് പ്രത്യക്ഷപ്പെട്ടു. സമനിരപ്പായും തെല്ലൊന്നു താഴ്ന്നും തീരാതിർത്തിയിലുള്ള ആ ചെറിയ പ്രദേശം കാനോബിയോ ആയിരിക്കണമെന്ന് ഞാനൂഹിച്ചു. ഞാൻ തീരത്തിൽനിന്നും അകന്നാണ് തുഴഞ്ഞിരുന്നത്. കാരണം കസ്റ്റംസ് ഗാർഡുമാരുടെ കണ്ണിൽ എളുപ്പം പെട്ടുപോകാനിടയുള്ള പ്രദേശങ്ങളായിരുന്നു അവ. കുറേ മുമ്പിലായി തടാകത്തിന്നക്കരെ ഒരുകുടാരത്തൊപ്പി ധരിച്ച ഒരു വൻമല തെളിഞ്ഞുവന്നു. ഞാൻ വല്ലാതെ തളർന്നിരുന്നു. കാര്യം പറഞ്ഞാൽ തുഴഞ്ഞുപോകാൻ ആവാത്തവിധത്തിലുള്ള അത്രവലിയ അകലമൊന്നുമല്ലായിരുന്നു അത്. പക്ഷേ നിങ്ങൾ അവശരായിക്കഴിഞ്ഞാൽ അതൊരു നീണ്ട ദൂരമായിത്തോന്നിയേക്കാം. ആ മലയെ കടന്നുപോകേണ്ടതുണ്ടെന്ന് എനിക്കറിയാമായിരുന്നു. പിന്നേയും ഒരേകദേശം അഞ്ചുമൈലോളം മുമ്പോട്ടു നീങ്ങണം. എങ്കിലേ സ്വിസ്സിന്റെ വെള്ളത്തിലേക്കെത്തുകയുള്ളൂ. ചന്ദ്രൻ മിക്കവാറും അസ്തമിക്കാറായിരുന്നു. ഇരുട്ടിന് കനമേറുകയും ചെയ്തു. ഞാൻ കരയോടടുക്കാതെ തടാകത്തിലൂടെത്തന്നെ തുഴഞ്ഞുനീങ്ങി. പറ്റാതാകുമ്പോൾ തെല്ലൊന്നു വിശ്രമിച്ചു. തുഴകളെ വെറുതെ വെള്ളത്തിലിട്ട് അവയെ നീക്കാൻ കാറ്റിനെ അനുവദിച്ചുകൊണ്ട് കുറച്ചുസമയം ഞാൻ അനങ്ങാതിരുന്നു.

'കുറച്ചുനേരം തുഴയാൻ എന്നെ അനുവദിക്കൂ.' കാതറീൻ പറഞ്ഞു.

'നിനക്കത് ചെയ്യാമോ എന്നത് എനിക്ക് തിട്ടമില്ല.'

'വിഡ്ഢിത്തം അതെനിക്ക് ഗുണമേ ചെയ്യൂ. ആകെ മരവിച്ചു പോകുന്നത് തടയാൻ അതിനാകും.'

'നീയത് ചെയ്യേണ്ട എന്നാണ് ഞാൻ പറയുക.'

'വെറുതെയിരിക്കു മിതമായ തോതിൽ തുഴയുന്നത് ഒരു ഗർഭിണിക്ക് ഗുണമേ ചെയ്യൂ.'

'ശരി. എന്നാൽ കുറച്ചുനേരം മാത്രം നീ, ആ മിതമായ തോതിൽ ഒന്നു തുഴയൂ. നീ ഇവിടെ എന്റെയരികിലേക്ക് നടന്നെത്തിയാൽ ഞാൻ പോയി അമരത്തിരിക്കാം. നടക്കാൻ തുടങ്ങുമ്പോൾ തോണിയുടെ രണ്ടരികിലും ബലമായി പിടിക്കൂ.'

ഞാൻ പോയി അമരത്തിരുന്നു. കോളർ ഉയർത്തിവെച്ച് കോട്ടുകൊണ്ടാകെ മൂടിപ്പുതച്ച് ഞാൻ കാതറീൻ തുഴയുന്നതും നോക്കി ഇരുന്നു. അവൾ നിഷ്പ്രയാസം തുഴഞ്ഞുകൊണ്ടിരുന്നു. പക്ഷേ തുഴകൾക്ക് ഇത്തിരി നീളം കൂടിയത് അവളെ തെല്ലൊന്ന് അലട്ടുന്നുണ്ടായിരുന്നു. ഞാൻ ബാഗ്

തുറന്ന് രണ്ട് സാന്റ്‌വിച്ചുകൾ എടുത്ത് കഴിക്കുകയും കുറച്ച് ബ്രാണ്ടി കുടിക്കുകയും ചെയ്തു. എനിക്ക് വളരെയേറെ സുഖം തോന്നി. ഞാൻ ഒരു ഡ്രിങ്ക് കൂടിയെടുത്തു.

'ക്ഷീണിക്കുകയാണെങ്കിൽ എന്നോട് പറയണേ, ഞാൻ പറഞ്ഞു. കുറച്ചുകഴിഞ്ഞു ഞാൻ വീണ്ടും പറഞ്ഞു. 'തുഴത്തണ്ടുകൾ നിന്റെ വയറ്റത്ത് തട്ടാതിരിക്കാൻ ശ്രദ്ധിക്കണേ.'

'അത് ശരിക്കും തട്ടിയിരുന്നെങ്കിൽ' തുഴയെറിയുന്നതിനിടയിൽ അവൾ പറഞ്ഞു. 'ജീവിതം കുറച്ചുകൂടി ലളിതമായിരുന്നേനെ.'

ഞാൻ കുറച്ചുകൂടി ബ്രാണ്ടി കുടിച്ചു. എന്നിട്ട് തോണിയുടെ രണ്ടുവശങ്ങളിലും ബലമായി പിടിച്ചുകൊണ്ട് മുന്നിലേക്ക് നടന്നു.

'വേണ്ട. ഞാൻ സുന്ദരമായി തുഴഞ്ഞു നീങ്ങുന്നുണ്ട്'

'തിരിച്ച് അമരത്ത് പോയിരിക്കൂ. എനിക്ക് നല്ല ഒരു രസികൻ വിശ്രമമാണ് കിട്ടിയത്.'

ബ്രാണ്ടിയുടെ ബലത്തിൽ കുറേ നേരം ഞാൻ അനായാസമായും ക്രമമായും തുഴഞ്ഞു നീങ്ങി. പിന്നീട് എനിക്ക് വയറ് കൊളുത്തിപ്പിടിക്കുകയും തുഴച്ചിൽ മന്ദഗതിയിലാവുകയും ചെയ്തു. ബ്രാണ്ടി കുടിച്ച ഉടനെ കഠിനമായി തുഴഞ്ഞതിനാലാവാം, പിത്തവെള്ളത്തിന്റെ നേരിയ ഇരുണ്ട രുചി വായക്കുള്ളിൽ അനുഭവപ്പെടാൻ തുടങ്ങി.

'എനിക്ക് ഒരിത്തിരി വെള്ളം കുടിക്കാൻ തരുമോ?' ഞാൻ ചോദിച്ചു.

'അതിനെന്താ പ്രയാസം?' കാതറിൻ പറഞ്ഞു.

പുലരുന്നതിന് തൊട്ടുമുമ്പായി മഴ ചാറാൻ തുടങ്ങി. കാറ്റിന്റെ ശക്തി തെല്ലൊന്നു കുറഞ്ഞു. തടാകത്തിൽ മലനിരകൾകൊണ്ട് കവചിതമായ ഒരു വലിയ ചതുപ്പ് പ്രത്യക്ഷപ്പെട്ടതിനാലാവാം കാറ്റ് ദുർബ്ബലമായത്. പുലരാൻ താമസമില്ലെന്ന് കണ്ടതിനാൽ ഞാൻ തുഴച്ചിൽ ഊക്കിലാക്കി. എവിടെയാണെത്തിച്ചേർന്നത് എന്നതിനെപ്പറ്റി ഒരെത്തും പിടിയും കിട്ടിയിരുന്നില്ല. എങ്ങനെയെങ്കിലും തടാകത്തിന്റെ സ്വിസ് മേഖലയിലേക്ക് എത്രയും വേഗം പ്രവേശിക്കേണ്ടതുണ്ടെന്ന് എനിക്ക് ബോദ്ധ്യമായി. വെളിച്ചം വീശാൻ തുടങ്ങിയ നേരത്ത് ഞങ്ങൾ തീരത്തിന് വളരെയടുത്തായിട്ടാണ് നീങ്ങിക്കൊണ്ടിരിക്കുന്നതെന്ന് ഞാൻ കണ്ടു. പാറക്കെട്ടുകൾ നിറഞ്ഞ കരയും വൃക്ഷങ്ങളും എനിക്ക് കാണാമായിരുന്നു.

'എന്താണത്?' കാതറീൻ ചോദിച്ചു. തുഴത്തണ്ടിൽ ചാരി ഞാൻ കാതോർത്തു. തടാകത്തിലൂടെ ഒരു മോട്ടോർ ബോട്ട് ഛഗ് ഛഗ് എന്നു നീങ്ങുന്ന ശബ്ദമായിരുന്നു അത്. ഞാൻ തോണി തീരത്തോട് ചേർത്ത് വലിച്ചു നിർത്തി അനങ്ങാതെയിരുന്നു. ഛഗ് ഛഗ് ശബ്ദം കുറേക്കൂടി അടുത്തെത്തി. മഴച്ചാറ്റലിലൂടെ ഒരു മോട്ടോർ ബോട്ട് ഞങ്ങൾക്ക് തൊട്ടു പിന്നിലായി നീങ്ങിവരുന്നത് ഞങ്ങൾ കണ്ടു. അമരത്തിൽ നാലു കസ്റ്റംസ് ഗാർഡുമാർ ഇരിക്കുന്നുണ്ടായിരുന്നു. അവർ തങ്ങളുടെ ആൽപീനിതൊപ്പികൾ താഴ്ത്തിവെച്ചിരുന്നു. പുറം കോട്ടിന്റെ കോളറുകൾ വലിച്ചുയർത്തിയും

വെച്ചിരുന്നു. അവരുടെ മുതുകുകൾക്ക് വിലങ്ങനെയായി കാർബൈൻ തോക്കുകൾ തൂങ്ങിക്കിടന്നു. അതിരാവിലത്തെ ഉറക്കച്ചടവുണ്ടായിരുന്നു അവരുടെ ക്ഷീണിച്ച മുഖങ്ങളിൽ. തൊപ്പിയിലേയും പുറം കോട്ടിലേയും മഞ്ഞനിറത്തിലുള്ള മുദ്രകൾ എനിക്ക് സ്പഷ്ടമായി കാണാൻ കഴിഞ്ഞു. ഛഗ് ഛഗ് എന്ന ശബ്ദത്തോടെ മോട്ടോർബോട്ട് ഞങ്ങളെ കടന്ന് മുന്നോട്ട് പോയി, അതിവേഗം ദൃഷ്ടിയിൽ നിന്നും മറഞ്ഞു.

ഞാൻ വീണ്ടും തടാകത്തിലേക്ക് തിരിഞ്ഞു ആഞ്ഞുതുഴഞ്ഞു. അതിർത്തിയുടെ ഇത്രയും അടുത്തെത്തിയ സ്ഥിതിക്ക് ഇനിയും പിടികൊടുക്കുക എന്നത് അർത്ഥശൂന്യമാണെന്ന് എനിക്ക് തോന്നി. ഞാൻ തീരത്തിന്റെ അതിർത്തിരേഖ മാത്രം കണ്ണിൽപ്പെടുന്ന അത്രയും അകലത്തായി തടാകത്തിലൂടെ ഏകദേശം മുക്കാൽ മണിക്കൂർ നേരം മഴയത്ത് തുഴഞ്ഞുകൊണ്ടിരുന്നു. ഒരിക്കൽകൂടി ഞങ്ങളൊരു മോട്ടോർ ബോട്ടിന്റെ ശബ്ദം കേട്ടു. എഞ്ചിന്റെ ശബ്ദം അകന്നകന്നു പോകുന്നതുവരെ ഞാൻ നിശ്ചലനായി തോണിയിലിരുന്നു.

'കാറ്റ്! നമ്മൾ സ്വിറ്റ്സർലണ്ടിൽ എത്തിക്കഴിഞ്ഞുവെന്നാണ് തോന്നുന്നത്' ഞാൻ പറഞ്ഞു.

'സത്യമായും?'

'സ്വിസ് സൈന്യം നമ്മെ പിടികൂടുന്നതുവരെ അതുറപ്പിക്കാൻ വഴിയില്ല.'

'അല്ലെങ്കിൽ സ്വിസ് നാവികർ'

'സ്വിസ് നാവികപ്പട നമ്മെ സംബന്ധിച്ചിടത്തോളം ഒരു തമാശക്കളിയല്ല. അവസാനം നമ്മൾ കേട്ട മോട്ടോർ ബോട്ട് സ്വിസ് നേവിയുടേതാകാനാണ് സാദ്ധ്യത.'

'നമ്മൾ സ്വിറ്റ്സർലണ്ടിലാണെങ്കിൽ നമുക്കൊരു ഊക്കൻ ബ്രേക്ഫാസ്റ്റ് കഴിക്കണം. സ്വിറ്റ്സർലണ്ടിൽ നല്ല കേമൻ ബ്രെഡ്റോളുകളും വെണ്ണയും ജാമും കിട്ടുമെന്ന് കേട്ടിട്ടുണ്ട്'

പുലർവെളിച്ചം തെളിഞ്ഞുവീശാൻ തുടങ്ങി. ഒരു തൂവൽകനവാർന്ന മഴ അപ്പോഴും ചാറുന്നുണ്ടായിരുന്നു. കാറ്റ് വീശുന്നത് തടാകത്തിന്റെ അക്കരെയോട്ടു ചേർന്നായിരുന്നു. തടാകത്തിൽ മുന്നിലായി മഞ്ഞുകൊടുമുടികൾ നീങ്ങിപ്പോകുന്നത് കാണാമായിരുന്നു. ഇപ്പോൾ ഞങ്ങൾ തികച്ചും സ്വിറ്റ്സർലണ്ടിലാണെന്ന് എനിക്കുറപ്പായി. തീരത്തിനരികിൽ മരങ്ങൾക്കു പിറകിലായി കുറേ വീടുകളുണ്ടായിരുന്നു. തടാകത്തിനെ ചുറ്റിപ്പോകുന്ന റോഡിൽ പക്ഷേ ഗാർഡുകളെയാരേയും കണ്ടില്ല. ഇപ്പോൾ റോഡ് കുറേക്കൂടി അരികിലായി കാണാൻ പറ്റി. നോക്കിനിൽക്കെ ഒരു പട്ടാളക്കാരൻ റോഡിലെ ഒരു കഫെയിൽ നിന്നും ഇറങ്ങിവരുന്നത് കാണാനായി. ഒരു ചാരവും പച്ചയും കലർന്ന യൂണിഫോമാണ് അയാൾ ധരിച്ചിരുന്നത്. ജർമൻകാരെപ്പോലെ അയാളും ഒരു ഹെൽമറ്റും ധരിച്ചിരുന്നു. ആരോഗ്യം തുളുമ്പുന്ന ഒരു മുഖമായിരുന്നു അയാളുടേത്. മൂപ്പർ ഒരു ടൂത്ത് ബ്രഷ് മീശ വെച്ചിരുന്നു. അയാൾ ഞങ്ങളുടെ നേർക്ക് നോക്കി.

'അയാൾക്ക് നേരെ കൈവീശിക്കാണിക്കു.' ഞാൻ കാതറീനോട് പറഞ്ഞു. അവൾ കൈവീശിക്കാണിച്ചപ്പോൾ ആ പട്ടാളക്കാരൻ തെല്ലൊ രമ്പരപ്പോടെ പുഞ്ചിരിക്കുകയും തിരിച്ച് കയ്യുയർത്തി വീശിക്കാണിക്കുകയും ചെയ്തു. ഞാൻ തുഴച്ചിൽ മെല്ലെയാക്കി. ഞങ്ങൾ ആ ഗ്രാമത്തിന്റെ കടവി ലൂടെയായിരുന്നു നീങ്ങിക്കൊണ്ടിരുന്നത്.

'തീർത്തും സ്വിസ്സ് അതിർത്തിക്കുള്ളിൽത്തന്നെയായിരിക്കണം എന്ന് ഉറപ്പാക്കേണ്ടതുണ്ട്' ഞാൻ പറഞ്ഞു.

'നമ്മൾക്കത് തീർച്ചപ്പെടുത്തണം ഓമനേ. അതിർത്തിയിൽവെച്ച് അവർ നമ്മെ മടക്കിയയക്കുന്ന ഒരവസ്ഥ വരാതെ നോക്കണം.'

'അതിർത്തിയൊക്കെ മുമ്പേ കഴിഞ്ഞുപോയി. ഇത് ഒരു കസ്റ്റംസ് ടൗൺ ആയിരിക്കാനാണ് സാദ്ധ്യത. ഇത് 'ബ്രിസ്സാഗോ' ആണെന്ന് എനിക്കുറ പ്പാണ്.'

'ഇവിടെ ഇറ്റലിക്കാരും കാണുമോ? ഒരു കസ്റ്റംസ് ടൗണിൽ എപ്പോഴും ഇരുഭാഗത്തേയും ആൾക്കാരുണ്ടാവുക പതിവാണല്ലോ?'

'യുദ്ധകാലങ്ങളിൽ അങ്ങനെ പതിവില്ല. ഇറ്റലിക്കാരെ തടാകം കടന്നു ഇക്കരെ വരാൻ ഇവർ അനുവദിക്കുമെന്ന് തോന്നുന്നില്ല.'

അതൊരു മനോഹരമായ കൊച്ചു പട്ടണമായിരുന്നു. ജെട്ടിയിൽ അനേകം മീൻ തോണികൾ, നിവർത്തിയ വലകളോടെ കിടന്നിരുന്നു. ഒരു സുന്ദരൻ നവംബർ മഴ വീഴുന്നുണ്ടായിരുന്നുവെങ്കിലും എല്ലായിടവും നല്ല വൃത്തിയും പ്രസന്നവുമായി തോന്നി- ഈ കനം കുറഞ്ഞ മഴച്ചാറ്റലിൽ പോലും.

'നമുക്കിവിടെയടുപ്പിച്ച്, ബ്രേക്ഫാസ്റ്റ് കഴിച്ചാലോ?'

'ശരി'

ഞാൻ ഇടത്തെ തുഴത്തണ്ടിൽ ഊന്നു കൊടുത്ത് കരയോട് ചേർന്ന് വലിച്ചു. പിന്നെ ജെട്ടിയോടടുപ്പിച്ച് നിവർന്ന് തോണിയെ തീരത്തോട് ചേർത്ത് നീളത്തിൽ നിർത്തി. ഞാൻ തുഴകൾ വലിച്ച് കയറ്റി, ഇരുമ്പുവളയ ത്തിൽ പിടിച്ച് നനഞ്ഞ കൽപടവിലേക്കിറങ്ങി. ഞാൻ സ്വിറ്റ്സർലണ്ടിലേ ക്ക് ഇറങ്ങി. ബോട്ട് ബന്ധിച്ചശേഷം ഞാൻ കാതറിന്റെ നേരെ കൈ നീട്ടി.

'വന്നാട്ടെ കാറ്റ്. ഇതൊരു ഗംഭീരൻ അനുഭവം തന്നെയാണ്.'

'ബാഗുകളുടെ കാര്യം?'

'അതൊക്കെ ബോട്ടിൽത്തന്നെ കിടക്കട്ടെ.'

കാതറിൻ തോണിയിൽ നിന്നിറങ്ങി കൽപടവിൽ കാൽകുത്തി. അങ്ങനെ ഞങ്ങൾ രണ്ടുപേരും ഒരുമിച്ച് സ്വിറ്റ്സർലണ്ടിന്റെ മണ്ണിൽ ചവിട്ടി.

'എന്തൊരു ഭംഗിയുള്ള നാട്!' അവൾ പറഞ്ഞു.

'ഇത് ഗംഭീരമായില്ലേ?'

'നമുക്ക് പോയി പ്രാതൽ കഴിക്കാം.'

'ഇതൊരു ഗംഭീര നാട്ടുതന്നെ അല്ലേ. എന്റെ ഷൂസിന് താഴെ ഈ നാടെനിക്ക് മനോഹരമായി അനുഭവപ്പെടുന്നു.'

'ഞാനാകെ മരവിച്ചുപോയതിനാലാവാം എനിക്കതത്ര മനോഹരമായി അനുഭവപ്പെടാത്തത്. പക്ഷേ ഇത് ഒരു കേമൻ രാജ്യമാണെന്ന ഒരു തോന്നൽ എനിക്കുമുണ്ട്. ഓമനേ നീ അറിയുന്നില്ലേ നമ്മൾ സത്യമായും ഇവിടെ എത്തിച്ചേർന്നുവെന്ന്? നമ്മൾ സത്യമായും ആ നശിച്ച നാട്ടിൽ നിന്നും രക്ഷപ്പെട്ടുവെന്ന്?'

'ഞാനതറിയുന്നു. സത്യമായും അറിയുന്നു. ഇങ്ങനെ ഒരു തിരിച്ചറിവിന്റെ അനുഭവം എനിക്കിതിനു മുമ്പുണ്ടായിട്ടില്ല.'

'ആ വീടുകളൊക്കെ ഒന്നു നോക്കിയാട്ടെ. എന്തൊരു ഭംഗിയുള്ള മൈതാനം അല്ലേ. പ്രാതൽ ലഭിക്കുന്ന ഒരു സ്ഥലം ഇവിടെയെവിടെയെങ്കിലും കാണണം.

'ഈ മഴക്കെന്തൊരു ഭംഗിയാണ് അല്ലേ? ഇറ്റലിയിൽ ഇത് ഇങ്ങനെയൊരിക്കലും പെയ്തിട്ടില്ല. ഇതൊരു പ്രസാദം തുളുമ്പുന്ന മഴയാണ്.'

'എന്നിട്ട് അങ്ങനെ നമ്മളിവിടെയെത്തിച്ചേർന്നു ഓമനേ നിനക്കിത് വിശ്വസിക്കാനാകുമോ നമ്മളിവിടെയെത്തിയെന്ന്?'

ഞങ്ങൾ കഫേയുടെ ഉള്ളിലേക്ക് കയറി. ഒരു വൃത്തിയുള്ള മരമേശക്കരികിൽ ഇരുന്നു. ഉത്സാഹാവേശങ്ങൾകൊണ്ട് ഞങ്ങളുടെ കണ്ണുകൾ നിറഞ്ഞിരുന്നു. വളരെ ശുചിത്വം തോന്നിക്കുന്ന ഏപ്രൺ ധരിച്ച ഒരു സുന്ദരിയായ വനിത ഞങ്ങൾക്കരികിൽ വന്നു എന്താണ് വേണ്ടതെന്ന് അന്വേഷിച്ചു.

'ബ്രെഡ് റോൾസ്, ജാം പിന്നെ കാപ്പിയും' കാതറീൻ പറഞ്ഞു.

'ക്ഷമിക്കണം.' യുദ്ധകാലമായതിനാൽ ഞങ്ങൾക്കിവിടെ ബ്രെഡ് റോൾസ് ലഭ്യമല്ല.'

'എങ്കിൽ ബ്രെഡ് തരൂ.'

'ഞാൻ നിങ്ങൾക്ക് മൊരിച്ച ബ്രെഡ് കൊണ്ടുവന്നുതരാം..'

'ശരി'

'എനിക്ക് കുറച്ച് പൊരിച്ച മുട്ടയും വേണം.'

'താങ്കൾക്ക് എത്ര മുട്ടവേണം'

'മൂന്ന്'

'നാലെണ്ണം കഴിക്കൂ ഓമനേ.'

'നാലുമുട്ട.'

ആ സ്ത്രീ പോയി. ഞാൻ കാതറീനെ ഉമ്മവെച്ചു. അവളുടെ കൈകൾ അമർത്തിപ്പിടിച്ചു. ഞങ്ങൾ കണ്ണോട്ടുകണ്ണു നോക്കിയിരുന്നു. പിന്നെ കഫേ മുഴുവൻ ഒന്നോടിച്ചുനോക്കി.

'ഓമനേ ഓമനേ ഇതെല്ലാം വളരെ മനോഹരമായില്ലേ?'

'ഗംഭീരമായി'

'ഇവിടെ ബ്രെഡ് റോളുകൾ ഇല്ല എന്നത് ഞാൻ സാരമാക്കുന്നില്ല. കാതറീൻ പറഞ്ഞു.- 'രാത്രി മുഴുവൻ ഞാനാക്കാര്യമാണ് ആ#ലോചിച്ചിരുന്നത് എന്നാണെങ്കിൽപ്പോലും ഞാനത് കാര്യമാക്കുന്നില്ല. ഞാനത് തീരെ കാര്യമാക്കുന്നില്ല'

'എനിക്ക് തോന്നുന്നു അവരുടനെത്തന്നെ നമ്മെ അറസ്റ്റ് ചെയ്തേക്കാമെന്ന്'

'അതൊന്നും സാരമില്ല ഓമനേ. നമുക്കാദ്യം ബ്രേക്ഫാസ്റ്റ് കഴിക്കാം. അതിനുശേഷമാണ് അറസ്റ്റെങ്കിൽ നമുക്ക് അതത്ര പ്രശ്നമാകില്ല. നമ്മെ അവർക്കൊന്നും ചെയ്യാനാവില്ല. നമ്മൾ ബ്രിട്ടീഷും അമേരിക്കനും പ്രജകളാണ്, അതും നല്ല നിലയിലുള്ളവർ'

'നിന്റെ കയ്യിൽ പാസ്പോർട്ടുണ്ടല്ലോ ഇല്ലേ?'

തീർച്ചയായും നമുക്കിപ്പോൾ അതിനെപ്പറ്റിയൊന്നും സംസാരിക്കേണ്ട നമുക്ക് കുറച്ചുനേരം സന്തോഷമായി ഇരിക്കാം. അവൾ പറഞ്ഞു.

'എനിക്കിതിനപ്പുറം സന്തോഷവാനാകാൻ കഴിയില്ല.' ഞാൻ പറഞ്ഞു. ഒരു ചാരനിറത്തിലുള്ള തടിച്ച പൂച്ച മേശക്കുതാഴെ ഓരോ പ്രാവശ്യം എന്റെ കാലിൽ ഉരസുമ്പോഴും മൃദുവായി കുറുകിക്കൊണ്ടിരുന്നു. ഞാൻ കുനിഞ്ഞു അവളെ തലോടി. കാതറീൻ നിറഞ്ഞ സന്തോഷത്തോടെ എന്നെ നോക്കിക്കൊണ്ടിരുന്നു. 'ഇതാ വരുന്നു കാപ്പി' അവൾ പറഞ്ഞു.

പ്രാതലിനുശേഷം അവർ ഞങ്ങളെ ഇരുവരേയും അറസ്റ്റു ചെയ്തു. ഞങ്ങൾ ഗ്രാമത്തിലൂടെ ഒന്നു ചുറ്റിനടന്ന് ജെട്ടിയിലേക്ക് പോയി. ഞങ്ങൾക്ക് ഞങ്ങളുടെ ബാഗുകൾ എടുക്കണമായിരുന്നു. ഒരു പട്ടാളക്കാരൻ ഞങ്ങളുടെ തോണിക്ക് കാവൽ നിന്നിരുന്നു.

'ഇത് നിങ്ങളുടെ തോണിയാണോ?'

'അതെ.'

'നിങ്ങൾ എവിടെനിന്നു വരുന്നു.?'

'തടാകത്തിന്റെ അങ്ങേ അറ്റത്തുനിന്നും.'

'അപ്പോൾ എനിക്ക് നിങ്ങളോടു കൂടെ വരാൻ പറയേണ്ടതായി വരും.'

'ബാഗുകളോ?'

'അത് നിങ്ങൾക്ക് എടുക്കാവുന്നതാണ്.'

ഞാൻ ബാഗുകൾ കയ്യിലെടുത്തു. കാതറീൻ എന്നോടൊപ്പം നടന്നു. പട്ടാളക്കാരൻ ഞങ്ങളുടെ കുറച്ച് പുറകിലായും. ഞങ്ങൾ പഴയ കസ്റ്റംസ് ഓഫീസിലേക്കാണ് പോയത്. അവിടെവെച്ച് വളരെ മെലിഞ്ഞതെങ്കിലും മിലിട്ടറി ഛായയുള്ള ഒരു ലെഫ്റ്റനന്റ് ഞങ്ങളെ ചോദ്യം ചെയ്തു.

'നിങ്ങൾ ഏതു രാജ്യത്തിന്റെ പൗരന്മാരാണ്?'

'അമേരിക്കനും ബ്രിട്ടീഷും.'

''നിങ്ങളുടെ പാസ്പോർട്ടുകൾ കാണട്ടെ.'

ഞാനെന്റെ പാസ്പോർട്ട് അയാൾക്ക് കൊടുത്തു. കാതറീൻ ഹാന്റ് ബാഗ് തുറന്നു അവളുടേതും എടുത്തുകൊടുത്തു.

അയാൾ അവ വളരെനേരം പരിശോധിച്ചു.

'നിങ്ങൾ സ്വിറ്റ്സർലണ്ടിൽ ഇപ്രകാരം പ്രവേശിക്കാൻ കാര്യമെന്ത്?'

'ഞാനൊരു സ്പോർട്സ്മാൻ ആണ്.' ഞാൻ പറഞ്ഞു.

'തുഴച്ചിലാണെന്റെ പ്രിയപ്പെട്ട സ്പോർട്സ്. ഒരവസരം കിട്ടിയാൽ എപ്പോഴും ഞാൻ തുഴയാറുണ്ട്.'

'എന്തുകൊണ്ടാണ് ഇവിടേക്ക് വന്നത്?'

'മഞ്ഞുകാല സ്പോർട്സിൽ പങ്കെടുക്കാൻ. ഞങ്ങൾ സഞ്ചാരികളാണ്. ഞങ്ങൾ മഞ്ഞുകാലസ്പോർട്സിൽ പങ്കെടുക്കാൻ വേണ്ടി ഇവിടെ വന്നു.'

'ഇത് ഒരു മഞ്ഞുകാലസ്പോർട്സിനു പറ്റിയ സ്ഥലമല്ല.'

'അക്കാര്യം ഞങ്ങൾക്കറിയാം. എവിടെയാണ് സ്പോർട്സ് നടക്കുന്നത് എന്നുവെച്ചാൽ അങ്ങോട്ടേക്ക് പോകണം എന്നാണ് ഞങ്ങൾ ഉദ്ദേശിക്കുന്നത്.'

'നിങ്ങൾ ഇറ്റലിയിൽ എന്തുചെയ്യുകയായിരുന്നു.?

'ഞാൻ ശിൽപകല അഭ്യസിക്കുകയായിരുന്നു. എന്റെ കസിൻ ആവട്ടെ ചിത്രകലയും.'

'പിന്നെ എന്തുകൊണ്ട് അത് ഉപേക്ഷിച്ചു.?

ഞങ്ങൾക്ക് മഞ്ഞുകാല സ്പോർട്സിൽ പങ്കെടുക്കണമായിരുന്നു. പിന്നെ യുദ്ധകാലത്ത് ശിൽപകല അഭ്യസിക്കാനും നിർവ്വാഹമില്ല.'

'നിങ്ങൾ ഇവിടെത്തന്നെ നിൽക്കുക പ്ലീസ്' ലെഫ്റ്റനന്റ് പറഞ്ഞു. അയാൾ കെട്ടിടത്തിന്റെ ഉള്ളിലേക്ക് ഞങ്ങളുടെ പാസ്പോർട്ടുകളുമായി തിരിച്ചു പോയി.

'നീ ഗംഭീരമായിരുന്നു ഓമനേ' കാതറീൻ പറഞ്ഞു. അതേ ചാലിലൂടെത്തന്നെ നീങ്ങിയാൽ മതി. നിനക്ക് വിന്റർസ്പോർട്സ് ചെയ്യണം അത്രതന്നെ!!

'നിനക്ക് ചിത്രകലയെപ്പറ്റി എന്തെങ്കിലും അറിയാമോ?'

'റംബ്രൻഡ്' കാതറിൻ പറഞ്ഞു.

'വലിയതും തടിച്ചതുമായ' ഞാൻ പറഞ്ഞു.

'ടിഷ്യൻ' കാതറീൻ പറഞ്ഞു.

'ടിഷ്യൻ - രോമം നിറഞ്ഞ' ഞാൻ പറഞ്ഞു.'മാന്റിഗ്നാ'യുടെ കാര്യത്തിലോ?'

'കട്ടപ്പമുള്ളതൊന്നും ചോദിക്കരുത്.' കാതറീൻ പറഞ്ഞു. പക്ഷേ എനിക്കദ്ദേഹത്തെ പരിചയമുണ്ട്. വളരെ തീക്ഷ്ണമായ'

'വളരെ തീക്ഷ്ണമായ' ഞാൻ പറഞ്ഞു. 'ഒരുപാട് ആണിപ്പഴുതുകൾ.'

'കണ്ടില്ലേ- ഞാനെന്തൊരു നല്ല ഭാര്യയാണ്.' കാതറീൻ പറഞ്ഞു-

'നിന്റെ ഇടപാടുകാരോട് എനിക്ക് ചിത്രകലയെപ്പറ്റി സംസാരിക്കാനാകും.'

'അതാ മൂപ്പർ വരുന്നുണ്ട്' ഞാൻ പറഞ്ഞു. കസ്റ്റംസ് ഓഫീസിന്റെ നീളൻ കെട്ടിടത്തിൽ നിന്നും പാസ്പോർട്ടുകളുമായി ലെഫ്റ്റനന്റ് പുറത്തുവന്നു.

'എനിക്ക് നിങ്ങളെ ഉടനടി 'ലൊകാർണോ'യിലേക്ക് അയക്കേണ്ടതുണ്ട്. നിങ്ങൾക്ക് സഞ്ചരിക്കാൻ ഒരു കുതിരവണ്ടി ഏർപ്പാടാക്കുന്നുണ്ട്. നിങ്ങളോടൊപ്പം ഒരു പട്ടാളക്കാരനേയും അയക്കും' അയാൾ പറഞ്ഞു.

'ശരി' ഞാൻ പറഞ്ഞു 'ഞങ്ങളുടെ തോണിയുടെ കാര്യം?'

'തോണി കണ്ടുകെട്ടിയിരിക്കുകയാണ്. നിങ്ങളുടെ ബാഗുകളിൽ എന്താണുള്ളത്?'

അയാൾ ഞങ്ങളുടെ രണ്ടു ബാഗുകളും പരിശോധിച്ചു. പിന്നീട് ബ്രാണ്ടിയുടെ ഒരു ക്വാർട്ടർ ബോട്ടിൽ എടുത്ത് ഉയർത്തി.

'നിങ്ങൾ എന്നോടൊപ്പം ഒരു ഡ്രിങ്ക് കഴിക്കാൻ കൂട്ടുമോ?' ഞാൻ ചോദിച്ചു.

'ഇല്ല-നന്ദി' അയാൾ നിവർന്നു.'നിങ്ങളുടെ കസിന്റെ കൈവശം എത്രയുണ്ട് ?

കാതറീന്റെ കൈവശം ആയിരത്തിഇരുന്നൂറിൽ ചില്വാനം ലീറയുണ്ടായിരുന്നു. ലെഫ്റ്റനന്റ് വളരെ സന്തുഷ്ടനായി കാണപ്പെട്ടു. ഞങ്ങളുടെ നേരെയുള്ള മനോഭാവത്തിലും അൽപം അയവുവന്നു.

'നിങ്ങൾ വാസ്തവത്തിൽ മഞ്ഞുകാല സ്പോർട്സിനു വേണ്ടി വന്നതാണെങ്കിൽ' അയാൾ പറഞ്ഞു. 'വെൽഗെൻ' ആണ് പറ്റിയ സ്ഥലം. എന്റെ അച്ഛന് വെൽഗെൻ-ൽ ഒന്നാന്തരമൊരു ഹോട്ടൽ ഉണ്ട്. എല്ലാ കാലത്തും തുറന്നുപ്രവർത്തിക്കുന്ന ഒന്ന്.'

'അത് ഗംഭീരമായി' ഞാൻ പറഞ്ഞു. നിങ്ങൾ അതിന്റെ പേരൊന്ന് പറഞ്ഞുതരാമോ?'

'ഞാനൊരു കാർഡിൽ എഴുതിത്തരാം.' അയാൾ പേരെഴുതിയ കാർഡ് വളരെ വിനയപൂർവ്വം എന്നെ ഏൽപിച്ചു.

'കൂടെവരുന്ന പട്ടാളക്കാരൻ നിങ്ങളെ 'ലോകാർണോ' യിലെത്തിക്കും. അതുവരേക്കും നിങ്ങളുടെ പാസ്പോർട്ടുകൾ അയാളുടെ കൈവശമിരിക്കും. ഇക്കാര്യത്തിൽ എനിക്ക് വിഷമമുണ്ട്. പക്ഷേ അവ അത്യാവശ്യമാണ്. നിങ്ങൾക്ക് അവർ വിസയോ അല്ലെങ്കിൽ ഒരു പോലീസ് പെർമിറ്റോ തരുമെന്നുള്ളകാര്യം ഉറപ്പാണ്.' അയാൾ രണ്ടു പാസ്പോർട്ടുകളും

പട്ടാളക്കാരനെ ഏൽപിച്ചു. ബാഗുകളുമെടുത്ത്, ഞങ്ങൾ ഗ്രാമത്തിലേക്ക് കുതിരവണ്ടി പിടിക്കുവാനായി പുറപ്പെട്ടു.

'ഹൈ' ലെഫ്റ്റനന്റ് പട്ടാളക്കാരനെ വിളിച്ചു എന്നിട്ട് തദ്ദേശ ഭാഷയിലുള്ള ജെർമനിൽ അയാളോട് എന്തൊക്കെയോ പറഞ്ഞു. പട്ടാളക്കാരൻ തന്റെ റൈഫിൾ എടുത്തു പുറത്തു തള്ളിവെച്ചു. പിന്നെ ബാഗുകൾ രണ്ടും കൈകളിലെടുത്തു.

'ഇതൊരു മഹത്തായ രാജ്യമാണ്.' ഞാൻ കാതറീനോട് പറഞ്ഞു.

'വളരെ പ്രായോഗികവും'

'വളരെ നന്ദി' ഞാൻ ലെഫ്റ്റനന്റിനോട് പറഞ്ഞു. അയാൾ കയ്യുയർത്തി വീശി.

'യാത്ര' അയാൾ പറഞ്ഞു. ഞങ്ങൾ ഞങ്ങളുടെ ഗാർഡിനെ ഗ്രാമത്തിലേക്ക് പിന്തുടർന്നു.

ഞങ്ങൾ ഒരു കുതിരവണ്ടിയിൽ ലോകാർണോയിലേക്ക് പുറപ്പെട്ടു. ഗാർഡ് മുന്നിൽ ഡ്രൈവറോടൊപ്പമാണ് ഇരുന്നത്.

ലോകാർണോയിലും സംഗതികളൊക്കെ രസകരമായിരുന്നു. അവർ ഞങ്ങളെ ചോദ്യംചെയ്യുകയൊക്കെ ഉണ്ടായി. പക്ഷേ അത് വളരെ മര്യാദയോടും വിനയപൂർവ്വവുമായിരുന്നു. കാരണം ഞങ്ങളുടെ പക്കൽ പാസ്പോർട്ടും പണവും ഉണ്ടായിരുന്നുവല്ലോ. കഥയിലെ ഒരു വാക്കുപോലും അവർ വിശ്വസിച്ചു എന്നു ഞാൻ വിചാരിക്കുന്നില്ല. എനിക്കും അക്കഥ പരമവിഡ്ഢിത്തമാണ് എന്നറിയാമായിരുന്നു. പക്ഷേ അക്കാര്യം ഒരു നിയമകോടതിയിലെന്നപോലെയായിരുന്നു. യുക്തി പൂർവ്വമായ ഒന്നല്ല നിങ്ങൾക്കവിടെ വേണ്ടത്. മറിച്ച് സാങ്കേതികമായ ഒന്നാണ് വേണ്ടത്. മറ്റു വിശദീകരണങ്ങളൊന്നുമില്ലാതെ ഒന്നിൽ ഉറച്ചുനിൽക്കുകയും വേണം. ഞങ്ങളുടെ കൈവശം പാസ്പോർട്ട് ഉണ്ട്. പണം ഞങ്ങളവിടെ ചിലവാക്കുകയും ചെയ്യും. അതിനാൽ അവർ ഞങ്ങൾക്ക് താൽക്കാലിക വിസകൾ നൽകി. ഏതു നിമിഷത്തിലും അവ പിൻവലിക്കാമെന്ന കരാറിൽ. എവിടെപ്പോയാലും പോലീസിൽ റിപ്പോർട്ട് ചെയ്യുകയും വേണം.

'ഞങ്ങൾക്ക് എവിടെ വേണമെങ്കിലും പോകാമോ?'

'പോകാം. എവിടെയാണ് നിങ്ങൾ പോകാനാഗ്രഹിക്കുന്നത്?'

'കാറ്റ് നിനക്കെവിടെപ്പോകാനാണ് ആഗ്രഹം?'

'മോണ്ട്രൂ'

'അതൊരു നല്ല സ്ഥലമാണ്.' ആ ഓഫീസർ പറഞ്ഞു.'എനിക്കുറപ്പുണ്ട് നിങ്ങൾക്കാ സ്ഥലം പിടിക്കുമെന്ന്.'

'ഇവിടെ, ഈ ലോകാർണോ നല്ല ഒന്നാന്തരമൊരു സ്ഥലമാണ്.' മറ്റേ ഓഫീസർ പറഞ്ഞു..'എനിക്ക് വളരെ തീർച്ചയാണ് നിങ്ങൾക്കീ സ്ഥലം ഒത്തിരി ഇഷ്ടമാകുമെന്ന് ലൊകാർണോ വളരെ ആകർഷണീയമായ ഒരു സ്ഥലമാണ്"

'വിന്റർ സ്പോർട്ട് ഉള്ള ഒരു സ്ഥലമാണ് ഞങ്ങൾക്ക് വേണ്ടത്.'

'മോൺട്ട്രൂവിൽ വിന്റർ സ്പോർട്ട് നടക്കാറില്ല.'

'ക്ഷമിക്കണേ-' ഞാനൊന്നു പറഞ്ഞോട്ടെ.' ആദ്യത്തെ ഓഫീസർ പറഞ്ഞു. ഞാൻ മോൺട്ട്രൂവിൽ നിന്നാണു വരുന്നത്. അവിടെ ഉറപ്പായും ശീതകാലവിനോദമേളയുണ്ട്. മോൺട്ട്രൂ ഓസർലാന്റ്-ബെർനോയ്ഡ്-റെയിൽവേയിലാണ് അത് നടക്കാറ്. ഇക്കാര്യം നിഷേധിക്കുക എന്നത് വ്യാജമാണ്.'

'ഞാനത് നിഷേധിക്കുന്നില്ല. മൊൺട്ട്രൂവിൽ ശീതകാല സ്പോർട്സ് ഇല്ലെന്നു മാത്രമേ ഞാൻ പറഞ്ഞുള്ളൂ.'

'ഞാനതിനെ ചോദ്യം ചെയ്യുന്നു' മറ്റേ ഓഫീസർ പറഞ്ഞു. 'ഞാനാ പ്രസ്താവനയെ ചോദ്യം ചെയ്യുന്നു.'

'ഞാനാ പ്രസ്താവനയിൽ ഉറച്ചുനിൽക്കുന്നു.'

'ഞാനാ പ്രസ്താവനയെ ചോദ്യം ചെയ്യുന്നു. ഞാൻ തന്നെ എത്രയോ തവണ മോണ്ട്രൂവിലെ തെരുവിലൂടെ ലൂഷ് ചെയ്തു നീങ്ങിയിട്ടുണ്ട് ഒരിക്കലല്ല പലതവണ. ലൂഷിങ്ങ് തീർച്ചയായും ഒരു ശീതകാലവിനോദമാണ്.'

മറ്റേ ഓഫീസർ എന്റെ നേരെ തിരിഞ്ഞു.

'ഇതാണോ നിങ്ങൾ മനസ്സിൽ കണ്ട ശീതകാലവിനോദം, സർ? ഞാൻ വീണ്ടും നിങ്ങളോടു പറയുന്നു നിങ്ങൾ ലോകാർണോയിൽ തങ്ങുകയാണ് നല്ലത്. ഇവിടെ വളരെ സുഖകരമായിരിക്കും. കാലാവസ്ഥ ആരോഗ്യം തുളുമ്പുന്നതാണ്. പരിസരവും പ്രകൃതിയും വളരെ രമണീയം നിങ്ങൾക്കിവിടെ വളരെ ഇഷ്ടപ്പെടും.'

'പക്ഷേ ഈ മാന്യൻ മോൺട്ട്രൂവിലേക്ക് പോകാനുള്ള അഭിലാഷം തുറന്നു പറഞ്ഞുകഴിഞ്ഞു.'

'എന്താണ് ഈ ലൂഷിങ്ങ്?' ഞാൻ ചോദിച്ചു.'

'കണ്ടില്ലേ ഇദ്ദേഹം അതിനെപ്പറ്റി കേട്ടിട്ടുപോലുമില്ല.' രണ്ടാമൻ ഓഫീസർക്ക് ഇപ്പറഞ്ഞത് വളരെ ബോധിച്ചു. അയാൾ വളരെ സന്തുഷ്ടനായി.

'ലൂഷിങ്ങ് എന്നുവെച്ചാൽ ടൊബൊഗ്ഗാനിങ്ങ് തന്നെ. മഞ്ഞുമൂടിയ മലകളിൽക്കൂടി തെന്നിത്തെന്നി സഞ്ചരിക്കാനുള്ള ചങ്ങാടത്തിൽക്കയറിയുള്ള പോക്കുതന്നെ.' ഒന്നാം ഓഫീസർ പറഞ്ഞു.

'ഈ അഭിപ്രായത്തിനോട് യോജിക്കാൻ കഴിയാത്തതിൽ ഖേദിക്കുന്നു' മറ്റേ ഓഫീസർ പറഞ്ഞു.' ടൊബോഗ്ഗാനും ലൂഷും തമ്മിൽ വളരെ വ്യത്യാസമുണ്ട്. ടോബോഗ്ഗാൻ കാനഡയിലാണ് നിർമ്മിക്കപ്പെടുന്നത്. നിരപ്പായ പലകയുപയോഗിച്ചാണ് അതുണ്ട#ാക്കുക. ലൂഷ് ആവട്ടെ സാധാരണ മഞ്ഞുതെന്നു വണ്ടിയാണ്. പലകക്കുപകരം അതിന് ചക്രങ്ങളാണുള്ളത്. ഒരു കാര്യം പറയുമ്പോൾ സൂക്ഷ്മത എന്ന ഒന്നുണ്ടല്ലോ.'

'അപ്പോൾ ഞങ്ങൾക്ക് ടോബോഗ്ഗാൻ ചെയ്യാൻ കഴിയുമല്ലോ?' ഞാൻ ചോദിച്ചു.

'തീർച്ചയായും നിങ്ങൾക്ക് ടോബോഗ്ഗാൻ ചെയ്യാവുന്നതാണ്.'

ഒന്നാം ഓഫീസർ പറഞ്ഞു.'നിങ്ങൾക്ക് നല്ലപോലെ ടോബോഗ്ഗാൻ ചെയ്യാം. മോൺട്ട്രൂവിൽ ഒന്നാംതരം കനേഡിയൻ ടോബോഗ്ഗാൻ വിൽപന ക്ക് വെച്ചിട്ടുണ്ട്. 'ഓഷ്ഡ് ബ്രദേഴ്സ്' എന്നൊരു കൂട്ടർ അവ വിൽക്കുന്നുണ്ട്. അവർ അവരുടെ ടോബോഗ്ഗാനുകൾ കാനഡയിൽ നിന്നും ഇറക്കുമതി ചെയ്യുകയാണ്.'

രണ്ടാം ഓഫീസർ മുഖം തിരിച്ച കളഞ്ഞു. 'ടോബോഗ്ഗാനിങ്ങ് ഒരു സവിശേഷ വൈദഗ്ധ്യം ആവശ്യപ്പെടുന്ന ഒന്നാണ്.' നിങ്ങൾക്ക് മോൺട്ട്രൂ വിലെ തെരുവുകളിലൂടെ ടോബോഗ്ഗാൻ ചെയ്ത് നീങ്ങാൻ ഒരിക്കലും സാധിക്ക യില്ല. ആട്ടെ, നിങ്ങൾ എവിടെത്തങ്ങാനാണ് ഒടുവിൽ തീരുമാനിക്കുന്നത്.?'

'ഞങ്ങൾക്കറിഞ്ഞുകൂടാ' ഞാൻ പറഞ്ഞു. 'ഞങ്ങളിപ്പോൾ ബ്രസ്സാഗോ യിൽ നിന്ന് എത്തിയതേ ഉള്ളൂ. വാഹനം പുറത്ത് കിടക്കുന്നു.'

'മോൺട്ട്രൂ തെരഞ്ഞെടുക്കുന്നതിൽ ഒരു അബദ്ധവും വരാനില്ല.' ഒന്നാം ഓഫീസർ പറഞ്ഞു.'കാലാവസ്ഥ രമണീയവും സുഖകരവുമാണ് വിന്റർ സ്പോർട്സിൽ പങ്കെടുക്കാൻ നിങ്ങൾക്ക് വളരെ ദൂരം പോകേണ്ടിവരില്ല.'

'നിങ്ങൾ ശീതകാല സ്പോർട്സാണുദ്ദേശിക്കുന്നതെങ്കിൽ' രണ്ടാം ഓഫീസർ പറഞ്ഞു ' നിങ്ങൾ എൻഗാസിൽലേക്കോ മ്യൂറെൻലേക്കോ പോവുക. ശീതകാലസ്പോർട്സിനുവേണ്ടി നിങ്ങൾ മോൺട്ട്രൂവിലേക്ക് പോകണം എന്ന നിർദ്ദേശത്തെ ഞാൻ ശക്തിയുക്തം എതിർക്കുന്നു.'

'മോൺട്ട്രൂവിലെ മലമുകളിലെ' ലെസ് ആവാന്റ്സ്'ൽ ഒന്നാന്തരമൊരു ശീതകാല വിനോദകേന്ദ്രമുണ്ട് എല്ലാതരത്തിലുമുള്ള വിനോദങ്ങൾക്കും പറ്റിയത്.' മോൺട്ട്രൂവിന്റെ വക്താവ്, തന്റെ സഹപ്രവർത്തകനെ രൂക്ഷമായി നോക്കിക്കൊണ്ട് പറഞ്ഞു.

'മാന്യരെ' ഞാൻ പറഞ്ഞു. 'ഞങ്ങൾക്ക് ഇപ്പോൾത്തന്നെ പോകേണ്ട തുണ്ടെന്ന് പറയാതെ വയ്യ. എന്റെ കസിൻ വളരെയേറെ ക്ഷീണിതയാണ്. ഞങ്ങൾ പരീക്ഷണാർത്ഥം മോൺട്ട്രൂവിലേക്ക് പോകാൻ വിചാരിക്കുന്നു.'

'ഇക്കാര്യത്തിൽ ഞാൻ നിങ്ങളെ അനുമോദിക്കുന്നു' ഒന്നാം ഓഫീസർ എന്റെ കൈപിടിച്ച കുലുക്കി.

'ലൊകാർണോ'വിട്ടുപോകുന്നതിൽ നിങ്ങൾ പിന്നീട് പശ്ചാത്തപിക്കു മെന്ന് ഞാൻ വിശ്വസിക്കുന്നു.' രണ്ടാമത്തെ ഓഫീസർ പറഞ്ഞു.'ശരി എങ്ങ നെയായാലും നിങ്ങൾ ചെന്നാൽ മോൺട്ട്രൂവിലെ പോലീസ് സ്റ്റേഷനിൽ റിപ്പോർട്ട് ചെയ്യണം.'

'പോലീസുമായിട്ടുള്ള ഇടപാടിൽ യാതൊരു പ്രശ്നവുമുണ്ടാകില്ല. ഒന്നാം ഓഫീസർ എനിക്ക് ഉറപ്പുതന്നു 'മോൺട്ട്രൂവിലെ എല്ലാമനുഷ്യരും, അങ്ങേയ റ്റം മര്യാദക്കാരും സുഹൃദ്തൽപരരുമാണെന്ന് നിങ്ങൾക്ക് ബോദ്ധ്യമാകും.'

'നിങ്ങൾ രണ്ടുപേർക്കും വളരെയേറെ നന്ദി.' ഞാൻ പറഞ്ഞു.

'നിങ്ങൾ രണ്ടുപേരുടേയും ഉപദേശങ്ങൾക്ക് ഞാൻ വളരെയധികം വില

കൽപിക്കുന്നു.'

'ഗുഡ്ബൈ' കാതറീൻ പറഞ്ഞു.'രണ്ടുപേർക്കും വളരെ നന്ദി' അവർ ഞങ്ങളെ വന്ദിച്ചുകൊണ്ട് വാതിൽക്കലേക്ക് ചൂണ്ടി. ലോകാർണോയുടെ വക്താവിന്റെ വന്ദനം അത്രതന്നെ ഊഷ്മളമായിരുന്നില്ല. ഞങ്ങൾ പടികളിറങ്ങി വണ്ടിയിൽ ചെന്നു കയറി. 'എന്റെ ദൈവമേ! ഓമനേ നമുക്ക് കുറച്ചുംകൂടി നേരത്തെയിറങ്ങാൻ കഴിയുമായിരുന്നില്ലേ?' ഓഫീസർമാരിലൊരാൾ ശുപാർശ ചെയ്ത ഹോട്ടലിന്റെ പേർ ഞാൻ വണ്ടിക്കാരനോട് പറഞ്ഞു. ഒപ്പം വന്ന പട്ടാളക്കാരൻ അപ്പോഴും വണ്ടിക്കരികിൽ നിൽക്കുന്നുണ്ടായിരുന്നു. ഡ്രൈവർ കടിഞ്ഞാൺ കയ്യിലെടുത്തു.

'നീ നമ്മുടെ പട്ടാളത്തെ മറന്നുപോയി.' കാതറീൻ പറഞ്ഞു.

ഞാൻ പട്ടാളക്കാരന് പത്തുലീറയുടെ ഒരു നോട്ട് കൊടുത്തു.

'എന്റെ കയ്യിൽ സ്വിസ് കറൻസിയില്ല.' ഞാൻ പറഞ്ഞു. അയാൾ എന്നോട് നന്ദി പറഞ്ഞു. സല്യൂട്ടടിച്ച് നടന്നുപോയി. കുതിരവണ്ടി ഞങ്ങളേയുംകൊണ്ട് ഹോട്ടലിലേക്ക് പുറപ്പെട്ടു.

'നിനക്കെങ്ങിനെയാണ് മോൺട്രൂ എന്ന് തിരഞ്ഞെടുക്കാനായത്.?' ഞാൻ കാതറീനോട് ചോദിച്ചു. 'നിനക്ക് സത്യത്തിൽ അവിടെത്തന്നെ പോകണമെന്നുണ്ടോ?'

''എനിക്കോർമയിൽ വന്ന ആദ്യത്തെ പേരാണത്.' അവൾ പറഞ്ഞു.'കേട്ടിടത്തോളം അതൊരു നല്ല സ്ഥലമാണെന്നു തോന്നുന്നു. നമുക്ക് അവിടെ മലമുകളിൽ ഒരു താമസസൗകര്യം കണ്ടെത്താൻ കഴിഞ്ഞേക്കും.'

'നിനക്കുറക്കം വരുന്നുണ്ടല്ലോ?'

' ഞാനിപ്പോൾ ഉറങ്ങുകതന്നെയാണ്.'

'നമുക്ക് നന്നായൊന്നുറങ്ങണം. എന്റെ പാവം കേറ്റ്- എന്തൊരു ദുരിതം പിടിച്ച നീണ്ട രാത്രിയായിരുന്നു അത്.'

'എനിക്ക് നല്ല രസമായിരുന്നു. കാതറീൻ പറഞ്ഞു. പ്രത്യേകിച്ചും ആ കുട തുറന്നുപിടിച്ചുള്ള പോക്ക്'

'നിനക്കിത് വിശ്വസിക്കാൻ കഴിയുന്നുണ്ടോ നമ്മളിപ്പോൾ സ്വിറ്റ്സർലണ്ടിലാണെന്ന്'

'ഇല്ല. ഉറങ്ങിയെഴുന്നേൽക്കുമ്പോൾ എല്ലാം തോന്നലായിരുന്നു എന്നു വരുമോ എന്നു ഞാൻ പേടിക്കുന്നു.'

'എനിക്കും അങ്ങനെത്തന്നെ.'

ഇതെല്ലാം സത്യമാണ്. അല്ലേ ഓമനേ? ഞാൻ മിലാനിലെ റെയിൽവേ സ്റ്റേഷനിലേക്ക് നിന്നെ യാത്രയാക്കാൻ പോവുകയല്ലല്ലോ?

'അല്ലെന്നു വിശ്വസിക്കുന്നു.'

'അങ്ങനെ പറയല്ലേ ഓമനേ അതെന്നെ പേടിപ്പിക്കുന്നു. ഒരു പക്ഷേ അങ്ങോട്ടുതന്നെയായിരിക്കുമോ നമ്മൾ പോകുന്നത്?'

'എന്റെ തലയിലെല്ലാം ആകെപ്പാടെ കുഴഞ്ഞുമറിഞ്ഞിരിക്കുന്നു. അതിനാൽ എനിക്കൊന്നിനും ഒരു നിശ്ചയം പോരാ' ഞാൻ പറഞ്ഞു.

'ഞാൻ നിന്റെ കൈകളൊന്നു കാണട്ടെ'

ഞാൻ കൈകൾ നീട്ടിക്കാണിച്ചു. കൈവെള്ളകൾ രണ്ടും കുമളിച്ച് പൊട്ടിയിരുന്നു.

'എന്റെ പാർശ്വത്തിൽ ആണിപ്പഴുതില്ല.' ഞാൻ പറഞ്ഞു.

'ദൈവനിന്ദയരുത്.'

എനിക്ക് വളരെയേറെ ക്ഷീണം തോന്നി. ചിന്തകളെല്ലാം അസ്പഷ്ട ങ്ങളായി. രക്ഷപ്പെടലിന്റെ വിസ്മയാഹ്ലാദങ്ങൾ ആകെ വിട്ടൊഴിഞ്ഞു. കുതിരവണ്ടി തെരുവിലൂടെ ഓടിക്കൊണ്ടിരുന്നു.

'പാവം കൈകൾ' കാതറീൻ പറഞ്ഞു.

'അത് തൊടല്ലേ' ഞാൻ പറഞ്ഞു. 'ദൈവത്താണെ. എവിടെയാണ് നമ്മൾ എത്തിയത് എന്ന് എനിക്ക് അറിയുന്നേയില്ല. നമ്മൾ എങ്ങോട്ടാണ് പോകുന്നത് ഡ്രൈവർ?'

ഡ്രൈവർ കുതിരകളെ പിടിച്ചു നിർത്തി.

'ഹോട്ടൽ മെട്രോപോൾ - ലേക്ക്.' താങ്കൾക്ക് അങ്ങോട്ടേക്കല്ലേ പോകേണ്ടത്?

'അതെ' ഞാൻ പറഞ്ഞു. 'എല്ലാം ശരിതന്നെയാണ് കേറ്റ്'

'എല്ലാം ശരിയാണ് ഓമനേ ഇങ്ങനെ അമ്പരക്കാതിരിക്കു. നമ്മൾക്ക് നന്നായൊന്നു ഉറങ്ങണം നാളെയുണരുമ്പോൾ ഈ പ്രാന്ത് നിന്നെ വിട്ടൊഴിയും.'

'എനിക്കിപ്പോൾ പ്രാന്താണ്.' ഞാൻ പറഞ്ഞു. 'ഇതെല്ലാം കൂടി ഒരു തമാശനാടകം പോലെ തോന്നിപ്പിക്കുന്നു. ചിലപ്പോൾ എനിക്ക് വിശക്കു ന്നതുകൊണ്ടുമാകാം.'

'നീ വല്ലാതെ ക്ഷീണിച്ചിരിക്കുന്നു. അത്രേയുള്ളു കാര്യം. ഓമനേ നിനക്ക് വേഗം സുഖമാകും'

കുതിരവണ്ടി ഹോട്ടലിന്റെ മുന്നിൽചെന്നു നിന്നു. ഉള്ളിൽനിന്നും ആരോ ഒരാൾ ഞങ്ങളുടെ ബാഗുകൾ എടുക്കാൻവേണ്ടി കടന്നുവന്നു.

'എനിക്കിപ്പോൾ എല്ലാം ശരിയായി' ഞാൻ പറഞ്ഞു. ഞങ്ങൾ നടപ്പാ തയിലൂടെ ഹോട്ടലിലേക്ക് നടക്കുകയായിരുന്നു.

'എനിക്കറിയാമായിരുന്നു, നിനക്കെല്ലാം സുഖമാകുമെന്ന്. നീ വല്ലാതെ തളർന്നിട്ടുണ്ടെന്നു മാത്രം. ഒരുപാട് സമയമായല്ലോ നീയൊന്നുറങ്ങിയിട്ട്'

'എങ്ങനെയായാലും നമ്മളൊട്ടുവിൽ ഇവിടെയെത്തി.'

'അതെ നമ്മൾ സത്യമായും എത്തി.'

ബാഗുകളുമായി മുന്നിൽ നടക്കുന്ന പരിചാരകനെ അനുഗമിച്ച് ഞങ്ങൾ ഹോട്ടലിലേക്ക് കയറി.'

38

അത്തവണ ഇലപൊഴിയും കാലത്തെ മഞ്ഞ് വളരെ വൈകിയാണെത്തിയത്. മലഞ്ചെരുവിൽ ദേവദാരു വൃക്ഷങ്ങൾക്കിടയിലുള്ള ഒരു ഇരുണ്ട നിറത്തിലുള്ള മരക്കുടിലിലാണ് ഞങ്ങൾ താമസിച്ചത്. രാത്രിയിലെ തുഷാരം കാരണം പ്രഭാതമാകുമ്പോഴേക്കും, ഡ്രെസ്സറിനു മുകളിൽ വെച്ച ജലപാത്രങ്ങളിൽ ഐസ്പാളി ഉറഞ്ഞുകിടന്നു.

മിസിസ് ഗട്ടിൽജെൻ അതിരാവിലെ മുറിയിൽ കടന്നുവന്ന് തുറന്ന് കിടക്കുന്ന ജനവാതിലുകൾ അടച്ചുപൂട്ടുമായിരുന്നു. എന്നിട്ട് ഉയരത്തിലുള്ള ചീനക്കളിമൺ നെരിപ്പോടിൽ തീ പൂട്ടും. ഒന്നു പൊട്ടിച്ചീറ്റി പൈൻ വിറകുകൾ ആളിക്കത്താൻ തുടങ്ങും. രണ്ടാം തവണ മിസിസ് ഗട്ടിൽജെൻ വരുമ്പോൾ കുറേക്കൂടി വിറകുകൊള്ളികളും കൊണ്ടുവരും, പിന്നെ ചൂടുവെള്ളത്തിന്റെ കൂജയും മുറിക്കുള്ളിൽ വേണ്ടത്ര ചൂടുണ്ടെന്നു കണ്ടാൽ, അവർ പോയി പ്രാതൽ എടുത്തുകൊണ്ടുവരും കിടക്കയിലിരുന്നു പ്രാതൽ കഴിക്കുമ്പോൾ ജനാലയിലൂടെ ഞങ്ങൾക്ക് ഫ്രെഞ്ച് അതിർത്തിയിലുള്ള മലനിരകൾ കാണാമായിരുന്നു. മലമുടികളിൽ മഞ്ഞ് തങ്ങിനിന്നു. തടാകം ചാരനിറം കലർന്ന നീലച്ചുതെളിഞ്ഞു തിളങ്ങിക്കിടന്നു.

കുടിലിനുപുറത്ത് അപ്പുറം മലകളിലേക്ക് കയറിപ്പോകുന്ന ഒരു റോഡുണ്ടായിരുന്നു. വണ്ടിച്ചാലുകളും വരമ്പുകളും ഉറച്ച മഞ്ഞു വീണ് ഇരുമ്പുപോലെ കട്ടത്തതായിത്തീർന്നിരുന്നു. മലമുകളിലേക്ക് ക്രമത്തിൽ ഉയർന്നു പൊയ്ക്കൊണ്ടിരുന്ന റോഡിനിരുവശവും ദേവദാരുവൃക്ഷക്കാടുകളായിരുന്നു. മലയെച്ചുറ്റിപ്പോയിരുന്ന ഈ പാതയോരത്ത് പുൽമേടുകളും കളപ്പുരകളും മരക്കുടിലുകളും ഉണ്ടായിരുന്നു. കാടോരത്തുള്ള പുൽമേടുകൾക്ക് എതിരിലായി ദൂരെ താഴ്‌വാരം കാണാമായിരുന്നു. വളരെയാഴത്തിൽ സ്ഥിതിചെയ്തിരുന്ന താഴ്‌വാരത്തെത്തഴുകി ഒരു കാട്ടരുവി പാറക്കെട്ടുകളിലൂടെ അലച്ച് പായുന്ന ശബ്ദം കേൾക്കാം.

ചിലപ്പോൾ ഞങ്ങൾ റോഡുപേക്ഷിച്ച് ദേവദാരുമരക്കാടുകൾക്കിടയിലുള്ള ഒരു പാതയിലൂടെ കാടിനുള്ളിലേക്ക് കയറിപ്പോയിരുന്നു. കാടിന്റെ നിലം, നടക്കുമ്പോൾ വളരെ മൃദുലമായിത്തോന്നി. ഉറച്ചമഞ്ഞ്. റോഡിനെ

കഠിനമാക്കിയതുപോലെ ഇവിടെ ചെയ്തിട്ടില്ലായിരുന്നു. പക്ഷേ റോഡിന്റെ കട്ടപ്പം ഞങ്ങൾ വകവെച്ചിരുന്നില്ല. കാരണം ഞങ്ങൾ ആണികളുറപ്പിച്ച ബൂട്ട്സ് ധരിച്ചാണ് നടക്കാനിറങ്ങിയിരുന്നത് റോഡിലൂടെയുള്ള നടത്തം സുഖകരവും പ്രസന്നപൂർണവുമായിരുന്നുവെങ്കിലും കാട്ടിൽ, മരങ്ങൾക്കിടയിലൂടെയുള്ള നടത്തം വളരെ മനോഹരമായിരുന്നു.

ഞങ്ങൾ താമസിച്ചിരുന്ന വീടിന്റെ മുൻവശത്തെ മലഞ്ചെരുവ് കിഴക്കാംതൂക്കായി തടാകം സ്ഥിതിചെയ്യുന്ന സമതലത്തിലേക്കിറങ്ങിച്ചെന്നു. വെയിലുള്ളപ്പോൾ ഞങ്ങൾ പോർച്ചിലിരുന്നു വെയിൽ കാഞ്ഞു. ചെറുമലകളിൽ തട്ടുതട്ടായിത്തിരിച്ച് മുന്തിരിത്തോട്ടങ്ങൾ കാണാം. മുന്തിരിവള്ളികൾ മഞ്ഞുവീഴ്ചകൊണ്ട് ചീയാൻ തുടങ്ങിയിരുന്നു മുന്തിരിത്തോട്ടങ്ങളുടെ അരികിലൂടെ ഇറങ്ങി റോഡ് ചെറുകുന്നുകൾക്കിടയിലൂടെ കയ്യാലയതിരുകളിൽ സ്ഥിതിചെയ്തിരുന്ന വയലുകളിലേക്കിറങ്ങിച്ചെന്നു. മുന്തിരിത്തോട്ടങ്ങൾക്കു താഴെയായി ഇടുങ്ങിയ താഴ്വാരത്തിലെ, തടാകതീരത്തിൽ, പട്ടണത്തിലെ വീടുകൾ സ്ഥിതി ചെയ്തു. വെറും രണ്ട് വൃക്ഷങ്ങൾമാത്രമുള്ള ഒരു കൊച്ചു ദ്വീപുണ്ടായിരുന്നു തടാകത്തിൽ. ഒരു മീൻതോണിയുടെ ഇരട്ട കാറ്റുപായപോലെ തോന്നിച്ചു ആ രണ്ടു വൃക്ഷങ്ങൾ. തടാകത്തിനക്കരെ കാണപ്പെട്ട മലകൾ അഗ്രങ്ങൾ കൂർത്തതും ചെങ്കുത്തായതുമായിരുന്നു. അങ്ങകലെ തടാകം അവസാനിക്കുന്നിടം തൊട്ട് റോൺവാലി സമതലങ്ങൾ പരന്നുകിടന്നു. അത്യുയരത്തിലുള്ള രണ്ടു മലകൾക്കിടയിലായിരുന്നു റോൺവാലി. സമതലത്തിൽ മലകൾ മുറിച്ചുകടക്കുന്നിടത്ത് ആയിരുന്നു സെന്റ് ഡ്യൂമിഡി. മഞ്ഞുമൂടിയ ഒഴക്കൻ മലനിരയായിരുന്നു അത്. അത് താഴ്വരയെ മൊത്തം തന്റെ നിഴലാൽ മൂടിയിരുന്നു. പക്ഷേ അത് വളരെയേറെ അകലത്തായതിനാൽ ഞങ്ങൾ ആ നിഴൽപ്പാടിൽ പെട്ടിരുന്നില്ല.

വെയിൽ തിളങ്ങിയിരുന്ന ഉച്ച നേരങ്ങളിൽ ഞങ്ങൾ പോർച്ചിലിരുന്നു ലഞ്ച് കഴിച്ചു. അതൊഴിച്ചുള്ള സമയങ്ങളിലെല്ലാം ഞങ്ങൾ മുകൾനിലയിലെ, മരച്ചുവരുകളും മൂലയിൽ നെരിപ്പോടുമുള്ള ഒരു ചെറിയ മുറിയിലിരുന്നാണ് ഭക്ഷണം കഴിച്ചിരുന്നത്. പുസ്തകങ്ങളും മാസികകളും ഞങ്ങൾ ടൗണിൽ നിന്നും വാങ്ങിയിരുന്നു. പിന്നെ 'ഹോയൽ' ന്റെ ഒരു പകർപ്പ് വാങ്ങിക്കൊണ്ടുവന്നു; ഞാൻ വിവിധതരം ചീട്ടുകളികൾ കളിക്കാൻ ശീലിച്ചു. നെരിപ്പോടുള്ള ആ ചെറിയ മുറിയായിരുന്നു വാസ്തവത്തിൽ ഞങ്ങളുടെ ഇരിപ്പുമുറി ഇരിക്കാൻ സുഖമുള്ള രണ്ടു കസേരകളും പുസ്തകങ്ങളും മാസികകളും വെക്കാൻ ഒരു മേശയും ഉണ്ടായിരുന്നു അവിടെ. ഭക്ഷണശേഷം ഡൈനിംഗ് ടേബിൾ വൃത്തിയാക്കിക്കഴിഞ്ഞാൽ ഞങ്ങൾ അവിടെയിരുന്നു ചീട്ട് കളിച്ചു. ഗട്ടിൽജൻ ദമ്പതികൾ താഴത്തെ നിലയിലാണ് പാർത്തിരുന്നത്. വൈകുന്നേരങ്ങളിൽ, ചിലപ്പോൾ അവർ പരസ്പരം സംസാരിക്കുന്നത് ഞങ്ങൾക്ക് കേൾക്കാമായിരുന്നു. ഒരുമിച്ച് കഴിയുന്നതിൽ അവരും വളരെ ആഹ്ലാദിക്കുന്നുവെന്ന് എനിക്ക് തോന്നിയിരുന്നു. മുമ്പ് അവർ ഒരേ ഹോട്ടലിൽ ഹെഡ് വെയിറ്ററും, പരിചാരികയുമായി ജോലിചെയ്തിരുന്നു. രണ്ടു പേരും

ജോലിചെയ്ത് സമ്പാദിച്ചതിൽ നിന്നും മിച്ചം പിടിച്ചാണ് അവർ ഈ വീട് വാങ്ങിയത്. അവരുടെ ഏക മകൻ സൂറിച്ചിലെ ഒരു ഹോട്ടലിൽ ഹെഡ് വെയിറ്റർ ആകുവാനുള്ള പരിശീലനത്തിലായിരുന്നു. താഴത്തെ നിലയിലെ പാർലറിൽ അവർ വൈനും ബീയറും വെച്ച് വിറ്റിരുന്നു. ചില വൈകുന്നേരങ്ങളിൽ കുതിരവണ്ടികൾ പുറത്തെ റോഡിൽ നിർത്തുന്നതിന്റേയും ആളുകൾ പടികൾ കയറി ഉള്ളിൽച്ചെന്ന് വൈൻ കുടിക്കുന്നതിന്റേയും കോലാഹലങ്ങൾ ഞങ്ങൾക്ക് കേൾക്കാമായിരുന്നു.

ഇരിപ്പുമുറിയുടെ പുറത്തെ ഹാളിൽ ഒരു വലിയ മരപ്പെട്ടി ഉണ്ടായിരുന്നു, തീ കായുന്നത് തുടരണമെന്നുണ്ടെങ്കിൽ ഞാൻ ആ പെട്ടിയിൽ നിന്നും വിറകുചീളുകൾ എടുത്തുകൊണ്ടുവരുമായിരുന്നു. പക്ഷേ നേരം വളരെ വൈകുവോളം ഞങ്ങൾ ഇരിക്കാറില്ലായിരുന്നു. ഇരുട്ടിലൂടെ ഞങ്ങൾ, ഞങ്ങളുടെ വലിയ ബെഡ്റൂമിലേക്ക് നടക്കും. വസ്ത്രം മാറിക്കഴിഞ്ഞാൽ ഞാൻ ജനവാതിൽക്കൽ ചെന്ന് പാളികൾ തുറന്നുവെക്കും. പുറത്തേക്ക് നോക്കി രാത്രിയെ കാണും, തണുത്തുറഞ്ഞ നക്ഷത്രങ്ങളേയും ജാലകത്തിനു കീഴിലുള്ള പൈൻമരങ്ങളേയും കാണും. പിന്നീട് ഓടിവന്നു കിടക്കയിൽ വീഴും. തണുത്തു തെളിഞ്ഞ അന്തരീക്ഷവും ജനവാതിലിനു പുറത്തെ രാത്രിയും കിടക്കയിലെ നിമിഷങ്ങളെ കൂടുതൽ മനോഹരമാക്കും. ഞങ്ങൾ വളരെ നന്നായി ഉറങ്ങിയിരുന്നു. ഇടക്കുണരേണ്ടി വന്നിരുന്നത് ഒരൊറ്റ കാരണം കൊണ്ടു മാത്രമായിരുന്നു. തൂവൽക്കിടക്കയെടുത്ത്, കാതറീൻ അറിയാതെ ഞാൻ മാറ്റിയിടും. പിന്നെ പുതിയ കനംകുറഞ്ഞ പുതപ്പിന്റെ ഇളം ചൂടിലമർന്ന് വീണ്ടും ഉറക്കത്തിലേക്ക് മടങ്ങും. അപ്പോൾ യുദ്ധമെന്ന യാഥാർത്ഥ്യം വളരെവളരെയകലത്തിൽ നടക്കുന്ന ഒന്നാണെന്ന് തോന്നിയിരുന്നു. അവരിപ്പോഴും മലകളിൽവെച്ച് ഏറ്റുമുട്ടുന്നുണ്ടെന്ന വാർത്ത പത്രങ്ങളിൽനിന്നും ഞാനറിഞ്ഞിരുന്നു. കാരണം ഇപ്പോഴും മഞ്ഞ് വീഴാൻ തുടങ്ങിയിരുന്നില്ല.

ചില നേരങ്ങളിൽ മലയിറങ്ങി ഞങ്ങൾ മോൺട്ര്യൂവിൽ ചെന്നിരുന്നു. മലയുടെ പാദത്തിലേക്ക് ഒരു നടപ്പാത ചെരിഞ്ഞിറങ്ങുന്നുണ്ടായിരുന്നു. പക്ഷേ അത് വളരെ ചെങ്കുത്തായതായതിനാൽ ഞങ്ങൾ താരതമ്യേന വീതികൂടിയ റോഡിലൂടെയാണ് പോകാറുണ്ടായിരുന്നത്. വയലുകൾക്കിടയിലൂടെയിറങ്ങി താഴെ മുന്തിരിത്തോട്ടങ്ങളുടെ കന്മതിലുകൾ പിന്നീട്ട് പിന്നേയും താഴേക്കിറങ്ങി ഗ്രാമത്തിലെ വീടുകൾക്കിടയിലൂടെയായിരുന്നു റോഡ് പോയിരുന്നത്. ആ വഴിക്ക് മൂന്നുഗ്രാമങ്ങളുണ്ടായിരുന്നു. ചെർണെക്സ്, ഫോൺടാനിവെന്റ് പിന്നെ മൂന്നാമത്തേതിന്റെ പേര് ഞാൻ മറന്നുപോയി. റോഡിലൂടെ കടന്നുപോകുമ്പോഴൊക്കെയും ഞങ്ങൾ കല്ലുകൊണ്ടു പിടുത്ത ഒരു ചതുരൻ ഗ്രാമ്യഗൃഹം കാണാറുണ്ടായിരുന്നു. മലഞ്ചെരുവിൽ, കയ്യാല കെട്ടിത്തിരിച്ച മുന്തിരിത്തോപ്പിനരികെ പുറത്തേക്കുന്തിനിൽക്കുന്ന ഒരു കുറ്റൻ പാറക്കെട്ടിലായിരുന്ന ആ വീട് പണിതിരുന്നത്.

ഓരോ മുന്തിരിവള്ളിയും ഓരോ കുറ്റിയോട് ചേർത്ത് കെട്ടിയിരുന്നു. മുന്തിരിവള്ളികൾ ഉണങ്ങിയും ഇരുണ്ടും കാണപ്പെട്ടു. കൃഷിസ്ഥലങ്ങൾ

മഞ്ഞുകാലം പ്രതീക്ഷിച്ച് വിരസമായി കിടന്നു. താഴെ തടാകവും ഓളങ്ങളില്ലാതെ, സ്റ്റീൽ നിറത്തിൽ, നിശ്ചലമായിക്കിടന്നു. ഗ്രാമ്യഗൃഹത്തിനുതാഴെ, റോഡ് ഒരു തട്ടുകൂടിതാഴ്ന്ന് ചരിഞ്ഞിറങ്ങിപ്പോയി. മിനുസമുള്ള കല്ല് പാകിയതായിരുന്ന റോഡ്. അത് ചെന്നവസാനിക്കുന്നത് മോൺട്ര്യൂവിലായിരുന്നു.

മോൺട്രൂവിന്റെ പട്ടണത്തിൽ ഞങ്ങൾക്ക് പരിചയമുള്ള ആരുമില്ലായിരുന്നു ഞങ്ങൾ തടാകതീരത്തെ നടപ്പാതയിലൂടെ നീങ്ങി അരയന്നങ്ങളെ ചെന്നു നോക്കും, കടൽക്കാക്കകളും കടൽക്കുരുവികളും, അടുത്തേക്കുചെല്ലുമ്പോൾ കോലാഹലത്തോടെ പറന്നുയരും. എന്നിട്ട് ഉറക്കെക്കരഞ്ഞുകൊണ്ട് തടാകത്തിലേക്ക് നോക്കി താഴ്ന്ന പറക്കും, വെള്ളത്തിൽ, അതിശയകരമായി കാൽപ്പാടുകൾ ശേഷിപ്പിച്ചുകൊണ്ട് ചെറുകൊറ്റികൾ കൂട്ടത്തോടെ നീങ്ങിപ്പോയിരുന്നു, പിന്നീട് ഞങ്ങൾ പട്ടണത്തിലേക്ക് ചെന്ന്, പ്രധാന തെരുവിലൂടെ, കടകളുടെ അലംകൃതമായ ജനവാതിലുകൾ നോക്കിക്കൊണ്ട് നടക്കും. കുറേ വലിയ ഹോട്ടലുകൾ, അടച്ചു പൂട്ടിയ നിലയിൽ കാണപ്പെട്ടു. പക്ഷേ മിക്കവാറും കടകളെല്ലാം തുറന്നുപ്രവർത്തിച്ചിരുന്നു. ഞങ്ങളെ ഒരുമിച്ച് കാണുന്നത് അവർക്കൊക്കെ വലിയ സന്തോഷമായിരുന്നു. അവിടെ വളരെ കേമമായി കേശാലങ്കാരങ്ങൾ ചെയ്തുകൊടുത്തിരുന്ന ഒരു സ്ഥാപനമുണ്ടായിരുന്നു. കാതറീൻ തന്റെ തലമുടി അലങ്കരിക്കാൻ അവിടെക്കയറി. വളരെ പ്രസരിപ്പുള്ള ഒരു സ്ത്രീയായിരുന്നു അതിന്റെ നടത്തിപ്പുകാരി. മോൺട്ര്യൂവിലെ ഞങ്ങളുടെ ഏകസുഹൃത്തും അവരായിരുന്നു. കാതറീനെ അവിടെ വിട്ട് ഞാനൊരു ബിയർ കടയിൽ ചെന്നുകയറി. ഇരുണ്ട മ്യൂണിച്ച് ബിയർ കുടിച്ചുകൊണ്ട് ഞാൻ പത്രങ്ങൾ വായിച്ചു.

'കൊറിയൻ ഡെല്ലാ സെറാ'യും പിന്നെ ഇംഗ്ലീഷ് പത്രങ്ങളും അമേരിക്കൻ പത്രങ്ങളും ഞാൻ വായിച്ചു. പത്രങ്ങളിലെ പരസ്യങ്ങളെല്ലാം കറുപ്പുചായം കൊണ്ട് മറച്ചിരുന്നു. ആ വഴിക്ക്, അടയാളങ്ങളാൽ ശത്രുവുമായി സംവേദിക്കേണ്ടതില്ല എന്നു വെച്ചാവാം അത്. ഈയിടെയായി വായിക്കാൻ കൊള്ളാത്ത ഒന്നായിത്തീർന്നിരിക്കുന്ന പത്രങ്ങൾ. സർവ്വത്ര കാര്യങ്ങളും, എല്ലായിടത്തും ഒരുപോലെ മോശമായിക്കൊണ്ടുവരികയാണ്. കൗണ്ടറിനു പുറകിലെ മൂലയിൽ ഞാൻ ഒരു വലിയ മഗ്ഗ് ഇരുണ്ട ബിയറും ഒരു തുറന്ന പാക്കറ്റ് കറുമുറ പലഹാരവുമായി ഇരുന്നു. ഈ ഉപ്പ് രുചിയുള്ള കറുമുറ പലഹാരം ബീയറിനെ ഒന്നുകൂടി സ്വാദിഷ്ഠമാക്കി. അതും ബീയറും ആസ്വദിച്ചുകൊണ്ട് ഞാൻ യുദ്ധമെന്ന ദുരന്തത്തെപ്പറ്റി വായിച്ചുകൊണ്ടിരുന്നു, കേശാലങ്കാരത്തിനുശേഷം കാതറീൻ ആ വഴി വരുമെന്നായിരുന്നു ഞാൻ പ്രതീക്ഷിച്ചത്. പക്ഷേ അവളെ കണ്ടില്ല. പേപ്പർ മടക്കി റാക്കിൽ വെച്ച്, ബീയറിന്റെ പണം കൊടുത്ത് ഞാൻ അവളെ നോക്കുവാനായി ഇറങ്ങി. വളരെയേറെ തണുത്തതും, ഇരുണ്ടതും ശരത്കാല ഋതുവിനു ചേർന്ന വിധത്തിലുമായിരുന്നു പകൽക്കാലം, വീടുകളുടെ കൽക്കെട്ടുകൾ കാണുമ്പോഴേ തണുതണുത്തതായി അനുഭവപ്പെട്ടു. കാതറീൻ അപ്പോൾ കേശാലങ്കാരസ്ഥാപനത്തിൽത്തന്നെയായിരുന്നു. അവർ അവളുടെ തലമുടിയിൽ, അലകൾ സൃഷ്ടിക്കുന്ന പണിയിലായിരുന്നു,

ഞാൻ കാത്തിരിപ്പുമുറിയിൽ ഇരുന്നുകൊണ്ട് അത് ശ്രദ്ധിച്ചു. അതങ്ങനെ നോക്കിയിരിക്കുന്നതിനൊത്ത് ഞാൻ ആവേശഭരിതനായിക്കൊണ്ടിരുന്നു. കാതറീൻ എന്നോട് മന്ദഹസിക്കുകയും സംസാരിക്കുകയും ചെയ്തുകൊണ്ടിരുന്നു. എന്റെ ശബ്ദം ആസക്തികൊണ്ട് പരുപരുത്തതായി. മുടി ചുരുട്ടിവെക്കുന്നതിനുള്ള കൊടിലുകൾ ആഹ്ലാദകരമായ ക്ലിക്കിംഗ് ശബ്ദങ്ങൾ ഉണ്ടാക്കിക്കൊണ്ടിരുന്നു. കാതറീനെ മൂന്നു വലിയ കണ്ണാടികളിലൂടെ എനിക്ക് കാണാമായിരുന്നു. മുറിക്കുള്ളിൽ സുഖകരമായ ഒരു ഇളംചൂട് തങ്ങിനിന്നു, പിന്നീട് അവർ കാതറീന്റെ തലമുടിയെടുത്ത് മുകളിലേക്ക് പിടിച്ചുയർത്തി, എന്നിട്ട് ഭംഗിയിൽ കെട്ടിവെച്ചു. കണ്ണാടിയിൽ നോക്കിക്കൊണ്ട് കാതറീൻ ചില മുടിപ്പിന്നുകൾ ഊരുകയും മറ്റു ചിലവ കുത്തിവെയ്ക്കുകയും ചെയ്തുകൊണ്ട് ചില്ലറ മാറ്റങ്ങൾ വരുത്തി. അവസാനം എഴുന്നേറ്റു നിന്നു.

'ഇത്രയും നേരം എടുക്കേണ്ടിവന്നതിൽ ക്ഷമിക്കണേ.'

'മോൺസിഞ്ഞോർ നിങ്ങളുടെ കേശാലങ്കാരത്തിൽ വളരെ തൽപരനാണ്. അല്ലേ മോൺസിഞ്ഞോർ?' അവർ മന്ദഹസിച്ചു.

'അതെ' ഞാൻ പറഞ്ഞു.

ഞങ്ങൾ പുറത്തിറങ്ങി തെരുവിലൂടെ നടന്നു. നല്ല തണുപ്പും മഞ്ഞും കുളിരുള്ള കാറ്റ് വീശുന്നുണ്ടായിരുന്നു.

'ഓമനെ ഈ അലങ്കാരത്തിൽ ഞാൻ നിന്നെ വളരെ സ്നേഹിക്കുന്നു.' ഞാൻ പറഞ്ഞു.

'നല്ല ആഹ്ലാദമുള്ള സമയം അല്ലേ?' കാതറീൻ പറഞ്ഞു.

'ഇനി നമുക്ക് എവിടെയെങ്കിലും കയറി ചായക്കുപകരം ഓരോ ബീയർ കുടിക്കാം. കുഞ്ഞുകാതറീനും അത് വളരെ നല്ലതായിരിക്കും. അത് അവളെ ഇത്തിരിയൊന്ന് ചെറുതാക്കും.'

'ഓ കുഞ്ഞുകാതറീൻ'- ആ മടിച്ചിപ്പെണ്ണ് അല്ലേ?'

'അവളിതുവരേക്കും ഒരു നല്ല കുട്ടിയായിട്ടാണിരുന്നത്-' കാതറീൻ പറഞ്ഞു. 'ഒരു ശല്യവുമുണ്ടാക്കുന്നില്ല. ഡോക്ടർ പറഞ്ഞു ബീയർ എനിക്ക് ഗുണം ചെയ്യുമെന്ന് കുഞ്ഞിന്റെ വലുപ്പം കുറയ്ക്കുണമെന്നും.'

'ചെറുതാക്കി ചെറുതാക്കി അവളെങ്ങാനും ഒരു ചെറുക്കനായിപ്പോയാൻ, അവനു പിന്നെ ഒരു കുതിരപ്പന്തയക്കാരനാകാനേ കഴിയൂ.'

'ഈ കുഞ്ഞിനെ കയ്യിൽക്കിട്ടിയാലുടനെ നമുക്ക് വിവാഹിതരാകാം.'കാതറീൻ പറഞ്ഞു. ഞങ്ങൾ ബീയർ പാർലറിലെ, മൂലയിലെ മേശക്കരികിൽ ഇരിക്കയായിരുന്നു. പുറത്ത് അതിവേഗം ഇരുട്ടായിക്കൊണ്ടിരുന്നു. നേരം അത്രയ്ക്കൊന്നും വൈകിയിരുന്നില്ല. പക്ഷേ പകൽ അതിവേഗം ഇരുണ്ടുവന്നു. സന്ധ്യ നേരത്തേ കടന്നുവരികയാണ്.

'നമുക്കിപ്പോൾത്തന്നെ വിവാഹിതരാകാം' ഞാൻ പറഞ്ഞു.

'വേണ്ട' കാതറീൻ പറഞ്ഞു. ഇപ്പോൾ അതെന്നെ വിഷമിപ്പിച്ചേക്കാം. എന്റെ അവസ്ഥ ഇപ്പോൾ വളരെ സ്പഷ്ടമായിക്കാണാനായിരിക്കുന്നു.

ഞാനിപ്പോൾ ആരുടേയും മുമ്പിൽ ചെല്ലാൻ തയ്യാറല്ല. ഈ കോലവും വെച്ച് കല്യാണവും കഴിക്കില്ല.'

'നമ്മൾ നേരത്തേ വിവാഹിതരായിരുന്നുവെങ്കിൽ എന്നു ഞാനിപ്പോൾ ആഗ്രഹിക്കുന്നു.'

'നേരാണ്. അങ്ങനെയായിരുന്നെങ്കിൽ നന്നായിരുന്നേനെ. പക്ഷേ നമുക്കെപ്പോഴാണ് അതിന് സമയം കിട്ടിയത്.?'

'എനിക്കറിയില്ല.'

'ഒരു കാര്യം എനിക്ക് തീർത്തുമറിയാം. ഞാനീ മഹത്തായ അമ്മച്ചി ക്കോലത്തിൽ, കല്യാണം കഴിക്കാൻ പോകുന്നില്ല- അത്രതന്നെ.'

'നീ അമ്മച്ചിക്കോലത്തിലായിട്ടില്ല.'

'ഓ അതെ. ഞാനിപ്പോഴങ്ങനെയാണ് ഓമനേ- ആ മുടിയലങ്കാരിസ്ത്രീ എന്നോട് ചോദിച്ചു, ഇതാദ്യത്തേതാണോയെന്ന്. ഞാൻ പറഞ്ഞു, അല്ല ഞങ്ങൾക്ക് ഇപ്പോൾത്തന്നെ രണ്ടാൺകുട്ടികളും രണ്ട് പെൺകുട്ടികളുമു ണ്ടെന്ന്.'

'നമ്മളിനിയെന്നാണ് വിവാഹിതരാവുക?'

'എനിക്ക് പഴയ മെലിഞ്ഞ രൂപം തിരിച്ചുകിട്ടിക്കഴിഞ്ഞാൽ എപ്പോൾ വേണമെങ്കിലും നമുക്കൊരു ഗംഭീരൻ കല്യാണം കഴിക്കണം. കാണുന്നവ രെല്ലാം അതിശയിക്കണം- എന്തൊരു മനോഹരമായ ദമ്പതികൾ എന്ന്.

'അപ്പോൾ നിനക്കതിനെപ്പറ്റി തെല്ലും ഉൽക്കണ്ഠയില്ലേ?'

'ഓമനേ ഞാനെന്തിന് ഉൽകണ്ഠപ്പെടണം. എനിക്കീ ജീവിതത്തിൽ ആകെയുണ്ടായ ഒരു വിഷമം മിലാനിൽ വെച്ച് ഞാനൊരു വേശ്യപ്പെ ണ്ണിന്റെ അവസ്ഥയിൽ പെട്ടപ്പോഴാണ്. പക്ഷേ അതാകട്ടെ വെറും ഏഴേ ഏഴു മിനിറ്റുനേരമേ നീണ്ടുനിന്നുള്ളൂ. പോരാത്തതിന് ആ റൂം ഫർണിഷിംഗും അതിനൊരു കാരണമായി കണക്കാക്കാവുന്നതാണ്. ആട്ടെ ഞാനിപ്പോൾ ഒരു നല്ല ഭാര്യയാണെന്നു തോന്നുന്നില്ലേ?'

'നീയൊരു മനോഹരിയായ ഭാര്യയാണ്.'

'എന്നാൽ പിന്നെ വല്ലാതെ സാങ്കേതികമാകാൻ പുറപ്പെടല്ലേ. ഞാൻ വീണ്ടും മെലിഞ്ഞു പാകത്തിലായാൽ ഉടനെ നമുക്ക് വിവാഹിതരാകാം. പോരേ?'

'ശരി'

'ഞാനൊരു ബീയറുകൂടി കുടിക്കേണ്ടതാണെന്ന് നിനക്ക് തോന്നുന്നില്ല? എന്റെ അരക്കെട്ട് വളരെയേറെ ഇടുങ്ങിയതിനാൽ കാതറീൻകുഞ്ഞിപ്പെ ണ്ണിന്റെ വലുപ്പം കുറയ്ക്കുകയാണ് നല്ലതെന്നാണ് ഡോക്ടർ പറയുന്നത്.'

'പിന്നെയെന്താക്കെയാണയാൾ പറഞ്ഞത്.'

എനിക്ക് കുറച്ച് ഉൽക്കണ്ഠ അനുഭവപ്പെട്ടു.

'കാര്യമായൊന്നുമില്ല. ഒന്നും തന്നെയില്ല. എനിക്ക് നല്ല വിസ്മയിപ്പിക്കുന്ന ബ്ലഡ്പ്രെഷറാണുള്ളത് ഓമനേ. അയാൾ എന്റെ ബ്ലഡ്പ്രഷറിനെ അത്യധികമായി ആരാധിക്കുന്നു.'

'നിന്റെ ഇടുപ്പ് തീരെ ഇടുങ്ങിയതാണെന്നതിനെപ്പറ്റി അയാൾ എന്താണ് പറഞ്ഞത്?'

'ഒന്നും പറഞ്ഞില്ല. ഒന്നും തന്നെ പറഞ്ഞില്ല. എനിക്ക് സ്കീ ചെയ്യാൻ പറ്റില്ല എന്നു പറഞ്ഞു.'

'അതു നേരാണ്.'

'അത് നേരത്തെ ചെയ്യാൻ ശീലിച്ചിട്ടില്ലെങ്കിൽ, ഇനിയും പഠിച്ചു തുടങ്ങാൻ വളരെ വൈകിപ്പോയെന്നു പറഞ്ഞു ഡോക്ടർ. പിന്നെ വീഴാതെ നോക്കുമെങ്കിൽ സ്കീ ചെയ്യാമെന്നും പറഞ്ഞു.

'അയാളൊരു വിശാലഹൃദയനായ കോമാളിയാണ്'

'നേരാണ് അയാളൊരു നല്ല മനുഷ്യനാണ് കുഞ്ഞ് പുറത്തേക്ക് വരുന്ന സമയത്ത് നമുക്കയാളെ വരുത്തണം.'

'നമ്മൾ ശരിക്കും വിവാഹിതരാകേണ്ടതുണ്ടോ എന്നു നീ അയാളോട് ചോദിച്ചുവോ?'

'ഇല്ല. നമ്മൾ വിവാഹിതരായിട്ട് നാലുവർഷം കഴിഞ്ഞു എന്നാണ് ഞാനയാളോട് പറഞ്ഞിട്ടുള്ളത്. നോക്കൂ ഓമനേ, നമ്മൾ വിവാഹിതരായിക്കഴിഞ്ഞാൽ പിന്നെ ഞാൻ അമേരിക്കൽ പൗരത്വമുള്ള ആളായിമാറും. അപ്പോൾ അമേരിക്കൻ നിയമമനുസരിച്ച് നമ്മുടെ കുഞ്ഞ് നിയമാനുസൃതം വിവാഹിതരായ മാതാപിതാക്കൾക്കുണ്ടായതാണെന്നും വരും.'

'എവിടെനിന്നാണ് നീ ഇതൊക്കെ കണ്ടുപിടിച്ചത്?'

'ലൈബ്രറിയിൽ ന്യൂയോർക്ക് വേൾഡ് അൽമനാക്ൽ നിന്നും'

'നീയൊരു മിടുക്കിപ്പെണ്ണാണ്.'

'എനിക്ക് ഒരു അമേരിക്കക്കാരിയാകാൻ കഴിഞ്ഞാൽ എന്തൊരു സന്തോഷമായിരിക്കുമെന്നോ! നമ്മൾ അമേരിക്കയിലേക്ക് പോകില്ലേ ഡാർലിംഗ്? എനിക്ക് നയാഗ്ര വെള്ളച്ചാട്ടം കാണണം.'

'നീയൊരു സുന്ദരിപ്പെണ്ണാണ്.'

'വേറൊരു കാര്യം കൂടി ഞാൻ കാണണമെന്ന് വിചാരിച്ചിരുന്നു.. പക്ഷേ ഓർമ്മ വരുന്നില്ല.'

'കുതിരപ്പന്തി?'

'അല്ല. എനിക്ക് ഓർമിക്കാനാകുന്നില്ല.'

'വൂൾവർത് ബിൽഡിംഗ്?'

'അല്ല'

' ഗ്രാന്റ് കാന്യൻ?'

'അല്ല. പക്ഷേ എനിക്കത് കാണണം.'

'അതെന്തായിരുന്നു.?'

'ഗോൾഡൻ ഗേറ്റ്" അതാണെനിക്ക് കാണേണ്ടത്.

ഗോൾഡൻ ഗേറ്റ് എവിടെയാണ്?'

'സാൻ ഫ്രാൻസിസ്കോ'

'എന്നാൽ അങ്ങോട്ടു പോകണം നമുക്ക്. എനിക്കെന്തായാലും സാൻ ഫ്രാൻസിസ്കോ കാണണം.

'ശരി നമുക്ക് പോകണം.'

'ഇപ്പോൾ നമുക്ക് നമ്മുടെ മലമുകളിലേക്ക് പോകാം. വേണ്ടേ?

'നമുക്ക് നടത്തം കൂടാതെ കഴിക്കാമോ?'

'അഞ്ചുമണിക്കുശേഷം ഒരു ട്രെയിൻ ഉണ്ട്.

'നമുക്ക് അതു പിടിക്കാം.'

'ശരി- ഞാൻ ഒരു ബിയർകൂടി കുടിക്കാൻ പോകുന്നു.'

ഞങ്ങൾ പുറത്തിറങ്ങി തെരുവിലൂടെ നടന്നു. പിന്നെ സ്റ്റേഷനിലേക്കു ള്ള പടികൾ കയറി. കഠിനമായ തണുപ്പ് വീഴാൻ തുടങ്ങിയിരുന്നു. റോൺ വാലിയിൽ നിന്നും തണുതണുത്ത ഒരു കാറ്റ് വീശി. കടകളിലെല്ലാം ലൈറ്റ് തെളിഞ്ഞു. ജാലകങ്ങളെല്ലാം വെളിച്ചത്തിൽ മുങ്ങിക്കിടന്നു. ഞങ്ങൾ ചെങ്കുത്തായ കൽക്കോവണിപ്പടവുകൾ കയറി മുകളിലെ തെരുവിൽ പ്ര വേശിച്ചു പിന്നീട് മറ്റൊരു നിര കോണിപ്പടികൾ കയറി സ്റ്റേഷനിലേക്ക് കടന്നു. ഒരു ഇലക്ട്രിക്ക് ട്രെയിൻ കാത്തുകിടന്നിരുന്നു. എല്ലാ ലൈറ്റുകളും തെളിഞ്ഞുകിടന്നു. എപ്പോഴാണ് ഇത് സ്റ്റേഷൻ വിടുക എന്ന് കാണിക്കുന്ന ഒരു ഡയൽ പ്രകാശിക്കുന്നുണ്ടായിരുന്നു. സൂചികൾ അഞ്ചുമണി കഴിഞ്ഞ് പത്തുമിനിറ്റ് എന്നാണ് കാണിച്ചത്. ഞാൻ സ്റ്റേഷനിലെ ക്ലോക്കിലേ ക്ക് നോക്കി അഞ്ചുമണി കഴിഞ്ഞ് അഞ്ച് മിനിട്ടേ ആയിട്ടുള്ളൂ. ഞങ്ങൾ വണ്ടിയിൽക്കയറിയിരുന്നു. ജനവാതിലിലൂടെ വണ്ടിയുടെ മോട്ടോർമാനും കണ്ടക്ടറും സ്റ്റേഷനിലെ വൈൻഷോപ്പിൽ നിന്നും ഇറങ്ങിവരുന്നത് ഞാൻ കണ്ടു ഇലക്ട്രിസിറ്റികൊണ്ട് ചൂടുപിടിപ്പിച്ചിരുന്നു. ട്രെയിനനുള്ളിൽ പക്ഷേ അത് ശ്വാസം മുട്ടിക്കുന്നതുപോലെ തോന്നിച്ചു. തുറന്ന ജനവാതിലിലൂടെ തണുത്ത പുത്തൻ കാറ്റ് കടന്നുവന്നു.

'നീ ക്ഷീണിച്ചുവോ കാറ്റ്?'

'ഇല്ല. എനിക്ക് ഭയങ്കര ഉല്ലാസം തോന്നുന്നു.'

ഇനിയും ഇത് ഒരു നീണ്ട യാത്രയാവില്ല.' എനിക്ക് നീളൻ യാത്രകൾ ഇഷ്ടമാണ്.' അവൾ പറഞ്ഞു.

'എന്നെപ്പറ്റി വിചാരപ്പെടല്ലേ ഓമനേ. എനിക്ക് വളരെ സുഖം തോ ന്നു.'

ക്രിസ്മസ്സിന് മൂന്ന് ദിവസം മുമ്പ് വരെയും മഞ്ഞ് വീണില്ല. ഒരു രാവിലെ ഞങ്ങൾ ഉണർന്നു നോക്കുമ്പോൾ കണ്ടു- മഞ്ഞുപെയ്യുന്നു. ഞങ്ങൾ

കിടക്കയിൽത്തന്നെ കഴിച്ചുകൂട്ടി. നെരിപ്പോടിൽ തീ അലറിക്കത്തുന്നുണ്ടായിരുന്നു. ഞങ്ങൾ മഞ്ഞു വീഴുന്നതും നോക്കിയങ്ങിനെ കിടന്നു. മിസിസ് ഗട്ടിൽജൻ പ്രാതലിന്റെ ഒഴിഞ്ഞപാത്രങ്ങൾ എടുത്തുകൊണ്ടുപോയിക്കഴിഞ്ഞിരുന്നു. അവർ കുറേക്കൂടി വിറകുചീളുകൾ നെരിപ്പോടിൽ ഇട്ടിരുന്നു. പുറത്തൊരു ഹിമക്കൊടുങ്കാറ്റ് ആഞ്ഞുവീശുന്നുണ്ടായിരുന്നു. പാതിരാത്രിയോടെയാണ് അതാരംഭിച്ചതെന്ന് അവർ പറഞ്ഞു. കുറേക്കഴിഞ്ഞ് ഞാൻ ജനവാതിൽക്കൽച്ചെന്നുനിന്നു പുറത്തേക്ക് നോക്കി. പക്ഷേ റോഡിനപ്പുറത്തെ കാഴ്ചകളൊക്കെ അവ്യക്തമായിരുന്നു. കാറ്റ് വീശിയടിച്ചുകൊണ്ടിരുന്നു. ഭ്രാന്തുപിടിച്ചപോലെ മഞ്ഞും പൊഴിഞ്ഞുകൊണ്ടിരുന്നു. ഞാൻ തിരിച്ച് കിടക്കയിലേക്കുതന്നെ പോയി. അവിടെക്കിടന്നുകൊണ്ട് ഞങ്ങൾ സംസാരിച്ചു.

'എനിക്ക് സ്കീ ചെയ്യാൻ കഴിഞ്ഞിരുന്നുവെങ്കിൽ' കാതറീൻ പറഞ്ഞു. 'ഇങ്ങനെയുള്ള സമയങ്ങളിൽ സ്കീ ചെയ്യാനാവില്ല എന്നത് വല്ലാത്ത ഒരു നശിച്ച ഏർപ്പാടാണ്.'

'നമുക്കൊരു ചരട് കെട്ടിവലിക്കുന്ന തെന്നുവണ്ടി ഏർപ്പാടാക്കാം. ഒരു കാറിൽ യാത്രചെയ്യുന്നതിൽക്കവിഞ്ഞുള്ള കുഴപ്പമൊന്നും അതിൽകേറി സഞ്ചരിച്ചാൽ നിനക്കുണ്ടാകാൻ പോകുന്നില്ല..'

'അത് കുറേ കടുപ്പമല്ലേ?'

'നമുക്ക് നോക്കാം.'

'വല്ലാതെ കടുപ്പമാവാതിരുന്നാൽ മതിയായിരുന്നു.'

'കുറച്ചുനേരം കഴിഞ്ഞാൽ നമുക്ക് മഞ്ഞിലൂടെ ഒരു നടത്തത്തിനിറങ്ങാം.'

'ലഞ്ചിന് മുമ്പാവണം' കാതറീൻ പറഞ്ഞു. 'എന്നാൽ നമുക്ക് നല്ല വിശപ്പ് കിട്ടും.'

'എനിക്കെപ്പോഴും വിശപ്പാണ്'

'എനിക്കുമതുപോലെത്തന്നെ'

ഞങ്ങൾ പുറത്ത് മഞ്ഞിലേക്കിറങ്ങി. പക്ഷേ മഞ്ഞ് കാറ്റിൽ നീങ്ങിപ്പോയതുകാരണം ഞങ്ങൾക്കധികം നടക്കാനായില്ല. ഞാൻ മുന്നിൽ നടന്ന്. റെയിൽവേ സ്റ്റേഷൻവരേക്കും ഒരു നടപ്പാതയുണ്ടാക്കി. പക്ഷേ അവിടെയെത്തിയപ്പോഴേക്കും, ഒരുപാടു ദൂരം പിന്നിട്ടതുപോലെ തോന്നി. വീണ്ടും മഞ്ഞുശകലങ്ങൾ കാറ്റിൽ വീശിയടിക്കാൻ തുടങ്ങിയതിനാൽ ഞങ്ങൾക്ക് മുന്നിലുള്ള യാതൊന്നും കാണാനായില്ല. സ്റ്റേഷനു സമീപത്തുള്ള ഒരു ചെറിയ സത്രത്തിലേക്ക് ഞങ്ങൾ കയറിച്ചെന്നു. ഒരു പെറുച്ചൂലുകൊണ്ട് കോട്ടുകളിലെ മഞ്ഞ് ഞങ്ങൾ പരസ്പരം തൂത്തു. എന്നിട്ട് ഒരു ബെഞ്ചിലിരുന്നു വെർമുത്ത് കുടിച്ചു.

'ഇതൊരു വൻ ഹിമകൊടുങ്കാറ്റാണ്ടണ്' പരിചാരിക പറഞ്ഞു.

'അതെ'

'ഞാനൊരു ചോക്കൊളേറ്റ് ബാർ തിന്നോട്ടെ?' കാതറീൻ ചോദിച്ചു.'അതോ ഊണു കഴിക്കേണ്ട സമയമായോ? എനിക്കെപ്പോഴും വിശപ്പാണ്.'

'പോയി ഒന്നുവാങ്ങിത്തിന്നൂ.' ഞാൻ പറഞ്ഞു.

'ആ ഹേസർ പരിപ്പുകൾ ചേർന്ന ഒന്നാണ് എനിക്ക് വേണ്ടത്.'

'കാതറീൻ പറഞ്ഞു.

'അതിന് നല്ല രുചിയാണ്' പരിചാരിക പറഞ്ഞു.'എനിക്കും അതാണേറ്റവുമിഷ്ടം'

'ഞാനൊരു വെർമുത്തുകൂടി കടിക്കുന്നു.'ഞാൻ പറഞ്ഞു.

തിരിച്ചുപോകാനായി റോഡിലിറങ്ങിയപ്പോൾ പാത മുഴുവൻ മഞ്ഞുവീണു മൂടിപ്പോയതായി കണ്ടു. ഇങ്ങോട്ട് വരുമ്പോൾ ഞാൻ പാതയിലുണ്ടാക്കിയിരുന്ന ഹോളുകളുടെ ദുർബ്ബലമായ ശേഷിപ്പുകൾ മാത്രം ബാക്കിയായി. മഞ്ഞ് ഞങ്ങളുടെ മുഖത്തേക്ക് കാറ്റിനോടൊപ്പം വീശിയെറിയപ്പെട്ടു. ഞങ്ങൾക്ക് ഒട്ടും കാണാൻ വയ്യാതായി. പിന്നീട് ഞങ്ങൾ വീട്ടിലേക്ക് പ്രവേശിച്ചു. പരസ്പരം മഞ്ഞുശകലങ്ങൾ വസ്ത്രങ്ങളിൽ നിന്നും തട്ടിക്കളഞ്ഞു. മിസ്റ്റർ ഗട്ടിൽജനാണ് ഉച്ചഭക്ഷണം വിളമ്പിയത്.

'നാളെ ഇവിടെ സ്കീയിംഗ് നടക്കുന്നുണ്ട്' അയാൾ പറഞ്ഞു. താങ്കൾ സ്കീ ചെയ്യാറുണ്ടോ മിസ്റ്റർ ഹെൻറി?'

'ഇല്ല- എനിക്ക് പഠിച്ചാൽ കൊള്ളാമെന്നുണ്ട്?'

'അതെളുപ്പത്തിൽ പഠിക്കാവുന്നതാണ്. എന്റെ മകൻ ക്രിസ്തുമസ്സിനു വരുന്നുണ്ട്. അവൻ നിങ്ങളെ പഠിപ്പിക്കും.

'അത് കേമമായി. അയാൾ എപ്പോഴാണെത്തുക?'

'നാളെ രാത്രി'

ഭക്ഷണത്തിനുശേഷം, ഞങ്ങൾ ഞങ്ങളുടെ ഇരിപ്പുമുറിയിൽ നെരിപ്പോടിനരികെയിരുന്ന ജാലകത്തിലൂടെ മഞ്ഞുവീഴുന്നത് നോക്കി കാതറീൻ പറഞ്ഞു. 'നിനക്ക് തനിച്ച് ഒരു യാത്ര പോകണമെന്നു തോന്നുന്നില്ലേ ഓമനേ? പുരുഷന്മാരുടെ സൗഹൃദമോ അല്ലെങ്കിൽ സ്കീയിംഗോ ഒന്നും വേണമെന്നില്ലേ?'

'ഇല്ല. ഞാനെന്തിനു പോകണം?'

'നിനക്ക് എന്നെയല്ലാതെ വേറെയാരെയെങ്കിലുമൊക്കെ കാണണമെന്നുണ്ടാകും എന്ന് ഞാൻ ആലോചിക്കാറുണ്ട്.'

'നിനക്ക് മറ്റു മനുഷ്യരെ കാണണമെന്നുണ്ടോ?'

'ഇല്ല.'

'എന്നാലെനിക്കുമില്ല.'

'എനിക്കറിയാം. പക്ഷേ നിന്റെ കാര്യം എന്നെപ്പോലെയല്ലല്ലോ. എനിക്കൊരു കുഞ്ഞുണ്ടാവാൻ പോകുന്നു. അക്കാരണം കൊണ്ടുതന്നെ

മറ്റൊന്നും ആവശ്യമില്ലാത്തവിധത്തിൽ ഞാൻ സംതൃപ്തയാണ്.' എനിക്കറിയാം ഞാൻ ഒരു പൊട്ടിപ്പെണ്ണാണെന്നും വേണ്ടതിലേറെ സംസാരിക്കുന്ന ഒരു വായാടിയാണെന്നുമൊക്കെ. അതുകൊണ്ടാണ് ഞാൻ പറയുന്നത് നിനക്കെന്നെ മടുത്തിട്ടുണ്ടാകണം എന്ന്. നീ കുറേ പുറത്തിറങ്ങി നടക്കണമെന്നും.'

'നിനക്ക് ഞാൻ എങ്ങോട്ടേക്കെങ്കിലും പോകണമെന്നാണോ?

'നിനക്ക് അങ്ങനെയെങ്കിലും ഒരു തമാശയൊക്കെ കിട്ടട്ടെയെന്നു കരുതിയാണ്. എനിക്ക് നീയെന്റെയരികിൽത്തന്നെ വേണമെന്നാണ്.'

'അതല്ലേ ഞാൻ ചെയ്തുകൊണ്ടിരിക്കുന്നത്?'

'ഇവിടെ അടുത്ത് വന്നാട്ടെ' അവൾ പറഞ്ഞു. എനിക്ക് നിന്റെ തലയിലെ ആ മുഴ തൊട്ടുനോക്കാൻ തോന്നുന്നു. ഇതൊരു വലിയ മുഴതന്നെയാണ്. അവൾ അതിനു മീതെക്കൂടി വിരലോടിച്ചു.

'ഓമനേ നിനക്ക് ഒരു താടി വളർത്തിക്കൂടെ?'

'നിനക്കങ്ങനെ വേണമെന്നു തോന്നുന്നുണ്ടോ?'

'നല്ല തമാശയായിരിക്കുമത്. എനിക്ക് നിന്നെ ഒന്ന് താടിവളർത്തിക്കാണാൻ മോഹം തോന്നുന്നു.'

'ശരി എന്നാൽ ഞാനൊന്നു വളർത്താം. ഉടനെത്തന്നെ തുടങ്ങിയേക്കാം. വളർത്തൽ, ഇതാ ഈ നിമിഷം തൊട്ട്. അത് നല്ലൊരു ഐഡിയാതന്നെ, എന്തെങ്കിലുമൊന്ന് ചെയ്യാനുണ്ടാകും.'

'ഒന്നും ചെയ്യാനില്ലാത്തതിനെച്ചൊല്ലി നിനക്ക് വിഷമമുണ്ടല്ലോ?'

'അതുകൊണ്ടല്ല, ഞാനിത് ഇഷ്ടപ്പെടുന്നു. എനിക്കൊരു രസികൻ ജീവിതമാണിപ്പോൾ കിട്ടിയിട്ടുള്ളത്. നിനക്കോ കാറ്റ്?'

'ഞാനൊരു മനോഹരമായ ജീവിതമാണ് ജീവിക്കുന്നത്. പക്ഷേ എനിക്കൊരു ചെറിയ പേടിയുണ്ട് വയറുവീർത്തു വലുതായി തടിച്ചുപോയപ്പോൾ നിനക്കെന്നെ ബോറടിക്കുമോ എന്ന്.'

'ഓ കാറ്റ്- നിനക്കറിയില്ല. ഞാൻ നിന്നെച്ചൊല്ലി എത്ര ഭ്രാന്തനായി

പ്പോകുന്നുവെന്ന്.'

'ഈ സ്ഥിതിയിലും.?'

'ഈ സ്ഥിതിയിലും- എന്തൊരു ഗംഭീരമായ ജീവിതം' നമ്മൾ വളരെ സന്തോഷമുള്ള ജീവിതമല്ലേ നയിക്കുന്നത്.?'

'എന്റെ കാര്യം പറഞ്ഞാൽ അങ്ങനെതന്നെയാണ്. പക്ഷേ നീയാകെ അസ്വസ്ഥനാണെന്നും തോന്നി?'

'ഇല്ല- ഞാൻ ചിലപ്പോൾ മുന്നണി, പരിചയക്കാർ ഇവരെയൊക്കെപ്പറ്റി ആലോചിച്ചുപോകുന്നു. പക്ഷേ ഞാൻ അസ്വസ്ഥനല്ല. ഞാനൊന്നും അധികം ചിന്തിക്കാറില്ല.'

'ആരെപ്പറ്റിയാണ് നീ ആലോചിക്കാറ്?'

'റിനാൾഡിയെപ്പറ്റി, പിന്നെ അച്ചൻ, പിന്നെ മറ്റു പരിചയക്കാർ പക്ഷേ അവരെപ്പറ്റിയും ഞാൻ ഒരുപാടാലോചിക്കാറില്ല. എനിക്ക് യുദ്ധത്തെപ്പറ്റി ഓർക്കുന്നതേ ഇഷ്ടമല്ല. ഞാനതിൽനിന്നൊക്കെ പുറത്ത് കടന്നിരിക്കുന്നു.'

ഇപ്പോൾ നീ എന്താണാലോചിക്കുന്നത്?

'ഒന്നുമില്ല.'

'അതെ നീ ആരെയോപറ്റി വിചാരപ്പെടുന്നുണ്ട് പറയൂ.'

'ഞാനാലോചിക്കുകയായിരുന്നു. റിനാൾഡിക്ക് നേരായും സിഫിലിസ് ഉണ്ടായിരുന്നോ എന്ന്?

'അത്രമാത്രം?'

'അതെ.'

'അവന് സിഫിലിസ് ഉണ്ടായിരുന്നോ?

'എനിക്കറിഞ്ഞുകൂടാ'

'നിനക്കത് പിടിപെട്ടില്ലെന്നോർത്ത് ഞാൻ സന്തോഷിക്കുന്നു. നിനക്കതുപോലെ എന്തെങ്കിലും ഉണ്ടായിട്ടുണ്ടോ

'എനിക്ക് ഗൊണോറിയാ ഉണ്ടായിരുന്നു.'

'എനിക്കതിനെപ്പറ്റി കേൾക്കേണ്ട- അത് വളരെ വേദനിപ്പിക്കുന്നതായിരുന്നോ ഓമനേ?'

'വളരെയേറെ'

എനിക്കും അതുണ്ടായിരുന്നെങ്കിൽ എന്നാശിച്ചുപോകുന്നു.'ഇല്ല- നീയങ്ങനെ വിചാരിക്കുന്നില്ല.'

'ഉണ്ട് നിനക്ക് വന്നതുപേലെ അത് എനിക്കും വന്നിരുന്നെങ്കിൽ എന്നു ഞാനാഗ്രഹിക്കുന്നു. നിന്റെ കൂടെക്കിടന്ന പെൺകുട്ടികളുടെയെല്ലാം കൂടെ എനിക്ക് പാർക്കാൻ കഴിഞ്ഞിരുന്നെങ്കിൽ എനിക്കവരെയെല്ലാം കളിയാക്കിക്കൊണ്ട് നിന്നോട് സംസാരിക്കാമായിരുന്നു.'

'അതൊരു നല്ല തമാശയാകുമായിരുന്നു.'

'നിനക്ക് ഗോണോറിയ ഉണ്ടെന്നുള്ളത് ഒരു തമാശച്ചിത്രമല്ല.'

'അതെനിക്കറിയാം. ഇതാ മഞ്ഞുപെയ്യുന്നത് നോക്കൂ.'

'അതിനേക്കാൾ എനിക്ക് താൽപര്യം നിന്നെ നോക്കുന്നതിലാണ്, ഓമനേ നിനക്ക് നിന്റെ മുടി വളരാനനുവദിച്ചുകൂടെ?'

'എത്ര വളരണം?'

'ഒരിത്തിരി മാത്രം'

'ഇപ്പോഴേ വേണ്ടത്ര നീണ്ടിരിക്കുന്നു.'

'അല്ല- കുറച്ചുംകൂടി വളർത്തണം. അപ്പോൾ ഞാനെന്റെ മുടിയും കുറേ മുറിച്ചുകളയും അപ്പോൾ നമ്മൾ ഒരുപോലെയാകും. ഒരാൾ ക്ക് സ്വർണമുടി മറ്റെയാൾക്ക് ഇരുണ്ടതും.!

'നിന്റെ മുടി മുറിച്ചുകളായൻ ഞാനനുവദിക്കുകയില്ല.'

'മുറിച്ചുകളഞ്ഞാൽ നല്ല തമാശയായിരിക്കും. എനിക്കീമുടികൊണ്ട് മടുത്തിരിക്കുന്നു. രാത്രി കിടക്കയിൽ ഇതൊരു വലിയ സൈ്വരക്കേടാണ്.'

'എനിക്കീ മുടി ഇഷ്ടമാണ്.'

'വെട്ടിച്ചെറുതാക്കിയാൽ നിനക്കിഷ്ടപ്പെടില്ല.?'

'ആകുമായിരിക്കും. പക്ഷേ ഇങ്ങനെ കിടക്കുന്നതാണ് എനിക്കിഷ്ടം.'

'വെട്ടിച്ചെറുതാക്കിയാൽ നല്ല ഭംഗിയുണ്ടാകും. നമ്മൾ രണ്ടു പേരും അപ്പോൾ കണ്ടാൽ ഒരു പോലെയാകും. ഓഹ് ഡാർലിംഗ് എനിക്ക് നിന്നെ അത്രയ്ക്ക് വേണം, എനിക്ക് നീ തന്നെയാകണം.?

'നീ ഞാൻ തന്നെയാണ്. നമ്മൾ ഒരൊറ്റയാൾ തന്നെയാണ്.'

'എനിക്കറിയാം. രാത്രികളിൽ നമ്മൾ അങ്ങനെയാണ്.'

'രാത്രികൾ ഗംഭീരങ്ങളാണ്.'

'നമ്മൾ ആകെ ഇടകലർന്നുചേരണം. നീ എവിടേയും പോകണമെന്ന് ഞാൻ ആഗ്രഹിക്കുന്നില്ല. ഞാൻ അത് വെറുതെ പറഞ്ഞെന്നുമാത്രം. നിനക്ക് വേണമെങ്കിൽ പൊയ്ക്കോളൂ. പക്ഷേ ഉടനെത്തന്നെ തിരിച്ചുവരണം. എന്താണിത് ഓമനേ നീയരികിലില്ലാത്തപ്പോൾ ഞാൻ ജീവിക്കുന്നില്ല.'

'ഞാനൊരിക്കലും പിരിഞ്ഞുപോവുകയില്ല.' ഞാൻ പറഞ്ഞു.

'നീയടുത്തില്ലെങ്കിൽ പിന്നെ എന്നെയൊന്നിനും കൊള്ളില്ല. അതിനപ്പുറം എനിക്കൊരു ജീവിതം തന്നെയില്ല.'

'നിനക്കൊരു ജീവിതമുണ്ടാകണമെന്നതാണ് എന്റെ അഭിലാഷം. നിനക്കൊരു ഗംഭീര ജീവിതമുണ്ടാകണം. പക്ഷേ അത് നമ്മളൊരുമിച്ച് ജീവിച്ചുതീർക്കും, അല്ലേ?'

'ഇപ്പോൾ നിനക്ക് ഞാൻ താടി വളർത്തണമെന്നാണോ അതോ വെട്ടിച്ചുരുക്കണമെന്നോ?''

'അതങ്ങനെ വളരട്ടെ- അത് വളർത്തൂ ഓമനെ- അത് ആവേശമുണർത്തിക്കും. പുതുവർഷമാരംഭിക്കുമ്പോഴേക്കും അത് നീണ്ട് ഭംഗിയാകും.'

'ഇപ്പോൾ നിനക്ക് ചെസ്സ് കളിക്കണമെന്ന് തോന്നുന്നുണ്ടോ?'

'മറിച്ച് നിന്റെയൊപ്പം കളിക്കണമെന്നേയുള്ളൂ.'

'വേണ്ട. ഇപ്പോൾ നമുക്ക് ചെസ് കളിക്കാം.'

'എന്നിട്ട് അതിനുശേഷം നമ്മൾ കളിക്കും?'

'അതെ'

'എന്നാൽ ശരി'

ഞാൻ ചെസ്ബോർഡ് എടുത്തുകൊണ്ടുവന്ന് കരുക്കൾ നിരത്തി. പുറത്ത് അപ്പോഴും ശക്തമായി മഞ്ഞ് പെയ്തു കൊണ്ടിരുന്നു.

രാത്രിയിലെപ്പോഴോ ഒരിക്കൽ ഞാനുണർന്നു. കാതറീനും ഉണർന്നു വെന്ന് എനിക്ക് മനസ്സിലായി. ജനവാതിൽക്കൽ ചന്ദ്രൻ പ്രകാശിക്കുന്നുണ്ടായിരുന്നു. ജനലഴികളുടെ നിഴൽ കിടക്കയിൽ വീണു കിടന്നു.

'നീയുണർന്നുവോ എന്റെ ഹൃദയമേ?'

'അതെ - നിനക്കുറങ്ങാൻ കഴിയുന്നില്ലേ?'

'നിന്നെയാദ്യം കണ്ടപ്പോൾ ഞാൻ ഏതാണ്ട് പ്രാന്തിന്റെ വക്കിലെത്തിപ്പോയി എന്നാലോചിച്ചുകൊണ്ട് ഞാനുണർന്നുപോയി.'

'നീ ഓർമിക്കുന്നുണ്ടോ?'

'ഇനിയൊരിക്കലും എനിക്കങ്ങനെയാകാൻ കഴിയില്ല. ഇപ്പോൾ എനിക്ക് എല്ലാം വളരെ ഗ്രാൻഡ് ആയി തോന്നുന്നു. നീ ഗ്രാൻഡ് എന്ന് വളരെ മധുരമായാണ് പറയാറ്. പറയൂ ഗ്രാൻഡ്'

'ഗ്രാൻഡ്'

'ഓ നീയൊരു ഓമനയാണ്. പക്ഷേ എനിക്ക് ഇപ്പോൾ അന്നത്തെ ആ വട്ടില്ല. ഞാൻ വളരെ വളരെ വളരെ ആഹ്ലാദിക്കുന്നു എന്നുമാത്രം.'

'ഇനിയുറങ്ങൂ' - ഞാൻ പറഞ്ഞു.

'ശരി എന്നാൽ നമുക്ക് ഒരേ നിമിഷത്തിലങ്ങ് ഉറങ്ങിയേക്കാം.'

'ശരി'

പക്ഷേ ഞങ്ങൾക്കതിനായില്ല. ഞാൻ കുറേനേരം കൂടി ഉണർന്നു കിടന്നു. ഓരോന്നാലോചിച്ചുകൊണ്ട്, ഉറങ്ങുന്ന കാതറീനെനോക്കിക്കൊണ്ടും, നിലാവ് അവളുടെ മുഖത്ത് വീഴുന്നത് കണ്ടു കൊണ്ടും ഞാൻ കുറേനേരം കൂടി ഉണർന്നുകിടന്നു. പിന്നീട് ഞാനും ഉറങ്ങിപ്പോയി.

39

ജനവരി പകുതിയായപ്പോഴേക്കും എനിക്ക് നല്ലതുപോലെ താടിവളർന്നു. ശരത്കാലത്തു തെളിച്ചമുള്ള തണുത്ത പകലുകളിലേക്കും കൊട്ടും ശൈത്യമുള്ള രാത്രികളിലേക്കും, നീണ്ട് ഒതുങ്ങിപ്പോയി. ഞങ്ങൾക്ക് വീണ്ടും റോഡിലിറങ്ങി നടക്കാൻ കഴിയുമെന്നായി. വൈക്കോലും വിറകും കയറ്റിയ തെന്നുവണ്ടികളും മലകളിൽനിന്നുള്ള മരത്തടികളും നിരന്തരം നീങ്ങിപ്പോയിരുന്നതിനാൽ റോഡിൽ വീണു കിടന്നിരുന്ന മഞ്ഞ് ഉറച്ച് മിനുസമുള്ളതായിത്തീർന്ന് താഴെ മോൺട്രൂവിലെത്തുന്നതുവരെയുള്ള മലഞ്ചെരിവുകൾ മുഴുവനും മഞ്ഞുമൂടിക്കിടന്നു. തടാകത്തിനക്കരെയുള്ള വന്മലകൾ മുഴുവൻ വെളുത്തുവെട്ടിത്തിളങ്ങി. റോൺവാലി മുഴുവനും മഞ്ഞിന്നടിയിലായി. ഞങ്ങൾ മലയുടെ മറ്റേവശത്തിലൂടെ ബെയൻസ് ഡി അല്ലീസ് വരെ നീളുന്ന സുദീർഘ നടത്തങ്ങൾ നടത്തിയിരുന്നു. കാതറീൻ ആണികൾ പതിച്ചിട്ടുള്ള ബൂട്ട്സും പുറംകോട്ടും, കയ്യിൽ ഉരുക്കിന്റെ അഗ്രമുള്ള ഒരു ഊന്നുവടിയും ആയിട്ടായിരുന്നു നടപ്പ്. പുറംകോട്ടിനുള്ളിൽ അവളുടെ വയറ് അത്രയൊന്നും പ്രകടമായിരുന്നില്ല. പക്ഷേ ഞങ്ങൾക്ക് അതിവേഗം നടക്കാൻ സാധിച്ചിരുന്നില്ല. കാരണം റോഡരികിലെ മരത്തടികളിലിരുന്നു ക്ഷീണമകറ്റാൻ കാതറീൻ ഇടക്കിടെ നിൽക്കുമായിരുന്നു.

'ബെയിൻസ് ഡി അല്ലീസ്' ലെ മരക്കൂട്ടങ്ങൾക്കിടയിൽ ഒരു ചെറിയ സത്രമുണ്ടായിരുന്നു. മരം വെട്ടുകാർ അവിടെക്കയറി കുടിക്കാറുണ്ടായിരുന്നു. ഞങ്ങൾ അവിടെ കയറി, നെരിപ്പോടിന്റെയരികിലിരുന്ന്, ചെറുനാരങ്ങാനീരും സുഗന്ധവ്യഞ്ജനങ്ങളും ചേർത്ത ചൂടുള്ള എരിയുന്ന ചുവന്ന വൈൻ കുടിച്ച് തണുപ്പകറ്റാറുണ്ടായിരുന്നു. അവർ ആ വൈനിനെ 'ഗ്ലൂവെഹ്യ്ൻ' എന്നാണ് വിളിച്ചിരുന്നത്. തണുപ്പകറ്റാനും ആഘോഷങ്ങൾക്കും പറ്റിയ സാധനമായിരുന്നു അത്. സത്രത്തിന്റെ ഉൾവശം ഇരുണ്ട് പുക നിറഞ്ഞതായിരുന്നു. അവിടെനിന്ന് പുറത്തിറങ്ങുമ്പോൾ തണുത്ത വായു വാൾത്തലപ്പിന്റെ മൂർച്ചയോടെ ശ്വാസകോശത്തിലേക്കിറങ്ങിച്ചെല്ലുന്നത് നമുക്ക് അനുഭവിക്കാനാകും, ശ്വസിക്കുമ്പോൾ മൂക്കിന്റെ അഗ്രം മരവിച്ച് മരക്കട്ട പോലെയായിത്തീരും

അവിടെനിന്നിറങ്ങി നടക്കുമ്പോൾ ജനവാതിലിലൂടെ വെളിച്ചം പ്രസരിപ്പിക്കുന്ന ആ സത്രത്തിലേക്ക് ഞങ്ങൾ തിരിഞ്ഞുനോക്കി. പുറത്ത് മരംവെട്ടുകാരുടെ കുതിരകൾ തണുപ്പകറ്റാൻ വേണ്ടി തൊഴിക്കുകയും, തലപുറത്തേക്ക് നീട്ടി ഇളക്കിക്കൊണ്ടിരിക്കുകയും ചെയ്തു. അവയുടെ രോമങ്ങളിലും മുഖപ്പട്ടകളിലും മഞ്ഞിൻതരികൾ വീണുകിടന്നിരുന്നു. അവയുടെ ചൂടുള്ള നിശ്വാസവായു മഞ്ഞുമൂടിയ അന്തരീക്ഷത്തിലേക്ക് ചിറകുകൾ പോലെ ഉയർന്നുപൊങ്ങി. കാട്ടുതടികൾ വലിച്ചുകൊണ്ടുപോയിരുന്ന പാത തിരിഞ്ഞുപോകുന്നതുവരെ കുതിരച്ചാണകം വീണ ഐസ് ഓറഞ്ചു നിറമുള്ളതും പാത വഴുക്കുന്നതും മിനുസമുള്ളതുമായിരുന്നു. അവിടുന്നങ്ങോട്ട് റോഡ് മഞ്ഞുറച്ച് വൃത്തിയുള്ളതായി മാറി. കാടിന്റെ നടുവിലൂടെയുള്ള ഈ പാതയിൽ വെച്ച് വൈകുന്നേരങ്ങളിൽ ഞങ്ങൾ രണ്ടുതവണ കാട്ടുകുറുക്കന്മാരെ കാണുകയുണ്ടായി.

അതൊരു രമണീയമായ നാട്ടിൻപുറമായിരുന്നു. ഓരോ പ്രാവശ്യം പുറത്തിറങ്ങുന്നതും ആനന്ദം ഉളവാക്കുന്നതായിരുന്നു.

'നിനക്കിപ്പോൾ ഒരു സ്റ്റൈലൻ താടി വന്നിട്ടുണ്ട്.' കാതറീൻ പറഞ്ഞു. 'മരംവെട്ടുകാരുടെ താടിപോലെത്തന്നെയുണ്ടിത്. ചെറിയ സ്വർണ്ണക്കമ്മൽ ധരിച്ച ഒരാളെ നീ അവരുടെ കൂട്ടത്തിൽ കണ്ടില്ലേ?'

'അയാളൊരു മാൻ വേട്ടക്കാരനാണെന്ന്.' ഞാൻ പറഞ്ഞു. അത്തരം കമ്മൽ ധരിച്ചാൽ കേൾവിശക്തി കൂടുമെന്ന് അവർ വിശ്വസിക്കുന്നു.'

'നേരോ? ഞാൻ വിശ്വസിക്കില്ല. എനിക്ക് തോന്നുന്നത് തങ്ങൾ മാൻ വേട്ടക്കാരാണെന്ന് എല്ലാവരേയും അറിയിക്കാൻ വേണ്ടിയാണ് അവർ അത് ധരിക്കുന്നതെന്നാണ്. ഈ കാടുകളിൽ മാനുകളുണ്ടോ?'

'ഉണ്ട്. ഡെന്റി ഡ്യൂ ജമാനിനുമപ്പുറം'

'കുറുക്കനെ കണ്ടത് നല്ല തമാശയായി'

'ഉറങ്ങുമ്പോൾ അവൻ വാലുകൊണ്ട് സ്വയം പൊതിയുന്നു. തണുപ്പകറ്റാനായി.'

'അത് നല്ല രസമായിരിക്കും.'

'അത്തരം ഒരു വാലിനുവേണ്ടി ഞാനെന്നും കൊതിച്ചിരുന്നു. അങ്ങനെയൊരു രോമവാലുണ്ടാവുക എന്നത് നല്ല തമാശയായിരിക്കില്ലേ?'

'വസ്ത്രം ധരിക്കാൻ വളരെ ബുദ്ധിമുട്ടായിരിക്കും.'

'അതിനനുസരിച്ചുള്ള വസ്ത്രങ്ങൾ തയ്യാറാക്കണം. അല്ലെങ്കിൽ ഉടുപ്പിട്ടാലും ഇല്ലെങ്കിലും ഒരുപോലെയെന്ന മട്ടുള്ള എവിടെയെങ്കിലും പോയി താമസിക്കണം.'

'യാതൊന്നുകൊണ്ടും വ്യത്യാസമുണ്ടാക്കാനാവാത്ത ഒരു സ്ഥലത്താണല്ലോ നമ്മളിപ്പോൾ താമസിക്കുന്നത്. നമ്മൾ ആരേയും സന്ദർശിക്കുന്നില്ല. നിനക്കാരേയും കാണണമെന്നില്ലല്ലോ ഉവ്വോ? ഓമനേ?'

'ഇല്ല'

'നമുക്കിവിടെ ഒരു മിനിറ്റ് നേരമൊന്ന് ഇരിക്കാമോ. എനിക്ക് കുറച്ച് ക്ഷീണം തോന്നുന്നു.'

ഞങ്ങൾ മരത്തടിയിൽ ചേർന്നിരുന്നു. മുൻപിൽ, റോഡ് കാടിറങ്ങിപ്പോയ്ക്കൊണ്ടിരുന്നു.

'അവൾ നമുക്കിടയിൽ ഇടങ്കോലിടുമോ? ആ കുഞ്ഞിപ്പെണ്ണ്?'

'ഇല്ല. അവളെ അതിനനുവദിച്ചുകൂടാ.'

'പണത്തിന്റെ കാര്യങ്ങളുടെ സ്ഥിതിയെന്താണ്?'

'നമുക്കത് ഇഷ്ടംപോലെയുണ്ട് മുമ്പത്തെ സൈറ്റ് ഡ്രാഫ്റ്റും അവർ വകവെച്ചുതന്നു.'

'നീ സ്വിറ്റ്സർലണ്ടിൽ ഉണ്ടെന്നറിഞ്ഞാൽ നിന്റെ കുടുംബം നിന്റെ മേൽ പിടിമുറുക്കില്ലേ?'

'സാദ്ധ്യതയുണ്ട്. എന്തെങ്കിലും ചിലതൊക്കെ എഴുതി അയക്കണം.'

'നീ അവർക്ക് എഴുതിയിട്ടേയില്ല?'

'ഇല്ല- സൈറ്റ് ഡ്രാഫ്റ്റുകളുടെ ബന്ധമേ ഉള്ളൂ.'

'നിന്റെ കുടുംബത്തിൽ ജനിക്കാനിരുന്നത് ഭാഗ്യം'

'ഞാനവർക്കൊരു കേബിൾ സന്ദേശം അയക്കാം.'

'നിനക്കവരെപ്പറ്റി ഒരു വിചാരവുമില്ലേ?'

'ഒരിക്കലുണ്ടായിരുന്നു. പിന്നെ ഞങ്ങൾ ഒരുപാട് വഴക്കടിച്ചു. ആ വിചാരങ്ങൾ തേഞ്ഞില്ലാതായി.'

'അവരെ ഇഷ്ടപ്പെടാനാകുമെന്ന് ഞാൻ പ്രതീക്ഷിക്കുന്നു. ഞാനവരെ വളരെയേറെ ഇഷ്ടപ്പെട്ടുമായിരിക്കും.'

'നമുക്ക് തൽക്കാലം അവരെപ്പറ്റി സംസാരിക്കാതിരിക്കാം. അല്ലെങ്കിൽ ഞാനവരെക്കുറിച്ചോർത്തു വേവലാതിപ്പെടാൻ തുടങ്ങും.' കുറച്ചു നേരത്തിനുശേഷം ഞാൻ പറഞ്ഞു. 'ക്ഷീണം കുറഞ്ഞുവെങ്കിൽ നമുക്ക് പുറപ്പെടാം.'

'എനിക്ക് വേണ്ടത്ര വിശ്രമമായി.'

ഞങ്ങൾ റോഡിലൂടെ നടന്നുനീങ്ങി. ഇരുട്ടായിക്കഴിഞ്ഞിരുന്നു. ഞങ്ങളുടെ ബൂട്ടുകളുടെ അടിയിൽക്കിടന്ന് മഞ്ഞ് കർ-കർ ശബ്ദത്തോടെ ഞെരിഞ്ഞമർന്നു. രാത്രി വരണ്ടതും ശൈത്യമേറിയതും വളരെ തെളിഞ്ഞതുമായിരുന്നു.

'ഞാൻ നിന്റെ താടിയെ പ്രേമിക്കുന്നു.' കാതറീൻ പറഞ്ഞു. ഇതൊരു വൻവിജയം തന്നെയാണ്. കാണുമ്പോഴിത് ഭയങ്കര പരുപരുത്തതും,. രൂക്ഷവുമായിത്തോന്നും, പക്ഷേ ഇത് വളരെ മിനുമിനുത്തതും ഭയങ്കര സുഖം പകരുന്നതുമാണ്.'

'താടി ഇല്ലാത്തതിനേക്കാൾ താടി വെച്ചതാണോ നിനക്കിഷ്ടം?'

'താടിയുള്ളതാണ് എനിക്കിഷ്ടമെന്ന് ഞാൻ കരുതുന്നു. നിനക്ക് കേൾക്കണോ ഓമനേ- ഞാനിപ്പോൾ എന്റെ മുടി മുറിച്ചുകളയാൻ വിചാരിക്കുന്നില്ല. ഞാനിപ്പോൾ വല്ലാതെ തടിച്ചുവീർത്ത് ഒരു അമ്മച്ചിയായി മാറിയിരിക്കുന്നു. കുഞ്ഞുകാതറീൻ ജനിച്ചുകഴിഞ്ഞാലുടനെ ഞാൻ വീണ്ടും മെലിഞ്ഞ് സുന്ദരിയാകും. അപ്പോഴാണ് ഞാനെന്റെ മുടി മുറിച്ചുകളയുക. ഞാനപ്പോൾ വീണ്ടും ഒരു സുന്ദരിപ്പെണ്ണായി മാറും നിനക്കുവേണ്ടി. നമുക്ക് രണ്ടുപേർക്കും ഒരുമിച്ചു പോകണം മുടിവെട്ടിക്കാൻ. അല്ലെങ്കിൽ വേണ്ട ഞാൻ തനിച്ച് പൊയ്ക്കൊള്ളാം. എന്നിട്ട് മടങ്ങിവന്ന് നിന്നെ അതിശയിപ്പിക്കും.'

ഞാനൊന്നും മിണ്ടിയില്ല.

'അതൊന്നും പറ്റില്ലെന്നു നീ പറയില്ലല്ലോ? പറയുമോ?'

'ഇല്ല. അത് എന്നെ ആവേശഭരിതനാക്കുമെന്ന് ഞാൻ വിശ്വസിക്കുന്നു.'

'ഓഹ് നീയൊരു ഓമനയാണ് ഒരു പക്ഷേ ഞാൻ വീണ്ടും സുന്ദരിയായേക്കാം. ഓമനേ മെലിഞ്ഞ് നിന്നെ ആസക്തനാക്കാൻ മാത്രം മനോഹരി. എന്നിട്ട് നീ ഒരിക്കൽക്കൂടി എന്നെ പ്രണയിക്കാൻ തുടങ്ങും.'

'നരകം' ഞാൻ പറഞ്ഞു. 'ഞാൻ നിന്നെ വേണ്ടത്ര പ്രണയിക്കുന്നു.'

'ഇനിയും നിനക്കെന്താണ് വേണ്ടത്? എന്നെ നശിപ്പിക്കണോ?'

'അതെ എനിക്ക് നിന്നെ നശിപ്പിക്കണം.'

'നല്ലത്' ഞാൻ പറഞ്ഞു. 'അതുതന്നെയാണെനിക്കും വേണ്ടത്.'

40

അതൊരു മനോഹരമായ ജീവിതമായിരുന്നു. ജനുവരിയിലും ഫെബ്രുവരിയിലും ഞങ്ങൾ സന്തോഷകരമായി ജീവിച്ചു. ആ ശിശിരകാലം രമണീയമായിരുന്നു, ഞങ്ങൾ തികച്ചും സന്തുഷ്ടരും. ചിലപ്പോൾ കാറ്റ് ഇളം ചൂടോടെ വീശുകയും മഞ്ഞ് മാർദ്ദവപ്പെടാൻ തുടങ്ങി കാലാവസ്ഥ വസന്തഋതുപോലെയായിത്തീരുകയും ചെയ്തു. പക്ഷേ അപ്പോഴെല്ലാം പൂർവ്വാധികം തെളിവോടും കട്ടപ്പത്തോടും കൂടെ തണുപ്പ് തിരിച്ചുവരികയും ഋതു വീണ്ടും ശിശിരത്തിലേക്ക് മടങ്ങുകയും ചെയ്തു. മാർച്ച് ആദ്യത്തോടെ കാലാവസ്ഥയിൽ ആദ്യത്തെ ശരിയായ ഇടവേള വന്നു. രാത്രിയായപ്പോഴേക്കും മഴ പെയ്യാൻ തുടങ്ങി. രാവിലെ മുഴുവനും മഴ പെയ്തുകൊണ്ടിരുന്നു. മഴ മഞ്ഞിനെ ഉരുക്കി അളിപിളിയാക്കി മലഞ്ചെരിവുകൾ വിരസവും ഉദാസീനവുമായി കാണപ്പെട്ടു. തടാകത്തിന്റേയും താഴ്‌വരയുടേയും ആകാശത്തിൽ കാർമേഘങ്ങൾ ഉരുണ്ടുകൂടിനിന്നു. മലകളിൽ മഴ കൂടുതൽ കനത്ത് പെയ്യുന്നുണ്ടായിരുന്നു. കാതറീൻ ഒരു കനത്ത പുറം ഷൂസ് ധരിച്ചുകൊണ്ട് വന്നു. ഞാനാവട്ടെ മിസ്റ്റർ ഗട്ടിൻജന്റെ റബ്ബർ ബൂട്ട്സാണ് അണിഞ്ഞത്. ഞങ്ങൾ ഒരു കുടക്കീഴിൽ, കുഴഞ്ഞ ചേറിലൂടെ സ്റ്റേഷനിലേക്ക് നടന്നു. ഉയർന്ന തിണ്ടുകളിൽ നിന്നും ഒഴുകിയിറങ്ങി വന്നിരുന്ന മഞ്ഞുവെള്ളം റോഡിലെ ചെളിയെ കഴുകിവൃത്തിയാക്കുന്നുണ്ടായിരുന്നു. ഞങ്ങൾ ഒരു പബ്ബിൽക്കയറി ലഞ്ചിന് മുമ്പേയുള്ള വെർമൂത്ത് കഴിക്കാമെന്നു വിചാരിച്ചു. പബ്ബിൽ ഇരിക്കുമ്പോൾ പുറത്ത് മഴ പെയ്യുന്ന ശബ്ദം കേൾക്കാമായിരുന്നു.

'ടൗണിലേക്ക് താമസം മാറ്റണമെന്ന് വിചാരിക്കുന്നില്ലേ?'

'നീയെന്തുപറയുന്നു?' കാതറീൻ ചോദിച്ചു.

'മഞ്ഞുകാലം കഴിഞ്ഞുപോയി. മഴ നമ്മെ ഇവിടെ കുടുക്കിയിട്ടും മഴക്കാലത്ത് മലമുകളിൽ വലിയ രസമുണ്ടാകില്ല.'

'കാതറീൻ കുഞ്ഞിപ്പെണ്ണ് വരാൻ ഇനിയെത്ര താമസമുണ്ട്?'

'ഏകദേശം ഒരു മാസം, ചിലപ്പോൾ അതിനേക്കാൾ അൽപം കൂടുതൽ.'

'നമുക്ക് മലയിറങ്ങി താഴെ മോൺട്രൂവിൽ പോയി താമസിക്കാം.'

'നമുക്കെന്തുകൊണ്ട് 'ലൂസാന്നി'ൽ പോയി പാർത്തുകൂടാ? അവിടെയാണല്ലോ ആസ്പത്രിയുള്ളത്.'

'ശരി- അതൊരു വലിയ പട്ടണമല്ലേ എന്നു ഞാൻ ശങ്കിച്ചു.'

'നമ്മൾക്കപ്പോഴും തനിച്ചാവാൻ കഴിയും.- ലൂസാനിലെപ്പോലെയുള്ള വലിയ പട്ടണങ്ങളിലാണെങ്കിലും. പക്ഷേ ലൂസാൻ നല്ല ഭംഗിയുള്ള ഒരു സ്ഥലമാണ്'

'എപ്പോഴാണ് നമ്മൾ പോവുക?'

'എപ്പോൾ വേണമെങ്കിലും. നിനക്കെപ്പോഴാണ് വേണ്ടതെന്നുവെച്ചാൽ അപ്പോൾത്തന്നെ ഓമനേ. നിനക്കിവിടെ വിട്ട് പോകണമെന്നില്ലെങ്കിൽ എനിക്കും ഇവിടം വിടണമെന്നില്ല.'

'കാലാവസ്ഥ എങ്ങനെയിരിക്കുമെന്നു നോക്കാം.'

മഴ മൂന്നുദിവസം തുടർച്ചയായി പെയ്തു. സ്റ്റേഷനു താഴെയുള്ള മലഞ്ചെരിവുകളിലെ മഞ്ഞ് നിശ്ശേഷം ഒഴുകിപ്പോയി. പാത ചേറിൽ കുഴഞ്ഞ മഞ്ഞുവെള്ളത്തിന്റെ കുത്തൊഴുക്കായി മാറി. ചേറും വെള്ളവും കാരണം പുറത്തിറങ്ങാൻ പറ്റാതായി. മൂന്നാം ദിവസത്തെ മഴയുടെ പ്രഭാതത്തിൽ ഞങ്ങൾ മലയിറങ്ങി പട്ടണത്തിൽ പോയി താമസിക്കാൻ തീരുമാനിച്ചു.

'അതിന് കുഴപ്പമില്ല മിസ്റ്റർ ഹെൻറി. ഗട്ടിൻജൻ പറഞ്ഞു.'

'നിങ്ങൾ താമസം മാറ്റുന്നതിന് മുൻകൂട്ടി നോട്ടീസ് തരികയൊന്നും വേണ്ട. കാലാവസ്ഥ മോശമായതിനാൽ നിങ്ങൾക്കിവിടെ തുടരാനാവില്ലെന്ന് ഞാൻ മനസ്സിലാക്കുന്നു.

'ഞങ്ങൾക്കൊരു ആസ്പത്രി സാമീപ്യം അത്യാവശ്യമാണ്. മാഡത്തിന്റെ അവസ്ഥ നിങ്ങൾക്കറിയാമല്ലോ.'

'നിങ്ങൾ ഭാവിയിലെപ്പോഴെങ്കിലും കുഞ്ഞിനേയും കൊണ്ട് ഇവിടെ താമസിക്കാൻ തിരിച്ചുവരുമോ?'

'തീർച്ചയായും നിങ്ങൾക്കിവിടെ മുറി ഒഴിവുണ്ടെങ്കിൽ.'

'വസന്തകാലം വന്നാൽ ഇവിടെ അതിമനോഹരമായിത്തീരും. നിങ്ങൾക്കപ്പോൾ ഇവിടെത്തങ്ങി, ഉല്ലസിക്കാവുന്നതാണ്. കുഞ്ഞിനേയും അതിന്റെ ആയയേയും നമുക്ക് ആ പൂട്ടിക്കിടക്കുന്ന വലിയ മുറിയിൽ കിടത്താം. നിങ്ങൾക്ക് നിങ്ങളുടെ, തടാകത്തിലേക്ക് മുഖമുള്ള പഴയ മുറിയിൽത്തന്നെ കഴിയാം.'

'വരുന്ന കാര്യം ഞാൻ മുൻകൂട്ടി എഴുതാം.' ഞാൻ പറഞ്ഞു.

ഞങ്ങൾ സാധനങ്ങൾ പാക്ക് ചെയ്തു. പിന്നെ ഉച്ചഭക്ഷണത്തിനുശേഷം മലയിറങ്ങിപ്പോയി. ഗട്ടിൻജൻ ദമ്പതികൾ, ഞങ്ങളോടൊപ്പം സ്റ്റേഷനോളം വന്നു. സാധനങ്ങൾ അവർ ഒരു തെന്നുവണ്ടിയിലേക്ക് കയറ്റിവെച്ചു. എന്നിട്ട് മഞ്ഞിലൂടെ അതു വലിച്ചു താഴെയിറക്കി. സ്റ്റേഷന്റെയരികിൽ അപ്പോഴും പെയ്തുകൊണ്ടിരുന്ന മഴയത്ത് നിന്ന് അവർ കൈവീശി ഗുഡ് ബൈ പറഞ്ഞു.

'നല്ല മനുഷ്യരായിരുന്നു.' കാതറീൻ പറഞ്ഞു.

'നല്ല ഒന്നാന്തരമായ പെരുമാറ്റം.'

ഞങ്ങൾ മോൺട്ര്യൂണിൽ എത്തി. അവിടെനിന്നും ട്രെയിനിൽ കയറി 'ലൂസേൻ'ലേക്ക് പോകുന്നു. ട്രെയിനിന്റെ ജാലകത്തിലൂടെ അങ്ങുദൂരെയായി ഞങ്ങൾ താമസിച്ചിരുന്ന മലമുകൾ കാണാമായിരുന്നു. പക്ഷേ മേഘങ്ങൾ കാഴ്ച മറച്ചു. 'വെവെയ്' സ്റ്റേഷനിൽ വണ്ടി നിന്നു. പിന്നെ വീണ്ടും പുറപ്പെട്ടു. ഒരു വശത്ത് തടാകവും മറുവശത്ത് കതിർന്നിരുണ്ട വയലുകളും, ഇലപൊഴിഞ്ഞ വനങ്ങളും നനഞ്ഞീറനായ വീടുകളും കാണാമായിരുന്നു. ഞങ്ങൾ 'ലൂസേൻ'ൽ വണ്ടിയിറങ്ങി. തൽക്കാലം ഒരു ഇടത്തരം ഹോട്ടലിൽ മുറിയെടുത്ത് താമസിക്കാമെന്ന് നിശ്ചയിച്ചു. കുതിരവണ്ടിയിൽക്കയറി, തെരുവുകളിലൂടെ പോകുമ്പോഴും മഴ പെയ്തുകൊണ്ടിരുന്നു. വണ്ടി ഹോട്ടലിന്റെ കവാടം കടന്ന് വാതിലിനരികെ കൊണ്ടുചെന്നു നിർത്തി. കോളറിന്റെ മടക്കിൽ പിച്ചളതാക്കോൽ കൊണ്ടുനടന്നിരുന്ന പരിചാരകൻ, ലിഫ്റ്റ്, തിളങ്ങുന്ന ഫിറ്റിംഗ്സുകളോട്ടുകൂടി വെളുത്ത വാഷ്ബൗളുകൾ, വലിയ സുഖകരമായ കിടപ്പുമുറി, അതിലെ പിച്ചളക്കെട്ടോട്ടുകൂടിയ കട്ടിൽ ഇവയെല്ലാം, ഗട്ടിൻജൻ വാസത്തിനുശേഷം വളരെ ആഢംബരപൂർണമായിത്തോന്നി. മുറിയുടെ ജനവാതിലുകൾ തുറന്നിരുന്നത് മഴകൊണ്ട് നനഞ്ഞ ഒരു പൂന്തോട്ടത്തിലേക്കായിരുന്നു. മുകളിൽ ഇരുമ്പുവേലിയുറപ്പിച്ച ഒരു ചുറ്റുമതിലുണ്ടായിരുന്നു, തോട്ടത്തിന്. തെരുവിനപ്പുറം റോഡ് ചെങ്കുത്തായി ഇറങ്ങിപ്പോകുന്നതിനടുത്ത് ഇതിന് സമാനമായ മറ്റൊരു ഹോട്ടലും അതിന്റെ ഉദ്യാനവും ചുറ്റുമതിലും കാണാമായിരുന്നു. ഉദ്യാനത്തിലെ ജലധാരയിലേക്ക് മഴ പെയ്തിറങ്ങുന്നത് നോക്കിക്കൊണ്ട് ഞാൻ ജനവാതിൽക്കൽ നിന്നു.

മുറിയിലെ സർവ്വ ലൈറ്റുകളും തെളിയിച്ചുകൊണ്ട് കാതറീൻ സാധനങ്ങളുടെ കെട്ടഴിച്ച് അടുക്കാൻ തുടങ്ങി. ഒരു വിസ്കിയും സോഡയും ഓർഡർ ചെയ്തുകൊണ്ട് ഞാൻ കട്ടിലിൽക്കിടന്നു, സ്റ്റേഷനിൽ നിന്നും വാങ്ങിയ പത്രങ്ങൾ വായിച്ചു. അത് 1918 ലെ മാർച്ച് മാസമായിരുന്നു. ജെർമൻകാർ ഫ്രാൻസിൽ അതിക്രമിച്ചു കടന്നു ആക്രമണങ്ങൾ അഴിച്ചുവിടാൻ തുടങ്ങിയിരുന്നു. ഞാൻ കട്ടിലിൽക്കിടന്ന് വിസ്കിയും സോഡയും ആസ്വദിച്ചുകൊണ്ട് പത്രം വായിക്കുന്ന സമയം, കാതറീൻ സാധങ്ങൾ കെട്ടഴിക്കുകയും മുറിയിൽ ചുറ്റിനടക്കുകയും ചെയ്തു.

'ഇനിയും എനിക്കെന്താണ് വേണ്ടതെന്നോ ഡാർലിംഗ്?' അവൾ പറഞ്ഞു.

'എന്ത്?'

'കുട്ടിത്തുണികൾ ഇതുവരേക്കും കുട്ടിക്ക് വേണ്ടതൊന്നും കരുതിവെക്കാത്തവർ എന്നെപ്പോലെ ആരും കാണില്ല.'

'നിനക്കത് എപ്പോൾ വേണമെങ്കിലും വാങ്ങാമല്ലോ.'

എനിക്കറിയാം. അതാണ് ഞാൻ നാളെ ചെയ്യാൻ വിചാരിക്കുന്നത്.

എന്തൊക്കെയാണ് വേണ്ടതെന്ന് ഞാൻ കണ്ടുപിടിച്ചുകൊള്ളാം.'

'നിനക്കതൊക്കെ അറിയേണ്ടതല്ലേ, നീ ഒരു നഴ്സല്ലേ?'

'പക്ഷേ ആസ്പത്രികളിൽ പട്ടാളക്കാരൊന്നും കുട്ടികളെ പെറ്റ് കിടന്നിരുന്നില്ല.'

'ഞാൻ പെറ്റു കിടന്നിരുന്നു.'

അവൾ തലയിണയെടുത്ത് എന്റെ നേരെ എറിഞ്ഞു. അപ്പോൾ വിസ്കിയും സോഡയും തുളുമ്പിപ്പോയി.

'ഞാൻ നിനക്ക് മറ്റൊന്നു ഓർഡർ ചെയ്യാം.' അവൾ പറഞ്ഞു.

'അത് തുളുമ്പിക്കളഞ്ഞതിൽ ഞാൻ വ്യസനിക്കുന്നു.'

'അതിൽ അധികമൊന്നും ശേഷിച്ചിട്ടില്ലായിരുന്നു.'

'വന്നാട്ടെ., കിടക്കയിലേക്ക് വരൂ കാറ്റ്'

'എനിക്ക് ഈ മുറിയെ എന്തെങ്കിലുമൊന്നാക്കി മാറ്റിയെടുക്കണം.'

'എന്താക്കി മാറ്റാൻ?'

'നമ്മുടെ വീടു പോലെ'

'സഖ്യകക്ഷികളുടെ പതാക തൂക്കു.'

'ഓഹ് ഷട്ട് അപ്പ്'

'അതൊന്നുകൂടി പറഞ്ഞേ'

'ഷട്ട് അപ്പ്'

'നീ അത് എത്രയും ശ്രദ്ധിച്ചാണ് പറയുന്നത്.' ഞാൻ പറഞ്ഞു. 'അതുകൊണ്ട് ആരേയും സങ്കടപ്പെടുത്തിക്കൂടാ എന്നപോലെ'

'എനിക്ക് ആരേയും സങ്കടപ്പെടുത്തേണ്ട.'

'എങ്കിൽ കിടക്കയിലേക്ക് വരൂ.'

'ശരി' അവൾ വന്നു കിടക്കയിലിരുന്നു.'എനിക്കറിയാം എന്നെ ഒരു തമാശക്കളിക്കും കൊള്ളാതായി എന്ന്, ഓമനേ- ഞാനൊരു ഗോതമ്പുമാവിന്റെ ബാരൽ പോലെയായിരിക്കുന്നു.'

'നീ അങ്ങനെയൊന്നുമല്ല. ഒരു സുന്ദരിപ്പെണ്ണാണ് നീ, എന്റെ ഓമനയും.'

'ഒരു ഗുണവുമില്ലാത്ത ഒരുത്തിയെയാണ് നീ കല്യാണം കഴിച്ചിട്ടുള്ളത്.

'അല്ല- അങ്ങനെയല്ല. നീ എപ്പോഴും അതിസുന്ദരിയാണ്.'

'പക്ഷേ ഞാൻ മെലിഞ്ഞുകൊള്ളും കേട്ടോ ഓമനേ-'

'നീയിപ്പോഴും മെലിഞ്ഞിട്ടാണ്!!'

'നീയിതുവരേയും കുടിക്കുകയായിരുന്നുവല്ലോ'

'വെറും വിക്സി- സോഡ.'

'അതാ മറ്റൊന്നു കൂടി വരുന്നു.' അവൾ പറഞ്ഞു.'അത് കഴിഞ്ഞാൽ നമുക്ക് ഡിന്നർ ഇവിടെയിരുന്നു ഓർഡർ ചെയ്യാം.?'

'അത് നന്നായിരിക്കും.'

'എന്നിട്ട് നമുക്ക് പുറത്തിറങ്ങാതെ മുറിയിൽ തന്നെ കൂടാം.'

'പിന്നെ കളിക്കുകയും.' ഞാൻ പറഞ്ഞു.

'ഞാൻ കുറച്ച് വൈൻ കുടിക്കാൻ പോവുന്നു.' കാതറീൻ പറഞ്ഞു. അതെന്നെ നോവിപ്പിക്കില്ല. ഒരു പക്ഷേ നമുക്ക് നമ്മുടെ പഴയ വെള്ളത്ത'കാപ്രി'വൈൻ കിട്ടിയെന്നു വരാം.'

'അത് കിട്ടിയേക്കാം.' ഞാൻ പറഞ്ഞു. 'ഇത്തരത്തിലുള്ള ഒരു ഹോട്ടലിൽ അവർ ഇറ്റാലിയൻ വൈനുകളും സൂക്ഷിക്കാൻ സാദ്ധ്യതയുണ്ട്.'

വെയിറ്റർ വാതിലിൽ മുട്ടി. അയാൾ ഒരു ട്രേയിൽ ഐസിട്ട ഒരു ഗ്ലാസ് വിസ്കിയും ഒപ്പം ഒരു ചെറിയ കുപ്പി സോഡയും കൊണ്ടുവന്നു വെച്ചു.

'നന്ദി' ഞാൻ പറഞ്ഞു.'രണ്ടു പേർക്കുള്ള ഡിന്നറും ഐസ് ബക്കറ്റിൽ ഇറക്കിവെച്ച രണ്ടുകുപ്പി വെള്ളം ചേർക്കാത്ത കാപ്രി വൈനും ഇവിടെയെത്തിക്കാമോ പ്ലീസ്?'

'താങ്കൾ ഡിന്നർ സൂപ്പിനോടൊപ്പം ആരംഭിക്കാൻ ഉദ്ദേശമുണ്ടോ?'

'നിനക്ക് സൂപ്പ് വേണോ കാറ്റ്?'

'പ്ലീസ്'

'ഒരാൾക്കുള്ള സൂപ്പ് കൊണ്ടുവരിക'

'താങ്ക്യൂ സാർ' അയാൾ പുറത്തിറങ്ങി വാതിലടച്ചു. ഞാൻ വീണ്ടും പത്രങ്ങളിലേക്ക് തിരിഞ്ഞു. പത്രങ്ങളിലെ യുദ്ധങ്ങളിലേക്ക്. പിന്നെ വിസ്കി ഗ്ലാസിൽ പൊങ്ങിക്കിടന്ന ഐസിലേക്ക് സോഡ സാവധാനത്തിൽ ഒഴിച്ചു. ഇനിയും ഐസിട്ട വിസ്കി കൊണ്ടുവരരുതെന്ന് ഞാൻ അവരോട് പറയാൻ പോവുകയാണ്. അവർ ഐസ്, വേറെത്തന്നെ കൊണ്ടുവരട്ടെ. അങ്ങനെയാകുമ്പോൾ ഗ്ലാസിൽ വിസ്കിയുടെ അളവ് എത്രയുണ്ടായിരുന്നുവെന്ന് അറിയാനാകും. സോഡയൊഴിക്കുമ്പോൾ അത് വല്ലാതെ നേർത്തുപോവുകയുമില്ല. അല്ലെങ്കിൽ ഞാൻ പോയി ഒരു കുപ്പി വിസ്കി അപ്പാടെ വാങ്ങും, എന്നിട്ട് ഐസും സോഡയും മാത്രം കൊണ്ടുവരാൻ പറയും. അതാണ് കുറച്ചുകൂടി നല്ല വഴി. നല്ല വിസ്കിയെന്നത് വളരെ ആഹ്ലാദപ്രദമായ ഒരു കാര്യമാണ്. ജീവിതത്തിലെ മുന്തിയ സുഖങ്ങളിലൊന്ന്.

'നീയെന്താണ് ആലോചിക്കുന്നത് ഓമനേ?'

'വിസ്കിയെപ്പറ്റി'

'വിസ്കിയെപ്പറ്റി എന്ത്'

'ഈ വിസ്കി എന്തുമാത്രം നല്ല ഒരു സംഗതിയാണ് എന്നതിനെപ്പറ്റി.' കാതറീൻ മുഖം കൊണ്ടൊരു ഗോഷ്ഠി കാണിച്ചു. 'ശരി' അവൾ പറഞ്ഞു.

ഞങ്ങൾ ആ ഹോട്ടലിൽ മൂന്നാഴ്ചകളോളം താമസിച്ചു. ഹോട്ടലിലെ ജീവിതം വലിയ മോശമല്ലായിരുന്നു. ഡൈനിംഗ് ഹാൾ മിക്കവാറും ഒഴിഞ്ഞു കിടന്നിരുന്നു. ഞങ്ങൾ രാത്രികളിൽ ഭക്ഷണം മുറിയിൽവെച്ചുതന്നെ കഴിച്ചു.

ചിലപ്പോൾ ഞങ്ങൾ തെരുവിലൂടെ വെറുതെ നടന്നു. മറ്റുചിലപ്പോൾ പൽചക്രങ്ങളിലുരുളുന്ന തീവണ്ടിയിൽക്കയറി മലയിറങ്ങി 'ഔഷി'യിൽ ചെന്നിറങ്ങി. എന്നിട്ട് തടാകതീരത്തെ നടപ്പാതയിലൂടെ നടന്നു. കാലാവസ്ഥ മെച്ചപ്പെട്ട്, തണുപ്പകന്ന് അന്തരീക്ഷം ഏതാണ്ട് വസന്തകാലത്തേതിനു തുല്യമായി. വീണ്ടും മോൺട്ര്യുവിലെ മലമുകളിൽ പോയി ജീവിക്കാനായിരുന്നുവെങ്കിൽ എന്നു ഞങ്ങൾ ആശിച്ചു. പക്ഷേ വസന്തകാലത്തേതിനു തുല്യമായ കാലാവസ്ഥ വളരെ പെട്ടെന്നുതന്നെ പിൻവാങ്ങുകയും വീണ്ടുമത് കടുംശൈത്യത്തിന്റെ ശിശിരത്തിലേക്ക് മടങ്ങുകയും ചെയ്തു.

കാതറീൻ ടൗണിൽ നിന്നും കുഞ്ഞിന് ആവശ്യമായ സാധനങ്ങളെല്ലാം വാങ്ങി. ഞാൻ തെരുവിലെ കമാനത്തിനരികിലെ ജിംനേഷ്യത്തിൽ വ്യായാമത്തിനുവേണ്ടി ബോക്സിംഗ് പരിശീലിക്കാൻ പോയിത്തുടങ്ങി. കാതറീനെ കിടക്കയിൽത്തന്നെ കഴിയാൻ വിട്ട് ഞാൻ രാവിലെയെഴുന്നേറ്റ് ജിംനേഷ്യത്തിൽ പോവുക എന്നത് പതിവാക്കി. കപടവസന്തത്തിന്റെ നാളുകളിൽ അത് വളരെ രസകരമായിരുന്നു. ബോക്സിംഗ് കഴിഞ്ഞാലുടൻ ഷവറിനു കീഴിൽ നിന്നും കുളിക്കുകയും. പിന്നെ വായുവിലെ വസന്തസുഗന്ധം നുകർന്നുകൊണ്ട് തെരുവിലൂടെ നടക്കുകയും ഏതെങ്കിലും ഒരു കഫേയിലെ കസേരയിലിരുന്ന് വെറുതെ ആൾക്കാരെ നോക്കിയിരിക്കുകയും. പേപ്പർ വായിക്കുകയും വെർമുത്ത് നുണയുകയും തിരിച്ച് ഹോട്ടലിലെത്തി കാതറീനോടൊപ്പം ലഞ്ച് കഴിക്കുകയും ഒക്കെ വളരെ ഉല്ലാസപ്രദങ്ങളായിരുന്നു. ജിംനേഷ്യത്തിലെ പ്രൊഫസർക്ക് ഒരു ഊക്കൻ മീശയുണ്ടായിരുന്നു. നീക്കങ്ങളിൽ വളരെ ശ്രദ്ധാലുവും ഇളകിമറിയുന്നവനുമായിരുന്നു അയാൾ. നമ്മൾ പിന്തുടർന്നുചെല്ലുകയാണെങ്കിലോ ആകെ തകർന്നു ചിതറിപ്പോവുകയും ചെയ്യും. പക്ഷേ ജിംനേഷ്യത്തിനുള്ളിൽ വളരെ സുഖകരമായ അന്തരീക്ഷമായിരുന്നു. നല്ല വെളിച്ചവും വായുവും. ഞാൻ കഠിനമായി പ്രയത്നിച്ചുകൊണ്ടിരുന്നു. കയർ ചാട്ടവും കണ്ണാടി നോക്കിയുള്ള ബോക്സിംഗും, കിടന്നുകൊണ്ടുള്ള ഉദരവ്യായാമങ്ങളും ഒക്കെ വേണ്ടവിധത്തിൽ നടന്നു. തുറന്ന ജനാലയിലൂടെ അരിച്ചെത്തുന്ന വെയിൽ ഉള്ളിലെ തറയിൽ വീണുകിടക്കുന്നിടത്ത് കിടന്നുകൊണ്ട് ഞാൻ ഉദരപേശികൾ ദൃഢമാക്കാനുള്ള പരിശീലനങ്ങൾ നടത്തി. ഒരുമിച്ച് ബോക്സിംഗ് നടത്തുമ്പോൾ ചിലപ്പോൾ പ്രൊഫസറെ പേടിപ്പിച്ച് നിലം പരിശാക്കി. ആദ്യമൊക്കെ കണ്ണാടിക്കുമുമ്പിൽ നിന്നുകൊണ്ടുള്ള പരിശീലനം എനിക്ക് അസഹ്യമായിരുന്നു. കാരണം താടിവെച്ചിട്ടുള്ള ഒരപരിചിതൻ അതിൽനിന്നുകൊണ്ട് ബോക്സിംഗ് നടത്തിയിരുന്നത് എനിക്ക് വിചിത്രമായിത്തോന്നി. അവസാനമായപ്പോഴേക്കും എനിക്ക് അതൊരു തമാശയായി മാറി. ബോക്സിംഗ് പരിശീലനം തുടങ്ങിയപ്പോഴേ താടിയെടുത്തു മാറ്റാമെന്ന് ഞാൻ വിചാരിച്ചതായിരുന്നു. പക്ഷേ കാതറീൻ സമ്മതിച്ചില്ല.

ചിലപ്പോൾ കാതറീനും ഞാനും കുതിരവണ്ടിയിൽക്കയറി നാട്ടിൻപുറങ്ങളിലൂടെ സവാരി പോയി. തെളിഞ്ഞ ദിവസങ്ങളിൽ കുതിരസവാരി

വളരെ ഉല്ലാസകരമായിരുന്നു. നാട്ടിൻപുറത്തെ രണ്ടു നല്ല ചെറിയ ഹോട്ടലുകൾ ഞങ്ങൾ കണ്ടുപിടിക്കുകയും സവാരിക്കിടയിൽ അവിടെകയറി ഭക്ഷണം കഴിക്കുകയും ചെയ്തിരുന്നു.

കാതറീന് അധികദൂരം നടക്കാനാവാത്ത നിലയായപ്പോൾ അവളോടൊപ്പമിരുന്നു സവാരിചെയ്യുക എന്നത് ഞാനേറെ ഇഷ്ടപ്പെട്ടു. വെയിൽ തെളിഞ്ഞ ദിവസങ്ങളെല്ലാം ഞങ്ങൾ നന്നായി ആഘോഷിച്ചു. ഉദാസീനവും വിരസവുമായ ഒരു നിമിഷം പോലും ജീവിതത്തിൽ ഇല്ലാതായി. കുഞ്ഞിന്റെ വരവ് വളരെ അടുത്തെത്തി എന്ന് ഞങ്ങൾക്കറിയാമായിരുന്നു. എന്തോ ഒന്ന് ധൃതിപിടിച്ച് ഞങ്ങളുടെ നേരെ നീങ്ങിവരുന്നുണ്ടെന്നും അതിനാൽ ഒരുമിച്ചാവാൻ പറ്റുന്ന ഒരു നിമിഷംപോലും നഷ്ടപ്പെടുത്തിക്കൂടാ എന്നും ഞങ്ങൾക്ക് ഒരു തോന്നലുണ്ടായി.

41

കാതറീൻ കിടക്കയിൽ തിരിഞ്ഞുമറിയുന്നതിന്റെ ഒച്ചകൾ കേട്ട് ഒരു രാത്രി മൂന്നുമണിക്ക് ഞാനുണർന്നു.

'നിനക്ക് കുഴപ്പമൊന്നുമില്ലല്ലോ കാറ്റ്?'

'എനിക്ക് വേദന തുടങ്ങിയിരിക്കുന്നു- ഓമനേ.'

'ക്രമമായി'

'അല്ല- വളരെ ക്രമത്തിലല്ല.'

'ശരിയായ ഇടവേളകളിൽ ക്രമമായി വരാൻ തുടങ്ങിയാൽ നമുക്ക് ആസ്പത്രിയിൽ പോകാം.'

'ഞാൻ വല്ലാതെ ഉറക്കപ്പിച്ചിലായിരുന്നു. വീണ്ടും ഉറങ്ങിപ്പോവുകയും ചെയ്തു. കുറച്ചുനേരം കഴിഞ്ഞപ്പോൾ ഞാൻ വീണ്ടുമുണർന്നു.

'ഡോക്ടറെ വിളിക്കുകയാണ് നല്ലതെന്നു തോന്നുന്നു.' കാതറിൻ പറഞ്ഞു. ഞാൻ ഫോണിനടുത്തേക്ക് ചെന്ന് ഡോക്ടറെ വിളിച്ചു. എത്രനേരത്തിന്റെ ഇടവേളകളിലാണ് വേദന വരുന്നത്? അദ്ദേഹം ചോദിച്ചു.

'എത്രനേരം ഇടവിട്ടാണ് വേദന വരുന്നത് കാറ്റ്?'

'ഓരോ കാൽമണിക്കൂറിലുമാണെന്നു തോന്നുന്നു.'

'നിങ്ങൾ ഉടനെ ആസ്പത്രിയിലേക്ക് പോകൂ.' ഡോക്ടർ പറഞ്ഞു.

'ഞാനുമുടനെ വസ്ത്രംധരിച്ച് അവിടേക്കെത്താം.'

ഞാൻ ഫോൺവെച്ചു. പിന്നീട് സ്റ്റേഷനടുത്തുള്ള ഗാരേജിലേക്ക് ഒരു ടാക്സി അയച്ചുതരാനായി വീണ്ടും വിളിച്ചു. കുറേ നേരത്തേക്ക് ആരും ഫോൺ എടുത്തില്ല. അവസാനം ഒരാളെ കിട്ടി. അയാൾ ഉടനെത്തന്നെ ടാക്സി അയക്കാമെന്ന് ഉറപ്പ് പറഞ്ഞു. കാതറീൻ ആ നേരം ഡ്രെസ് ചെയ്യുകയായിരുന്നു. അവൾക്കും കുഞ്ഞിനും ആവശ്യം വരാവുന്ന സാധനങ്ങളെല്ലാം നേരത്തെ പെട്ടിയിലടക്കി വെച്ചിരുന്നു. ഹാളിൽ കടന്ന് ഞാൻ ലിഫ്റ്റിനുവേണ്ടി മണിയടിച്ചു. ഒരുത്തരവുമുണ്ടായില്ല. അവസാനം ഞാൻ

കോണിപ്പടികളിറങ്ങി താഴെ ചെന്നു. നൈറ്റ് വാച്ച്മാൻ അല്ലാതെ മറ്റാരും അവിടെയില്ലായിരുന്നു. ഞാൻ തന്നെ ലിഫ്റ്റിൽകയറി അത് മുകൾനിലയിലെത്തിച്ചു. അവളുടെ ബാഗ് ഞാനെടുത്ത് ലിഫ്റ്റിൽ വെച്ചു. പിന്നെ അവളും കയറി. ഞങ്ങളൊരുമിച്ച് ലിഫ്റ്റിൽ താഴേക്കിറങ്ങി. വാച്ച്മേൻ ഞങ്ങൾക്ക് വാതിൽ തുറന്നുതന്നു. ഞങ്ങൾ പുറത്ത് നടപ്പാതയിലേക്കുള്ള കോണിപ്പടികളുടെയരികിലെ കൽപടവിൽ ഇരുന്നു. തെളിഞ്ഞ് പ്രസന്നമായ നിറയെ നക്ഷത്രങ്ങളുള്ള ഒരു രാത്രിയായിരുന്നു അത്. കാതറീൻ വളരെയേറെ ആവേശഭരിതയായിരുന്നു.

'ഇത് തുടങ്ങിയതിൽ എനിക്ക് സന്തോഷമുണ്ട്.' അവൾ പറഞ്ഞു.

'ഇനി കുറച്ചുനേരത്തിനുള്ളിൽ എല്ലാം കഴിഞ്ഞുകിട്ടും.'

'നീയൊരു ധീരയായ പെൺകിടാവാണ്.'

'എനിക്ക് ഒട്ടും പേടിയില്ല. എന്നിരുന്നാലും ആ ടാക്സി വേഗമിങ്ങെത്തിയെങ്കിൽ എന്ന് ഞാനാശിക്കുന്നു.'

തെരുവിലൂടെ അത് കടന്നുവരുന്ന ശബ്ദം ഞങ്ങൾ കേട്ടു. പിന്നീട് അതിന്റെ ഹെഡ്‌ലൈറ്റിന്റെ വെളിച്ചം ഞങ്ങൾക്ക് കാണാനായി. അത് റോഡിൽ നിന്നും പാതയിലേക്ക് തിരിഞ്ഞ് മുന്നിൽ വന്നു നിന്നു. ഞാൻ കാതറീനെ വണ്ടിക്കുള്ളിലേക്ക് കയറാൻ സഹായിച്ചു. ഡ്രൈവർ ബാഗ് പൊക്കിയെടുത്ത് മുൻവശത്ത് വെച്ചു.

'ആസ്പത്രിയിലേക്ക്' ഞാൻ പറഞ്ഞു.

ഞങ്ങൾ പാതയിലൂടെ നീങ്ങി റോഡിലേക്ക് തിരിഞ്ഞ് പിന്നീട് കുന്ന് കയറാൻ തുടങ്ങി.

ആസ്പത്രിയിലെത്തിയപ്പോൾ ഞാൻ ബാഗ് ചുമന്ന് കാതറീനോടൊപ്പം നടന്നു ഉള്ളിലേക്ക് നീങ്ങി. ഡെസ്കിനരികിൽ ഒരു സ്ത്രീ ഇരിക്കുന്നുണ്ടായിരുന്നു. അവർ കാതറീന്റെ പേര്, വയസ്സ്, മേൽവിലാസം ബന്ധുക്കൾ, മതം ഇവയൊക്കെ ചോദിച്ചറിഞ്ഞ് ഒരു പുസ്തകത്തിൽ കുറിച്ചുവെച്ചു. അവൾക്ക് മതമേതുമില്ല എന്നു കാതറീൻ പറഞ്ഞപ്പോൾ അവർ മതം എന്നെഴുതിയതിനുനേരെ ഒരു വര വരച്ചു. തന്റെ പേര് കാതറീൻ ഹെൻറി എന്നാണവൾ കൊടുത്തത്.

'ഞാൻ നിങ്ങളെ മുകളിലെ മുറിയിലെത്തിക്കാം' അവൾ പറഞ്ഞു. ഞങ്ങൾ ഒരു ലിഫ്റ്റിൽക്കയറി മുകളിലേക്ക് പുറപ്പെട്ടു. പിന്നീട് ആ സ്ത്രീ ലിഫ്റ്റ് നിർത്തുകയും ഞങ്ങൾ അവളെ ഹാളിലൂടെ അനുഗമിക്കുകയും ചെയ്തു. കാതറീൻ എന്റെ കൈ മുറുകെ പിടിച്ചിരുന്നു. 'ഇതാണ് മുറി' അവർ പറഞ്ഞു.' നിങ്ങൾ വസ്ത്രം മാറി കിടക്കയിൽക്കയറി കിടക്കുമോ? ഇതാ നിങ്ങൾക്ക് ധരിക്കാനുള്ള നൈറ്റ് ഗൗൺ'

'ഞാനെന്റെ നൈറ്റ്ഗൗൺ കരുതിയിട്ടുണ്ട്' കാതറീൻ പറഞ്ഞു. 'പക്ഷേ നിങ്ങളിതുതന്നെ ധരിക്കുന്നതാണ് നല്ലത്.' അവർ പറഞ്ഞു. ഞാൻ പുറത്തിറങ്ങി ഹാളിലെ ഒരു കസേരയിലിരുന്നു.

'ഇനി നിങ്ങൾക്ക് അകത്തേക്ക് വരാം.' വാതലിൽക്കൽ നിന്ന് ആ സ്ത്രീ പറഞ്ഞു. കാതറീൻ ആ വീതികുറഞ്ഞ കട്ടിലിൽ കിടക്കുകയായിരുന്നു. ചതുരക്കളങ്ങളുള്ള ഒരു ഭംഗിയില്ലാത്ത നൈറ്റ് ഗൗണാണ് അവൾ ധരിച്ചിരുന്നത്. പരുക്കൻ പുതപ്പ് മുറിച്ചുണ്ടാക്കിയ പോലൊന്ന്. അവൾ എന്റെ നേരെ നോക്കി മന്ദഹസിച്ചു.

'എനിക്ക് നല്ല സ്റ്റെലൻ വേദനകളാണ് വരുന്നത്.' അവൾ പറഞ്ഞു. ആ സ്ത്രീ അവളുടെ മണിബന്ധത്തിൽ പിടിച്ച് വാച്ച് നോക്കിക്കൊണ്ടിരിക്കുകയും വേദനയുടെ ഇടവേളകൾ ശ്രദ്ധിക്കുകയും ചെയ്തുകൊണ്ടിരുന്നു.

'അതൊരു വലിയതായിരുന്നു.' കാതറീൻ പറഞ്ഞു. ആ വേദനയുടെ ഊക്ക് അവളുടെ മുഖത്ത് പ്രകടമായിരുന്നു.

'ഡോക്ടറെവിടെ' ഞാൻ ആ സ്ത്രീയോട് ചോദിച്ചു.

'അദ്ദേഹം ഉറങ്ങുകയാണ്. ആവശ്യമുള്ളപ്പോൾ ഇവിടെയെത്തും.'

'എനിക്ക് മാഡത്തിനുവേണ്ടി ഇപ്പോൾ ചിലത് ചെയ്യാനുണ്ട്.' നഴ്സ് പറഞ്ഞു. 'താങ്കൾ വീണ്ടുമൊന്ന് പുറത്തിറങ്ങി നിൽക്കാമോ?'

ഞാൻ പുറത്തിറങ്ങി ഹാളിലേക്ക് ചെന്നു. അതൊരു ഒഴിഞ്ഞ ഹാളായിരുന്നു. രണ്ടു ജനവാതിലുകളും പുറത്ത് ഇടനാഴിയിലേക്ക് തുറക്കാവുന്ന ഏതാനും പൂട്ടിയിട്ട വാതിലുകളും മാത്രം. ആസ്പത്രിയുടേതായ ഒരു മണമുണ്ടായിരുന്നു എങ്ങും. ഞാൻ ഒരു കസേരയിലിരുന്നു. തറയിലേക്ക് നോക്കിയിരുന്നുകൊണ്ട് ഞാൻ കാതറീനു വേണ്ടി പ്രാർത്ഥിച്ചു. 'ഇനി നിങ്ങൾക്ക് അകത്തേക്ക് വരാം' നഴ്സ് പറഞ്ഞു ഞാൻ മുറിയിലേക്ക് ചെന്നു.

'ഹലോ ഓമനേ' കാതറീൻ പറഞ്ഞു.

'എങ്ങനെയുണ്ടിത്?'

'ഇപ്പോൾ വേഗം വേഗം വരുന്നുണ്ട് അവ.' അവളുടെ മുഖം വലിഞ്ഞുമുറുകിയതുപോലെ കാണപ്പെട്ടു. പിന്നീട് അവളൊന്നു ചിരിച്ചു.

'അത് ശരിക്കുള്ള ഒന്നായിരുന്നു. നിങ്ങൾക്ക് നിങ്ങളുടെ കൈ എന്റെ പുറകിൽ ഒന്നു വെക്കണമെന്ന് തോന്നുന്നുണ്ടോ നേഴ്സ്?'

'അത് നിങ്ങളെ ആശ്വസിപ്പിക്കുമെങ്കിൽ' നഴ്സ് പറഞ്ഞു.

'നീ പോകൂ ഓമനേ' കാതറീൻ പറഞ്ഞു. 'പുറത്തുപോയി എന്തെങ്കിലും കഴിക്കാൻ കിട്ടുമോ എന്ന് നോക്കൂ. ഇതിങ്ങനെ കുറേ നേരത്തേക്ക് തുടരുമെന്നാണ് തോന്നുന്നത്. നേഴ്സ് അങ്ങനെയാണ് പറയുന്നത്.' കടിഞ്ഞൂൽ വേദന സാധാരണയായി കുറേ നേരം നീണ്ടുനിൽക്കും.'

നഴ്സ് പറഞ്ഞു.

'ദയവായി പുറത്തുപോകൂ. എന്തെങ്കിലും വാങ്ങിക്കഴിക്കൂ' കാതറീൻ പറഞ്ഞു. 'എനിക്കിപ്പോൾ സുഖം തോന്നുന്നുണ്ട്- സത്യമായും.'

'ഞാൻ കുറച്ചുനേരം കൂടി ഇവിടെ നിൽക്കാം.' ഞാൻ പറഞ്ഞു. ഇപ്പോൾ വേദന വരുന്നത് ക്രമമായ ഇടവേളകളിലാണ്. പിന്നീടത് വീണ്ടും

മന്ദഗതിയിലായി കാതറീൻ വളരെ ഉത്തേജിതയായി കാണപ്പെട്ടു. വേദന കഠിനമായപ്പോൾ അവൾ നന്നായി എന്നു പറഞ്ഞു. പിന്നെ തിരിച്ച് മന്ദഗതിയിലായപ്പോൾ നിരാശപ്പെട്ടുകയും ലജ്ജിക്കുകയും ചെയ്തു.

'നീയൊന്നു പുറത്തുപോയാട്ടെ ഓമനേ' അവൾ പറഞ്ഞു. 'നീയിവിടെ ഇങ്ങനെ നിൽക്കുമ്പോൾ എനിക്കെന്തോ സങ്കോചം തോന്നുന്നു.' അവളുടെ മുഖം മുറുകിയിരുന്നു.

'ഇതാ ഇതാ ഇത് കുറേക്കൂടി നല്ലതായിരുന്നു.' എനിക്ക് നല്ലൊരു മിടുക്കി ഭാര്യയാകണം. എന്നിട്ട് വലിയ അലമ്പൊന്നുമില്ലാതെ ഈ കുഞ്ഞിനെ പ്രസവിക്കണം, പുറത്തിറങ്ങി എന്തെങ്കിലും ബ്രേക്ഫാസ്റ്റ് കഴിക്കു ഡാർലിംഗ് പ്ലീസ്. എന്നിട്ട് തിരിച്ചുവരൂ. നീ ഇവിടെയില്ലല്ലോ എന്നോർത്ത് ഞാൻ വിഷമിക്കുകയും മറ്റും ഇല്ല. ഈ നല്ല നഴ്സ് മതി എനിക്കിവിടെ.'

'നിങ്ങൾക്ക് പ്രാതൽകഴിക്കാൻ ഇഷ്ടംപോലെ സമയമെടുക്കാം.' നഴ്സ് പറഞ്ഞു.

'എങ്കിൽ ഞാൻ പൊയ്ക്കൊള്ളാം. ഗുഡ്ബൈ, സ്വീറ്റ്.'

'ഗുഡ്ബൈ' കാതറീൻ പറഞ്ഞു. എനിക്കുവേണ്ടിയും കൂടി ഒരു ബ്രേക്ഫാസ്റ്റ് കഴിക്കു.'

'എവിടെയാണ് പ്രാതൽ കഴിക്കാൻ പറ്റിയ സ്ഥലം?' ഞാൻ നഴ്സിനോട് ചോദിച്ചു.

'തെരുവിൽ മൈതാനത്തിനടുത്ത് ഒരു കഫേയുണ്ട്' അവൾ പറഞ്ഞു. 'ഈ നേരത്തത് തുറന്നു കാണണം'

പുറത്ത് വെളിച്ചം വീഴാൻ തുടങ്ങുന്നതേയുള്ളു. ഞാൻ ആളൊഴിഞ്ഞ തെരുവീഥിയിൽക്കൂടി നടന്ന് കഫേയിലെത്തി. ജനവാതിലിലൂടെ ഉള്ളിൽ വെളിച്ചം കണ്ടു. ഞാൻ ഉള്ളിൽക്കയറി. സിങ്ക് പൊതിഞ്ഞ കൗണ്ടറിനരികെ നിന്നു. കുറച്ച് പ്രായംചെന്ന ഒരാൾ ഒരു ഗ്ലാസ് വെളുത്ത വൈനും ഒരപ്പവും കൊണ്ടുവന്നു തന്നു. അപ്പം തലേന്നാളത്തെ ബാക്കിയായിരുന്നു. ഞാനതു പൊട്ടിച്ച് വൈനിൽ മുക്കിക്കഴിച്ചു. പിറകെ ഒരു ഗ്ലാസ് കാപ്പിയും.

'ഈ നേരത്ത് നിങ്ങളിവിടെ എന്താണ് ചെയ്യുന്നത്.?' അയാൾ ചോദിച്ചു.

'എന്റെ ഭാര്യ പ്രസവവേദനയായി ആസ്പത്രിയിൽ കിടക്കുന്നു.'

'അങ്ങനെയോ! ഞാൻ ഭാഗ്യം നേരുന്നു.'

'ഒരു ഗ്ലാസ് വൈൻകൂടി തരൂ.'

അയാൾ ഒരു കുപ്പി ചെരിച്ച് ഗ്ലാസിലേക്ക് വൈൻ പകർന്നു. ഏതാനും തുള്ളികൾ സിങ്ക്കൗണ്ടറിലൂടെ ഉരുണ്ടൊഴുകി. ഞാൻ ആ ഗ്ലാസും അകത്താക്കി. പിന്നെ പണം കൊടുത്ത് പുറത്തിറങ്ങി. ചപ്പുചവറുകൾ നിറഞ്ഞ തെരുവുവീപ്പകൾ എടുത്തുകൊണ്ടുപോകുവാൻ വേണ്ടി വഴിയിൽ വെച്ചിരുന്നു. ഒരു തെരുവുപട്ടി അതിൽ മൂക്കുകടത്തി പരിശോധിക്കുന്നു.

'നിനക്കെന്തൊണ് വേണ്ടത്?' ഞാനതിനോട് ചോദിച്ചു. എന്നിട്ട് അതിന് പറ്റിയ വല്ലതും വീപ്പക്കുള്ളിൽ ഉണ്ടെങ്കിൽ വലിച്ചു പുറത്തിടാം എന്നു കരുതി

എത്തിനോക്കി. മുകൾഭാഗത്തെങ്ങും പറ്റിയതൊന്നും കണ്ടില്ല. കുറച്ച് കാപ്പിമട്ടും പൊടിയും ചവറും വാടിയുണങ്ങിയ പൂക്കളുമല്ലാതെ മറ്റൊന്നുമില്ലായിരുന്നു അതിൽ.'ഒന്നുമില്ലല്ലോ പട്ടീ' ഞാൻ പറഞ്ഞു. പട്ടി തെരുവുമുറിച്ച് ഓടിക്കടന്നുപോയി.

ഞാൻ ആസ്പത്രിയിലെത്തി. കോണിപ്പടികൾ കയറി. ഹാൾ കടന്ന് കാതറീന്റെ മുറിയിലേക്ക് നടന്നു, വാതിലിൽ മുട്ടി. പക്ഷേ ഉത്തരമൊന്നുമുണ്ടായില്ല. വാതിൽ തള്ളിത്തുറന്ന് ഞാൻ അകത്തു കടന്നു. മുറിയിൽ ആരുമുണ്ടായിരുന്നില്ല. കാതറീന്റെ ബാഗ് ഒരു കസേരയിലിരിപ്പുണ്ടായിരുന്നു. ഭിത്തിയിൽ കൊളുത്തിൽ അവൾ കൊണ്ടുവന്ന നൈറ്റ് ഗൗണും. ഞാൻ പുറത്തുകടന്നു. ആരെയെങ്കിലും കാണുമോ എന്നന്വേഷിച്ച് ഹാളിലൂടെ നടന്നു. അങ്ങനെ നടക്കുമ്പോൾ ഞാൻ ഒരു നഴ്സിനെ കണ്ടു.

'മാഡം ഹെൻറി എവിടെ?'

'ഒരു ലേഡിയെ ഇപ്പോൾ പ്രസവമുറിയിലേക്ക് കൊണ്ടുപോയിട്ടുണ്ട്.'

'അതെവിടെയാണ്.'

'ഞാൻ കാണിച്ചു തരാം'

അവളെന്നെ ഹാളിന്റെ അറ്റത്തേക്ക് കൂട്ടിക്കൊണ്ടുപോയി. പ്രസവമുറിയുടെ വാതിൽ അൽപം തുറന്നുകിടന്നിരുന്നു. കാതറീൻ, ഒരു മേശമേൽ ഒരു ഷീറ്റു പുതച്ച് കിടക്കുന്നത് എനിക്ക് കാണാമായിരുന്നു. ഒരു വശത്ത് നഴ്സ് നിന്നിരുന്നു. മറുവശത്ത് കുറേ സിലിണ്ടറുകളുടെ അരികിലായി ഡോക്ടറും. ഒരു കുഴലിനോട് ചേർന്ന് ഘടിപ്പിച്ച ഒരു റബ്ബർമാസ്കുണ്ടായിരുന്നു ഡോക്ടറുടെ കയ്യിൽ.'ഞാൻ നിങ്ങൾക്കൊരു ഗൗൺതരാം. അത് ധരിച്ചാൽ നിങ്ങൾക്ക് അകത്ത് പ്രവേശിക്കാം.' നഴ്സ് പറഞ്ഞു. 'ഇങ്ങോട്ടേക്കൊന്നു വരൂ പ്ലീസ്' അവൾ എന്നെ ഒരു വെള്ള ഗൗൺ ധരിപ്പിച്ചു. കഴുത്തിനു പുറകിലായി ഒരു സേഫ്റ്റിപിൻ കുത്തിയുറപ്പിച്ചു.

'ഇനി നിങ്ങൾക്ക് ഉള്ളിലേക്ക് പോകാം.' അവൾ പറഞ്ഞു. ഞാൻ ഉള്ളിലേക്ക് കടന്നു.

'ഹലോ ഡാർലിംഗ്' കാതറീൻ ഒരു വലിഞ്ഞുമുറുകിയ ശബ്ദത്തിൽ പറഞ്ഞു..

'എനിക്ക് കാര്യമായിട്ട് ഒന്നും ചെയ്യാൻ പറ്റുന്നില്ല.'

'നിങ്ങളായിരിക്കണം മിസ്റ്റർ ഹെൻറി അല്ലേ?' ഡോക്ടർ ചോദിച്ചു.

'അതെ- എങ്ങനെയിരിക്കുന്നു എല്ലാം ഡോക്ടർ?

'കാര്യങ്ങളെല്ലാം വളരെ ഭംഗിയിൽ മുന്നോട്ടു പോകുന്നു.' ഡോക്ടർ പറഞ്ഞു.

'ഞങ്ങളിങ്ങോട്ടു പോന്നു. ഇവിടെയാകുമ്പോൾ വേദന കുറയ്ക്കുന്ന ഗ്യാസ് കൊടുക്കാൻ സൗകര്യമുണ്ട്.'

'അത് എനിക്കിപ്പോൾ വേണം.' കാതറീൻ പറഞ്ഞു. ഡോക്ടർ ആ റബ്ബർ മാസ്ക് അവളുടെ മുഖത്തു വെച്ചുകൊണ്ട് ഒരു ഡയൽ തിരിച്ചു.

കാതറീൻ ആഞ്ഞ് അതിവേഗം ശ്വസിക്കുന്നത് ഞാൻ നോക്കിനിന്നു. അതിനുശേഷം അവൾ മാസ്ക് മുഖത്തുനിന്നും തള്ളിമാറ്റി. ഡോക്ടർ ഡയൽ മുറുക്കിയടച്ചു.

'അതത്ര വലിയതൊന്നുമല്ലായിരുന്നു. കുറച്ച് മുമ്പ് എനിക്കൊരു ഊക്കൻ വേദന വന്നു. ഡോക്ടർ അതിൽനിന്നെന്നെ മോചിതയാക്കിത്തന്നു അല്ലേ ഡോക്ടർ?' അവളുടെ ശബ്ദം എനിക്ക് അപരിചിതമായിത്തോന്നി. 'ഡോക്ടർ' എന്ന പദത്തിലെത്തിയപ്പോഴേക്കും അത് ഇത്തിരിയൊന്നു ഉയർന്നുപൊങ്ങിയിരുന്നു.

ഡോക്ടർ ചിരിച്ചു.

'എനിക്കിനിയും വേണമത്.' കാതറീൻ പറഞ്ഞു. അവൾ ആ റബ്ബർ മാസ്ക് മുഖത്തമർത്തിപ്പിടിച്ച് അതിവേഗം ശ്വസിച്ചു. അവൾ ചെറുതായി ഒന്നു ഞരങ്ങിയതുപോലെ തോന്നി. പിന്നീട് മാസ്ക് വലിച്ചുമാറ്റി. അവൾ മന്ദഹസിച്ചു.

'അതൊരു വലിയ ഒന്നായിരുന്നു.' അവൾ പറഞ്ഞു. 'അതൊരു വലിയ ഒന്നായിരുന്നു. എന്റെ ഓമനേ നീ വിഷമിക്കരുതേ- പുറത്ത് പോകൂ. പോയി ഒരു പ്രാതൽ കൂടി വാങ്ങിക്കഴിക്കൂ.'

'ഞാനിവിടെ നിൽക്കും,' ഞാൻ പറഞ്ഞു.

ഞങ്ങൾ ആസ്പത്രിയിലെത്തിയത് അന്നു രാവിലെ ഏകദേശം മൂന്നുമണിയോടടുപ്പിച്ചായിരുന്നു. ഉച്ചയായപ്പോഴും അവൾ പ്രസവമുറിയിൽത്തന്നെയായിരുന്നു. വേദനയുടെ തീവ്രത കുറഞ്ഞുവരാൻ തുടങ്ങിയിരുന്നു. അവൾ തെല്ലൊന്നു തളർന്നും ക്ഷീണിതയുമായി കാണപ്പെട്ടുവെങ്കിലും ഉത്സാഹത്തിന് കുറവുണ്ടായിരുന്നില്ല.

'എന്നെ ഒന്നിനും കൊള്ളില്ല ഓമനേ.' അവൾ പറഞ്ഞു.

'എനിക്കതിൽ വ്യസനമുണ്ട്. ഞാനിതുവരെ വിചാരിച്ചിരുന്നത്. ഇത് എളുപ്പത്തിൽ സാധിക്കാവുന്ന ഒന്നാണെന്നാണ്. ഇപ്പോൾ... ഇതാ. ഒന്നു വരുന്നു.' അവൾ മാസ്കിനുനേരെ കൈനീട്ടി. എന്നിട്ടത് കയ്യിലെടുത്ത് മുഖത്ത് ചേർത്തുപിടിച്ചു. ഡോക്ടർ അതിന്റെ ഡയൽ തിരിച്ച് അവളെ നോക്കികൊണ്ടുനിന്നു. നിമിഷങ്ങൾക്കുള്ളിൽത്തന്നെ വേദന മായുകയും ചെയ്തു.

'അതത്രക്ക് അധികമല്ലായിരുന്നു.' കാതറീൻ മന്ദഹസിച്ചു. 'ഞാനീ ഗ്യാസിന്റെ കാര്യത്തിൽ വല്ലാതെ അടിപ്പെട്ടിരിക്കുന്നു. ഇത് അതിശയകരമായ ഒരു സംഗതിയാണ്.'

'നമുക്കിതുപോലൊരെണ്ണം വീട്ടിലേക്ക് വാങ്ങിക്കണം.' ഞാൻ പറഞ്ഞു.

"ഇതാ വരുന്നു ഒരെണ്ണം." കാതറീൻ ധൃതിയിൽ പറഞ്ഞു.

ഡോക്ടർ ഡയൽ തിരിച്ചുകൊണ്ട് വാച്ചിൽ നോക്കി.

'ഇപ്പോൾ ഇടവേളകൾ എങ്ങനെയാണ്?'

'ഏകദേശം ഒരു മിനിറ്റ്.'

'നിങ്ങൾക്ക് ഉച്ചഭക്ഷണം കഴിക്കേണ്ടേ?'

'ഞാൻ പെട്ടെന്നുതന്നെ എന്തെങ്കിലും കഴിച്ചു വന്നോളാം.' അയാൾ പറഞ്ഞു.

'നിങ്ങളെന്തെങ്കിലും പോയി കഴിക്കണം ഡോക്ടർ' കാതറീൻ പറഞ്ഞു. 'ഇതിങ്ങനെ നീണ്ടുപോകുന്നതിനെയോർത്ത് ഞാൻ ഖേദിക്കുന്നു.'

എനിക്ക് ഗ്യാസ് തരാൻ എന്റെ ഭർത്താവിനെക്കൊണ്ട് സാധിക്കില്ലേ?'

'നിങ്ങൾക്കങ്ങനെയാണ് ആഗ്രഹമെങ്കിൽ' ഡോക്ടർ പറഞ്ഞു.

'നിങ്ങളിത് 'രണ്ട്' എന്ന അക്കത്തിലേക്ക് തിരിച്ചാൽ മതി.'

ഡോക്ടർ എന്നോട് പറഞ്ഞു.

'അങ്ങനെയോ?' ഞാൻ ചോദിച്ചു. ഡയലിന്റെ മാർക്കറിൽ ഉണ്ടായിരുന്ന കൈപ്പിടികൊണ്ട് അത് തിരിക്കാമായിരുന്നു.

'എനിക്കിപ്പോൾ വേണമത്.' കാതറീൻ പറഞ്ഞു. അവൾ മാസ്ക് മുറുക്കെ മുഖത്തോട് ചേർത്തു പിടിച്ചു. ഞാൻ ഡയൽ രണ്ടാം നമ്പറിലേക്ക് കറക്കി. എന്നെ എന്തെങ്കിലും ഒന്ന് ചെയ്യാനനുവദിച്ച ഡോക്ടറുടെ സൗമനസ്സിന് ഞാൻ മനസ്സാ നന്ദി പറഞ്ഞു.

'നീയത് ചെയ്തു അല്ലേ?' കാതറീൻ ചോദിച്ചു. അവൾ എന്റെ കൈത്തണ്ട തലോടി.

'തീർച്ചയായും.'

'നീ എന്തൊരു സുന്ദരനാണ്' അവൾക്ക് ഗ്യാസിന്റെ ലഹരി തലക്ക് പിടിച്ചിരുന്നു.

'ഞാൻ അടുത്ത മുറിയിലിരുന്നു ഒരു ട്രേയിൽനിന്നുള്ള ഭക്ഷണം കഴിച്ചോളാം.' ഡോക്ടർ പറഞ്ഞു. 'നിങ്ങൾക്ക് ഏതു നിമിഷത്തിലും എന്നെ വിളിക്കാം.'

സമയം നീങ്ങിക്കൊണ്ടിരിക്കെ അയാൾ ഉണ്ണുന്നതും, പിന്നെ കുറേ സമയം കഴിഞ്ഞ് അയാൾ കിടക്കുന്നതും, അതിനുശേഷം ഒരു സിഗരറ്റ് വലിക്കുന്നതും ഞാൻ നോക്കിയിരുന്നു. കാതറീൻ ഭയങ്കരമായി ക്ഷീണിച്ചുതുടങ്ങിയിരുന്നു.

'എനിക്കെപ്പോഴെങ്കിലും ഈ കുഞ്ഞിനെ കിട്ടുമെന്ന് നീ കരുതുന്നുണ്ടോ?

അവൾ ചോദിച്ചു.

'കിട്ടും തീർച്ചയായും കിട്ടും.'

'ഞാൻ എന്റെ കഴിവിന്റെ പരാമാവധി ശ്രമിക്കുന്നുണ്ട്. ഞാൻ മുക്കിക്കൊണ്ട് തള്ളാൻ ശ്രമിക്കുന്നു. പക്ഷേ അപ്പോഴേക്കും വേദന പൊയ്ക്കളയുന്നു. ഇതാ വരുന്നു മറ്റൊന്ന്. അതൊന്ന് വേഗം തരു.'

രണ്ടുമണിയായപ്പോൾ ഞാൻ പുറത്തുപോയി ഭക്ഷണം കഴിച്ചു. കഫേയിൽ അധികമാളുകൾ ഉണ്ടായിരുന്നില്ല. ഉണ്ടായിരുന്നവർ കാപ്പിയുടേയോ അല്ലെങ്കിൽ കിർഷ്-ന്റേയോ അല്ലെങ്കിൽ മാർക്-ന്റെയോ

ഗ്ലാസുകളുമായി മേശക്കരികിൽ ഇരുന്നു. ഞാൻ പോയി ഒരു മേശക്കരികിൽ ചെന്നിരുന്നു.

'എനിക്ക് കഴിക്കാമോ?' ഞാൻ വെയിറ്ററോട് ചോദിച്ചു.

'ലഞ്ചിന്റെ സമയം കഴിഞ്ഞുപോയി.'

'എല്ലാ നേരത്തേക്കും പറ്റിയ എന്തെങ്കിലുമൊന്ന് കൊണ്ടുവരൂ.'

'നിങ്ങൾക്ക് സോവർക്രാറ്റ് കഴിക്കാം.'

'എങ്കിൽ സോവർക്രാറ്റും ബീയറും കൊണ്ടുവരൂ.'

'അരയോ, മുഴുവനോ?'

'അര- തെളിഞ്ഞത്.'

വെയിറ്റർ പോയി ഒരു പാത്രം സോവർക്രാറ്റ് കൊണ്ടുവന്നു. വൈനിൽ കുതിർന്ന എരിവുള്ള കാബേജിന്നടിയിൽ ഒരു സോസേജും മുകളിൽ ഒരു കഷ്ണം പന്നിയിറച്ചിയും. ഞാനത് കഴിച്ചുതീർത്ത് ബീയർ കുടിച്ചു. എനിക്ക് വല്ലാതെ വിശന്നിരുന്നു. മറ്റു മേശകളിലിരുന്നവരെ ഞാൻ നോക്കിക്കൊണ്ടിരുന്നു. ഒരു മേശക്കരികിലിരുന്നു ചിലർ ചീട്ടു കളിച്ചിരുന്നു. അടുത്തമേശയിലെ രണ്ടുപേർ സംസാരിക്കുകയും പുകവലിക്കുകയും ചെയ്തുകൊണ്ടിരുന്നു. മുറിക്കുള്ളിൽ ആകെ പുകമയമായിരുന്നു. രാവിലെ ഞാൻ നിന്നു കാപ്പികുടിച്ച കൗണ്ടറിനു പുറകിൽ ഇപ്പോൾ മൂന്നു പേരുണ്ട്. ആ പ്രായം ചെന്ന മനുഷ്യനും കറുത്ത വസ്ത്രം ധരിച്ച ഒരു തടിച്ച വനിതയും പിന്നെ ഏപ്രൺ ധരിച്ച ഒരു കൊച്ചു പയ്യനും. കൗണ്ടറിനുപിന്നിൽ നിന്നുകൊണ്ട് ആ സ്ത്രീ മേശകളിൽ വിളിമ്പിയിരുന്ന ഓരോന്നും സശ്രദ്ധം വീക്ഷിക്കുന്നുണ്ടായിരുന്നു. അവർ എത്ര കുട്ടികളെ പ്രസവിച്ചുകാണുമെന്നും അതെങ്ങനെയൊക്കെയായിരുന്നുവെന്നും ഞാൻ ഊഹിക്കാൻ ശ്രമിച്ചു.

സോവർക്രാറ്റ് കഴിച്ചു കഴിഞ്ഞ് ഞാൻ ആസ്പത്രിയിലേക്ക് മടങ്ങിപ്പോയി. തെരുവീഥികൾ വളരെ വൃത്തിയായി കാണപ്പെട്ടു. മാലിന്യവീപ്പകൾ എല്ലാം കൊണ്ടുപോയിക്കഴിഞ്ഞിരുന്നു. മേഘാവൃതമായ ആകാശം. ഇടയിൽക്കൂടി മുഖം കാണിക്കാൻ ശ്രമിക്കുന്ന സൂര്യൻ ഞാൻ ലിഫ്റ്റിൽക്കയറി മുകൾനിലയിലേക്ക് പോയി. ഹാൾ കടന്നു ഞാൻ കാതറീൻ ആദ്യം കിടന്ന മുറിയിലേക്ക് പോയി. അവിടെയാണ് ഞാനെന്റെ വെളുത്ത ഗൗൺ ഊരി വെച്ചിരുന്നത്. ഞാനതെടുത്ത് ധരിച്ച് പിൻകഴുത്തിൽ സേഫ്റ്റി പിന്നും കുത്തി മുറുക്കി. കണ്ണാടിയിൽ കണ്ട പ്രതിബിംബം, താടിവെച്ച ഒരു വ്യാജ ഡോക്ടറുടേതാണെന്നു തോന്നി. ഞാൻ ഹാൾ കടന്നു പ്രസവമുറിയിലേക്ക് പോയി. അതിന്റെ വാതിൽ അടച്ചിട്ടിരിക്കയായിരുന്നു. ഞാൻ വാതിലിൽ മുട്ടി. ഉത്തരമൊന്നും കിട്ടാത്തതിനാൽ ഹാന്റിൽ തിരിച്ച് വാതിൽതുറന്നു ഞാനുള്ളിൽക്കടന്നു. ഡോക്ടർ കാതറീന്നരികെ ഇരുന്നു. നേഴ്സ് മുറിയുടെ മറ്റേ അറ്റത്ത് നിന്ന് എന്തോ ചെയ്യുകയായിരുന്നു.

'ഇതാ വന്നു നിങ്ങളുടെ ഭർത്താവ്.' ഡോക്ടർ പറഞ്ഞു.

'ഓ ഓമനേ - എനിക്കൊരു ഗംഭീരനായ ഡോക്ടറെയാണ് കിട്ടിയിട്ടുള്ളത്.' വളരെ വിചിത്രമെന്നു തോന്നിക്കുന്ന ഒരു ശബ്ദത്തിൽ കാതറീൻ

പറഞ്ഞു.'വേദന അധികരിച്ചപ്പോൾ അദ്ദേഹമെനിക്ക് ഏറ്റവും അത്ഭുത പ്പെടുത്തുന്ന കഥകൾ പറഞ്ഞുതന്നു. വേദനയെ നിശ്ശേഷം മറികടക്കാൻ സാധിച്ചു. അദ്ദേഹം ഒരു ഗംഭീര ഡോക്ടറാണ്. ഡോക്ടർ താങ്കളൊരു ഗംഭീരനാണ്'

'നിനക്ക് തലക്ക് പിടിച്ചിരിക്കുന്നു.' ഞാൻപറഞ്ഞു.

'അതെനിക്കറിയാം,' കാതറീൻ പറഞ്ഞു. പക്ഷേ നീയങ്ങനെ പറയാൻ പാടില്ല.' പിന്നീട് 'എനിക്കത് തരൂ. എനിക്കത് തരൂ' എന്നായി. അവളാ മാസ്ക് തട്ടിപ്പറിച്ചുവാങ്ങി മുഖത്ത് ചേർത്തമർത്തി ചെറുതായി, ആഴത്തിൽ കിതച്ചുകൊണ്ട് ശ്വസിച്ചു. നിശ്വാസത്തിന്റെ ശക്തികൊണ്ട് റെസ്പിറേറ്റർ, ക്ലിക്കിംഗ് ശബ്ദമുണ്ടാക്കിക്കൊണ്ടിരുന്നു. അതിനുശേഷം അവളൊരു ദീർഘനിശ്വാസമയക്കുകയും ഡോക്ടർ തന്റെ ഇടതുകൈ നീട്ടി മാസ്ക് പൊക്കിമാറ്റുകയും ചെയ്തു.

'അതൊരു ഊക്കനൊന്നായിരുന്നു.' കാതറീൻ പറഞ്ഞു. എനിക്ക് അവളുടെ ശബ്ദം വളരെ വിചിത്രമായിത്തോന്നി. 'ഇനി ഞാൻ മരിക്കാൻ പോകുന്നില്ല ഓമനേ' മരിക്കാൻ പോകുമെന്നു തോന്നിയ ആ സമയം കടന്നുപോയ്ക്കഴിഞ്ഞിരിക്കുന്നു. നിനക്ക് സന്തോഷമായില്ലേ ഓമനേ?'

'ഇനിയുമാ സമയത്തിലേക്ക് തിരിച്ചുപോകല്ലേ?'

'ഒരിക്കലുമില്ല. എനിക്കതിനെപ്പറ്റി ഒട്ടും പേടിയില്ലെങ്കിൽപോലും ഞാൻ മരിക്കുകയില്ല ഓമനേ.'

'നിങ്ങൾ അത്തരത്തിലുള്ള ഒരു വിഡ്ഢിത്തവും ചെയ്യാൻ പോകുന്നില്ല.' ഡോക്ടർ പറഞ്ഞു. 'നിങ്ങൾ മരിക്കുകയില്ല. നിങ്ങൾ നിങ്ങളുടെ ഭർത്താ വിനെ തനിച്ചാക്കി ഉപേക്ഷിച്ചുപോകില്ല.'

'ഓ ഇല്ല. ഞാൻ മരിച്ചുപോകില്ല. ഞാൻ മരിക്കുകയേ ഇല്ല. മരിക്കുക എന്നത് വിഡ്ഢിത്തമാണ്. അതാ വരുന്നു ഒന്ന്. എനിക്കത് തരൂ' അൽപനേരം കഴിഞ്ഞപ്പോൾ ഡോക്ടർ പറഞ്ഞു. നിങ്ങളൊന്നു പുറത്ത് പോകൂ മിസ്റ്റർ ഹെൻറി കുറച്ചു നേരത്തേക്കെങ്കിലും, എനിക്കൊരു പരിശോധന നടത്തേണ്ടതുണ്ട്.

'ഞാനെത്രത്തോളം ചെയ്യുന്നുണ്ട് എന്ന് അദ്ദേഹത്തിന് നോക്കേണ്ടി യിരിക്കുന്നു.' കാതറീൻ പറഞ്ഞു. 'കുറച്ചു നേരം കഴിയുമ്പോഴേക്കും നിനക്ക് തിരിച്ചുവരാം, ഓമനേ- വന്നുകൂടെ ഡോക്ടർ?'

'വരാം.' ഡോക്ടർ പറഞ്ഞു. 'തിരിച്ചു വരാറാകുന്ന സമയത്ത് ഞാൻ ആളയക്കാം.'

ഞാൻ ഹാൾ കടന്ന്, കുഞ്ഞിനോടൊപ്പം കാതറീന് കിടക്കാൻ സജ്ജ മാക്കിയ മുറിയിലേക്ക് ചെന്നു ഒരു കസേരയിലിരുന്നു. ഉച്ചഭക്ഷണത്തിനിറ ങ്ങിയപ്പോൾ വാങ്ങിയ പത്രം എന്റെ കോട്ടിന്റെ കീശയിൽ കിടപ്പുണ്ടായി രുന്നു. പുറത്ത് ഇരുളാൻ തുടങ്ങിയതിനാൽ ഞാൻ എഴുന്നേറ്റ് ലൈറ്റുകൾ തെളിയിച്ചു. എന്നിട്ട് പത്രം വായിച്ചു. കുറേക്കഴിഞ്ഞപ്പോൾ ഞാൻ വായന

നിർത്തിയെഴുന്നേറ്റ് ലൈറ്റുകൾ ഓഫ് ചെയ്തു. ജനലിലൂടെ പുറത്തെ അന്തരീക്ഷം ക്രമേണ ഇരുളുന്നത് നോക്കിനിന്നു. വിളിക്കാൻ ആളയക്കാൻ എന്തു കൊണ്ടാണിത്ര വൈകുന്നതെന്ന് ഞാനാശ്ചര്യപ്പെട്ടു. ഒരു പക്ഷേ എന്റെ സാന്നിദ്ധ്യമില്ലാതിരിക്കുകയാണ് നല്ലതെന്ന് അവർ വിചാരിച്ചുകാണും. ഞാൻ കുറച്ചുനേരത്തേക്ക് മുറിയിൽ നിന്നും ഒഴിഞ്ഞുനിൽക്കുകയാണ് വേണ്ടതെന്ന് കരുതിക്കാണും. ഞാൻ വാച്ചിൽ നോക്കി. ഇനിയും ഒരു പത്തുമിനിട്ടിനകം വിളിക്കാൻ ആളയക്കുന്നില്ലെങ്കിൽ, അങ്ങോട്ട് പോവുകതന്നെ എന്നു ഞാൻ നിശ്ചയിച്ചു. എന്റെ പാവം പാവം ഓമന കാറ്റ് ഇതാണ് ഒരുമിച്ച് കിടന്നതിന് നിങ്ങൾ കൊടുക്കേണ്ട വില. ഇതാണ് ആ കെണിയുടെ അറ്റം, പരസ്പരം സ്നേഹിക്കുന്നതിന് കിട്ടുന്ന പ്രതിഫലം. താങ്ക് ഗോഡ് ആ ഗ്യാസിനു നന്ദി. എന്തായാലും വേദനയെ മയക്കുന്ന മരുന്നുകൾ കണ്ടുപിടിക്കുന്നതിനു മുമ്പുള്ള കാലത്ത് ഇതൊക്കെ എങ്ങനെയായിരുന്നു.?ഒരിക്കൽ തുടങ്ങിക്കഴിഞ്ഞാൽപിന്നെ, ഇത് ധാന്യമില്ലിലെ തിരികല്ല് കറക്കുന്ന ജലപ്രവാഹത്തിൽപ്പെട്ടതുപോലെയാണ്. കാതറീൻ, ഗർഭകാലം മുഴുവൻ സുഖകരമായി കഴിച്ചുകൂട്ടി. വളരെ നന്നായിത്തന്നെ. അവൾക്ക് ഗർഭാലസ്യമോ ഛർദ്ദിയോ ഒന്നുമുണ്ടായിരുന്നില്ല ഈ അവസാനസമയത്തല്ലാതെ അവൾക്ക് ക്ഷീണമോ തളർച്ചയോ ഒന്നുമുണ്ടായിരുന്നില്ല. ഇപ്പോൾ ഇതാ ഈ കെണിയുടെ അറ്റത്തുവെച്ച് അവർ അവളെ പിടികൂടിയിരിക്കുന്നു. ഒന്നിന്റേയും വില കൊടുക്കാതെ കടന്നുകളയാമെന്ന് ആരും ചിന്തിക്കേണ്ട. നരകമേ കടന്നുപോകൂ. ഞങ്ങൾ ഒരമ്പതുവട്ടം വിവാഹം കഴിച്ചിരുന്നുവെങ്കിലും ഇതിങ്ങനെയൊക്കെത്തന്നെയായിരിക്കും. എന്നിട്ട് ഒടുവിൽ അവൾ മരിച്ചു പോവുകയാണെങ്കിലോ? അവൾ മരിക്കുകയില്ല. ഇക്കാലത്ത് പ്രസവസമയത്ത് ആരും മരിക്കുകയില്ല. അങ്ങനെത്തന്നെയായിരിക്കും എല്ലാ ഭർത്താക്കന്മാരും ചിന്തിക്കുക. അതെ പക്ഷേ അവൾ മരിച്ചു പോയാലോ. കാതറീൻ മരിക്കുകയില്ല. തൽക്കാലം അവൾക്ക് ചില വിഷമങ്ങൾ ഉണ്ടായി എന്നേയുള്ളൂ. കടിഞ്ഞൂൽ പ്രസവവേദന സാധാരണയായി കുറേ നേരം നീണ്ടുനിന്നുവെന്നുവരും. അവൾക്കിപ്പോൾ തൽക്കാലം ചില്ലറ പ്രയാസങ്ങൾ ഉണ്ടായി എന്നേയുള്ളൂ. കുറേക്കാലം കഴിഞ്ഞാൽ ഞങ്ങൾ ഒന്നിച്ചിരുന്നു പറഞ്ഞെന്നുവരാം എന്തൊരു കഷ്ടകാലമായിരുന്നു ഇതെന്നു. അപ്പോഴും കാതറീൻ പറഞ്ഞേക്കാം സത്യത്തിൽ അതത്ര വലിയ കഷ്ടമൊന്നുമല്ലായിരുന്നുവെന്ന്. പക്ഷേ ഇപ്പോൾ അവൾ മരിച്ചുപോകുമെങ്കിലോ? അവൾക്കങ്ങനെ മരിക്കാൻ സാധിക്കുമോ? ഇല്ല, പക്ഷേ അവൾക്ക് മരിച്ചുപോകേണ്ടി വന്നാലോ? അവൾക്കതിന് കഴിയില്ല. ഞാൻ നിങ്ങളോട് തറപ്പിച്ച് പറയുന്നു, അവൾക്കതിനാവില്ല. വിഡ്ഢിത്തം പറയാതിരിക്കൂ ഇത് കുറഞ്ഞൊരു സമയത്തേക്കുള്ള ദുരിതമാണ്. പ്രകൃതിയാണീ നരകം അവൾക്ക് കൊടുത്തത്. ഇത് ആദ്യത്തെ പ്രസവം ആയതുകൊണ്ട് മാത്രമാണ്. ആദ്യത്തേതാകുമ്പോൾ വേദന വളരെയേറെ സമയം നീണ്ടുനിൽക്കും. അതങ്ങനെയാണെല്ലാവർക്കും. പക്ഷേ അവൾ മരിച്ചുപോകുമെങ്കിലോ? അവർക്കങ്ങനെ മരിക്കാനാകുമോ? എന്തിന് മരിക്കണം? മരിക്കാൻ മാത്രമിപ്പോഴെന്തുണ്ടായി? ഒരു കുട്ടി ജനിച്ചുവീഴേണ്ടതുണ്ട്,

അത്രമാത്രം. മിലാനിലെ മനോഹര രാത്രികളുടെ ഉപോൽപന്നമായ ഒരു കുഞ്ഞ്. അത് മാത്രമാണ് പ്രശ്നം. അതിനെ ജനിപ്പിക്കേണ്ടിയിരിക്കുന്നു. പിന്നീട് അതിനെ വളർത്തണം. ഒരു പക്ഷേ അതിനോടൊരു വാൽസല്യമുണ്ടായെന്നും വരാം. പക്ഷേ അവൾ മരിച്ചുപോകുമെങ്കിലോ? അവൾ മരിക്കുകയില്ല. ഇപ്പോൾ ചിലപ്പോൾ അവൾക്ക്- കുഴപ്പമൊന്നും കാണില്ലായിരിക്കും, പക്ഷേ അവൾ മരിച്ചുപോകുമെങ്കിൽ? ഹേയ് ഇത് പറയൂ- അവൾക്ക് മരിക്കേണ്ടിവരുമെങ്കിലോ?

ഡോക്ടർ മുറിയിലേക്ക് കടന്നുവന്നു.

'എങ്ങനെ പോകുന്നു ഡോക്ടർ?'

'അതങ്ങനെ പോകുന്ന മട്ടില്ല.'

'നിങ്ങളെന്താണ് അർത്ഥമാക്കുന്നത്?'

'അതു തന്നെ. ഞാനിപ്പോൾ ഒരു പരിശോധന നടത്തി. അദ്ദേഹം ആ പരിശോധനയുടെ ഫലത്തെപ്പറ്റി വിശദീകരിച്ചു.

'അപ്പോൾ മുതൽ അത് കാണാൻ ഞാൻ കാത്തിരിക്കുകയായിരുന്നു. പക്ഷേ അത് വന്നില്ല.'

'നിങ്ങൾ എന്താണ് നിർദ്ദേശിക്കുന്നത്?''

'രണ്ടു കാര്യങ്ങൾ. ഒന്നുകിൽ വല്ലാതെ വൈകിപ്പോയ, ഒരു കൊടില് പയോഗിച്ച് വലിച്ചെടുക്കുന്ന പ്രസവം, അത് കീറിമുറിക്കേണ്ടിവരുന്നതും ഒരു പരിധിവവരെ അപകടകരവുമാണ്. പോരാത്തതിന് കുഞ്ഞിനു പ്രശ്നമുണ്ടായേക്കാം,

അല്ലെങ്കിൽ ഒരു സീസേറിയൻ.

'ഒരു സീസേറിയന്റെ അപകടമെന്താണ്? അവൾക്ക് മരിക്കേണ്ടിവന്നാലോ?'

'ഒരു സാധാരണ പ്രസവത്തിനുള്ളതിനേക്കാൾ വലുതായ അപകടമൊന്നും സീസേറിയനിൽ ഇല്ല.'

'അത് നിങ്ങൾക്കുതന്നെ ചെയ്യാവുന്നതാണോ?'

'അതെ. പക്ഷേ വേണ്ട ആൾക്കാരേയും സാധനങ്ങളേയും തയ്യാറാക്കാൻ എനിക്കൊരു മണിക്കൂർ സമയം വേണ്ടിവന്നേക്കാം. ഒരു പക്ഷേ അതിനേക്കാൾ കുറവ്.'

'നിങ്ങളെന്താണ് കരുതുന്നത്?'

'ഞാൻ സീസേറിയൻ ഒപ്പറേഷനാണ് താൽപര്യപ്പെടുന്നത്. ഇതെന്റെ ഭാര്യായിരുന്നുവെങ്കിൽ ഞാൻ തീർച്ചയായും സീസേറിയൻ തീരുമാനിക്കും.'

'ഇതിന്റെ പ്രത്യാഘാതങ്ങൾ എന്തൊക്കെയാണ്.?'

'പറയത്തക്കതായി ഒന്നുമില്ല. ഒരു കല ശേഷിച്ചെന്നുവരാം.'

'അണുബോധയുണ്ടാകുമോ?

'ഒരു കൊടിലുപയോഗിച്ചുള്ള പ്രസവത്തിനുണ്ടായേക്കാവുന്നതിന പ്പുറമൊന്നുമില്ല.'

'ഇതുവരെ ഇങ്ങനെ കാര്യമായി ഒന്നും ചെയ്യാതെ ഇത്രയും നീട്ടിക്കൊണ്ടുപോയതെന്തിനാണ്?'

'ഓരോ കാര്യവും വഴിക്കു വഴിയായിട്ടല്ലേ ചെയ്യുക?' മിസിസ് ഹെൻറിയുടെ കരുത്തെല്ലാം ചോർന്നുപോകാൻ തുടങ്ങിയിരിക്കുന്നു. എത്രയും വേഗം ഓപ്പറേറ്റ് ചെയ്യുന്നുവോ അത്രയും നല്ലത്?'

'എങ്കിൽ എത്രയും പെട്ടെന്ന് തന്നെ ഓപ്പറേഷൻ തുടങ്ങൂ.'

'ഞാൻ പോയി നിർദ്ദേശങ്ങൾ കൊടുക്കട്ടെ.'

ഞാൻ പ്രസവമുറിയിലേക്ക് തിരിച്ചുചെന്നു. കാതറീൻ മേശമേൽ കിടന്നിരുന്നു. പുതച്ച ഷീറ്റിനടിയിൽ അവൾ ഒരുപാട് വിങ്ങി വീർത്തതായി കാണപ്പെട്ടു. വളരെയേറെ വിളർത്ത് വളരെയേറെ തളർന്ന്.

'ദയവായി അത് എനിക്ക് തരൂ. ഓ അതിനെക്കൊണ്ടിപ്പോൾ ഗുണമൊന്നുമുണ്ടാകുന്നില്ല.'

നഴ്സ് ഒപ്പമുണ്ടായിരുന്നു.

'അത് ചെയ്തു കൊള്ളാൻ നീ ഡോക്ടർക്ക് അനുവാദം കൊടുത്തുവോ.'

'കൊടുത്തു.'

'അത് ഗംഭീരമായില്ലേ? ഇനി ഒരു മണിക്കൂറിനുള്ളിൽ എല്ലാം കഴിഞ്ഞുകിട്ടും. എനിക്ക് ഇതിനപ്പുറമിനി സഹിക്കാൻ വയ്യ ഓമനേ- ഞാൻ കഷ്ണങ്ങളായി ചിതറുവാൻ പോവുകയാണ്. ദയവായി അത് തരൂ. അതിപ്പോൾ ശരിയാംവണ്ണമല്ല പ്രവർത്തിക്കുന്നത്.'

'ശ്വാസം ആഞ്ഞുവലിക്കൂ.'

'ഞാൻ ആഞ്ഞുവലിക്കുന്നുണ്ട്. പക്ഷേ അത് ശരിക്ക് പ്രവർത്തിക്കുന്നില്ല. അത് ശരിയാകുന്നില്ല.'

'മറ്റൊരു സിലിണ്ടർ കൊണ്ടുവരൂ.' ഞാൻ നേഴ്സിനോട് പറഞ്ഞു.

'ഇത് പുതിയ സിലിണ്ടറാണ്.'

'ഞാനൊരു വിഡ്ഢിപ്പെണ്ണ് മാത്രമാണ് ഓമനേ.' കാതറീൻ പറഞ്ഞു. പക്ഷേ ഇപ്പോൾ അത് പ്രവർത്തിക്കുന്നില്ല. ഇനിയൊരിക്കലും പ്രവർത്തിക്കുകയില്ല.' അവൾ പൊട്ടിക്കരഞ്ഞു.'ആരേയും ബുദ്ധിമുട്ടിക്കാതെ തന്നെ എനിക്കീ കുഞ്ഞിനെ പ്രസവിക്കാൻ ഞാനതിയായി ആഗ്രഹിച്ചു. ഇപ്പോ എനിക്ക് തീർത്തും വയ്യാതായി, എന്റെ കാര്യം കഴിഞ്ഞു. ഞാൻ കഷ്ണങ്ങളായി നുറുങ്ങിപ്പോകുന്നു. അതാണെങ്കിൽ പ്രവർത്തിക്കുന്നുമില്ല. ഓ ഓമനേ- അത് തീരെ പ്രവർത്തിക്കുന്നില്ല. ഇതൊന്ന് കഴിഞ്ഞുകിട്ടുവാൻ മരിച്ചാലും വേണ്ടില്ലായിരുന്നു.. മരിക്കുന്നതൊന്നും ഞാൻ കണക്കാക്കുന്നതേയില്ല. ഓ പ്ലീസ് പ്ലീസ് ഓമനേ- ഇതൊന്ന് നിർത്തിത്തരൂ- അതാ ഒന്നു വരുന്നു. 'ഓഹ് ഓഹ് ഓഹ്' അവൾ തേങ്ങിക്കരഞ്ഞുകൊണ്ട് മാസ്കിനുള്ളിൽ

ശ്വാസം വലിച്ചു. 'ഇത് പ്രവർത്തിക്കുന്നില്ല, ഇത് പ്രവർത്തിക്കുന്നില്ല, ഇത് പ്രവർത്തിക്കുന്നില്ല.' ഞാൻ പറയുന്നതൊന്നും കാര്യമാക്കേണ്ട ഇതൊന്നും സാരമാക്കേണ്ട ഓമനേ- കരയരുതേ പ്ലീസ്. എന്നെ കണക്കാക്കേണ്ട. ഞാൻ നുറുങ്ങിപ്പോകുകയാണെന്ന് മാത്രം. എന്റെ പാവം ഓമനേ- ഞാൻ നിന്നെ ഒരുപാടൊരുപാട് സ്നേഹിക്കുന്നു. ഞാൻ വീണ്ടും സുഖപ്പെട്ടുവരും. ഇപ്രാവശ്യം ഞാൻ ഞാൻ ശരിയായിത്തന്നെ അത് ചെയ്യും. അവർക്കതിന് ഒന്നും തരാനില്ലേ! അവർക്ക് എന്തെങ്കിലും ചെയ്യാൻ കഴിയില്ലേ ഇതിന്?'

'ഞാനിത് ശരിയാക്കിത്തരാം. ഞാനിതിന്റെ ഡയൽ അങ്ങേയറ്റം തിരിച്ചുനോക്കാം.'

'ഇപ്പോൾത്തന്നെ അതെനിക്ക് വേണം'

ഞാൻ ഡയൽ മുഴുവൻ വൃത്തവും തിരിച്ചു. മാസ്കിനുള്ളിൽ അവൾ ശക്തമായി ശ്വാസം ആഞ്ഞുവലിച്ചുകൊണ്ടിരുന്നു. അവളുടെ മാസ്കിന്മേലുള്ള പിടി അയഞ്ഞുവന്നു. ഞാൻ സിലിണ്ടർ അടച്ചു.. പിന്നെ മാസ്ക് വലിച്ചു മാറ്റി ഒരുപാട് ദൂരത്ത് നിന്നും എന്നപോലെ അവൾ തിരിച്ചെത്തി.

'അത് മനോഹരമായിരുന്നു ഓമനേ- നീയെന്നോട് വളരെ അലിവ് കാണിച്ചു'

'കുറച്ച് ധൈര്യമായിരിക്കു കാറ്റ്. കാരണം എപ്പോഴും അതങ്ങനെ ചെയ്യാൻ പാടില്ല. അത് നിന്നെ ചിലപ്പോൾ നശിപ്പിച്ചേക്കും.'

'എനിക്കിനിമേൽ ധൈര്യശാലിയാവാൻ കഴിയില്ല ഓമനേ- ഞാനാകെ തകർന്നിരിക്കുന്നു. അവർ എന്നെയാകെ തകർത്തുകളഞ്ഞിരിക്കുന്നു. എനിക്കിപ്പോഴാണ് അത് മനസ്സിലായത്.'

'എല്ലാവരുടെ കാര്യവും ഇപ്രകാരം തന്നെയാണ്.'

'പക്ഷേ ഇത് അതിഭയങ്കരമാണ്. നിങ്ങൾ നിശ്ശേഷം നുറുങ്ങിപ്പോകുന്നതുവരെ അവരത് നീട്ടിക്കൊണ്ടുപോകും.'

'ഇനിയും ഒരു മണിക്കൂറിനുള്ളിൽ എല്ലാം കഴിഞ്ഞുകിട്ടും.'

'അത് വളരെ മനോഹരമായി അല്ലേ ഓമനേ. ഞാൻ മരിച്ച് പോകില്ല. അല്ലേ ഓമനേ.'

'ഒരിക്കലുമില്ല. ഞാൻ സത്യം ചെയ്യുന്നു. നീ മരിക്കുകയില്ല.'

'കാരണമാന്താണെന്നു വെച്ചാൽ എനിക്ക് മരിക്കേണ്ട അത്രതന്നെ. എനിക്ക് നിന്നെ വിട്ട് പോകേണ്ട. പക്ഷേ ഞാൻ വല്ലാതെ തളർന്നിരിക്കുന്നു. ഞാൻ മരിക്കാൻ പോവുകയാണെന്ന് തോന്നുന്നു.'

'വിഡ്ഢിത്തം പറയാതിരിക്കു. ഈ സമയത്ത് എല്ലാവർക്കുമങ്ങനെ തോന്നും.'

'ചില നേരത്ത് എനിക്ക് ഞാൻ മരിക്കാൻ തുടങ്ങുകയാണെന്ന് തോന്നും.'

'ഇല്ല നീ മരിക്കില്ല. നിനക്കതിന് കഴിയില്ല.'

'പക്ഷേ അങ്ങനെ വന്നാലോ?'

'ഞാനതിന് സമ്മതിക്കില്ല.'

'എനിക്കാ മാസ്ക് തരൂ- വേഗം അത് തരൂ'

പിന്നീട് കുറച്ച് നിമിഷങ്ങൾക്കുശേഷം.

'ഞാൻ മരിക്കുകയില്ല. മരിക്കാൻ ഞാൻ എന്നെ അനുവദിക്കില്ല.'

'തീർച്ചയായും നീയതിന് അനുവദിക്കില്ല-'

'നീയെന്റെ കൂടെത്തന്നെയായിരിക്കുമോ?'

'ഉം. പക്ഷേ അത് കാണാൻ വയ്യ.'

'വേണ്ട. പക്ഷേ എന്റെയടുത്തുണ്ടായാൽ മാത്രം മതി.'

'തീർച്ചയായും ഞാനെപ്പോഴും കൂടെത്തന്നെയുണ്ടാകും.'

'നീയെന്നോട് ഒരുപാട് അലിവ് കാണിക്കുന്നു. അതാ വരുന്നു അതെനിക്ക് തരൂ, കുറച്ചുകൂടിത്തരൂ- നോക്കൂ ഇത് പ്രവർത്തിക്കുന്നില്ല.' ഞാൻ ഡയൽ രണ്ടിൽ നിന്നും മൂന്നിലേക്കും പിന്നെ നാലിലേക്കും തിരിച്ചു. ഡോക്ടർ എത്രയും പെട്ടെന്ന്തന്നെ വന്നിരുന്നെങ്കിലെന്ന് ഞാൻ തീവ്രമായി ആഗ്രഹിച്ചു. രണ്ടിനുമുകളിലുള്ള അക്കങ്ങളെ ഞാൻ പേടിച്ചു.

അവസാനം രണ്ട് നഴ്സുമാരുടെ അകമ്പടിയോടെ ഒരു പുതിയ ഡോകടർ കടന്നുവന്നു. അവർ അവളെ പൊക്കിയെടുത്ത് ചക്രങ്ങൾ നീങ്ങുന്ന സ്ട്രെച്ചറിൽ എടുത്തു കിടത്തി. ഞങ്ങൾ എല്ലാവരും ഹാളിലൂടെ നീങ്ങി. പിന്നീട് ലിഫ്റ്റിലേക്ക് കടന്നു. സ്ഥലമില്ലാത്തതിനാൽ ചുമരിനോട് ചേർന്ന് ഞെരുങ്ങിനിൽക്കേണ്ടതായി വന്നു. പിന്നെ ലിഫ്റ്റ് മുകളിലേക്കു യർന്നു. വാതിൽ തുറന്ന് പിന്നെയുമൊരു ഹാളിലൂടെ പോയി ഓപ്പറേഷൻ മുറിയുടെ മുന്നിലെത്തി. ക്യാപ്പും മാസ്കും ധരിച്ചിരുന്ന ഡോക്ടറെ എനിക്ക് തിരിച്ചറിയാൻ കഴിഞ്ഞില്ല. മറ്റൊരു ഡോക്ടറും കുറേക്കൂടി നെഴ്സുമാരുമു ണ്ടായിരുന്നു.

'അവർ എനിക്ക് എന്തെങ്കിലും തരേണ്ടതാണ്.' കാതറീൻ പറഞ്ഞു. അവർ എനിക്ക് എന്തെങ്കിലും തരേണ്ടതാണ് പ്ലീസ് ഡോക്ടർ എനിക്കി ത്തിരി ആശ്വാസംകിട്ടാൻ വേണ്ടി മാത്രം എന്തെങ്കിലുമൊന്നു തരൂ'

ഡോക്ടർമാരിൽ ഒരാൾ ഒരു മാസ്കെടുത്ത് അവളുടെ മുഖത്തിനുമീതെ വെച്ചു. ഞാൻ വാതിലിലൂടെ ഉള്ളിലേക്ക് നോക്കി ഓപ്പറേഷന്റെ രംഗഭൂമി നിരീക്ഷിച്ചു.

'നിങ്ങൾക്ക് അപ്പുറത്തെ മുറിയിൽ പോയി ഇരിക്കാം.' ഒരു നഴ്സ് എന്നോട് പറഞ്ഞു.

ആ മുറിയിൽ കുറെ ബെഞ്ചുകൾ അഴികൾക്ക് പിന്നിലായി നിര ത്തിയിട്ടിരുന്നു. അവിടെനിന്നും നോക്കിയാൽ വെളുത്ത നിറത്തിലുള്ള മേശയും ലൈറ്റുകളും കാണാമായിരുന്നു. ഞാൻ കാതറീനെ ശ്രദ്ധിച്ചു മുഖത്ത് മാസ്കും വെച്ച് കിടന്നിരുന്ന അവൾ ശാന്തയായിരുന്നു. അവൾ

സ്ട്രെച്ചറിനെ മുന്നോട്ടേക്കുന്തി. ഞാൻ മുഖം തിരിച്ചു. പിന്നെ ഹാളിലൂടെ നടന്നു. രണ്ട് നഴ്സുമാർ തിരക്കിട്ട് വാതിലിലൂടെ ഓടിവന്നു. ഗാലറിയിലേക്ക് കടന്നു.

'അതൊരു സീസേറിയാണ്' ഒരുത്തി പറഞ്ഞു. 'അവർ ഒരു സീസേറിയൻ ചെയ്യാൻ തുടങ്ങുകയാണ്.'

മറ്റേ നഴ്സ് ചിരിച്ചു. 'നമ്മൾ നേരത്തിന് എത്തി. നമുക്ക് ഭാഗ്യമുണ്ട് അല്ലേ?'

മറ്റൊരു നഴ്സ് കടന്നുവന്നു. അവളും ധൃതിയിലായിരുന്നു.

'നിങ്ങൾ നേരെയങ്ങോട്ട് പോകൂ നേരെയങ്ങോട്ട്.' അവൾ പറഞ്ഞു.

'ഞാൻ പുറത്താണ് നിൽക്കാൻ വിചാരിക്കുന്നത്.'

'അവൾ തിടുക്കത്തിൽ ഉള്ളിലേക്ക് കയറി. ഞാൻ ഹാളിലൂടെ അങ്ങോട്ടുമിങ്ങോട്ടും നടന്നുകൊണ്ടിരുന്നു. ഉള്ളിലേക്ക് പോകാൻ എനിക്ക് പേടിയായിരുന്നു. ഞാൻ ജനവാതിലിലൂടെ പുറത്തേക്ക് നോക്കി. ഇരുട്ടായിരുന്നു. പക്ഷേ ജനവാതിലിൽക്കൂടി വീഴുന്ന വെളിച്ചത്തിൽ മഴ പെയ്യുകൊണ്ടിരിക്കുന്നത് എനിക്ക് കാണാൻ കഴിഞ്ഞു. ഞാൻ ഹാളിന്റെ അവസാനയറ്റത്തുള്ള ഒരു മുറിയിലേക്ക് കയറിച്ചെന്നു. ചില്ലലമാരകളിലെ നിരത്തിവെച്ച കുപ്പികളുടെ ലേബലുകൾ നോക്കി തെല്ലുനേരം നിന്നു. പിന്നീട് ഞാൻ തിരിച്ച് വീണ്ടും ഹാളിലേക്കുതന്നെ വന്നു. അടഞ്ഞുകിടക്കുന്ന ഓപ്പറേഷൻ മുറിയുടെ വാതിൽക്കലേക്ക് നോക്കിക്കൊണ്ടുനിന്നു.

നഴ്സിന്റെ അകമ്പടിയോടെ ഒരു ഡോക്ടർ പുറത്തേക്ക് വന്നു. പുതുതായി തോലുപൊളിച്ച ഒരു മുയലിനെപ്പോലെ ഇരിക്കുന്ന എന്തോ ഒന്ന് അയാൾ രണ്ടുകൈകൾ കൊണ്ടും പിടിച്ചിരുന്നു. അവർ ഇടനാഴിയിലേക്ക് കടന്നു മറ്റൊരു വാതിലിലൂടെ കയറിപ്പോയി. ഞാൻ അവർ പോയ വഴിയേ നടന്നു. വാതിൽക്കൽ ചെന്നുനിന്നു. അവർ, അപ്പോൾ മാത്രം പെറ്റുവീണ ഒരു കുഞ്ഞിന്റെ പിഞ്ചുശരീരത്തിൽ എന്തൊക്കെയോ ചെയ്യുന്നതായിക്കണ്ടു. ഡോക്ടർ എനിക്ക് കാണുവാൻ വേണ്ടി അവനെ തെല്ലുയർത്തിപ്പിടിച്ചു. അവന്റെ കാലിന്റെ കുതികൾ കൂട്ടിപ്പിടിച്ചുയർത്തി അയാൾ അതിനെ ചെറുതായി തല്ലിക്കൊണ്ടിരുന്നു.

'അവനു കുഴപ്പമൊന്നുമില്ലല്ലോ?'

'ഇവൻ മിടുമിടുക്കനാണ്. അഞ്ചുകിലോ തൂക്കമുണ്ട്.'

എനിക്കവന്റെ നേരെ ഒരു വികാരവും തോന്നിയില്ല. അവനും ഞാനും തമ്മിൽ എന്തെങ്കിലുമൊരു ബന്ധമുണ്ടെന്നും തോന്നിയില്ല. അച്ഛനായതിന്റെ അനുഭവം എനിക്ക് തോന്നിയില്ല.

'സ്വന്തം മകനെപ്പറ്റി നിങ്ങൾക്ക് അഭിമാനം തോന്നുന്നില്ലേ?' നഴ്സ് ചോദിച്ചു. അവർ അവനെ കുളിപ്പിക്കുകയും എന്തോ ഒന്നുകൊണ്ട് പൊതിയുകയും ചെയ്തു. ഞാനാ ഇരുണ്ട കുഞ്ഞുമുഖവും ഇരുണ്ട കുഞ്ഞുകൈകളും കണ്ടു. പക്ഷേ ഞാൻ അവൻ അനങ്ങുന്നതായിക്കണ്ടില്ല. അവന്റെ കരച്ചിൽ കേട്ടില്ല.

ഡോക്ടർ പിന്നേയും പിന്നേയും അവന്റെ ശരീരത്തിൽ എന്തൊക്കെയോ ചെയ്തുകൊണ്ടിരുന്നു. അയാൾ കുറച്ചൊരു അങ്കലാപ്പിലാണെന്ന് എനിക്ക് തോന്നി.

'ഇല്ല' ഞാൻ പറഞ്ഞു. 'അവൻ അവന്റെ അമ്മയെ മിക്കവാറും കൊല്ലാറാക്കി.'

'അത് ഈ കുഞ്ഞോമനയുടെ കുറ്റം കൊണ്ടല്ല- നിങ്ങൾക്ക് വേണ്ടത് ഒരു ചെറുക്കൻ കുഞ്ഞിനെയല്ലായിരുന്നോ?'

'അല്ല' ഞാൻ പറഞ്ഞു.

ഡോക്ടർ അപ്പോഴും കുഞ്ഞിനെ എന്തൊക്കെയോ ചെയ്യുന്ന തിരക്കിലായിരുന്നു. അതിന്റെ കുതികളിൽ കൂട്ടിപ്പിടിച്ചുയർത്തി അയാൾ അതിനെ വീണ്ടും വീണ്ടും തല്ലിക്കൊണ്ടിരുന്നു. അതു കാണുവാൻ വേണ്ടി ഞാനവിടെ അധികനേരം കാത്തുനിന്നില്ല. വേണമെങ്കിൽ എനിക്കുള്ളിൽപ്പോയി നോക്കാമായിരുന്നു. ഞാൻ നിരീക്ഷണമുറിയുടെ നേർക്ക് നടന്നു. തങ്ങളിരിക്കുന്നിടത്തേക്ക് കടന്നുവരാൻ നെഴ്സുമാർ എന്നോട് ആംഗ്യം കാണിച്ചു. ഞാൻ തലയാട്ടി. നിന്നിടത്തുനിന്നു കൊണ്ടു തന്നെ എനിക്ക് വേണ്ടത്ര കാണാമായിരുന്നു.

കാതറീൻ മരിച്ചുപോയെന്ന് ഞാൻ വിചാരിച്ചു. അവൾ തീർത്തും മരിച്ചതുപോലെ കാണപ്പെട്ടു. അവളുടെ മുഖത്തിന്റെ പകുതിഭാഗം എനിക്ക് കാണാമായിരുന്നു. അത് അത്യധികം വിളറി ചാരനിറം പൂണ്ട് കാണപ്പെട്ടു. അവളുടെ കാൽക്കലെ ലൈറ്റിനു കീഴിൽ നിന്നുകൊണ്ട് ഡോക്ടർ വലിയ നീളത്തിൽ തടിച്ച വരമ്പുകളോടെ കാണപ്പെട്ട കീറൽ, കൊടിൽകൊണ്ട് വലിച്ചു പിടിച്ച് തുന്നിക്കെട്ടുന്നുണ്ടായിരുന്നു. മാസ്ക് ധരിച്ച മറ്റൊരു ഡോക്ടർ അനസ്തേഷ്യ കൊടുത്തുകൊണ്ടിരുന്നു. മാസ്ക് ധരിച്ച രണ്ട് നേഴ്സുമാർ ഡോക്ടർക്ക് ആവശ്യമായ സാമഗ്രികൾ കൈമാറി.

മതദ്രോഹ വിചാരണയുടെ ഒരു ചിത്രം പോലെ തോന്നിച്ചു അതെല്ലാം. അവിടെനിന്നുകൊണ്ട് അതെല്ലാം നോക്കിക്കാണുമ്പോൾ വേണമെന്നുണ്ടെങ്കിൽ എനിക്ക് മുഴുവൻ ഓപ്പറേഷനും കാണാമായിരുന്നു എന്ന് ഞാൻ ഓർത്തു. അങ്ങനെ ചെയ്യാതിരുന്നതിൽ എനിക്ക് സന്തോഷം തോന്നി. അവർ അവളെ കീറിമുറിക്കുന്നതു കാണാനുള്ള കരുത്ത് എനിക്കുണ്ടായിരുന്നില്ല. പക്ഷേ അവർ തടിച്ചുയർന്ന അരികുകളോടുകൂടിയ മുറിവുകൾ, ഒരു ചെരിപ്പുകുത്തിയുടെ തുന്നിക്കെട്ടൽ പോലെ, സമർത്ഥമായി കൂട്ടിത്തുന്നിച്ചേർക്കുന്നത് എനിക്ക് നോക്കി നിൽക്കാൻ കഴിഞ്ഞു. മുറിവുകൾ തുന്നിപ്പൂട്ടിക്കഴിഞ്ഞപ്പോൾ ഞാൻ വീണ്ടും ഹാളിലേക്ക് കടന്നു, അങ്ങോട്ടുമിങ്ങോട്ടും നടക്കാൻ തുടങ്ങി. കുറച്ചുനേരം കഴിഞ്ഞപ്പോൾ ഡോക്ടർ പുറത്തേക്ക് വന്നു.

'അവൾക്കെങ്ങനെയുണ്ട്?'

'ഒരു കുഴപ്പവുമില്ല.' നിങ്ങൾ അത് കണ്ടില്ലേ?'

അയാൾ വല്ലാതെ ക്ഷീണിതനായി കാണപ്പെട്ടു.

'നിങ്ങൾ തുന്നിക്കൂട്ടുന്നത് ഞാൻ കണ്ടു. കീറൽ വളരെയേറെ നീളത്തിലാണെന്ന് തോന്നി.'

'ഓ നിങ്ങളങ്ങനെ വിചാരിക്കുന്നുവോ?'

'അതെ ആ പാടിന്റെ തടിപ്പ് മായുമോ?'

'ഓ തീർച്ചയായും.'

കുറച്ച് നേരത്തിനുശേഷം അവർ ആ ചക്രത്തിലുരുളുന്ന സ്ട്രെച്ചർ പുറത്തേക്ക് കൊണ്ടുവന്നു. അതിവേഗം ലിഫ്റ്റിലേക്ക് ഓടിച്ച് പോയി. ഞാൻ നടന്നു കൂടെയെത്തി. കാതറീൻ കുറേശ്ശേ ഞരങ്ങുന്നുണ്ടായിരുന്നു. താഴത്തെ നിലയിലെ അവളുടെ മുറിയിൽ അവർ അവളെ കൊണ്ടുപോയി കിടത്തി. കട്ടിലിന്റെ കാൽക്കലെ കസേരയിൽ ഞാൻ ഇരുന്നു. മുറിയിൽ ഒരു നേഴ്സ് ഉണ്ടായിരുന്നു. ഞാനെഴുന്നേറ്റ്പോയി കിടക്കയോട് ചേർന്നു നിന്നു. മുറിയിൽ വേണ്ടത്ര വെളിച്ചമുണ്ടായിരുന്നില്ല. കാതറീൻ കൈനീട്ടി. 'ഹലോ ഓമനേ' അവൾ പറഞ്ഞു. അവളുടെ ശബ്ദം വളരെ ദുർബ്ബലവും തളർന്നുമിരുന്നു.

'ഹലോ യൂ സ്വീറ്റ്'

'അതെന്തു കുട്ടിയായിരുന്നു.?'

'ശ് മിണ്ടരുത്' നഴ്സ് പറഞ്ഞു.

'ഒരാൺ കുട്ടി, നല്ല നീളവും വീതിയും കുറച്ചൊന്നിരുണ്ട്.'

'അവൻ സുഖമായിരിക്കുന്നോ?'

'അതെ-തികച്ചും സുഖമായിരിക്കുന്നു.'

നഴ്സ് എന്നെ വിചിത്രമായ രീതിയിൽ നോക്കുന്നത് ഞാൻ ശ്രദ്ധിച്ചു.

'ഞാൻ വല്ലാതെ തളർന്നു പോയിരിക്കുന്നു.' കാതറീൻ പറഞ്ഞു.

'എനിക്ക് നരകം പോലെ വേദനിക്കുന്നു, നിനക്ക് കുഴപ്പമൊന്നുമില്ലല്ലോ ഓമനേ.'

'എനിക്ക് സുഖമാണ്. അധികം സംസാരിക്കേണ്ട.'

'നീ എന്നോട് വളരെ സ്നേഹമായി പെരുമാറുന്നു. ഓ ഓമനേ എനിക്ക് ഭയങ്കരമായി വേദനിക്കുന്നു. അവനെക്കണ്ടാൽ എങ്ങനെയിരിക്കുന്നു.?'

'തോലുപൊളിച്ച ഒരു മുയലിനെപ്പോലെയുണ്ട്. ഒരു ഞൊറിഞ്ഞുളുങ്ങിയ വയസ്സന്റെ മുഖം.'

'നിങ്ങൾ പുറത്തുപോകണം.' നഴ്സ് പറഞ്ഞു. മാഡം ഹെൻറിക്കു വർത്തമാനം പറഞ്ഞുകൂടാ.'

'ഞാൻ പുറത്തുതന്നെയുണ്ടാകും.' ഞാൻ പറഞ്ഞു.

'പോകൂ. പോയി എന്തെങ്കിലും കഴിക്കൂ.'

'ഇല്ല. ഞാൻ പുറത്തുപോയി നിൽക്കാം.' ഞാൻ കാതറീനെ ഉമ്മവെച്ചു. അവൾ വളരെയേറെ ചാരനിറം പൂണ്ടും,ദുർബ്ബലയായും ക്ഷീണിച്ചുമിരുന്നു.

'എനിക്ക് നിങ്ങളോടൊന്നു സംസാരിക്കാമോ.' ഞാൻ നഴ്സിനോട് ചോദിച്ചു. എന്റെ കൂടെ അവളും ഹാളിലേക്ക് വന്നു. ഞാൻ ഹാളിലൂടെ തെല്ലൊന്നു നടന്നു.

'കുഞ്ഞിനെന്താണ് പ്രശ്നം?' ഞാൻ ചോദിച്ചു.

'നിങ്ങൾ ഒന്നും അറിഞ്ഞിട്ടില്ലേ?'

'ഇല്ല'

'അവന് ജീവനുണ്ടായിരുന്നില്ല.'

'അവൻ മരിച്ചുപോയെന്നോ?'

'അവർക്ക് അവനെക്കൊണ്ട് ശ്വാസം കഴിപ്പിക്കാൻ സാധിച്ചില്ല. പൊക്കിൾക്കൊടി കഴുത്തിൽ മറുകിപ്പോവുകയോ മറ്റോ ആണുണ്ടായത്.'

'അപ്പോൾ അവൻ മരിച്ചുപോയി.'

'അതെ വല്ലാത്തൊരു നാണക്കേടായി. അങ്ങനെ ചന്തം തികഞ്ഞൊരു വലിയൊരു ആൺകുട്ടി. ഞാനോർത്തു നിങ്ങൾ അതറിഞ്ഞുകഴിഞ്ഞുവെന്ന്.'

'ഇല്ലായിരുന്നു.' ഞാൻ പറഞ്ഞു.'നിങ്ങൾ മാഡത്തിന്റെയരികിലേക്ക് പോകൂ.'

ഞാൻ ഒരു മേശക്കരികിലെ കസേരയിൽ ചെന്നിരുന്നു. മേശമേൽ നഴ്സുമാരുടെ റിപ്പോർട്ടുകളും മറ്റും ക്ലിപ്പിട്ട് ബന്ധിച്ച് വെച്ചിട്ടുണ്ടായിരുന്നു. ഞാൻ ജനവാതിലിലൂടെ പുറത്തേക്ക് നോക്കി. എനിക്കൊന്നും തന്നെ കാണാൻ കഴിഞ്ഞിരുന്നില്ല. ജനവാതിലിലൂടെ പുറത്തേക്ക് വീഴുന്ന വെളിച്ചത്തിലെ മഴയും. അതിനപ്പുറത്തെ ഇരുട്ടു മാത്രമല്ലാതെ. അപ്പോഴതങ്ങനെയായിരുന്നു. എന്റെ കുഞ്ഞു മരിച്ചുപോയിരിക്കുന്നു. ഡോക്ടർ വളരെയേറെ ക്ഷീണിതനായി കാണപ്പെട്ടത് ഇതിനാലായിരുന്നു. പക്ഷേ അവരെന്തിനുവേണ്ടിയാണ് അവന്റെ കുഞ്ഞുശരീരത്തിൽ അങ്ങനെയൊക്കെ കാട്ടിക്കൂട്ടിയത്. പിന്നീടവൻ ക്രമമായി ശ്വാസമെടുക്കുമെന്ന് കരുതിക്കാണണം. ഞാൻ മതത്തിൽ വിശ്വസിച്ചിരുന്നില്ല. എങ്കിലും അവനെ മാമോദീസാ മുക്കേണ്ടതാണെന്ന് എനിക്കറിയാം. പക്ഷേ അവൻ ഒരിക്കൽ പോലും ശ്വാസം വലിച്ചില്ല. ഒറ്റ പ്രാവശ്യം പോലും ശ്വാസമെടുത്തില്ല. അവൻ ഒരിക്കലും ജീവിച്ചില്ല; കാതറീന്റെ ഉള്ളിൽ കിടക്കുമ്പോഴല്ലാതെ. അവൻ അവളുടെ വയറ്റിൽക്കിടന്നു തൊഴിക്കുന്നത് ഞാൻ വേണ്ടത്ര പ്രാവശ്യം തൊട്ടറിഞ്ഞിട്ടുള്ളതാണ്. പക്ഷേ ഒരാഴ്ചയോളമായി അതങ്ങനെ ഉണ്ടായിട്ടില്ല. ചിലപ്പോൾ ഈ ദിവസങ്ങളിലെല്ലാം അവൻ ശ്വാസംമുട്ടികിടന്നുകാണും. പാവം പാവം എന്റെ കുഞ്ഞ്. അതുപോലെ ശ്വാസം മുട്ടി മരിക്കാൻ ഞാൻ ഭ്രാന്തമായി ആഗ്രഹിച്ചു. എനിക്ക് ശ്വാസം മുട്ടുന്നില്ല. അങ്ങനെയായിരുന്നുവെങ്കിൽ, എങ്കിൽ ഇനിയിപ്പോൾ കാതറീൻ മരിക്കും. അതാണ് നിങ്ങൾ ചെയ്യുന്നത്. നിങ്ങൾ മരിച്ചുപോയി. അതെന്തിനുവേണ്ടിയാണെന്ന് പോലും നിങ്ങൾക്കറിഞ്ഞുകൂടായിരുന്നു. എന്തിനുവേണ്ടിയായിരുന്നു

ഇതെല്ലാമെന്നറിയാനുള്ള സമയം പോലും നിങ്ങൾക്ക് കിട്ടിയിരുന്നില്ല. അവർ നിങ്ങളെ പിടിച്ച് ഉള്ളിലേക്കെടുത്തെറിഞ്ഞു കളയുന്നു. എന്നിട്ട് നിയമങ്ങളെപ്പറ്റിയും വകുപ്പുകളെപ്പറ്റിയും നിങ്ങളോട് പറയുന്നു. പിന്നെ നിങ്ങളെ അപ്പാടെ പിടികൂടി കൊന്നുകളയുന്നു. അല്ലെങ്കിൽ നിങ്ങളെ പുരസ്കരിച്ചുകൊണ്ട് നിങ്ങളെ കൊന്നു കളയുന്നു. ഐമോയെപ്പോലെ അല്ലെങ്കിൽ റിനാൾഡിക്കു നൽകിയതു പോലെ നിങ്ങൾക്ക് സിഫിലിസ് സമ്മാനിക്കുന്നു. എന്തുതന്നെയായാലും അവർ നിങ്ങളെ കൊല്ലുക തന്നെ ചെയ്യും. അത് നിങ്ങൾക്ക് എങ്ങനെയായാലും ഉറപ്പിക്കാം. നിങ്ങളിവിടെ യെവിടെയെങ്കിലും ചുറ്റിപ്പറ്റി നിന്നോളൂ. അവർ നിങ്ങളെ കൊന്നുതരും.'

കേമ്പിലായിരിക്കെ, ഒരിക്കൽ നെരിപ്പോടിലേക്ക് ഒരു വിറകുകഷ്ണം എടുത്തിട്ട കാര്യമോർക്കുന്നു. ആ വിറകുകൊള്ളി അപ്പാടെ ഉറുമ്പുകളാ യിരുന്നു. അത് കത്താൻ തുടങ്ങിയപ്പോൾ ഉറുമ്പുകൾ ഉള്ളിൽനിന്നും ഇരച്ചുചാടി. ആദ്യം അവ തീയുടെ നടുവിലേക്കും തിരിച്ച് അറ്റത്തേക്കും തിരക്കിട്ടോടിക്കൊണ്ടിരുന്നു. ചിലതൊക്കെ തീയിലേക്ക് വീണു ചാരമായി. പിന്നെ എങ്ങോട്ടേക്കെന്നറിയാതെ അവ പരക്കം പാഞ്ഞുകൊണ്ടിരു ന്നു. അധികവും തീയിലേക്ക് തന്നെ ചെന്നുവീണു. ചിലത് വിറകറ്റത്തെ തണുപ്പിൽ ഇരച്ചെത്തി. ഒടുവിൽ എല്ലാവരും തീയിലേക്ക് വീണു കരിഞ്ഞു. അന്ന് ഇങ്ങനെയാണ് ലോകാവസാനം എന്ന് ഞാൻ ചിന്തിച്ചതായി ഓർക്കുന്നു. ഒരു രക്ഷകൻ അവതരിക്കാനുള്ള അവസരമായിരുന്നു അത്. വിറകുകൊള്ളി തീയിൽനിന്നെടുത്തു പുറത്തേക്കെറിഞ്ഞ് ഉറുമ്പുകളെ രക്ഷപ്പെടുത്താനുള്ള രക്ഷകന്റെ വലിയ അവസരം. പക്ഷേ ഞാൻ ആ അവസരം കണ്ടില്ലെന്നു നടിച്ചു. പകരം ഒരു തകരക്കപ്പിൽ വെള്ളമെടുത്ത് കത്തുന്ന കൊള്ളിയിലേക്കൊഴിച്ചു.. ആ കപ്പിൽ വിസ്കി പകരാനായി ട്ടാണ് ഞാനങ്ങനെ ചെയ്തത് കത്തുന്ന തീക്കൊള്ളിയിലേക്കൊഴിച്ച ആ കപ്പിലെ വെള്ളം ഉറുമ്പുകളെ ആവിയിൽ പൊള്ളിച്ചു കൊന്നുകാണണം.

മുറിക്കപ്പുറത്തെ ഹാളിൽ കാതറീന്റെ വിവരങ്ങളറിയാൻ വേണ്ടി ഞാൻ കാത്തിരുന്നു. നേഴ്സ് പുറത്തേക്ക് വന്നതേയില്ല. അതിനാൽ കുറച്ചുനേരം കഴിഞ്ഞപ്പോൾ, ഞാൻ ഒച്ചയുണ്ടാക്കാതെ വാതിൽ തുറന്നു ഉള്ളിലേക്ക് നോക്കി. ആദ്യം എനിക്കൊന്നും തന്നെ കാണാൻ കഴിഞ്ഞില്ല. കാരണം പുറത്ത് ഹാളിൽ നല്ല പ്രകാശമുള്ള ഒരു ലൈറ്റ് തെളിഞ്ഞുകത്തിയിരുന്നു. മുറിയുടെ ഉള്ളിൽ ഇരുട്ടായിരുന്നു. അൽപനിമിഷങ്ങൾക്കുശേഷം നഴ്സ് കട്ടിലിനരികിലെ കസേരയിലിരിക്കുന്നതും തലയിണയിൽ തലവെച്ച് കാതറീൻ കിടക്കുന്നതും ഞാൻ കണ്ടു. ഷീറ്റിനു താഴെ അവൾ ഭാരമൊഴി ഞ്ഞ് കനം കുറഞ്ഞ് നിരപ്പായി കിടന്നു. ചുണ്ടിൽ വിരൽ ചേർത്തുകൊണ്ട് എഴുന്നേറ്റുവന്ന് നഴ്സ് എന്റെയരികിലെത്തി.

'എങ്ങനെയിരിക്കുന്നു അവൾക്ക്?' ഞാൻ ചോദിച്ചു.

'ഒരു കുഴപ്പവുമില്ല. നിങ്ങൾ പുറത്തുപോയി ഭക്ഷണം കഴിക്കണം. തിരിച്ച് വേണമെങ്കിൽ മാത്രം വന്നാൽ മതി.'

ഞാൻ ഹാൾ കടന്നു പിന്നെ കോണിപ്പടികൾ ഇറങ്ങി ആസ്പത്രിയുടെ കവാടം കടന്നു. ഇരുട്ട് പുതച്ച തെരുവിലൂടെ നിർത്താതെ പെയ്യുന്ന മഴയത്ത് നടന്നുനീങ്ങി, ഒട്ടുവിൽ കഫേയിലെത്തി. കഫേയിൽ നല്ല തിളങ്ങുന്ന വെളിച്ചമുണ്ടായിരുന്നു; മേശകൾക്കുചുറ്റും നിറയെ മനുഷ്യരും. ഇരിക്കാൻ പറ്റിയ ഒരു സ്ഥലവും ഒഴിഞ്ഞുകണ്ടില്ല. ഒരു വെയിറ്റർ വന്നു എന്റെ നനഞ്ഞു കുതിർന്ന കോട്ടും തൊപ്പിയും കയ്യിൽ നിന്നും വാങ്ങി. പിന്നീട് ഒരിത്തിരി പ്രായം ചെന്ന ഒരു മനുഷ്യൻ ഇരിക്കുന്ന മേശക്കരികിലേക്ക് എന്നെ കൊണ്ടുപോയി ഇരുത്തി. അയാൾ ബീയർ കുടിക്കുകയും സായാഹ്നപത്രം വായിക്കുകയും ചെയ്തുകൊണ്ടിരിക്കയായിരുന്നു.

ഇരുന്നതിനുശേഷം ഞാൻ വെയിറ്ററോട് അത്താഴത്തിന്റെ വിഭവങ്ങൾ എന്തൊക്കെയാണെന്നന്വേഷിച്ചു.

'മാട്ടിറച്ചി സ്റ്റ്യൂ. പക്ഷേ അത് തീർന്നുപോയി'

'പിന്നെ എന്താണുള്ളത്?'

' പന്നിയിറച്ചിയും മുട്ടയും അല്ലെങ്കിൽ മുട്ടയും ചീസും അല്ലെങ്കിൽ സോവർക്രാറ്റ്'

'ഉച്ചക്ക് ഞാൻ സോവർക്രാറ്റ് ആണ് കഴിച്ചത്.' ഞാൻ പറഞ്ഞും.

'അത് നേരാണല്ലോ' അയാൾ പറഞ്ഞു. 'അതു നേരാണല്ലോ നിങ്ങൾ ഇന്നുച്ചക്ക് സോവർക്രാറ്റ് കഴിച്ചു,'

അയാളൊരു മദ്ധ്യവയസ്കനായിരുന്നു. കഷണ്ടിത്തലയിൽ മുടിയിഴകൾ പറ്റിച്ചേർന്നുകിടന്നു. അലിവുള്ള ഒരു മുഖമായിരുന്നു. അയാളുടേത്.

'അപ്പോൾ നിങ്ങൾക്കെന്താണ് വേണ്ടത്? പന്നിയിറച്ചിയും മുട്ടയും? അതോ മുട്ടയും ചീസും?'

'പന്നിയിറച്ചിയും മുട്ടയും..' ഞാൻ പറഞ്ഞു. 'പിന്നെ ബീയറും.'

'ഒരു അര-അല്ലേ? തെളിഞ്ഞത്?'

'അതെ'

'ഞാനോർക്കുന്നു.' അയാൾ പറഞ്ഞു 'നിങ്ങൾ ഉച്ചക്കും ഒരു അര-തെളിഞ്ഞത് കഴിച്ചു.'

ഞാൻ ഇറച്ചിയും മുട്ടയും കഴിച്ചു. പുറകെ ബിയറും കുടിച്ചു. ഇറച്ചിയും മുട്ടയും ഒരു വൃത്താകൃതിയിലുള്ള പാത്രത്തിലാണ് കൊണ്ടുവന്നത്. ഇറച്ചി അടിയിലും മുട്ട മുകളിലും. നല്ല എരിവും ചൂടുമുണ്ടായിരുന്നു അതിന്. അതിനാൽ ആദ്യത്തെ ഒരു കടിക്കുശേഷം എനിക്ക് വായ തണുപ്പിക്കാൻ ബിയർ കുടിക്കേണ്ടതായി വന്നു. എനിക്ക് ഭയങ്കരമായി വിശന്നിരുന്നു. വെയിറ്ററെ വിളിച്ച് ഇതേ ഓർഡർ ഞാനൊരിക്കൽക്കൂടി കൊടുത്തു. ഞാനൊന്നും തന്നെ ചിന്തിക്കുന്നുണ്ടായിരുന്നില്ല. എതിരെയിരുന്നിരുന്ന മനുഷ്യന്റെ കയ്യിലെ പത്രം ഞാൻ വായിക്കാൻ ശ്രമിച്ചു. ബ്രിട്ടീഷ് മുന്നണിയിലെ പിളർപ്പിനെപ്പറ്റിയായിരുന്നു വാർത്ത. നിവർത്തിപ്പിടിച്ച പത്രത്തിന്റെ പിൻതാൾ ഞാൻ വായിക്കുകയാണെന്നു കണ്ടപ്പോൾ അയാൾ ആ

പത്രം മടക്കിപ്പിടിച്ചുകളഞ്ഞു. വെയിറ്ററോട് പറഞ്ഞ് ഒരു പത്രം എടുപ്പിക്കാൻ ഞാൻ വിചാരിച്ചു. പക്ഷേ എനിക്ക് യാതൊന്നിലും ശ്രദ്ധയൂന്നാൻ കഴിഞ്ഞിരുന്നില്ല. കഫെക്കുള്ളിൽ നല്ല ചൂടുണ്ടായിരുന്നു. വായു ക്രമേണ മലിനമായിവന്നു. മേശക്കുചുറ്റും ഇരുന്നിരുന്ന മിക്കവരും തമ്മിൽ പരിചയക്കാരായിരുന്നു. പല മേശകളിലും ചീട്ടുകളി പുരോഗമിച്ചുകൊണ്ടിരുന്നു. വെയിറ്റർമാർ തിരക്കിട്ട് ഓടി നടന്ന് ബാറിൽ നിന്നും മേശകളിലേക്ക് പാനീയങ്ങൾ എത്തിച്ചുകൊണ്ടിരുന്നു. പുറത്തുനിന്നും രണ്ടുമനുഷ്യർ കടന്നുവന്നു. പക്ഷേ ഇരിക്കാൻ സ്ഥലമൊന്നും ഒഴിഞ്ഞുകിടപ്പില്ലായിരുന്നു. ഞാനിരുന്നിരുന്ന മേശക്കെതിരിലായി അവർ നിലയുറപ്പിച്ചു. അപ്പോൾ ഞാനൊരു ബീയറുകൂടി ഓർഡർ കൊടുത്തു. ഉടനെത്തന്നെ എഴുന്നേറ്റു പോകുവാൻ ഞാൻ തയ്യാറായിരുന്നില്ല. അത്രയും നേരത്തേ ആസ്പത്രിയിലേക്ക് തിരിച്ചുചെല്ലാൻ ഞാനൊരുക്കമായിരുന്നില്ല. ഒന്നും ചിന്തിക്കാതെ ശാന്തനായി ഇരിക്കാൻ ഞാൻ ശ്രമിച്ചുകൊണ്ടിരുന്നു. മേശക്കരികിൽ നിന്നിരുന്ന മനുഷ്യർ കുറച്ചുനേരം ചുറ്റിപ്പറ്റി നിന്നതിനുശേഷം ആരും എഴുന്നേൽക്കുന്നില്ലെന്നുകണ്ട് പുറത്തെ ഇരുട്ടിലേക്കിറങ്ങിപ്പോയി ഞാൻ പിന്നേയും ഒരു ബിയർ കുടിച്ചു. എന്റെ മുമ്പിൽ ഇപ്പോൾ ഒഴിഞ്ഞ പാത്രങ്ങളുടെ വലിയൊരുക്കുമ്പാരം തന്നെ ഉയർന്നുവന്നു. എതിരിലിരുന്ന ആൾ കണ്ണടയൂരി ഒരു ചെറിയപെട്ടിയിൽ വെച്ചു. പിന്നെ പേപ്പർ മടക്കി തന്റെ പോക്കറ്റിലിട്ടു. പിന്നെ വൈൻ നിറച്ച് ഗ്ലാസ് കയ്യിലെടുത്ത് മുറിയിലൂടെ കണ്ണോടിച്ചു കൊണ്ടിരുന്നു. പെട്ടെന്ന് എനിക്കുടൻ പോകേണ്ടതുണ്ടെന്ന് ഞാനോർത്തു. ഞാൻ വെയിറ്ററെ വിളിച്ച് കണക്കുകൾ നോക്കി പണം കൊടുത്തു. പിന്നെ കോട്ടും തൊപ്പിയും ധരിച്ച് വാതിൽക്കലേക്ക് നടന്നു. ഇടതടവില്ലാതെ പെയ്യുന്ന മഴയിലൂടെ നടന്ന് ആസ്പത്രിയിലെത്തി. മുകൾ നിലയിൽ, ഹാളിൽ നഴ്സ് നിന്നിരുന്നു.

'ഞാനിപ്പോൾ നിങ്ങളെ ഹോട്ടലിലേക്ക് വിളിച്ചിരുന്നു.' അവൾ പറഞ്ഞു. എന്റെയുള്ളിൽ പൊടുന്നനെ എന്തോ തകർന്നടിഞ്ഞുവീണു.

'എന്താണ് പ്രശ്നം.?'

'മിസിസ് ഹെൻറിക്ക് രക്തസ്രാവം ഉണ്ടായി.'

'എനിക്ക് ഉള്ളിൽ പോകാമോ?'

'ഇല്ല. ഇപ്പോൾ പറ്റില്ല. ഡോക്ടർ പരിശോധന നടത്തുകയാണ്.

'അപകടകരമാണോ?'

'വളരെ അപായകരം' നേഴ്സ് മുറിയിലേക്കുതന്നെ കയറി വാതിലടച്ചു. പുറത്തെ ഹാളിലിരിക്കുമ്പോൾ. മനസ്സിലെ എല്ലാകാര്യങ്ങളും എന്നെ വിട്ടൊഴിഞ്ഞ് ഉള്ള് ശൂന്യമായിത്തീർന്നു. എനിക്ക് യാതൊന്നും ചിന്തിക്കാനാകുമായിരുന്നില്ല. അവൾ മരിക്കുകയാണെന്നുമാത്രം ഞാനറിഞ്ഞു. മരിച്ചുപോകല്ലേ എന്നു ഞാൻ പ്രാർത്ഥിച്ചു. അവളെ മരിക്കാനനുവദിക്കരുതേ ദൈവമേ ദയവുചെയ്ത് അവളെ മരിക്കാനനുവദിക്കരുതേ. അവൾ മരിക്കാതിരുന്നാൽ ഞാൻ നിനക്കുവേണ്ടി എന്തും ചെയ്യാം. പ്ലീസ്, പ്ലീസ്

പ്ലീസ് എന്റെ ദൈവമേ അവളെ നീ മരിക്കാനനുവദിക്കരുതേ- അവൾ മരിച്ചുപോകരുതേ- നീ കൽപിക്കുന്ന എന്തും ഞാൻ ചെയ്തുകൊള്ളാം, അവൾ മരിച്ചുപോകരുതേ കുഞ്ഞിനെ നീ എടുത്തുവല്ലോ അവളെ വിട്ടുതരൂ. അവളെ മരിക്കാനനുവദിക്കരുതേ- അതൊരു പ്രശ്നമല്ല- പക്ഷേ അവളെ നീ മരിപ്പിക്കല്ലേ. പ്ലീസ് പ്ലീസ് അവളെ മരിക്കാനനുവദിക്കരുതേ-

നേഴ്സ് വാതിൽതുറന്ന് എന്നോട് അകത്തേക്ക് വരാൻ വേണ്ടി വിരൽ ചലിപ്പിച്ചു. ഞാനവളെ മുറിയിലേക്ക് അനുഗമിച്ചു. കടന്നുചെന്നപ്പോൾ കാതറീൻ എന്നെ നോക്കിയില്ല. ഞാൻ കിടക്കക്കരികിൽ ചെന്നുനിന്നു. മറുവശത്ത് ഡോക്ടർ നിന്നിരുന്നു കാതറീൻ എന്നെനോക്കി മന്ദഹസിച്ചു ഞാൻ കിടക്കയിലേക്ക് കുനിഞ്ഞ് പൊട്ടിക്കരഞ്ഞു.

'എന്റെ പാവം ഓമനേ' കാതറീൻ വളരെ താഴ്ന്ന ശബ്ദത്തിൽ പറഞ്ഞു. അവൾ ആകെപ്പാടെ ചാരനിറം പൂണ്ടിരുന്നു.

'നിനക്കൊരു കുഴപ്പവുമില്ല കാറ്റ്. ഞാൻ പറഞ്ഞു നിനക്കെല്ലാം സുഖപ്പെടാൻ പോകുന്നു.'

ഞാനവളുടെ കൈ എന്റെ കൈകളിലെടുത്തു

'എന്നെ തൊടല്ലേ' അവൾ പറഞ്ഞു. ഞാൻ കൈകൾ പിൻവലിച്ചു. അവൾ അപ്പോൾ വീണ്ടും മന്ദഹസിച്ചു.

'പാവം, എന്റെയോമനേ. നിനക്കുവേണമെങ്കിൽ എന്നെ ആകെ തൊട്ടോളൂ.'

'നിനക്കൊക്കെ സുഖമാകും കാതറീൻ. എനിക്കറിയാം നിനക്ക് എല്ലാം സുഖപ്പെടാൻ പോകുന്നു.'

'എന്തെങ്കിലും എനിക്ക് സംഭവിക്കുകയാണെങ്കിൽ, അതിനുമുമ്പായി നിനക്കുവേണ്ടി ഒരു കത്തെഴുതണം എന്നു ഞാൻ വിചാരിച്ചിരുന്നു.

പക്ഷേ ഞാനെഴുതിയില്ല.'

'നിനക്ക് ഒരു വൈദികനെ വേണമെന്നുണ്ടോ? അല്ലെങ്കിൽ ആരെയെങ്കിലും കാണണമെന്നുണ്ടോ?

'നിന്നെ മാത്രം' അവൾ പറഞ്ഞു.

പിന്നെ തെല്ലുനേരം കഴിഞ്ഞു വീണ്ടും പറഞ്ഞു.

'എനിക്ക് ഒട്ടും പേടി തോന്നുന്നില്ല. ഞാനിതിനെ വെറുക്കുന്നു എന്നു മാത്രം.'

'നിങ്ങളിങ്ങനെ സംസാരിച്ചുകൂടാ.' ഡോക്ടർ പറഞ്ഞു.

'ശരി' കാതറീൻ പറഞ്ഞു.

'ഞാനെന്തെങ്കിലും നിനക്കുവേണ്ടി ചെയ്യേണ്ടതുണ്ടോ കാറ്റ്? നിനക്ക് വേണ്ടി എന്തെങ്കിലും കൊണ്ടുവരേണ്ടതുണ്ടോ?'

കാതറീൻ മന്ദഹസിച്ചു. 'ഇല്ല' പിന്നെ കുറച്ചു കഴിഞ്ഞ് 'നമ്മൾ ഒരുമിച്ച് ചെയ്തതൊക്കെ നീ വേറൊരു പെൺകുട്ടിയുടെ കൂടെ ചെയ്യുമോ? നമ്മൾ

പറഞ്ഞ കാര്യങ്ങൾ നീ വേറൊരു പെണ്ണിനോട് പറയുമോ?'

'ഒരിക്കലുമില്ല '

'നിനക്ക് വേറെ പെൺകുട്ടികളുണ്ടാകണം എന്നതാണ് എനിക്ക് വേണ്ടത്, പക്ഷേ.'

'എനിക്കവരെയൊന്നും ആവശ്യമില്ല.'

'നിങ്ങൾ ഒരുപാട് സംസാരിക്കുന്നു.' ഡോക്ടർ പറഞ്ഞു. നിങ്ങൾക്ക് സംസാരിക്കാൻ പാടില്ല. മിസ്റ്റർ ഹെൻറി പുറത്ത് പോകണം. അദ്ദേഹത്തിന് കുറേ കഴിഞ്ഞ് തിരിച്ചുവരാം. നിങ്ങൾ മരിക്കാനൊന്നും പോകുന്നില്ല. നിങ്ങൾ വിഡ്ഢിത്തം പ്രവർത്തിക്കരുത്.

'ശരി' കാതറീൻ പറഞ്ഞു.'രാത്രികളിൽ ഞാൻ തിരിച്ചുവന്ന് നിന്റെ കൂടെ കിടക്കും.' അവൾ പറഞ്ഞു. അവൾക്ക് സംസാരിക്കുവാനുള്ള പ്രയാസം ഏറിവന്നു.

'ദയവായി മുറിയിൽ നിന്നു പോകൂ.' ഡോക്ടർ പറഞ്ഞു. കാതറീൻ എന്നെ കണ്ണിറുക്കിക്കാട്ടി. അവളുടെ മുഖം ചാരനിറമായിത്തീർന്നിരുന്നു.

'ഞാൻ പുറത്തുണ്ടാകും' ഞാൻ പറഞ്ഞു.

'വിഷമിക്കല്ലേ ഓമനേ' കാതറീൻ പറഞ്ഞു 'എനിക്ക് തരിമ്പും പേടിയില്ല. ഇതുപക്ഷേ ഒരു വൃത്തികെട്ട കളിയായിപ്പോയെന്നു മാത്രം.'

'എന്റെ ഓമനേ എന്റെ ധൈര്യശാലിയായ ഓമനേ'

ഞാൻ മുറിക്കപ്പുറത്ത് ഹാളിൽ കാത്തുനിന്നു. ഞാനൊരുപാട് നേരം കാത്തുനിന്നിരിക്കണം. നഴ്സ് വാതിൽ കടന്നു വന്നു എന്റെ നേരെ കുനിഞ്ഞു.'മിസിസ് ഹെൻറിക്ക് വളരെയേറെ കൂടുതലായിരിക്കുന്നു.' അവൾ പറഞ്ഞു. 'ഞാനവളെച്ചൊല്ലി പേടിക്കുന്നു.'

'അവൾ മരിച്ചുവോ?'

ഇല്ല. പക്ഷേ അബോധാവസ്ഥയിലാണ്.'

അവർക്ക് കൂടെക്കൂടെ രക്തസ്രാവമുണ്ടായിക്കൊണ്ടിരുന്നു. അവർക്കത് തടഞ്ഞുനിർത്താനായില്ല. ഞാൻ മുറിയിലേക്ക് ചെന്ന് കാതറീന്റെ അവസാനശ്വാസം വരെ കൂടെയിരുന്നു. മരണം വരെ അവൾക്ക് ബോധം വീണിരുന്നില്ല. മരിക്കുവാൻ അവൾ അധികനേരമെടുത്തില്ല. മുറിക്കു പുറത്തുവന്നു, ഹാളിൽ നിന്നുകൊണ്ട് ഞാൻ ഡോക്ടറോട് സംസാരിച്ചു.

'ഈ രാത്രിയിൽ ഇനി ഞാനെന്തെങ്കിലും ചെയ്യേണ്ടതുണ്ടോ?'

'ഇല്ല, ഒന്നും ചെയ്യാനില്ല. ഞാൻ നിങ്ങളെ കൊണ്ടുപോയി ഹോട്ടലിൽ വിടട്ടെ?'

'വേണ്ട നന്ദി. ഞാൻ കുറച്ചുനേരം കൂടി അവളോടൊപ്പം ഇരിക്കട്ടെ.'

'ഒന്നുമിനി പറയാനില്ലെന്ന് എനിക്കറിയാം. എനിക്ക് നിങ്ങളോട് പറയാനായില്ല. അ...'

'വേണ്ട' ഞാൻ പറഞ്ഞു ഇനിയൊന്നും പറയാനില്ല.'

'ഗുഡ് നൈറ്റ്' അയാൾ പറഞ്ഞു. 'ഞാൻ നിങ്ങളെ ഹോട്ടലിൽ കൊണ്ടു ചെന്നാക്കേണ്ടേ?'

'വേണ്ട - നന്ദി.'

'ഇത് മാത്രമേ ചെയ്യാനുണ്ടായിരുന്നുള്ളൂ.' അയാൾ പറഞ്ഞു. 'ഓപ്പറേഷനിൽ നിന്നും തെളിഞ്ഞത്..'

'അതിനെപ്പറ്റി സംസാരിക്കാൻ ഞാനിഷ്ടപ്പെടുന്നില്ല.' ഞാൻ പറഞ്ഞു.

'നിങ്ങളെ ഹോട്ടലിൽ കൊണ്ടുപോയി വിടണമെന്ന് ഞാനാഗ്രഹിക്കുന്നു.'

'വേണ്ട- നന്ദി'

അയാൾ ഹാൾ കടന്നുപോയി. ഞാൻ മുറിയുടെ വാതിൽക്കലേക്ക് നടന്നു.

'നിങ്ങൾക്കിപ്പോൾ ഇങ്ങോട്ട് വന്നുകൂടാ' നെഴ്സുമാരിൽ ഒരുത്തി പറഞ്ഞു.

'അതെ' എനിക്ക് വരാനാകും. ഞാൻ പറഞ്ഞു.

'നിങ്ങൾക്ക് വരാൻ സമയമായിട്ടില്ല.'

'നീ കടന്നുപോകു'- 'ഞാൻ പറഞ്ഞു. മറ്റേ ആളും കടന്നുപോകൂ.'

അവർ പുറത്തുപോയി. ഞാനുള്ളിൽക്കയറി. വാതിലടച്ച ലൈറ്റുകൾ അണച്ചു. പക്ഷേ അതിനെക്കൊണ്ടൊന്നും ഒരു കാര്യവുമുണ്ടായില്ല. ഒരു പ്രതിമയോട് വിടവാങ്ങുന്നതുപോലെയായിരുന്നു അത്. കുറച്ചുനേരത്തിനു ശേഷം ഞാൻ പുറത്തിറങ്ങി ആസ്പത്രി വിട്ടു. പിന്നെ മഴയിലൂടെ, തിരികെ ഹോട്ടലിലേക്ക് നടന്നു.

●

www.ingramcontent.com/pod-product-compliance
Lightning Source LLC
LaVergne TN
LVHW040602051026
849519LV00004B/1430

* 9 7 8 9 3 8 5 8 9 9 1 4 0 *